ಕಥೆ
ಚಿತ್ರಕಥೆ
ಸಂಭಾಷಣೆ
ಜೋಗಿ

MY EXPERIMENTS WITH CINEMA

" ಸಿನಿಮಾ ಮಾಡುವವರ ಪಾಲಿಗೆ ಬಹುಮುಖ್ಯ ಕೈಪಿಡಿ "
– ಪ್ರಕಾಶ್ ರೈ

sawanna
www.sawannabooks.com

Kathe Chitrakathe Sambhashane Jogi -

A book on Screen writing by Jogi

Published by : Sawanna Enterprises, No.12, Byrasandra Main Road,
Jayanagar 1ˢᵗ Block East, Bengaluru - 560 011

ಲೇಖಕರು: ಜೋಗಿ

ಮುಖಪುಟ ವಿನ್ಯಾಸ: ಪ್ರದೀಪ್ ಬತ್ತೇರಿ

ಪುಟಗಳು: 352

ಮೊದಲನೇ ಮುದ್ರಣ: ಡಿಸೆಂಬರ್ 2016
ಎರಡನೇ ಮರುಮುದ್ರಣ: ಡಿಸೆಂಬರ್ 2016
ಮೂರನೇ ಮರುಮುದ್ರಣ: ಜುಲೈ 2017
ನಾಲ್ಕನೇ ಮರುಮುದ್ರಣ: ಡಿಸೆಂಬರ್ 2018
ಐದನೇ ಮರುಮುದ್ರಣ: ಫೆಬ್ರವರಿ 2023

ಮುದ್ರಕರು :
ಇಮೇಜಸ್ ಪ್ರಿಂಟ್ ಸರ್ವಿಸಸ್
ಬೆಂಗಳೂರು – 560 011

ಪ್ರಕಾಶಕರು :
ಸಾವಣ್ಣ ಎಂಟರ್ಪ್ರೈಸಸ್
ನಂ. 12, ಬೈರಸಂದ್ರ, ಮುಖ್ಯ ರಸ್ತೆ,
ಜಯನಗರ 1ನೇ ಬ್ಲಾಕ್ ಪೂರ್ವ, ಬೆಂಗಳೂರು - 560 011
Ph: +91 80 4122 9757, 90363 12786
e-mail: sawannabooks@gmail.com

www.sawannabooks.com

ISBN 978-93-82348-44-3

To make a great film you need three things –
the script, the script and the script.

- Alfred Hitchcock

Audiences are harder to please if you're just giving them
effects, but they're easy to please if it's a good story.

- Steven Spielberg

Making movies is 80% script and 20% getting great actors.
There's nothing else to it.

- William Wyler

Dialogue is a necessary Evil

- Fred Zinneman

ಅರ್ಪಣೆ

ನನ್ನ ಪೆನ್ನು ಕೋವಿಯಿಂದ

ಮೊದಲ ಸಲ

'ಶಿಕಾರಿ'

ಮಾಡಿಸಿದ ಮಿತ್ರ

ಬಿ ಎಸ್ ಲಿಂಗದೇವರು

ಅಖಂಡ ಗೆಳೆತನಕ್ಕೆ

ಕೃತಜ್ಞತೆ

ರವಿ ಹೆಗಡೆ
ಸಂಪಾದಕ, ಆರ್ಥಿಕ/ರಾಜಕೀಯ ವಿಶ್ಲೇಷಕರು

ಅನಂತನಾಗ್
ಹಿರಿಯ ಕಲಾವಿದರು

ವಿ. ರವಿಚಂದ್ರನ್
ನಟ, ನಿರ್ದೇಶಕರು

ಉಪೇಂದ್ರ
ನಟ, ನಿರ್ದೇಶಕರು

ಟಿ ಎನ್ ಸೀತಾರಾಮ್
ನಟ, ನಿರ್ದೇಶಕರು

ನಾಗತಿಹಳ್ಳಿ ಚಂದ್ರಶೇಖರ
ಪ್ರಸಿದ್ಧ ನಿರ್ದೇಶಕರು

ರವಿ ಬೆಳಗೆರೆ
ಕಥೆಗಾರ, ಪತ್ರಕರ್ತರು

ವಿಶ್ವೇಶ್ವರ ಭಟ್
ಲೇಖಕ, ಸಂಪಾದಕರು

ಯಶ್
ಜನಪ್ರಿಯ ನಟರು,
ಯಶೋಮಾರ್ಗ ಸಂಸ್ಥಾಪಕರು

ಅಹೋರಾತ್ರ ನಟೇಶ್ ಪೋಲೆಪಲ್ಲಿ
ದಾರ್ಶನಿಕ, ಲೇಖಕ, ದಿಗ್ದರ್ಶಕರು

ರವಿ ಕಿರಣ್
ನಿರ್ದೇಶಕರು

ಕುಂಟಿನಿ ಗೋಪಾಲಕೃಷ್ಣ
ಕಥೆಗಾರ

ಉದಯ ಮರಕಿಣಿ
ಹಿರಿಯ ಪತ್ರಕರ್ತರು

ಅಂಕಿತ ಪ್ರಕಾಶ್
ಪ್ರಕಾಶಕರು

ಆರ್. ದೊಡ್ಡೇಗೌಡ
ಲೇಖಕ, ಪ್ರಕಾಶಕರು

ಎಸ್. ಸುರೇಂದ್ರನಾಥ್
ಕತೆಗಾರ, ರಂಗಭೂಮಿ ನಿರ್ದೇಶಕರು

ಪರಮೇಶ್ ಗುಂಡ್ಕಲ್
ಕತೆಗಾರ, ಕಲರ್ಸ್ ವಾಹಿನಿ ಮುಖ್ಯಸ್ಥರು

ರಾಘವೇಂದ್ರ ಹುಣಸೂರು
 ಝೀ ವಾಹಿನಿ ಮುಖ್ಯಸ್ಥರು

'ಕತೆ' ಸಿಂಗಲ್ ಲೈನ್ನಲ್ಲಿ ಹೇಳು.
'ಲೈನ್ ಓಕೆ ಆಗಿದೆ'. ಕತೆ ಮೇಲೆ ಕೂತಿದ್ದಾರೆ 'ಡೈರೆಕ್ಟರು'
ಸಿನಿಮಾ ವಿಷಯವಾಗಿ ಹೀಗೆಲ್ಲ ಗಾಂಧೀನಗರ ಮಾತಾಡುತ್ತೆ.
ಅದಾದ ನಂತರ ಕತೆಯನ್ನು 'ಚಿತ್ರಕತೆ'ಯನ್ನಾಗಿ ಮಾಡೋ ಕೆಲಸ.

ನೂರಾರು ಪ್ರಶ್ನೆಗಳಿಗೆ ಉತ್ತರ ಹುಡುಕೋ
ಚಿತ್ರಕತೆ ಬರೆಯುವವನು ಧ್ಯಾನಕ್ಕೆ ಕೂರುತ್ತಾನೆ.
ಧ್ಯಾನಕ್ಕೆ ಕೂರುವವನು ನಿರ್ದೇಶಕನೇ ಆದರೆ
'ಸಂಕಲನ'ದ ಅನುಭವದ ಜೊತೆಗೆ 'ಚಿತ್ರಕತೆ'ಯನ್ನೂ
ಪೋಣಿಸುತ್ತಾ ಹೋಗುತ್ತಾನೆ.

'ಚಿತ್ರಕತೆ' ಬರೆಯಲು ಕುಳಿತಾಗ
ಕತೆಯ ಎಲ್ಲಾ ಪಾತ್ರಗಳು ಬರೆಯುವವನನ್ನು
ನೂರಾರು ಪ್ರಶ್ನೆ ಕೇಳುತ್ತವೆ. ಅದಕ್ಕೆ ಉತ್ತರ ಹುಡುಕುತ್ತಾ ಪಾತ್ರಗಳ ಜೊತೆಗೆ
ಹಗಲು-ರಾತ್ರಿ, ನಾನಾ ವೇಷ-ಕನಸು-ಕೊನೆಯನ್ನು ಹೇಳುತ್ತಾ
ಪಾತ್ರಗಳೊಂದಿಗೆ ಮಾತಾಡುತ್ತಾ ಜೀವ ತುಂಬುತ್ತಾನೆ.

ಆ ಜೀವ ತುಂಬಿದ ಪಾತ್ರಗಳು
ಜೀವಂತ ನೋಡುಗರ ಆತ್ಮಗಳಲ್ಲಿ ಸೇರಿಕೊಳ್ಳುವಂತೆ
ಕತೆಯನ್ನು ಚಿತ್ರಕತೆಯಾಗಿ ಬರೆಯುತ್ತಾನೆ.

‘ಈಜು ಕಲಿಯುವುದು ಹೇಗೆ’ ಎಂದು
ಪುಸ್ತಕ ಓದುತ್ತಿರುವವನೊಬ್ಬ ಸಡನ್ನಾಗಿ
‘ನನ್ನ ಹುಡ್ಗಿಗೆ ಪ್ರೀತಿಸೋ ವಿಷಯ ಹೇಳೋದು
ಹೇಗೆ’ ಎಂದು ಫ್ರೆಂಡ್ಸ ಕೇಳಿ,
ಹುಡ್ಗೀ ತಬ್ಬಿಕೊಂಡು ಚುಂಬಿಸುವಾಗ
ಓದಿದ ‘ರತಿ’ ಸಂಬಂಧ ‘ಪುಸ್ತಕ’, ವಿಡಿಯೋ
ಯಾವುದೂ ಕೆಲಸಕ್ಕೆ ಬಾರದೆ
ಮೊದಲ ಅನುಭವ ಪಡೆದವನು
ಸುಖದ ನಂತರ ಶಾಂತವಾಗಿ ಕುಳಿತಾಗ

ಯಾವುದರಲ್ಲೋ ಪ್ರಬುದ್ಧತೆ ಪಡೆದವನಂತೆ
ಮತ್ತೊಂದು ಸುಖದ ರಾತ್ರಿಗೆ ಜಾರುವಂತೆ.
ಚಿತ್ರಕತೆಯ ಅಭ್ಯಾಸ ನೇರವಾಗಿ
ಪ್ರಾಕ್ಟಿಕಲ್ ಆಗಿರುತ್ತದೆ.
‘ಥಿಯರಿ’ಗಳು ಕೆಲಸಕ್ಕೆ ಬರುವುದಿಲ್ಲ.
ಈಜಲು ನೀರಿಗೆ ಬೀಳಬೇಕು
ಒಲುಮೆಗೆ ಒಲಿಸಿಕೊಳ್ಳಬೇಕು.
ಥಿಯರಿಯಲ್ಲಿ ಬೆಂಕಿ ಸುಡುವುದಿಲ್ಲ
ಪ್ರಾಕ್ಟಿಕಲ್ನಲ್ಲಿ ಕೆಂಡ ಅಗ್ನಿಕುಂಡ.

ಅಲ್ಲಿ ಹುಟ್ಟುವ ಪ್ರಶ್ನೆಗಳಿಗೆ
ಉತ್ತರ ಹುಡುಕುವ ಕೆಲಸವೇ ಚಿತ್ರಕತೆ
ಅದೊಂದು ಅದ್ಭುತವಾದ, ಜೀವ ಕೊಡುವ ಕೆಲಸ.

ದುನಿಯಾ ಸೂರಿ
2016

ಟೈಟಲ್ ಕಾರ್ಡ್

ಸೆಕೆಂಡ್ ಹಾಫ್

ನ್ಯೂಸ್ ರೀಲ್

ನಾನು ಹುಟ್ಟಿದೂರಾದ ಗುರುವಾಯನಕೆರೆಯಲ್ಲಿ ಸಿನಿಮಾ ಥೇಟರುಗಳಿರಲಿಲ್ಲ. ಅಲ್ಲಿಂದ ಮೂರು ಮೈಲಿ ದೂರದ ಬೆಳ್ತಂಗಡಿಗೆ ಹೋಗಿ, ಅಲ್ಲಿದ್ದ ಏಕೈಕ ಚಿತ್ರಮಂದಿರವಾದ ಭಾರತ್ ಟಾಕೀಸ್ ನಲ್ಲೇ ನಾವು ಸಿನಿಮಾ ನೋಡಬೇಕಾಗಿತ್ತು. ಐದನೇ ತರಗತಿ ಓದುತ್ತಿದ್ದ ದಿನಗಳಲ್ಲಿ ನಮಗೆ ಬೆಳ್ತಂಗಡಿಗೆ ಹೋಗುವ ಧೈರ್ಯವಾಗಲೀ, ಅವಕಾಶವಾಗಲೀ ಇರಲೇ ಇಲ್ಲ. ಆಗೆಲ್ಲ ಸಿನಿಮಾ ನೋಡುವುದು ಒಳ್ಳೆಯ ಅಭ್ಯಾಸ ಅಲ್ಲ ಎಂಬ ಭಾವನೆ ನಮ್ಮೂರಲ್ಲಿ ಹಬ್ಬಿತ್ತು. ನಮ್ಮ ಶಾಲೆಯಲ್ಲೇ ಏಳನೇ ತರಗತಿ ಓದುತ್ತಿದ್ದ ಫ್ರಾನ್ಸಿಸ್ ಪಿಂಟೋ, ಗುಟ್ಟಾಗಿ ಸಿನಿಮಾ ನೋಡಲು ಹೋದಾಗ ನಮ್ಮ ಹೆಡ್ ಮಾಸ್ಟರರ ಕೈಗೆ ಸಿಕ್ಕಿಬಿದ್ದಿದ್ದ. ಮಾರನೇ ದಿನ ಅವನನ್ನು ಹೆಡ್ ಮಾಸ್ಟರು ಶಾಲೆಯ ಅಂಗಳದಲ್ಲಿರುವ ಹೊನ್ನೆಮರದ ಅಡಿಯಲ್ಲಿ ನಿಲ್ಲಿಸಿ ಅವನ ಕೈಯ ಗಂಟುಗಳು ಊದಿಕೊಳ್ಳುವಂತೆ ಹೊಡೆದಿದ್ದರು. ಆ ಘಟನೆಯ ನಂತರ ಸಿನಿಮಾ ನೋಡುವುದು ದೇಶದ್ರೋಹದಷ್ಟೇ ಅಪರಾಧದ ಕೆಲಸ

ಎಂಬುದು ನಮಗೆ ಖಾತ್ರಿಯಾಗಿಬಿಟ್ಟಿತ್ತು. ಅದಾಗಿ ಸ್ವಲ್ಪ ದಿನಕ್ಕೇ ಮತ್ತೊಬ್ಬ ಹುಡುಗ ಸಿನಿಮಾ ನೋಡಲು ಹೋಗಿ, ತೆರೆಯ ಮೇಲೆ ಹುಲಿ ಕಾಣಿಸಿಕೊಳ್ಳುತ್ತಿದ್ದಂತೆ ಬೆಚ್ಚಿ ಬಿದ್ದು ಓಡಿ ಬಂದು ಒಂದು ವಾರ ಪೂರ್ತಿ ಜ್ವರ ಬಂದು ಮಲಗಿದ್ದ. ಹೀಗಾಗಿ ಸಿನಿಮಾ ಎಂಬುದು ನಮಗೆಲ್ಲ ಅಚ್ಚರಿಯಲ್ಲಿ ಅಚ್ಚರಿಯ ಸಂಗತಿಯಾಗಿ ನಮ್ಮ ಬಾಲ್ಯದ ಬಹುದೊಡ್ಡ ರೋಚಕತೆಯಾಗಿ ನಮಗೆ ಮುಖಾಮುಖಿಯಾಯಿತು.

ಈಗ ಸಿನಿಮಾ ಮನೆ ಮನೆಗೂ ಬಂದುಬಿಟ್ಟಿದೆ. ಟೀವಿ, ಮೊಬೈಲುಗಳು ಸಿನಿಮಾವನ್ನು ತುಂಬ ಹತ್ತಿರ ತಂದಿವೆ. ಅದು ನಮ್ಮ ದಿನಚರಿಯಲ್ಲೇ ಸೇರಿಕೊಂಡು ಬಿಟ್ಟಿದೆ. ಹೀಗಾಗಿ ಈಗಿನ ಹುಡುಗರಿಗೆ ಸಿನಿಮಾ ಎಂಬ ತಂತ್ರಜ್ಞಾನದ ಬಗ್ಗೆ ಅಂಥ ಕುತೂಹಲ ಏನೂ ಇಲ್ಲ. ಸಿನಿಮಾ ಬೆರಗು ಹುಟ್ಟಿಸುವ, ಬೆಚ್ಚಿ ಬೀಳಿಸುವ, ಕದ್ದು ನೋಡಬೇಕು ಎಂಬ ಆಸೆ ಹುಟ್ಟಿಸುವ ಮಾಧ್ಯಮವಾಗಿ ಉಳಿದಿಲ್ಲ. ಒಂದು ತಂತ್ರಜ್ಞಾನ ತನ್ನ ಬೆರಗನ್ನು ಬಿಟ್ಟುಕೊಟ್ಟೊಡನೆ, ಅದರ ನಿಜವಾದ ಸತ್ವ ಏನೆಂಬುದು ಗೊತ್ತಾಗುತ್ತಾ ಹೋಗುತ್ತದೆ. ತೆರೆಯ ಮೇಲೆ ಜೀವಂತ ಪಾತ್ರಗಳನ್ನು ತೋರಿಸುತ್ತಾರಂತೆ, ಅವರು ಮಾತಾಡುತ್ತಾರಂತೆ, ನಡೆದಾಡುತ್ತಾರಂತೆ ಎಂಬ ಬೆರಗು ಮಾಯವಾಗಿ, ಅದೊಂದು ತಾಂತ್ರಿಕತೆ ಅಂತ ಗೊತ್ತಾದ ನಂತರ, ಅವರು ಏನು ಮಾತಾಡುತ್ತಾರೆ, ಯಾವ ಕತೆ ಹೇಳುತ್ತಾರೆ ಎಂಬುದಷ್ಟೇ ಮುಖ್ಯವಾಗುತ್ತದೆ. ಬಹುತೇಕ ಎಲ್ಲ ತಾಂತ್ರಿಕತೆಯ ಗೆಲುವು ಮತ್ತು ಸೋಲು ಇದೇ ಎಂದು ಹೇಳಬಹುದು. ಕ್ರಮೇಣ ತಂತ್ರಜ್ಞಾನ ಎಂಬುದು ಸಾಧನ ಮಾತ್ರ ಆಗಿಬಿಡುತ್ತದೆ. ಅದಕ್ಕೆ ಮನುಷ್ಯನ ಪ್ರತಿಭೆಯ ಸ್ಪರ್ಶ ಆಗದೇ ಹೋದರೆ ಅದು ಗೊಡ್ಡಾಗಿ ಬಿದ್ದಿರುತ್ತದೆ.

ಕ್ರಮೇಣ ಸಿನಿಮಾಗಳನ್ನು ನೋಡಲು ಆರಂಭಿಸಿ, ಅದಕ್ಕೆ ಮರುಳಾಗಿ, ಸಿನಿಮಾ ಕೊಡುವ ರಂಜನೆ, ಬೋಧನೆ ಮತ್ತು ರೋಮಾಂಚಗಳನ್ನು ಅನುಭವಿಸಿ, ಸಿನಿಮಾದ ಮೂಲಕವೇ ಹೊಸ ಜಗತ್ತನ್ನು ಕಂಡುಕೊಳ್ಳಲು ಆರಂಭಿಸಿ ಎಷ್ಟೋ ವರ್ಷಗಳ ನಂತರ, ನಾನು ಸಿನಿಮಾ ಪತ್ರಿಕೋದ್ಯಮಕ್ಕೆ ಕಾಲಿಟ್ಟೆ. ಆಮೇಲೆ ಸಿನಿಮಾಗಳಿಗೆ ಚಿತ್ರಕತೆ ಬರೆದೆ. ಕತೆ ಬರೆದೆ. ಸಂಭಾಷಣೆ ಬರೆದೆ. ಸಾವಿರಾರು ಸಿನಿಮಾಗಳನ್ನು ನೋಡಿದೆ. ಚಿತ್ರೋತ್ಸವಗಳಲ್ಲಿ, ನೀನಾಸಂ ಸಂಸ್ಕೃತಿ ಶಿಬಿರಗಳಲ್ಲಿ, ಖಾಸಗಿಯಾಗಿ, ವಿಮರ್ಶೆಗಾಗಿ ಸಿನಿಮಾಗಳನ್ನು ನೋಡುತ್ತಲೇ ಬಂದೆ. ಆಗಲೇ ಕತೆ ಬರೆಯಲು ಆರಂಭಿಸಿದ್ದ ನನಗೆ ಸಿನಿಮಾ ಅನ್ನುವುದು ಕತೆ ಹೇಳುವುದರ ವಿಸ್ತೃತ ರೂಪದಂತೆ ಕಾಣಿಸಿತೇ

ವಿನಃ ಅದರ ಕಷ್ಟಗಳು ಅರಿವಾಗಲೇ ಇಲ್ಲ. ಒಂದು ಕತೆಯನ್ನು ನಾನು ಬರೆದು ಹೇಳುತ್ತೇನೆ, ನಾಟಕಕಾರ ರಂಗದ ಮೇಲೆ ಹೇಳುತ್ತಾನೆ, ಕವಿ ಗೀತೆಯ ಮೂಲಕ ಹೇಳುತ್ತಾನೆ. ನಿರ್ದೇಶಕ ಸಿನಿಮಾದ ಮೂಲಕ ಹೇಳುತ್ತಾನೆ- ಮೂಲಭೂತವಾಗಿ ಕತೆ ಹೇಳುವವರೇ ಅಲ್ಲವೇ ನಾವೆಲ್ಲರೂ. ನಮ್ಮ ನಮ್ಮ ದಾರಿಗಳು ಮಾತ್ರ ಬೇರೆ ಎಂಬುದು ಅರ್ಥವಾಗುತ್ತಿದ್ದಂತೆ ಒಂದು ಸಣ್ಣ ಆತ್ಮವಿಶ್ವಾಸ ಯಾರಿಗೇ ಆದರೂ ಬಂದುಬಿಡುತ್ತದೆ.

ಆದರೆ ಸಿನಿಮಾ ಅಷ್ಟು ಸರಳ ಅಲ್ಲ ಅನ್ನುವುದು ಸಿನಿಮಾ ನಿರ್ದೇಶನಕ್ಕೆ ಇಳಿದಾಗ ಗೊತ್ತಾಗುತ್ತದೆ. ಕತೆ ಬರೆಯಲು ಕುಳಿತಾಗ ಹೊಳೆಯುತ್ತದೆ. ಚಿತ್ರಕತೆ ರಚನೆಗೆ ಯತ್ನಿಸಿದಾಗ ಅರ್ಥವಾಗುತ್ತದೆ. ಸಂಭಾಷಣೆ ಬರೆಯುವುದಕ್ಕೆ ಆರಂಭಿಸಿದಾಗ ಮಾತುಗಳೇ ಹೊರಡದೇ ಕಂಗಾಲಾಗುತ್ತೇವೆ. ಮುಂದೇನು ಎಂಬ ಪ್ರಶ್ನೆಯನ್ನು ನಮ್ಮ ಮುಂದೆ ಕ್ಷಣ ಕ್ಷಣವೂ ತಂದಿಡುವ ರಾಕ್ಷಸನಂತೆ ಸಿನಿಮಾ ಭಾಸವಾಗುತ್ತದೆ. ಆ ಪ್ರಶ್ನೆಗೆ ಉತ್ತರಿಸದೇ ಹೋದರೆ ನಾವು ಸೋತಂತೆ. ಉತ್ತರಿಸಿದರೆ ಸಿನಿಮಾ ಗೆದ್ದಂತೆ.

ಸಿನಿಮಾ ಅನ್ನುವುದು ಕಾಲವನ್ನು ಕ್ಷಣಗಳಲ್ಲಿ ದಾಟುತ್ತಾ ಹೋಗುವ ಕ್ರಿಯೆ. ಜೀವನದಲ್ಲಿ ನಾವು ಒಂದು ಸೆಕೆಂಡಿನ ಬಗ್ಗೆ ಅಷ್ಟೇನೂ ಚಿಂತಿಸಿರುವುದಿಲ್ಲ. ಒಂದು ಸೆಕೆಂಡು ಅನ್ನುವುದು ನಮಗೆ ಏನೂ ಅಲ್ಲವೇ ಅಲ್ಲ. ನಾವು ಏನೂ ಮಾಡದೇ ಹತ್ತು ನಿಮಿಷ ಇರಬಲ್ಲೆವು. ಅರ್ಧ ಗಂಟೆ ಕೂರಬಲ್ಲೆವು. ಬಸ್ಸಿಗೆ ಕಾಯುತ್ತಾ ಗಂಟೆಗಟ್ಟಲೆ ಸುಮ್ಮನಿದ್ದುಬಿಡಬಲ್ಲೆವು. ಮನಸ್ಸನ್ನು ಖಾಲಿ ಮಾಡಿಕೊಂಡು ಇಡೀ ದಿನ ಮಂಕಾಗಿಯೇ ಬದುಕಬಲ್ಲೆವು. ಆದರೆ ಸಿನಿಮಾದಲ್ಲಿ ಒಂದೊಂದು ಸೆಕೆಂಡು ಕೂಡ ಉಜ್ವಲವಾಗಿರಬೇಕು. ಒಂದೊಂದು ಕ್ಷಣವನ್ನೂ ನೀವು ಹೊಳೆಯುವಂತೆ ಮಾಡಬೇಕು. ಒಂದು ಕ್ಷಣದಲ್ಲಿ ಏನಾದರೊಂದು ನಡೆಯಬೇಕು. ಹಾಗೆ ನಡೆಯದೇ ಹೋದರೆ ಸಿನಿಮಾ ನಡೆಯುವುದಿಲ್ಲ.

ಆದರೆ ಒಂದೊಂದು ಕ್ಷಣವನ್ನೂ ಕ್ರಿಯೆಗಳಿಂದ ತುಂಬುವುದು ಹೇಗೆ? ನೀವು ಒಬ್ಬ ವ್ಯಕ್ತಿಯನ್ನು ವಿವರಿಸಲು ನೂರು ಪದ ಬಳಸುತ್ತೀರಿ. ಅದನ್ನೇ ಸಿನಿಮಾ ಒಂದು ಸೆಕೆಂಡಿನ ಒಂದು ಶಾಟ್‌ನಲ್ಲಿ ಹೇಳುತ್ತದೆ. ಅಲ್ಲಿಗೆ ಆ ವ್ಯಕ್ತಿಯನ್ನು ನೀವು ಪರಿಚಯಿಸಿದ್ದು ಮುಗಿಯಿತು. ಎದುರಿಗೆ ಕೂತ ಕ್ಯಾಮರಾ ಮುಂದೇನು ಅಂತ ಕೇಳಲು ಶುರುಮಾಡುತ್ತದೆ. ಮುಂದೆ ಅವನೇನೋ ಮಾಡಬೇಕು? ಏನು ಮಾಡಬೇಕು? ಅವನು ಕೆಮ್ಮುತ್ತಾನೆ ಅನ್ನಿ. ಆ ಕೆಮ್ಮುವಿಕೆಗೂ ನೀವು ಹೇಳುವ

ಕತೆಗೂ ಸಂಬಂಧವಿದೆಯಾ? ಇಲ್ಲದೇ ಹೋದರೆ ಅವನು ಕೆಮ್ಮಿದ್ದಾದರೂ ಯಾಕೆ? ಅನಗತ್ಯವಾಗಿ ಒಂದು ಕ್ಷಣವನ್ನು ಯಾಕೆ ವ್ಯರ್ಥಮಾಡುತ್ತೀರಿ ಎಂದು ಸಿನಿಮಾ ದುರುಗುಟ್ಟಿಕೊಂಡು ನಿಮ್ಮನ್ನು ನೋಡುತ್ತಾ ಕೇಳುತ್ತದೆ. ನಮ್ಮಲ್ಲಿ ಉತ್ತರ ಇರುವುದಿಲ್ಲ.

ಇಂಥ ಸವಾಲುಗಳನ್ನು ಒಬ್ಬ ಸಿನಿಮಾಕ್ಕೆ ಕತೆ ಬರೆಯುವವನು ಎದುರಿಸಬೇಕಾಗುತ್ತದೆ. ಸಿನಿಮಾ ಎಂಬುದು ಸವಾಲುಗಳ ಸಂತೆ. ಅದರಲ್ಲೂ ಇವತ್ತು ಎಲ್ಲವೂ ಕ್ಷಣಾರ್ಧದಲ್ಲಿ ನಡೆದುಹೋಗುತ್ತದೆ. ಯಾವುದನ್ನೂ ಪೂರ್ತಿ ನೋಡುವ ವ್ಯವಧಾನ ಯಾರಿಗೂ ಇಲ್ಲ. ಮೊದಲ ದೃಶ್ಯದಲ್ಲಿ ಕೊಲೆಯಾಗುತ್ತದೆ ಅನ್ನುತ್ತಿದ್ದಂತೆ ಪ್ರೇಕ್ಷಕ, ವಾಟ್ ನೆಕ್ಸ್ಟ್ ಎಂದು ಕೇಳುತ್ತಾನೆ. ಪೊಲೀಸರು ಬರುತ್ತಾರೆ, ವಾಟ್ ನೆಕ್ಸ್ಟ್. ಪೋಸ್ಟ್ ಮಾರ್ಟಮ್ ನಡೆಯುತ್ತದೆ. ವಾಟ್ ನೆಕ್ಸ್ಟ್. ಕೊಲೆಗಾರನ ಹುಡುಕಾಟ ನಡೆಯುತ್ತದೆ... ಇದೆಲ್ಲವೂ ಪ್ರೇಕ್ಷಕನಿಗೆ ಗೊತ್ತಿದೆ. ಆತನಿಗೆ ಒಂದು ಘಟನೆಯೂ ಅದರ ಒಟ್ಟಿಗೇ ನಡೆಯುವ ಪ್ರೊಸೀಜರುಗಳೂ ಬೇಕಾಗಿಲ್ಲ. ಪ್ರೊಸೀಜರುಗಳ ಜೊತೆಗೇ ಮತ್ತೇನೋ ಘಟಿಸುತ್ತಿರಬೇಕು. ಅವನಿಗೆ ಗೊತ್ತಾಗದ ಒಂದು ಜಗತ್ತು ಅವನಿಗೆ ಗೊತ್ತಿರುವ ಜಗತ್ತಿನಲ್ಲೇ ಕಾಣಸಿಗಬೇಕು. ಆ ಜಗತ್ತನ್ನು ಕತೆಗಾರ ಸೃಷ್ಟಿಸಬೇಕು. ಚಿತ್ರಕತೆಗಾರ ಬೆಳೆಸಬೇಕು. ಸಂಭಾಷಣಾಕಾರ ಅದಕ್ಕೆ ಮಾತು ತುಂಬಬೇಕು. ಇದು ಭರವಸೆ ಮತ್ತು ಸವಾಲು.

ಒಂದು ಕಲೆ ಕ್ರಮೇಣ ರಿಫೈನ್ ಆಗುತ್ತಾ ಆಗುತ್ತಾ ತಾನು ಕಲೆಯೆಂಬುದನ್ನೇ ಮರೆತುಬಿಡುತ್ತದೆ. ಹಾಡು, ಪ್ರತಿಭಾವಂತ ಗಾಯಕನ ಕಂಠದಿಂದ ಹುಟ್ಟುವ ಅಪೂರ್ವವಾದ ಕಲೆ, ಅದಕ್ಕೆ ಸಂವಾದಿಯಾಗಿ ಪಕ್ಕದಲ್ಲೇ ಕೊಳಲೂದುವ, ತಬಲಾ ಬಾರಿಸುವ, ವೀಣೆ ನುಡಿಸುವ. ಹಾರ್ಮೋನಿಯಂ ಒತ್ತುವ, ತಾಳ ತಟ್ಟುವ, ತಲೆದೂಗುವ ಹಿಮ್ಮೇಳ ಕೂಡ ಇರಬೇಕು ಅನ್ನುವುದು ಆ ಕಲೆಯ ಮೂಲ ನಿಯಮ. ಈಗ ಅವೆಲ್ಲವೂ ಮಾಯವಾಗಿ ಭಾಷೆಯ ಜ್ಞಾನ ಕೂಡ ಇಲ್ಲದ ಗಾಯಕ ಯಾವುದೇ ಭಾಷೆಯ ಹಾಡನ್ನು ಯಾವುದೇ ಹಿಮ್ಮೇಳವಿಲ್ಲದೇ ಹಾಡಬಲ್ಲ. ಅಲ್ಲಿಗೆ ಕಲೆಯೆಂಬುದು ಅಂತಿಮವಾಗಿ ತಂತ್ರಜ್ಞಾನದ ನೆರವಿನಿಂದ ಪಡಿಮೂಡುವ ಒಂದು ಪ್ರಾಡಕ್ಟು ಆಗುತ್ತದೆಯೇ ಹೊರತು, ಅದರ ಉಲ್ಲಾಸ ಆ ಕಲೆಯ ಸೃಷ್ಟಿಯ ಹೊತ್ತಲ್ಲಿ ಇರುವುದಿಲ್ಲ. ಹೀಗೆ ಏಕಾಂತದಲ್ಲಿ ಮನುಷ್ಯ ಉಲ್ಲಾಸವನ್ನೂ ಸಂಭ್ರಮವನ್ನೂ ಆವಾಹಿಸಿಕೊಂಡು ಹಾಡಬೇಕಾದ ಅನಿವಾರ್ಯತೆಯನ್ನೇ ನಾವು ಸಿನಿಮಾದಲ್ಲೂ ಕಾಣಬೇಕಾಗಿದೆ.

ಹೀಗೆ ಯಾಂತ್ರಿಕವಾಗಿರುವ ಜಗತ್ತಿನಲ್ಲಿ ಕತೆ ಬರೆಯುವುದು ಹೇಗೆ, ಚಿತ್ರಕತೆ ರಚಿಸುವುದು ಹೇಗೆ ಅನ್ನುವುದನ್ನು ನಾವು ಪಾಶ್ಚಾತ್ಯರಿಂದ ಕಲಿಯುತ್ತಾ ಬಂದಿದ್ದೇವೆ. ಮೂಲತಃ ಸಿನಿಮಾ ಅನ್ನುವುದು ನಮ್ಮ ಮಾಧ್ಯಮ ಅಲ್ಲ. ನಾವು ನಾಟಕ, ದೊಡ್ಡಾಟ, ಬಯಲಾಟ, ಯಕ್ಷಗಾನ, ಬೊಂಬೆಯಾಟ, ಯಕ್ಷಗಾನಗಳ ಮೂಲಕ ರಂಜನೆಯನ್ನು ಕಂಡುಕೊಂಡವರು. ಹರಿಕತೆ ದಾಸರು ಕೂಡ ನಮ್ಮೆದುರು ಹೊಸ ಜಗವೊಂದನ್ನು ತೆರೆದಿಡಬಲ್ಲವರಾಗಿದ್ದರು. ಬುಡುಬುಡಿಕೆ ದಾಸಯ್ಯ, ತಂತಿವಾದ್ಯದ ಹಾಡುಗಾರ, ಮಂಟೇಸ್ವಾಮಿ ಪದಕಾರರೆಲ್ಲ ನಮ್ಮ ಮನಸ್ಸಿನ ಚಿತ್ರಗಳನ್ನು ವಿಸ್ತಾರಗೊಳಿಸಿದವರು. ಸಿನಿಮಾ ಅಲ್ಲೆಲ್ಲೋ ಹುಟ್ಟಿ, ಇಲ್ಲಿಗೂ ಮೂಕವಾಗಿ ಬಂದು ಎಲ್ಲರನ್ನೂ ಮೂಕವಿಸ್ಮಿತಗೊಳಿಸಲು ಶುರುಮಾಡುವ ಹೊತ್ತಿಗೇ ನಾವೂ ಅದನ್ನು ಕಲಿಯತೊಡಗಿ, ಕಲಿಕೆಯಲ್ಲೂ ಗ್ರಹಿಕೆಯಲ್ಲೂ ಬೆರಗನ್ನಿಟ್ಟುಕೊಂಡೇ ಸೃಷ್ಟಿಸಲೂ ತೊಡಗಿಕೊಂಡೆವು. ಹೀಗಾಗಿ ನಮ್ಮ ಮುಂದಿರುವ ಮಾದರಿಗಳೆಲ್ಲ ಪಾಶ್ಚಾತ್ಯ ಜಗತ್ತಿನದೇ. ಅದನ್ನು ನಾವು ಭಾರತೀಯವಾಗಿ ಮಾಡಿಕೊಂಡದ್ದು ನಮ್ಮ ಜನಪದದ ಭಾಗವಾಗಿದ್ದ ಹಾಡುಗಳನ್ನು ಸಿನಿಮಾದ ಒಳಗೆ ತುರುಕುವ ಮೂಲಕ. ಅವರ ಸಿನಿಮಾ- ನಮ್ಮ ರಂಗಭೂಮಿ ಹೀಗೆ ಒಂದಾಯಿತು. ರಂಗಭೂಮಿಯಲ್ಲಿ ಕಂದಪದ್ಯ, ಭಾಮಿನಿ, ರಂಗಗೀತೆಗಳದ್ದೇ ಕಾರುಬಾರು. ಅದು ಸಿನಿಮಾಕ್ಕೂ ದಾಟಿಕೊಂಡಿತು. ರಂಗಭೂಮಿಯಲ್ಲಿದ್ದವರೇ ಸಿನಿಮಾ ಮಾಡಲು ಶುರುಮಾಡಿದ್ದರಿಂದ ಅವರ ನಾಟಕಗಳೇ ಸಿನಿಮಾಗಳಾದವು. ಪೌರಾಣಿಕ ಕತೆಗಳನ್ನೇ ನಾವು ಯಥಾವತ್ತು ಸಿನಿಮಾ ಮಾಡಿದೆವು. ಕತೆ ಚಿತ್ರಕತೆ ಸಂಭಾಷಣೆ ಇವೆಲ್ಲವನ್ನೂ ನಾವು ರಂಗಭೂಮಿಯಿಂದಲೇ ಬಳುವಳಿ ತಂದುಕೊಂಡೆವು. ಸತ್ಯಹರಿಶ್ಚಂದ್ರಕ್ಕಿಂತ ಸೊಗಸಾದ ಕತೆ ಸಿನಿಮಾಕ್ಕೆ ಸಿಗುವುದು ಸಾಧ್ಯವೇ ಇರಲಿಲ್ಲ. ನಮ್ಮ ಪುರಾಣಗಳಲ್ಲಿ ಬರುವ ಒಂದೊಂದು ಕತೆಗಳೂ ಪಾಶ್ಚಾತ್ಯ ನಿರ್ದೇಶಕರು ಕಷ್ಟಪಟ್ಟು ಹೆಣೆದು ಕಟ್ಟಿದ ಕತೆಗಳಿಗಿಂತ ಸಾವಿರ ಪಾಲು ಚೆನ್ನಾಗಿದ್ದವು.

ಈ ಪುಸ್ತಕದ ಕೊನೆಯಲ್ಲಿ ಕನ್ನಡದ ಪ್ರಸಿದ್ಧ ಸಮಕಾಲೀನ ನಿರ್ದೇಶಕರ ಚಿಂತನೆಗಳಿವೆ. ಅವರು ಹೇಗೆ ಕತೆ ಕಟ್ಟುತ್ತಾರೆ, ಚಿತ್ರಕತೆ ರಚಿಸುತ್ತಾರೆ ಮತ್ತು ಸಂಭಾಷಣೆ ಬರೆಯುತ್ತಾರೆ ಎಂಬುದನ್ನು ಅವರೇ ಹೇಳಿಕೊಂಡಿದ್ದಾರೆ. ಮುಖ್ಯವಾಗಿ ನಾನಿದನ್ನು ಬರೆಯಹೊರಟದ್ದು ನನ್ನ ಅನುಭವದ ಆಧಾರದ ಮೇಲೆ. ನಾನು ಕೆಲಸ ಮಾಡಿದ, ನೋಡಿದ ಸಿನಿಮಾ, ಸೀರಿಯಲ್ಲುಗಳನ್ನಿಟ್ಟುಕೊಂಡು ಸಿನಿಮಾ ಜೊತೆಗಿನ

ನನ್ನ ಒಡನಾಟವನ್ನು ಇಲ್ಲಿ ಯಥಾವತ್ತಾಗಿ ನಿಮ್ಮ ಮುಂದಿಡುತ್ತಿದ್ದೇನೆ. ಇದರಿಂದ ಕೆಲವರಿಗಾದರೂ ಉಪಯೋಗ ಆದರೆ ನನ್ನ ಶ್ರಮ ಸಾರ್ಥಕ ಎಂದು ಭಾವಿಸುತ್ತೇನೆ.

ಸಿನಿಮಾ ಅಂದಾಗ ನನಗೆ ಥಟ್ಟನೆ ನೆನಪಾಗುವುದು ನಾವು ಕಣ್ಣುಮಿಟುಕಿಸದೆ ನೋಡುವಂತೆ ಮಾಡುವ ಒಂದು ಕಲೆ. ಒಂದು ಕ್ಷಣ ಅತ್ತಿತ್ತ ತಿರುಗಿದರೂ, ಕಣ್ಮುಚ್ಚಿದರೂ ಏನನ್ನೋ ಕಳಕೊಳ್ಳುತ್ತೇವೇನೋ ಎಂಬ ಎಚ್ಚರದಲ್ಲಿ, ಚೆಸ್ ಆಡುವವನ ಏಕಾಗ್ರತೆಯಲ್ಲಿ, ಕಾರು ಓಡಿಸುವವನ ತನ್ಮಯತೆಯಲ್ಲಿ ನಾವು ಸಿನಿಮಾ ನೋಡುತ್ತೇವೆ. ಅಂಥ ತನ್ಮಯತೆಯನ್ನು ಪ್ರೇಕ್ಷಕನಿಗೆ ಕೊಡಬೇಕಾದರೆ ಸಿನಿಮಾ ಮಾಡುವವನೂ ತನ್ಮಯನಾಗಿರಬೇಕು. ಆದರೆ ಸಿನಿಮಾದಲ್ಲಿ ಕತೆ ಬರೆಯುವವನಿಗೆ ಚಿತ್ರಕತೆಗಾರ ಏನು ಮಾಡುತ್ತಾನೆಂಬುದು ಗೊತ್ತಿರುವುದಿಲ್ಲ. ಚಿತ್ರಕತೆ ಬರೆದವನಿಗೆ ಸಂಭಾಷಣಾಕಾರ ಹೇಗೆ ಮಾತು ಬರೆಯುತ್ತಾನೆ ಎಂಬುದು ತಿಳಿದಿರುವುದಿಲ್ಲ. ಇವೆಲ್ಲವನ್ನೂ ಮಾಡಿದವರಿಗೆ ನಟ ಹೇಗೆ ಆ ಮಾತುಗಳನ್ನು ಆಡುತ್ತಾನೆ. ನಿರ್ದೇಶಕ ಹೇಗೆ ಆ ಮಾತುಗಳನ್ನು ಆಡಿಸುತ್ತಾನೆ ಎಂಬುದು ಗೊತ್ತಿರುವುದಿಲ್ಲ.

ಹೀಗಾಗಿ ಕತೆ ಚಿತ್ರಕತೆ ಎಲ್ಲವೂ ಕತ್ತಲಲ್ಲಿ ನಮ್ಮ ಮುಂದೆ ಕಾಣದೇ ಇರುವಂಥ ಸರೋವರಕ್ಕೆ ಕಲ್ಲು ಎಸೆಯುವ ಪ್ರಯತ್ನ. ಕಲ್ಲು ಬಿದ್ದ ಸದ್ದು ಕೇಳೀತೇ ಹೊರತು, ಅದು ಎಬ್ಬಿಸುವ ಅಲೆಯಾಗಲೀ, ಎಷ್ಟು ದೂರ ಕಲ್ಲು ಬಿದ್ದಿದೆ ಅನ್ನುವುದಾಗಲೀ ಕಾಣಿಸದು. ಅದಕ್ಕೇ ಸಿನಿಮಾ ಅನ್ನೋದು ನಿಗೂಢ ಸಂಭ್ರಮ.

ಸಿನಿಮಾದಿಂದ ಕತೆಗಾರ ದೂರದಲ್ಲೇ ಇರುತ್ತಾನೆ. ಚಿತ್ರಕತೆಗಾರ ಅವನಿಗಿಂತ ಸ್ವಲ್ಪ ಹತ್ತಿರದಲ್ಲಿರುತ್ತಾನೆ. ಸಂಭಾಷಣಾಕಾರ ಮತ್ತೂ ಸಮೀಪದಲ್ಲಿರುತ್ತಾನೆ. ಆದರೆ ಇವರು ಯಾರೂ ಚಿತ್ರದ ಒಳಗಿರುವುದಿಲ್ಲ ಎಂದು ಬರೆಯುವ ಹೊತ್ತಿಗೆ ನನಗಂತೂ ಅನ್ನಿಸುತ್ತದೆ. ಸಿನಿಮಾ ನೋಡುವ ಹೊತ್ತಿಗೆ ಅವರೆಲ್ಲರೂ ಅದು ಹೇಗೋ ಸಿನಿಮಾದೊಳಗೇ ಬಂದು ಬಿಟ್ಟಿರುತ್ತಾರೆ. ಅದೇ ಸಿನಿಮಾದ ಪವಾಡ ಕೂಡ.

ಸಿನಿಮಾ ಎಂಥಾ ಕಲಾಕೃತಿ ಎಂದರೆ ಒಬ್ಬ ಸಹೃದಯೀ ಪ್ರೇಕ್ಷಕನಾಗಿ ಸಿನಿಮಾ ನೋಡುವ ಹೊತ್ತಿಗೆ ಕತೆ, ಚಿತ್ರಕತೆ, ಸಂಭಾಷಣೆ, ಛಾಯಾಗ್ರಹಣ, ಸಂಕಲನ ಮುಂತಾದ ಪ್ರಭೇದಗಳು ಪ್ರತ್ಯೇಕ ಪ್ರತ್ಯೇಕವಾಗಿ ನಮಗೆ ಗೋಚರಿಸುವುದೇ ಇಲ್ಲ. ಹೆಸರುಬೇಳೆ ಪಾಯಸ ಸವಿಯುವಾಗ ಅದರ ರುಚಿಯೊಂದೇ ನಮ್ಮನ್ನು

ಸೆಳೆಯುವುದು. ಪಾಯಸ ಮಾಡಬೇಕು ಎಂದು ಬಯಸುವವರು ಮಾತ್ರ ಅದರ ರೆಸಿಪಿ ಏನೆಂದು ವಿಚಾರಿಸುತ್ತಾ, ಅದಕ್ಕೆ ಏನೇನು ಹಾಕಿದ್ದಾರೆ, ಯಾವ ಪ್ರಮಾಣದಲ್ಲಿ ಹಾಕಿದ್ದಾರೆ ಎಂದು ತಿಳಿದುಕೊಳ್ಳುವ ಕುತೂಹಲ ತೋರಬಹುದು.

ಅಂಥ ಕುತೂಹಲಿಗಳಿಗೆ ಈ ಕೃತಿ ನೆರವಾಗುತ್ತದೆ ಎಂಬ ನಂಬುಗೆಯಿಂದ ಇದನ್ನು ನಿಮ್ಮ ಕೈಗಿಡುತ್ತಿದ್ದೇನೆ.

> ಬರೀ ದೃಶ್ಯಗಳಿಗೆ ಅಲಂಕಾರ ಮಾಡಿ ಪ್ರೇಕ್ಷಕನನ್ನ ತೃಪ್ತಿಗೊಳಿಸೋದು ಕಷ್ಟದ ಕೆಲಸ. ಅದೇ ಒಂದೊಳ್ಳೆಯ ಕತೆಗೆ ಅವನು ಸುಲಭವಾಗಿ ಮನ ಸೋಲುತ್ತಾನೆ.
>
> – ಸ್ಟೀವನ್ ಸ್ಪಿಲ್‌ಬರ್ಗ್

ಒಂದಾನೊಂದು ಕಾಲದಲ್ಲಿ ಆರಂಭ

ನಾನು ಮೊಟ್ಟ ಮೊದಲು ನೋಡಿದ ಸಿನಿಮಾ ರಾಜ್‌ಕುಮಾರ್ ಅಭಿನಯದ ಮಯೂರ. ಆ ಸಿನಿಮಾ ನೋಡುವ ಮೊದಲೇ ನಾನು ದೇವುಡು ಬರೆದ ಮಯೂರ ಕಾದಂಬರಿಯನ್ನು ಹತ್ತಾರು ಬಾರಿ ಓದಿದ್ದೆ. ಅದೇ ಮೊದಲ ಬಾರಿಗೆ ನೋಡುತ್ತಿದ್ದಂತೆ ನಾನು ಓದಿದ ದೃಶ್ಯಗಳೇ ತೆರೆಯ ಮೇಲೆ ಒಂದರ ಹಿಂದೊಂದರಂತೆ ಬರುತ್ತಿದ್ದವು. ಕಾದಂಬರಿಯಲ್ಲಿ ಸ್ಥಿರವಾಗಿದ್ದ ಪಾತ್ರಗಳು ಇದ್ದಕ್ಕಿದ್ದಂತೆ ಚಲನಶೀಲವಾದವು. ಕಾದಂಬರಿ ಓದುತ್ತಿದ್ದಾಗ ನಾನು ಗ್ರಹಿಸುತ್ತಿದ್ದದ್ದು, ತೆರೆಯ ಮೇಲೆ ನಿಜವಾಗುತ್ತಾ ನಡೆದಿತ್ತು. ಜಟ್ಟಿಗಳ ನಡುವೆ ಕುಸ್ತಿ ಆಡುವ ಬ್ರಾಹ್ಮಣರ ಹುಡುಗ, ಅರಸು ಮಕ್ಕಳ ಕುದುರೆ ಸವಾರಿ ತರಬೇತಿಯನ್ನು ಮರದ ಮೇಲೆ ಕುಳಿತು ಕದ್ದು ನೋಡುತ್ತಿರುವ ಮಯೂರ ಶರ್ಮ, ಅವನ ಜುಟ್ಟು ಜನಿವಾರಗಳೆಲ್ಲ ನಾನು ಹೇಗೆ ಕಲ್ಪಿಸಿಕೊಂಡಿದ್ದೆನೋ ಹಾಗೆಯೇ ಇತ್ತು. ಚಿತ್ರ ಮುಂದುವರಿಯುತ್ತಾ ಹೋದ ಹಾಗೆ, ಆ ವಯಸ್ಸಿನಲ್ಲಿ ನನಗೆ ಪರಿಚಿತವಲ್ಲದ ಪ್ರಣಯದ ಸನ್ನಿವೇಶಗಳನ್ನು ಬಿಟ್ಟರೆ

ಮಿಕ್ಕದ್ದೆಲ್ಲ ಕಾದಂಬರಿ ಓದುವಾಗಲೇ ನನ್ನೊಳಗೆ ಸಿನಿಮಾದಂತೆಯೇ ಕಂಡುಬಿಟ್ಟಿತ್ತು. ಕೋಟೆಯ ಮೇಲಿಂದ ಹಾರುವ ಮಯೂರ ಶರ್ಮ, ನಮ್ಮೂರಿನ ಗಡಾಯಿ ಕಲ್ಲಿನ ಮೇಲಿಂದ ಜಿಗಿದಿದ್ದ. ನಾನು ನೋಡಿದ ಮೈಸೂರು ಅರಮನೆಯಲ್ಲೇ ಆ ಕತೆಯನ್ನು ನಾನೂ ಕಲ್ಪಿಸಿಕೊಂಡಿದ್ದೆ.

ಅದಾಗಿ ಎಷ್ಟೋ ವರ್ಷಗಳ ನಂತರ ಚಿತ್ರಕಥಾ ಶಿಬಿರವೊಂದರಲ್ಲಿ ಮಾತಾಡುವುದಕ್ಕೆಂದು ದೇವುಡು ಅವರ ಕಾದಂಬರಿಯನ್ನೂ ಮಯೂರ ಸಿನಿಮಾವನ್ನೂ ಮತ್ತೊಮ್ಮೆ ನೋಡಿದೆ. ಮಯೂರ ಚಿತ್ರಕ್ಕೆ ಸಂಭಾಷಣೆ ಬರೆದವರು ಚಿ. ಉದಯಶಂಕರ್ ಅನ್ನುವುದು ನೆನಪಿತ್ತು. ಅದರ ಚಿತ್ರಕತೆ ಬರೆದವರು ಯಾರೆಂಬುದು ಮಾತ್ರ ಮನಸ್ಸಿನಲ್ಲಿ ದಾಖಲಾಗಿರಲೇ ಇಲ್ಲ. ಚಿತ್ರಕತೆಗೂ ಕಾದಂಬರಿಗೂ ತುಂಬ ಹತ್ತಿರದ ಸಂಬಂಧ ಇದ್ದುದರಿಂದ, ಯಾರು ಚಿತ್ರಕತೆಯ ಹೊಣೆ ಹೊತ್ತಿರಬಹುದು ಎಂದು ಸೂಕ್ಷ್ಮವಾಗಿ ಗಮನಿಸುತ್ತಾ ಹೋದರೆ ದೇವುಡು ನರಸಿಂಹ ಶಾಸ್ತ್ರಿ ಅವರ ಕತೆ, ಚಿ. ಉದಯಶಂಕರ್ ಅವರ ಸಂಭಾಷಣೆ ಮತ್ತು ಸಾಹಿತ್ಯ, ವಿಜಯ್ ಅವರ ನಿರ್ದೇಶನ ಎಂಬ ಹೆಸರುಗಳಷ್ಟೇ ಕಂಡವು.

'ಮಯೂರ' ಎಂಬ ಯಶಸ್ವಿ ಚಿತ್ರಕ್ಕೆ ಚಿತ್ರಕತೆಗಾರನೇ ಇಲ್ಲ. ದೇವುಡು ನರಸಿಂಹಶಾಸ್ತ್ರಿಗಳು ಬರೆದ ಕಾದಂಬರಿಯನ್ನು ಇಟ್ಟುಕೊಂಡು ಸಿನಿಮಾ ನೋಡುತ್ತಿದ್ದರೆ ಆ ಕಾದಂಬರಿಯೇ ಚಿತ್ರಕತೆ ಇದ್ದಂತೆ ಇದೆ ಅನ್ನುವುದು ಗೊತ್ತಾಗುತ್ತದೆ. ಅಂದರೆ ಕನ್ನಡದಲ್ಲಿ ಕಾದಂಬರಿ ಬರೆಯುತ್ತಿದ್ದವರು ಚಿತ್ರಕತೆ ಬರೆಯುವಷ್ಟೇ ಅಚ್ಚುಕಟ್ಟಾಗಿ ದೃಶ್ಯಗಳನ್ನು ಕಟ್ಟುತ್ತಿದ್ದರು. ಪ್ರತಿಯೊಂದು ದೃಶ್ಯವನ್ನೂ ಕಲ್ಪಿಸಿಕೊಂಡು ಇಡೀ ಕಾದಂಬರಿಯನ್ನು ತಮ್ಮೊಳಗೇ ಗ್ರಹಿಸಿಕೊಂಡು ಸಮಗ್ರವಾದ ಚಿತ್ರಣವನ್ನು ಕಣ್ಣಮುಂದಿಟ್ಟುಕೊಂಡೇ ಕಾದಂಬರಿ ಬರೆಯುತ್ತಿದ್ದರು.

ನೀವು ಮಯೂರ ಕಾದಂಬರಿಯನ್ನು ಒಮ್ಮೆ ಓದಿ ನೋಡಿ. ಅಲ್ಲಿ ಕಿತ್ತುಹಾಕಬಹುದಾದ ಸನ್ನಿವೇಶವೇ ಇಲ್ಲ. ಪ್ರತಿಯೊಂದು ಸನ್ನಿವೇಶವೂ ಕಥಾ ನಾಯಕನನ್ನು ಪೋಷಿಸುವುದಕ್ಕೆಂದೇ ಸೃಷ್ಟಿಯಾಗಿದೆ. ಮಯೂರ ಶರ್ಮನೆಂಬ ಹೆಸರಲ್ಲಿ ಬ್ರಾಹ್ಮಣ ಕುಮಾರನಂತೆ ಇದ್ದ ಮಯೂರ ವರ್ಮ, ಕದಂಬರ ವಂಶದ ಕುಡಿ ಅನ್ನುವುದು ಕ್ರಮೇಣ ಗೊತ್ತಾಗುತ್ತಾ ಹೋಗುತ್ತದೆ. ಆತ ಪಲ್ಲವರ ವಿರುದ್ಧ ಹೋರಾಡುವುದು, ಪ್ರಜೆಗಳನ್ನು

ತನ್ನವರನ್ನಾಗಿ ಮಾಡಿಕೊಳ್ಳುವುದು, ತನ್ನ ಉಪಾಯಗಳಿಂದ ಶೌರ್ಯದಿಂದ ಗೆಲ್ಲುತ್ತಾ ಹೋಗುವುದು, ಕೊನೆಯಲ್ಲಿ ಕ್ಷಮೆಗಿಂತ ದೊಡ್ಡ ಶೌರ್ಯವಿಲ್ಲ ಎಂಬುದನ್ನು ಪಲ್ಲವರನ್ನು ಕ್ಷಮಿಸುವ ಮೂಲಕ ನಿರೂಪಿಸುವುದು - ಎಲ್ಲವೂ ಕಾದಂಬರಿಕಾರನ ಕಲ್ಪನೆಯೇ. ಇಡೀ ಚಿತ್ರದ ಆಶಯ, ಮೌಲ್ಯ, ನಾಡಪ್ರೇಮ, ಕನ್ನಡತನ, ಭಾಷಾಭಿಮಾನ- ಎಲ್ಲವೂ ಕಾದಂಬರಿಯೊಳಗೇ ಇತ್ತು. ಅದನ್ನು ಮೂಲಕ್ಕೆ ಎಷ್ಟು ಹತ್ತಿರ ತರುವುದಕ್ಕೆ ಸಾಧ್ಯವೋ ಅಷ್ಟು ಹತ್ತಿರ ಬರುವಂತೆ ಚಿತ್ರೀಕರಿಸುವುದು ಮಾತ್ರ ನಿರ್ದೇಶಕನಿಗಿದ್ದ ಕೆಲಸ. ಕಾದಂಬರಿಯಿಂದ ಎತ್ತಿಕೊಂಡ ಅನೇಕ ಸಂಭಾಷಣೆಗಳನ್ನೂ ವಿವರಗಳನ್ನು ಚಿತ್ರಕ್ಕೆ ಅಳವಡಿಸಲು ಬೇಕಾದ ಮಾತುಗಳನ್ನೂ ಚಿ. ಉದಯಶಂಕರ್ ಬರೆದಿದ್ದರು. ಹಾಗೆಯೇ, ಎಲ್ಲೆಲ್ಲಿ ಹಾಡುಗಳು ಬರುತ್ತವೋ ಅಲ್ಲಿ, ಕಾದಂಬರಿಯ ಆಶಯಕ್ಕೆ ಧಕ್ಕೆ ಬರದಂಥ ಗೀತೆಗಳನ್ನೂ ಅವರು ರಚಿಸಿದ್ದರು. ಉದಾಹರಣೆಗೆ ಪ್ರಜೆಗಳಿಗೆ ಕಂಟಕಪ್ರಾಯನಾಗಿದ್ದ ಸೇನಾಪತಿಯನ್ನು ದಂಡಿಸಿ, ಪ್ರಜೆಗಳಿಗೆ ಭರವಸೆ ಕೊಡುವ ದೃಶ್ಯವನ್ನು ವೈಭವೀಕರಿಸಲು ಬರೆದ 'ನಾನಿರುವುದೇ ನಿಮಗಾಗಿ, ನಾಡಿರುವುದು ನಮಗಾಗಿ' ಹಾಡು, ಪ್ರಣಯ ಸನ್ನಿವೇಶದಲ್ಲಿ ಬರುವ ಈ ಮೌನವಾ ತಾಳೆನು' ಮುಂತಾದ ಗೀತೆಗಳನ್ನು ಮಾತ್ರ ಎಲ್ಲೆಲ್ಲಿ ಬರಬೇಕೆಂದು ಸೂಚಿಸಿದ್ದಷ್ಟೇ ನಿರ್ದೇಶಕನೋ, ಸಂಭಾಷಣಾಕಾರನೋ ಮಾಡಿರುವ ಮಾರ್ಪಾಡು ಎಂಬುದು ಸ್ಪಷ್ಟವಾಗುತ್ತದೆ.

ಇದು ಯಾಕೆ ಸಾಧ್ಯವಾಯಿತು ಎಂಬ ಪ್ರಶ್ನೆಯನ್ನು ಕೇಳಿಕೊಂಡರೆ ನಮಗೆ ಹೊಳೆಯುವುದು ಇದು: ಸಿನಿಮಾಗಳ ಉದ್ದೇಶ ರಂಜನೀಯವಾಗಿ ಕತೆ ಹೇಳುವುದು ಮಾತ್ರವೇ ಆಗಿತ್ತು. ನಿರ್ದೇಶಕ ಅದರಾಚೆಗೆ ಏನನ್ನೂ ಸೂಚಿಸಲು ಬಯಸುತ್ತಿರಲಿಲ್ಲ. ಒಂದು ಕತೆಯನ್ನು ಅಚ್ಚುಕಟ್ಟಾಗಿ ಪ್ರೇಕ್ಷಕರ ಮುಂದಿಡುವುದಕ್ಕೆ ಏನು ಬೇಕೋ ಅದು ಕಾದಂಬರಿಯ ಒಳಗೇ ಸಿಕ್ಕರೆ ಮಿಕ್ಕಿದ್ದೇನನ್ನೂ ಹುಡುಕುತ್ತಾ ಕೂರುವುದು ಬೇಕಿಲ್ಲ ಎಂದೇ ನಿರ್ದೇಶಕ ನಂಬಿದ್ದ ಎಂದು ಕಾಣುತ್ತದೆ.

ಮಯೂರ ಬಿಡುಗಡೆ ಆದದ್ದು 1975ರಲ್ಲಿ. ಆ ಕಾಲಕ್ಕೆ ದೇವುಡು ನರಸಿಂಹ ಶಾಸ್ತ್ರಿ ಅವರು ಜನಪ್ರಿಯ ಕಾದಂಬರಿಕಾರರು. ಮಯೂರ ಕಾದಂಬರಿಯನ್ನಂತೂ ಲಕ್ಷಾಂತರ ಮಂದಿ ಓದಿದ್ದರು. ಆ ಕಾರಣಕ್ಕೆ ನಿರ್ದೇಶಕರು ಆ ಕಾದಂಬರಿಯ ಸನ್ನಿವೇಶಗಳನ್ನು ಬದಲಾಯಿಸುವ ಧೈರ್ಯ ಮಾಡಲಿಲ್ಲವೆಂದು ಭಾವಿಸಬಹುದು.

ಹಾಗೆಯೇ, ಎಂ ವಿ ಕೃಷ್ಣಸ್ವಾಮಿಯವರು ಎ ಎನ್ ಮೂರ್ತಿರಾಯರ ಆಷಾಢಭೂತಿ ನಾಟಕವನ್ನು ಸುಬ್ಬಾಶಾಸ್ತ್ರಿ ಹೆಸರಲ್ಲಿ ಸಿನಿಮಾ ಮಾಡಿದ್ದರು. ಅದೊಂದು ಅಪೂರ್ವ ಚಿತ್ರವಾಗಿ ಮೂಡಿ ಬಂದಿತ್ತು ಕೂಡ. ವೀಣೆ ದೊರೆಸ್ವಾಮಿ ಅಯ್ಯಂಗಾರ್, ಬಾಲಮುರಳೀಕೃಷ್ಣ ಶ್ರೀರಂಗ ಗೋಪಾಲರತ್ನಂ ಮುಂತಾದ ದಿಗ್ಗಜರ ಸಂಗಮ ಇದ್ದ ಆ ಚಿತ್ರದ ಚಿತ್ರಕತೆ ಎ ಎನ್ ಮೂರ್ತಿರಾಯರ ಹೆಸರಲ್ಲೇ ಇದೆ. ಅವರ ಹೆಸರಿನ ಕೆಳಗೆ ಎಂ ವಿ ಕೃಷ್ಣಸ್ವಾಮಿಯವರ ಹೆಸರಿದೆ. ಮೂರ್ತಿರಾಯರು ಆ ಚಿತ್ರಕ್ಕೆ ಬೇರೆಯೇ ಆದ ಚಿತ್ರಕತೆಯನ್ನೇನೂ ಬರೆದುಕೊಟ್ಟಿರಲಿಲ್ಲ. ನಾಟಕದ ದೃಶ್ಯಗಳೇ ಚಿತ್ರಕತೆಯಂತೆ ಇದ್ದವು.

ಇವತ್ತು ಮಯೂರ ಕತೆಯನ್ನೋ ಆಷಾಢಭೂತಿ ನಾಟಕವನ್ನೋ ಕೈಗೆತ್ತಿಕೊಳ್ಳುವ ನಿರ್ದೇಶಕ ಅವುಗಳನ್ನು ಹಾಗೆಯೇ ಉಳಿಸಿಕೊಳ್ಳುವ ಸ್ವಾತಂತ್ರ್ಯ ತೆಗೆದುಕೊಳ್ಳುತ್ತಾನೆ ಎಂದು ನನಗೆ ಅನ್ನಿಸುವುದಿಲ್ಲ. ಇವತ್ತು ಬರೆಯುತ್ತಿರುವ ಕತೆಗಾರರೂ ಕಾದಂಬರಿಕಾರರೂ ಸಿನಿಮಾವನ್ನು ದೃಷ್ಟಿಯಲ್ಲಿಟ್ಟುಕೊಂಡು ಕಾದಂಬರಿ, ಕತೆ ಬರೆಯುತ್ತಿಲ್ಲವೆಂದೇ ಹೇಳಬಹುದು. ಉದಾಹರಣೆಗೆ ಯಾರಾದರೂ ಯಶವಂತ ಚಿತ್ತಾಲರ ಶಿಕಾರಿ ಕಾದಂಬರಿಯನ್ನು ಸಿನಿಮಾ ಮಾಡಲು ಹೊರಟರೆ, ಚಿತ್ರಕತೆಯಲ್ಲಿ ಸಾಕಷ್ಟು ಬದಲಾವಣೆಗಳನ್ನು ಮಾಡಿಕೊಳ್ಳಬೇಕಾಗುತ್ತದೆ.

ಪೌರಾಣಿಕ ಮತ್ತು ಐತಿಹಾಸಿಕ ಕಾದಂಬರಿಗಳ ಜಗತ್ತೇ ಹಾಗಿತ್ತೆಂದು ಹೇಳಬಹುದು. 2015ರಲ್ಲಿ ಬಿಡುಗಡೆಯಾದ ರಾಜಮೌಳಿ ನಿರ್ದೇಶನದ ಬಾಹುಬಲಿ ಸಿನಿಮಾದ ಚಿತ್ರಕತೆಯನ್ನೇ ಗಮನಿಸಿ. ಅದೊಂದು ಚಂದಮಾಮ ಕತೆಗಿಂತ ಭಿನ್ನವಾಗಿಲ್ಲ. ಅರವತ್ತರ ದಶಕಗಳಲ್ಲಿ ಬರುತ್ತಿದ್ದ ಚಂದಮಾಮ ಕತೆಗಳಲ್ಲಿ ಮಂಜು ಮುಸುಕಿದ ಬೆಟ್ಟದ ಮೇಲೊಂದು ಅರಮನೆ ಇರುತ್ತಿತ್ತು. ಬೆಟ್ಟದ ಕೆಳಗೆ ಬುಡಕಟ್ಟು ಮಂದಿ ವಾಸಿಸುತ್ತಿದ್ದರು. ಒಂದು ದಿನ ಬೆಟ್ಟದ ಮೇಲಿನಿಂದ ಬಂಗಾರದ ಕೂದಲೊಂದು ತೇಲಿಕೊಂಡು ಬಂದು, ಬುಡಕಟ್ಟು ಜನಾಂಗದ ತರುಣನ ಕೈಗೆ ಸಿಗುತ್ತದೆ. ಆತ ಬೆಟ್ಟದ ಮೇಲೆ ಸುಂದರಿ ಇದ್ದಾಳೆಂದು ಭಾವಿಸಿ, ಯಾರೂ ಎಂದೂ ಏರದ ಬೆಟ್ಟವನ್ನೇರಿ ಹೋಗುತ್ತಾನೆ.... ಹೀಗೆ ಕತೆ ಮುಂದುವರಿಯುತ್ತದೆ. ಈ ಇಡೀ ಕತೆಯನ್ನು ತಾಂತ್ರಿಕ ವೈಭವ, ಪರಿಸರದ ಸೊಬಗು, ವೀರಾವೇಶದ ಮಾತು, ಸಾಹಸಮಯ ಸನ್ನಿವೇಶಗಳ ಮೂಲಕವೇ ಕಟ್ಟುತ್ತಾ ಹೋಗಬೇಕೇ ವಿನಃ, ಬೇರೆ ರೀತಿಯ ಸಾಧ್ಯತೆಗಳನ್ನು ಇಲ್ಲಿ

ಊಹಿಸಲೂ ಸಾಧ್ಯವಿಲ್ಲ. ಆ ಒಂದು ಸಿನಿಮಾ ಪ್ರಕಾರಕ್ಕೆ ಇರುವ ಸಾಧ್ಯತೆ ಮತ್ತು ಮಿತಿ ಅದು.

ಅದೇ ಸಾಮಾಜಿಕ ಕತೆಗಳ ಮಾತು ಬಂದಾಗ ಎಲ್ಲವೂ ಬೇರೆಯೇ ಆಗುತ್ತದೆ. ಸರಳ ಸಾಮಾಜಿಕ ಕತೆಯೊಂದು ತನ್ನ ಕಾಲದ ಸಾಮಾಜಿಕ ನಡವಳಿಕೆ, ಆ ನೆಲದ ಕಾನೂನು, ಆ ಕಾಲದ ಭಾವತೀವ್ರತೆ, ಅಲ್ಲಿಯ ಭಾಷೆ, ಅಲ್ಲಿಯ ಆಚಾರ ವಿಚಾರಗಳನ್ನು ಇಟ್ಟುಕೊಂಡೇ ಕತೆ ಹೇಳಬೇಕಾಗುತ್ತದೆ.

ಅದನ್ನು ಕಟ್ಟುವುದಕ್ಕೆ ಕತೆಗಾರನಷ್ಟೇ ನುರಿತ ಚಿತ್ರಕತೆಗಾರನೂ ಬೇಕಾಗುತ್ತದೆ. ಇದಕ್ಕೊಂದು ಒಳ್ಳೆಯ ಉದಾಹರಣೆ ಎಂದರೆ 1974ರಲ್ಲಿ ಬಿಡುಗಡೆಯಾದ 'ಭೂತಯ್ಯನ ಮಗ ಅಯ್ಯು'. ಗೊರೂರು ರಾಮಸ್ವಾಮಿ ಅಯ್ಯಂಗಾರ್ ಅವರ ನೀಳ್ಗತೆಯೊಂದನ್ನು ಸಿದ್ದಲಿಂಗಯ್ಯ ಅವರೇ ಸಿನಿಮಾಕ್ಕೆ ಅಳವಡಿಸಿದ್ದರು. ಚಿತ್ರಕತೆಯನ್ನೂ ಅವರೇ ಬರೆದಿದ್ದರು.

ಗೊರೂರು ರಾಮಸ್ವಾಮಿ ಅಯ್ಯಂಗಾರರ ಕತೆಯಲ್ಲಿ ಲೋಕನಾಥ್ ಅವರ ಬಹುಪ್ರಸಿದ್ಧ ಉಪ್ಪಿನಕಾಯಿ ಪ್ರಸಂಗ ಕ್ವಚಿತ್ತಾಗಿ ಬಂದು ಹೋಗಿತ್ತು. ಸಿದ್ದಲಿಂಗಯ್ಯ ಅದನ್ನು ಸಾಕಷ್ಟು ವಿಸ್ತಾರ ಮಾಡಿದ್ದರು. ಮೂವರು ಒಂದೇ ತಟ್ಟೆಯಲ್ಲಿ ಊಟ ಮಾಡುವ ಸನ್ನಿವೇಶ ಇರಲೇ ಇಲ್ಲ. ಅದನ್ನು ಸೇರಿಸಿದ್ದರು. ಕಾದಂಬರಿಯ ಆಶಯವನ್ನಷ್ಟೇ ಇಟ್ಟುಕೊಂಡು ಸಿದ್ದಲಿಂಗಯ್ಯ ಬರೆದ ಚಿತ್ರಕತೆಯ ಕುರಿತು ಗೊರೂರು ರಾಮಸ್ವಾಮಿ ಅಯ್ಯಂಗಾರರಿಗೆ ಅಂಥ ತೃಪ್ತಿಯೇನೂ ಇರಲಿಲ್ಲ.

ಆದರೆ ಸಿನಿಮಾ ಬಹುದೊಡ್ಡ ಯಶಸ್ಸು ಕಂಡಿತು. ಕತೆಗಾರನನ್ನು ತೃಪ್ತಿಪಡಿಸುವುದು ಚಿತ್ರಕತೆಗಾರನ ಉದ್ದೇಶವೂ ಅಲ್ಲ, ನಿರ್ದೇಶಕನ ಧ್ಯೇಯವೂ ಅಲ್ಲ ಅನ್ನುವುದು ಎರಡನೇ ಸಲ ಸಾಬೀತಾಯಿತು.

ಅದು ಮೊದಲನೇ ಸಲ ಸಾಬೀತಾದದ್ದು ತರಾಸು ಅವರ ಮೂರು ಕಾದಂಬರಿಗಳನ್ನು ಆಧರಿಸಿ ಪುಟ್ಟಣ್ಣ ಕಣಗಾಲ್ ಅವರು ನಿರ್ಮಿಸಿದ ನಾಗರಹಾವು ಚಿತ್ರದಲ್ಲಿ. ಅದನ್ನು ಕೇರೆ ಹಾವು ಅಂತ ತರಾಸು ಕರೆದಿದ್ದರೂ ಕೂಡ, ಸಿನಿಮಾ ದಾಖಲಾರ್ಹ ಗಳಿಕೆಯೊಂದಿಗೆ ಇವತ್ತಿಗೂ ನೆನಪಲ್ಲಿ ಉಳಿಯುವ ಸಿನಿಮಾ ಆಗಿಬಿಟ್ಟಿತು.

ತಬ್ಬಲಿಯು ನೀನಾದೆ ಮಗನೇ...

ಚಿತ್ರಕತೆ ಎಂದರೆ ಏನು, ಅದರಲ್ಲಿ ಏನೇನಿರಬೇಕು, ಒಂದು ಕತೆಯನ್ನು ಚಿತ್ರಕತೆಯಾಗಿ ಹೇಳುವುದು ಹೇಗೆ ಎಂಬ ಪ್ರಶ್ನೆಗೆ ನಾವು ಪಾಶ್ಚಾತ್ಯ ವಿದ್ವಾಂಸರಿಂದಲೇ ಉತ್ತರ ಪಡೆಯಬೇಕು ಅಂತೇನಿಲ್ಲ. ಕನ್ನಡದ ಅನೇಕ ಕಥನ ಕವನಗಳಲ್ಲಿ, ಕಾವ್ಯದಲ್ಲಿ, ಪುರಾಣದ ಕಾದಂಬರಿಗಳಲ್ಲಿ ಚಿತ್ರಕತೆಯ ತಂತ್ರವನ್ನು ತೆರೆದು ತೋರುವಂಥ ಉದಾಹರಣೆಗಳು ಸಿಗುತ್ತವೆ.

ಅಂಥ ಒಂದು ಪದ್ಯ ಹೇಳಿ ಅಂದಾಗ ಥಟ್ಟನೆ ನೆನಪಾಗುವುದು ಕನ್ನಡದ ಪ್ರಸಿದ್ಧ ಪದ್ಯ ಗೋವಿನ ಹಾಡು. ಈ ಪದ್ಯ ಒಂದು ಅತ್ಯುತ್ತಮ ಚಿತ್ರಕತೆಯಂತೆಯೇ ಇದೆ ಅನ್ನುವುದನ್ನು ನಾವು ನೋಡಬಹುದು. ಇದು ಶುರುವಾಗುವುದೇ ಒಂದು ಪರಿಸರವನ್ನು ಕಣ್ಣ ಮುಂದೆ ತಂದು ಇಡುವುದರಿಂದ. ಸಿನಿಮಾ ಭಾಷೆಯಲ್ಲಿ ಇದನ್ನು ಲೊಕೇಶನ್ ರಿಜಿಸ್ಟರ್ ಮಾಡುವುದು ಅಂತಲೂ ಹೇಳಬಹುದು. ಡ್ರೋನ್ ಕ್ಯಾಮರಾ ಬಳಸಿ ತೆಗೆದ ಅದ್ಭುತ ದೃಶ್ಯದಂತೆಯೇ ಈ ಕವಿತೆ ಶುರುವಾಗುತ್ತದೆ.

ಧರಣಿ ಮಂಡಲ ಮಧ್ಯದೊಳಗೆ
ಮೆರೆವುದೈವತ್ತಾರು ದೇಶದಿ
ಇರುವ ಕಾಳಿಂಗನೆಂಬ ಗೊಲ್ಲನ
ಪರಿಯನಾನೆಂತು ಪೇಳ್ವೆನು

ಮೊದಲ ದೃಶ್ಯದಲ್ಲೇ ಕಾಳಿಂಗನೆಂಬ ಗೊಲ್ಲನು ವಾಸಿಸುವ ಪರಿಸರವನ್ನು ನಮ್ಮ ಮುಂದೆ ತೋರಿದರೆ, ಎರಡನೇ ದೃಶ್ಯದಲ್ಲಿ ಕಾಳಿಂಗನೆಂಬ ಗೊಲ್ಲನ ದಿನಚರಿಯನ್ನು ಹೇಳುತ್ತದೆ. ಇಲ್ಲಿನ ವಿಶೇಷ ಎಂದರೆ ಈ ಕಥೆಯ ನಾಯಕ ಕಾಳಿಂಗನೆಂಬ ಗೊಲ್ಲ ಅಲ್ಲ. ಹೀಗಾಗಿ ಆತನ ಚಟುವಟಿಕೆಯಿಂದ ಆರಂಭವಾಗುವ ಹಾಡು, ಇದು ಕಾಳಿಂಗನ ಕುರಿತ ಪದ್ಯವೇ ಇರಬಹುದೇನೋ ಎಂಬ ಕುತೂಹಲ ಉಳಿಸಿಕೊಂಡೇ ಶುರುವಾಗುತ್ತದೆ. ಇದನ್ನು ಚಿತ್ರಕತೆಯಾಗಿ ನೋಡಿದರೆ ಮೊದಲ ದೃಶ್ಯದಲ್ಲೇ ಒಂದು ಅಚ್ಚರಿಯಿದೆ.

ಉದಯಕಾಲದೊಳೆದ್ದು ಗೊಲ್ಲನು
ನದಿಯ ಸ್ನಾನವ ಮಾಡಿಕೊಂಡು
ಮದನತಿಲಕವ ಹಣೆಯೊಳಿಟ್ಟು
ಚದುರಶಿಖೆಯನು ಹಾಕಿದ

ಬೆಳಗ್ಗೆ ಬೇಗನೇ ಎದ್ದು, ನದಿಯಲ್ಲಿ ಸ್ನಾನ ಮಾಡಿ, ದೇವರನ್ನು ಪೂಜಿಸಿ, ಕೂದಲು ಗಂಟು ಹಾಕಿಕೊಳ್ಳುವ ಕಾಳಿಂಗನ ಚಿತ್ರಣ ನೋಡುತ್ತಿದ್ದಂತೆ ಕಾಳಿಂಗನ ಬದುಕಿನಲ್ಲಿ ಏನೋ ಒಂದು ಬದಲಾವಣೆ ಆಗಬಹುದು ಎಂದು ನಾವು ಕಾಯುತ್ತಿದ್ದರೆ, ಥಟ್ಟನೆ ಮುಂದಿನ ದೃಶ್ಯ ಆತನ ಕಾಯಕವನ್ನು ಹೇಳುತ್ತದೆ:

ಎಳೆಯ ಮಾವಿನ ಮರದ ಕೆಳಗೆ
ಕೊಳಲನೂದುತ ಗೊಲ್ಲಗೌಡನು
ಬಳಸಿ ನಿಂದ ತುರುಗಳನ್ನು
ಬಳಿಗೆ ಕರೆದನು ಹರುಷದಿ
ಗಂಗೆ ಬಾರೆ ಗೌರಿ ಬಾರೆ
ತುಂಗಭದ್ರೆ ನೀನು ಬಾರೆ
ಕಾಮಧೇನು ನೀನು ಬಾರೆಂದು
ಪ್ರೇಮದಿಂದಲಿ ಕರೆದನು

ಪುಣ್ಯಕೋಟಿಯೆ ನೀನು ಬಾರೆ
ಪುಣ್ಯವಾಹಿನಿ ನೀನು ಬಾರೆ
ಪೂರ್ಣಗುಣಸಂಪನ್ನೆ ಬಾರೆಂದು
ನಾಣ್ಯದಿಂ ಗೊಲ್ಲ ಕರೆದನು

ಇದು ಕಾಳಿಂಗನ ದೈನಂದಿನ ಕೆಲಸ. ಆತ ಗೊಲ್ಲನಾದ್ದರಿಂದ ಹಾಲು ಕರೆಯುವುದು ಅವನ ಉದ್ಯೋಗ. ಆತ ಒಂದೊಂದು ಹಸುವಿಗೂ ಹೆಸರಿಟ್ಟಿದ್ದಾನೆ. ಅವುಗಳ ಹೆಸರು ಹಿಡಿದು ಕರೆಯುತ್ತಾನೆ. ಹಾಗೆ ಕರೆಯುತ್ತಿದ್ದಂತೆ ಒಂದೊಂದು ಹಸುಗಳಿಗೂ ಒಂದೊಂದು ವ್ಯಕ್ತಿತ್ವ ಬಂದುಬಿಡುತ್ತದೆ. ಪ್ರತಿಯೊಂದು ಹಸುವನ್ನೂ ನಾವೂ ಗುರುತಿಸಲು ಆರಂಭಿಸುತ್ತೇವೆ.

ಹೀಗೆ ಕರೆಯುವಾಗ ಆತ ಎಲ್ಲದರ ಜತೆಗೇ ಪುಣ್ಯಕೋಟಿಯನ್ನೂ ಕರೆಯುತ್ತಾನೆ. ಮೇಲಿನ ಸಾಲುಗಳಲ್ಲಿ ಕಥೆಯ ಪ್ರಮುಖ ಪಾತ್ರಧಾರಿ ಪುಣ್ಯಕೋಟಿಯ ಹೆಸರು ಕೇವಲ ಪ್ರಾಸಂಗಿಕವಾಗಿ ಬರುತ್ತದೆ. ಇಲ್ಲಿ ನಮಗೆ ಪುಣ್ಯಕೋಟಿಯೇ ಈ ಕತೆಯ ನಾಯಕಿ ಎಂಬುದು ಗೊತ್ತಾಗುವುದೇ ಇಲ್ಲ. ಗಂಗೆ, ಗೌರಿ, ತುಂಗಭದ್ರೆಯರ ಹಾಗೆ ಪುಣ್ಯಕೋಟಿ ಕೂಡ ಒಂದು ಹಸು ಅಷ್ಟೇ. ಅಂದರೆ ಆತ ಇನ್ನೂ ಚಿತ್ರಕತೆಯ ಪ್ರಮುಖ ಭಾಗವಾದ ನಾಯಕ ಪಾತ್ರದ ಇಂಟ್ರಡಕ್ಷನ್ ಮಾಡಿಲ್ಲ.

ಗೊಲ್ಲ ಕರೆದಾ ಧ್ವನಿಯ ಕೇಳಿ
ಎಲ್ಲ ಪಶುಗಳು ಬಂದುವಾಗ
ಚೆಲ್ಲಿಸೂಸಿ ಪಾಲಕರೆಯಲು
ಅಲ್ಲಿ ತುಂಬಿತು ಬಿಂದಿಗೆ

ಇದು ಆತನ ಕಾಯಕ ಪೂರ್ತಿಯಾದದ್ದನ್ನು ಸೂಚಿಸುತ್ತದೆ. ಆರಂಭದಿಂದ ನೋಡುತ್ತಾ ಬಂದರೆ ನಿಮಗೆ ದೃಶ್ಯಗಳು ಬದಲಾಗುತ್ತಿರುವುದು ಕೂಡ ಗೊತ್ತಾಗುತ್ತದೆ. ಆತ ವಾಸಿಸುವ ಪರಿಸರ, ನಂತರ ಆತನ ಮನೆ, ಆತ ಸ್ನಾನ ಮಾಡಿದ ನದಿ, ನಂತರ ಅವನ ಮನೆಯ ಅಂಗಳದಲ್ಲಿರುವ ಎಳೆಯ ಮಾವಿನ ಮರ. ಇಲ್ಲಿಗೆ ಒಂದು ಕ್ರಿಯೆ ಮುಗಿಯುತ್ತದೆ.

ನಂತರ ಥಟ್ಟನೆ ದೃಶ್ಯ ಬದಲಾಗುತ್ತದೆ. ಪಶುಗಳು ಅರಣ್ಯಕ್ಕೆ ಮೇಯಲು ಹೋಗುವಲ್ಲಿಗೆ, ಕಾಳಿಂಗನ ಮನೆಯ ದೃಶ್ಯದಿಂದ ನಾವು ಹೊರಾಂಗಣಕ್ಕೆ ಶಿಫ್ಟ್

ಆಗುತ್ತೇವೆ. ಹೊರಾಂಗಣದ ಪರಿಸರವೂ ಆಹ್ಲಾದಕರವಾಗಿಯೇ ಇದೆ. ಅಲ್ಲಿ ಹಸುಗಳ ದಿನಚರಿಯ ಚಿತ್ರಣ. ಅವು ಕಾಡಿಗೆ ಹೋಗಿ ಬೆಟ್ಟದ ತಪ್ಪಲಲ್ಲಿ, ಕಣಿವೆಯಲ್ಲಿ, ಕಾಡಿನ ನಡುವೆ ಹುಲ್ಲು ಮೇಯುವ ಚಿತ್ರ ಕಣ್ಮುಂದೆ ಬರುತ್ತದೆ. ಗಮನಿಸಿ, ಇಲ್ಲಿಯ ತನಕ ಕತೆಯಲ್ಲಿ ವಿಶೇಷವಾದ ತಿರುವುಗಳೇನೂ ಇಲ್ಲ.

ಒಡನೆದೊಡ್ಡಿಯ ಬಿಡುತ ಪಶುಗಳು
ನಡೆದವಾಗಾರಣ್ಯಕ್ಕಾಗಿ
ಕಡಲು ಮೇಘವು ತೆರಳುವಂದದಿ
ನಡೆದವಾಗಾರಣ್ಯಕೆ

ಅಟ್ಟಬೆಟ್ಟದ ಕಿಬ್ಬಿಯೊಳಗೆ
ಇಟ್ಟಡೆಯ ಬೆಟ್ಟಾದ ನಡುವೆ
ದಟ್ಟೈಸಿದಾ ಸಸಿಗಳೆಡೆಯೊಳು
ಮುಟ್ಟಿ ಮೇದವು ಹುಲ್ಲನು

ಈಗ ಬದಲಾವಣೆ ಶುರು. ಈ ಮೂರು ದೃಶ್ಯಗಳ ನಂತರ, ಧುತ್ತೆಂದು ಖಳನಾಯಕನ ಪ್ರವೇಶವಾಗುತ್ತದೆ. ಇದುವರೆಗೂ ಈ ಕತೆಯ ನಾಯಕ ಪಾತ್ರ ಅಥವಾ ಪ್ರೊಟಗಾನಿಸ್ಟ್ ಅಥವಾ ಪ್ರಧಾನ ಪಾತ್ರ ಯಾರೆಂದು ಗೊತ್ತಾಗಿಲ್ಲ. ಆದರೆ ಅರ್ಭುತ ಖಳನಾಯಕ ಅಥವಾ ಪ್ರತಿನಾಯಕ ಅಥವಾ ಆಂಟಗನಿಸ್ಟ್ ಎಂಬುದನ್ನು ಕಥನಗಾರ ಹೇಳಿಬಿಡುತ್ತಾನೆ. ಅಂದರೆ ಮೊದಲು ನಮಗೆ ಪರಿಚಿತವಾಗುದು ಖಳನಾಯಕ. ಇವತ್ತು ನಾವು ಇಂಟ್ರಡಕ್ಷನ್ ಎಂದು ಕರೆಯುತ್ತೇವಲ್ಲ, ಅಂಥದ್ದೊಂದು ಪ್ರವೇಶವನ್ನು ಕವಿ ಕೊಟ್ಟಿದ್ದಾನೆ.

ಹಬ್ಬಿದಾ ಮಲೆಮಧ್ಯದೊಳಗೆ
ಅರ್ಭುತಾನೆಂತೆಂಬ ವ್ಯಾಘ್ರನು
ಗಬ್ಬಿತನದೊಳು ಬೆಟ್ಟದಾ ಅಡಿ
ಕಿಬ್ಬಿಯೊಳು ತಾನಿರುವನು

ಒಡಲಿಗೇಳು ದಿವಸದಿಂದ
ತಡೆದಾಹಾರವ ಬಳಲಿ ವ್ಯಾಘ್ರನು
ತುಡುಕಿ ಎರೆದವ ರಭಸದಿಂದೂ
ಗ್ಗೊಡೆದವಾಗಾ ಗೋವ್ಗಳು

ಆ ಹುಲಿ ಕ್ರೂರವಾಗಿದೆ ಮತ್ತು ಹಸಿದಿದೆ. ಏಳು ದಿನಗಳಿಂದ ಏನನ್ನೂ ತಿಂದಿಲ್ಲ. ಅಂಥ ಹಸಿದ ಹೆಬ್ಬುಲಿಯ ಪ್ರವೇಶದಿಂದ ಅಲ್ಲಿಯ ತನಕ ತಣ್ಣಗಿದ್ದ ದೃಶ್ಯ ಇದ್ದಕ್ಕಿದ್ದಂತೆ ರೌದ್ರರಸಕ್ಕೆ ತಿರುಗುತ್ತದೆ. ಅಲ್ಲೊಂದು ಗಾಬರಿಯ ಗೊಂದಲದ ವಾತಾವರಣ ನಿರ್ಮಾಣ ಆಗುತ್ತದೆ. ಅದನ್ನು ಕವಿ ವರ್ಣಿಸುತ್ತಾ ಹೋಗುತ್ತಾನೆ.

ಆದರ ರಭಸಕೆ ನಿಲ್ಲನರಿಯದ
ಕದುಬಿ ಕಮರಿಯ ಬಿದ್ದು ಪಶುಗಳು
ಪದರಿ ತಳ್ಳಣಗೊಂಡ ಪಶುಗಳು
ಚೆದರಿ ಓಡಿಹೋದವು

ಕತೆಗೆ ಮೊದಲ ಟ್ವಿಸ್ಟ್ ಸಿಗುವುದು ಹುಲಿಯ ಆಗಮನದಿಂದ. ಹುಲಿ ತಣ್ಣಗೆ ಮೇಯುತ್ತಿದ್ದ ಹಸುಗಳ ಮೇಲೆ ಎರಗಿ ಅವು ದಿಕ್ಕೆಟ್ಟು ಓಡುವಂತೆ ಮಾಡುತ್ತದೆ. ಇಷ್ಟಾದರೂ ನಮಗೆ ಕಥೆಯ ನಾಯಕ ಪಾತ್ರ ಯಾವುದೆಂದು ಗೊತ್ತಿಲ್ಲ. ಸಾಂಪ್ರದಾಯಿಕ ಕಥೆಯ ಪ್ರಕಾರ ಇಂಥ ಹೊತ್ತಲ್ಲಿ ಕಾಳಿಂಗ ಓಡೋಡಿ ಬಂದು ಹುಲಿಯನ್ನು ಕೊಂದು ಹಸುಗಳನ್ನು ರಕ್ಷಿಸಬೇಕು. ಪುಣ್ಯಕೋಟಿಯ ಕತೆಯನ್ನು ಮೊದಲ ಸಲ ಓದುವವರಿಗೆ ಹಾಗೆಯೇ ಅನ್ನಿಸುತ್ತದೆ ಕೂಡ. ಆದರೆ ಅಲ್ಲೂ ಒಂದು ಬೆಚ್ಚಿ ಬೀಳಿಸುವ ತಿರುವನ್ನು ಕಥನಗಾರ ಇಟ್ಟಿದ್ದಾನೆ.

ಕನ್ನೆಮಗನಾ ಪಡೆದುಕೊಂಡು
ತನ್ನ ಕಂದನ ನೆನೆದುಕೊಂಡು
ಪುಣ್ಯಕೋಟಿ ಎಂಬ ಪಶುವು
ಚೆಂದದಿ ತಾ ಬರುತಿದೆ

ಇಲ್ಲಿ ಕಥಾನಾಯಕ ಪಾತ್ರವನ್ನು ಕಥೆಗಾರ ನಮ್ಮ ಮುಂದೆ ತರುತ್ತಾನೆ. ಅಲ್ಲಿಯ ತನಕ ಎಲ್ಲ ಹಸುಗಳಲ್ಲಿ ಒಂದು ಎಂಬಂತೆ ಇದ್ದ ಪುಣ್ಯಕೋಟಿಗೆ ಈಗ ಪ್ರಾಧಾನ್ಯ ಸಿಗುತ್ತದೆ. ಅದು ಏಕಾಂಗಿಯಾಗಿ ಹುಲಿಯನ್ನು ಮುಖಾಮುಖಿ ಆಗುತ್ತದೆ.

ಇಂದು ಎನಗಾಹಾರ ಸಂದಿತು
ಎನುತಲಾಗ ದುಷ್ಟವ್ಯಾಘ್ರನು
ಬಂದು ಬಳಸಿ ಅಡ್ಡಕಟ್ಟಿ
ಕೊಂಡಿತಾಗ ಪಶುವನು

ಖೂಳ ಹುಲಿಯಾ ಅಡ್ಡಕಟ್ಟಿ
ಬೀಳಹೊಯ್ವೆನು ನಿನ್ನನೆನುತಲಿ
ಸೀಳಿಬಿಸುಡುವೆ ಬೇಗನೆನುತಾ
ಪ್ರಳಯವಾಗಿಯೆ ಕೋಪಿಸೆ

ಹೀಗೆ ಪುಣ್ಯಕೋಟಿ ಮತ್ತು ಹುಲಿಯ ಮುಖಾಮುಖಿಯಾಗುತ್ತದೆ. ಇಡೀ ಕತೆಯ ಆಶಯ ನಮಗೆ ಗೊತ್ತಾಗುವುದು ಇಲ್ಲಿ. ಕೆಟ್ಟದ್ದು ಮತ್ತು ಒಳ್ಳೆಯದರ ಮುಖಾಮುಖಿ ಇಲ್ಲಿ ನಡೆಯುತ್ತದೆ. ಸುಖದಲ್ಲಿದ್ದ ಪುಣ್ಯಕೋಟಿ ಸಂಕಷ್ಟಕ್ಕೆ ಸಿಲುಕುತ್ತದೆ. ಸರಾಗವಾಗಿ ಸಾಗುತ್ತಿದ್ದ ಬದುಕಿನಲ್ಲೊಂದು ಬಿರುಗಾಳಿ ಎದುರಾಗುತ್ತದೆ. ಎರಡು ಮೌಲ್ಯಗಳ ಮುಖಾಮುಖಿ ಅದು. ಕಂದನನ್ನು ನೋಡಲು ಹೋಗುತ್ತಿರುವ ಪುಣ್ಯಕೋಟಿ, ಕೊಂದು ತಿನ್ನುತ್ತೇನೆ ಎಂಬ ಹೆಬ್ಬುಲಿ.

ಈ ಸಂದರ್ಭದಲ್ಲೂ ಕಾಳಿಂಗ ಬಂದು ಪುಣ್ಯಕೋಟಿಯನ್ನು ಕಾಪಾಡಲು ಅವಕಾಶ ಇದೆ. ಆದರೆ ಕಥೆಗಾರನಿಗೆ ತಾನು ಯಾರ ಕತೆ ಹೇಳುತ್ತಿದ್ದೇನೆ ಎಂಬುದು ಸ್ಪಷ್ಟವಾಗಿ ಗೊತ್ತಿದೆ. ಹೀಗಾಗಿ ಆತ ಹೊರಗಿನ ಶಕ್ತಿಯೊಂದನ್ನು ತಂದು ಪುಣ್ಯಕೋಟಿಯನ್ನು ರಕ್ಷಿಸಲು ಯತ್ನಿಸುವುದಿಲ್ಲ. ನುರಿತ ಚಿತ್ರಕತೆಗಾರನಂತೆ, ಆತ ಇರುವ ಪಾತ್ರಗಳ ನಡುವೆಯೇ ಸಂಘರ್ಷವನ್ನು ಸೃಷ್ಟಿಸುತ್ತಾನೆ ಮತ್ತು ಅವರ ನಡುವೆಯೇ ಆ ಸಂಘರ್ಷವನ್ನು ಕೊನೆಗೊಳಿಸಲು ತೀರ್ಮಾನಿಸುತ್ತಾನೆ. ಚಿತ್ರಕತೆಗಾರ ಪಾಲಿಸಬೇಕಾದ ಬಹುಮುಖ್ಯವಾದ ನಿಯಮ ಇದು. ಯಾವತ್ತೂ ಕತೆಯ ಹೊರಗಿನ ಸಂಗತಿಗಳನ್ನು ಕತೆಯೊಳಗೆ ತರಬಾರದು.

ಪುಣ್ಯಕೋಟಿ ಈ ಸಂಕಷ್ಟವನ್ನು ಹೇಗೆ ಎದುರಿಸಬಹುದು. ಅದು ಹೋರಾಡುವ ಶಕ್ತಿ ಹೊಂದಿಲ್ಲ. ಓಡಿ ಹೋಗುವುದಕ್ಕೆ ಅವಕಾಶವಿಲ್ಲ. ರಕ್ಷಣೆಗೆ ಯಾರೂ ಬಂದಿಲ್ಲ. ಅಂಥ ಹೊತ್ತಲ್ಲಿ ಪುಣ್ಯಕೋಟಿ ನೇರವಾಗಿ ಹುಲಿಯ ಜೊತೆ ಮಾತು ಆರಂಭಿಸುತ್ತದೆ. ಅದು ಸುಳ್ಳು ಹೇಳುವುದೂ ಇಲ್ಲ. ತನ್ನ ಪರಿಸ್ಥಿತಿಯನ್ನು ಹೇಳಿಕೊಳ್ಳುತ್ತದೆ. ಚಿತ್ರಕತೆಯಲ್ಲಿ ಸತ್ಯಸಂಧತೆಯೂ ಮುಖ್ಯ. ನಿಮ್ಮ ಕತೆಗೆ ನೀವು ನಿಷ್ಠರಾಗಿರಬೇಕು.

ಒಂದು ಬಿನ್ನಹ ಹುಲಿಯರಾಯನೆ
ಕಂದನ್ನೆದನೆ ಮನೆಯ ಒಳಗೆ
ಒಂದು ನಿಮಿಶದಿ ಮೊಲೆಯ ಕೊಟ್ಟು
ಬಂದು ನಾನಿಲ್ಲಿ ನಿಲ್ಲುವೆ

ಪುಣ್ಯಕೋಟಿಗೆ ಹುಲಿಯ ಹಸಿವು ಅರ್ಥವಾಗಿದೆ. ಯಾಕೆಂದರೆ ಅದು ಕೂಡ ತಾಯಿಯೇ. ತಾಯಿಗಷ್ಟೇ ಹಸಿವಿನ ಅರ್ಥ ಗೊತ್ತಿರುತ್ತದೆ. ಆದರೆ ಆ ತಾಯಿಗೆ ತನ್ನ ಮಗುವಿನ ಹಸಿವು ಕೂಡ ಗೊತ್ತಿದೆ. ಹೀಗಾಗಿ ಅದು ಹಸಿವೆಯನ್ನೇ ಮುಂದಿಟ್ಟುಕೊಂಡು ಮಾತಾಡುತ್ತದೆ. ಸಂದರ್ಭಕ್ಕೆ ತಕ್ಕ ಸಂಭಾಷಣೆ ಬರೆಯುವುದಕ್ಕೂ ಇಲ್ಲಿ ಸೊಗಸಾದ ಮಾದರಿ ಇದೆ.

ಹಸಿದವೇಳೆಗೆ ಸಿಕ್ಕಿದೊಡವೆಯ
ವಶವಮಾಡಿಕೊಳ್ಳದೀಗ
ನುಸುಳಿಹೋದರೆ ನೀನು ಬರುವೆಯ
ಹಸನಾಯಿತೀಗೆಂದಿತು

ಆದರೆ ಹಸಿದ ಹೆಬ್ಬುಲಿಗೆ ಪುಣ್ಯಕೋಟಿಯ ಮೇಲೆ ನಂಬುಗೆಯಿಲ್ಲ. ಅದು ಮರಳಿ ಬರುವುದೆಂಬ ಖಾತ್ರಿಯಿಲ್ಲ. ಆದರೆ ಪುಣ್ಯಕೋಟಿ ಹುಲಿಯನ್ನು ಒಪ್ಪಿಸಲೇಬೇಕಾಗಿದೆ. ಹುಲಿ ಅದರ ಮಾತಿಗೆ ಒಪ್ಪದೇ ಹೋದರೆ ಅಲ್ಲಿಯೇ ಹುಲಿ ಪುಣ್ಯಕೋಟಿಯನ್ನು ಕೊಂದು ತಿನ್ನುತ್ತದೆ. ಅಲ್ಲಿಗೆ ಕತೆಯೂ ಮುಗಿಯುತ್ತದೆ. ಕತೆ ಹೀಗೆ ಮುಗಿಯುವಂತಿಲ್ಲ. ಯಾಕೆಂದರೆ ಕಥೆಗಾರ ಹೇಳಲು ಹೊರಟಿರುವುದು ಆ ಕತೆಯನ್ನಲ್ಲ. ಹುಲಿಯ ಕ್ರೌರ್ಯವನ್ನೋ ಹಸುವಿನ ದೌರ್ಬಲ್ಯವನ್ನೋ ಹೇಳುವುದು ಅವನ ಉದ್ದೇಶವಲ್ಲ. ಚಿತ್ರಕತೆಗಾರನಿಗೆ ತಾನೇನು ಹೇಳುತ್ತಿದ್ದೇನೆ ಅನ್ನುವುದು ಸ್ಪಷ್ಟವಾಗಿ ಗೊತ್ತಿರಬೇಕು.

ಆದ್ದರಿಂದಲೇ ಇಲ್ಲಿ ಕ್ರೂರಿಯಾದ ಹುಲಿಯನ್ನು, ಖಳನಾಯಕನನ್ನು, ಪುಣ್ಯಕೋಟಿ ಮನ ಒಲಿಸಲೇಬೇಕು.

ಮೂರುಮೂರ್ತಿಗಳಾಣೆ ಬರುವೆನು
ಸೂರ್ಯಚಂದಮನಾಣೆ ಬರುವೆನು
ಧಾರುಣಿದೇವಿಯಾಣೆ ಬರುವೆನು
ಎಂದು ಭಾಷೆಯ ಮಾಡಿತು

ಬರುವೆಂದು ಭಾಷೆಮಾಡಿ
ತಪ್ಪೆನೆಂದಾ ಪುಣ್ಯಕೋಟಿಯು
ಒಪ್ಪಿಸಲೊಡೊಂಬುಟ್ಟು ವ್ಯಾಘ್ರನು
ಅಪ್ಪಣೆಯ ತಾ ಕೊಟ್ಟಿತು

ಇಲ್ಲಿಗೆ ಒಂದು ಪ್ರಮುಖ ಘಟ್ಟ ಮುಗಿಯುತ್ತದೆ. ಕಂದನಿಗೆ ಹಾಲು ಕೊಡಲೆಂದು ಪುಣ್ಯಕೋಟಿ ಹುಲಿಯ ಅನುಮತಿ ಪಡೆದು ಹೊರಟು ಬರುತ್ತದೆ. ಈ ಸಂದರ್ಭದಲ್ಲಿ ನಮಗೆ ಹುಲಿಯ ಬಗ್ಗೆ ಕೊಂಚ ಗೌರವ ಬರುತ್ತದೆ. ಹಾಗೆಯೇ ಹುಲಿಯ ಮೂರ್ಖತನವನ್ನು ನೆನೆದು ನಗು ಉಕ್ಕುತ್ತದೆ. ಒಂದು ವೇಳೆ ಪುಣ್ಯಕೋಟಿಯ ಜಾಗದಲ್ಲಿ ಒಂದು ನರಿ ಇದ್ದಿದ್ದರೆ, ಇದೊಂದು ಉಪಾಯ ಆಗಿಬಿಡುತ್ತಿತ್ತು. ಹುಲಿಯನ್ನು ವಂಚಿಸಿದ ಜಾಣನರಿಯ ಕತೆಯಾಗುತ್ತಿತ್ತು. ಕತೆಗಾರನ ಉದ್ದೇಶ ಅದು ಕೂಡ ಅಲ್ಲ.

ಮುಂದಿನ ಎರಡು ದೃಶ್ಯಗಳು ನಿಜಕ್ಕೂ ಕರುಣೆಯೇ ಮೈವೆತ್ತಂತಿವೆ. ಪುಣ್ಯಕೋಟಿ ತನ್ನ ಕಂದನನ್ನು ಭೇಟಿಯಾಗುವುದು. ತಾನು ಸಾಯುವುದಕ್ಕೆ ಹೋಗುತ್ತೇನೆ ಎಂದು ಹೇಳುವುದು. ಹೇಗೆ ತನ್ನನ್ನು ಕಾಪಾಡಿಕೊಳ್ಳಬೇಕು ಎಂದು ಮಗುವಿಗೆ ಬುದ್ಧಿವಾದ ಹೇಳುವುದು. ಸತ್ಯವಾಕ್ಯವನ್ನು ನೆನಪಿಸುತ್ತಾ, ತಾನು ಸತ್ತರೂ ಮಾತು ತಪ್ಪುವುದಿಲ್ಲ ಎಂಬ ತನ್ನ ನಿರ್ಧಾರವನ್ನು ತಿಳಿಸುವುದು. ಇಲ್ಲಿ, ಕತೆಯ ಮೌಲ್ಯವನ್ನು ಪುಣ್ಯಕೋಟಿ ಎತ್ತಿ ಹಿಡಿಯುತ್ತದೆ. ಸತ್ಯವೇ ತನ್ನ ಜೀವನದ ಧ್ಯೇಯ ಎನ್ನುವುದನ್ನು ಪುಣ್ಯಕೋಟಿ ಸೂಚಿಸುತ್ತದೆ.

ಒಂದು ಕತೆಯೊಳಗೆ ಮೌಲ್ಯ- value- ಪ್ರವೇಶ ಆಗುವುದು ಈ ಹೊತ್ತಲ್ಲೇ. ಚಿತ್ರಕತೆಗಾರ ಇದನ್ನು ಒಂದಲ್ಲ ಒಂದು ಹಂತದಲ್ಲಿ ಮಾಡಲೇಬೇಕಾಗುತ್ತದೆ. ಮೌಲ್ಯವಿಲ್ಲದ ಕತೆಗೆ ಅರ್ಥವಿರುವುದಿಲ್ಲ. ಅದು ಮತ್ತೊಂದು ಹಂತಕ್ಕೆ ಏರುವುದಿಲ್ಲ. ಉದ್ದೇಶವಿಲ್ಲದ ಆಟದಂತೆ ಮೌಲ್ಯವಿಲ್ಲದ ಕತೆ ತನ್ನ ಸತ್ವವನ್ನು ಕಳೆದುಕೊಂಡುಬಿಡುತ್ತದೆ.

ಅಲ್ಲಿಂದ ಕಳುಹಿಸಿಕೊಂಡು
ನಿಲ್ಲದೆ ದೊಡ್ಡಿಗೆ ಬಂದು
ಚೆಲ್ವ ಮಗನನು ಕಂಡು ಬೇಗ
ಅಲ್ಲಿ ಕೊಟ್ಟಿತು ಮೊಲೆಯನು

ಕಟ್ಟಕಡೆಯಲಿ ಮೇಯದೀರು
ಬೆಟ್ಟದೊತ್ತಿಗೆ ಹೋಗದೀರು
ದುಷ್ಟವ್ಯಾಘ್ರಗಳುಂಟು ಅಲ್ಲಿ
ನಟ್ಟನಡುವೆ ಬಾರಯ್ಯನೇ

ಕೊಂದೆನೆಂಬ ದುಷ್ಟವ್ಯಾಘ್ರಗೆ
ಚೆಂದದಿಂದ ಭಾಷೆಯಿತ್ತು
ಕಂದ ನಿನ್ನನು ನೋಡಿಪೋಗುವೆ
ನೆಂದು ಬಂದೆನು ದೊಡ್ಡಿಗೆ

ಕಂದನಿಗೆ ಹಾಲು ಕುಡಿಸುತ್ತಾ ಪುಣ್ಯಕೋಟಿ ಒಂದಷ್ಟು ಬುದ್ಧಿಮಾತುಗಳನ್ನು ಹೇಳುತ್ತದೆ. ಅದರ ಜೊತೆಗೇ ತನ್ನ ಪರಿಸ್ಥಿತಿಯನ್ನೂ ವಿವರಿಸುತ್ತದೆ. ತಾನು ವಾಪಸ್ಸು ಹೋಗಬೇಕಾಗಿದೆ. ಇನ್ನು ಮುಂದೆ ನೀನು ಒಂಟಿ. ನೀನು ಹೇಗೆ ಬದುಕಬೇಕು ಅನ್ನುವುದನ್ನು ಅದು ಹೇಳುತ್ತಾ ಹೋಗುತ್ತದೆ. ಇಲ್ಲಿನ ವೈಶಿಷ್ಟ್ಯವೆಂದರೆ ಮಗುವಿಗೆ ಹಾಲೂಡಿಸುತ್ತಾ ಪುಣ್ಯಕೋಟಿ ಎಚ್ಚರಿಕೆಯನ್ನೂ ಮೌಲ್ಯವನ್ನೂ ಒಟ್ಟೊಟ್ಟಿಗೇ ನೀಡುತ್ತದೆ.

ಅಮ್ಮನೀನು ಸಾಯಲೇಕೆ
ಸುಮ್ಮನಿರು ನೀ ಎಲ್ಲಾರ ಹಾಗೆ
ತಮ್ಮ ತಾಯಿಗೆ ಪೇಳಿ ಕರುವು
ಸುಮ್ಮಾವನಡಗೀ ನಿಂದಿತು

ಆ ಕರುವಿಗೆ ಅಮ್ಮನ ಕಾಳಜಿ ಅರ್ಥವಾಗುವುದಿಲ್ಲ. ಅದು ನೇರವಾಗಿಯೇ ಅಮ್ಮನಿಗೆ ಬುದ್ಧಿ ಹೇಳುತ್ತದೆ. ಇಂಥ ಹೊತ್ತಲ್ಲಿ ಸತ್ಯ ಎಂಬ ಮೌಲ್ಯವನ್ನು ಕತೆಗಾರ ಸಾಕಷ್ಟು ಬಲವಾಗಿಯೇ ಕತೆಯೊಳಗೆ ತಂದುಬಿಡುತ್ತಾನೆ.

ಕೊಟ್ಟಭಾಷೆಗೆ ತಪ್ಪಲಾರೆನು
ಕೆಟ್ಟಯೋಚನೆ ಮಾಡಲಾರೆನು
ನಿಷ್ಠೆಯಿಂದಲಿ ಪೋಪೆನಲ್ಲಿಗೆ
ಕಟ್ಟಕಡೆಗಿದು ಖಂಡಿತ

ಸತ್ಯವೇ ನಮ್ಮತಾಯಿತಂದೆ
ಸತ್ಯವೇ ನಮ್ಮ ಸಕಲ ಬಳಗ
ಸತ್ಯವಾಕ್ಯಕೆ ತಪ್ಪಿದಾರೆ
ಅಚ್ಚುತ ಹರಿ ಮೆಚ್ಚನು

ಈ ದೃಶ್ಯದಲ್ಲಿ ಕತೆಯ ಮೌಲ್ಯ ಸ್ಪಷ್ಟವಾಗಿಬಿಟ್ಟಿತು. ಅದರ ಬಗ್ಗೆ ಯಾರಿಗೂ ತಕರಾರಿಲ್ಲ. ಆ ಬಗ್ಗೆ ಚರ್ಚೆಯಿಲ್ಲ. ಸತ್ಯವೇ ನಮ್ಮ ತಾಯಿತಂದೆ ಎನ್ನುವುದು ಇಡೀ ಕಥನದ ಜೀವವಾಕ್ಯ. ಇದನ್ನು ಕರುವೂ ಒಪ್ಪಿಕೊಂಡ ನಂತರ ಬರುವುದು ವಿದಾಯದ ಸನ್ನಿವೇಶ. ಸತ್ಯಕ್ಕಾಗಿ ಪ್ರಾಣಕೊಡಲು ಸಿದ್ಧಳಾದ ಪುಣ್ಯಕೋಟಿ ತನ್ನ ಜೊತೆಯ ಹಸುಗಳಿಗೆ ಮಾಡಿಕೊಳ್ಳುವ ವಿನಂತಿ. ಹಸು-ಕಂದನ ಆಕ್ರಂದನ ಮತ್ತು ನೋವು. ಅದಕ್ಕೆ ತಾಯಿ ಹೇಳುವ ಸಾಂತ್ವನದಲ್ಲಿ ಕರುಳು ಕತ್ತರಿಸುವಂಥ ಸನ್ನಿವೇಶವನ್ನು ಕವಿ ಸೃಷ್ಟಿಸುತ್ತಾನೆ.

ಆರ ಮೊಲೆಯಾ ಕುಡಿಯಲಮ್ಮ
ಆರ ಸೇರಿ ಬದುಕಲಮ್ಮ
ಆರ ಬಳಿಯಲಿ ಮಲಗಲಮ್ಮ
ಆರು ನನ್ನಗೆ ಹಿತವರು

ಎಂಬ ಕರುವಿನ ಪ್ರಶ್ನೆಗೆ, ಪುಣ್ಯಕೋಟಿ ಉತ್ತರಿಸುವುದಿಲ್ಲ. ಬದಲಾಗಿ ಇತರ ಗೋವುಗಳಿಗೆ ವಿನಂತಿ ಮಾಡಿಕೊಳ್ಳುತ್ತದೆ.

ಅಮ್ಮಗಳಿರಾ ಅಕ್ಕಗಳಿರಾ
ಎನ್ನತಾಯೊಡಹುಟ್ಟುಗಳಿರಾ
ನಿಮ್ಮ ಕಂದಾನೆಂದು ಕಾಣಿರಿ
ತಬ್ಬಲಿಯ ಮಗನ್ನೈದನೇ

ಮುಂದೆ ಬಂದರೆ ಹಾಯದಿರಿ
ಹಿಂದೆ ಬಂದರೆ ಒದೆಯದಿರಿ
ನಿಮ್ಮಕಂದನೆಂದು ಕಂಡಿರಿ
ತಬ್ಬಲಿಯ ಕಂದ್ಯೆದನೆ

ತಬ್ಬಲಿಯುನೀನಾದೆ ಮಗನೆ
ಹೆಬ್ಬುಲಿಯ ಬಾಯನ್ನು ಹೊಗೆವೆನು
ಇಬ್ಬರಾ ಋಣ ತೀರಿತೆಂದು
ತಬ್ಬಿಕೊಂಡಿತು ಕಂದನ

ಹೀಗೊಂದು ಕರುಣರಸವೇ ಮೈವತ್ತಂತಿರುವ ಸನ್ನಿವೇಶದ ನಂತರ ಅಲ್ಲಿಂದ ಹೊರಡುವ ಪುಣ್ಯಕೋಟಿ, ತನ್ನನ್ನು ತಾನು ಹುಲಿಗೆ ಅರ್ಪಿಸಿಕೊಳ್ಳಲು ಸಿದ್ಧವಾಗುತ್ತದೆ. ನಿಜಕ್ಕೂ ಒಬ್ಬ ಚಿತ್ರಕತೆಗಾರನಿಗೆ ಸವಾಲಾಗುವ ದೃಶ್ಯ ಅದು. ಇದನ್ನೇ ಚಿತ್ರಕತೆಯಲ್ಲಿ ಪ್ರಿ-ಕ್ಲೈಮ್ಯಾಕ್ಸ್ ಅಥವಾ ಕ್ಲೈಮ್ಯಾಕ್ಸ್ ಪೂರ್ವದ ದೃಶ್ಯ ಎಂದು ಕರೆಯುತ್ತಾರೆ. ಇಲ್ಲಿ ಬೇಕಂತಲೇ ಕಥೆಗಾರ ಕೊಂಚ ವಿಳಂಬ ಮಾಡುತ್ತಾನೆ. ನಮ್ಮ ಕಣ್ಣಾಲಿಯ ಹನಿ ಕೆನ್ನೆಗೆ ಇಳಿಯಲಿ ಎಂದು ಕಾಯುತ್ತಾನೆ. ಅದಕ್ಕಾಗಿಯೇ ಪುಣ್ಯಕೋಟಿ ಪುಣ್ಯನದಿಯೊಳು ಮಿಂದು ಸ್ನಾನವ ಮಾಡಿತು ಎಂಬ ಸನ್ನಿವೇಶವನ್ನು ಸೃಷ್ಟಿಸುತ್ತಾನೆ. ಈ ಸ್ನಾನದ ಅಗತ್ಯವೇನೂ ಹಸುವಿಗೆ ಇಲ್ಲ. ಮೊದಲ ಭೇಟಿಯಲ್ಲೇ ಹುಲಿಯು ಪುಣ್ಯಕೋಟಿಯನ್ನು ತಿಂದಿದ್ದರೆ ಸ್ನಾನದ ಪ್ರಸಂಗವೇ ಬರುತ್ತಿರಲಿಲ್ಲ. ಆದರೆ, ಈಗ ಪುಣ್ಯಕೋಟಿ ತನ್ನನ್ನು ತಾನೇ ಅರ್ಪಿಸಿಕೊಳ್ಳಲು ಹೊರಟಿದೆ. ಅದಕ್ಕೆ ಬಲಿದಾನದ ಮಹತ್ವ ಬರಬೇಕಿದೆ. ಅದೊಂದು ಮಹಾಕಾರ್ಯ ಎಂಬುದನ್ನು ಕಥೆಗಾರ ಹೇಳಬೇಕಾಗಿದೆ. ಅಲ್ಲದೇ, ಬಲಿದಾನಕ್ಕೆ ಸಿದ್ಧವಾದ ಪುಣ್ಯಕೋಟಿಯನ್ನು ಎಷ್ಟು ಹೆಚ್ಚು ಹೊತ್ತು ಹಿಡಿದಿಡಲು ಸಾಧ್ಯವೋ ಅಷ್ಟು ಹೊತ್ತು ಹಿಡಿದಿಡುವ ಪ್ರಯತ್ನ ಇದು. ಚಿತ್ರಕತೆಯಲ್ಲಿ ನಾವು ಗಮನಿಸಬೇಕಾದ ಅಂಶವೂ ಇದೆ. ಕತೆಯನ್ನು ಎಲ್ಲಿ ವೇಗವಾಗಿ ಒಯ್ಯಬೇಕು. ಎಲ್ಲಿ ನಿಧಾನಿಸಬೇಕು ಅನ್ನುವುದಕ್ಕೆ ಇಲ್ಲಿ ಅತ್ಯುತ್ತಮ ಉದಾಹರಣೆ ಸಿಗುತ್ತದೆ:

ಕಂದನೀಗೆ ಬುದ್ದಿ ಹೇಳಿ
ಬಂದಳಾಗ ಪುಣ್ಯಕೋಟಿಯು
ಚೆಂದದಿಂದ ಪುಣ್ಯನದಿಯೊಳು
ಮಿಂದು ಸ್ನಾನವ ಮಾಡಿತು

ಗೋವು ಸ್ನಾನವ ಮಾಡಿಕೊಂಡು
ಗವಿಯ ಬಾಗಿಲಪೊಕ್ಕು ನಿಂತು
ಸಾವಕಾಶವ ಮಾಡದಂತೆ
ವ್ಯಾಘ್ರರಾಯನ ಕರೆದಳು

ಮುಂದಿನ ದೃಶ್ಯದಲ್ಲಿ ಹುಲಿಗೆ ನಿಜಕ್ಕೂ ಅಚ್ಚರಿ ಕಾದಿದೆ. ಅದು ಪುಣ್ಯಕೋಟಿಯನ್ನು ನಿರೀಕ್ಷೆ ಮಾಡಿರಲೇ ಇಲ್ಲ. ಅದು ಕರುಣಾಜನಕವಾಗಿ ಬೇಡಿಕೊಂಡಾಗ, ಹುಲಿ ಮನಮರುಗಿ ಅದನ್ನು ಹೋಗು ಎಂದು ಬಿಟ್ಟಿತ್ತೇ ಹೊರತು, ಸಾವಿನ ದವಡೆಯಿಂದ ತಪ್ಪಿಸಿಕೊಂಡ ಪುಣ್ಯಕೋಟಿ ಮರಳಿ ಬರುತ್ತಾಳೆಂಬ ನಂಬಿಕೆ ಹುಲಿಗೆ ಖಂಡಿತವಾಗಿಯೂ ಇರಲಿಲ್ಲ. ಖಳನಾಯಕ ಹುಲಿಯೇ ಅಚ್ಚರಿಗೊಳ್ಳುವಂಥ ಸನ್ನಿವೇಶವನ್ನು ಕವಿ ಸೃಷ್ಟಿ ಮಾಡಿದ್ದಾನೆ.

ಖಂಡವಿದೆಕೋ ರಕ್ತವಿದೆಕೋ
ಗುಂಡಿಗೆಯ ಕೊಬ್ಬೂಗಳಿದೆ ಕೋ
ಉಂಡು ಸಂತಸಗೊಂಡು ನೀ
ಭೂಮಂಡಲದೊಳು ಬಾಳಯ್ಯನೆ

ಇಲ್ಲಿ ಪುಣ್ಯಕೋಟಿ ಆಡುವ ಮಾತುಗಳನ್ನೇ ನೋಡಿ. ಅದು ಹುಲಿಯನ್ನು ಆಕ್ಷೇಪಿಸುವುದಿಲ್ಲ. ತನ್ನ ಸಾವಿನ ಕುರಿತು ಚಿಂತಿಸುವುದಿಲ್ಲ. ನನ್ನನ್ನು ನೀನು ತಿಂದು ಸುಖವಾಗಿ ಬಾಳು ಎಂದು ಹಾರೈಸುತ್ತದೆ. ಇದು ಹುಲಿಯ ನಿರ್ಧಾರವನ್ನು ಬದಲಾಯಿಸುವಂಥ ಮಾತು ಕೂಡ ಆಗಿಬಿಡುತ್ತದೆ. ಕ್ಷಣಾರ್ಧದಲ್ಲಿ ಹುಲಿಯ ಮನಸ್ಸು ಬದಲಾಗುತ್ತದೆ.

ಪುಣ್ಯಕೋಟಿಯು ಬಂದು ನುಡಿಯೆ
ತನ್ನ ಮನದೊಳು ಹುಲಿಯರಾಯನು
ಕನ್ನೆಯಿವಳನು ಕೊಂದುತಿಂದರೆ
ಎನ್ನ ನರಹರಿ ಮೆಚ್ಚನು

ಎನ್ನ ಒಡಹುಟ್ಟಕ್ಕ ನೀನು
ನಿನ್ನ ಕೊಂದು ಏನ ಪಡೆವೆನು
ನಿನ್ನ ಪಾದದ ಮೇಲೆ ಬಿದ್ದು
ಎನ್ನ ಪ್ರಾಣವ ಬಿಡುವೆನು

ಆದರೆ ಪುಣ್ಯಕೋಟಿಯು ಹುಲಿಯ ಮಾತುಗಳನ್ನು ಒಪ್ಪುವುದಿಲ್ಲ. ನಿನ್ನದೇನೂ ತಪ್ಪೇ ಇಲ್ಲ. ನಾನಾಗಿಯೇ ಬಂದಿದ್ದೇನೆ. ನನ್ನನ್ನು ಕೊಂದು ತಿನ್ನು ಎಂದು ಅದು ಬೇಡಿಕೊಳ್ಳುತ್ತದೆ. ದುಷ್ಟತನದೊಂದಿಗೆ ಒಳ್ಳೆಯತನ ಹೀಗೆ ಮುಖಾಮುಖಿಯಾಗುತ್ತದೆ.

ಯಾಕಯ್ಯ ಹುಲಿರಾಯ ಕೇಳು
ಜೋಕೆಯಿಂದಲಿ ಎನ್ನನೊಲ್ಲದೆ
ನೂಕಿ ನೀನು ಸಾಯಲೇಕೆ
ಬೇಕೆಂದೂ ನಾ ಬಂದೆನು

ಆದರೆ ಪುಣ್ಯಕೋಟಿಯ ಮಾತುಗಳು ಹುಲಿಯನ್ನು ಆಗಲೇ ಬದಲಾಯಿಸಿದೆ. ತಾನು ಪ್ರಾಣ ಉಳಿಸಿಕೊಳ್ಳಲು ಪುಣ್ಯಕೋಟಿಯನ್ನು ತಿನ್ನಬೇಕು ಅಂದುಕೊಂಡಿತ್ತು. ಆದರೆ ಪುಣ್ಯಕೋಟಿ ತನಗಾಗಿ ಪ್ರಾಣವನ್ನೇ ಕೊಡಲು ಬಂದಿದೆ ಎಂಬುದು ಅರಿವಾಗಿ ಅದು ಮುಂದಿನ ಕ್ರಿಯೆಗೆ ಸಿದ್ಧವಾಗುತ್ತದೆ.

ಪುಣ್ಯಕೋಟಿಯ ಮಾತ ಕೇಳಿ
ಕಣ್ಣಿನೊಳಗೆ ನೀರಸುರಿಯುತ
ಅನ್ಯಕಾರಿಯು ತಾನು ಎನುತಲಿ
ತನ್ನ ಮನದೊಳು ಧ್ಯಾನಿಸಿ

ಮೂರುಮೂರ್ತಿಗೆ ಕೈಯ್ಯ ಮುಗಿದು
ಸೇರಿ ಎಂಟು ದಿಕ್ಕನೋಡಿ
ಹಾರಿ ಆಕಾಶಕ್ಕೆ ನೆಗೆದು
ತನ್ನ ಪ್ರಾಣವ ಬಿಟ್ಟಿತು.

ಈ ಕೊನೆಯ ದೃಶ್ಯ ಮುಗಿಯುತ್ತಿದ್ದಂತೆ, ಅಲ್ಲಿಯ ತನಕ ಪ್ರಮುಖ ಪಾತ್ರವಾಗಿದ್ದ ಪುಣ್ಯಕೋಟಿಯನ್ನು ಹಿಂದಕ್ಕೆ ಸರಿಸಿ, ಹುಲಿಯೇ ಕತೆಯ ನಾಯಕನಾಗಿ ಬದಲಾಗುತ್ತದೆ. ಕೊಂದು ತಿನ್ನುವ ಎಲ್ಲಾ ಅವಕಾಶಗಳಿದ್ದರೂ, ಪುಣ್ಯಕೋಟಿಯ ಸತ್ಯಸಂಧತೆಯನ್ನು ಮೆಚ್ಚಿ, ತಾನೇ ಸಾಯುವ ಮೂಲಕ ಹುಲಿ ಅಮರವಾಗುತ್ತದೆ.

ಅದರ ಜೊತೆಗೇ ಕತೆಗೊಂದು ವಿಚಿತ್ರ ತಿರುವು ಕೂಡ ಸಿಕ್ಕಿಬಿಡುತ್ತದೆ. ಪುಣ್ಯಕೋಟಿ ಸಾಯುತ್ತದೆ ಎಂದು ನಿರೀಕ್ಷಿಸಿದ್ದ ಸಹೃದಯನಿಗೆ ಹುಲಿಯ ಸಾವು ಅಚ್ಚರಿಯನ್ನುಂಟು ಮಾಡುವ ತಿರುವು. ಆದರೆ ಆ ಅಚ್ಚರಿಯಲ್ಲಿ ಕತೆಯ ಮೌಲ್ಯಕ್ಕೇನೂ ಕುಂದು ಬಂದಿಲ್ಲ. ಪುಣ್ಯಕೋಟಿಯ ಸತ್ಯಸಂಧತೆಗೆ ಸಿಗುವ ಬಹುಮಾನ ಏನು ಅನ್ನುವುದನ್ನು ಕತೆ ಹೇಳುತ್ತದೆ. ಕತೆಯ ಕ್ಲೈಮ್ಯಾಕ್ಸು ಕತೆಯ ಮೌಲ್ಯವನ್ನು ಕಿಂಚಿತ್ತೂ ಬದಲಾಯಿಸದೇ, ಪುಣ್ಯಕೋಟಿಯ ಬದುಕನ್ನೂ ಬದಲಾಯಿಸದೇ, ಹುಲಿಯ

ಸಾವಿನ ಮೂಲಕ ಇಡೀ ಕತೆಯನ್ನು ಮತ್ತೊಂದು ಎತ್ತರಕ್ಕೆ ಒಯ್ಯುತ್ತದೆ. ಪುಣ್ಯಕೋಟಿ ಹುಲಿಗೆ ಬಲಿಯಾಗಿದ್ದರೆ ನಾವೆಷ್ಟು ಕಂಬನಿ ಮಿಡಿಯುತ್ತಿದ್ದೆವೋ ಅಷ್ಟೋ ನೋವನ್ನು ಹುಲಿ ಸತ್ತಾಗಲೂ ನಾವು ಅನುಭವಿಸುತ್ತೇವೆ. ಅಲ್ಲಿಗೆ ಇಡೀ ಕವಿತೆಯ ಒಟ್ಟಾರೆ ಪರಿಣಾಮಕ್ಕೆ ತೊಂದರೆ ಆಗುವುದಿಲ್ಲ. ಆದರೆ ನಾವು ಊಹಿಸಿದ್ದು ಇಲ್ಲಿ ನಡೆಯುವುದಿಲ್ಲ.

ಅತ್ಯುತ್ತಮ ಚಿತ್ರಕತೆಗೆ ಇದಕ್ಕಿಂತ ಒಳ್ಳೆಯ ಮಾದರಿ ಮತ್ತೊಂದಿಲ್ಲ. ಈ ಎಲ್ಲಾ ಘಟನೆಗಳೂ ನಡೆಯುವುದು ಕಾಳಿಂಗನೆಂಬ ಗೊಲ್ಲನಿಗೆ ಗೊತ್ತಾಗುವುದೂ ಇಲ್ಲ. ಆತ ಮಾರನೆಯ ದಿನ ಬೆಳಗ್ಗೆ ಎಂದಿನಂತೆ ಗಂಗೆ ಬಾರೇ, ಗೌರಿ ಬಾರೇ ಎಂದು ಕೊಳಲೂದುತ್ತಾ ತನ್ನ ಕಾಯಕವನ್ನು ಮುಂದುವರಿಸುತ್ತಿರುತ್ತಾನೆ. ಆದರೆ ಕತೆಯನ್ನು ಕೇಳಿದವರ ಮನಸ್ಸಿನಲ್ಲಿ ಬಹುದೊಡ್ಡ ಬದಲಾವಣೆಯಂತೂ ಆಗಿರುತ್ತದೆ.

ಈ ಗೋವಿನ ಹಾಡಲ್ಲಿ, ಕತೆಯಿದೆ. ಚಿತ್ರಕತೆಯೂ ಇದೆ. ಅಗತ್ಯವಾದ ಸಂಭಾಷಣೆಯೂ ಇದೆ. ಸಂಭಾಷಣೆ ಬೇಕಾದ ಜಾಗವನ್ನು ಕೂಡ ಕವಿ ಗುರುತಿಸಿದ್ದಾನೆ. ಕಾಳಿಂಗನಿಂದ ಶುರುವಾದ ಕತೆ, ಹುಲಿಯ ಸಾವಿನಿಂದ ಮುಗಿಯುತ್ತದೆ. ಸಾಯಿಸಬೇಕಾಗಿದ್ದ ಹುಲಿ ಸಾಯುವಲ್ಲಿಗೆ, ಸಾಯಬೇಕಾಗಿದ್ದ ಹುಲಿ ಬದುಕುವಲ್ಲಿಗೆ, ತನ್ನ ಕಂದನಿಗೆ ಹೇಳಿದ ಪುಣ್ಯಕೋಟಿ ಮತ್ತೆ ತನ್ನ ಕಂದನನ್ನು ಭೇಟಿಯಾಗುವಲ್ಲಿಗೆ, ತಾಯಿಯ ಸತ್ಯಸಂಧತೆಯೇ ತಾಯಿಯನ್ನು ಕಾಪಾಡಿತು ಎಂಬ ಪಾಠವನ್ನು ಕಂದನಿಗೆ ಕಲಿಸುವಲ್ಲಿಗೆ, ತಾನು ನಂಬಿದ ಮೌಲ್ಯ ತನ್ನನ್ನು ಕೈ ಬಿಡಲಿಲ್ಲ ಎಂಬ ಪುಣ್ಯಕೋಟಿಯ ಸಾರ್ಥಕತೆಯೊಂದಿಗೆ, ತಾನಾಗಿಯೇ ಸತ್ತ ಹುಲಿಯ ಕುರಿತು ಪುಣ್ಯಕೋಟಿಯಲ್ಲಿ ಮೂಡಿರಬಹುದಾದ ಗಾಢವಾದ ವಿಷಾದದೊಂದಿಗೆ ಕತೆ ಮುಗಿಯುತ್ತದೆ.

ಇದನ್ನು ಚಿತ್ರೀಕರಿಸಲು ಹೊರಡುವವನಿಗೆ ಬೇರೆ ಚಿತ್ರಕತೆ ಬೇಕಾಗಿಲ್ಲ. ಈ ಕತೆಗೆ ವಿಶೇಷವಾದ ಸಂಭಾಷಣೆಯೂ ಬೇಕಿಲ್ಲ. ಸನ್ನಿವೇಶವೇ ಎಲ್ಲವನ್ನೂ ಸೃಷ್ಟಿಸಿಬಿಟ್ಟಿದೆ. ಹೀಗಾಗಿಯೇ ಚಿತ್ರಕತೆ ಬರೆಯಲು ಹೊರಡುವ ಎಲ್ಲರಿಗೂ ಗೋವಿನ ಹಾಡು ಅಭ್ಯಾಸ ಮಾಡಲೇಬೇಕಾದ ಪದ್ಯ. ಜಗತ್ತಿನ ಅತ್ಯುತ್ತಮ ಚಿತ್ರಕತೆ ಯಾವುದೆಂದು ಕೇಳಿದರೆ, ನಾನಂತೂ ಗೋವಿನ ಹಾಡು ಎಂದು ಬಿಡುತ್ತೇನೆ.

ಚಿತ್ರಕತೆಯ ದಳಪತಿ

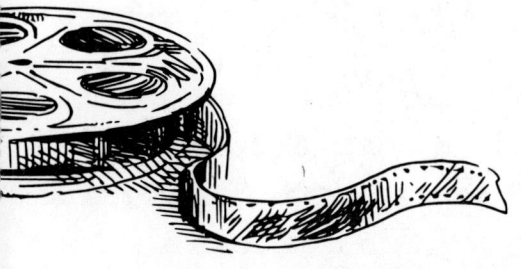

ಈ ಕತೆಯನ್ನು ಕತೆಗೋಸ್ಕರ ಓದಬೇಡಿ. ಚಿತ್ರಕತೆಯ ಕಸಬುಗಾರಿಕೆ ಕಲಿಯುವುದಕ್ಕೆ ತುಂಬ ಸಹಾಯ ಮಾಡುವ ಕತೆಯಿದು. ಹಾಗೆ ನೋಡಿದರೆ ಭಾರತೀಯ ಕಥನಗಳು ಸಹಜವಾಗಿ ಚಿತ್ರಕತೆಯ ತಾಂತ್ರಿಕತೆಯನ್ನು, ಕತೆ ಕಟ್ಟುವ ಕ್ರಮವನ್ನು ಹೇಳುತ್ತವೆ. ಮಹಾಭಾರತದ ಬಹುತೇಕ ಕತೆಗಳು ಏಕಕಾಲಕ್ಕೆ ಸಮಾಜದ ಕತೆಗಳೂ ಅಂತರಂಗದ ತುಮುಲಗಳೂ ಆಗಿರುತ್ತವೆ. ಒಂದು ಸನ್ನಿವೇಶ ಇಡೀ ಕತೆಯನ್ನು ಹೊರಗಿನಿಂದಲೂ ಒಳಗಿನಿಂದಲೂ ಕದಡದೇ ಹೋದರೆ ಅದು ಪರಿಣಾಮಕಾರಿ ಆಗಿರಲು ಸಾಧ್ಯವಿಲ್ಲ.

ಚಿತ್ರಕತೆಯ ಟೆಕ್ನಿಕ್‌ಗಳನ್ನು ಕಲಿಯಲು ಹೊರಡುವ ಎಲ್ಲರೂ ಓದಿಕೊಳ್ಳಲೇಬೇಕಾದ ಕತೆಯೊಂದು ಮಹಾಭಾರತದಲ್ಲಿದೆ. ಅದನ್ನಿಟ್ಟುಕೊಂಡು ಇಡೀ ಕತೆ-ಚಿತ್ರಕತೆಯ ಸಂಬಂಧವನ್ನೇ ಅಧ್ಯಯನ ಮಾಡಬಹುದು.

ಅದು ಕರ್ಣ ಮತ್ತು ಕುಂತಿಯರ ಕತೆ. ಮಹಾಭಾರತದ ಇಡೀ ಕತೆಯೊಳಗೆ ಇದೊಂದೇ ಕತೆಯನ್ನು ಕತ್ತರಿಸಿ ಇಟ್ಟುಕೊಂಡು ನೋಡಿದರೆ ಕತೆ ಕಟ್ಟುವ ಕ್ರಮ, ಚಿತ್ರಕತೆಯನ್ನು ಹೆಣೆಯುವ ಕ್ರಮ ಎರಡೂ ಗೋಚರವಾಗುತ್ತದೆ. ಈ ಕತೆಯಲ್ಲಿರುವ ದೈವಿಕ ಅಂಶಗಳನ್ನು ಸದ್ಯಕ್ಕೆ ಸಹಜ ಎಂದು ಭಾವಿಸೋಣ. ಅಥವಾ ಇವತ್ತಿನ ಸಮಾಜದಲ್ಲಿರುವಂತೆ ಅದನ್ನು ಸಹಜ ಸಾಮಾಜಿಕ ನಡವಳಿಕೆ ಎಂದೇ ತಿಳಿದುಕೊಳ್ಳೋಣ.

ಕತೆ ಶುರುವಾಗುವುದು ಕುಂತಿ ಮತ್ತು ಸೂರ್ಯನ ಸಮಾಗಮದಿಂದ. ಇವತ್ತಿನ ಚಿತ್ರಕತೆಗಾರ ಇದನ್ನು ಒಂದು ಇಂಟಿಮೇಟ್ ದೃಶ್ಯದಿಂದಲೋ ಒಂದು ಹಾಡಿನೊಂದಿಗೋ ಚಿತ್ರೀಕರಿಸಬಹುದು. ಕುಂತಿ ಸೂರ್ಯನನ್ನು ಭೇಟಿಯಾಗುವುದು. ಅವರಿಬ್ಬರ ಸಮಾಗಮ. ಸೂರ್ಯ ಕುಂತಿಯನ್ನು ಬಿಟ್ಟು ಹೋಗುವುದು, ನಂತರ ಕರ್ಣ ಹುಟ್ಟುವುದು. ಮದುವೆಗೆ ಮುಂಚೆ ಹುಟ್ಟಿದ ಕರ್ಣನನ್ನು ಸಮಾಜಕ್ಕೆ ಅಂಜುವ ಕುಂತಿ ಗಂಗೆಯಲ್ಲಿ ತೇಲಿಬಿಡುವುದು– ಇಷ್ಟರಲ್ಲೇ ಒಂದು ಸೊಗಸಾದ ಕತೆಯಿದೆ. ಪ್ರೇಮ-ಸಮಾಗಮ-ವಿದಾಯ– ತಾಯ್ತನ– ಮಗುವನ್ನು ತೊರೆಯುವ ಕರುಣಾಜನಕ ಸನ್ನಿವೇಶದೊಂದಿಗೆ ಈ ಪ್ರಸಂಗ ಮುಕ್ತಾಯವಾಗುತ್ತದೆ.

ಇಡೀ ಕತೆಗೆ ಈ ಆರಂಭದ ದೃಶ್ಯದಲ್ಲೇ ಒಂದು ಬಲವಾದ ಅಡಿಪಾಯ ಸಿಕ್ಕಿಬಿಡುತ್ತದೆ. ನಂತರ ಕುಂತಿಗೆ ಪಾಂಡುವಿನ ಜೊತೆ ಮದುವೆಯಾಗುತ್ತದೆ. ಆಕೆ ತನ್ನ ಸಂಸಾರದ ತಾಪತ್ರಯಗಳಲ್ಲಿ ಮುಳುಗುತ್ತಾಳೆ. ಆಕೆಗೆ ತನ್ನ ಮಗನನ್ನು ನೆನಪಿಸಿಕೊಳ್ಳಲೂ ವೇಳೆಯಿಲ್ಲದಂತೆ ಆಕೆಗೆ ಮೂವರು ಮಕ್ಕಳು ಹುಟ್ಟುತ್ತಾರೆ. ಆಕೆಗೊಬ್ಬಳು ಸವತಿಯೂ ಬರುತ್ತಾಳೆ. ಕುಂತಿ ರಾಜಮಾತೆಯಾಗಿ ಬದಲಾಗುತ್ತಾಳೆ. ಕರ್ಣನನ್ನು ಪೂರ್ತಿಯಾಗಿ ಮರೆಯುತ್ತಾಳೆ. ಅವಳ ಮಕ್ಕಳು ಮತ್ತು ಧೃತರಾಷ್ಟ್ರನ ಮಕ್ಕಳ ನಡುವಿನ ದಾಯಾದಿ ಕಲಹ, ತನ್ನ ಮಕ್ಕಳನ್ನು ಕಾಪಾಡುವ ಹೊಣೆ, ಮಕ್ಕಳಿಗೆ ಮದುವೆ ಮಾಡುವ ಸಂಭ್ರಮದಲ್ಲಿ ಕುಂತಿ ತನ್ನ ಬದುಕನ್ನು ಕಟ್ಟಿಕೊಳ್ಳುತ್ತಾ ಹೋಗುತ್ತಾಳೆ.

ಅದೇ ಹೊತ್ತಿಗೆ ಇನ್ನೊಂದು ಭಾಗದಲ್ಲಿ ಗಂಗೆಯಲ್ಲಿ ತೇಲಿಹೋದ ಕರ್ಣನು ಧೃತರಾಷ್ಟ್ರನ ಸಾರಥಿಯಾದ ಅಧಿರಥನ ಕೈಗೆ ಸಿಕ್ಕುತ್ತಾನೆ. ಮಕ್ಕಳಿಲ್ಲದ ಆತ ಆ ಮಗುವನ್ನು ತನ್ನ ಪತ್ನಿ ರಾಧೆಯ ಕೈಗೆ ಕೊಡುತ್ತಾನೆ. ಕುಂತಿಯ ಮಕ್ಕಳು ಕ್ಷತ್ರಿಯರಾಗಿ

ಬೆಳೆಯುತ್ತಿದ್ದರೆ, ಅತ್ತ ಕರ್ಣ ಸಾಮಾಜಿಕ ಸ್ಥಾನಮಾನ ಇಲ್ಲದೇ ಸೂತ ಪುತ್ರನಾಗಿ ಬೆಳೆಯುತ್ತಿದ್ದಾನೆ. ಆತನಿಗೆ ಶಿಕ್ಷಣ ಸಿಗುವುದಿಲ್ಲ. ಆತ ಸುಳ್ಳು ಹೇಳಿ ಬಿಲ್ವಿದ್ಯೆ ಕಲಿಯುತ್ತಾನೆ.

ಇತ್ತ ಕಡೆ ಪಾಂಡುವಿನ ಮಕ್ಕಳಿಗೂ ಧೃತರಾಷ್ಟ್ರನ ಮಕ್ಕಳಿಗೂ ದಾಯಾದಿ ಕಲಹ ನಡೆಯುತ್ತಲೇ ಇರುತ್ತದೆ. ಕರ್ಣ ಕುಂತಿ ಮಕ್ಕಳ ವಿರೋಧಿ ಬಣ ಸೇರಿಕೊಳ್ಳುತ್ತಾನೆ. ಇದು ಕತೆಯ ಬಹುಮುಖ್ಯ ತಿರುವು. ಆತ ತನ್ನ ಮಗನೆಂದು ಕುಂತಿಗೆ ಗೊತ್ತೇ ಇರುವುದಿಲ್ಲ. ಆತನಿಗೂ ತಾನು ಕುಂತಿಯ ಮಗನೆಂದು ಗೊತ್ತಿಲ್ಲ.

ಕತೆಗಾರ ವ್ಯಾಸರು ಈ ಸನ್ನಿವೇಶವನ್ನು ನಿಷ್ಣಾತ ಚಿತ್ರಕತೆಗಾರರಂತೆ ನಿಭಾಯಿಸಿದ್ದಾರೆ. ಈ ಕತೆಯಲ್ಲಿ ಕುಂತಿ ಮತ್ತು ಕರ್ಣ ಭೇಟಿ ಆಗಲೇಬೇಕು. ಕರ್ಣ ಮತ್ತು ಕುಂತಿಯ ಮಕ್ಕಳು ಮುಖಾಮುಖಿ ಆಗಲೇಬೇಕು. ಯಾರಿಗೂ ಗೊತ್ತೇ ಇರದ, ಕರ್ಣನೂ ಕುಂತಿಯ ಮಗ ಎಂಬ ಸತ್ಯ ಹೊರಗೆ ಬರಲೇಬೇಕು. ಅದು ಚಿತ್ರಕತೆ ಬೇಡುವಂಥ ಅತ್ಯಂತ ಅನಿವಾರ್ಯವಾದ ದೃಶ್ಯ. ಅದನ್ನು ಚಿತ್ರಕತೆ ಸಾಧಿಸದೇ ಹೋದರೆ, ಕುಂತಿಯ ವಿವಾಹ ಪೂರ್ವ ಸಂಬಂಧಕ್ಕೆ ಅರ್ಥವಿಲ್ಲ.

ಅಂದರೆ ಚಿತ್ರಕತೆಯೆಂಬುದು ಯಾವ ಪಾತ್ರದ ಬಗ್ಗೆಯೂ ಕರುಣೆ ತೋರಿಸಬಾರದು. ನೀವು ಕಷ್ಟ ಕೊಡುವುದು ಎಂದು ತೀರ್ಮಾನಿಸಿದರೆ ಆ ಪಾತ್ರಕ್ಕೆ ಎಷ್ಟು ಸಾಧ್ಯವೋ ಅಷ್ಟು ಕಷ್ಟ ಕೊಡುತ್ತಲೇ ಇರಬೇಕು. ಆ ಪಾತ್ರ ನಿಜಕ್ಕೂ ಗಟ್ಟಿಯಾದ ಪಾತ್ರವೇ ಆಗಿದ್ದರೆ ಅದು ಆ ಎಲ್ಲಾ ಕಷ್ಟಗಳನ್ನು ನೀಗಿಕೊಂಡು ಎತ್ತರಕ್ಕೆ ಬೆಳೆಯುತ್ತಾ ಹೋಗುತ್ತದೆ. ಮತ್ತಷ್ಟು ಗಟ್ಟಿಯಾಗುತ್ತಾ ಹೋಗುತ್ತದೆ. ಒಂದು ಕತೆಯನ್ನು ಹೆಕ್ಕಿಕೊಂಡು ಪಾತ್ರವನ್ನು ಕಟ್ಟಲು ಆರಂಭಿಸಿದ ತಕ್ಷಣವೇ ಯಾವ ಪಾತ್ರದ ಕಾರ್ಯ ಏನು ಅನ್ನುವುದನ್ನು ಚಿತ್ರಕತೆಗಾರ ನಿರ್ಧಾರ ಮಾಡಿಕೊಂಡಿರಬೇಕು.

ಕುಂತಿ ಮತ್ತು ಕರ್ಣ ಮತ್ತೆ ಭೇಟಿಯಾಗುವಾಗಿನ ಪರಿಸ್ಥಿತಿ ಹೇಗಿರಬೇಕು. ಅವರ ಮಧ್ಯೆ ಏನು ಮಾತುಕತೆ ಆಗಬೇಕು. ಕುಂತಿ ಮತ್ತೆ ಕರ್ಣನನ್ನು ಮಗನೆಂದು ಸ್ವೀಕಾರ ಮಾಡಬೇಕೇ? ಸ್ವೀಕಾರ ಮಾಡುವುದರಿಂದ ಕತೆಯ ಮೇಲೆ ಆಗುವ ಪರಿಣಾಮ ಏನು? ಕತೆ ಕೇಳುವವರ ಮೇಲೆ ಆಗುವ ಪರಿಣಾಮ ಏನು? ಇದನ್ನೆಲ್ಲ ಚಿತ್ರಕತೆಗಾರ ಬಹಳ ಚಾಣಾಕ್ಷನಂತೆ ನಿರ್ವಹಿಸಬೇಕಾಗುತ್ತದೆ. ಈ ಕತೆಯಲ್ಲಿ ಕುಂತಿಗೆ ಯಾವ ಹಂತದಲ್ಲಿ ಕರ್ಣ ತನ್ನ ಮಗ ಎಂದು ಗೊತ್ತಾಗಬೇಕು ಅನ್ನುವುದೂ ಮುಖ್ಯ.

ಒಂದು ವೇಳೆ ಮೊದಲೇ ಅದು ಗೊತ್ತಾಗಿ ಕರ್ಣನನ್ನು ತನ್ನ ಮಗನೆಂದು ಕುಂತಿ ಸ್ವೀಕಾರ ಮಾಡುತ್ತಾಳೆ. ಕರ್ಣನೂ ಅದನ್ನು ಒಪ್ಪಿಕೊಂಡು ಬಿಡುತ್ತಾನೆ ಅಂತಿಟ್ಟುಕೊಳ್ಳಿ. ಬೇರೆಯಾದ ತಾಯಿ ಮಗನ ಸಮಾಗಮದಲ್ಲಿ ಕತೆ ಮುಗಿದುಬಿಟ್ಟರೆ ಏನಾಗುತ್ತದೆ? ಕರ್ಣನ ಪಾತ್ರ ಬಿದ್ದು ಹೋಗುತ್ತದೆ. ಕರ್ಣ ಯಾವುದೇ ಮೌಲ್ಯವನ್ನೂ ಪ್ರತಿನಿಧಿಸಿದಂತೆ ಆಗುವುದಿಲ್ಲ. ಆತ ತನ್ನ ಸಾಕು ತಾಯಿಗೆ ದ್ರೋಹ ಮಾಡಿದಂತಾಗುತ್ತದೆ. ತನ್ನನ್ನು ಕಾಪಾಡಿದ, ತನ್ನನ್ನು ಗೆಳೆಯನೆಂದು ಭಾವಿಸಿದ ದುರ್ಯೋಧನನಿಗೆ ಅನ್ಯಾಯ ಮಾಡಿದಂತಾಗುತ್ತದೆ. ಅಲ್ಲಿಗೆ ಇಡೀ ಪ್ರಸಂಗ ತೀರ ತೆಳುವಾದ, ಮೌಲ್ಯಗಳನ್ನು ಕಳಕೊಂಡ ಕತೆಯಾಗುತ್ತದೆ. ಹಾಗೆ ಮಾಡುವುದೇ ಆಗಿದ್ದರೆ ಕುಂತಿ ಮತ್ತು ಕರ್ಣರನ್ನು ಬೇರೆ ಮಾಡುವ ಅಗತ್ಯವೇ ಇರಲಿಲ್ಲ.

ಆದರೆ ವ್ಯಾಸರು ಈ ಕತೆಯನ್ನು ಎಷ್ಟು ಸೊಗಸಾಗಿ ನಿರ್ವಹಿಸಿದ್ದಾರೆ ಅನ್ನುವುದನ್ನು ಗಮನಿಸಿ. ಕುಂತಿಗೆ ಕರ್ಣನೇ ನಿನ್ನ ಮಗ ಅನ್ನುವುದನ್ನು ಕೃಷ್ಣ ಒಂದು ನಿರ್ಣಾಯಕ ಸಂದರ್ಭದಲ್ಲಿ ಹೇಳುತ್ತಾನೆ. ಆ ಸಂದರ್ಭ ಹೇಗಿದೆ ಎಂದರೆ ಕೌರವ -ಪಾಂಡವರ ಮಧ್ಯೆ ಯುದ್ಧ ಆರಂಭವಾಗುವುದರಲ್ಲಿದೆ. ಕರ್ಣ ಕೌರವರ ಪರವಾಗಿದ್ದಾನೆ. ಆತ ಯಾರೇನೇ ಹೇಳಿದರೂ ಕೌರವರನ್ನು ಬಿಟ್ಟು ಬರಲಾರ. ಆತನಿಗಿರುವ ಈ ಬಲವಾದ ನೈತಿಕ ನಿಲುವನ್ನು ಬದಲಾಯಿಸುವುದು ಯಾರಿಗೂ ಸಾಧ್ಯವಿಲ್ಲ. ಆತ ಇದನ್ನು ಕೃಷ್ಣನಿಗೇ ಹೇಳಿದ್ದಾನೆ. ನನಗೆ ಅವಮಾನ ಆಗುತ್ತಿದ್ದಾಗ ತಾಯಿ ನೆರವಿಗೆ ಬರಲಿಲ್ಲ. ದುರ್ಯೋಧನ ಸಹಾಯಕ್ಕೆ ಬಂದಿದ್ದ. ಹೀಗಾಗಿ ನಾನು ಆತನನ್ನು ಬಿಟ್ಟು ಬರುವ ಪ್ರಶ್ನೆಯೇ ಇಲ್ಲ ಅನ್ನುತ್ತಾನೆ.

ಆದರೆ ಆತನ ಒಳಮನಸ್ಸಿನ ಮೇಲೆ ಪ್ರಹಾರ ಮಾಡುವುದಕ್ಕೆ ಇನ್ನೂ ಅವಕಾಶ ಇದೆ. ಅದನ್ನು ಕೃಷ್ಣ ಬಳಸಿಕೊಳ್ಳುತ್ತಾನೆ. ಕುಂತಿಗೆ ಕರ್ಣ ನಿನ್ನ ಮಗ. ಹೋಗಿ ಅವನನ್ನು ಭೇಟಿಯಾಗು ಎಂದು ಹೇಳುವುದಷ್ಟೇ ಅಲ್ಲದೇ, ಆತ ಪಾಂಡವರಿಗೆ ಮಾಡಬಹುದಾಗ ಅಪಾಯದ ಪ್ರಮಾಣ ಕಡಿಮೆ ಆಗುವಂತೆಯೂ ಮಾಡುತ್ತಾನೆ. ತೊಟ್ಟ ಬಾಣವ ಮರಳಿ ತೊಡದಿರು ಎಂದು ಮಾತು ತೆಗೆದುಕೊಂಡು ಬಾ ಎಂದು ಹೇಳಿ ಕುಂತಿಯನ್ನು ಕಳುಹಿಸುತ್ತಾನೆ.

ಇಲ್ಲಿ ತಾಯಿಯಾಗಿ ಕುಂತಿಯ ಪಾತ್ರ ಕೊಂಚ ಕಳೆಗುಂದುತ್ತದೆ. ತನ್ನ ಮಗನನ್ನು ಆಕೆ ದಾಳವಾಗಿ ಬಳಸಿಕೊಳ್ಳುತ್ತಾಳೆ. ಆದರೆ ಕತೆಗಾರನ ಉದ್ದೇಶ ಕುಂತಿಯ ಪಾತ್ರವನ್ನು

ವೈಭವೀಕರಿಸುವುದು ಅಲ್ಲವೇ ಅಲ್ಲ. ಅವನಿಗೆ ಕರ್ಣ ಉದಾತ್ತವಾದ ಪಾತ್ರ ಎನ್ನುವುದು ಗೊತ್ತಿದೆ. ಕರ್ಣನನ್ನು ಮತ್ತಷ್ಟು ಎತ್ತರಕ್ಕೇರಿಸಲು ಕರ್ಣ-ಕುಂತಿ ಭೇಟಿಯಾಗುವ ಸನ್ನಿವೇಶವನ್ನು ಅವರು ತಮ್ಮ ಚಿತ್ರಕತೆಯಲ್ಲಿ ಸೇರಿಸುತ್ತಾರೆ.

ಆ ದೃಶ್ಯವನ್ನು ಅವರು ಕಟ್ಟುವ ರೀತಿ ಚಿತ್ರಕತೆಗಾರರಾದ ನಮಗೆಲ್ಲರಿಗೂ ಅತ್ಯದ್ಭುತವಾದ ಮಾದರಿ. ಕುಂತಿ ಮತ್ತು ಕರ್ಣ ಭೇಟಿಯಾಗುವಾಗ ಆ ದೃಶ್ಯದಲ್ಲಿ ಯಾರೆಲ್ಲ ಇರಬೇಕು ಎಂಬ ಪ್ರಶ್ನೆಯನ್ನು ಚಿತ್ರಕತೆಗಾರ ಮೊದಲು ಕೇಳಿಕೊಳ್ಳಬೇಕು. ಅನಗತ್ಯವಾದ ಪಾತ್ರ ಅಲ್ಲಿರದಂತೆ ನೋಡಿಕೊಳ್ಳಬೇಕು. ಆದರೆ ಅಗತ್ಯವಾದ ಪಾತ್ರಗಳು ಅಲ್ಲಿ ಇರಲೇಬೇಕು.

ಕರ್ಣ ಕುಂತಿಯರ ಭೇಟಿ, ಕರ್ಣನನ್ನು ಸದೆಬಡಿಯುವುದಕ್ಕೇ ಇದೆ ಎಂಬುದು ಚಿತ್ರಕತೆಗಾರನಿಗೆ ಗೊತ್ತಿದೆ. ಹೀಗಾಗಿ ಆತ ಆ ಭೇಟಿಯನ್ನು ಒಂದು ಅಪೂರ್ವ ದೃಶ್ಯವಾಗಿ ಮಾರ್ಪಡಿಸುತ್ತಾನೆ. ಕುಮಾರವ್ಯಾಸ ಭಾರತದ ಈ ಸಾಲುಗಳನ್ನು ಓದಿ:

ವೀರ ರವಿಸುತನೊಂದು ದಿನ ರವಿ
ವಾರದಲಿ ಪರಿತೋಷ ಮಿಗೆ ಭಾ
ಗೀರಥೀ ತೀರದಲಿ ತಾತಂಗರ್ಘ್ಯವನು ಕೊಡುತ
ಸಾರ ಮಂತ್ರವ ಜಪಿಸುತಿರಲೌ
ದಾರಿಯದ ಸುರತರುವ ಕುಂತೀ
ನಾರಿ ಕಾಣಲು ಬಂದಳಾತ್ಮಜನಿದ್ದ ನದಿಗಾಗಿ

ಕರ್ಣನಿಗೆ ಸೂರ್ಯ ತಂದೆ. ಗಂಗೆ ಸಲಹಿದ ತಾಯಿ. ಕುಂತಿ ಹೆತ್ತತಾಯಿ. ಆಕೆ ಬರುವ ಹೊತ್ತಿಗೆ ಕರ್ಣ ತನ್ನ ತಂದೆಯಾದ ಸೂರ್ಯನ ಆರಾಧನೆ ಮಾಡುತ್ತಿದ್ದಾನೆ. ಆ ಕಾರ್ಯ ನಡೆಯುವುದು ಸಾಕು ತಾಯಿ ಗಂಗೆಯ ತೀರದಲ್ಲಿ. ಹೀಗಾಗಿ ಅಲ್ಲಿ ಆತನ ಜೀವಕ್ಕೆ ಹತ್ತಿರವಾದ ಮೂವರೂ ಇದ್ದಾರೆ. ಇಷ್ಟಾದ ಮೇಲೆ ಈ ಘಟನೆ ನಡೆಯುವುದು ಕೂಡ ಸೂರ್ಯನ ಹೆಸರಿನಲ್ಲೇ ಇರುವ ರವಿವಾರ.

ಅಲ್ಲಿ ತಾಯಿ ಮಕ್ಕಳ ಭೇಟಿ ನಡೆಯುತ್ತದೆ. ತಾಯಿ ಮಗ ಪರಸ್ಪರ ತಬ್ಬಿಕೊಳ್ಳುತ್ತಾರೆ. ಅದೇ ಹೊತ್ತಿಗೆ ಗಂಗೆ ಹೆಣ್ಣಾಗಿ ನಡೆದು ಬಂದು, ಕುಂತಿಗೆ ಹೇಳುತ್ತಾಳೆ:

ಆ ಸಮಯದಲಿ ಗಂಗೆ ನಾರೀ
ವೇಷದಲಿ ನಡೆತಂದಳೆಲೆ ಕುಂ

ತೀ ಸತಿಯೆ ಕೈಯೆಡೆಯ ಕಂದನನೊಪ್ಪುಗೊಳು ನೀನು
ಈಸು ದಿನವಿವನಾಗುಹೋಗಿನ
ಗಾಸಿಯನು ತಲೆಗಾಯ್ದೆನೆನ್ನಯ
ಭಾಷೆ ಸಂದುದೆನುತ್ತ ತಾಯಿಗೆ ಕೊಟ್ಟಳಾತ್ಮಜನ

ಗಂಗೆ ಹೇಳುವ ಒಂದೊಂದು ಮಾತನ್ನೂ ಕುಮಾರವ್ಯಾಸ ಹೆಕ್ಕಿ ಹೆಕ್ಕಿ ಆಡುತ್ತಾನೆ. ಒಂದು ಸನ್ನಿವೇಶಕ್ಕೆ ಸಂಭಾಷಣೆ ಬರೆಯುವ ಹೊತ್ತಿಗೆ ಅಲ್ಲಿ ನಾವು ದಿನನಿತ್ಯ ಮಾತಾಡುವ ಮಾತುಗಳಿಗೆ ಅವಕಾಶವೇ ಇಲ್ಲ. ಸಿನಿಮಾದಲ್ಲಿ ಗುಡ್ ಮಾರ್ನಿಂಗ್, ಹೇಗಿದ್ದೀರಿ, ಚೆನ್ನಾಗಿದ್ದೀರಾ, ಕೆಲಸ ಹೇಗೆ ಸಾಗಿದೆ, ಮನೆಯವರೆಲ್ಲ ಹೇಗಿದ್ದಾರೆ ಎಂಬ ಮಾತುಗಳಿಗೆ ಅವಕಾಶವೇ ಇಲ್ಲ. ಪಾತ್ರಗಳು ಥಟ್ಟನೆ ತಾವು ಆಡಬೇಕಾದ ಮಾತುಗಳನ್ನಷ್ಟೇ ಆಡಬೇಕು. ಗಂಗೆ ಹೇಳುವುದು ಇಷ್ಟು:

ಕುಂತೀ, ನಿನ್ನ ಮಗನ್ನ ಚೆನ್ನಾಗಿ ನೋಡ್ಕೋ ಅಂತ ನನ್ನ ಕೈಗೆ ಕೊಟ್ಟಿದ್ದೆ. ಇಷ್ಟು ದಿನ ಕಾಪಾಡಿದ್ದೀನಿ. ಈಗ ನಿನ್ನ ಕೈಗೆ ಒಪ್ಪಿಸ್ತಿದ್ದೀನಿ. ಇನ್ನು ಮೇಲೆ ಅವನನ್ನ ನೋಡ್ಕೊಳ್ಳೋ ಹೊಣೆ ನಿಂದು.

ಇಲ್ಲಿ ಕುಮಾರವ್ಯಾಸ ಎಂಬ ಅದ್ಭುತ ಸಂಭಾಷಣಾಕಾರನ ಪ್ರತಿಭೆ ಗಮನಿಸಿ. ಕರ್ಣನನ್ನು ಕೊಲ್ಲಲಿಕ್ಕೆಂದೇ ಕುಂತಿ ಬಂದಿದ್ದಾಳೆಂಬುದು ಗಂಗೆಗೂ ಗೊತ್ತಿದೆ. ಆಕೆಯನ್ನು ಕಾಪಾಡುವ ಹೊಣೆಯಿಂದ ಆಕೆ ತಕ್ಷಣವೇ ಪಾರಾಗಿಬಿಡುತ್ತಾಳೆ. ಇನ್ನು ಮೇಲೆ ನಿನ್ನ ಮಗನ ಜವಾಬ್ದಾರಿ ನಿಂದು ಎಂದುಬಿಡುತ್ತಾಳೆ. ಒಂದು ವ್ಯೂಹ ಹೀಗೆ ಕರ್ಣನಿಗೆ ಗೊತ್ತೇ ಆಗದಂತೆ ಸಿದ್ಧವಾಗುತ್ತದೆ.

ಇದು ಅಲ್ಲಿಗೆ ಮುಗಿಯುವುದಿಲ್ಲ. ಅಷ್ಟು ದಿನ ಸುಮ್ಮನಿದ್ದ ಸೂರ್ಯ ಕೂಡ ಇಲ್ಲಿ ತನ್ನ ಮಗನನ್ನು ನೋಡಲು ಬರುತ್ತಾನೆ. ಆತನಿಗೆ ತನ್ನ ಮಗನ ಮೇಲೆ ತಾಯಿಗಿಂತ ಹೆಚ್ಚು ಪ್ರೀತಿಯಿದೆ ಅನ್ನುವುದನ್ನು ಕುಮಾರವ್ಯಾಸ ಒಂದೇ ಮಾತಲ್ಲಿ ಹೇಳಿಬಿಡುತ್ತಾನೆ. ಸೂರ್ಯನ ಮಾತು ಕೇಳಿ:

ಇರಲಿರಲು ರವಿ ಬಂದನೆಕ್ಕಟಿ
ಕರೆದನೀತನ ಕಿವಿಯೊಳೆಲ್ಲವ
ನೊರೆದ ನಿನಗೆಲೆ ಮಗನೆ ಕುಂತೀದೇವಿ ತಾಯಹುದು
ಮುರಹರನ ಮತದಿಂದ ನಿನ್ನಯ

ಸರಳ ಬೇಡಲು ಬಂದಳಂದಿನ
ಹರಿಗೆ ಕವಚವನಿತ್ತವೊಲು ಮರುಳಾಗಬೇಡೆಂದ

ಸೂರ್ಯ ಹೇಳುವುದು ಹೀಗೆ: ಕುಂತಿ ನಿನ್ನ ತಾಯಿ ಅನ್ನೋದು ನಿಜ. ಆದರೆ ಆಕೆ ಬಂದದ್ದು ನಿನ್ನ ಮೇಲಿನ ಪ್ರೀತಿಯಿಂದಲ್ಲ. ಅವಳನ್ನು ಕಳುಹಿಸಿದ್ದು ಕೃಷ್ಣ. ಆಕೆ ನಿನ್ನಿಂದ ಏನೋ ಸಹಾಯ ಕೇಳಲೆಂದೇ ಬಂದಿದ್ದಾಳೆ. ಅವಳ ಮಾತಿಗೆ ಮರುಳಾಗಬೇಡ. ಮನಸ್ಸು ಗಟ್ಟಿ ಮಾಡಿಕೋ.

ಇದ್ದಕ್ಕಿದ್ದ ಹಾಗೆ ಕರ್ಣನ ಬದುಕಿನಲ್ಲಿ ನಾಟಕೀಯವಾಗಿ ಏನೇನೋ ನಡೆದುಹೋಗುತ್ತದೆ. ಹೆತ್ತ ತಾಯಿ ಎದುರಿಗಿದ್ದಾಳೆ. ಆಕೆ ಕೆಟ್ಟವಳೆಂದು ಮೊದಲ ಬಾರಿಗೆ ತಂದೆ ಹೇಳುತ್ತಿದ್ದಾನೆ. ಇಷ್ಟು ದಿನ ಕಾಪಾಡಿದ ಸಾಕುತಾಯಿ ಕೈ ಬಿಟ್ಟಿದ್ದಾಳೆ.

ಅಷ್ಟಾದ ಮೇಲೆ ಕುಂತಿ ಮೊದಲಿಗೆ ಆಡುವ ಮಾತು ಇದು: ಮಗನೆ ತಮ್ಮಂದಿರನು ಪಾಲಿಸು. ಅಂದರೆ ನಿನ್ನ ತಮ್ಮಂದಿರನ್ನು ಕಾಪಾಡು. ಅವರ ಪ್ರಾಣ ಉಳಿಸು. ಇದು ತಾಯಿ ತನ್ನ ಹಿರಿಯ ಮಗನಲ್ಲಿ ಇಡುವ ಬೇಡಿಕೆ. ಹಿರಿಯ ಮಗ ಸಾಯುತ್ತಾನೆಂದು ಗೊತ್ತಿದ್ದೂ ಆಕೆ ಒಂದಿಷ್ಟೂ ಹಿಂಜರಿಯದೇ, ಕರ್ಣನ ಬಳಿ ತನ್ನ ಮಕ್ಕಳನ್ನು ಕೊಲ್ಲಬೇಡ ಎಂದು ಹೇಳಿಯೇ ಬಿಡುತ್ತಾಳೆ.

ಮೈನವಿರೇಳಿಸುವ ಸನ್ನಿವೇಶ ಇದು. ಈ ದೃಶ್ಯದಲ್ಲಿ ಎಲ್ಲಾ ನೋವನ್ನೂ ನುಂಗುವ, ಎಲ್ಲರ ಮೋಸಕ್ಕೂ ಬಲಿಯಾಗುವ ಕರ್ಣ ಬಹುದೊಡ್ಡ ಮೌಲ್ಯದ ಪ್ರತಿಪಾದಕನಾಗುತ್ತಾನೆ. ಆತನ ಸಾವು ಕಟ್ಟಿಟ್ಟ ಬುತ್ತಿ ಎಂಬುದು ಇಲ್ಲೇ ನಮಗೆ ಗೊತ್ತಾಗುತ್ತದೆ. ಆತನನ್ನು ಕೊಲ್ಲುವುದು ಅರ್ಜುನ ಅಲ್ಲ, ಅದಕ್ಕೂ ಮೊದಲೇ ಕುಂತಿ ಅವನನ್ನು ಕೊಂದುಬಿಟ್ಟಿದ್ದಾಳೆ ಎನ್ನುವುದು ಕೂಡ ಸ್ಪಷ್ಟವಾಗುತ್ತದೆ. ಹೀಗೆ ತಾನು ಜನ್ಮ ಕೊಟ್ಟ ಮಗನನ್ನು ಕುಂತಿ ತಾನೇ ಕೊಲ್ಲುವಲ್ಲಿಗೆ ಕುಂತಿಯ ಬದುಕಿನ ಒಂದು ಪ್ರಕರಣ ಮುಕ್ತಾಯವಾಗುತ್ತದೆ.

ಇದನ್ನು ಆಧುನಿಕ ಪರಿಸರದಲ್ಲಿ ಇಟ್ಟು ನೋಡುವುದಾದರೆ ನಾವು ಮಣಿರತ್ನಂ ನಿರ್ದೇಶನದ ದಳಪತಿ ಸಿನಿಮಾವನ್ನು ನೋಡಬೇಕು. ಅಲ್ಲಿ ಶ್ರೀವಿದ್ಯಾ ಮದುವೆಗೆ ಮೊದಲು ಹೆತ್ತ ಮಗು ಸೂರ್ಯ. ಆತ ಬೆಳೆಯುವುದು ದೇವರಾಜ್ ಎಂಬ ಸಮಾಜ ಸೇವಕನ ಹತ್ತಿರ. ದೇವರಾಜ್ ಕಾನೂನಿನ ದೃಷ್ಟಿಯಲ್ಲಿ ಅಪರಾಧಿ. ಅವನ ಬಲಗೈ

ಬಂಟ ಸೂರ್ಯ. ಆತನನ್ನು ಹಿಡಿಯುವುದಕ್ಕೆ ಶ್ರೀವಿದ್ಯಾಳ ಎರಡನೇ ಮಗ ಅರ್ಜುನ ಕಲೆಕ್ಟರ್ ಆಗಿ ಅಧಿಕಾರ ವಹಿಸಿಕೊಂಡು ಬರುತ್ತಾನೆ.

ಕುಂತಿ-ಕರ್ಣ-ಅರ್ಜುನನ ಕತೆಯನ್ನಿಟ್ಟುಕೊಂಡು ಆಧುನಿಕ ಪರಿಸರವೊಂದನ್ನು ನಿರ್ಮಿಸಿಕೊಂಡು, ಮೂಲ ಚಿತ್ರಕತೆಯನ್ನು ಕೊಂಚವೂ ತಿದ್ದದೇ, ಸೇರಿಸಬೇಕಾದ ದೃಶ್ಯಗಳನ್ನು ಸೇರಿಸಿಕೊಂಡು ಮಣಿರತ್ನಂ ಅದ್ಭುತವಾದ ಚಿತ್ರವೊಂದನ್ನು ನಿರ್ದೇಶಿಸುತ್ತಾರೆ.

ಮಣಿರತ್ನಂ ಚಿತ್ರಜೀವನದಲ್ಲೇ ಅತ್ಯುತ್ತಮ ಚಿತ್ರ ಎಂಬ ಹೆಗ್ಗಳಿಕೆಗೆ ಪಾತ್ರವಾದ ದಳಪತಿ ಚಿತ್ರವನ್ನು ಚಿತ್ರಕತೆಯ ನೆಲೆಯಿಂದ ಅಭ್ಯಾಸ ಮಾಡುವವರು, ಕುಮಾರವ್ಯಾಸನು ಕರ್ಣ ಕುಂತಿಯರನ್ನು ಚಿತ್ರಿಸಿರುವ ರೀತಿಯನ್ನೂ ಗಮನಿಸಬೇಕು. ಮಣಿರತ್ನಂ ಅವರ ಚಿತ್ರಕತೆಯ ಮೂಲ ಕುಮಾರವ್ಯಾಸನಲ್ಲೇ ಇದೆ. ಅದು ಹೊರಗಿನಿಂದ ಬಂದ ಚಿತ್ರಕತೆಯಲ್ಲ. ಪ್ರಸಿದ್ಧ ಚಿತ್ರತಜ್ಞರು ದಳಪತಿಯನ್ನು ಅತ್ಯುತ್ತಮ ಕಸಬುದಾರಿಕೆ ಇರುವ ಚಿತ್ರವೆಂದು ವರ್ಣಿಸಿದ್ದಾರೆ ಕೂಡ.

ಸಿನಿಮಾ ಶುರುವಾಗೋದು ಖಾಲಿ ಹಾಳೆ
ಮೇಲೆ ಏನಾದರೂ ಗೀಚಿದಾಗಲೇ.
ಆಮೇಲೆ ಬರೆದದ್ದನ್ನ ನಿಮ್ಮ ವಿಷನ್, ವ್ಯಂಗ್ಯ,
ಫಿಲಾಸಫಿ, ಐಡಿಯಾಗಳಿಂದ ತಿದ್ದಿ. ಕೆಲವೊಮ್ಮೆ
ಇವುಗಳಿಗಾಗಿಯೇ ಬರೆಯಿರಿ.

- ಮೆಲ್ ಬ್ರೂಕ್ಸ್

ಪಾತ್ರಕ್ಕೊಂದು ಕಾರ್ಯಕಾರಣ

ಕಾದಂಬರಿಯನ್ನೋ ಕತೆಯನ್ನೋ ಚಿತ್ರಕತೆಯಾಗಿ ಪರಿವರ್ತಿಸುವುದು ಒಂದು ಕ್ರಮವಾದರೆ, ಸಿನಿಮಾಕ್ಕೆಂದೇ ಕತೆ ಬರೆಯುವುದು ಹೊಸಗಾಲದ ಹೆಚ್ಚಿನ ನಿರ್ದೇಶಕರು ಅನುಸರಿಸಿಕೊಂಡು ಬಂದಿರುವ ಪದ್ಧತಿ. ನಿರ್ದೇಶಕನೇ ಚಿತ್ರಕತೆಗಾರನೂ ಆದಾಗ ಇದು ಬೇರೆ ಯಾರೋ ಬರೆದ ಕತೆಯನ್ನು ಆರಿಸಿಕೊಳ್ಳುವುದಕ್ಕಿಂತ ಸುಲಭದ ಮಾರ್ಗ. ಕತೆಯನ್ನು ಹೆಕ್ಕಿಕೊಳ್ಳುವುದಕ್ಕೆ ಇವತ್ತು ಸಾಕಷ್ಟು ಮೂಲಗಳು ಲಭ್ಯ. ಕತೆಗಾರ ಕೂಡ ಸಮಾಜದಿಂದಲೇ ಕತೆಗಳನ್ನು ಆರಿಸಿಕೊಳ್ಳುತ್ತಾನೆ. ಹೀಗಾಗಿ ನಿರ್ದೇಶಕ ಏಕಕಾಲಕ್ಕೆ ಕತೆಗಾರನೂ ಚಿತ್ರಕತೆಗಾರನೂ ಆದಾಗ ಲಾಭವೂ ಇದೆ. ನಷ್ಟವೂ ಇದೆ.

ಸಾಮಾನ್ಯವಾಗಿ ಇಂದಿನ ಬಹುತೇಕ ನಿರ್ದೇಶಕರು ತಾವೇ ಕತೆ ಹೆಣೆಯುತ್ತಾರೆ. ಅವರು ಸಿನಿಮಾಕ್ಕೆಂದೇ ಕತೆ ಹೆಣೆಯುವುದರಿಂದ, ರೂಪುಗೊಳ್ಳುವ ಹೊತ್ತಲ್ಲೇ ಅದು ಚಿತ್ರಕತೆಯೂ ಆಗಿಬಿಟ್ಟಿರುತ್ತದೆ. 2016ರಲ್ಲಿ

ಬಂದ ಸಿನಿಮಾಗಳನ್ನೇ ಗಮನಿಸಿ. ರಾಮ್ ರೆಡ್ಡಿ ನಿರ್ದೇಶನದ 'ತಿಥಿ', ಹೇಮಂತ್ ನಿರ್ದೇಶನದ 'ಗೋಧಿ ಬಣ್ಣ ಸಾಧಾರಣ ಮೈಕಟ್ಟು', ಪವನ್ ಕುಮಾರ್ ನಿರ್ದೇಶಿಸಿದ 'ಯೂಟರ್ನ್', ಅರವಿಂದ್ ಅವರ 'ಲಾಸ್ಟ್ ಬಸ್', ನವನೀತ್ ನಿರ್ದೇಶಿಸಿದ 'ಕರ್ವ', ಯೋಗರಾಜ ಭಟ್ಟರ 'ದನಕಾಯೋನು', ದುನಿಯಾ ಸೂರಿಯವರ 'ದೊಡ್ಮನೆ ಹುಡುಗ', ಸತ್ಯಪ್ರಕಾಶರ 'ರಾಮಾ ರಾಮಾ ರೇ' -ಎಲ್ಲ ಕತೆಗಳನ್ನೂ ನಿರ್ದೇಶಕರೇ ಬರೆದು, ಅವರೇ ಚಿತ್ರಕತೆ ರಚಿಸಿ ನಿರ್ದೇಶಿಸಿದ್ದನ್ನು ನೋಡಬಹುದು. 'ತಿಥಿ' ಚಿತ್ರದ ಕತೆಯನ್ನೂ ಚಿತ್ರಕತೆಯನ್ನೂ ಸಂಭಾಷಣೆಯನ್ನೂ ಬರೆದವರು ಈರೇ ಗೌಡರು. ಅವರೂ ನಿರ್ದೇಶಕರಿಗೆ ಸಮನಾಗಿ ನಿಂತು ಚಿತ್ರದ ಪ್ರತಿಯೊಂದು ಹಂತದಲ್ಲೂ ಜೊತೆಗಿದ್ದರು. ಈ ಎಲ್ಲಾ ಕತೆಗಳನ್ನೂ ಅವರವರು ತಮ್ಮ ತಮ್ಮ ಪರಿಸರದಿಂದಲೇ ಆರಿಸಿಕೊಂಡಿದ್ದನ್ನು ನಾವು ಕಾಣಬಹುದು. ಈರೇಗೌಡರ ಊರಿನ ಕತೆ, ಹೇಮಂತ್ ನೋಡಿದ ಕತೆ, ಯೋಗರಾಜ ಭಟ್ಟರ ಕಲ್ಪನೆಯ ಕತೆ, ಸತ್ಯಪ್ರಕಾಶ್ ಗ್ರಹಿಸಿದ ಕತೆ ಹೇಗೆ ಒಳ್ಳೆಯ ಸಿನಿಮಾ ಆಯಿತೋ ಹಾಗೆಯೇ ಕೇವಲ ಕಲ್ಪನೆಯನ್ನೇ ಆಧರಿಸಿದ ಕರ್ವ ಮತ್ತು ಯೂ ಟರ್ನ್ ಕತೆಗಳೂ ಸೊಗಸಾದ ಮನರಂಜನೆ ನೀಡಿದವು. ರಂಗಿತರಂಗ ಚಿತ್ರದ ಕತೆ ಕೂಡ ಕಲ್ಪಿತ ಕತೆಯೇ ಆಗಿದ್ದರೂ, ಚಿತ್ರಕತೆಯಿಂದಾಗಿ ಎಲ್ಲರಿಗೂ ರಂಜನೆ ನೀಡಿ ಮೆಚ್ಚುಗೆ ಗಳಿಸಿತು.

ಹೀಗೆ ಪರಿಸರದಿಂದ ಒಂದು ಕತೆಯನ್ನು ಎತ್ತಿಕೊಂಡಾಗ ಅದನ್ನು ಹೇಗೆ ನಿಭಾಯಿಸಬೇಕು ಅನ್ನುವುದನ್ನು ಬೇರೆ ಬೇರೆ ಸಿನಿಮಾಗಳನ್ನು ನೋಡುವ ಮೂಲಕ ಅಧ್ಯಯನ ಮಾಡುವುದು ಒಬ್ಬ ನಿರ್ದೇಶಕನಿಗೆ ತೀರಾ ಅಗತ್ಯವಾದ ಎಕ್ಸರ್‌ಸೈಜ್. ಇದನ್ನು ನಿರ್ದೇಶಕನಾಗಲು ಹೊರಟ ಪ್ರತಿಯೊಬ್ಬನೂ ಮಾಡಬೇಕು.

ಯೂ ಟರ್ನ್ ಚಿತ್ರದ ಕತೆಯನ್ನೇ ಚರ್ಚಿಸೋಣ. ಬೆಂಗಳೂರಿನ ಡಬಲ್ ರೋಡ್‌ನ ಫ್ಲೈ ಓವರ್‌ನ ಡಿವೈಡರ್‌ಗೆ ಹಾಕಿರುವ ಕಲ್ಲುಗಳನ್ನು ಯಾರೋ ಸರಿಸುತ್ತಿರುವುದನ್ನು ಪವನ್ ಕುಮಾರ್ ನೋಡುತ್ತಾರೆ. ಆ ಕಲ್ಲುಗಳನ್ನು ಯಾರು ಯಾತಕ್ಕಾಗಿ ಸರಿಸುತ್ತಾರೆ ಎನ್ನುವುದನ್ನು ವಿಚಾರಿಸುತ್ತಾ ಹೋಗುತ್ತಾರೆ. ಕಾರ್ಪೋರೇಷನ್ ಕಡೆಯಿಂದ ಬರುವ ಮಂದಿ ಸಿಗ್ನಲ್ ತಪ್ಪಿಸಲೆಂದೇ ಹಾಗೆ ಮಾಡುತ್ತಿದ್ದಾರೆ ಅನ್ನುವುದು ಅವರಿಗೆ ಗೊತ್ತಾಗುತ್ತದೆ. ಅದು ಕಾನೂನಿನ ಪ್ರಕಾರ ತಪ್ಪು. ಆ ತಪ್ಪು ಮಾಡಿದವರಿಗೆ ಶಿಕ್ಷೆಯೇ ಇಲ್ಲವೇ ಎಂಬ ಅಂಶ ಮೊಟ್ಟಮೊದಲು ಅವರ ಮನಸ್ಸಿಗೆ ಬಂದಿರಬೇಕು.

ಇಂಥದ್ದೊಂದು ಪ್ರಶ್ನೆಯನ್ನು ಹಾಕಿಕೊಳ್ಳುವ ನಿರ್ದೇಶಕ ಅದನ್ನು ಒಂದು ಸಾಕ್ಷ್ಯಚಿತ್ರವನ್ನಾಗಿಸದೇ ಕತೆಯಾಗಿಸಬೇಕಾದರೆ, ಮೊಟ್ಟ ಮೊದಲು ಒಂದು ಪಾತ್ರವನ್ನು ಸೃಷ್ಟಿ ಮಾಡಬೇಕು. ಆ ಪಾತ್ರ ನಿರ್ದೇಶಕನ ಪ್ರಶ್ನೆಗಳಿಗೆ ಉತ್ತರಿಸುವ, ನಿರ್ದೇಶಕನ ಕುತೂಹಲವನ್ನು ತಣಿಸುವ, ನಿರ್ದೇಶಕ ಹೇಳುವ ಕೆಲಸಗಳನ್ನು ಮಾಡುವ ಪಾತ್ರವೇ ಆಗಿರಬೇಕು.

ಅಂದರೆ ಒಬ್ಬ ಕತೆಗಾರನೋ ಚಿತ್ರಕತೆಗಾರನೋ ಒಂದು ಪಾತ್ರವನ್ನು ಸೃಷ್ಟಿಸಿದ ತಕ್ಷಣವೇ ಆ ಪಾತ್ರಕ್ಕೊಂದು ಉದ್ದೇಶವನ್ನು ಕಲ್ಪಿಸಿಕೊಡಬೇಕು. ಅದಕ್ಕೊಂದು ಕೆಲಸ ಕೊಡಬೇಕು. ಆ ಪಾತ್ರಕ್ಕೊಂದು ಕಾರ್ಯಕಾರಣ ಇರಲೇಬೇಕು. ಅದು ನಿರುದ್ಯೋಗಿಯಾಗಿ ಅಲೆದಾಡುವಂತಿಲ್ಲ. ನೀವೊಬ್ಬ ನಿರುದ್ಯೋಗಿಯ ಪಾತ್ರವನ್ನೇ ಸೃಷ್ಟಿಸಿದರೆ, ನಿರುದ್ಯೋಗವೂ ಕೂಡ ಆ ಪಾತ್ರಕ್ಕೆ ಒಂದು ಉದ್ಯೋಗವೇ ಆಗಿರುತ್ತದೆ ಅನ್ನುವುದನ್ನು ಮರೆಯುವಂತಿಲ್ಲ. ನಿರುದ್ಯೋಗಿ ಏನು ಮಾಡುತ್ತಾನೋ ಅದನ್ನು ಆ ಪಾತ್ರ ತಕ್ಷಣದಿಂದಲೇ ಮಾಡಲು ಶುರುಮಾಡಬೇಕು.

ಈ ಒತ್ತಾಯದಿಂದ ಒತ್ತಡದಿಂದ ಯಾವ ಪಾತ್ರವೂ ತಪ್ಪಿಸಿಕೊಳ್ಳುವಂತಿಲ್ಲ. ಆ ಒತ್ತಡ ಹೇಗಿರುತ್ತದೆ ಅಂದರೆ ದಕ್ಷಯಜ್ಞದ ಪ್ರಸಂಗದಲ್ಲಿ ಪಾರ್ವತಿಗೆ ಅವಮಾನ ಆಗುತ್ತದೆ. ಪಾರ್ವತಿ ಯಜ್ಞ ಕುಂಡಕ್ಕೆ ಜಿಗಿದು ಪ್ರಾಣಾರ್ಪಣೆ ಮಾಡಿಕೊಳ್ಳುತ್ತಾಳೆ. ಈ ವಿಷಯ ಗೊತ್ತಾಗುತ್ತಿದ್ದಂತೆ ಅಲ್ಲಿಗೆ ಬರುವ ಈಶ್ವರನು ಕೋಪದಿಂದ ಕೆಂಡಾಮಂಡಲನಾಗಿ 'ಅಲಲಲೈ ಸಾರಥಿ, ನನ್ನ ಮನೋ ನಾಯಕಿ ಅಗ್ನಿ ಪ್ರವೇಶವಾದಳೇ, ಸತಿದೇವಿ ನಾನು ಎಷ್ಟು ಹೇಳಿದರೂ ಕೇಳದೇ ಅಧಮ ದಕ್ಷನ ಯಜ್ಞದೋಳ್ ಬಿದ್ದು ಧ್ವಂಸವಾದೆಯಾ. ಎಲಾ ಸಾರಥಿ ಇಕೋ ಕೇಳ್ ನಿಟಿಲಾಕ್ಷನ ಸತಿ, ಹಠದಿಂದ ತಂದೆಯೋಳ್ ಛಟ, ಛಟ, ಕ್ರೋಧಮಂ ಬೆಳಸಿ ನಟನ ವೈಶ್ವಾನರನೋಳ್ ಅಗ್ನಿ ಪ್ರವೇಶವಾದ ಸುದ್ದಿಯನ್ನು ಕೇಳಿ ನಟನಟಿಸುವ ದಕ್ಷನ ಪಟುತರ ಕ್ರೋಧ, ಘಟಿತಾರ್ಧದೋಳ್ ಛಟಛಟನೆ ಮುರಿದು ಛಟ ಛಟಾ ಜಟಾಜೂಟದಲಿಂದ ಪಟುತರ ಪರಾಕ್ರಮಾಟೋಪ ಕ್ರೋಧ, ರುದ್ರ ಭದ್ರತರ ಛಿದ್ರ ರುದ್ರಾವತಾರವ ಪ್ರತ್ಯೇಕ ತೆಗೆದು ವೀರಭದ್ರನಂ ಉದ್ಭವಿಸಿ ಅವನ ಶಿರವಂ ತರಿಸುವೆ. ಅರ್ಧ್ವರುದ್ಘಾತ್ರ ಕಳೆದವರ ಖಂಡಮಂ ಹಿಂಡು ಭೂತಗಳಿಗೆ ಪಿಂಡಮಂ ಮಾಡಿ ಹಾಕಿಸುವೆ. ಮಹಾಶಕ್ತಿಯಂ ಹಣೆಗಣ್ಣಿನ ಬೆವರಿಂದುದ್ಭವ ಮಾಡುವೆ. ನೋಡಲೈ ಸಾರಥಿ, ಆಕಾಶಕ್ಕೆ ಮುಟ್ಟುವ ಯನ್ನ ಜಡೆಯಂ

ನೆಲಕ್ಕಪ್ಪಳಿಸುವೆನು ಅಲಲಲೈ ಭಲಾ ಭಲಾ' ಎಂದು ಹೇಳುತ್ತಾ ತನ್ನ ಜಡೆಯನ್ನು ನೆಲಕ್ಕೆ ಅಪ್ಪಳಿಸುತ್ತಾನೆ. ಆಗ ವೀರಭದ್ರ ಹುಟ್ಟುತ್ತಾನೆ.

ಹುಟ್ಟಿದ ತಕ್ಷಣವೇ ಆ ವೀರಭದ್ರ 'ನಮೋ ನಮೋ ಜನಕ ಜಗದ್ವಿಖ್ಯಾತಿ ಕನಕ. ಹೇ ತಂದೆ ಹಿಮಬಿಂಬವಂ, ವಿಮಲ ಸುರತರಂಗಿಣಿಯಂ, ಜಡೆಯೊಳಗಿಟ್ಟು, ಸಡಗರದಿಂದೆಮ್ಮ ಪಡೆದ ಮೃಡರಾಯರೇ, ಇಂದಿನ ದಿನ ಭೂಮಂಡಲ ಖಂಡತುಂಡಾಗಿ, ಗಂಡುಗಲಿ ಶೇಷನ ಪಣಾಪಣಿಗಳಂ ಕಿತ್ತು, ಭಂಡಕರ ರತ್ನಮಂ ನಿನ್ನ ಪಾದ ಪುಂಡರೀಕದಲ್ಲಿಡಲೇ ಹೇಗೆ, ಮೃತ್ಯು ದೇವತೆಯು ನಿನ್ನಾಗ್ನೆಯಲ್ಲಿ ಇರುವಳೋ ಇಲ್ಲವೋ ಹೇಗೆ, ವಿಷ್ಣು ಬ್ರಂಹೇಂದ್ರ ಮುನಿ ಮನು ವಸು ರುದ್ರಾದಿಗಳು ತ್ರಿಕಾಲದೋಳ್ ಬಂದು ನಿನ್ನ ದರ್ಶನಾರ್ಥದಲ್ಲಿ ಹಿಮ್ಮನಸ್ಸು ಮಾಡಿದರೆ ಹೇಗೆ. ನಿನಗೆ ಬಂದಿರುವ ಹಾನಿ ದಾವುದೈ. ಧೂರ್ಜಟಿ. ಥಟ್ಟನೆ ಯನ್ನೋಳ್ ಉಸಿರು, ಕೊಡು ಒಂದಾಗ್ನೆಯಂ ಜಡ ದೇಹಿಗಳ ನಡು ನೆತ್ತಿಯಂ ಕಡಿದು ಪುಡಿಮಾಡಿ ಬಂದು ನಿನ್ನ ಪಾದಸ್ಕಂದ ಇಂದೀವರಂಗಳಿಗೆ ವಂದಿಸುತ್ತೇನೆ ತ್ರಿಪುರಾಂತಕ ಅಂಧಕಾಂತಕ.'

ಇದು ಕತೆಗಾರನ ಸಮಸ್ಯೆ ಕೂಡ. ಆತ ಒಂದು ಪಾತ್ರವನ್ನು ಸೃಷ್ಟಿಸಿದ ಕೂಡಲೇ ಅದು, ನನ್ನ ಕೆಲಸವೇನು ಎಂದು ಕೇಳಲು ಶುರುಮಾಡುತ್ತದೆ. ಅದಕ್ಕೆ ಥಟ್ಟನೆ ಉತ್ತರಿಸದೇ ಹೋದರೆ ಆ ಪಾತ್ರ ಒಂದೋ ಜಡವಾಗುತ್ತದೆ. ಇಲ್ಲವೇ ಆತ್ಮಹತ್ಯೆ ಮಾಡಿಕೊಳ್ಳುತ್ತದೆ. ಅಷ್ಟೇ ಅಲ್ಲ, ಆ ಪಾತ್ರವನ್ನು ಸೃಷ್ಟಿಸಿದ್ದೇ ವ್ಯರ್ಥವಾಗುತ್ತದೆ.

ಇಲ್ಲಿ ವೀರಭದ್ರನಿಗೆ ಈಶ್ವರ ಹೇಳುತ್ತಾನೆ:

'ಹೇ ಕಂದಾ, ಅಧಮ ದಕ್ಷಬ್ರಹ್ಮನು ಮಹಾಯಗ್ನವಂ ಮಾಡಿ ಪ್ರಥಮ ಹವಿರ್ಭಾಗವಂ ತಾನೇ ತಿಂದನಾದ ಕಾರಣ, ಅದೇ ಅಗ್ನಿ ಕೊಂಡದಲ್ಲಿ ಸತಿದೇವಿಯು ಅಗ್ನಿಪ್ರವೇಶಳಾದ ಕಾರಣ, ಮಡದಿಗೆ ಮೃತ್ಯುವಾದ ದಕ್ಷನ ಶಿರವಂ ತರಿದು ಬಾರೈ ವೀರಭದ್ರ, ಹಿಡಿ ವೀಳ್ಯವಂ ಕೊಡುತ್ತೇನೆ. ಅತಿ ಜಾಗ್ರತೆಯಿಂ ದಕ್ಷಾಧ್ವರಕ್ಕೆ ತೆರಳೈ ವೀರಭದ್ರ ಮರಾಟರುದ್ರ.'

ವೀರಭದ್ರನಿಗೆ ಕೆಲಸ ಸಿಗುತ್ತದೆ. ಆತ 'ತಮ್ಮ ಅಪ್ಪಣೆಯಂತೆ ಆಗಲೈ ಜನಕ ಜಗದ್ವಿಖ್ಯಾತಿ ಕನಕ' ಎಂದು ಹೇಳಿ ತಾನು ಮಾಡಬೇಕಾದ ಕೆಲಸವನ್ನು ಮಾಡಲು ಹೊರಡುತ್ತಾನೆ. ನಂತರ ಆತ ದಕ್ಷನ ತಲೆಯನ್ನು ಕತ್ತರಿಸಿ ತರುತ್ತಾನೆ. ಮುಂದೆ ಏನೇನೋ ನಡೆಯುತ್ತಾ ಹೋಗುತ್ತದೆ.

ಹೀಗೆ ತಾನು ಥಟ್ಟನೆ ಸಿಟ್ಟಿನಿಂದಲೋ ಪ್ರೀತಿಯಿಂದಲೋ ಕುತೂಹಲದಿಂದಲೋ ಸೃಷ್ಟಿಸಿದ ಪಾತ್ರಕ್ಕೆ ಕೆಲಸ ಕೊಡುವುದಕ್ಕೆ ಆಗದೇ ಹೋದವನು ಒಳ್ಳೆಯ ಚಿತ್ರಕತೆಗಾರನಾಗಲು ಸಾಧ್ಯವಿಲ್ಲ. ಮತ್ತೆ ಪವನ್ ಕುಮಾರ್ ಅವರ ಯೂ ಟರ್ನ್ ಚಿತ್ರದತ್ತ ತಿರುಗಿದರೆ, ಫ್ಲೈಓವರ್ ದುರವಸ್ಥೆಯನ್ನು ನೋಡುತ್ತಿದ್ದಂತೆಯೇ ಅವರು ರಚನಾ ಎಂಬ ಪತ್ರಕರ್ತೆಯ ಪಾತ್ರವನ್ನು ಸೃಷ್ಟಿ ಮಾಡುತ್ತಾರೆ. ಆಕೆಗೆ ಫ್ಲೈಓವರಿನ ರಸ್ತೆ ಮಧ್ಯದಲ್ಲಿರುವ ಕಲ್ಲುಗಳನ್ನು ಯಾರು ಬದಿಗೆ ಸರಿಸುತ್ತಾರೆ ಎಂದು ನೋಡು ಎಂಬ ಕೆಲಸವನ್ನೂ ಕೊಟ್ಟು ಬಿಡುತ್ತಾರೆ. ಆಕೆ ಚಿತ್ರಕತೆಗಾರ ಕೇಳಿದ ಆ ಪ್ರಶ್ನೆಗೆ ಉತ್ತರ ಹುಡುಕಲು ಹೊರಡುತ್ತಾಳೆ. ಅಲ್ಲಿಗೆ ಆ ಪಾತ್ರದ ಜೀವನ ಸಾರ್ಥಕವಾಗುತ್ತದೆ.

ಒಂದು ವೇಳೆ ಕತೆಗಾರ ಸೃಷ್ಟಿಸಿದ ಪಾತ್ರ, ಆತ ಹೇಳಿದ ಕೆಲಸ ಮಾಡಲು ಒಪ್ಪದೇ ಹೋದರೆ? ಅದು ಮತ್ತೊಂದು ಕತೆಯಾಗುತ್ತದೆ. ಆ ಅವಿಧೇಯ ಪಾತ್ರವನ್ನು ಮಣಿಸುವುದಕ್ಕೆಂದೇ ಆತ ಮತ್ತೊಂದು ಪಾತ್ರವನ್ನು ಸೃಷ್ಟಿಮಾಡಬೇಕಾಗುತ್ತದೆ. ಉದಾಹರಣೆಗೆ ಎಂದಿರನ್ ಚಿತ್ರದ ರೋಬೋಟ್ ಮತ್ತು ವಿಜ್ಞಾನಿ.

ಪಾತ್ರಕ್ಕೊಂದು ಪರ್ಪಸ್ ಇರಬೇಕು ಮತ್ತು ಆ ಪಾತ್ರ ಆ ಉದ್ದೇಶವನ್ನು ಹೇಗಾದರೂ ಮಾಡಿ ಎಷ್ಟೇ ಕಷ್ಟವಾದರೂ ಪೂರ್ತಿ ಮಾಡಲೇಬೇಕು ಅನ್ನುವುದಕ್ಕೆ ಮತ್ತೆ ನಮ್ಮ ಪುರಾಣ ಕತೆಯಲ್ಲೇ ಒಂದು ಒಳ್ಳೆಯ ಉದಾಹರಣೆ ಸಿಗುತ್ತದೆ. ಅದು ಜಯ-ವಿಜಯರೆಂಬ ದ್ವಾರಪಾಲಕರ ಕತೆ. ಸನಕ-ಸನಂದರೆಂಬ ಮುನಿಗಳನ್ನು ವೈಕುಂಠದ ಒಳಗೆ ಹೋಗಲು ಅಡ್ಡಿಪಡಿಸಿದ ದ್ವಾರಪಾಲಕರಾದ ಜಯ-ವಿಜಯರಿಗೆ ಅವರು ಭೂಮಿಯಲ್ಲಿ ಹುಟ್ಟುವಂತೆ ಶಾಪ ಕೊಡುತ್ತಾರೆ. ಅವರು ವಿಷ್ಣುವಿನ ಪಾದಕ್ಕೆ ಬಿದ್ದು ಶಾಪದಿಂದ ಮುಕ್ತಿ ಬೇಡುತ್ತಾರೆ. ವಿಷ್ಣುವು ಆಗ ನೀವು ನನ್ನ ಭಕ್ತರಾಗಿ ಏಳು ಜನ್ಮ ಎತ್ತುತ್ತೀರೋ ಅಥವಾ ಶತ್ರುವಾಗಿ ಮೂರು ಜನ್ಮ ಎತ್ತಿ ಇಲ್ಲಿಗೆ ಬರುತ್ತೀರೋ ಕೇಳುತ್ತಾನೆ. ನಿಮ್ಮಿಂದ ಬಹಳ ಕಾಲ ದೂರ ಇರಲಾರೆವು ಎಂದು ಹೇಳಿ ಅವರು ಶತ್ರುಗಳಾಗಿ ಮೂರು ಜನ್ಮ ಕಳೆಯುವ ದಾರಿಯನ್ನು ಆರಿಸಿಕೊಳ್ಳುತ್ತಾರೆ.

ನಂತರ ಅವರು ಹಿರಣ್ಯಾಕ್ಷ-ಹಿರಣ್ಯ ಕಶಿಪು, ರಾವಣ-ಕುಂಭಕರ್ಣ, ಶಿಶುಪಾಲ-ದಂತವಕ್ರರಾಗಿ ಹುಟ್ಟಿ ಬರುತ್ತಾರೆ. ಹಾಗೆ ಹುಟ್ಟಿಬಂದ ಪಾತ್ರಗಳಿಗೆ ಒಂದು ಪರ್ಪಸ್- ಉದ್ದೇಶ ಆಗಲೇ ನಿಗದಿಯಾಗಿದೆ. ಅವರು ಸತ್ತು ವೈಕುಂಠವನ್ನು ಸೇರಬೇಕು. ಹಾಗೆ ಸೇರಬೇಕಾದರೆ ಅವರು ವಿಷ್ಣುವನ್ನು ದ್ವೇಷಿಸುವ ಕೆಲಸಗಳನ್ನೇ

ಮಾಡಬೇಕು. ಶತ್ರುವಾಗಿದ್ದುಕೊಂಡೇ ಸಾಯಬೇಕು. ಶತ್ರುತ್ವ ಹೆಚ್ಚಿಸುವ ಕೆಲಸಗಳನ್ನೇ ಮಾಡಬೇಕು. ತಕ್ಷಣವೇ ಆತ್ಮಹತ್ಯೆ ಮಾಡಿಕೊಂಡೋ ಪ್ರಾಣ ಕಳೆದುಕೊಂಡೋ ಬೇರೆ ಯಾರ ಕೈಲೋ ಕೊಲೆಯಾಗಿಯೋ ವಾಪಸ್ಸು ಹೋಗುವಂತಿಲ್ಲ. ವಿಷ್ಣುವಿನ ಕೈಯಲ್ಲೇ ಸಾಯಬೇಕು. ಸಾಯುವ ತನಕ ಕಾಯಬೇಕು. ತಮ್ಮನ್ನು ವಿಷ್ಣುವೇ ಸಾಯಿಸಬೇಕಾದರೆ ವಿಷ್ಣುವನ್ನು ಕೆರಳಿಸುವಂಥ ಕೆಲಸಗಳನ್ನು ಎಷ್ಟು ಸಾಧ್ಯವೋ ಅಷ್ಟು ಮಾಡಬೇಕು.

ಇದು ಕರ್ಮ. ಹೀಗೆ ಚಿತ್ರಕತೆಗಾರ ಸೃಷ್ಟಿಸುವ ಪ್ರತಿಯೊಂದು ಪಾತ್ರಕ್ಕೂ ಒಂದು ಕರ್ಮ ಇದ್ದೇ ಇರುತ್ತದೆ. ಆ ಕರ್ಮದಿಂದ ಯಾವ ಪಾತ್ರವೂ ಪಾರಾಗುವಂತಿಲ್ಲ. ತಾನು ಮಾಡಬೇಕಾದ್ದನ್ನು ಅದು ಮಾಡಿಯೇ ತೀರಬೇಕಾದರೆ, ಚಿತ್ರಕತೆಗಾರ ಅಷ್ಟೊಂದು ಕೆಲಸಗಳನ್ನು ಆಯಾ ಪಾತ್ರದ ಕೈಯಲ್ಲಿ ಮಾಡಿಸಲೇಬೇಕು.

ಹಿರಣ್ಯಕಶಿಪು ಎಲ್ಲಿದ್ದಾನೆ ಹರಿ, ಈ ಕಂಬದಲ್ಲೋ ಆ ಕಂಬದಲ್ಲೋ ಎಂದು ಅಬ್ಬರಿಸಿದ್ದು, ರಾವಣ ಸೀತೆಯನ್ನು ಕದ್ದೊಯ್ದದ್ದು, ಶಿಶುಪಾಲ ಶ್ರೀಕೃಷ್ಣನನ್ನು ಹೀನಾಮಾನ ನಿಂದಿಸಿದ್ದು ಎಲ್ಲವೂ ಈ ಮಹಾ ಚಿತ್ರಕತೆಯ ಭಾಗಗಳೇ.

ಅದು ಚಿತ್ರಕತೆಯ ಅನಿವಾರ್ಯತೆ ಕೂಡ.

> ಸ್ಕ್ರಿಪ್ಟ್ ಅನ್ನೋದು ಸಿನಿಮಾಕ್ಕೆ ಅಡಿಪಾಯ.
> ಆ ಅಡಿಪಾಯ ಸರಿಯಿದ್ದಾಗ ಅದಕ್ಕೆ ಒಳ್ಳೆಯ
> ಕಲಾವಿದರು, ತಂತ್ರಜ್ಞರು ಅನ್ನೋ ಇಟ್ಟಿಗೆ
> ಜಲ್ಲಿಗಳು ಸಿಕ್ಕಾಗ ದೃಶ್ಯಗಳನ್ನ ಚಿತ್ರೀಕರಿಸಬೇಕು.
> ಅಲ್ಲಾಡುವ ಅಡಿಪಾಯದಿಂದ ಪ್ರೇಕ್ಷಕನ
> ಮನಸಲ್ಲಿ ಸ್ಥಿರವಾಗಿ ನಿಲ್ಲುವ ದೃಶ್ಯಗಳನ್ನ ಸೆರೆ
> ಹಿಡಿಯೋಕೆ ಸಾಧ್ಯವಿಲ್ಲ. ಒಂದು ಕೆಟ್ಟ
> ಚಿತ್ರಕಥೆಯಿಂದ ಒಂದು ಅದ್ಭುತ ಸಿನಿಮಾ
> ಅರಳೋದು ಅಪರೂಪದಲ್ಲಿ ಅಪರೂಪ.
>
> **– ಟಿಮ್ ಬೆವನ್**

ಕರ್ಮ ಎಂಬ ಸಿದ್ಧಾಂತ ಮತ್ತು ಚಿತ್ರಕತೆ

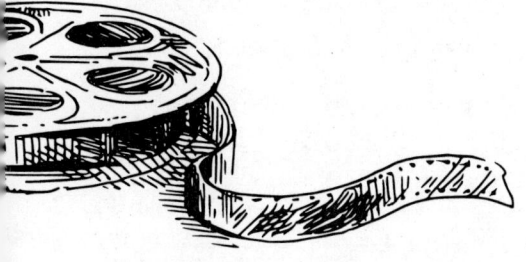

ನಿಮಗೆ ಕರ್ಮ ಸಿದ್ಧಾಂತದಲ್ಲಿ ನಂಬಿಕೆ ಇದೆಯೇ?

ನಿಮ್ಮ ಬದುಕಿನ ನಂಬಿಕೆ ಏನೇ ಆಗಿರಲಿ. ಚಿತ್ರಕತೆ ಬರೆಯುವ ಹೊತ್ತಿಗೆ ಮಾತ್ರ ನಿಮಗೆ ಕರ್ಮ–ಫಲಗಳಲ್ಲಿ ನಂಬಿಕೆ ಇರಲೇಬೇಕು. ಪ್ರತಿಯೊಬ್ಬನೂ ತಾನು ಮಾಡಿದ ಕರ್ಮಕ್ಕೆ ತಕ್ಕ ಫಲವನ್ನು ಅನುಭವಿಸಿಯೇ ತೀರುತ್ತಾನೆ. ಅದು ಈ ಜನ್ಮದಲ್ಲಿ ಅಲ್ಲದೇ ಹೋದರೆ ಮುಂದಿನ ಜನ್ಮದಲ್ಲಾದರೂ ಅನುಭವಿಸುತ್ತಾನೆ ಎನ್ನುವುದು ಕರ್ಮಸಿದ್ಧಾಂತದ ತಿರುಳು. ನೀವು ನಾಸ್ತಿಕರಾಗಿದ್ದರೆ, ಈ ರೀತಿಯ ಸಿದ್ಧಾಂತಗಳಲ್ಲಿ ನಂಬಿಕೆ ಇಟ್ಟುಕೊಳ್ಳದೇ ಇದ್ದವರಾಗಿದ್ದರೆ, ಅದು ನಿಮ್ಮ ಬದುಕಿನ ನಿಲುವು.

ಆದರೆ, ಚಿತ್ರಕತೆ ಬರೆಯಲು ಕುಳಿತಾಗ ನಿಮ್ಮ ಗ್ರಹಿಕೆ ಬೇರೆಯೇ ಆಗಿರಬೇಕು. ಇದನ್ನು ಒಂದು ಉದಾಹರಣೆಯೊಂದಿಗೆ ನೋಡೋಣ.

ನೀವು ದಾರಿತಪ್ಪಿದ ಮಗ ಚಿತ್ರವನ್ನು ನೋಡಿರಬಹುದು. ಆ ಚಿತ್ರದಲ್ಲಿ ರಾಜ್‌ಕುಮಾರ್

ದ್ವಿಪಾತ್ರದಲ್ಲಿ ನಟಿಸಿದ್ದಾರೆ. ಇಲ್ಲಿ ಒಬ್ಬಳೇ ತಾಯಿಯ ಇಬ್ಬರು ಮಕ್ಕಳು ಪರಿಸ್ಥಿತಿಯ ಪಿತೂರಿಗೆ ಸಿಕ್ಕಿ ಬಾಲ್ಯದಲ್ಲೇ ಬೇರೆಯಾಗಿರುತ್ತಾರೆ. ಅವರ ಪೈಕಿ ಒಬ್ಬ ಕಳ್ಳನಾಗುತ್ತಾನೆ. ಮತ್ತೊಬ್ಬ ಪೊಲೀಸ್ ಅಧಿಕಾರಿಯೋ ಮತ್ತೇನೋ ಆಗುತ್ತಾನೆ.

ಈ ಕತೆಯಲ್ಲಿ ಒಳ್ಳೆಯ ನಾಯಕ ಮತ್ತು ಕೆಟ್ಟ ನಾಯಕನ ಮುಖಾಮುಖಿ ಆಗುತ್ತದೆ. ಎರಡೂ ಪಾತ್ರಗಳನ್ನು ಜನಪ್ರಿಯ ನಟನೇ ನಿರ್ವಹಿಸಿರುವುದರಿಂದ ಸಹಜವಾಗಿಯೇ ಕ್ಲೈಮ್ಯಾಕ್ಸ್ ಹೇಗಿರಬೇಕು ಅನ್ನುವ ಕುತೂಹಲವೂ ಇರುತ್ತದೆ.

ದಾರಿತಪ್ಪಿದ ಮಗ ಚಿತ್ರದ ಚಿತ್ರಕತೆಯ ಕುರಿತು ಚರ್ಚೆ ಆಗುತ್ತಿರುವಾಗ ಪೇಕೇಟಿ ಶಿವರಾಂ, ಚಿ. ಉದಯಶಂಕರ್, ರಾಜ್‌ಕುಮಾರ್, ಎಸ್ ಪಿ ವರದರಾಜ್ ಮುಂತಾದವರೆಲ್ಲ ಮಾತಾಡುತ್ತಾ ಕೂತಿರುತ್ತಾರೆ. ಆಗ ಪೇಕೇಟಿ ಶಿವರಾಂ ಅವರು ರಾಜ್‌ಕುಮಾರ್ ಅವರೇ ಎರಡೂ ಪಾತ್ರಗಳಲ್ಲಿ ಇರುವುದರಿಂದ ಕೊನೆಯಲ್ಲಿ ಅವರು ಸಾಯುವುದು ಬೇಡ. ಅವರನ್ನು ಪೊಲೀಸ್ ಇಲಾಖೆ ಕ್ಷಮಿಸುತ್ತದೆ. ಅವರು ತಮ್ಮನ್ನು ತಿದ್ದಿಕೊಂಡು ಬದುಕುತ್ತಾರೆ. ಪ್ರೇಕ್ಷಕರು ಬಯಸುವುದು ಅದನ್ನೇ. ಜನಪ್ರಿಯ ಪಾತ್ರಕ್ಕೆ ಶಿಕ್ಷೆಯಾದರೆ ಸಿನಿಮಾ ಗೆಲ್ಲಲಿಕ್ಕಿಲ್ಲ ಎಂದು ಸೂಚಿಸುತ್ತಾರೆ.

ಅದನ್ನು ಖಡಾಖಂಡಿತವಾಗಿ ವಿರೋಧಿಸುತ್ತಾರೆ ಎಸ್ ಪಿ ವರದರಾಜ್. ಅವನು ಕಳ್ಳ, ತಪ್ಪು ಮಾಡಿದ್ದಾನೆ, ಅವನಿಗೆ ಶಿಕ್ಷೆ ಆಗಲೇಬೇಕು. ಅದೇ ನ್ಯಾಯ. ಅವನು ಜನಪ್ರಿಯ ನಾಯಕನಾದರೂ ಸರಿ, ಬಹುದೊಡ್ಡ ನಟನೇ ಆದರೂ ಸರಿ, ಕತೆಯೊಳಗೆ ಅವನು ಒಂದು ಪಾತ್ರ ಮಾತ್ರ. ಅವನನ್ನು ಬಿಟ್ಟು ಬಿಡುವುದು ನಾವು ಈ ಸಮಾಜಕ್ಕೆ ಮಾಡುವ ಅನ್ಯಾಯ. ಕತೆಗೆ ಮಾಡುವ ದ್ರೋಹ. ಯಾವ ಕಾರಣಕ್ಕೂ ಅವನನ್ನು ಬಿಡಬಾರದು ಎಂದು ವಾದಿಸುತ್ತಾರೆ.

ಈ ಕುರಿತು ಸಾಕಷ್ಟು ಚರ್ಚೆ ನಡೆಯುತ್ತದೆ. ದಾರಿ ತಪ್ಪಿದ ಮಗನಾದ ಪ್ರಕಾಶ್ ನಿಜಕ್ಕೂ ಕೆಟ್ಟವನಲ್ಲ, ಅವನು ರಾಬಿನ್ ಹುಡ್ ಥರದವನು, ಕೊಲೆ ಮಾಡಿಲ್ಲ, ಅತ್ಯಾಚಾರ ಮಾಡಿಲ್ಲ, ಕೇವಲ ಶ್ರೀಮಂತರನ್ನು ಮಾತ್ರ ಸುಲಿಯುತ್ತಿರುತ್ತಾನೆ. ಪರಿಸ್ಥಿತಿಯ ಪಿತೂರಿಗೆ ಸಿಕ್ಕಿ ಹಾಗಾಗಿರುತ್ತಾನೆ ಎಂಬಿತ್ಯಾದಿ ವಾದಗಳನ್ನು ಅಲ್ಲಿರುವ ಅನೇಕರು ಮಂಡಿಸಿದ ನಂತರ ರಾಜ್‌ಕುಮಾರ್ ಹೇಳುತ್ತಾರೆ:

ಕರ್ಮಕ್ಕೆ ತಕ್ಕ ಫಲ ಸಿಗಲೇಬೇಕು. ಅದು ಕತೆಯಲ್ಲಾದರೂ ಅಷ್ಟೇ, ಬದುಕಲ್ಲಾದರೂ ಅಷ್ಟೇ.’

ಇದು ಎಲ್ಲಾ ಕತೆಗಳ, ಚಿತ್ರಕತೆಗಳ ಮೂಲ ಆಶಯ. ಮೂಲಭೂತ ನಿಯಮ. ಚಿತ್ರದ ಮೊದಲ ಅರ್ಧದಲ್ಲಿ ಒಂದು ಪಾತ್ರ ಏನು ಮಾಡುತ್ತದೋ ಅದಕ್ಕೆ ತಕ್ಕ ಫಲವನ್ನು ಅದು ದ್ವಿತೀಯಾರ್ಧದಲ್ಲಿ ಅನುಭವಿಸಲೇಬೇಕು. ಪ್ರತಿ ಪಾತ್ರಕ್ಕೂ ಒಂದೇ ಜನ್ಮ ಇರುವುದರಿಂದ ಮುಂದಿನ ಜನ್ಮದಲ್ಲಿ ಆ ಫಲವನ್ನು ಅದು ಅನುಭವಿಸುತ್ತದೆ ಎಂದು ಹೇಳುವಂತಿಲ್ಲ. ಖಳನಾಯಕನಾದವನು ಚಿತ್ರದ ಕೊನೆಯ ಹೊತ್ತಿಗೆ ಪೊಲೀಸರಿಗೆ ಸಿಗಬೇಕು, ಶಿಕ್ಷೆ ಅನುಭವಿಸಬೇಕು, ಸಾಯಬೇಕು, ಕೈ ಕಾಲು ಕಳಕೊಳ್ಳಬೇಕು, ಹಿಂಸೆ ಪಡಬೇಕು– ಹೀಗೆ ಏನಾದರೊಂದು ಆತನಿಗೆ ಆಗಲೇಬೇಕು. ಹಾಗಾಗದೇ ಹೋದರೆ ಚಿತ್ರಕತೆ ಪೂರ್ತಿಯಾಗಲಿಲ್ಲ ಎಂದು ಅರ್ಥ. ಆ ಪಾತ್ರಕ್ಕೆ ಜ್ಞಾನೋದಯ ಆಗಿ ತಾನು ಮಾಡಿದ್ದು ತಪ್ಪು ಅಂತ ಅನ್ನಿಸಿದರೂ ಕೂಡ ತಪ್ಪಿಗೆ ತಕ್ಕ ಶಿಕ್ಷೆ ಆಗಲೇಬೇಕು ಅನ್ನುವುದನ್ನು ತಪ್ಪಿಸುವಂತಿಲ್ಲ. ಜ್ಞಾನೋದಯ ಎಂಬುದು ಪಶ್ಚಾತ್ತಾಪಕ್ಕೆ ದಾರಿ ಮಾಡಿಕೊಡುತ್ತದೆ. ಶಿಕ್ಷೆಯೆಂಬುದು ಅವನನ್ನು ಪರಿಶುದ್ಧನನ್ನಾಗಿ ಮಾಡುತ್ತದೆ.

ಇದನ್ನು ಚಿತ್ರಕತೆಗಳು ಎಷ್ಟರ ಮಟ್ಟಿಗೆ ಪಾಲಿಸುತ್ತಾ ಬಂದಿವೆ ಎಂದರೆ ಒಬ್ಬಾತ ಕೊಲೆ ಮಾಡಿದ್ದು ದುಷ್ಟನನ್ನೇ ಆದರೂ ಆತ ಶಿಕ್ಷೆ ಅನುಭವಿಸಲೇಬೇಕು. ರಾಜೇಂದ್ರ ಸಿಂಗ್ ಬಾಬು ಅವರ ಜನಪ್ರಿಯ ಚಿತ್ರ 'ಅಂತ'ದ ಕೊನೆಗೆ, ಶತ್ರುಗಳನ್ನು ಕೊಂದ ನಾಯಕನಿಗೆ ಶಿಕ್ಷೆ ಆಗಬೇಕೇ ಬೇಡವೇ ಅನ್ನುವುದನ್ನು ಪ್ರೇಕ್ಷಕರಿಗೇ ಬಿಟ್ಟು ಬಿಟ್ಟಿದ್ದಾರೆಯೇ ಹೊರತು, ಆತನನ್ನು ಅಪರಾಧದಿಂದ ಮುಕ್ತಗೊಳಿಸಿಲ್ಲ ಅನ್ನುವುದನ್ನು ಗಮನಿಸಬಹುದು.

ಆದರೆ ಎಸ್ ಎ ಚಂದ್ರಶೇಖರ್ ನಿರ್ದೇಶಿಸಿದ ನ್ಯಾಯ ಎಲ್ಲಿದೆ ಚಿತ್ರವನ್ನು ನೋಡಿದವರಿಗೆ ಅಲ್ಲಿ ಕೊಲೆ ಮಾಡಿದ ನಾಯಕ ಶಿಕ್ಷೆಯಿಂದ ಪಾರಾಗುತ್ತಾನಲ್ಲ ಅನ್ನಿಸಬಹುದು. ಆ ಚಿತ್ರದಲ್ಲಿ ತನ್ನ ಹೆತ್ತವರನ್ನು ಕೊಲೆ ಮಾಡಿದವರನ್ನು ನಾಯಕ ಸಾಯಿಸುತ್ತಾನೆ. ಕಾನೂನಿನ ಕಣ್ಣಿನಿಂದ ಜಾಣತನದಿಂದ ತಪ್ಪಿಸಿಕೊಳ್ಳುತ್ತಾನೆ. ಆದರೆ ಆತನಿಗೆ ಸಹಾಯ ಮಾಡಿದ ಪಾತ್ರ ಸಾಯುತ್ತದೆ. ಯಾರದೋ ಕರ್ಮಕ್ಕೆ ಯಾರೋ ಫಲ ಅನುಭವಿಸುತ್ತಾರೆ. ಇದನ್ನು ಸಮರ್ಥಿಸಿಕೊಳ್ಳುವುದಕ್ಕೆ ಚಿತ್ರದ ಕೊನೆಯಲ್ಲಿ ಹೀಗೊಂದು ಸಂಭಾಷಣೆಯನ್ನೂ ನಿರ್ದೇಶಕರು ಹೇಳಿಸಿದ್ದಾರೆ: ನೀನು ಈ ಕೋರ್ಟಲ್ಲಿ ನಿರಪರಾಧಿ ಅನ್ನಿಸಿಕೊಂಡಿರಬಹುದು. ಆದರೆ ಮೇಲೊಂದು ಕೋರ್ಟು ಇದೆ ಅನ್ನೋದನ್ನು ಮಾತ್ರ ಮರೀಬೇಡ.

ಇದನ್ನು ಬಹುತೇಕ ಎಲ್ಲಾ ಸಿನಿಮಾಗಳು ನಿಷ್ಠೆಯಿಂದ ಪಾಲಿಸಿಕೊಂಡು ಬಂದಿವೆ.

ಇದರ ಮೂಲ ಅರ್ಥ ಇಷ್ಟೇ. ಚಿತ್ರಕತೆ ಬರೆಯಲು ಕುಳಿತುಕೊಂಡಾಗ, ಕತೆಯೊಳಗೆ ಯಾವುದೂ ವ್ಯರ್ಥವಾಗಿ ನಡೆಯಬಾರದು. ಯಾರು ಏನೇ ಮಾಡಿದರೂ ಅದಕ್ಕೊಂದು ಕಾರಣ ಮತ್ತು ಪರಿಣಾಮ ಇರಬೇಕು.

ಅದು ಸಣ್ಣ ಘಟನೆಯೇ ಆಗಿರಬಹುದು. ಅದನ್ನು ಚಿತ್ರಕತೆ ರಚಿಸುವಾಗ ಸುಮ್ಮನೆ ಬಿಟ್ಟು ಬಿಡುವಂತಿಲ್ಲ. ಚಿತ್ರಕತೆಯೊಳಗೆ ತರುವ ಸನ್ನಿವೇಶಗಳಿಗೋ ಘಟನೆಗೋ ಒಂದು ತಾರ್ಕಿಕ ಅಂತ್ಯವನ್ನು ಸೂಚಿಸಲೇಬೇಕು. ನಾಯಕ ಒಬ್ಬಾಕೆಯನ್ನು ಪ್ರೀತಿಸಿ, ನಂತರ ಅವಳನ್ನು ತೊರೆದು, ಮತ್ತೊಬ್ಬಳನ್ನು ಪ್ರೀತಿ ಮಾಡುತ್ತಾನೆ ಅಂತಿಟ್ಟುಕೊಳ್ಳಿ. ಆ ಮೊದಲನೇ ಪ್ರೇಮ ನನಗೆ ಮುಖ್ಯವಲ್ಲ. ಎರಡನೆಯ ಸಲ ಆತ ಪ್ರೀತಿಸುವ ಹುಡುಗಿಯೇ ಕಥಾನಾಯಕಿ ಎಂದು ಕತೆಗಾರ ಎಷ್ಟೇ ಹೇಳಿದರೂ, ಮೊದಲನೇ ಪ್ರೇಮಿಯ ನೆರಳು ಚಿತ್ರದ ಮೇಲೆ ಬೀಳಲೇಬೇಕು. ಆಕೆ ನಂತರ ಅವರಿಬ್ಬರ ಮಧ್ಯೆ ಬಂತು ಸಂಘರ್ಷಕ್ಕೋ ಆತಂಕಕ್ಕೋ ಕಾರಣವಾಗಬೇಕು. ಆಕೆಯ ಪಾತ್ರಕ್ಕೊಂದು ನ್ಯಾಯ ಸಿಗಬೇಕು. ಕನಿಷ್ಠ ಅಲ್ಲಿ ಯಾರು ಮೋಸಗಾರರು ಅನ್ನುವುದು ನಿರ್ಧಾರ ಆಗಬೇಕು.

ರಂಗಭೂಮಿ ನಾಟಕಗಳಲ್ಲಿ ನೀವು ಅಂತಿಮವಾಗಿ ಕೆಟ್ಟ ಜಮೀನ್ದಾರನೋ ಪಟೇಲನೋ ತನ್ನ ತಪ್ಪನ್ನು ಅರ್ಥ ಮಾಡಿಕೊಂಡು, ನೀವ್ಯಾರೂ ಇಂಥ ತಪ್ಪು ಮಾಡಿ ಹಾಳಾಗಿಹೋಗಬೇಡಿ. ನನ್ನನ್ನು ನೋಡಿ ಕಲಿತುಕೊಳ್ಳಿ ಎಂದು ಹೇಳುವುದನ್ನು ನೋಡಿರಬಹುದು. ಅದೂ ಕರ್ಮಫಲವನ್ನು ರಂಗಭೂಮಿಯ ನಿರ್ದೇಶಕ ತೋರಿಸುವ ಕ್ರಮವೇ. ಇದನ್ನು ಮಹಾಭಾರತದಲ್ಲಿ ಎಷ್ಟು ಅರ್ಥಪೂರ್ಣವಾಗಿ ಹೇಳಿದ್ದಾರೆಂದರೆ ಯುದ್ಧವೇ ಒಂದು ದುಷ್ಟತನ. ಯುದ್ಧ ಮಾಡಿ ಯಾರೂ ಸಂತೋಷವಾಗಿ ಇರಲಾರರು ಅನ್ನುವುದಕ್ಕೆ ಸಾಕ್ಷಿಯಾಗಿ, ನೂರೊಂದು ಜನ ಕೌರವರನ್ನೂ ಅವರ ಮಕ್ಕಳನ್ನೂ ಕೊಂದ ನಂತರ, ಪಾಂಡವರ ಮಕ್ಕಳಾದ ಉಪಪಾಂಡವರನ್ನೂ ಅಶ್ವತ್ಥಾಮನು ಸಾಯಿಸುತ್ತಾನೆ. ಇದು ಒಂದು ಕೃತಿಗೆ ಕೃತಿಕಾರ ತಂದುಕೊಡುವಂಥ ನೈತಿಕವಾದ ಅಂತ್ಯ.

ಪಾಂಡವರು ಒಳ್ಳೆಯವರೇ ಆದರೂ ಧರ್ಮದ ಪರ ಇದ್ದರೂ ಅವರೂ ಯುದ್ಧದಲ್ಲಿ ಭಾಗಿಯಾಗಿದ್ದಾರೆ. ಲಕ್ಷಾಂತರ ಮಂದಿಯ ಸಾವಿಗೆ ಕಾರಣರಾಗಿದ್ದಾರೆ. ಹೀಗಾಗಿ ಅವರು ಕೂಡ ಶಿಕ್ಷೆಯಿಂದ ಪಾರಾಗಲು ಸಾಧ್ಯವೇ ಇಲ್ಲ ಅನ್ನುವುದನ್ನು ಇದು ಸೂಚಿಸುತ್ತದೆ.

ಇದರ ಅರ್ಥ ಇಷ್ಟೇ. ಕತೆಗಾರನೋ ಚಿತ್ರಕತೆಗಾರನೋ ತಾನು ಸೃಷ್ಟಿಸುವ ಯಾವುದೇ ಪಾತ್ರದ ಬಗ್ಗೆ ವಿಶೇಷ ಅನುಕಂಪ ಹೊಂದಿರಬಾರದು. ಆತ ದೇವರಂತೆ. ಎಲ್ಲರನ್ನೂ ಸಮಾನವಾಗಿಯೇ ನೋಡಬೇಕು. ಕತೆಯೊಳಗೆ ಅವರಿಗೆ ಒಳ್ಳೆಯದೇ ಆಗಬೇಕಿದ್ದರೆ ಅವರು ಒಳ್ಳೆಯದನ್ನೇ ಮಾಡಬೇಕು. ಕೆಡುಕು ಮಾಡಿದವನಿಗೆ ಆತ ಎಷ್ಟೋ ಒಳ್ಳೆಯವನಾಗಿದ್ದರೂ ಕೆಡುಕೇ ಆಗುತ್ತದೆ. ಇಂಥ ನ್ಯಾಯಾಧೀಶನ ನಿಷ್ಠುರವಾದ ನಿಲುವು ಇದ್ದಾಗ ಮಾತ್ರ ಚಿತ್ರಕತೆಯೊಂದು ಅಪೂರ್ವ ಕೃತಿ ಅನ್ನಿಸಿಕೊಳ್ಳುತ್ತದೆ. ಯಾವುದೋ ಒಂದು ಪಾತ್ರದತ್ತ ಅನುಕಂಪದಿಂದಲೋ ಬೇರೆ ಯಾವುದೋ ಕಾರಣದಿಂದಲೋ ವಾಲಿದರೆ, ಇಡೀ ಚಿತ್ರಕತೆಯೇ ಗೋತಾ ಹೊಡೆಯುತ್ತದೆ.

ಪಿಜ್ಞಾ ಚಿತ್ರದ ಆರಂಭ ಮತ್ತು ಕೊನೆ ನಿಮಗೆ ನೆನಪಿರಬಹುದು. ಪಿಜ್ಞಾ ಡೆಲಿವರಿ ಮಾಡುವ ತರುಣನೊಬ್ಬ ತನ್ನ ಲಾಭಕ್ಕಾಗಿ ರುದ್ರರಮಣೀಯ ಕತೆಯೊಂದನ್ನು ಕಟ್ಟುತ್ತಾ ಹೋಗುತ್ತಾನೆ. ಆ ಕತೆಯನ್ನು ಯಶಸ್ವಿಯಾಗಿ ಕೊನೆಗೊಳಿಸುತ್ತಾನೆ. ಆತ ಕಟ್ಟಿದ ಕತೆ ಅದು ಎಂದು ಗೊತ್ತಾಗದಂತೆ ಎಚ್ಚರ ವಹಿಸುತ್ತಾನೆ.

ಚಿತ್ರದ ಕೊನೆಗೆ ಆತ ತಾನೇ ಕಟ್ಟಿದ ಕತೆಯೊಳಗೆ ನಿಜವಾಗಿಯೂ ಸಿಕ್ಕಿಹಾಕಿಕೊಳ್ಳುತ್ತಾನೆ. ಆತ ಏನೇನು ಕಲ್ಪಿಸಿಕೊಂಡು ಹೇಳಿದ್ದನೋ ಅದು ನಿಜವಾಗಿಬಿಡುತ್ತದೆ. ತನ್ನ ಕರ್ಮದ ಫಲವನ್ನು ತಾನೇ ಉಣ್ಣುವುದಕ್ಕೆ ಅತ್ಯುತ್ತಮ ಉದಾಹರಣೆ ಅದು.

> ಒಂದು ಸಿನಿಮಾ ಮಾಡೋಕೆ 80% ಸ್ಕ್ರಿಪ್ಟ್ ಮತ್ತು 20% ಅದಕ್ಕೆ ಹೊಂದುವ ಅದ್ಭುತ ಕಲಾವಿದರಿದ್ದರೆ ಸಾಕು. ಅದರಾಚೆ ಸಿನಿಮಾ ಬೇರೆ ಇನ್ನೇನನ್ನು ಕೇಳುವುದಿಲ್ಲ.
>
> – ವಿಲಿಯಂ ವಯ್ಲರ್

ಶಿಕಾರಿಯ ಗುಂಗಿನಲ್ಲಿ..

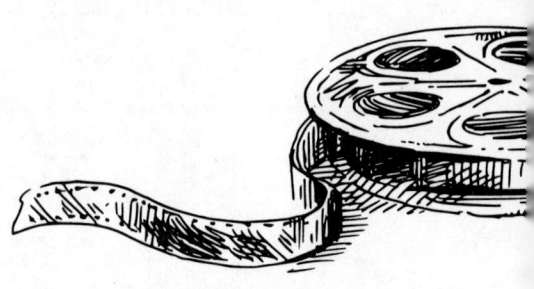

ನಾವು ಸಿನಿಮಾಗಳನ್ನು ನೋಡುತ್ತಿದ್ದ ದಿನಗಳಲ್ಲಿ, ಒಂದಷ್ಟು ಗೆಳೆಯರು ಸೇರಿಕೊಂಡು, ಸಿನಿಮಾದ ಕತೆ ಚಿತ್ರಕತೆಯ ಕುರಿತು ಚರ್ಚಿಸುತ್ತಿದ್ದೆವು. ಒಂದು ಸಿನಿಮಾ ನಮ್ಮನ್ನು ತುಂಬ ದಿನ ಕಾಡುತ್ತಿತ್ತು. ಚಿತ್ರಕತೆಗಾರ ಒಂದು ಕತೆಯನ್ನು ಹೇಗೆ ಬೆಳೆಸಿಕೊಂಡು ಹೋಗಿದ್ದಾನೆ, ಆತನ ಉದ್ದೇಶವೇನು, ಆತನ ಚಿತ್ರಕತೆಯಿಂದ ಹೇಗೆ ಒಂದು ಸಾಧಾರಣ ಕತೆ ಕೂಡ ಅತ್ಯುತ್ತಮ ಚಿತ್ರವಾಗಲು ಸಾಧ್ಯ ಎನ್ನುವುದನ್ನು ತುಂಬ ವಿವರವಾಗಿಯೇ ಬರೆದಿಟ್ಟುಕೊಂಡು ಅಧ್ಯಯನ ಮಾಡುತ್ತಿದ್ದೆವು. ಆಗೆಲ್ಲ ನಮಗೆ ಚಿತ್ರಕತೆ ಬರೆಯುವ ಉದ್ದೇಶವಾಗಲೀ, ಸಿನಿಮಾ ಮಾಡುತ್ತೇವೆಂಬ ನಂಬಿಕೆಯಾಗಲೀ ಇರಲಿಲ್ಲ. ಸಿನಿಮಾಗಳ ಕುರಿತು ಚರ್ಚಿಸುವುದು ನಮ್ಮ ಮೆಚ್ಚಿನ ಹವ್ಯಾಸವಾಗಿತ್ತು ಅಷ್ಟೇ.

ಆ ದಿನಗಳಲ್ಲಿ ಬಂದ ಸಿನಿಮಾಗಳ ಪೈಕಿ, ಚಿತ್ರಕತೆಗಾಗಿ ನಮ್ಮನ್ನು ಕಾಡಿದ್ದು ರಾಜ್‌ಕುಮಾರ್ ನಟಿಸಿದ್ದ ಎ. ವಿ. ಶೇಷಗಿರಿ ರಾವ್ ನಿರ್ದೇಶಿಸಿದ ರಾಜಾ ನನ್ನ ರಾಜಾ ಚಿತ್ರ.

ಅದಕ್ಕೆ ಚಿತ್ರಕತೆ ಬರೆದಿದ್ದವರು ಪ್ರಸಿದ್ಧ ಸಲೀಮ್-ಜಾವೇದ್ ಜೋಡಿ. 'ಶೋಲೆ', 'ದೀವಾರ್', 'ಸೀತಾ ಔರ್ ಗೀತಾ' ಮುಂತಾದ ಚಿತ್ರಗಳಿಗೆ ಚಿತ್ರಕತೆ ಬರೆದು ಪ್ರಸಿದ್ಧರಾಗಿದ್ದರು. ಕನ್ನಡದ ಮತ್ತೊಂದು ಚಿತ್ರ 'ಪ್ರೇಮದ ಕಾಣಿಕೆ'ಗೂ ಅವರದ್ದೇ ಚಿತ್ರಕತೆಯಿತ್ತು.

'ರಾಜಾ ನನ್ನ ರಾಜಾ' ಚಿತ್ರದಲ್ಲಿ ಮೊಟ್ಟ ಮೊದಲ ಬಾರಿಗೆ ಸಲೀಮ್ ಜಾವೇದ್ ಒಂದು ದೊಡ್ಡ ಸುಳ್ಳನ್ನು ನಿಜವೆಂಬಂತೆ ತೋರಿಸಿ, ನಂತರ ಅದು ಸುಳ್ಳೆಂದು ಹೇಳುವ ಧೈರ್ಯ ತೋರಿದ್ದರು. ರಾಜ್‌ಕುಮಾರ್ ಮತ್ತು ಆರತಿ ನಟಿಸಿದ್ದ ಆ ಚಿತ್ರದಲ್ಲಿ ರಾಜ್‌ಕುಮಾರ್ ಹಿಂದಿನ ಜನ್ಮದ ಕತೆ ಹೇಳುತ್ತಾರೆ. ಪೂರ್ವಜನ್ಮದಲ್ಲಿ ತಾವಿಬ್ಬರೂ ಪ್ರೇಮಿಗಳಾಗಿದ್ದೆವೆಂದೂ, ಈಗ ತಾವು ಮತ್ತೆ ಹುಟ್ಟಿ ಬಂದಿದ್ದೇವೆಂದೂ ಹೇಳುವ ಪೂರ್ತಿ ಸನ್ನಿವೇಶವನ್ನು ಅದು ನಿಜವೆಂಬಂತೆ ಚಿತ್ರೀಕರಿಸುವ ಮೂಲಕ ಪುನರ್ಜನ್ಮದ ಪರಿಕಲ್ಪನೆ ನಿಜ ಎನ್ನುವ ಹಾಗೆ ತೋರಿಸಿ, ಚಿತ್ರದ ಕೊನೆಯಲ್ಲಿ ಅದು ಕೇವಲ ಕಲ್ಪನೆ ಅನ್ನುವುದನ್ನು ಸೊಗಸಾಗಿ ತೋರಿಸಿದ್ದರು. ಚಿತ್ರಕತೆಯಲ್ಲಿ ಆಟ ಆಡುವುದು ಹೇಗೆ ಅನ್ನುವುದನ್ನು ಆ ಚಿತ್ರ ಸಮರ್ಥವಾಗಿ ತೋರಿಸಿಕೊಟ್ಟಿತ್ತು. ಇವತ್ತಿನ ಚಿತ್ರಕತೆಗಾರರಿಗೂ ಅದೊಂದು ಒಳ್ಳೆಯ ಅಧ್ಯಯನಕ್ಕೆ 'ರಾಜಾ ನನ್ನ ರಾಜ' ವಸ್ತು. 2010ರಲ್ಲಿ ಬಂದ 'ಡಾರ್ಲಿಂಗ್' ಚಿತ್ರದಲ್ಲಿ ಅದೇ ತಂತ್ರವನ್ನು ಚಿತ್ರಕತೆಗಾರ ಎ. ಕರುಣಾಕರನ್, ಅಳವಡಿಸಿಕೊಂಡದ್ದನ್ನು ಕಾಣಬಹುದು. ಆ ಚಿತ್ರ 2013ರಲ್ಲಿ 'ಬುಲ್ ಬುಲ್' ಹೆಸರಲ್ಲಿ ಕನ್ನಡಕ್ಕೂ ಬಂತು.

ಚಿತ್ರಕತೆಗಾರರಾಗಲು ಬಯಸುವ ವಿದ್ಯಾರ್ಥಿಗಳು ಇಂಥ ಸಿನಿಮಾಗಳನ್ನು ವಿಶೇಷವಾಗಿ ಅಧ್ಯಯನ ಮಾಡಬೇಕಾಗಿದೆ. ಸಾಮಾನ್ಯವಾಗಿ ಈ ಥರದ ಚಿತ್ರಗಳಲ್ಲಿ ಸುಳ್ಳನ್ನು ನಿಜವೆಂಬಂತೆ ಬಿಂಬಿಸಿ, ನಂತರ ಅದು ಸುಳ್ಳೆಂದು ಹೇಳಲಾಗುತ್ತದೆ. ಸಾಮಾನ್ಯವಾಗಿ ಸಿನಿಮಾ ಚಿತ್ರಕತೆ ಪ್ರೇಕ್ಷಕರಿಗೆ ಸುಳ್ಳು ಹೇಳಬಾರದು. ಪಾತ್ರಗಳ ನಡುವಿನ ಗೊಂದಲ ಏನೇ ಇದ್ದರೂ ಪ್ರೇಕ್ಷಕರಿಗೆ ಅದನ್ನು ಮೊದಲೇ ಸ್ಪಷ್ಟಪಡಿಸಬೇಕು. ಪತ್ತೇದಾರಿ ಸಿನಿಮಾಗಳನ್ನು ಹೊರತು ಪಡಿಸಿದರೆ, ಸಾಮಾಜಿಕ ಹಿನ್ನೆಲೆಯ ಅಥವಾ ಪ್ರೇಮದ ಹಿನ್ನೆಲೆಯ ಸಿನಿಮಾಗಳಲ್ಲಿ ಹೀಗೆ ಸುಳ್ಳುಗಳನ್ನು ಹೇಳುವುದು ತಪ್ಪು ಎಂದು ಚಿತ್ರಕತೆಗಾರರುನಂಬುತ್ತಾರೆ. ಉದಾಹರಣೆಗೆ 'ಉಲ್ಟಾಪಲ್ಟಾ' ಚಿತ್ರದಲ್ಲಿಪಾತ್ರಗಳಪರಸ್ಪರ ಸಂಬಂಧ ಮತ್ತು ಎಡವಟ್ಟು ಪ್ರೇಕ್ಷಕರಿಗೆ ಗೊತ್ತಿರುತ್ತದೆ. ಪಾತ್ರಗಳಿಗೆ ಗೊತ್ತಿರುವುದಿಲ್ಲ.

ಪ್ರೇಕ್ಷಕರಿಗೂ ಹೇಳದೇ ಹೋಗಿದ್ದರೆ ಇಡೀ ಕತೆಯಲ್ಲಿ ಸ್ವಾರಸ್ಯವೇ ಇರುತ್ತಿರಲಿಲ್ಲ. ಸಿನಿಮಾದಲ್ಲಿ ಧಡಿಯನೊಬ್ಬ ನಡೆದು ಬರುವುದನ್ನು ಆತನ ದಾರಿಯಲ್ಲಿ ಬಾಳೆಹಣ್ಣು ಸಿಪ್ಪೆ ಬಿದ್ದಿರುವುದನ್ನು ತೋರಿಸಿ ಪ್ರೇಕ್ಷಕನನ್ನು ನಗಿಸಲು ಸಿದ್ಧ ಪಡಿಸುವುದು ಮುಖ್ಯ.

ನಾನು ಕಾಲೇಜು ಓದುತ್ತಿದ್ದ ದಿನಗಳಲ್ಲಿ ಸಿನಿಮಾಗಳನ್ನು ನೋಡುತ್ತಾ ಮಾಡಿಕೊಂಡ ಟಿಪ್ಪಣಿಗಳು ನನ್ನ ಸಹಾಯಕ್ಕೆ ಬಂದದ್ದು, ನಾನೇ ಚಿತ್ರಕತೆ ಬರೆಯಬೇಕಾಗಿ ಬಂದಾಗ. ನಾನು ಬೆಂಗಳೂರಿಗೆ ಬಂದ ಕೆಲವೇ ದಿನಕ್ಕೆ ನಿರ್ದೇಶಕ ಲಿಂಗದೇವರು ನನ್ನನ್ನೂ ಉದಯ ಮರಕಿಣಿಯನ್ನೂ ಹುಡುಕಿಕೊಂಡು ಬಂದು, ಕೈಗೊಂದು ಕಾದಂಬರಿ ಕೊಟ್ಟರು. ಅದು ಯಶವಂತ ಚಿತ್ತಾಲರ ಶಿಕಾರಿ. ಅದನ್ನು 26 ಎಪಿಸೋಡುಗಳಲ್ಲಿ ಧಾರಾವಾಹಿ ಮಾಡಬೇಕೆಂದೂ, ಅದಕ್ಕೆ ಚಿತ್ರಕತೆ ಸಂಭಾಷಣೆ ಬರೆಯಬೇಕೆಂದೂ ಹೇಳಿದರು.

ಯಶವಂತ ಚಿತ್ತಾಲರ ಶಿಕಾರಿ ಕಬ್ಬಿಣದ ಕಡಲೆಯಂಥ ಕೃತಿ. ಅದು ನಾನು ಮೊದಲು ಓದಿದ ನವ್ಯ ಕಾದಂಬರಿಯೂ ಹೌದು. ಅಲ್ಲಿಯ ತನಕ ಕೇವಲ ಟಿಕೆ ರಾಮರಾವ್, ಎನ್ ನರಸಿಂಹಯ್ಯ- ಮುಂತಾದವರ ಕಾದಂಬರಿಗಳನ್ನು ಓದಿಕೊಂಡಿದ್ದ ನಮಗೆ, ನಮ್ಮ ಇಂಗ್ಲಿಷ್ ಅಧ್ಯಾಪಕ ಕೇಶವ ಶರ್ಮರು, ಶಿಕಾರಿ ಓದಿ ಅಂತ ಕೊಟ್ಟಿದ್ದರು. ನಾನು ಅದನ್ನು ಸುಮಾರು ಏಳೆಂಟು ಸಲ ಓದಿದ ನಂತರ ನನ್ನೊಳಗೆ ಇಳಿದಿತ್ತು.

ಇದ್ದಕ್ಕಿದ್ದ ಹಾಗೆ ಮೈಮೇಲೆ ಬಂದ ಹೊಸ ಜವಾಬ್ದಾರಿಯಿಂದ ನಾವಿಬ್ಬರೂ ಕಂಗಾಲಾದದ್ದಂತೂ ನಿಜ. ಉದಯಮರಕಿಣಿ ನನಗಿಂತ ಹಿರಿಯರು ಮತ್ತು ಪ್ರಸಿದ್ಧ ಚಿತ್ರವಿಮರ್ಶಕರಾಗಿದ್ದರು. ಅವರೂ ಅಲ್ಲಿಯ ತನಕ ಚಿತ್ರಕತೆ ಬರೆದಿರಲಿಲ್ಲ. ಚಿತ್ರಕತೆ ಹೇಗಿರುತ್ತದೆ ಎಂಬುದಷ್ಟೇ ನಮಗೆ ಗೊತ್ತಿತ್ತೇ ವಿನಾ, ಅದನ್ನು ಬರೆಯುವುದು ಹೇಗೆಂಬುದು ಒಂದಿಷ್ಟೂ ಗೊತ್ತಿರಲಿಲ್ಲ.

ಶಿಕಾರಿ ಕಾದಂಬರಿಯನ್ನು ನಾವಿಬ್ಬರೂ ಸೇರಿ ಆರೆಂಟು ಬಾರಿ ಓದಿದೆವು. ನೀವು ಆ ಕಾದಂಬರಿಯನ್ನು ಓದಿದ್ದರೆ ನಿಮಗೆ ಅದನ್ನು ಚಿತ್ರಕತೆಯನ್ನಾಗಿ ಮಾಡುವ ಕಷ್ಟ ಗೊತ್ತಿರುತ್ತದೆ. ಕಾದಂಬರಿಯ ನಾಯಕ ನಾಗಪ್ಪ ಮುಂಬಯಿ ನಗರದಲ್ಲಿ ಖಾಸಗಿ ಸಂಸ್ಥೆಯೊಂದರಲ್ಲಿ ಕೆಲಸ ಮಾಡುವವನು. ಅವನು ಅವಿವಾಹಿತ. ಹಳ್ಳಿಯಿಂದ ಬಂದವನು. ಅವನಿಗೆ ನೂರೆಂಟು ಮಾನಸಿಕ ಸಮಸ್ಯೆಗಳಿವೆ. ಹಳ್ಳಿಯಲ್ಲಿ ಆತ ಅವಮಾನಕ್ಕೆ ಗುರಿಯಾದವನು. ತನ್ನನ್ನು ಎಲ್ಲರೂ ಬೇಟೆಯಾಡುತ್ತಿದ್ದಾರೆ ಎಂದು

ನಂಬಿದವನು. ಆ ಬೇಟೆಯಿಂದ ಪಾರಾಗಲಿಕ್ಕೆ ಏನೇನೋ ಉಪಾಯಗಳನ್ನು ಹುಡುಕುತ್ತಿರುವವನು. ಅವನಿಗೆ ಬೆಂಕಿ ಕಂಡರೆ ಭಯ. ಗೆಳತಿ ಮೋಸ ಮಾಡಲೆಂದೇ ತನ್ನನ್ನು ಪ್ರೀತಿಸುತ್ತಿದ್ದಾಳೆ, ತನ್ನ ಮೇಲಧಿಕಾರಿ ತನಗೆ ದ್ರೋಹ ಮಾಡಲೆಂದೇ ಇದ್ದಾನೆ, ದಾರಿಯಲ್ಲಿ ಸಿಗುವ ಅಪರಿಚಿತ ಕೂಡ ತನ್ನನ್ನು ಅನುಮಾನದಿಂದ ನೋಡುತ್ತಿದ್ದಾನೆ ಎಂದು ನಂಬಿಕೊಂಡಿರುವ ಆತನಿಗೆ ಕಾದಂಬರಿಯ ಆರಂಭದಲ್ಲೇ ಸ್ವಲ್ಪ ದಿನ ಕೆಲಸಕ್ಕೆ ಬರಬೇಡಿ ಅಂತಲೂ ಆತನ ಫ್ಯಾಕ್ಟರಿಯಲ್ಲಿ ನಡೆದ ಬೆಂಕಿ ಅನಾಹುತಕ್ಕೆ ಅವನೇ ಕಾರಣ ಎಂದೂ ನೋಟೀಸು ಬಂದಿರುತ್ತದೆ.

ಯಶವಂತ ಚಿತ್ತಾಲರ ಮಹತ್ವದ ಕಾದಂಬರಿ ಅದು. ಅದಕ್ಕೆ ಕೇಂದ್ರ ಸಾಹಿತ್ಯ ಅಕಾಡೆಮಿಯ ಪ್ರಶಸ್ತಿ ಕೂಡ ಬಂದಿತ್ತು. ಯಶವಂತ ಚಿತ್ತಾಲರ ಸಿಟ್ಟು, ಶಿಸ್ತು ಎರಡೂ ಗೊತ್ತಿದ್ದ ನಮಗೆ, ನಾವೇನಾದರೂ ಚಿತ್ರಕತೆ ಮಾಡುವಾಗ ಆ ಕಾದಂಬರಿಯ ಆಶಯಕ್ಕೆ ಧಕ್ಕೆ ತಂದರೆ ಬೈಸಿಕೊಳ್ಳಬೇಕಾಗುತ್ತದೆ ಎನ್ನುವ ಅರಿವೂ ಇತ್ತು. ಹೀಗಾಗಿ ಅತೀವ ಎಚ್ಚರಿಕೆಯಿಂದಲೇ ಕೆಲಸ ಮಾಡಬೇಕಾಗುತ್ತಿತ್ತು.

ಎಲ್ಲಕ್ಕಿಂತ ಹೆಚ್ಚಾಗಿ ಆ ಕಾದಂಬರಿಯನ್ನು ಯಶವಂತ ಚಿತ್ತಾಲರು ನೇರ ನಿರೂಪಣೆಯಲ್ಲಿ ಬರೆದಿರಲಿಲ್ಲ. ಅದೊಂದು ಮನೋ ವೈಜ್ಞಾನಿಕ ಕಾದಂಬರಿಯ ಧಾಟಿಯಲ್ಲಿತ್ತು. ಕಾದಂಬರಿಯ ಎಷ್ಟೋ ಸಂಗತಿಗಳು ನಿಜದಲ್ಲಿ ನಡೆಯದೇ ನಾಗಪ್ಪನ ಮನಸ್ಸಿನೊಳಗೇ ನಡೆಯುವಂಥದ್ದಾಗಿದ್ದವು. ಅತ್ಯಂತ ವಿಲಕ್ಷಣ ವ್ಯಕ್ತಿತ್ವದ ನಾಗಪ್ಪ, ಯಾರೋ ತನ್ನನ್ನು ಅಟ್ಟಿಸಿಕೊಂಡು ಬರುತ್ತಿದ್ದಾರೆ, ಹಿಂಬಾಲಿಸುತ್ತಿದ್ದಾರೆ ಎಂಬ ಭಯದಲ್ಲೇ ಓಡಾಡುತ್ತಿದ್ದ. ಆ ಕಾದಂಬರಿ ಶುರುವಾಗುವುದು ಹೀಗೆ:

ಶಿಕಾರಿಯ ಆರಂಭದ ಅಧ್ಯಾಯ

'ಹೇಳದೇ ಕೇಳದೇ ಎಂಬಂತೆ ಉದ್ಭವಿಸಿ, ಧುತ್ ಎಂದು ಕಣ್ಣೆದುರಿಗೆ ಹಾಜರಾದ ಪರಿಸ್ಥಿತಿಯ ಅರ್ಥ ನಿಚ್ಚಳವಾಗುತ್ತ ಹೋದಹಾಗೆ ನಾಗಪ್ಪನಿಗೆ ತಾನು ಬಹಳ ವರ್ಷಗಳ ಹಿಂದೆ ಓದಿದ ಕಾಫ್ಕಾನ 'ಟ್ರಯಲ್' ಕಾದಂಬರಿಯ ನಾಯಕ 'ಕೇ' ನೆನಪಿಗೆ ಬರಹತ್ತಿದ: ಅವನ ಹಾಗೇ ನನ್ನ ಬಗೆಗೂ ಯಾರೋ ಚಾಡಿ ಹೇಳುತ್ತಿರಬೇಕು. ಇಲ್ಲವಾದರೆ, ಇದ್ದಕ್ಕಿದ್ದಂತೆ ನಿನ್ನೆ ಬೆಳಿಗ್ಗೆ, ಆಫೀಸಿಗೆ ಹೋಗುವ ತಯಾರಿ ಮಾಡುತ್ತಿದ್ದ ಹೊತ್ತಿನಲ್ಲೇ ಕಂಪನಿಯ ಪರ್ಸೊನೆಲ್ ಆ್ಯಂಡ್ ಅಡ್ಮಿನಿಸ್ಟ್ರೇಶನ್-ಮ್ಯಾನೇಜರರಿಂದ ಆ ದುಷ್ಟ ಆದೇಶ ಬರುತ್ತಿರಲಿಲ್ಲವೇನೋ ಎಂದೆನ್ನಿಸಿದಾಗ ಸಣ್ಣಗೆ ನಡುಗಿದ. ಒಂದು

ಗಂಭೀರ ಆಪಾದನೆಯ ಕಾರಣದಿಂದ ನಿಮ್ಮನ್ನು ಕೂಡಲೇ ಕೆಲಸದಿಂದ ಸಸ್ಪೆಂಡ್ ಮಾಡಬೇಕಾಗಿ ಬಂದಿದೆ. ಯಾಕೆ ಎನ್ನುವುದು ಆದಷ್ಟು ಬೇಗ ತಿಳಿಸುತ್ತೇವೆ. ಆವರೆಗೆ ಆಫೀಸಿಗೆ ಬರಕೂಡದು ಎನ್ನುವುದು ಆದೇಶದ ಮಜಕೂರಾಗಿತ್ತು. ಜತೆಗೆ ಒಂದು ಸಲಹೆ ಕೂಡ: ಆರೋಪ ಸುಳ್ಳಾದ ಪಕ್ಷದಲ್ಲಿ ನಿಮಗೆ ಯಾವುದೇ ರೀತಿಯಿಂದ ಹಾನಿಯಾಗಬಾರದು ಎಂಬ ದೃಷ್ಟಿಯಿಂದ ಕೂಡಲೇ ಒಂದು ತಿಂಗಳ ರಜೆಯ ಬಗ್ಗೆ ಅರ್ಜಿ ಮಾಡುವುದು ಒಳ್ಳೆಯದು.

ರಜೆ ಅರ್ಜಿಯನ್ನೇನೋ ಕಳಿಸಿದ್ದ: ಇದ್ದಕ್ಕಿದ್ದ ಹಾಗೆ ಕೆಲಸಕ್ಕೆ ಹೋಗುವುದನ್ನು ನಿಲ್ಲಿಸಿ ತಾನು ಮನೆಯಲ್ಲಿ ಇರಬೇಕಾಗಿ ಬಂದಿದ್ದರ ಹಿಂದಿನ ರಹಸ್ಯವನ್ನು ಕಾಪಾಡಿಕೊಳ್ಳುವ ಬೇರೆ ಉಪಾಯ ತಕ್ಷಣ ಹೊಳೆಯದೆ ಇದ್ದುದರಿಂದ. ಆದರೆ ತನಗೆ ಬೇಡವಾದ ರಜೆಗೆ ಕಾರಣವಾದದ್ದರ ಬಗ್ಗೆ ಎಷ್ಟೆಲ್ಲ ರೀತಿಯಿಂದ ವಿಚಾರಮಾಡಿ ತಲೆ ಕೆಡಿಸಿಕೊಂಡರೂ ಯಾವುದೂ ಬಗೆಹರಿಯಲಿಲ್ಲ. ಈ ವಿಪತ್ತು ಎರಗಿದ್ದು ತನ್ನ ಮೇಲೇ ತಾನೇ ಎನ್ನುವುದರ ಬಗ್ಗೆ ಕೂಡ ಕೂಡಲೇ ವಿಶ್ವಾಸ ಮೂಡಲಿಲ್ಲ. ಯಾಕೆಂದರೆ, ಇನ್ನು ಒಂದೆರಡು ತಿಂಗಳಲ್ಲಷ್ಟೇ, ಹೆಚ್ಚಿನ ತರಬೇತಿಗಾಗಿ ಅಮೆರಿಕೆಗೆ ಹೋಗುವ ಅವನ ಇಷ್ಟು ವರ್ಷಗಳ ಕನಸು ನಿಜವಾಗುವ ಹವಣಿಕೆಯಲ್ಲಿತ್ತು. ಅವನು ಸದ್ಯ ಬಹಳ ಖುಷಿಯಿಂದ ತೊಡಗಿಸಿಕೊಂಡದ್ದೇ ಈ ಪ್ರಯಾಣದ ಸಿದ್ಧತೆಯಲ್ಲಾಗಿತ್ತು. ತನ್ನ ಪ್ರಯಾಣದ ಸಿದ್ಧತೆಯೇ ಈ ಆಪತ್ತಿನ ಕಾರಣವಾಗಿರಲಿಕ್ಕಿಲ್ಲ ತಾನೇ ಎಂದು ಥಟ್ಟನೆ ಹೊಳೆದ ಒಂದು ವಿಚಾರ ಎಡೆಮಾಡಿಕೊಟ್ಟ ಅನುಮಾನ, ಹೊತ್ತು ಹೋದ ಹಾಗೆ ಗಟ್ಟಿಯಾಗಹತ್ತಿತು. ಕೊನೆಗೂ ಫಿರೋಜ್ ತನ್ನ ಬಗೆಗಿನ ವೈರವನ್ನು ಬಿಟ್ಟುಕೊಟ್ಟಿಲ್ಲ ಹಾಗಾದರೆ: ಧೂರ್ತ ರಾಜಕಾರಣಿಯಾದ ಈ ದುಷ್ಟ ಒಂದೂ ಮಗನೇ ಹೂಡಿದ ಒಳಸಂಚಿನ ಅಂಗವಿದು. ಆರೋಪವಾದರೂ ಏನು ಎನ್ನುವುದು ಗೊತ್ತಾದರೆ ಎಲ್ಲವೂ ಸ್ಪಷ್ಟವಾಗಬಹುದಿತ್ತು. ಆದರೆ ಅದು ಗೊತ್ತಾಗಲು ಪರ್ಸೊನೆಲ್ ಮ್ಯಾನೇಜರರು ಕಳಿಸುತ್ತೇನೆಂದ ಪತ್ರದ ದಾರಿಯನ್ನು ಕಾಯುವುದು ಬಿಟ್ಟು ಬೇರೆ ಗತಿಯಿರಲಿಲ್ಲ. ಆದರೆ ಕಾಯುವುದೇ ಅಸಾಧ್ಯವಾದಾಗ ನಾಗಪ್ಪನಿಗೆ ಯಾವುದೋ ಸೈಕಾಲಜಿ ಪುಸ್ತಕವೊಂದರಲ್ಲಿ ಓದಿದ್ದು ನೆನಪಾಗಹತ್ತಿತು. ಆಫೀಸಿನ ಕೆಲಸದಲ್ಲಿ ತೊಡಗಿದ್ದಾಗ ಕಾಡಿರದ ಪ್ರಶ್ನೆ ಈಗ ಕೆಲಸವಿಲ್ಲದೇ ರಿಕಾಮಿ ಕುಳಿತವನ ಅರಿವಿನಲ್ಲಿ ಹಠಾತ್ತನೆ ಮೂಡಿಬಂದು ತಲ್ಲಣಗೊಳಿಸಹತ್ತಿತು. ಹಾಗೆಂದೇ, ಈ ಆಯ-ಆಕಾರಗಳಿಲ್ಲದ, ಗೊತ್ತು-ಗುರಿಯಿಲ್ಲದ ಹೊತ್ತಿಗೆ ಶಿಲ್ಪ ಕಡೆಯುವ, ಒಳಗಿನಿಂದ ಎದ್ದೆದ್ದು ಬರುತ್ತಿದ್ದ

ವಿದ್ರೂಪ ಭಯಕ್ಕೆ ರೂಪ ಮೂಡಿಸುವ ಕ್ರಿಯೆಯಲ್ಲಿ ತನ್ನನ್ನು ತೊಡಗಿಸಿಕೊಂಡ. ಬೆಳಗಿನಿಂದ ರಾತ್ರಿಯ ತನಕ ಕ್ಷಣದಿಂದ ಕ್ಷಣಕ್ಕೆ ಬದಲಾಗುತ್ತ ನಡೆದ ಮೂಡಿನಲ್ಲಿ ; ಅದು ದಾಖಲೆಯಾಗುತ್ತಿದ್ದ ಮಾತಿನ ಧಾಟಿಯಲ್ಲಿ ಒಳಗಿನ ನಡುಕವನ್ನು ಅಡಗಿಸುವ ಹೋರಾಟದ್ದೇ ಮೇಲುಗೈಯಾದಂತಿತ್ತು :

ಟಿಪ್ಪಣಿ ಒಂದು: ಕೆಲಸಕ್ಕೆ ಹೋಗುವುದನ್ನು ನಿಲ್ಲಿಸಿದ ಎರಡನೇ ದಿನ. ನಸುಕಿನಲ್ಲಿ ಬೆಳಕು ಚಿಳಿ-ಮಿಳಿ ಕಣ್ಣುಬಿಡುತ್ತ ಹೊಸತೇ ಒಂದು ದಿನ ಹುಟ್ಟಿ ಬರುತ್ತಿದ್ದುದನ್ನು ನೋಡುತ್ತಿದ್ದ ಮುಹೂರ್ತದಲ್ಲಿ ಒಡಮೂಡಿದ್ದು: ನಾನು ಹೀಗೇ ವಿಚಾರ ಮಾಡುತ್ತ ಹೋದಲ್ಲಿ ಒಂದೋ ಹುಚ್ಚರ ಆಸ್ಪತ್ರೆಯಲ್ಲಿ ಇಲ್ಲವೇ ಆತ್ಮಹತ್ಯೆಯಲ್ಲಿ ಕೊನೆಗೊಳ್ಳಬಹುದು. ಇವು ಎರಡೂ ಬದುಕಿಗೆ ಎರವಾಗುವ ರೀತಿಗಳೇ. ಬದುಕಿಗೆ ಅರ್ಥವೇನು ಎಂದು ಕೇಳುತ್ತ ಕೂಡ್ರುವುದು ಏನು ಹುಡುಗಾಟದ ಲಕ್ಷಣವೊ, ಇಲ್ಲ, ಬದುಕಿನಲ್ಲಿ ವಿಶ್ವಾಸ ಕಳಕೊಂಡದ್ದರ ಲಕ್ಷಣವೋ? ತುಂಬ ಲವಲವಿಕೆಯಿಂದ, ಆನಂದದಿಂದ, ಆಸ್ಥೆಯಿಂದ ಬದುಕುವದು, ಬದುಕಬೇಕು ಅನ್ನಿಸುವುದು ಎಲ್ಲ ಜೀವಕ್ರಿಯೆಯ ಗುಣಧರ್ಮ ಅಲ್ಲವೆ? ಜೀವಿಸುವುದರಲ್ಲೇ ಅದಮ್ಯ ಉತ್ಸಾಹ ಇಟ್ಟುಕೊಂಡ ಉಳಿದ ಜೀವಕೋಟಿಗಳಲ್ಲಿ ಏಳದ ಪ್ರಶ್ನೆ ನನ್ನ ಬದುಕಿನಲ್ಲೇ ಏಳುವುದಕ್ಕೆ ಮುಖ್ಯ ಕಾರಣ ನಾನು ಇಷ್ಟು ದಿನ ಜಂಭ ಕೊಚ್ಚಿಕೊಂಡಂತೆ ನನ್ನ ದಾರ್ಶನಿಕ ದೃಷ್ಟಿಯಾಗಿರದೆ, ಬದುಕಿಗೆ, ಜೀವಕ್ರಿಯೆಗೆ ಮೂಲ ಸೆಲೆಯಾದ ಉತ್ಸಾಹದ ಅಭಾವವಾಗಿರಬಹುದು. ಬದುಕಿನಲ್ಲಿ ಅರ್ಥ ಹುಡುಕುವದೇ ತಪ್ಪೇನೋ. ಅರ್ಥ ಇದ್ದರಲ್ಲವೇ ಹುಡುಕುವದು? ಅದು ನಾವು ಹುಟ್ಟಿಸಿಕೊಂಡದ್ದು. ಉತ್ಸಾಹವೇ ಇಲ್ಲದಿದ್ದಲ್ಲಿ ಸೃಜನಶೀಲತೆ ಹೇಗೆ ಸಾಧ್ಯ? ಸೃಷ್ಟಿಕಾರ್ಯ ಹೇಗೆ ಸಾಧ್ಯ? ಅರ್ಥ ಹೇಗೆ ಹುಟ್ಟಬೇಕು.

ಟಿಪ್ಪಣಿ ಎರಡು: ಬೆಳಗಿನ ಉಪಾಹಾರ ಮುಗಿಸಿಬಂದು ಆರಾಮ ಕುರ್ಚಿಯಲ್ಲಿ ಮೈ ಚೆಲ್ಲಿ ವಿರಮಿಸುವಾಗ ಹೊಳೆದದ್ದು : ಜೀವಶಕ್ತಿಯ ಮೂಲ ಸೆಲೆಗಳಲ್ಲಿ ಕಾಮಕ್ಕಿಂತ ಹೆಚ್ಚು ಬಲಶಾಲಿಯಾದದ್ದು, ತನ್ನ ಪ್ರಭುತ್ವಕ್ಕೆ ಅಧೀನವಾದ ಒಂದು ಭೌಗೋಳಿಕ ಪ್ರದೇಶದ ಅವಶ್ಯಕತೆಯೆಂದು ನಿಸರ್ಗ-ವಿಜ್ಞಾನಿಗಳಿಂದ ಈಗ ಗೊತ್ತಾಗಿದೆ. ಎಲ್ಲ ಪ್ರಾಣಿವರ್ಗಗಳಲ್ಲಿ ಪಶು, ಪಕ್ಷಿ ಜಲಚರಗಳಲ್ಲಿ ಕೂಡ- ಈ 'ಪ್ರದೇಶ-ಪ್ರವೃತ್ತಿ' ಸ್ಪಷ್ಟವಾಗಿ ಕಂಡುಬಂದಿದೆಯಂತೆ. ಮಾನವನಲ್ಲೂ ಈ ಮೂಲಪ್ರವೃತ್ತಿಯೇ ಆಸ್ತಿಯ ಪ್ರೀತಿಯಾಗಿ, ಪ್ರಾಂತ-ದೇಹಗಳ ಪ್ರೀತಿಯಾಗಿ ವ್ಯಕ್ತಗೊಂಡಿದೆ ಎಂದು ಈ

ತಜ್ಞರ ಊಹೆ. ಇರಬಹುದೇನೋ. ಆದರೆ ನನ್ನ ಈವರೆಗಿನ ಆಯುಷ್ಯದಲ್ಲಿ ಬಂದ ಅನುಭವಗಳನ್ನೇ ನಂಬಿ ಹೇಳುವುದಾದರೆ ಆಸ್ತಿಗಿಂತ ಹೆಚ್ಚು ಪ್ರಭಾವಶಾಲಿಯಾದ ಪ್ರೇರಕಶಕ್ತಿಯೆಂದರೆ, ಪ್ರತಿಯೊಬ್ಬ ವ್ಯಕ್ತಿಗೆ ತನ್ನಲ್ಲಿಯ ಕರ್ತೃತ್ವಶಕ್ತಿಯ, ಪುರುಷಾರ್ಥದ ಅಭಿವ್ಯಕ್ತಿಗೆ ಬೇಕೆನ್ನಿಸುವ ಕಾರ್ಯಕ್ಷೇತ್ರವೇ, ಫೀಲ್ಡ್ ಆಫ್ ಆ್ಯಕ್ಷನ್, ಈ ಕಾರ್ಯಕ್ಷೇತ್ರದಲ್ಲಿ, ಅದು ಎಷ್ಟೇ ಸೀಮಿತವಾದದ್ದಿರಲೊಲ್ಲದೇಕೆ. ತನ್ನ ಪ್ರತಿಭೆಯಿಂದ ಬೆಳಕು ಬೀರುವ, ಬೆಳಗಿ ನಿಲ್ಲುವ, ಪ್ರಭುತ್ವ ಪಡೆಯುವ ಅಭಿಲಾಷೆ. ಇದುವೇ ಮಾನವನ ಎಲ್ಲ ಚಟುವಟಿಕೆಗಳ ಹಿಂದಿನ ಮೂಲ ಪ್ರವೃತ್ತಿಯ ಬಲವಿದ್ದ ಪ್ರೇರಣೆಯೆಂದು ನಾನು ನಂಬುತ್ತೇನೆ.

ಟಿಪ್ಪಣಿ ಮೂರು: ಮಧ್ಯಾಹ್ನದ ಊಟದ ನಂತರ ಸಣ್ಣ ನಿದ್ದೆಯಾದ ಮೇಲೆ ಚಹದ ದಾರಿ ಕಾಯುತ್ತಾ ಕೂತಿದ್ದಾಗ ಅನ್ನಿಸಿದ್ದು: ನನ್ನೆಲ್ಲ ಕರ್ತೃತ್ವಶಕ್ತಿಯನ್ನು ನಾನು ಸದ್ಯ ಕೆಲಸ ಮಾಡುತ್ತಿದ್ದ ಈ ಕಂಪನಿಯನ್ನು ಕಟ್ಟುವುದರಲ್ಲಿ ತೊಡಗಿಸದೇ ಇದ್ದಲ್ಲಿ, ಇಲ್ಲವೇ ಹಾಗೇ ಕಟ್ಟಿ ಅದನ್ನು ಇಂದಿನ ಭರಭರಾಟೆಯ ಸ್ಥಿತಿಗೆ ತರುವುದರಲ್ಲಿ ನಾನು ಬಹುದೊಡ್ಡ ಭಾಗವಹಿಸಿದ್ದೇನೆ ಎಂಬ ಭ್ರಮೆಯನ್ನು ನಾನು ಮೊದಲಿನಿಂದಲೂ ಇಟ್ಟುಕೊಳ್ಳದೇ ಇದ್ದಲ್ಲಿ, ಇಂದಿನ ಈ ದುಃಖದಾಯಕ ಸ್ಥಿತಿಗೆ ಬರುತ್ತಿರಲಿಲ್ಲವೇನೋ. ಈ ರೀತಿಯ ವಿಚಾರಕ್ಕೆ ಕೊನೆಯೆಲ್ಲಿ? ಮನುಷ್ಯ, ದಾರಿಗಳ ಕೂಟಸ್ಥಾನದಲ್ಲಿ ನಿಂತಾಗ ಇದಿರು ತೆರೆದು ನಿಂತವುಗಳಲ್ಲಿ ಯಾವುದನ್ನು ಬೇಕಾದರೂ ಹಿಡಿದು ನಡೆಯುವ ಆಯ್ಕೆ ತನಗಿದೆ, ಆಯ್ಕೆಯ ಸ್ವಾತಂತ್ರ್ಯ ತನಗಿದೆ ಎಂಬ ಭಾವನೆಯನ್ನು ಅಂತರ್ಯದಲ್ಲಿ ಹುಟ್ಟಿಸಿಕೊಂಡಿರುವಾಗಲೂ ಕೊನೆಯಲ್ಲಿ ಅವನು ಹಿಡಿಯುವುದು, ಹಾಗೆ ಹಿಡಿಯುವ ಸಾಧ್ಯತೆ ಅವನಿಗಿರುವದು, ಒಂದೇ ಒಂದನ್ನು ಮಾತ್ರ. ಮತ್ತು ಹಾಗೆ ಪ್ರತ್ಯಕ್ಷವಾಗಿ ಹಿಡಿಯುವ ಕ್ರಿಯೆಯೇ ಅವನ ವ್ಯಕ್ತಿತ್ವವನ್ನೂ ನಿಶ್ಚಯಿಸುತ್ತದೆ. ನಮ್ಮ ಆಯ್ಕೆ ಬಾಹ್ಯ-ಪ್ರೇರಣೆಗೆ ನಾವು ಕೊಟ್ಟ ಜವಾಬು ಅಲ್ಲ. ತದ್ವಿರುದ್ಧವಾಗಿ, ನಾವು ಕೊಟ್ಟ ಜವಾಬು ನಮಗಾದ ಪ್ರೇರಣೆಗೆ, ತನ್ಮೂಲಕ ನಮ್ಮ ವ್ಯಕ್ತಿತ್ವದ ಸಾಧ್ಯತೆಗಳಿಗೆ ಆಕಾರ ಕೊಡುತ್ತದೆ ಎನ್ನಬೇಕು. ಟಾಲ್‌ಸ್ಟಾಯ್ ಅವರ 'ಡೆತ್ ಆಫ್ ಇವಾನ್ ಇಲ್ಲಿಶ್' ಎಂಬ ಕತೆಯಲ್ಲಿ ಕ್ಯಾನ್ಸರ್ ಆಗಿ ಬದುಕುವ ಭರವಸೆ ಇಲ್ಲದೇ ಹಾಸಿಗೆ ಹಿಡಿದ ಇಲ್ಲಿಶ್ ತನ್ನ ಈವರೆಗಿನ ಆಯುಷ್ಯವನ್ನು ವಿಮರ್ಶಿಸಿಕೊಂಡಾಗ ಅದನ್ನು ಬೇರೊಂದು ರೀತಿಯಲ್ಲಿ ತಾನು ಬದುಕಬಹುದಾಗಿತ್ತಲ್ಲ ಎಂಬ ಹಳಹಳಿ ತುಂಬಿದ ನಿಲುಗಡೆಗೆ ಬರುತ್ತಾನೆ. ಕ್ಯಾನ್ಸರಿನಿಂದಾಗಿ ನಿಶ್ಚಿತವಾಗಿ ಬರಲಿದ್ದ ಸಾವಿಗಿಂತ ಹೀಗೆ ಆಯುಷ್ಯದ ಕೊನೆಯ

ಗಳಿಗೆಯಲ್ಲಿ ಹುಟ್ಟುವ ಇಂತಹ ಭಾವನೆ ಹೆಚ್ಚು ದಾರುಣವಾದದ್ದೆಂದು ಟಾಲ್‌ಸ್ಟಾಯ್ ಅವರಿಗೆ ಸೂಚಿಸುವುದಿತ್ತೆಂಬಂತೆ ನೆನಪು.

ಟಿಪ್ಪಣಿ ನಾಲ್ಕು: ಮೂರುಸಂಜೆಯಲ್ಲಿ ಮಬ್ಬುಗತ್ತಲೆ ಕವಿಯುತ್ತಿರುವಾಗ ಅಮ್ಮನ ನೆನಪಿನಿಂದ ತುಂಬಿಬರುತ್ತಿದ್ದ ಕಣ್ಣುಗಳಿಂದ ಕಂಡದ್ದು: ಪ್ರತಿ ಕ್ಷಣ ಇಟ್ಟ ಹೆಜ್ಜೆಯನ್ನು ಹಿಂತೆಗೆದುಕೊಳ್ಳುವುದು ಶಕ್ಯವಿಲ್ಲದ ರೀತಿಯಲ್ಲೇ ಬಾಳಿನ ಹಾದಿಯನ್ನು ಸವೆಸುತ್ತೇವೆ. ಬಾಳಿನ ಹಾದಿ ಎಂದೆಂದೂ ಒಮ್ಮುಖವಾದದ್ದೇ? ಒಮ್ಮೊಮ್ಮೆ ಹೀಗೂ ಅನ್ನಿಸಿದ್ದುಂಟು: ನಾವು ದಾರಿಗಳ ಕೂಟಸ್ಥಾನಕ್ಕೆ ಬರುವ ಮೊದಲೇ ನಮ್ಮನ್ನು ಪಥಿಕರನ್ನಾಗಿ ಸ್ವೀಕರಿಸಿದ ದಾರಿ ನಮ್ಮ ಬರವಿನ ಹಾದಿಯನ್ನೇ ಕಾಯುತ್ತಿರುತ್ತದೆ. ನಾನು ಈಗಿನ ಕಂಪನಿಯನ್ನು ಬಿಟ್ಟು ಬೇರೆ ಕಂಪನಿಯಲ್ಲಿ ಕೆಲಸ ಹಿಡಿದಿದ್ದರೆ? ಇಲ್ಲ, ಕಂಪನಿಯ ಕೆಲಸವನ್ನು ಬಿಟ್ಟು ಕಾಲೇಜಿನಲ್ಲಿ ಪ್ರಾಧ್ಯಾಪಕನಾಗಿದ್ದರೆ? ಈ ದೇಶದಲ್ಲೇ ಹುಟ್ಟಿರದಿದ್ದರೆ? ಒಬ್ಬಂಟಿಗನಾಗಿರುವ ಬದಲು ಮದುವೆಯಾಗಿ ಸಂಸಾರ ಹೂಡಿ ಮಕ್ಕಳನ್ನು ಹಡೆದಿದ್ದರೆ? ಅಥವಾ, ನನ್ನಂತೆ ನನ್ನ ಅಪ್ಪನಾದವನೇ ಮದುವೆಯಾಗಿರದಿದ್ದರೆ? ಅಥವಾ, ನಾನು ಈಗಿನ ಅಪ್ಪ-ಅಮ್ಮಂದಿರ ಬದಲು ಬೇರೆ ತಂದೆತಾಯಿಗಳ ಮಗನಾಗಿ ಹುಟ್ಟಿದ್ದರೆ? ಹಾಸ್ಯಾಸ್ಪದ ವಿಚಾರವಲ್ಲವೆ? ಈಗ ಅಪ್ಪನಾದವನಿಗೆ ಬೇರೆ ಹೆಣ್ಣು ಹೆಂಡತಿಯಾಗಬಹುದಿತ್ತು. ಹಾಗೇ ಈಗ ನನ್ನ ಅಮ್ಮನಾಗಿದ್ದವಳಿಗೆ ಬೇರೆ ಗಂಡು ಗಂಡನಾಗಬಹುದಿತ್ತು. ಆದರೆ ನನ್ನ ಹುಟ್ಟು ಮಾತ್ರ ಈ ಅಪ್ಪ ಈ ಅಮ್ಮ ಮದುವೆಯಾದುದರಿಂದಲೇ ಸಾಧ್ಯವಾಯಿತು ಎನ್ನುವುದು ಗಮನಿಸಿದಾಗ; ಅಷ್ಟೇ ಏಕೆ, ನನ್ನ ಹುಟ್ಟಿಗೆ ಕಾರಣವಾದ ಗರ್ಭಧಾರಣೆಯ ಕ್ಷಣ ಕೂಡ ಒಂದು ತಪ್ಪಿ ಇನ್ನೊಂದಾಗಿದ್ದರೆ ನನ್ನ ಪಿಂಡವನ್ನು ನಿಶ್ಚಯಿಸಿದ ಬೀಜಾಣುಗಳೇ ಬೇರೆಯಾಗಿ ನನ್ನ ಬದಲು ಬೇರೆಯೇ ಒಂದು ಜೀವ ಹುಟ್ಟಬಹುದಿತ್ತಲ್ಲ ಎಂಬುದನ್ನು ನೆನೆದರೆ ಆಯ್ಕೆಯ ಮುಕ್ತತೆಯಲ್ಲಿದ್ದ ನಂಬುಗೆ ಸಡಿಲವಾಗಿ ಉಸಿರುಗಟ್ಟಿದಂತಾಗುತ್ತದೆ: ಕೋಟ್ಯಾನುಕೋಟಿ ಪುರುಷ-ರೇತಾಣುಗಳಲ್ಲಿ ಒಂದೇ ಒಂದು ಹಾಗೂ ಒಂದೇ ಒಂದು ಸ್ತ್ರೀ-ಅಂಡಾಣು, ಒಂದೆಡೆ ಬಂದ ದಿವ್ಯ ಕ್ಷಣದಲ್ಲೇ ನಿಶ್ಚಿತವಾಯಿತಲ್ಲವೇ, ಉತ್ಕ್ರಾಂತಿಕ್ರಮದಲ್ಲಿ ಬದುಕುವ ರೀತಿಗಳೊಂದಿಗೆ ನಿಸರ್ಗ ನಡೆಸುವ ಅಬ್ಜ ಅಬ್ಜ ಪ್ರಯೋಗಗಳಲ್ಲಿ ಒಂದು ಅನನ್ಯ ಪ್ರಯೋಗದ ಪ್ರತಿನಿಧಿಯಾಗಿ ನನ್ನ ಬದುಕಿನ ಆಯ್ಕೆ? ಆದ್ದರಿಂದಲೇ ಕೌಂಡಿಣ್ಯ ಗೋತ್ರೋತ್ಪನ್ನ ಕೃಷ್ಣಶರ್ಮಣಃ ಜ್ಯೇಷ್ಠಪುತ್ರ

ಸಾಂತಯ್ಯಶರ್ಮಣಃ ದ್ವಿತೀಯ ಪುತ್ರನಾದ ಈ ದಿವ್ಯ ಪಿಂಡ ನಾಗಪ್ಪನ ಹುಟ್ಟಿನ ಆಯ್ಕೆ? ವಿಜ್ಞಾನದ ವಿದ್ಯಾರ್ಥಿಯಾದದ್ದಕ್ಕೆ ಸಾರ್ಥಕವಾಯಿತೋ ನಾಗಪ್ಪಾ. ನಿನ್ನ ಆ ದಿವ್ಯ-ಭವ್ಯ ವಿಕಾಸವಾದಕ್ಕೇ ಇನ್ನು ಜಯವಾಗಲಿ. ನಗುವುದನ್ನು ಕಲಿಯೋ ಬೋಳೀಮಗನೇ ಯಾವಾಗಲೂ ಮುಖಕ್ಕೆ ಗಂಟಿಕ್ಕೇ ಕೂಡ್ರಬೇಡ. ಅಂತಹ ಮಹಾ ಅನಾಹುತವೇನೂ ಘಟಿಸಿಲ್ಲ ಈಗ. ನಿನ್ನ ಆ ಮಹಾಮ್ಮಾಯೀ ನಿಸರ್ಗ ನಡೆಸುವ ಅಬ್ಜ ಅಬ್ಜ ಪ್ರಯೋಗಗಳಲ್ಲಿ ಕೆಲವಾದರೂ ವಿಫಲವಾಗದೇ, ಸೋಲದೇ ಉಳಿದಾವೇ!

ಟಿಪ್ಪಣಿ ಐದು: ರಾತ್ರಿ ಹಾಸಿಗೆ ಸೇರುವ ಮೊದಲು ಕಣ್ಣುಗ್ಗಳು ನಿದ್ದೆಯಿಂದ ಬಾಡುತ್ತಿದ್ದಾಗ ಥೇನಿಸಿದ್ದು: ವಿಷ್ಣುಸಹಸ್ರನಾಮಗಳನ್ನು ದಿನವೂ ಪಠಿಸುತ್ತಿದ್ದ ಅಪ್ಪ ಎಲ್ಲ ಬಿಟ್ಟು ಈ ಹೆಸರನ್ನೇ ನನಗಾಗಿ ಹೇಗೆ ಆರಿಸಿದನೋ. ಸ್ವತಃ ಅವನ ಹೆಸರಾದರೂ ಏನು ಮತ್ತೆ ! ಈ ಸಂಗತಿಯೂ ನನ್ನ ನೋವಿನ ಇತಿಹಾಸದಲ್ಲಿ ವಹಿಸಿದ ಪಾತ್ರವನ್ನು ನೆನೆದರೆ

ಎಂತಹ ಕ್ಷುಲ್ಲಕ ಸಂಗತಿಗಳೂ ನನ್ನ ಜೀವನದ ಎಂತಹ ಮಹತ್ವದ ಘಟನೆಗಳಿಗೆ ಕಾರಣಗಳಾಗಿವೆ ಎಂಬುದನ್ನು ನೆನೆದರೆ ಆಶ್ಚರ್ಯವಾಗುತ್ತದೆ. ಹತ್ತು ವರ್ಷಗಳ ಹಿಂದೆಯೇ ಒಮ್ಮೆ ಕಂಪನಿಯ ಕೆಲಸವನ್ನು ಬಿಟ್ಟು ಇಲ್ಲಿಯದೇ ಕಾಲೇಜೊಂದರಲ್ಲಿ ಪ್ರಾಧ್ಯಾಪಕನ ಕೆಲಸ ಹಿಡಿಯಬೇಕೆಂದು ಮಾಡಿದ ನಿಶ್ಚಯವನ್ನು ಗೆಳೆಯನೊಬ್ಬನ ಇದಿರು ಆಡಿತೋರಿಸಿದಾಗ ಗೆಳೆಯನ ಹೆಂಡತಿ ಗಬಕ್ಕನೆ ಬಾಯಿಹಾಕಿ, 'ಯಾಕೆ? ಮ್ಯಾನೇಜರ್ ಆಗುವ ಛಾನ್ಸ್ ತಪ್ಪಿತೆ?' ಎಂದು ಕೇಳಿದ ಪ್ರಶ್ನೆ, ಪ್ರಶ್ನೆಗಿಂತ ಹೆಚ್ಚಾಗಿ ಅದನ್ನು ಕೇಳಿದ ರೀತಿ ಮುಂದಿನದೆಲ್ಲವನ್ನೂ ನಿಶ್ಚಯಿಸಿಬಿಟ್ಟಿತ್ತು. ಪ್ರೊಫೆಸರ್ ಆಗುವ ನಿರ್ಧಾರವನ್ನು ಬಿಟ್ಟು ಕೊಟ್ಟಿದ್ದೆ. (ಪ್ರೊಫೆಸರ್ ಎಂಬ ಉಪ-ಪದವಿ ನನ್ನ ಕೊರಳಿಗೆ ಗಂಟುಬಿದ್ದದ್ದು ಮಾತ್ರ ಆಗಿನಿಂದಲೇ ಎಂಬಂತೆ ನೆನಪು.)

ಆಶ್ಚರ್ಯ: ಯಾವುದು ಯಾವುದನ್ನು ನಿಶ್ಚಯಿಸಿತ್ತು? ಗೆಳೆಯನ ಹೆಂಡತಿಯ ಮಾತುಗಳಲ್ಲಿ, ಮಾತುಗಳಿಗಿಂತ ಹೆಚ್ಚಾಗಿ ಕಣ್ಣುಗ್ಗಳಲ್ಲಿ, ಕಣ್ಣುಗ್ಗಳಿಗಿಂತ ಹೆಚ್ಚಾಗಿ, ತುಟಿಗಳ ಮೂಲೆಯಲ್ಲಿ, ತುಟಿಗಳಿಗಿಂತ ಹೆಚ್ಚಾಗಿ, ಕೊರಳಿನ ಕೊಂಕಿನಲ್ಲಿ ವ್ಯಕ್ತವಾದ 'ಏನೋ' ನನ್ನ ಕೃತಿಗೆ ಕಾರಣವಾಗಿತ್ತೋ? ಅಥವಾ ನನ್ನ ವ್ಯಕ್ತಿತ್ವದ್ದೇ ಆಪ್ತ ಅಂಗವಾದ ನಿರ್ಧಾರವನ್ನು ಗೆಳೆಯನ ಹೆಂಡತಿಯ ಮಾತುಗಳಿಂದ

ಅರ್ಥ ಮಾಡಿಕೊಂಡಿದ್ದೇನೋ? ಯಾವಯಾವುದೋ ಕಾರಣಗಳಿಗಾಗಿ ನಮ್ಮ ಕೈಯಿಂದ ಒದಗುವ ಕೃತಿಗಳ ನಡುವಿನ ಅವಕಾಶದಲ್ಲಿ ಜರಗುವುದು ಅರ್ಥದ ಹೆಸರಿನಲ್ಲಿ. ಅರ್ಥಪೂರ್ಣತೆಯ ಹೆಸರಿನಲ್ಲಿ ನಡೆಯುವ ಶಾಬ್ದಿಕವಾದ ಹಲುಬು. ಇದಕ್ಕೇ ಅಲ್ಲವೇ ನಾವು ಕೊಟ್ಟ ದೊಡ್ಡ ಹೆಸರು ಜೀವನದರ್ಶನ ! ನಮ್ಮ ನಮ್ಮ ಕೃತಿಗಳನ್ನು ನಾವೇ ಸಮರ್ಥಿಸಿಕೊಂಡ ನಾಗರಿಕ ರೀತಿ ! ಪ್ರೊಫೆಸರ್ ನಾಗನಾಥ್ -ಜಿಂದಾಬಾದ್! ಹೇಳಲು ಮರೆತೆ: ಕಂಪನಿಯನ್ನು ಸೇರಿದ ಬಳಿಕ ನನ್ನನ್ನು ತನ್ನ ಕಣ್ಣುಗಳ ಹೊಳಪಿನಿಂದ, ಕಿಲಕಿಲ ನಗುವಿನಿಂದ, ಸೊಂಟದ ಕುಣಿತದಿಂದ ಮರುಳುಮಾಡಲು ಪಣ ತೊಟ್ಟಂತಿದ್ದ ಎಂ.ಡಿ. ಅವರ ಸೆಕ್ರೆಟರಿಯಾದ ಮೇರಿಯ ಸಲಹೆಯ ಮೇರೆಗೆ ನನ್ನ ಹೆಸರನ್ನು ಬದಲಿಸಿಕೊಂಡಿದ್ದೆ. ಎಲ್ಲರ ಬಾಯಲ್ಲಿ ನಿಂತ ಹೆಸರು ಮಾತ್ರ ಪ್ರೊಫೆಸರ್ ನಾಗ್.

ಪರಮಾಶ್ಚರ್ಯ: ನನ್ನ ಬದುಕಿನಲ್ಲಿ ಎಷ್ಟೆಲ್ಲ ಕ್ರಾಂತಿಕಾರಕ ಘಟನೆಗಳು ನಡೆದಿರುವಾಗ ಎಲ್ಲ ಬಿಟ್ಟು ಇದೇ ಥಟ್ಟನೆ ನೆನಪಿನಲ್ಲಿ ನಿಂತದ್ದೇಕೆ? ವಿಚಾರ ಮಾಡಬೇಕು.

❀❀❀

ಹೀಗೆ ಶುರುವಾಗುವ ಕಾದಂಬರಿ ಸುಮಾರು ಮೂವತ್ತು ಪುಟಗಳ ತನಕ ಯಾವ ಗುಟ್ಟನ್ನೂ ಬಿಟ್ಟುಕೊಡದೇ ಸಾಗುತ್ತದೆ. ಇದನ್ನು ಒಂದು ಅನುಕ್ರಮಕ್ಕೆ ಅಳವಡಿಸುವುದು ಹೇಗೆ? ಒಂದು ಪಾತ್ರ ತನ್ನೊಳಗೇ ಮಾಡುವ ಚಿಂತನೆಯನ್ನು ದೃಶ್ಯಕ್ಕೆ ಇಳಿಸುವುದು ಹೇಗೆ? ಮೇಲಿನ ಉದಾಹರಣೆಯನ್ನು ಮುಂದಿಟ್ಟುಕೊಂಡೇ ಹೇಳುವುದಾದರೆ-

'ಎಂತಹ ಕ್ಷುಲ್ಲಕ ಸಂಗತಿಗಳೂ ನನ್ನ ಜೀವನದ ಎಂತಹ ಮಹತ್ವದ ಘಟನೆಗಳಿಗೆ ಕಾರಣಗಳಾಗಿವೆ ಎಂಬುದನ್ನು ನೆನೆದರೆ ಆಶ್ಚರ್ಯವಾಗುತ್ತದೆ' ಎಂದು ಕಥಾನಾಯಕ ನಾಗಪ್ಪ ಯೋಚಿಸಿದ್ದನ್ನು ಹೇಗೆ ಹೇಳಿಸುವುದು? ಸ್ವಗತದ ಮೂಲಕ? ಅಂಥ ಎಷ್ಟು ಸ್ವಗತಗಳನ್ನು ತರಬೇಕು. ಪಾತ್ರ ತನಗೇ ತಾನೇ ಮಾತಾಡಿಕೊಂಡರೆ ನೋಡುವವರಿಗೆ ಏನನ್ನಿಸಬಹುದು. ಅಷ್ಟಕ್ಕೂ ಈ ಯೋಚನಾಲಹರಿಯೇ ಹೊಸದಲ್ಲವೇ? ಆತ ಯಾಕೆ ಹೀಗೆ ಮಾತಾಡುತ್ತಾನೆ ಅನ್ನುವುದನ್ನು ಹೇಗೆ ಚಿತ್ರಕತೆಯೊಳಗೆ ತರುವುದು.

ಇದಕ್ಕೊಂದು ಪುಟ್ಟ ಸನ್ನಿವೇಶದ ಬೆಂಬಲವೂ ಇಲ್ಲಿದೆ:

'ಹತ್ತು ವರ್ಷಗಳ ಹಿಂದೆಯೇ ಒಮ್ಮೆ ಕಂಪನಿಯ ಕೆಲಸವನ್ನು ಬಿಟ್ಟು ಇಲ್ಲಿಯದೇ ಕಾಲೇಜೊಂದರಲ್ಲಿ ಪ್ರಾಧ್ಯಾಪಕನ ಕೆಲಸ ಹಿಡಿಯಬೇಕೆಂದು ಮಾಡಿದ ನಿಶ್ಚಯವನ್ನು ಗೆಳೆಯನೊಬ್ಬನ ಇದಿರು ಆಡಿತೋರಿಸಿದಾಗ ಗೆಳೆಯನ ಹೆಂಡತಿ ಗಬಕ್ಕನೆ ಬಾಯಿಹಾಕಿ, ಯಾಕೆ? ಮ್ಯಾನೇಜರ್ ಆಗುವ ಛಾನ್ಸ್ ತಪ್ಪಿತೆ?' ಎಂದು ಕೇಳಿದ ಪ್ರಶ್ನೆ, ಪ್ರಶ್ನೆಗಿಂತ ಹೆಚ್ಚಾಗಿ ಅದನ್ನು ಕೇಳಿದ ರೀತಿ ಮುಂದಿನದೆಲ್ಲವನ್ನೂ ನಿಶ್ಚಯಿಸಿಬಿಟ್ಟಿತ್ತು. ಪ್ರೊಫೆಸರ್ ಆಗುವ ನಿರ್ಧಾರವನ್ನು ಬಿಟ್ಟು ಕೊಟ್ಟಿದ್ದೆ.'

ಇದು ಎಂದೋ ನಡೆದ ಘಟನೆ. ಆ ಗೆಳೆಯ ಯಾರೆಂಬುದು ಕೂಡ ಸ್ಪಷ್ಟವಿಲ್ಲ. ಅವನ ಹೆಂಡತಿ ಆಡಿದ ಮಾತಿನಿಂದ ನಾಯಕನ ಮನಸ್ಸಿಗೆ ಆಘಾತ ಆಗಿದೆ. ಈಗ ನಾವು ನಾಯಕನ ಗೆಳೆಯನ ಹೆಂಡತಿ ಹೀಗೆ ಚುಚ್ಚಿ ಮಾತಾಡುವ ದೃಶ್ಯವನ್ನು ತೋರಿಸಬೇಕೇ? ಹೌದು ಅನ್ನುವುದಾದರೆ ಆ ಮಾತಿನ ಸನ್ನಿವೇಶ ಯಾವುದು? ಅದು ಮನೆಯಲ್ಲಿ ನಡೆಯಬೇಕೇ? ಹೋಟೆಲಿನಲ್ಲೇ? ಯಾವುದಾದರೂ ಮದುವೆ ಕಾರ್ಯಕ್ರಮದಲ್ಲೇ? ಈ ಒಂದು ಮಾತಿಗೊಂದು ಒಂದು ದೃಶ್ಯವನ್ನು ಕಟ್ಟಿಕೊಡಲು ನಿರ್ದೇಶಕರು ಒಪ್ಪುತ್ತಾರಾ?

ಒಂದು ವೇಳೆ ಈ ದೃಶ್ಯವನ್ನು ಚಿತ್ರೀಕರಿಸಿದೆವು ಅಂತಿಟ್ಟುಕೊಳ್ಳೋಣ. ಆ ನಂತರ ಬರುವ ನಾಗಪ್ಪನ ಮೈಂಡ್ ವಾಯ್ಸ್ (ಸ್ವಗತ)ವನ್ನು ಹೇಗೆ ಹೇಳಿಸುವುದು? ಈ ಕೆಳಗಿನ ಮಾತುಗಳನ್ನು ಎಂದಾದರೂ ತೆರೆಯ ಮೇಲೆ ತರುವುದು ಸಾಧ್ಯವೇ?

ಆಶ್ಚರ್ಯ: 'ಯಾವುದು ಯಾವುದನ್ನು ನಿಶ್ಚಯಿಸಿತ್ತು? ಗೆಳೆಯನ ಹೆಂಡತಿಯ ಮಾತುಗಳಲ್ಲಿ, ಮಾತುಗಳಿಗಿಂತ ಹೆಚ್ಚಾಗಿ ಕಣ್ಣುಗಳಲ್ಲಿ, ಕಣ್ಣುಗಳಿಗಿಂತ ಹೆಚ್ಚಾಗಿ, ತುಟಿಗಳ ಮೂಲೆಯಲ್ಲಿ, ತುಟಿಗಳಿಗಿಂತ ಹೆಚ್ಚಾಗಿ, ಕೊರಳಿನ ಕೊಂಕಿನಲ್ಲಿ ವ್ಯಕ್ತವಾದ ಏನೋ ನನ್ನ ಕೃತಿಗೆ ಕಾರಣವಾಗಿತ್ತೋ? ಅಥವಾ ನನ್ನ ವ್ಯಕ್ತಿತ್ವದ್ದೇ ಆಪ್ತ ಅಂಗವಾದ ನಿರ್ಧಾರವನ್ನು ಗೆಳೆಯನ ಹೆಂಡತಿಯ ಮಾತುಗಳಿಂದ ಅರ್ಥ ಮಾಡಿಕೊಂಡಿದ್ದೇನೋ?'

ಈ ಎಲ್ಲಾ ಗೊಂದಲಗಳೊಂದಿಗೇ ಚಿತ್ರಕತೆ ಬರೆಯಲು ಕುಳಿತ ನಮಗೆ ಹೊಳೆದ ಮೊದಲ ದೃಶ್ಯವೆಂದರೆ ಶೀರ್ಷಾಸನ ಮಾಡುತ್ತಾ ಇರುವ ನಾಗಪ್ಪ. ಶಿಕಾರಿ ಸೀರಿಯಲ್ಲು ಆರಂಭವಾದದ್ದೇ ತಲೆಕೆಳಗು ಮಾಡಿ ನಿಂತ ನಾಯಕನಿಂದ. ಅವನ ಜಗತ್ತೇ

ತಲೆಕೆಳಗಾಗಿದೆ ಎಂಬಲ್ಲಿಂದ ಶುರುವಾದ ಸೀರಿಯಲ್ಲು, ಈ ಎಲ್ಲಾ ಮಾತುಗಳನ್ನು ಬಿಟ್ಟು ನೇರವಾಗಿ ಆತ ಕೆಲಸ ಕಳಕೊಂಡ ಆಘಾತದೊಂದಿಗೆ ಶುರುವಾಗುತ್ತದೆ.

ನಾವು ಹೀಗೊಂದು ಉಪಾಯ ಮಾಡಿ, ಟಿಪ್ಪಣಿಗಳನ್ನೂ ಒಬ್ಬನೇ ಆಡುವ ಮಾತುಗಳನ್ನು ಬಿಟ್ಟು ಸೀರಿಯಲ್ಲು ಆರಂಭಿಸಿದೆವು. ಕೆಲವು ಕಡೆಗಳಲ್ಲಿ ಹಿನ್ನೆಲೆ ಸಂಗೀತದ ಬದಲು ಆತನ ಚಿಂತನೆಗಳನ್ನು ತಂದೆವು. ಆತ ಡೈರಿ ಬರೆಯುವಂತೆ, ಕನ್ನಡಿಯನ್ನು ನೋಡುತ್ತಾ ಮಾತಾಡುತ್ತಿರುವಂತೆ, ಪತ್ರ ಬರೆಯುತ್ತಿರುವಂತೆ ಒಂದಷ್ಟು ಮಾತುಗಳನ್ನು ಹೇಳಿಸಿದೆವು. ಯಾವುದೋ ಮಾತುಗಳನ್ನು ಮತ್ಯಾವುದೋ ಸಂದರ್ಭದಲ್ಲಿ ತಂದೆವು.

ಕೊನೆಗೂ ಶಿಕಾರಿ ಸೀರಿಯಲ್ಲು ಎಲ್ಲರಿಗೂ ಇಷ್ಟವಾಯಿತು. ನಮ್ಮ ಆರಂಭದ ಹುಚ್ಚು ಉತ್ಸಾಹಕ್ಕೆ ನಿರ್ದೇಶಕ ಬಿ ಎಸ್ ಲಿಂಗದೇವರು ತಣ್ಣೀರು ಎರಚಲಿಲ್ಲ. ಬದಲಾಗಿ ನಾವು ಬರೆದುಕೊಟ್ಟಿದ್ದನ್ನು ಅದ್ಭುತವಾಗಿ ತೆರೆಯ ಮೇಲೆ ತಂದರು. ನಾಗಪ್ಪನ ಪಾತ್ರವನ್ನು ಅವಿನಾಶ್ ನಿಭಾಯಿಸಿದರು. ಅವರೂ ಸಾಹಿತ್ಯದ ವಿದ್ಯಾರ್ಥಿಯೂ ಮೇಷ್ಟರೂ ಆಗಿದ್ದರಿಂದ, ಯಶವಂತ ಚಿತ್ತಾಲರ ಕಾದಂಬರಿಯನ್ನು ಓದಿಕೊಂಡದ್ದರಿಂದ ಕೆಲವು ದೃಶ್ಯಗಳಲ್ಲಿ ನಾಗಪ್ಪನೇ ಆಗಿಬಿಟ್ಟರು. ಅವರ ದುಷ್ಟ ಬಾಸ್ ಆಗಿ ವಿ. ಮನೋಹರ್ ನಟಿಸಿದ್ದರು. ಮನೋಹರ್ ಅವರಿಗೆ ಅವರ ಬೋಳುತಲೆಯಿಂದಾಗಿ ಒಂದು ದುಷ್ಟಕಳೆ ತನ್ನಿಂತಾನೇ ಬಂದುಬಿಟ್ಟಿತ್ತು. ಯಾವತ್ತೂ ಪೈಪ್ ಸೇದದ ಅವರು, ಪೈಪ್ ಸೇದುತ್ತಾ ಕೆಮ್ಮುತ್ತಾ ಕಷ್ಟಪಟ್ಟು ಪಾತ್ರವಾದರು. ಹಿರಿಯ ನಟ ಸಿಆರ್ ಸಿಂಹ ಕೂಡ ಪ್ರಮುಖ ಪಾತ್ರವೊಂದರಲ್ಲಿ ಕಾಣಿಸಿಕೊಂಡು, ತಮ್ಮ ಪಾತ್ರವನ್ನು ಅದ್ಭುತವಾಗಿ ಅಭಿನಯಿಸಿದರು. ಅವರೂ ಕೂಡ ಕಾದಂಬರಿ ಓದಿದವರೇ ಆಗಿದ್ದರು.

ಹೀಗೆ ನಮ್ಮ ಮೊದಲ ಪ್ರಯತ್ನಕ್ಕೆ ನಿರ್ದೇಶಕರ, ನಟರ ಬೆಂಬಲ ಸಿಕ್ಕಿತು. ಶಿಕಾರಿ ಕತೆಯೇ ತೀರಾ ಹೊಸತನದ್ದಾದ್ದರಿಂದ, ವೀಕ್ಷಕರಿಗೂ ಅದು ರೋಮಾಂಚನ ನೀಡಿತು. ಇಲ್ಲಿ ಚಿತ್ರಕತೆ ಬೆಳೆಯುತ್ತಾ ಹೋದದ್ದು ಇವರೆಲ್ಲರ ಸಹಕಾರದಿಂದಲೇ ಎಂದು ಹೇಳಬೇಕು.

ಅಂತಿಮವಾಗಿ, ಯಶವಂತ ಚಿತ್ತಾಲರು ಕೂಡ ಸೀರಿಯಲ್ಲು ನೋಡಿ ತುಂಬಾ ಚೆನ್ನಾಗಿದೆ ಅಂತ ತಮ್ಮ ಆಪ್ತರ ಹತ್ತಿರ ಹೇಳಿದರಂತೆ.

ಅದು ನಮ್ಮ ಮೊದಲ ಕೆಲಸಕ್ಕೆ ಸಿಕ್ಕ ಅತಿ ದೊಡ್ಡ ಪ್ರಶಸ್ತಿ.

ಶಕ್ತಿ ನೀ ನೀಡು ಬಾ...

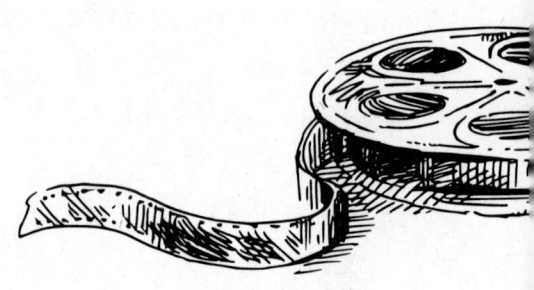

ನಾವೆಲ್ಲ ಪ್ರೆಸ್ ಕ್ಲಬ್ಬಲ್ಲಿ ಕೂತು ಹರಟೆ ಹೊಡೆಯುತ್ತಿರಬೇಕಾದರೆ, ಗುಂಗುರು ಕೂದಲಿನ ಉರುಟುಮುಖದ ಶುಭ್ರನಗುವಿನ ವ್ಯಕ್ತಿಯೊಬ್ಬರು ಕಾರಿನಿಂದ ಇಳಿದು ನಮ್ಮತ್ತ ನಡೆದು ಬಂದರು. ಅವರನ್ನು ದೂರದಿಂದ ನೋಡುತ್ತಿದ್ದ ಹಾಗೆ, ನನ್ನ ಪಕ್ಕದಲ್ಲಿ ಕೂತಿದ್ದವರು ರವಿಚಂದ್ರನ್ ಬರ್ತಿದ್ದಾರೆ ಅಂತ ಬೆರಳು ಮಾಡಿ ತೋರಿಸಿದರು. ಮತ್ತೊಬ್ಬರು ರವಿಚಂದ್ರನ್ ಅಲ್ರೀ, ಗುರುಕಿರಣ್ ಅಂದರು. ಆಗಿನ್ನೂ ಗುರುಕಿರಣ್ ಸಂಗೀತ ನಿರ್ದೇಶನ ಮಾಡಿರಲಿಲ್ಲ. ಅವರು ಹತ್ತಿರ ಬಂದಾಗ ರವಿಚಂದ್ರನ್ನೂ ಆಗಿರದೇ, ಗುರುಕಿರಣೂ ಆಗಿರದೇ ಅವರಿಬ್ಬರ ಹೆಸರಿನ ಸಂಗಮವಾಗಿದ್ದರು.

ಅವರು ರವಿಕಿರಣ್. ಆಗಿನ್ನೂ ಉದಯ ಟೀವಿಯೊಂದೇ ಸೀರಿಯಲ್ಲುಗಳನ್ನು ನೀಡುವ ಖಾಸಗಿ ವಾಹಿನಿಯಾಗಿತ್ತು. ಆ ವಾಹಿನಿಯಲ್ಲಿ ರವಿಕಿರಣ್ ನಿರ್ದೇಶನದ ಧಾರಾವಾಹಿ ಪ್ರಸಾರವಾಗುತ್ತಿತ್ತು.

ರವಿಕಿರಣ್ ನಮ್ಮನ್ನು ಹುಡುಕಿಕೊಂಡು ಬಂದದ್ದು ಆ ಸೀರಿಯಲ್ಲಿಗೆ ಸಂಭಾಷಣೆ ಬರೆದುಕೊಡುತ್ತೀರಾ ಎಂದು ಕೇಳುವುದಕ್ಕೆ.

ಯಾವತ್ತೂ ಇಲ್ಲ ಅಂತ ಹೇಳದೇ ಇದ್ದ ನಾನು, ಅದಕ್ಕೇನಂತೆ ಬರೆದುಕೊಡ್ತೀವಿ ಅಂದೆ. ನಾನೊಬ್ಬನೇ ಅಲ್ಲ, ಜೊತೆಗೆ ಉದಯ ಮರಕಿಣಿಯೂ ಇರುತ್ತಾರೆ. ಇಬ್ಬರೂ ಸೇರಿ ಬರೆಯುತ್ತೇವೆ ಎಂದು ಉದಯ್ ಹೆಸರನ್ನೂ ಸೇರಿಸಿದೆ. ಪಕ್ಕದಲ್ಲೇ ಕೂತಿದ್ದ ಉದಯ್ ನನ್ನನ್ನು ಗುರಾಯಿಸುವಂತೆ ನೋಡಿದರು. ಲಂಕೇಶ್ ಪತ್ರಿಕೆಯಲ್ಲಿ ಸಿನಿಮಾ ಪತ್ರಕರ್ತರಾಗಿದ್ದ ಸದಾಶಿವ ಶೆಣೈ ನಮ್ಮನ್ನು ನೋಡಿ ವಿಷಾದದ ನಗು ಬೀರಿದರು.

ರವಿಕಿರಣ್ ನಾವು ಒಪ್ಪಿದ್ದಕ್ಕೆ ಸಂತೋಷಪಟ್ಟು, ಹತ್ತು ಸಾವಿರ ರುಪಾಯಿಗಳನ್ನು ಕೈಗೆ ಕೊಟ್ಟು, ನಾಳೆಯಿಂದ ಸಂಭಾಷಣೆ ಬರೆಯಲು ಶುರುಮಾಡಿ ಅಂತ ಹೇಳಿ ಹೊರಟುಬಿಟ್ಟರು. ಯಾವ ಸಂಭಾಷಣೆ, ಏನು ಬರೆಯಬೇಕು ಅಂತ ಗೊತ್ತಾಗದೇ ನಾನು ಅವರನ್ನು ವಾಪಸ್ ಕರೆದಾಗ, ಅದನ್ನೆಲ್ಲ ಕೃಷ್ಣಮೂರ್ತಿ ಹೇಳ್ತಾರೆ. ನಾಳೆ ಅವರೇ ಬಂದು ನಿಮ್ಮನ್ನು ಭೇಟಿ ಮಾಡುತ್ತಾರೆ ಎಂದು ಹೊರಟೇಹೋದರು.

ನಾನು ಜತೆಗೇ ಇದ್ದ ಶೆಣೈ ಬಳಿ, ನೀವೂ ಬರೀತೀರಾ ಸಂಭಾಷಣೆ ಎಂದು ಕೇಳಿದೆ. ಅವರು 'ಹೋಗ್ರೀರಿ, ಮಾಡಕ್ ಬೇರೆ ಕೆಲಸ ಇಲ್ವಾ?' ಎಂದು ಹೇಳಿ ಹೊರಟು ಹೋದರು. ಉದಯ್ ಮರಕಿಣಿ ಮಾತಾಡಲಿಲ್ಲ. ನಾನೇನೋ ತಪ್ಪು ಮಾಡಿದೆನೇನೋ ಅಂತ ಆ ಕ್ಷಣ ನನಗೆ ಅನ್ನಿಸಿತು.

ಮಾರನೆಯ ಬೆಳಗ್ಗೆಆರೂವರೆಗೆಲ್ಲ ನನ್ನ ಮನೆಯ ಕಾಲಿಂಗ್ ಬೆಲ್ ಸದ್ದಾಯಿತು. ಆಗೆಲ್ಲ ನಾನು ಎಂಟು ಗಂಟೆಯ ತನಕ ಗಡದ್ದಾಗಿ ನಿದ್ದೆ ಮಾಡುತ್ತಿದ್ದೆ. ಎದ್ದ ಮೇಲೆ ಎರಡು ಗಂಟೆ ಯಾವುದಾದರೂ ಪುಸ್ತಕ ಓದುವುದು, ಪೇಪರ್ ತಿರುವಿ ಹಾಕುವುದು, ಸಿನಿಮಾ ನೋಡುವುದು ಮಾಡುತ್ತಿದ್ದೆ. ನಮಗೆ ಆಫೀಸು ಶುರುವಾಗುತ್ತಿದ್ದದ್ದು 12 ಗಂಟೆಗೆ. ಆದ್ದರಿಂದ ಬೆಳಗಿನ ಹೊತ್ತಲ್ಲಿ ಬೇಕಾದಷ್ಟು ಸಮಯ ಇರುತ್ತಿತ್ತು.

ಗೊರಕೆ ಹೊಡೆಯುತ್ತಾ ಮಲಗಿದ್ದ ನನ್ನನ್ನು ಜ್ಯೋತಿ ಬಂದು 'ಯಾರೋ ಬಂದಿದ್ದಾರೆ ನೋಡಿ' ಎಂದು ಎಬ್ಬಿಸಿದಳು. ಬೆಳಗಿನ ಹೊತ್ತಲ್ಲಿ ನಾನು ಯಾರನ್ನೂ ಭೇಟಿ ಮಾಡುತ್ತಿರಲಿಲ್ಲ. ಅಷ್ಟಕ್ಕೂ ಮನೆಗೆ ನನ್ನನ್ನು ಹುಡುಕಿಕೊಂಡು ಯಾರೂ

ಬರುತ್ತಿರಲಿಲ್ಲ. ನನ್ನ ಮನೆಯ ವಿಳಾಸವೂ ಯಾರಿಗೂ ಗೊತ್ತಿರಲಿಲ್ಲ. ಅಂಥದ್ದರಲ್ಲಿ ಯಾರು ನನ್ನನ್ನು ಹುಡುಕಿಕೊಂಡು ಬಂದವರು ಎಂದುಕೊಂಡು ಕಣ್ಣುಜ್ಜಿಕೊಂಡೇ ಹೊರಗೆ ಬಂದರೆ ಅಲ್ಲಿ ತೆಳ್ಳಗಿನ, ನಗುಮುಖದ ವ್ಯಕ್ತಿಯೊಬ್ಬರು ಕೈಯಲ್ಲೊಂದು ಬ್ಯಾಗು ಹಿಡಕೊಂಡು ನಿಂತಿದ್ದರು. ನನ್ನನ್ನು ನೋಡುತ್ತಿದ್ದಂತೆ ನಮಸ್ಕಾರ, ನಾನು ಕೃಷ್ಣಮೂರ್ತಿ, ರವಿಕಿರಣ್ ಕಳಿಸಿದ್ದಾರೆ ಅಂದರು. ಅವರು ಬೇಡವೆಂದರೂ ತಮಿಳಿನ ಪದಗಳು ಅವರ ಕನ್ನಡಪದಗಳ ಮೇಲೆ ಸವಾರಿ ಮಾಡುತ್ತಿದ್ದಂತೆ ನನಗೆ ಅನ್ನಿಸಿತು. ರವಿಕಿರಣ್ ನಿಮ್ಮನ್ನು ಯಾಕೆ ಕಳಿಸಿದ್ದಾರೆ ಅಂತ ನಾನು ಕೇಳುವ ಮೊದಲೇ, ಬನ್ನಿ ಕುಳಿತುಕೊಳ್ಳಿ, ಒಂದು ನೋಟ್ ಪ್ಯಾಡ್ ತಗೊಂಡು ಬನ್ನಿ ಅಂತ ಕೃಷ್ಣಮೂರ್ತಿ ನನ್ನ ಮನೆಯಲ್ಲೇ ನನಗೆ ಆತಿಥ್ಯ ಮಾಡಿ ಕೂರಿಸಿದರು.

ಮುಂದಿನ ಎರಡು ಗಂಟೆಗಳ ಕಾಲ ಅವರು ನನಗೆ ಶಕ್ತಿ ಸೀರಿಯಲ್ಲಿನ ಕತೆ ಹೇಳಿದರು. ಅಷ್ಟು ಸಂಕೀರ್ಣವಾದ ಕತೆಯನ್ನು ನಾನು ಯಾವತ್ತೂ ಕೇಳಿರಲಿಲ್ಲ. ಒಂದು ಕುಟುಂಬ, ಆ ಕುಟುಂಬದ ಸದಸ್ಯರು, ಆ ಮನೆಯ ಮಗಳು, ಮಗ, ಚಿಕ್ಕಪ್ಪ, ದೊಡ್ಡಪ್ಪ, ತಮ್ಮಂದಿರು, ಕೆಲಸದ ಹೆಂಗಸು, ಅವರೆಲ್ಲರ ಓದು, ಹಿನ್ನೆಲೆ, ಅದು ಎಷ್ಟು ಒಳ್ಳೆಯ ಕುಟುಂಬ ಅನ್ನುವುದನ್ನೆಲ್ಲ ಅವರು ಎಷ್ಟು ಸೊಗಸಾಗಿ ವಿವರಿಸಿದರು ಎಂದರೆ, ಬಹುಶಃ ಕೃಷ್ಣಮೂರ್ತಿಯವರೂ ಅದೇ ಕುಟುಂಬಕ್ಕೆ ಸೇರಿದವರೇನೋ ಅನ್ನಿಸುವಂತಿತ್ತು. ನಾನು ಆ ಕುಟುಂಬದ ಹೆಣ್ಣನ್ನು ಮದುವೆ ಆಗಬೇಕೇನೋ ಎಂಬಂತೆ ಅವರು ಒಂದಿಡೀ ಕುಟುಂಬದ ವಿವರಗಳನ್ನು ಕೊಟ್ಟರು. ಅಷ್ಟು ವಿವರವಾಗಿ ನನ್ನ ಪರಿವಾರದ ಬಗ್ಗೆಯೂ ನನಗೆ ಗೊತ್ತಿರಲಿಲ್ಲ. ಆ ಮನೆಯಲ್ಲಿ ಯಾರಿಗೆ ಡಯಾಬಿಟೀಸು, ಯಾರು ಯಾವ ಔಷಧಿ ತೆಗೆದುಕೊಳ್ಳುತ್ತಾರೆ, ಯಾರು ವಾಕಿಂಗ್ ಹೋಗುತ್ತಾರೆ, ಯಾರು ಕಾರಲ್ಲಿ ಓಡಾಡುತ್ತಾರೆ- ಎಂಬಿತ್ಯಾದಿ ವಿವರಗಳನ್ನು ಒಳಗೊಂಡ ಕತೆಯನ್ನು ಆ ಬೆಳಗ್ಗೆ ಮೂರೂವರೆ ಗಂಟೆ ಕೇಳಿಸಿಕೊಂಡೆ. ಅದರ ಜೊತೆಗೇ ಮತ್ತೊಂದು ಮನೆಯ ವಿವರಗಳನ್ನೂ ಅವರು ಹೇಳಿ, ಆ ಕ್ಷಣಕ್ಕೆ ಎರಡನೇ ಮನೆಯ ಯಜಮಾನರ ಮೂರನೇ ಮಗಳು, ಮೊದಲನೇ ಮನೆಯ ಮೊದಲನೇ ಮಗನ ಸೊಸೆಯಾಗಿ ಹೋಗಿದ್ದಾಳೆ. ಅವಳ ಮೇಲೆ ಆ ಮನೆಯವರಿಗೆ ಸಿಟ್ಟಿಲ್ಲ. ಆದರೆ ಅವಳ ಅಪ್ಪನ ಮೇಲೆ ಸಿಟ್ಟಿದೆ. ಅವರು ಸೇಡು ತೀರಿಸಿಕೊಳ್ಳಲು ನಿರ್ಧರಿಸಿದ್ದಾರೆ. ಈಗ ಆ ಸೊಸೆ, ಆ ಇಡೀ ಮನೆಯವರ ಮನಸ್ಸನ್ನು ಗೆಲ್ಲಬೇಕಾಗಿದೆ.

ಈಗ ದೃಶ್ಯ ಬರೆದುಕೊಳ್ಳಿ ಎಂದು ಹೇಳಿ ಒಂದೊಂದಾಗಿ ಐವತ್ತು ದೃಶ್ಯಗಳನ್ನು ಸೀನ್ ನಂಬರ್, ಲೊಕೇಶನ್, ಆರ್ಟಿಸ್ಟ್, ಎಫೆಕ್ಟ್ ಸಹಿತ ಬರೆಸಿದರು. ನಾನು ಬರೆಯಲು ಶುರುಮಾಡುತ್ತಿದ್ದಂತೆ ಹಾಗಲ್ಲ ಬರೆಯೋದು ಎಂದು ಹೇಳಿ ತಾವೇ ಮೊದಲ ದೃಶ್ಯ ಬರೆದು ತೋರಿಸಿದರು. ದೃಶ್ಯ 1, ಶಕ್ತಿ ತವರು ಮನೆ. ಶಕ್ತಿಯ ತಂದೆ ಕೃಷ್ಣಪ್ಪ ಮತ್ತು ತಾಯಿ ನಿರ್ಮಲಾ, ಹಗಲು' ಎಂದು ಶುರುವಾಗುವ ದೃಶ್ಯದಲ್ಲಿ ಮಗಳ ಬಗ್ಗೆ ತಂದೆ ತಾಯಿ ಏನೇನು ಮಾತಾಡುತ್ತಾರೆ. ಅವರಿಬ್ಬರಿಗೆ ಮಗಳ ವಿಚಾರದಲ್ಲಿ ಏನೇನು ಜಗಳ ಆಗುತ್ತದೆ. ಆ ದೃಶ್ಯದ ಹೈ ಪಾಯಿಂಟು ಯಾವುದು? ಜಗಳದ ಮಧ್ಯೆ ಯಾವುದೆಲ್ಲ ಪ್ರಸ್ತಾಪ ಆಗಬೇಕು ಎಂಬುದನ್ನು ವಿವರಿಸಿದರು. ಹೀಗೆ ಐವತ್ತು ದೃಶ್ಯಗಳನ್ನು ವಿವರಿಸಿ, ಹತ್ತು ದೃಶ್ಯಗಳನ್ನು ಸಂಜೆ ಬರೆದಿಟ್ಟಿರಿ. ನಾಳೆ ಬೆಳಗ್ಗೆ ಆರು ಗಂಟೆಗೆ ಶೂಟಿಂಗು' ಎಂದು ಹೇಳಿ ಕಾಫಿ ಕುಡಿದು ಹೊರಟು ಹೋದರು.

ನನ್ನ ಜೀವಮಾನದಲ್ಲೇ ನಾನು ಅಷ್ಟೊಂದು ಮಾಹಿತಿಯನ್ನು ಏಕಕಾಲಕ್ಕೆ ಸಂಗ್ರಹಿಸಿರಲಿಲ್ಲ. ಕೃಷ್ಣಮೂರ್ತಿ ಯಾರೋ ಕಟ್ಟಿದ ಕತೆಯನ್ನು ಬೆಳೆಸುತ್ತಾ ಬೆಳೆಸುತ್ತಾ ಆ ಹಂತಕ್ಕೆ ತಂದು ನಿಲ್ಲಿಸಿದ್ದರು. ಅವರು ದಿನಾ ಕತೆಯನ್ನು ಬೆಳೆಸಬೇಕಾಗಿತ್ತು. ಪ್ರತಿದಿನವೂ ಹೊಸತನ ತುಂಬಿದ ಕತೆಯನ್ನೇ ಹೇಳಬೇಕಾಗಿತ್ತು. ಪ್ರತಿಯೊಂದು ದೃಶ್ಯದಲ್ಲೂ ಒಂದು ಕ್ಲೈಮ್ಯಾಕ್ಸು ಇರುವಂತೆ ನೋಡಿಕೊಳ್ಳಬೇಕಾಗಿತ್ತು. ಅದನ್ನೆಲ್ಲ ಅವರು ಅದು ಹೇಗೆ ಮಾಡುತ್ತಾರಪ್ಪ ಎಂದು ಯೋಚಿಸುತ್ತಾ, ಅವರು ಹೇಳಿದ್ದನ್ನು ನೆನಪಿಸಿಕೊಳ್ಳುತ್ತಾ, ಅವರು ಬರೆಸಿದ್ದನ್ನು ಮತ್ತೆ ಮತ್ತೆ ಓದುತ್ತಾ ಕೂತೆ. ಸಂಜೆಯಾದರೂ ಏನೂ ಹೊಳೆಯಲೇ ಇಲ್ಲ. ಶಕ್ತಿಯ ಅಪ್ಪ ಕೃಷ್ಣಪ್ಪ ಮತ್ತು ಅಮ್ಮ ನಿರ್ಮಲಾ ಹೇಗೆ ಮಾತು ಶುರು ಮಾಡುತ್ತಾರೆಂಬುದು ಎಷ್ಟೇ ಯೋಚಿಸಿದರೂ ಹೊಳೆಯಲಿಲ್ಲ. ಅವರು ಬರೆಸಿಕೊಟ್ಟ ದೃಶ್ಯ ಮಾತ್ರ ನನ್ನ ಕಣ್ಮುಂದೆ ಅನಾಥವಾಗಿ ಬಿದ್ದುಕೊಂಡಿತ್ತು.

ಆಗಿನ್ನೂ ಟೆಲಿಫೋನು ನನ್ನಲ್ಲೂ ಇರಲಿಲ್ಲ, ಉದಯ್ ಹತ್ತಿರವೂ ಇರಲಿಲ್ಲ. ಆಫೀಸಿಗೆ ಹೋದವನೇ ಉದಯ ಮರಕಿಣಿಗೆ ಬೆಳಗ್ಗೆ ಕೃಷ್ಣಮೂರ್ತಿ ನನ್ನ ಮೇಲೆ ನಡೆಸಿದ ಸೀರಿಯಲ್ ಹಲ್ಲೆಯ ಬಗ್ಗೆ ಹೇಳಿದೆ. ಅವರು ಹೇಳಿದ್ದನ್ನು ಯಥಾವತ್ ಹೇಳುವುದು ನನಗೆ ಸಾಧ್ಯವೇ ಆಗಲಿಲ್ಲ. ಹೆಸರುಗಳು, ಸಂಬಂಧಗಳು ಮರೆಯುತ್ತಿದ್ದವು. ಯಾರು ಯಾರೆಂಬುದು ನೆನಪಾಗುತ್ತಿರಲಿಲ್ಲ. ನಾನು ಮೂರು

ಗಂಟೆ ಕೇಳಿಸಿಕೊಂಡ ಕತೆಯನ್ನು ಉದಯ್‌ಗೆ ನಾನು ಒಂದೂವರೆ ಗಂಟೆ ಹೇಳಿದೆ. ಅವರು ನನ್ನ ಕೈಲಿದ್ದ ಸಿಗರೇಟನ್ನು ಕಿತ್ತುಕೊಂಡು ಒಮ್ಮೆ ದೀರ್ಘವಾಗಿ ಎಳೆದು, ನಿಮಗೆ ತಲೆಕೆಟ್ಟಿದೆ. ಯಾಕಾದರೂ ಆ ಸೀರಿಯಲ್ ಒಪ್ಪಿಕೊಂಡಿರಿ. ಇದರಲ್ಲಿ ನಾನಿಲ್ಲ ಎಂದು ಹೇಳಿ ಎದ್ದು ಹೊರಟೇಬಿಟ್ಟರು.

ನಾನಿದನ್ನೆಲ್ಲ ಅವರಿಗೆ ಹೇಳಿದ್ದು ನಾವು ಕೆಲಸ ಮಾಡುತ್ತಿದ್ದ ಕನ್ನಡಪ್ರಭ ಪತ್ರಿಕೆಯ ಕ್ಯಾಂಟೀನಿನಲ್ಲಿ. ನಾವು ಮಾತಾಡುವುದನ್ನು ಗಮನಿಸುತ್ತಿದ್ದ ಕ್ಯಾಂಟೀನಿನ ಮಾಲೀಕರು ನಮ್ಮಿಬ್ಬರನ್ನೂ ಅನುಕಂಪದಿಂದ ನೋಡಿ, ನಮ್ಮ ಗಾಬರಿ ಗಮನಿಸಿ, ಏನಾದರೂ ಸಮಸ್ಯೆಯಾಗಿದೆಯಾ ಎಂದು ಕೇಳಿದರು. ನನಗೆ ನಿಜಕ್ಕೂ ಗೊತ್ತಿರಲಿಲ್ಲ.

ಅವತ್ತು ನಾವೇನೂ ಬರೆಯಲಿಲ್ಲ. ಉದಯ್ ಅದು ತಮ್ಮಿಂದ ಸಾಧ್ಯವೇ ಇಲ್ಲ ಎಂದು ನಿರಾಕರಿಸಿದ್ದರು. ನಾನು ಕಂಗಾಲಾಗಿ ಕೂತಿದ್ದೆ. ಆಫೀಸು ಕೆಲಸ ಮುಗಿಸಿ ಮನೆಗೆ ಹೋಗಿ ನಿದ್ದೆ ಮಾಡಿದರೆ, ರಾತ್ರಿ ನಿದ್ದೆ ಬರಲಿಲ್ಲ. ಮಾರನೆಯ ಬೆಳಗ್ಗೆ ಆರೂವರೆಗೆ ಮತ್ತೆ ಜ್ಯೋತಿ ಬಂದು, ಯಾರೋ ಬಂದಿದ್ದಾರೆ ನೋಡಿ ಎಂದು ಎಬ್ಬಿಸಿದಳು. ಹೋಗಿ ನೋಡಿದರೆ, ಒಂದು ಹಳೆಯ ಸ್ಕೂಟರಿನಲ್ಲಿ ಕಪ್ಪಗಿನ, ದಪ್ಪಗಿನ ಒಬ್ಬರು ನಮ್ಮ ಮನೆಯ ಗೇಟಿನ ಹೊರಗೆ ಕೈ ಕಟ್ಟಿ ನಿಂತುಕೊಂಡು, ಸಿಗರೇಟು ಸೇದುತ್ತಿದ್ದರು. ನನ್ನನ್ನು ನೋಡುತ್ತಿದ್ದಂತೆ, ನಮಸ್ಕಾರ, ಸ್ಕ್ರಿಪ್ಟ್ ಕೊಡಿ ಅಂದರು. ನನಗೆ ಯಾವ ಸ್ಕ್ರಿಪ್ಟು ಅನ್ನುವುದೇ ಹೊಳೆಯಲಿಲ್ಲ. ನಾನು ಕಂಗಾಲಾಗಿದ್ದು ನೋಡಿ, ಸೀನ್ ಪೇಪರ್ ಕೊಡಿ ಸಾರ್, ಏಳು ಗಂಟೆಗೆ ಫಸ್ಟ್ ಶಾಟು. ಕಲ್ಯಾಣಿ ಹೌಸಲ್ಲಿ ಶೂಟಿಂಗು ಅಂದರು. ನಾನು ಮತ್ತೂ ಸುಮ್ಮನೆ ನಿಂತಿದ್ದೆ. ಯಾವ ಸೀನೂ ಬರೆದಿಲ್ಲ ಎಂದು ಹೇಳಿದೆ. ಅವರು ನನ್ನನ್ನು ವಿಚಿತ್ರವಾಗಿ ನೋಡಿ ಹೊರಟು ಹೋದರು.

ಅವತ್ತು ಆಫೀಸಿಗೆ ರವಿಕಿರಣ್, ಕೃಷ್ಣಮೂರ್ತಿ, ರವಿಕಿರಣ್ ಸೋದರ ಭಾಸ್ಕರ್ ಹಾಗೂ ಬೆಳಗ್ಗೆ ನಮ್ಮನೆಗೆ ಬಂದಿದ್ದವರು ಬಂದರು. ನಾವೆಲ್ಲ ಹರಟುತ್ತಾ ನಗುತ್ತಾ ಕೂತಿದ್ದೆವು. ನಾನೇನೋ ಮಹಾಪರಾಧ ಮಾಡಿದ್ದೇನೆ ಎಂಬಂತೆ ರವಿಕಿರಣ್, 'ಏನ್ರೀ ನೀವು, ಸೀನ್ ಪೇಪರೇ ಕೊಡ್ಲಿಲ್ಲವಲ್ರೀ, ಆ ಹುಡುಗಿ ಡೇಟೇ ಇಲ್ಲ. ಬೇರೆ ಸೀರಿಯಲ್ ಒಪ್ಕೊಂಡಿದ್ದಾಳೆ. ಇವತ್ತು ಶೂಟಿಂಗ್ ಕ್ಯಾನ್ಸಲ್ ಮಾಡಬೇಕಾಯ್ತು' ಎಂದು ತಮ್ಮ ಎತ್ತರದ ದನಿಯಲ್ಲಿ ಗದರಿಸುವಂತೆ ಹೇಳಿದರು. ಅವರ ದನಿಗೆ ಇಡೀ ಆಫೀಸಿಗೆ ಆಫೀಸೇ ಬೆಚ್ಚಿಬಿದ್ದಿತ್ತು.

ಅವರನ್ನು ಕ್ಯಾಂಟೀನಿಗೆ ಕರೆದೊಯ್ದು ನಮ್ಮ ಅಸಹಾಯಕತೆಯನ್ನು ವಿವರಿಸಿದೆವು. ರವಿಕಿರಣ್ ಅದನ್ನೆಲ್ಲ ತಳ್ಳಿಹಾಕಿ, ನೀವೇನ್ರೀ, ರೈಟರ್ ಅಂತೀರಿ. ಬರೆಯೋಕೆ ಬರೋಲ್ವಾ, ತುಂಬ ಸಿಂಪಲ್ರೀ, ನೀವು ಬರೆದುಕೊಡಿ ಸಾಕು. ಈಗ ನೋಡ್ರೀ, ತಂದೆ ತಾಯಿ ಮಾತಾಡ್ತಿರ್ತಾರೆ. ಹೆಂಡ್ತಿ ಸಿಟ್ಟಲ್ಲಿ ಗಂಡನಿಗೆ ಬೈತಾ ಇರ್ತಾಳೆ. ಏನ್ರೀ, ಹೋಗಿ ಹೋಗಿ ಆ ಮನೆಗೆ ಮಗಳನ್ನು ಮದುವೆ ಮಾಡಿ ಕೊಟ್ಟಿದ್ದೀರಲ್ಲ, ರಾತ್ರಿ ಕಂಡ ಬಾವಿಗೆ ಹಗಲು ಮಗಳನ್ನು ತಳ್ಳಿದ ಹಾಗಲ್ಲವೇ ಇದು ಎಂದು ಕೇಳ್ತಾಳೆ. ಅದಕ್ಕೆ ಗಂಡ ಅಂಥದ್ದೇನೂ ಆಗಲ್ಲ. ಆ ಹುಡುಗ ನಮ್ಮ ಹುಡುಗೀನ ತುಂಬ ಪ್ರೀತಿಸ್ತಾನೆ. ಪ್ರೀತಿ ಎಲ್ಲವನ್ನೂ ಸರಿ ಮಾಡುತ್ತೆ ಅಂತಾನೆ. ಅವನು ಪ್ರೀತಿಸ್ತಿರಬಹುದು, ಆ ಮನೆಯವರು ದ್ವೇಷಿಸ್ತಾರಲ್ಲ. ಅವನು ಆಫೀಸಿಗೆ ಹೋದಾಗ ಮನೆಯವರೆಲ್ಲ ಅವಳಿಗೆ ಹಿಂಸೆ ಕೊಡೋಲ್ಲವಾ? ಮಟನ್ ಮಾರ್ಕೆಟ್ಟಲ್ಲಿ ಮಲ್ಲಿಗೆ ಹೂವಿಗೆ ಮರ್ಯಾದೆ ಸಿಗುತ್ತೇನ್ರೀ ಅಂತ ಕೇಳ್ತಾಳೆ... ಎಂದು ಪಟಪಟನೇ ಇಡೀ ದೃಶ್ಯವನ್ನು ಅದರ ಮಾತುಗಳನ್ನೂ ಅರ್ಧ ಗಂಟೆ ಹೇಳಿ, ಇದನ್ನೇ ಸ್ವಲ್ಪ ನಿಮ್ಮ ಲಿಟರೇಚರ್ ಸೇರಿಸಿ, ಫ್ಲವರೀ ಭಾಷೇಲಿ ಬರೆದು ಕೊಡಿ, ಮಿಕ್ಕಿದ್ದು ನಾನು ನೋಡ್ಕೋತೀನಿ ಅಂದರು. ತುಂಬ ಸಿಂಪಲ್ರೀ ಇದೆಲ್ಲ. ನಿಮಗೆ ಒಂಚೂರು ಕಷ್ಟವಾಗಲ್ಲ. ಬರೆದಿಟ್ಟಿರಿ, ಬೆಳಗ್ಗೆ ಬರ್ತೀನಿ ಅಂದು ಹೊರಟು ಹೋದರು.

ಅಂದು ಬರೆಯಬೇಕಾದ ಹತ್ತು ದೃಶ್ಯಗಳಲ್ಲಿ ಐದನ್ನು ಉದಯ ಮರಕಿಣಿಗೆ ಬರೆಯುವಂತೆ ಹೇಳಿ, ಐದನ್ನು ನಾನು ಬರೆಯುತ್ತೇನೆ ಎಂದೆ. ಉದಯ್ ನನ್ನಿಂದ ಅದೆಲ್ಲ ಸಾಧ್ಯವೇ ಇಲ್ಲ, ನೀವೇ ತಾನೇ ಒಪ್ಪಿಕೊಂಡದ್ದು, ನಿಮ್ಮ ಹಣೆಬರಹ ಎಂದು ಖಡಾಖಂಡಿತವಾಗಿ ಹೇಳಿಬಿಟ್ಟರು.

ಅವತ್ತು ರಾತ್ರಿ ನಾನು ನಿದ್ದೆ ಮಾಡಲಿಲ್ಲ. ರವಿಕಿರಣ್ ಹೇಳಿದಂತೆ ಪ್ರತಿಯೊಂದು ಪಾತ್ರದ ಒಳಗೂ ಹೊಕ್ಕು, ಅವರು ಆಡಬೇಕಾದ ಮಾತುಗಳನ್ನು ಊಹಿಸಿಕೊಂಡು ಬರೆಯುತ್ತಾ ಕೂತೆ. ಆ ಪಾತ್ರಗಳ ಹಿನ್ನೆಲೆಯನ್ನು ಯಾಕೆ ಕೃಷ್ಣಮೂರ್ತಿ ಅಷ್ಟೊಂದು ವಿವರವಾಗಿ ಹೇಳಿದರು ಅನ್ನುವುದು ಬರೆಯುತ್ತಾ ಹೋದ ಹಾಗೆ ಅರ್ಥವಾಗುತ್ತಾ ಹೋಯಿತು. ದೃಶ್ಯವನ್ನು ಆರಂಭಿಸುವಾಗ ಪಾತ್ರಗಳಿಗೆ ಏನಾದರೂ ಚಟುವಟಿಕೆ ಕೊಡಬೇಕಾಗಿತ್ತು. ರೀ, ಬೀಪಿ ಮಾತ್ರೆ ತಗೊಂಡ್ರಾ ಅಂತ ಹೆಂಡತಿ ಕೇಳುವಲ್ಲಿಂದ ಮಾತು ಶುರುವಾಗಬೇಕಿದ್ದರೆ ಗಂಡನಿಗೆ ಬೀಪಿ ಇದೆ ಅನ್ನುವ ವಿವರ ನನಗೆ

ಗೊತ್ತಿರಬೇಕಾಗಿತ್ತು. ನೀನಿರೋ ತನಕ ಯಾವ ಬೀಪಿ ಮಾತ್ರೆ ತಗೊಂಡ್ರೂ ನನ್ನ ಬೀಪಿ ಇಳಿಯೋದಿಲ್ಲ ಅಂತ ಗಂಡ ಉತ್ತರಿಸಬೇಕಾದರೆ ಅವನು ಕೊಂಚ ಹಾಸ್ಯಪ್ರಜ್ಞೆ ಇರುವವನು ಎಂಬುದು ಗೊತ್ತಿರಬೇಕಾಗಿತ್ತು.

ಅಂತೂ ಇಂತೂ ಮೊದಲ ದಿನ ಐದು ದೃಶ್ಯಗಳನ್ನು ಬರೆದು ಬೆಳ್ಳಂಬೆಳಗ್ಗೆ ಹಾಜರಾದ ಪ್ರೊಡಕ್ಷನ್ ಮ್ಯಾನೇಜರ್ ಕೈಗೆ ಕೊಟ್ಟೆ. ಮಿಕ್ಕ ಐದಕ್ಕೆ ಮತ್ತೆ ಬರ್ತೀನಿ ಅಂತ ಹೇಳಿ ಆತ ಹೊರಟು ಹೋದ. ಕೊಟ್ಟ ಮಾತಿನಂತೆಯೇ ಎರಡು ಗಂಟೆ ಬಿಟ್ಟು ಮತ್ತೆ ಹಾಜರಾದ. ಹತ್ತೂ ದೃಶ್ಯಗಳನ್ನು ನನ್ನಿಂದ ಬರೆಯಿಸಿಕೊಂಡು ಹೊರಟು ಹೋದ. ಆ ದೃಶ್ಯಗಳ ಕತೆಯೇನಾಯಿತು ಅಂತ ನನಗೆ ಕೊನೆಗೂ ಗೊತ್ತಾಗಲಿಲ್ಲ. ಆಗ ನನ್ನ ಮನೆಯಲ್ಲಿ ಟೀವಿಯೂ ಇರಲಿಲ್ಲ. ನಾನು ಯಾವ ಸೀರಿಯಲ್ಲನ್ನೂ ನೋಡುತ್ತಿರಲಿಲ್ಲ.

ಮಾರನೇ ದಿನ ನಾನು ಬರೆದ ದೃಶ್ಯಗಳನ್ನು ಉದಯ ಮರಕಿಣಿಗೂ ತೋರಿಸಿ, ಅವರಿಗೂ ಬರೆಯುವಂತೆ ಒತ್ತಾಯಿಸಿದೆ. ಅವರೂ ನಾಲ್ಕೈದು ದೃಶ್ಯಗಳನ್ನು ಬರೆದುಕೊಟ್ಟರು. ಕೃಷ್ಣಮೂರ್ತಿ ಕೊಟ್ಟು ಹೋಗಿದ್ದ ಐವತ್ತು ದೃಶ್ಯಗಳು ನಾಲ್ಕು ದಿನಗಳಲ್ಲಿ ಸೀನ್ ಪೇಪರುಗಳಾದವು. ನಾಲ್ಕನೇ ದಿನ ಬೆಳಗ್ಗೆ ಕೃಷ್ಣಮೂರ್ತಿ ಮತ್ತೆ ಬಂದು ಐವತ್ತು ದೃಶ್ಯಗಳನ್ನು ಬರೆಸಿ ಹೋದರು. ನಾವು ಅವುಗಳಿಗೆ ಸಂಭಾಷಣೆ ಬರೆದು ಕಳುಹಿಸಿಕೊಟ್ಟೆವು. ಹೀಗೆ ನಮ್ಮ ಸೀರಿಯಲ್ಲು ಬದುಕು ಶುರುವಾಯಿತು.

ಹೀಗೆ ಐದಾರು ತಿಂಗಳು ನಡೆದ ನಂತರ ಒಮ್ಮೆ ನಮ್ಮ ಸಹಾಯಕ ಸಂಪಾದಕರಾಗಿದ್ದ ಸತ್ಯನಾರಾಯಣ ಅವರು ನಮ್ಮಿಬ್ಬರನ್ನೂ ಕರೆದು, ನೀವು ಶಕ್ತಿ ಸೀರಿಯಲ್ಲಿಗೆ ಕೆಲಸ ಮಾಡ್ತಿದ್ದೀರಾ ಎಂದು ಕೇಳಿದರು. ನಾವಿಬ್ಬರೂ ತಲೆಯಾಡಿಸಿದೆವು. ತುಂಬ ಚೆನ್ನಾಗಿ ಬರೀತಿದ್ದೀರಿ. ನನ್ನ ಹೆಂಡ್ತಿ ತುಂಬ ಮೆಚ್ಚಿಕೊಂಡಿದ್ದಾಳೆ. ನಾನಂತೂ ಸೀರಿಯಲ್ಲು ನೋಡೋಲ್ಲ. ಆದರೆ ನಿಮ್ಮ ಹೆಸರು ಹಾಕಿ ಬರೀಬೇಡಿ ಅಂತ ಮೆಚ್ಚುಗೆ ಮತ್ತು ಎಚ್ಚರಿಕೆ ಎರಡನ್ನೂ ಕೊಟ್ಟರು. ನಾವು ಬರೆದ ಮಾತುಗಳನ್ನು ಯಾರೋ ಆಡಿದ್ದು, ಮತ್ಯಾರನ್ನೋ ತಲುಪಿದೆ ಅಂತ ಆಗಲೇ ನಮಗೆ ಗೊತ್ತಾದದ್ದು.

ಹೀಗೆ ನನ್ನ ಸೀರಿಯಲ್ ಪ್ರಯಾಣ ಶುರುವಾಯಿತು. ಶೆಣೈ ನಮ್ಮನ್ನು ನೋಡಿ ನಕ್ಕಿದ್ದು ಯಾಕೆ ಅನ್ನುವುದೂ ಕ್ರಮೇಣ ಅರ್ಥವಾಯಿತು. ಒಂದು ದಿನ ಶೆಣೈ

ಬೆಳಗ್ಗೆ ನಾಲ್ಕೂವರೆಗೆ ನಮ್ಮನೆಗೆ ಬರುವ ಹೊತ್ತಿಗೆ, ನಾನು ಎರಡು ತಲೆನೋವಿನ ಮಾತ್ರೆ ನುಂಗಿ, ತಲೆಗೊಂದು ಬಟ್ಟೆ ಕಟ್ಟಿಕೊಂಡು, ಎದುರಿಗೊಂದು ಫ್ಲಾಸ್ಕು ಟೀ ಇಟ್ಟುಕೊಂಡು, ನನ್ನ ಕಂಪ್ಯೂಟರಿನ ಕುರ್ಚಿಯಲ್ಲೇ ತಲೆ ಬಗ್ಗಿಸಿ ನಿದ್ದೆ ಮಾಡುತ್ತಿದ್ದೆ. ನನ್ನನ್ನು ವಾಕಿಂಗಿಗೆ ಕರೆದೊಯ್ಯಲೆಂದು ಬಂದಿದ್ದ ಶೆಣೈ ನನ್ನ ದುರವಸ್ಥೆ ನೋಡಿ, ವಿಷಾದದ ನಗೆ ನಕ್ಕು, ಇವರಿಗೆ ನಾನು ಆವತ್ತೇ ಸೀರಿಯಲ್ಲು ಬರೀಬೇಡಿ ಅಂತ ಹೇಳಿದ್ದೆ. ಈಗ ನೋಡಿ ಹೇಗಾಗಿದ್ದಾರೆ ಅಂತ ಬೇಸರದಿಂದ ನಮ್ಮಮ್ಮನ ಹತ್ತಿರ ಹೇಳಿ ಹೊರಟು ಹೋದರು. ನಮ್ಮಮ್ಮ ಸೀರಿಯಲ್ಲು ಬರೆಯುವುದರಿಂದ ನಿದ್ದೆಗೆಟ್ಟು ಆರೋಗ್ಯ ಹಾಳಾಗಿ ನಾನು ಸತ್ತೇ ಹೋಗುತ್ತೇನೆಂದು ಹೆದರಿ, ಆವತ್ತಿಡೀ ನನ್ನನ್ನು ಹೀನಾಮಾನ ಬೈದು, ನನ್ನ ಕಂಪ್ಯೂಟರಿನ ಸ್ವಿಚ್ಚು ಕಿತ್ತು, ಇನ್ನು ಮುಂದೆ ಸೀರಿಯಲ್ಲು ಸಹವಾಸಕ್ಕೆ ಹೋದರೆ ಊಟ ಬಿಡುವುದಾಗಿ ಹೆದರಿಸಿದರು.

> ಚಿತ್ರಕಥೆ ಬರೆಯೋದು ನನಗೆ ಮತ್ತಷ್ಟು
> ಗಾಯಗಳನ್ನು ಮಾಡುತ್ತದೆಯೇ ಹೊರತು,
> ಯಾವ ಗಾಯವನ್ನೂ ವಾಸಿ ಮಾಡುವುದಿಲ್ಲ
> ಅನಿಸುತ್ತದೆ. ಅದು ನನಗೆ ನಿಜಕ್ಕೂ ಕಷ್ಟದ ಕೆಲಸ
> ಮತ್ತು ಒಲ್ಲದ ಮನಸ್ಸಿಂದ ಆಗುವ ಪ್ರಕ್ರಿಯೆ.
>
> **- ಚಾರ್ಲ್ಸ್ ಕಾಫ್ಮನ್**

ಸೀರಿಯಲ್ಲಿಗೆ ಬರೆಯುವುದು ಎಂದರೆ..

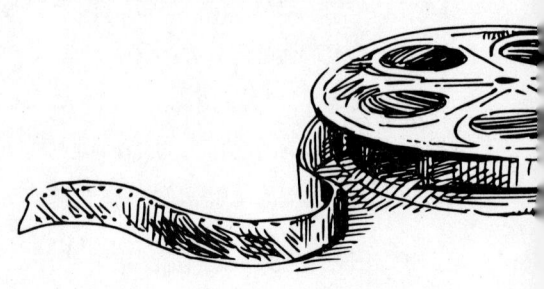

ಸುಮಾರು ಇಪ್ಪತ್ತೆರಡು ವರುಷಗಳ ಕಾಲ ಸತತವಾಗಿ ಸೀರಿಯಲ್ಲುಗಳಿಗೆ ಸಂಭಾಷಣೆ ಬರೆದ ನಂತರವೂ ಸೀರಿಯಲ್ಲುಗಳ ಗುಟ್ಟನ್ನು ತಿಳಿಯುವುದು ಸಾಧ್ಯವಾಗಿಲ್ಲ ಎಂದೇ ಹೇಳಬೇಕು. ಹಾಗೆ ನೋಡಿದರೆ ಸಿನಿಮಾಕ್ಕಿಂತ ಸೀರಿಯಲ್ಲಿಗೆ ಬರೆಯುವುದು ಸುಲಭ ಅನ್ನುವವರಿದ್ದಾರೆ. ಸೀರಿಯಲ್ಲಿಗೆ ಬೇಕಾಗುವುದು ಕ್ವಾಂಟಿಟಿಯೇ ಹೊರತು ಕ್ವಾಲಿಟಿ ಅಲ್ಲ ಅನ್ನುವವರಿದ್ದಾರೆ. ಯಾರು ಬೇಕಾದರೂ ಸೀರಿಯಲ್ಲಿನ ಸಂಭಾಷಣೆಗಳನ್ನು ಬರೆಯಬಹುದು ಎನ್ನುವವರೂ ಸಿಗುತ್ತಾರೆ. ಆದರೆ ಇವೆಲ್ಲ ಪೂರ್ತಿ ನಿಜವಲ್ಲ. ಟೀವಿ ಸೀರಿಯಲ್ಲುಗಳಿಗೆ ಬರೆಯುವುದಕ್ಕೆ ಅದರದ್ದೇ ಆದ ಒಂದು ಶಿಸ್ತು ಬೇಕಾಗುತ್ತದೆ.

ಇವತ್ತು ಸಿನಿಮಾ ರಂಗಕ್ಕೆ ಬರುವವರು ಅದಕ್ಕಿಂತ ಮೊದಲು ಒಂದು ಸೀರಿಯಲ್ಲಿಗೆ ಹೇಗೆ ಕತೆ - ಚಿತ್ರಕತೆ ಬರೆಯುವುದು ಮತ್ತು ಸಂಭಾಷಣೆ ರಚಿಸುವುದು ಎನ್ನುವುದನ್ನು ಅಧ್ಯಯನ ಮಾಡುವುದು ಒಳ್ಳೆಯದು.

ಸಿನಿಮಾಕ್ಕಿಂತ ಸೀರಿಯಲ್ಲೇ ಇವತ್ತು ಹೆಚ್ಚು ಸಂಭಾವನೆಯನ್ನೂ ಖ್ಯಾತಿಯನ್ನೂ ನೀಡುವ ಕ್ಷೇತ್ರ. ಸಿನಿಮಾದ ಸಂಭಾಷಣೆಕಾರನ ಹೆಸರು ಒಂದೆರಡು ವಿಮರ್ಶೆಗಳಲ್ಲಿ ಪ್ರಸ್ತಾಪವಾದರೆ ಹೆಚ್ಚು. ಎಷ್ಟೋ ಸಿನಿಮಾಗಳು ಬಂದು ಹೋದದ್ದೇ ಗೊತ್ತಾಗದೇ ಇರುವುದರಿಂದ ಅವುಗಳಿಗೆ ಸಂಭಾಷಣೆ ಬರೆದು ವೈಯಕ್ತಿಕವಾಗಿ ಯಾವ ಪ್ರಯೋಜನವೂ ಇಲ್ಲ. ಹೊಸಬರಾದರೆ ಎಷ್ಟೋ ಸಲ ಹಣ ಸಿಗುವುದೂ ಇಲ್ಲ.

ಸೀರಿಯಲ್ಲಿಗೆ ಸಂಭಾಷಣೆ ಬರೆಯಲು ಎಲ್ಲಿಂದ ಶುರುಮಾಡಬೇಕು? ಈ ಪ್ರಶ್ನೆಗೆ ತುಂಬ ಸರಳವಾದ ಉತ್ತರ ಎಂದರೆ ಬರೆಯುವ ಆಸಕ್ತಿ ಇರುವವರು ಮೊದಲು ಸೀರಿಯಲ್ಲುಗಳನ್ನು ನೋಡಬೇಕು. ಅಧ್ಯಯನದ ದೃಷ್ಟಿಯಿಂದಲೇ ನೋಡಬೇಕು. ಕೇವಲ ಕನ್ನಡದ ಸೀರಿಯಲ್ಲುಗಳನ್ನು ನೋಡಿದರೆ ಸಾಲದು. ಹಿಂದಿ, ತೆಲುಗು, ತಮಿಳು, ಮರಾಠಿ, ಬೆಂಗಾಲಿ ಧಾರಾವಾಹಿಗಳನ್ನೂ ಕೂತು ನೋಡುವುದು ಒಳ್ಳೆಯದು. ನಿಜಕ್ಕೂ ಸಂಭಾಷಣೆ-ಚಿತ್ರಕತೆ ಬರೆಯಬೇಕು ಅಂದುಕೊಂಡಿರುವವರು ಒಂದು ತಿಂಗಳ ಕಾಲ ಕೇವಲ ಸೀರಿಯಲ್ಲುಗಳನ್ನು ನೋಡುತ್ತಲೇ ಇದ್ದುಬಿಡಬೇಕು. ಅದಕ್ಕಿಂತ ದೊಡ್ಡ ತರಬೇತಿ ಮತ್ತೊಂದಿಲ್ಲ.

ಒಂದೇ ಎಪಿಸೋಡನ್ನು ಹತ್ತು ಸಲ ನೋಡುವುದು ಕೂಡ ಒಳ್ಳೆಯ ಕಲಿಕೆ ಆಗಬಲ್ಲದು. ಒಂದು ಎಪಿಸೋಡನ್ನು ಮೊದಲ ಸಲ ಕುತೂಹಲಕ್ಕಾಗಿ ನೋಡುತ್ತೇವೆ. ಎರಡನೆಯ ಸಲ ಅಭಿನಯವನ್ನು, ಮೂರನೇ ಸಲ ಹಿನ್ನೆಲೆ ಸಂಗೀತವನ್ನು, ನಾಲ್ಕನೇ ಸಲ ಉಡುಗೆ ತೊಡುಗೆಗಳನ್ನು, ಐದನೇ ಸಲ ಪರಿಸರವನ್ನು ಗಮನಿಸುತ್ತಾ ನಂತರದ ವೀಕ್ಷಣೆಯಲ್ಲಿ ಸೀರಿಯಲ್ಲು ಏನೆಂಬುದು ನಿಧಾನಕ್ಕೆ ಅರ್ಥವಾಗುತ್ತಾ ಹೋಗುತ್ತದೆ. ಅದನ್ನು ಹೇಗೆ ನಿಭಾಯಿಸಿದ್ದಾರೆ ಅನ್ನುವುದು ಗೊತ್ತಾಗುತ್ತದೆ. ಅದನ್ನು ಸೀರಿಯಲ್ ನೋಡುವುದರಿಂದ ಮಾತ್ರ ತಿಳಿದುಕೊಳ್ಳಲು ಸಾಧ್ಯ. ಸೀರಿಯಲ್ಲು ಬರೆಯುವವರ ಮುಂದೆ ಕುಳಿತರೆ, ಅವರ ಮಾತುಗಳನ್ನು ಕೇಳಿದರೆ ಸೀರಿಯಲ್ಲಿನ ಅಂತರಾತ್ಮ ಅರ್ಥವಾಗಲು ಸಾಧ್ಯವೇ ಇಲ್ಲ. ಹಾಗಿದ್ದರೆ ಮಾಡಬೇಕಾದ್ದೇನು?

1. ನಿರಂತರವಾಗಿ ಒಂದು ತಿಂಗಳ ಕಾಲ ಎಷ್ಟು ಸಾಧ್ಯವೋ ಅಷ್ಟು ಭಾಷೆಯ, ಧಾರಾವಾಹಿಗಳನ್ನು ನೋಡುತ್ತಿರಿ. ಮತ್ತೇನೂ ಮಾಡಬೇಡಿ, ಸುಮ್ಮನೆ ಸೀರಿಯಲ್ಲುಗಳನ್ನು ನೋಡಿ ಅಷ್ಟೇ.

2. ಒಂದು ತಿಂಗಳ ನಂತರ ನೀವು ನೋಡುವ ಧಾರಾವಾಹಿಯ ಒಂದೊಂದು ಎಪಿಸೋಡಿನ ಸಾರಾಂಶ ಬರೆದಿಡಿ. ಉದಾಹರಣೆಗೆ - ಶ್ರೀರಾಮನು ಜನಕ ಮಹಾರಾಜನ ಅರಮನೆಗೆ ಬರುತ್ತಾನೆ. ಸೀತೆ ಉದ್ಯಾನವನದಲ್ಲಿ ಇದ್ದಾಳೆ. ತನಗೆ ತಕ್ಕ ಗಂಡ ಸಿಗಲಿ ಎಂದು ದೇವರಲ್ಲಿ ಪ್ರಾರ್ಥನೆ ಮಾಡುತ್ತಿದ್ದಾಳೆ. ಶ್ರೀರಾಮ ವಿಶ್ವಾಮಿತ್ರ ಬಳಿ ನನ್ನ ತಂದೆಯವರಿಗೆ ಹೇಳದೇ ಮದುವೆ ಆಗುವುದು ಸರಿಯಾ ಎಂದು ಕೇಳುತ್ತಿದ್ದಾನೆ. ವಿಶ್ವಾಮಿತ್ರರು ರಾಮನಿಗೆ ಸಮಾಧಾನದ ಮಾತು ಹೇಳುತ್ತಾರೆ. ಆಯೋಧ್ಯೆಯಲ್ಲಿ ದಶರಥ ಮತ್ತು ಕೌಸಲ್ಯಾ ಇದ್ದಾರೆ. ನಮ್ಮ ಮಗ ನಮಗೆ ಹೇಳದೇ ಮದುವೆ ಮಾಡಿಕೊಂಡರೆ ಏನು ಮಾಡುತ್ತೀರಿ ಎಂದು ಕೇಳುವ ಕೌಸಲ್ಯೆಗೆ, ನಾನೊಂದು ವೇಳೆ ಸತ್ತರೂ ನನ್ನ ಮಾತನ್ನು ಮಗ ಮೀರುವುದಿಲ್ಲ ಎನ್ನುತ್ತಾನೆ. ಇದು ಒಂದು ಕಂತಿನ ಸಾರಾಂಶ ಅಂತಿಟ್ಟುಕೊಳ್ಳಿ. ನೀವು ನೋಡುವ ಪ್ರತಿಯೊಂದು ಎಪಿಸೋಡಿಗೂ ಇಂಥದ್ದೊಂದು ಸಾರಾಂಶ ಬರೆದುಕೊಳ್ಳಿ.

3. ಇದನ್ನೊಂದಷ್ಟು ದಿನ ಮಾಡಿದ ನಂತರ ದೃಶ್ಯಗಳಾಗಿ ವಿಂಗಡಿಸುವುದು ಕಲಿತುಕೊಳ್ಳಿ. ಒಂದು ಎಪಿಸೋಡಿನ ಒಂದೊಂದು ದೃಶ್ಯಗಳನ್ನೂ ಬರೆಯಿರಿ. ಮೇಲಿನ ಉದಾಹರಣೆಯಲ್ಲಿ ದೃಶ್ಯ-1, ಕಾಡುದಾರಿ, ರಾಮ, ಲಕ್ಷ್ಮಣ, ವಿಶ್ವಾಮಿತ್ರ, ಹಗಲು ಎನ್ನುವುದು ದೃಶ್ಯಸಂಖ್ಯೆ, ಆ ದೃಶ್ಯ ನಡೆಯುವ ತಾಣ, ಆ ದೃಶ್ಯದಲ್ಲಿ ಭಾಗಿಯಾಗಿರುವ ಪಾತ್ರಗಳು, ಆ ದೃಶ್ಯ ನಡೆಯುವ ವೇಳೆ- ಇಷ್ಟೂ ದಾಖಲಾಗಬೇಕು. ನಂತರ ದೃಶ್ಯದ ಸಾರಾಂಶ ಏನು ಅನ್ನುವುದನ್ನು ಬರೆಯಬೇಕು. ಕಾಡುದಾರಿಯಲ್ಲಿ ಮಾತಾಡುತ್ತಾ ಬರುವ ರಾಮ, ವಿಶ್ವಾಮಿತ್ರ, ಲಕ್ಷ್ಮಣ. ಆಮೇಲೆ ಅವರು ಏನು ಮಾತಾಡುತ್ತಾರೆ ಅನ್ನುವುದನ್ನು ಸಂಗ್ರಹವಾಗಿ ಬರೆಯಬೇಕು: ರಾಮನು ನಾವು ನೇರವಾಗಿ ಮನೆಗೆ ಹೋಗುವ ಬದಲು ಜನಕನ ರಾಜ್ಯಕ್ಕೆ ಯಾಕೆ ಬಂದೆವು ಎಂದು ಕೇಳುತ್ತಾನೆ. ವಿಶ್ವಾಮಿತ್ರರು ಅದಕ್ಕೊಂದು ಬಲವಾದ ಕಾರಣ ಇದೆ ಎಂದು ಹೇಳುತ್ತಾರೆ. ಸೀತೆಯ ಪ್ರಸ್ತಾಪ ಮಾಡುತ್ತಾರೆ ಎನ್ನುವುದು ಒಂದು ದೃಶ್ಯದ ಕಥಾವಸ್ತು.

4. ಇದನ್ನು ಮಾಡಿದ ನಂತರ ಒಂದು ದೃಶ್ಯದ ಪಾತ್ರಗಳು ಆಡುವ ಸಂಭಾಷಣೆಯನ್ನು ಬರೆದಿಟ್ಟುಕೊಳ್ಳುತ್ತಾ ಹೋಗಿ. ಅದನ್ನು ಥೇಟ್

ನಾಟಕದ ಪಾತ್ರಗಳು ಆಡುವ ಮಾತಿನ ಧಾಟಿಯಲ್ಲೇ ಬರೆಯಿರಿ. ಹಾಗೆ ಬರೆಯುವಾಗ ಮುಖ್ಯವಾದ ಪ್ರತಿಕ್ರಿಯೆಗಳನ್ನೂ ದಾಖಲಿಸಿ. ಉದಾಹರಣೆಗೆ– ಶ್ರೀರಾಮ (ಅಚ್ಚರಿಯಿಂದ) – ಗುರುದೇವಾ ನಾವೀಗ ಎಲ್ಲಿಗೆ ಹೋಗುತ್ತಿದ್ದೇವೆ. ವಿಶ್ವಾಮಿತ್ರ– (ತುಂಟತನದಿಂದ) ಗುರು ಎಲ್ಲಿಗೆ ಕರೆದೊಯ್ಯುತ್ತಾನೋ ಅಲ್ಲಿಗೆ ಹೋಗಬೇಕು. ಎಲ್ಲಿಗೆ ಎಂದು ಕೇಳಬಾರದು. ಹೀಗೆ ಸಂಭಾಷಣೆಗಳ ಜೊತೆಗೇ ಭಾವವನ್ನೂ ಬರೆದಿಟ್ಟುಕೊಳ್ಳಿ. ಹೀಗೆ ಎಲ್ಲಾ ಭಾಷೆಯ ಸೀರಿಯಲ್ಲುಗಳ ಸಂಭಾಷಣೆಯನ್ನೂ ಬರೆದಿಟ್ಟುಕೊಳ್ಳುತ್ತಾ ಹೋದ ಹಾಗೆ ಯಾವ ಸಂದರ್ಭದಲ್ಲಿ ಏನು ಮಾತಾಡುತ್ತಾರೆ. ಹೇಗೆ ಮಾತು ಶುರುಮಾಡುತ್ತಾರೆ ಅನ್ನುವುದು ಗೊತ್ತಾಗುತ್ತಾ ಹೋಗುತ್ತದೆ.

5. ಇವಿಷ್ಟನ್ನು ಮಾಡುತ್ತಾ ಹೋದರೆ ಮೂರು ತಿಂಗಳಲ್ಲಿ ನೀವು ಸೀರಿಯಲ್ಲಿಗೆ ಸಂಭಾಷಣೆ ಬರೆಯುವ ಹಂತಕ್ಕೆ ತಲುಪುತ್ತೀರಿ. ಅದ್ಭುತವಾಗಿ ಒಂದು ದೃಶ್ಯವನ್ನು ಕಟ್ಟಿಕೊಡುವುದು, ಸೊಗಸಾದ ಸಂಭಾಷಣೆ ಬರೆಯುವುದು, ಎಲ್ಲರಿಗೂ ಇಷ್ಟವಾಗುವಂತೆ ಬರೆಯುವುದು ಅವರವರ ಪ್ರತಿಭೆ. ಅದನ್ನು ಯಾರೂ ಕಲಿಸಲಿಕ್ಕೆ ಆಗುವುದಿಲ್ಲ. ರಾಗ ಕಲಿಸಬಹುದು, ಗಾಯನ ಅವರವರ ಪ್ರಾಪ್ತಿ.

6. ಸೀರಿಯಲ್ಲಿಗೆ ಕತೆ ಬರೆಯುವುದು ಸುಲಭವಲ್ಲ. ಸಾಮಾನ್ಯವಾಗಿ ಮೆಗಾ ಸೀರಿಯಲ್ಲುಗಳು ಸಾವಿರಾರು ಎಪಿಸೋಡುಗಳ ತನಕವೂ ಸಾಗುವುದರಿಂದ, ವಿಸ್ತರಣೆಗೆ ಅವಕಾಶ ಇರುವ ಕತೆಯನ್ನೇ ಆರಿಸಿಕೊಳ್ಳಬೇಕು.

7. ಒಂದು ಕತೆಯೊಳಗೆ ಕನಿಷ್ಠ ಎರಡು ದೊಡ್ಡ ಕುಟುಂಬಗಳು ಇರಲೇಬೇಕು. ಎರಡು ಪಾತ್ರಗಳನ್ನಿಟ್ಟುಕೊಂಡು ಕತೆ ಕಟ್ಟಲು ಹೊರಟರೆ, ಐವತ್ತು ಎಪಿಸೋಡು ತಲುಪುವುದೂ ಕಷ್ಟ.

8. ಸೀರಿಯಲ್ಲು ದಿನದಿನ ಪ್ರಸಾರವಾಗುವುದರಿಂದ ಹತ್ತಾರು ಸ್ಥಳಗಳಲ್ಲಿ ಕತೆ ನಡೆದರೆ ತೊಂದರೆಯೇ ಹೆಚ್ಚು. ಹಾಗೆಯೇ ಒಂದು ಜಾಗದಲ್ಲಿ ಒಂದೇ ದೃಶ್ಯ ನಡೆದರೂ ಕಷ್ಟವೇ. ಅರ್ಧಗಂಟೆಯ ಒಂದು ಕಂತನ್ನು ಒಂದೇ ದಿನದಲ್ಲಿ ನಿರ್ದೇಶಕ ಚಿತ್ರೀಕರಣ ಮಾಡಬೇಕಾದ ಅನಿವಾರ್ಯ ಇರುತ್ತದೆ. ಹೀಗಾಗಿ ಹೆಚ್ಚಿನ ದೃಶ್ಯಗಳು ಮನೆಯ ಒಳಗೇ ನಡೆಯುವಂತಿರಬೇಕು.

9. ಸೀರಿಯಲ್ಲು ಕುತೂಹಲ ಕೆರಳಿಸಿ ಕೊನೆಯಾಗಬೇಕು. ವೀಕ್ಷಕ ಮಾರನೆಯ ದಿನವೂ ಅದೇ ಸೀರಿಯಲ್ಲನ್ನು ನೋಡುವುದಕ್ಕೆ ಅಣಿಯಾಗುವಂತೆ ಪ್ರತಿಯೊಂದು ಕಂತೂ ಕೊನೆಯಾಗಬೇಕು. ಆದ್ದರಿಂದ ಇಲ್ಲಿ ಚಿತ್ರಕತೆ ಬರೆಯುವವನು ಒಂದು ಕಂತನ್ನು ಒಂದು ಸಣ್ಣಕತೆಯಂತೆ ಚಿತ್ರಿಸಿ, ಅದರ ಕೊನೆಯಲ್ಲಿ ತಿರುವೊಂದನ್ನು ಇಡಲೇಬೇಕು. ಆ ತಿರುವೇ ಸೀರಿಯಲ್ಲನ್ನು ಮಾರನೇ ದಿನವೂ ನೋಡುವಂತೆ ಪ್ರೇರೇಪಿಸುತ್ತದೆ.

10. ಆರಂಭದಲ್ಲಿ ಸೀರಿಯಲ್ಲು ಸಂಭಾಷಣೆ ಆಧರಿತವಾಗಿತ್ತು. ಮಾತೇ ಬಂಡವಾಳ ಎಂದು ನಂಬಲಾಗುತ್ತಿತ್ತು. ಆದರೆ ಇತ್ತೀಚೆಗೆ ಸೀರಿಯಲ್ಲನ್ನು ಚಿತ್ರಕತೆ ಆಧಾರಿತ ಮಾಡಿದ್ದಾರೆ. ಮಾತಲ್ಲೇ ಒಂದು ಎಪಿಸೋಡು ಕಟ್ಟುವುದನ್ನು ತಪ್ಪಿಸುವ ಹೊಸ ಉಪಾಯಗಳನ್ನು ಹುಡುಕುತ್ತಲೇ ಇದ್ದಾರೆ.

11. ಸೀರಿಯಲ್ಲಿಗೆ ಚಿತ್ರಕತೆ ಬರೆಯುವುದು ಜಾಣತನದ ಕೆಲಸ. ಯಾಕೆಂದರೆ ಟೀವಿಯ ಮುಂದೆ ಕುಳಿತುಕೊಳ್ಳುವವರ ಕೈಲಿ ರಿಮೋಟ್ ಇರುತ್ತದೆ. ಅವರಿಗೆ ಆಯ್ಕೆಯ ಸ್ವಾತಂತ್ರ್ಯವೂ ಇರುತ್ತದೆ. ಹೀಗಾಗಿ ವೀಕ್ಷಕರು ಚಾನಲ್ ಬದಲಾಯಿಸದಂತೆ ಕುತೂಹಲಕರವಾಗಿ ಕತೆ ಹೇಳಬೇಕು. ಆರಂಭದಲ್ಲಿ ಎಪಿಸೋಡಿನ ಕೊನೆಗೊಂದು ಟ್ವಿಸ್ಟ್ ಇದ್ದರೆ ಸಾಕು ಎಂಬ ನಂಬಿಕೆ ಇತ್ತು. ಈಗ ಪ್ರತಿ ದೃಶ್ಯದ ಕೊನೆಗೂ ಒಂದು ಟ್ವಿಸ್ಟ್ ಬೇಕು.

ಸೀರಿಯಲ್ಲುಗಳು ಹೇಗೆ ಸಾವಿರ ಎಪಿಸೋಡುಗಳ ತನಕ ಸಾಗುತ್ತವೆ ಎಂಬ ಕುತೂಹಲ ನಮಗೂ ಇತ್ತು. ನಾವು ಗುಪ್ತಗಾಮಿನಿ ಎಂಬ ಹೊಸ ಸೀರಿಯಲ್ಲು ಒಪ್ಪಿಕೊಂಡಾಗ ನಮ್ಮ ಮುಂದಿದ್ದ ಕತೆ ಇಷ್ಟು:

ಕಥಾನಾಯಕಿ ಮಲ್ಲಿಕಾ ಆಸ್ಪತ್ರೆಯಲ್ಲಿದ್ದಾಳೆ. ಆಕೆಗೆ ಮದುವೆಯಾಗಿಲ್ಲ. ಆದರೆ ಒಬ್ಬಳು ಮಗಳಿದ್ದಾಳೆ. ಅವಳೇ ಭಾವನಾ. ಅವಳ ತಂದೆ ಯಾರೆಂಬುದು ಯಾರಿಗೂ ಗೊತ್ತಿಲ್ಲ. ಮಲ್ಲಿಕಾ ಕೊನೆಯುಸಿರು ಎಳೆಯುತ್ತಿದ್ದಾಳೆ ಎಂದು ವೈದ್ಯರು ಘೋಷಿಸುತ್ತಾರೆ. ಆಕೆ ಸಾಯುವ ಮೊದಲು ತನ್ನ ತಂಗಿಯ ಗಂಡ ಅಶೋಕ್ ಜೊತೆ ಮಾತಾಡಬೇಕೆಂದು ಹೇಳುತ್ತಾಳೆ. ಅಲ್ಲಿ ಆಕೆ ನನ್ನ ಮಗಳು ಭಾವನಾಳ ತಂದೆ ನೀನು ಅನ್ನುವುದನ್ನು ಅಶೋಕನಿಗೆ ಹೇಳುತ್ತಾಳೆ. ಆದರೆ ಅದೃಷ್ಟವಶಾತ್ ಅಥವಾ ದುರದೃಷ್ಟವಶಾತ್ ಆಕೆ ಸಾಯುವುದಿಲ್ಲ. ಅಲ್ಲಿಂದ ಕತೆ ಶುರುವಾಗುತ್ತದೆ.

ಅದಾದ ನಂತರ ಆ ಸತ್ಯ ಪವಿತ್ರಾಳಿಗೆ ಯಾವಾಗ ಗೊತ್ತಾಗುತ್ತದೆ, ಅಶೋಕನಿಗೆ ಭಾವನಾ ತನ್ನ ಮಗಳೆಂದು ಗೊತ್ತಾದ ನಂತರ ಅವರ ಕುಟುಂಬದಲ್ಲಿ ಏನೇನು ಬದಲಾವಣೆ ಆಗುತ್ತದೆ. ಕ್ರಮೇಣ ಅದು ಒಬ್ಬೊಬ್ಬರಿಗೆ ಹೇಗೆ ಗೊತ್ತಾಗುತ್ತಾ ಹೋಗುತ್ತದೆ ಎನ್ನುವ ಕತೆಯನ್ನು ನಾವು ಒಂದು ಸಾವಿರ ಎಪಿಸೋಡು ಚಿತ್ರೀಕರಿಸಿದ್ದೆವು. ಕಲಾಗಂಗೋತ್ರಿ ಮಂಜು ನಿರ್ದೇಶನದ ಈ ಧಾರಾವಾಹಿಯನ್ನು ಸಾವಿರ ಎಪಿಸೋಡುಗಳ ತನಕ ವಿಸ್ತರಿಸುವಲ್ಲಿ ಅವರ ಸಹಕಾರವೂ ಇತ್ತು. ಒಂದು ಸಣ್ಣ ಎಳೆ ಹೇಗೆ ಸಾವಿರ ಎಪಿಸೋಡುಗಳ ತನಕ ಹಬ್ಬಬಲ್ಲದು ಅನ್ನುವುದಕ್ಕೆ ಗುಪ್ತಗಾಮಿನಿ ಸಾಕ್ಷಿಯಾಗಿತ್ತು.

ಸ್ಟಾರ್ ಚಾನಲ್ಲಿನಲ್ಲಿ ಪ್ರಸಾರವಾದ, 'ಏಕ್ ಹಸೀನಾ ಥೀ' ಸೀರಿಯಲ್ಲು ಯುವಕ ಯುವತಿಯರನ್ನು ಬಹುವಾಗಿ ಸೆಳೆದ ಧಾರಾವಾಹಿ ಇದು. ಅದರ ಒಂದು ದೃಶ್ಯ ಇಲ್ಲಿದೆ. ಸೀರಿಯಲ್ಲುಗಳಿಗೆ ಚಿತ್ರಕತೆ ಹೇಗೆ ರಚಿಸುತ್ತಾರೆ ಅನ್ನುವುದಕ್ಕೆ ಇದು ಮಾದರಿ ಆಗಬಹುದು.

ದೃಶ್ಯ 1/ಕೋಲ್ಕತಾ/ಹಗಲು/ಹೊರಾಂಗಣ/

ಊರಿನ ಜನ

(ಕೋಲ್ಕತಾದ ಬೀದಿಗಳು, ನದಿ ಸೇತುವೆ. ಕಲಾಕಾರರು ದುರ್ಗಾ ಮೂರ್ತಿಗಳನ್ನು ಸಿದ್ಧಗೊಳಿಸುವುದು. ದುರ್ಗಾ ಪೂಜೆಯ ನೃತ್ಯ. ಒಟ್ಟಾರೆ ದುರ್ಗಾ ಪೂಜೆಗೆ ಸಜ್ಜಾದ ನಗರದ ಮಾಂಟೇಜ್‍ಗಳು.)

ದೃಶ್ಯ 1/ಪೂಜಾ ಸ್ಥಳ/ಹಗಲು/ಒಳಾಂಗಣ/

ದುರ್ಗಾ ಮೂರ್ತಿ, ನಿಹಾರಿಕಾ

(ದುರ್ಗಾ ಮೂರ್ತಿಯ ಮುಂದೆ ಪೂಜೆ ಸಲ್ಲಿಸಿ ಶಪಥ ಮಾಡುವ ನಿಹಾರಿಕ.)

ದೃಶ್ಯ 2/ಕಮಿಷನರ್ ಮನೆ/ಹಗಲು/ಒಳಾಂಗಣ

ವಿರಾಟ್, ಕಮಿಷನರ್ ಮಗಳು/ ಸಾಗರಿಕಾ

(ಹಾಸ್ಪಿಟಲ್‍ನಲ್ಲಿ ಚಿತ್ರ ಬಿಡಿಸುತ್ತಿರುವ ಸಾಗರಿಕಾ. ಚಿತ್ರ ಬಿಡಿಸುತ್ತಿದ್ದಂತೆ ಇಂಟರ್‍ಕಟ್‍ ನಲ್ಲಿ ವಿರಾಟ್ ಇಂಟ್ರಡಕ್ಷನ್.)

ಇಂಟರ್ ಕಟ್ ಟು

(ಕಮಿಷನರ್ ದೊಡ್ಡ ಮನೆಯ ಗೋಡೆ ಹಾರಿ ಒಳಗೆ ಬರುವ ವಿರಾಟ್. ದೂರದಲ್ಲಿ ಆಳುಗಳು. ಕಣ್ಣು ತಪ್ಪಿಸಿಕೊಂಡು ಬಾಲ್ಕನಿ ಮೇಲೇರುವ ವಿರಾಟ್. ಸಾಗರಿಕಾಳ ಫೋಟೋ ಕೂಡ ಪೂರ್ತಿಯಾಗುತ್ತದೆ.)

ದೃಶ್ಯ 3/ಕಮಿಷನರ್ ಮನೆ/ಹಗಲು/ಮನೆ

ವಿರಾಟ್, ಕಮಿಷನರ್ ಮಗಳು/ ಸಾಗರಿಕಾ

(ಬಾಲ್ಕನಿ ಮೇಲೆ ಬರುವ ವಿರಾಟ್. ಕೋಣೆಯಿಂದ ಹೊರಬರುವ ಕಮಿಷನರ್ ಮಗಳು. ಪ್ರೇಮದ ದೃಶ್ಯ. ಇಲ್ಲಿ ಇಬ್ಬರು ಪ್ರೀತಿ ಮಾಡುತ್ತಾರೆ. ಲವ್ ಮೇಕಿಂಗ್ ಸೀನ್.)

ಇಂಟರ್‌ಕಟ್ ಟು

(ಆಸ್ಪತ್ರೆಯಲ್ಲಿ ಸಾಗರಿಕಾ ಪೂರ್ತಿ ಫೋಟೋ ನೋಡಿ ಕಿರುಚಿಕೊಳ್ಳಲು ಶುರು ಮಾಡುತ್ತಾಳೆ. ಚಿತ್ರ ಎಸೆದು ಜೋರಾಗಿ ಕಿರುಚಾಟ. ಜನ ಓಡಿ ಬರುತ್ತಾರೆ. ಇಂಟರ್ ಕಟ್‌ನಲ್ಲಿ ವಿರಾಟ್ ಮತ್ತು ಹುಡುಗಿಯ ಬೆಡ್ ರೂಮ್ ಸೀನ್.)

ದೃಶ್ಯ 4- ಸಮುದ್ರದಡ/ಬೋಟ್/ಹಗಲು/ಹೊರಾಂಗಣ/

ವಿರಾಟ್ ಫ್ರೆಂಡ್ಸ್/ ಸಾಗರಿಕಾ

(ವಿರಾಟ್ ಗೆಳೆಯರು ಬೋಟ್‌ನಲ್ಲಿ ಕೂತು ವಿರಾಟ್ ಮತ್ತು ಹುಡುಗಿಯ ಲವ್ ಮೇಕಿಂಗ್ ದೃಶ್ಯಗಳನ್ನು ಲೈವ್ ನೋಡುತ್ತಿರುತ್ತಾರೆ. ಅವರ ಮಾತುಕತೆ)

ದೃಶ್ಯ 5- ಹಾಸ್ಪಿಟಲ್/ಹಗಲು/ಒಳಾಂಗಣ- ಹೊರಾಂಗಣ

(ಕಿರುಚಿಕೊಂಡು ಒದ್ದಾಡುತ್ತಿರುವ ಸಾಗರಿಕಾ. ಅವಳನ್ನು ಕಂಟ್ರೋಲ್ ಮಾಡಲಾಗದೆ ಒದ್ದಾಡುವ ಡಾಕ್ಟರ್. ನಿಹಾರಿಕಳಿಗೆ ಫೋನು ಮಾಡಲು ಹೇಳುತ್ತಾರೆ.)

ಇಂಟರ್‌ಕಟ್ ಟು

(ದುರ್ಗಾ ಪೂಜೆಯ ಸ್ಥಳ. ನಿಹಾರಿಕಾಳಿಗೆ ತಕ್ಷಣ ಬರುವಂತೆ ಫೋನು. ಇಂಟರ್ ಕಟ್‌ನಲ್ಲಿ ಸಾಗರಿಕಾಳ ಕಿರುಚಾಟ ಮತ್ತು ನಿಹಾರಿಕಾ ಟ್ರಾಫಿಕ್ಕಲ್ಲಿ ಸಿಕ್ಕಿ ಹಾಕಿಕೊಳ್ಳುವ ದೃಶ್ಯಗಳು.)

ದೃಶ್ಯ- 6/ಕಮಿಷನರ್ ಮನೆ/ಹಗಲು/ಹೊರಾಂಗಣ/

ವಿರಾಟ್, ಪೇದೆ

(ಕಮಿಷನರ್ ಮನೆ ಗೇಟ್ ಬಳಿ ಪೇದೆಯ ಬಳಿ ಮಾತನಾಡಿ ಹೊರಡುವ ವಿರಾಟ್)

ದೃಶ್ಯ 7- /ಹಾಸ್ಪಿಟಲ್/ಹಗಲು/ಒಳಾಂಗಣ/

ಡಾಕ್ಟರ್, ನಿಹಾರಿಕಾ, ಸಾಗರಿಕಾ, ನರ್ಸ್

(ಹಾಸ್ಪಿಟಲ್ ಒಳಗೆ ಬರುವ ನಿಹಾರಿಕಾ. ಡಾಕ್ಟರ್ ಇಂಜೆಕ್ಷನ್ ತರಲು ಹೇಳುವಾಗ ನಿಹಾರಿಕಾ ಎಂಟ್ರಿ. ಸುಮ್ಮನಾಗುವ ಸಾಗರಿಕಾ. ಅವರಿಬ್ಬರ ಭೇಟಿ. ಡಾಕ್ಟರ್ ಎಕ್ಸಿಟ್. ಕೆಳಗೆ ಬೀಳುವ ವಿರಾಟ್ ಚಿತ್ರ.)

ಇಂಟರ್‌ಕಟ್ ಟು

ದಡ/ಬೋಟ್/ಹಗಲು/ಹೊರಾಂಗಣ/

ವಿರಾಟ್ ಮತ್ತು ಫ್ರೆಂಡ್ಸು

(ಸಣ್ಣ ಬೋಟ್‌ನಲ್ಲಿ ಫ್ರೆಂಡ್ಸ್ ಬಳಿಗೆ ಬರುವ ವಿರಾಟ್. ಫ್ರೆಂಡ್ಸ್ ಅಭಿನಂದನೆ.)

ಇಂಟರ್‌ಕಟ್ ಟು

(ಆಸ್ಪತ್ರೆಯ ಹೊರಗೆ ಮಾತಾಡಿಕೊಂಡು ಬರುವ ಡಾಕ್ಟರ್ ಮತ್ತು ನಿಹಾರಿಕಾ. ಅಲ್ಲಿಂದ ಹೊರಡುವ ನಿಹಾರಿಕ.)

ದೃಶ್ಯ 8- ರಾಜನಾಥ್ ಮನೆ/ಹಗಲು/ಹೊರಾಗಂಣ/

ರಾಜನಾಥ್, ಸೆಕ್ರೆಟರಿ, ದಾಸ್

(ಗೇಟ್ ದಾಟಿ ಮನೆಯೊಳಗೆ ಬರುವ ದಾಸ್.)

ದೃಶ್ಯ 8 ಎ/ರಾಜನಾಥ್ ಮನೆ/ಹಗಲು/ಹೊರಾಂಗಣ

(ಒಳಗೆ ಕೂತಿರುವ ರಾಜನಾಥ್. ಚೆಕ್ ಬರೆಯುತ್ತಾರೆ. ಅಲ್ಲೇ ಪಕ್ಕದಲ್ಲಿ ಸಾಕ್ಷಿ ಪಿಯಾನೋ ನುಡಿಸುತ್ತಿರುತ್ತಾಳೆ. ರಾಜನಾಥ್ ದಾಸ್‌ಗೆ ಚೆಕ್ ನೀಡುತ್ತಾನೆ. ಸಾಕ್ಷಿ ಇಂಟ್ರಡಕ್ಷನ್. ಬಿಲ್ಡಪ್.)

ದೃಶ್ಯ 9- /ಕೋಲ್ಕತಾ/ರಾತ್ರಿ/ಹೊರಾಂಗಣ/

ನಿಹಾರಿಕ, ಕಮಿಟಿ ಮಂದಿ, ರಾಜನಾಥ್, ಸಾಕ್ಷಿ, ದಾಸ್, ಜನರು, ಪಂಡಿತ, ವಿರಾಟ್

(ಕೋಲ್ಕತಾದ ಮಾಂಟೇಜ್‌ಗಳು. ದುರ್ಗಾ ಪೂಜೆ ನಡೆಯುವ ಸ್ಥಳ. ಆಡಳಿತ ಮೊಕ್ತೇಸರನ ಜೊತೆ ಮಾತಾಡುವ ಫ್ಲಾಶ್‌ಬ್ಯಾಕ್. ಆಗಲೇ ಅದ್ದೂರಿಯಾಗಿ ರಾಜನಾಥ್ ಫ್ಯಾಮಿಲಿ ಎಂಟ್ರಿ. ಸಾಕ್ಷಿ ಮತ್ತು ನಿಹಾರಿಕ ಮಾತುಕತೆ. ನೃತ್ಯ ನಡೆಯುತ್ತಿರುತ್ತದೆ ಹಿನ್ನೆಲೆಯಲ್ಲಿ. ಕಮಿಟಿಯಿಂದ ಪರಿಚಯ. ನೀವೇ ಪೂಜೆ ನಡೆಸಿ ಎಂದು ಕೇಳಿಕೊಳ್ಳುವ ನಿಹಾರಿಕ. ದುರ್ಗಾ ಪೂಜೆ ನಡೆಸುವ ಸಾಕ್ಷಿ. ನಿಹಾರಿಕ ನೃತ್ಯ. ವಿರಾಟ್ ಎಂಟ್ರಿ. ದುರ್ಗೆಗೆ ನಮಸ್ಕರಿಸಿ ಕದ್ದು ನಿಹಾರಿಕಳನ್ನು ನೋಡುತ್ತಾನೆ. ನಿಹಾರಿಕಳೂ ಅವನನ್ನು ನೋಡುತ್ತಾಳೆ. ನಿಹಾರಿಕಗೆ ಫ್ಲಾಶ್‌ಬ್ಯಾಕಲ್ಲಿ ಸಾಗರಿಕಾ ಬಿಡಿಸಿದ ಚಿತ್ರ ನೆನಪಾಗುತ್ತದೆ. ನೃತ್ಯ ಮಾಡುತ್ತಲೇ ಮುಖಾಮುಖಿ. ಅಂತಿಮ ಪೂಜೆ ಹೊತ್ತಿಗೆ ನಿಹಾರಿಕಾ ಪಕ್ಕದಲ್ಲೇ ನಿಂತು ಕೈ ಮುಗಿಯೋ ವಿರಾಟ್. ಕಣ್ಮುಚ್ಚಿ ಪ್ರಾರ್ಥಿಸುವ ನಿಹಾರಿಕ. ಬೆಂಕಿ ಬಿತ್ತು ಅಂತ ಯಾರೋ ಕಿರುಚುತ್ತಾರೆ. ನಿಹಾರಿಕಾ ಸೀರೆ ಸೆರಗಿಗೆ ಬೆಂಕಿ. ವಿರಾಟ್ ಓಡಿ ಹೋಗಿ ಕೊಡದಲ್ಲಿ ತುಂಬಿಸಿಟ್ಟಿದ್ದ ನೀರು ತಂದು ನಿಹಾರಿಕಾಗೆ ಸುರಿಯುತ್ತಾನೆ. ನಿಹಾರಿಕ ಕೈ ಮುಗಿದು ನಿಲ್ಲುತ್ತಾಳೆ. ಅವಳ ಮೈಗೆ ಶಾಲು ಹೊದೆಸುತ್ತಾನೆ. ಮಾತುಕತೆ.

ಫ್ಲಾಶ್‌ಬ್ಯಾಕ್. ಅವಳೇ ತನ್ನ ಸೆರಗನ್ನು ಬೆಂಕಿಗೆ ಜಾರಿಸುವ ದೃಶ್ಯ.)

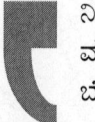

> ನಿಮ್ಮೊಂದಿಗೆ ಇರುವ ಸ್ಕ್ರಿಪ್ಟ್ ಜೊತೆ ಜಾಸ್ತಿ ತರಲೆ ಮಾಡದೇ ಸುಮ್ಮನೆ ಇರೋಕೆ ಕಲಿತುಕೊಂಡರೆ, ಬೇರೆಲ್ಲಾ ತಂತಾನೇಆಗುತ್ತದೆ.
>
> **- ಸ್ಟೀವನ್ ಸೋಡರ್‌ಬರ್ಗ್**

ಅನಂತಮೂರ್ತಿ ಅವರ ಮೌನಿ ಸಿನಿಮಾ ಆದಾಗ

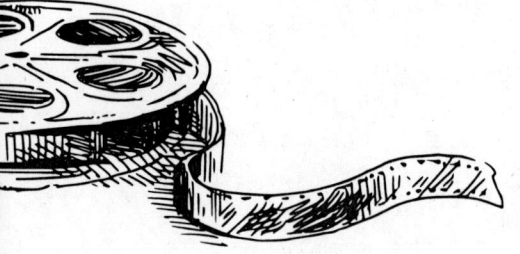

ಶಿಕಾರಿ ಸೀರಿಯಲ್ಲಿನ ನಂತರ ಲಿಂಗದೇವರು, ಸಿನಿಮಾ ಮಾಡುವ ನಿರ್ಧಾರಕ್ಕೆ ಬಂದರು. ಸಿನಿಮಾಗೋಸ್ಕರ ಒಂದಷ್ಟು ಕತೆಗಳನ್ನು ಹುಡುಕಿ ಅಂತ ನನಗೂ ಉದಯ ಮರಕಿಣಿಗೂ ಹೇಳಿದರು. ಯುಆರ್ ಅನಂತಮೂರ್ತಿ ಅವರ ಅನೇಕ ಕತೆಗಳನ್ನು ಓದಿದ್ದ ನಾನು, ಅವರ ಕತೆಗಳನ್ನು ಆರಿಸಿಕೊಳ್ಳೋಣ ಎಂದೆ. ಅನಂತಮೂರ್ತಿಯವರ ಐದು ದಶಕದ ಕತೆಗಳು ಸಂಕಲನವನ್ನು ಮತ್ತೆರಡು ಸಾರಿ ನಾವೆಲ್ಲರೂ ಸೇರಿ ಓದಿದೆವು. ದಿನಾ ಸಂಜೆ ಎಂಎಸ್ ರಾಮಯ್ಯ ಆಸ್ಪತ್ರೆಗೆ ಎದುರಿಗೆ ಇರುವ ಲಿಂಗದೇವರು ಅವರ ರೂಮಲ್ಲಿ ಕುಳಿತುಕೊಂಡು ಒಂದೊಂದೇ ಕತೆಗಳನ್ನು ಚರ್ಚಿಸುತ್ತಿದ್ದೆವು. ನಮ್ಮ ಜೊತೆಗೆ ನಮ್ಮ ಚಿತ್ರದ ಛಾಯಾಗ್ರಾಹಕರಾದ ಎಚ್‌ಎಂ ರಾಮಚಂದ್ರ ಕೂಡ ಇರುತ್ತಿದ್ದರು.

ಸಿನಿಮಾಕ್ಕೆ ಕತೆಗಳನ್ನು ಹೇಗೆ ಆರಿಸಿಕೊಳ್ಳಬೇಕು ಅನ್ನುವ ಬಗ್ಗೆ ನಮಗೆ ಯಾವ ಸ್ಪಷ್ಟತೆಯೂ ಇರಲಿಲ್ಲ.

ಆದರೆ ಕತೆ ನಮ್ಮ ಕಾಲದ ಸಮಸ್ಯೆಗಳನ್ನು ಚರ್ಚಿಸಬೇಕು ಅನ್ನುವ ಆಸೆಯಿತ್ತು. ಲಿಂಗದೇವರು ಗ್ರಾಮೀಣ ಪರಿಸರದಿಂದ ಬಂದವರು. ರೈತನ ಕಷ್ಟಗಳು ಅವರಿಗೆ ಗೊತ್ತಿದ್ದವು. ಹೀಗಾಗಿ ಅವರು ಕೊನೆಗೆ ಮೌನಿಯೇ ಇರಲಿ ಅಂದರು.

ಮೌನಿ ಅಪ್ಪಣ್ಣ ಭಟ್ಟ ಮತ್ತು ಕುಪ್ಪಣ್ಣ ಭಟ್ಟ ಎಂಬ ಇಬ್ಬರು ಬದ್ಧವೈರಿಗಳ ಕತೆ. ಅಪ್ಪಣ್ಣ ಭಟ್ಟರಿಗೂ ಕುಪ್ಪಣ್ಣ ಭಟ್ಟರಿಗೂ ಹಾವು ಮುಂಗುಸಿ ಎಂದೇ ಕತೆ ಆರಂಭವಾಗುತ್ತದೆ. ಇಡೀ ಕತೆಯನ್ನು ಅಪ್ಪಣ್ಣ ಭಟ್ಟರು ಹೇಗೆ ಕುಪ್ಪಣ್ಣ ಭಟ್ಟರನ್ನು ತುಳಿಯುತ್ತಾ ಬಂದರು ಅನ್ನುವ ವಿವರ ಬರುತ್ತದೆ.

ಕತೆಯಲ್ಲಿ ಪ್ರಮುಖವಾಗಿ ಬರುವುದು ಎರಡೇ ಪಾತ್ರಗಳು. ಇಡೀ ಕತೆ ವಿಷಾದದ ನೆಲೆಯಲ್ಲಿಯೇ ಇತ್ತು. ಕುಪ್ಪಣ್ಣ ಭಟ್ಟರು ಅನುಭವಿಸುವ ಯಾತನೆ, ಬೆಳೆದು ನಿಂತ ಅವರ ಮಗಳಿಗೆ ಮದುವೆ ಮಾಡಲು ಪಡುವ ಪಾಡು, ಅವಳನ್ನು ನೋಡಲು ಬರುವ ಗಂಡನ್ನು ತಪ್ಪಿಸುವ ಅಪ್ಪಣ್ಣ ಭಟ್ಟರು- ಹೀಗೆ ಬದ್ಧವೈರಿಗಳನ್ನು ಅನಂತಮೂರ್ತಿ ಚಿತ್ರಿಸುತ್ತಾ ಹೋಗಿ, ಕೊನೆಯಲ್ಲಿ ಅವರಿಬ್ಬರೂ ಅಂತರಂಗದಲ್ಲಿ ಒಂದೇ ಎಂಬುದನ್ನು ಕತೆಯನ್ನು ಸೂಚಿಸಿದ್ದರು.

ಆ ಕತೆಯನ್ನು ಸಿನಿಮಾ ಮಾಡುವಾಗ ನಾವು ಕೆಲವು ಬದಲಾವಣೆಗಳನ್ನು ಮಾಡಿಕೊಂಡೆವು. ಮೊದಲ ದೃಶ್ಯದಲ್ಲೇ ಅಪ್ಪಣ್ಣ ಭಟ್ಟರು ಮಠಕ್ಕೆ ಬಂದ ಸ್ವಾಮೀಜಿಗಳಿಗೆ ಕುಪ್ಪಣ್ಣ ಭಟ್ಟರ ಕುರಿತು ಚಾಡಿ ಹೇಳುತ್ತಾರೆ. ಅವರಿಗೆ ಗೇಣಿಗೆ ಕೊಟ್ಟ ತೋಟವನ್ನು ಕಿತ್ತುಕೊಳ್ಳುವಂತೆ ಸೂಚಿಸುತ್ತಾರೆ. ಅಲ್ಲಿಂದ ಕುಪ್ಪಣ್ಣ ಭಟ್ಟರ ದುರ್ಗತಿ ಶುರುವಾಗುತ್ತದೆ. ಊರೆಲ್ಲ ಸಾಲ ಮಾಡಿಕೊಂಡು, ಮಠದ ಗೇಣಿಯನ್ನೂ ಕೊಡಲಾಗದ ಕುಪ್ಪಣ್ಣ ಭಟ್ಟರ ಸ್ಥಿತಿಯನ್ನು ಹೇಳುವಾಗ, ನಮಗೆ ರಿಲೀಫ್‌ಗೋಸ್ಕರ ಒಂದು ಪ್ರೇಮಕತೆ ಬೇಕೆಂದು ಅನ್ನಿಸತೊಡಗಿತು.

ಹೀಗಾಗಿ ಕತೆಯಲ್ಲಿಲ್ಲದ ಪಾತ್ರವೊಂದನ್ನು ನಾವು ಸೃಷ್ಟಿಸಬೇಕಾಗಿ ಬಂತು. ಕುಪ್ಪಣ್ಣ ಭಟ್ಟರಿಗೆ ಮಗಳೊಬ್ಬಳಿದ್ದಳಲ್ಲ. ಅವಳನ್ನು ಅಪ್ಪಣ್ಣ ಭಟ್ಟರ ಮನೆಯಲ್ಲೇ ಇರುವ ಅವರ ಅಕ್ಕನ ಮಗ ಗುಟ್ಟಾಗಿ ಪ್ರೀತಿಸುವ ಎಳೆಯೊಂದನ್ನು ಜೋಡಿಸಿದೆವು. ವಿಷಾದದ ಛಾಯೆ ಇರುವ ದೃಶ್ಯಗಳ ನಡುವೆ ಅವರಿಬ್ಬರ ಪ್ರೇಮ ಸನ್ನಿವೇಶಗಳು ಚಿತ್ರಕ್ಕೆ ಲವಲವಿಕೆ ತುಂಬಿದವು. ಅವರಿಬ್ಬರು ಎಂದೂ ಭೇಟಿಯಾಗಿ ಮಾತಾಡುವುದಿಲ್ಲ. ದೂರದಿಂದಲೇ ಒಬ್ಬರನ್ನೊಬ್ಬರು ನೋಡುತ್ತಾರೆ. ಕಣ್ಣಲ್ಲೇ ಪ್ರೇಮ ಹರಿದಾಡುತ್ತದೆ

ಎಂಬಂತೆ ತೋರಿಸಿದ್ದೆವು. ಮಧ್ಯಂತರದ ಹೊತ್ತಿಗೆ ಆ ಹುಡುಗಿ ಇದ್ದಕ್ಕಿದ್ದಂತೆ ಊರೇ ಬಿಟ್ಟು ಹೋಗುತ್ತಾಳೆ ಎಂದು ಆ ಪ್ರೇಮ ಪ್ರಸಂಗಕ್ಕೆ ಕೊನೆ ಹಾಡಿದ್ದೆವು.

ಇದನ್ನು ಅನಂತಮೂರ್ತಿಯವರು ಒಪ್ಪುತ್ತಾರೋ ಇಲ್ಲವೋ ಅನ್ನುವ ಅನುಮಾನ ನಮಗೆಲ್ಲರಿಗೂ ಇತ್ತು. ಆದರೆ ಆಗ ನಮ್ಮ ಜೊತೆಗೆ ಖ್ಯಾತ ಕತೆಗಾರರಾದ ಜಿ ಎಸ್ ಸದಾಶಿವ ಇದ್ದರು. ಅವರು ಶಂಕರ್ ನಾಗ್ ನಿರ್ದೇಶನದ ಆ್ಯಕ್ಸಿಡೆಂಟ್ ಚಿತ್ರಕ್ಕೆ ಚಿತ್ರಕತೆ- ಸಂಭಾಷಣೆ ಬರೆದಿದ್ದರು. ಹಲವಾರು ಚಿತ್ರಗಳಿಗೆ ಚಿತ್ರಕತೆಗಾರರಾಗಿ ಕೆಲಸ ಮಾಡಿದ್ದರು. ಅನಂತಮೂರ್ತಿಯವರನ್ನು ಒಪ್ಪಿಸುವ ಹೊಣೆಯನ್ನು ಅವರಿಗೆ ವಹಿಸಿ, ನಾವು ಬೇಕು ಬೇಕಾದ ಬದಲಾವಣೆಯನ್ನು ಮಾಡಿಕೊಂಡೆವು.

ಸಿನಿಮಾ ಪ್ರದರ್ಶನ ಇಟ್ಟಾಗ ಅನಂತಮೂರ್ತಿ ಏನನ್ನುತ್ತಾರೋ ಅನ್ನುವ ಭಯ ನಮ್ಮನ್ನು ಕಾಡುತ್ತಲೇ ಇತ್ತು. ಅವರಿಗೆ ನಾವು ಸೇರಿಸಿದ ಸನ್ನಿವೇಶಗಳ ಬಗ್ಗೆ ಹೇಳಿರಲಿಲ್ಲ. ಆ ದೃಶ್ಯ ಬರುವಾಗ ನಾನು ಅವರ ಮುಖವನ್ನೇ ನೋಡುತ್ತಾ ಕೂತಿದ್ದೆ. ನಾವು ಸೇರಿಸಿದ ಪ್ರೇಮ ಸನ್ನಿವೇಶ ತೆರೆಯ ಮೇಲೆ ಬರುತ್ತಿದ್ದಂತೆ ಅನಂತಮೂರ್ತಿ ಅವರು ಖುಷಿಯಾಗಿ ತೊಡೆ ತಟ್ಟಿಕೊಂಡರು. ಆ ದೃಶ್ಯ ಇಡೀ ಸಿನಿಮಾದ ಬೇಸರದ ಛಾಯೆಯನ್ನು ಹೋಗಲಾಡಿಸಿತು ಎಂದು ಆಮೇಲೆ ಸಂತೋಷ ವ್ಯಕ್ತಪಡಿಸಿದರು.

ಹೀಗೆ ಚಿತ್ರಕತೆ ಬರೆಯುವ ಹೊತ್ತಿಗೆ, ಇಡೀ ಚಿತ್ರದ ಆಶಯಕ್ಕೆ ಅಡ್ಡಿಯಾಗದಂತೆ, ಆದರೆ ಇಡೀ ಚಿತ್ರಕ್ಕೆ ಹೊಸತನ ಬರುವಂತೆ ಒಂದಷ್ಟು ದೃಶ್ಯಗಳನ್ನು ನಾವು ಸೇರಿಸಿಕೊಳ್ಳಬೇಕಾಗುತ್ತದೆ. ಬೇರೊಬ್ಬರ ಕತೆಯನ್ನು ತೆಗೆದುಕೊಂಡಾಗ ಇದನ್ನು ಎಚ್ಚರಿಕೆಯಿಂದಲೇ ಮಾಡಬೇಕಾಗುತ್ತದೆ.

ಕನ್ನಡದ ಅತ್ಯುತ್ತಮ ಚಿತ್ರಕತೆಗಾರರೂ ನಿರ್ದೇಶಕರೂ ಆದ ಗಿರೀಶ್ ಕಾಸರವಳ್ಳಿ ಒಬ್ಬರೇ ಒಂದು ಕತೆಯನ್ನು ಪೂರ್ತಿ ತಮ್ಮದಾಗಿಸಿಕೊಂಡು, ಇಡೀ ಕತೆಗೆ ಹೊಸದೊಂದು ಅರ್ಥ ಕೊಡಬಲ್ಲವರು. ಅವರ ಪ್ರತಿಯೊಂದು ಸಿನಿಮಾ ಕೂಡ ಕತೆಗಿಂತ ಭಿನ್ನವಾಗಿರುತ್ತದೆ. ಕತೆಯ ಆಶಯ ಮಾತ್ರ ಅದೇ ಇರುತ್ತದೆ. ಅದು ಒಬ್ಬ ಚಿತ್ರಕತೆಗಾರ ತೆಗೆದುಕೊಳ್ಳಲೇಬೇಕಾದ ಸ್ವಾತಂತ್ರ್ಯ ಮತ್ತು ರಿಸ್ಕು.

ಮೌನಿ ಚಿತ್ರಕ್ಕೆ ನನ್ನ ಜೊತೆಗೆ ಸಂಭಾಷಣೆ ಮತ್ತು ಚಿತ್ರಕತೆಯಲ್ಲಿ ದುಡಿದ ಉದಯ ಮರಕಿಣಿ ಮೌನಿ ಚಿತ್ರದ ಕುರಿತು ಬರೆದ ಒಂದು ಟಿಪ್ಪಣಿ ಇಲ್ಲಿದೆ. ಇದು ಒಂದು ಕತೆಯನ್ನು ಗ್ರಹಿಸುವ ಕ್ರಮ ಮತ್ತು ಬದಲಾಯಿಸಬೇಕಾದ ಅನಿವಾರ್ಯತೆಯನ್ನು ಹೇಳುತ್ತದೆ:

ಅವರ 'ಮೌನಿ' ನನಗಿಷ್ಟವಾದ ಕತೆ. ಅದನ್ನು ಸಿನಿಮಾ ಮಾಡಬೇಕು ಎಂದು ನಾವು ನಾಲ್ಕೈದು ಗೆಳೆಯರು ತೀರ್ಮಾನಿಸಿದವು. ಬಹಳ ಸಂಕೀರ್ಣವಾದ ಕತೆಯದು. ಮೇಲ್ನೋಟಕ್ಕೆ ಇಬ್ಬರು ಬ್ರಾಹ್ಮಣರ ಜಗಳದಂತೆ ಕಂಡರೂ ಅದರೊಳಗೆ ಮನಃಶಾಸ್ತ್ರಕ್ಕೆ ಸಂಬಂಧಪಟ್ಟ ಅಂಶಗಳಿವೆ. ಲೋಭ, ದುರಾಸೆ, ಆದರ್ಶ, ಪಾಪಪ್ರಜ್ಞೆ, ಪಶ್ಚಾತ್ತಾಪ, ಪ್ರಾಯಶ್ಚಿತ್ತ, ಗೋಸುಂಬೆತನ, ಮೊದಲಾದ ಮನುಷ್ಯ ಸ್ವಭಾವಗಳು ಒಂದೇ ಕತೆಯಲ್ಲಿ ಸಂಗಮಿಸಿರುವುದೇ ಒಂದು ಅದ್ಭುತ. ಗಾಂಧೀಜಿಯ ಸತ್ಯಾಗ್ರಹ ಮತ್ತು ಮೌನವೆಂಬ ಪ್ರತಿಭಟನೆಯ ಅಸ್ತ್ರವನ್ನು ಬಹಳ ನಾಜೂಕಾಗಿ ಕತೆಯೊಳಗೆ ತಂದಿದ್ದಾರೆ ಅನಂತಮೂರ್ತಿ. ಇದನ್ನು ಚಿತ್ರಕತೆಯಾಗಿಸುವುದು ಸುಲಭದ ಮಾತಾಗಿರಲಿಲ್ಲ. ಆದರೂ ನನಗೆ ಮತ್ತು ಜೋಗಿಗೆ ಅದೇನೋ ಆತ್ಮವಿಶ್ವಾಸ.

'ಮೌನಿ'ಯನ್ನು ಸಿನಿಮಾ ಮಾಡುವ ಹಕ್ಕು ಕೇಳುವುದಕ್ಕೆ ನಾವು ಮೂರ್ತಿಯವರ ಮನೆಗೆ ಹೋಗಿದ್ದು 2003ನೇ ಇಸ್ವಿಯಲ್ಲಿ. ಸಿನಿಮಾ ತಂತ್ರಜ್ಞಾನದಲ್ಲಿ ನಾವಿನ್ನೂ ಎಳಸುಗಳಾಗಿದ್ದರೂ ಅನಂತಮೂರ್ತಿಯವರಿಗೆ ಅದೇನೂ ದೊಡ್ಡ ಸಂಗತಿಯಾಗಿ ಕಾಣಿಸಲಿಲ್ಲ. ಅವರ ಮಿಕ್ಕ ಕತೆಗಳೂ ಪ್ರಸ್ತಾಪಕ್ಕೆ ಬಂದವು. 'ಕ್ಲಿಪ್ ಜಾಯಿಂಟ್' ಕೂಡಾ ಸಿನಿಮಾ ಮಾಡಬಹುದಾದ ವಸ್ತು ಎಂದು ಅವರೇ ಸಲಹೆ ನೀಡಿದರು. ಆದರೆ ನಾವು ಮೌನಿಗೇ ಅಂಟಿಕೊಂಡೆವು. ಸಂಭಾವನೆ ವಿಷಯ ಬಂದಾಗ ಅವರು ಜೋರಾಗಿ ನಕ್ಕುಬಿಟ್ಟರು. ನೀವು ನನಗೇನೂ ಕೊಡಬೇಕಾಗಿಲ್ಲ, ಸಿನಿಮಾ ಚೆನ್ನಾಗಿ ಬಂದರೆ ಸಾಕು ಅಂದುಬಿಟ್ಟರು. ಅದಾದ ನಂತರವೂ ಅವರ ಜೊತೆ ಎರಡು ಸಿಟ್ಟಿಂಗ್‌ಗಳು ನಡೆದವು. ಮೂರನೇ ಬಾರಿ ನಮ್ಮೊಂದಿಗೆ ಅನಂತನಾಗ್ ಮತ್ತು ದತ್ತಣ್ಣ ಅವರೂ ಇದ್ದ ನೆನಪು.

ಕತೆಯಲ್ಲಿರುವುದು ಎರಡೇ ಮುಖ್ಯಪಾತ್ರಗಳು. ಅಪ್ಪಣ್ಣ ಮತ್ತು ಕುಪ್ಪಣ್ಣ, ಇಬ್ಬರೂ ಘಟ್ಟದ ಕೆಳಗಿಂದ ಜೀವನೋಪಾಯಕ್ಕಾಗಿ ವಲಸೆ ಬಂದ ಬ್ರಾಹ್ಮಣರು. ಮಠದ ವತಿಯಿಂದ ಇಬ್ಬರಿಗೂ ಒಂದಿಷ್ಟು ಜಾಗ ಸಿಗುತ್ತದೆ, ವರ್ಷಕ್ಕೆ ಇಂತಿಷ್ಟು

ಗೇಣಿ ಕಟ್ಟಬೇಕು ಎಂಬ ಷರತ್ತಿನ ಮೇಲೆ. ಅಪ್ಪಣ್ಣ ರಸಿಕ, ಸೊಗಸುಗಾರ, ನಯವಾದ ಮಾತಿನಿಂದಲೇ ಎಲ್ಲರನ್ನೂ ಗೆಲ್ಲಬಲ್ಲ ಚಾಣಾಕ್ಷ. ಆತನಿಗೆ ಬದುಕುವ ಕಲೆ ಗೊತ್ತು. ಆದರೆ ಕುಪ್ಪಣ್ಣ ಒರಟ, ಕೊಳಕ, ಮಾತು ಕಡಿಮೆ, ನಿಷ್ಠುರವಾದಿ, ಎಲ್ಲೂ ರಾಜಿಯಾಗದ ಸ್ವಭಾವ. ಈ ಕಾರಣದಿಂದಾಗಿಯೇ ಕುಪ್ಪಣ್ಣ ಕುಸಿಯುತ್ತಾ ಹೋಗುತ್ತಾನೆ, ಅಪ್ಪಣ್ಣ ಮೇಲೇರುತ್ತಾ ಹೋಗುತ್ತಾನೆ. ಕುಪ್ಪಣ್ಣನ ಪತನವನ್ನು ಆನಂದಿಸುತ್ತಾ ಹೋಗುವ ಅಪ್ಪಣ್ಣ, ಒಂದಲ್ಲ ಒಂದು ದಿನ ಕುಪ್ಪಣ್ಣನ ತೋಟವನ್ನು ತನ್ನದಾಗಿಸಿಕೊಳ್ಳಬೇಕೆಂಬ ಕನಸು ಕಾಣುತ್ತಾನೆ. ಕತೆಯ ಅಂತ್ಯದಲ್ಲಿ ಅದು ಸಾಧ್ಯವಾಗುತ್ತದೆ ಕೂಡಾ. ಕುಪ್ಪಣ್ಣ ಮನೆ, ಸ್ಥಿರಚರ ಆಸ್ತಿಗಳೆಲ್ಲವೂ ಹರಾಜಾಗುತ್ತದೆ. ಎಲ್ಲವನ್ನು ಕಳಕೊಂಡ ಕುಪ್ಪಣ್ಣ ಮನೆಮುಂದೆ ವಿಗ್ರಹದಂತೆ ಸ್ಥಾಪನೆಯಾಗುತ್ತಾನೆ. ಅವನ ಮುಂದೆ ಕೂರುವ ಅಪ್ಪಣ್ಣ ಮಾತಾಡುತ್ತಾ ಹೋಗುತ್ತಾನೆ, ಕುಪ್ಪಣ್ಣನ ಪತನಕ್ಕೆ ತಾನು ಕಾರಣನಲ್ಲ ಎಂದು ಸಮರ್ಥಿಸಿಕೊಳ್ಳುತ್ತಾ ಹೋಗುತ್ತಾನೆ. ಆದರೆ ಕುಪ್ಪಣ್ಣ ಮಾತಾಡುವುದಿಲ್ಲ, ಅಪ್ಪಣ್ಣನೂ ಕೊನೆಗೆ ಮಾತು ಮರೆತು ಥೇಟು ಕುಪ್ಪಣ್ಣನಂತೆಯೇ ಅವನ ಮುಂದೆ ಕಲ್ಲಾಗಿ ಕೂರುತ್ತಾನೆ.

ಇದು ಕತೆ. ಸಿನಿಮಾ ಸಲುವಾಗಿ ನಾವು ಒಂದಿಷ್ಟು ಬದಲಾವಣೆ ಮಾಡಿಕೊಂಡಿದ್ದೆವು. ಇಡೀ ಚಿತ್ರವೇ ಗಂಭೀರವಾಗಿ ಸಾಗುವುದರಿಂದ ಪ್ರೇಕ್ಷಕನಿಗೆ ಮೊನೋಟನಿ ಅನಿಸಬಹುದು ಅನ್ನುವ ಕಾರಣಕ್ಕೆ ಒಂದು ಪ್ರೇಮಪ್ರಸಂಗವನ್ನು ಜೋಡಿಸಿದೆವು. ಕುಪ್ಪಣ್ಣನ ಮಗಳು ಭಾಗೀರತಿಯನ್ನು ಒಬ್ಬ ಹುಡುಗ ಗುಟ್ಟಾಗಿ ಪ್ರೀತಿಸುವ ಎಪಿಸೋಡನ್ನು ತಂದೆವು. ಅದು ವರ್ಕೌಟ್ ಆಯಿತು. ಅದೇ ರೀತಿ ಕೊನೆಗೆ ಮನೆಮುಂದೆ ಸ್ಥಾವರವಾಗುವ ಕುಪ್ಪಣ್ಣನ ಕೈಯೊಳಗೆ ಕವಡೆಗಳನ್ನು ಇಟ್ಟೆವು. ಬಿಗಿದ ಮುಷ್ಟಿಯೊಳಗೆ ಏನಿದೆ ಎಂಬ ಕುತೂಲದಿಂದ ಅಪ್ಪಣ್ಣ ಅದನ್ನು ತೆರೆದಾಗ ಪ್ರೇಕ್ಷಕರಿಗೆ ಕವಡೆ ಗೋಚರವಾಗುತ್ತದೆ. ಇದು ಕ್ಲೈಮಾಕ್ಸ್. ಆ ಕವಡೆಗಳನ್ನು ಯಾಕೆ ತಂದಿರಿ, ಅದು ಏನನ್ನು ಸೂಚಿಸುತ್ತದೆ ಎಂದು ಚಿತ್ರ ನೋಡಿದ ಹಲವಾರು ಪ್ರೇಕ್ಷಕರು ನಮ್ಮನ್ನು ಕೇಳಿದರು. ಆಗ ನಮಗೆ ನಮ್ಮ ಜನ್ಮ ಸಾರ್ಥಕವಾಯಿತು ಅನಿಸಿತು. ಯಾಕೆಂದರೆ ಇಂಥಾ ಪ್ರತಿಕ್ರಿಯೆಯನ್ನೂ ನಾವೂ ಬಯಸಿದ್ದೆವು. ಒಂದು ಒಳ್ಳೆಯ ಸಿನಿಮಾ ಪ್ರೇಕ್ಷಕರ ಮನಸ್ಸಲ್ಲಿ ಪ್ರಶ್ನೆಗಳನ್ನು ಮೂಡಿಸಬೇಕು. ಕವಡೆ ಅನ್ನುವುದು ಕುಪ್ಪಣ್ಣನ ನಂಬಿಕೆಗೆ ಸಂಕೇತವೋ ಅಥವಾ ಬದುಕಿನ ಭರವಸೆಗೆ ಸಂಕೇತವೋ?

ಕವಡೆ ಅನ್ನುವುದು ನಮ್ಮೆಲ್ಲರ ಬದುಕಿನ ನಶ್ವರತೆಯನ್ನು ಹೇಳುತ್ತದೆ ಎಂದು ಕೆಲವರು ವಿಶ್ಲೇಷಿಸಿದ್ದೂ ಉಂಟು. 'ಆ ಕವಡೆಯನ್ನೇ ನಂಬಿ ಕುಪ್ಪಣ್ಣ ಹಾಳಾದ ನೋಡಿ, ಆ ಕಾರಣಕ್ಕೇ ನಿರ್ದೇಶಕರು ಕವಡೆಯನ್ನು ತೋರಿಸಿದ್ದಾರೆ'ಎಂದು ಇನ್ನೊಬ್ಬರು ಹೇಳಿದರು.

ಅನಂತಮೂರ್ತಿಯವರು ಚಿತ್ರವನ್ನು ಬಹಳವಾಗಿ ಮೆಚ್ಚಿಕೊಂಡರು. ನಾವು ಕತೆಯಲ್ಲಿ ಮಾಡಿದ ಬದಲಾವಣೆಗಳ ಬಗ್ಗೆ ವಿಶೇಷ ಮೆಚ್ಚುಗೆ ಸಂದಾಯವಾಯಿತು. ಕತೆಗಾರರು ಸಾಮಾನ್ಯವಾಗಿ ತಮ್ಮ ಕತೆಗಳ ಬಗ್ಗೆ ಬಹಳ ಪೊಸೆಸಿವ್ ಆಗಿರುತ್ತಾರೆ. 'ಚೋಮನದುಡಿ' ಚಿತ್ರವಾದಾಗ ಶಿವರಾಮ ಕಾರಂತರು 'ನನ್ನ ಚೋಮ ಸಿನಿಮಾದಲ್ಲಿಲ್ಲ' ಎಂದು ಕೂಗಾಡಿದ್ದು ನಿಮಗೆ ನೆನಪಿರಬಹುದು. ಆ ಮಟ್ಟಿಗೆ ಅನಂತಮೂರ್ತಿ ಉದಾರವಾದಿ. ಕತೆ ಬೇರೆ, ಸಿನಿಮಾ ಬೇರೆ. ಅಕ್ಷರ ರೂಪದಲ್ಲಿರುವ ಕತೆ, ದೃಶ್ಯರೂಪಕ್ಕೆ ಬದಲಾಗಬೇಕಾದಾಗ ಕೆಲವು ಬದಲಾವಣೆಗಳನ್ನು ಬೇಡುತ್ತದೆ ಅನ್ನುವುದು ಅವರಿಗೆ ಗೊತ್ತಿತ್ತು.

 ಒಂದೊಳ್ಳೆ ಸ್ಕ್ರಿಪ್ಟ್ ನಮ್ಮ ಮುಂದಿದ್ದಾಗ, ಅದರಲ್ಲಿ ನಿಮಗೆ ಬೇಕಾದ ಎಲ್ಲಾ ಅಂಶಗಳೂ ಇರುತ್ತವೆ. ಅದನ್ನು ಎದೆಗೊತ್ತಿಕೊಂಡು ಒಂದೊಳ್ಳೆ ಸಿನಿಮಾ ಮಾಡುವ ಪ್ರಾಮಾಣಿಕ ಪ್ರಯತ್ನವನ್ನಷ್ಟೆ ನೀವು ಮಾಡಬೇಕಾಗಿರೋದು.

– ಒಲಿವಿಯಾ ಕೊಲ್ಮನ್

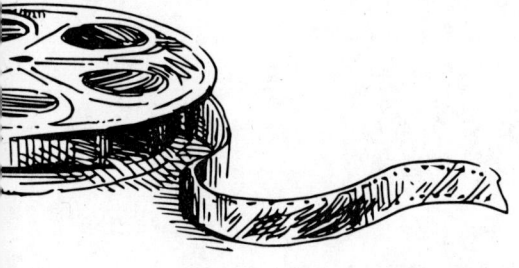

ಕಾಡ ಬೆಳದಿಂಗಳು

ಒಂದು ಕತೆ ಹೇಗೆ ಹುಟ್ಟುತ್ತದೆ ಅನ್ನುವುದೇ ಕುತೂಹಲಕಾರಿ. ಮೌನಿ ಚಿತ್ರದ ಚಿತ್ರೀಕರಣಕ್ಕೆ ನಾವು ನನ್ನ ಗೆಳೆಯ ಸೋಮಶೇಖರ್ ಹೊಳ್ಳ ಅವರ ಪತ್ನಿ ಅಂಬುಜಾ ಅವರ ಊರಾದ ಬಸವಾನಿಯನ್ನು ಆರಿಸಿಕೊಂಡೆವು. ಲಿಂಗದೇವರು, ಎಚ್‌ಎಂ ರಾಮಚಂದ್ರ, ಅನಂತನಾಗ್ ಮತ್ತು ದತ್ತಣ್ಣನವರ ಜೊತೆಗೆ ನಾನೂ ಬಸವಾನಿಗೆ ಹೋಗಿದ್ದೆ. ತೀರ್ಥಹಳ್ಳಿಯಿಂದ ಹನ್ನೆರಡು ಮೈಲಿ ದೂರದಲ್ಲಿರುವ ಬಸವಾನಿಯ ಹಳೆಯ ಮನೆಗಳಲ್ಲಿ ಚಿತ್ರೀಕರಣ ನಡೆಸುತ್ತಿದ್ದೆವು. ನಮ್ಮ ಜೊತೆಗೆ ರಂಗಭೂಮಿಯ ಅದ್ಭುತ ನಟ ಅಚ್ಯುತ ಕೂಡ ಇದ್ದರು.

ಬಸವಾನಿಯ ಬೀದಿಗಳಲ್ಲಿ ಅಲೆಯುತ್ತಿದ್ದಾಗ ನನಗೆ ಆ ಹಳ್ಳಿಯೇ ವಿಲಕ್ಷಣವಾಗಿ ಕಂಡಿತು. ಆಗಷ್ಟೇ ಜಾಗತೀಕರಣ ಉತ್ತುಂಗದಲ್ಲಿತ್ತು. ಬಸವಾನಿ ಕೂಡ ಎಲ್ಲ ಊರುಗಳಂತೆ ಜಾಗತೀಕರಣದ ಪ್ರಭಾವಕ್ಕೆ ಒಳಗಾಗಿಬಿಟ್ಟಿತ್ತು. ಆ ಊರಿನ ತರುಣರೆಲ್ಲ ಕೃಷಿ ಮತ್ತು ಕುಲಕಸುಬು ಮರೆತು ಬೆಂಗಳೂರಿಗೋ ಚೆನ್ನೈಗೋ

ಮುಂಬಯಿಗೋ ಹೊರಟಾಗಿತ್ತು. ಇಡೀ ಹಳ್ಳಿ ಬಿಕೋ ಅನ್ನುತ್ತಿತ್ತು. ವೃದ್ಧರು ಮಾತ್ರ ಅಲ್ಲಿ ವಾಸ ಮಾಡುತ್ತಿದ್ದಾರೇನೋ ಅನ್ನಿಸುತ್ತಿತ್ತು.

ಅದನ್ನು ನಾನು ಮೊದಲು ಒಂದು ಲೇಖನವನ್ನಾಗಿ ಬರೆದೆ:

ಆ ಊರಿನಲ್ಲಿ ತರುಣರೇ ಇಲ್ಲ

ಕರಾವಳಿ ತೀರದ ಹೆಸರಿಲ್ಲದ ಒಂದು ಹಳ್ಳಿ. ಇಡೀ ಹಗಲು ಸಮುದ್ರದ ಮೇಲಿನಿಂದ ಬೀಸಿ ಬರುವ ಗಾಳಿಯಿಂದಾಗಿ ಧಗೆ. ಸಂಜೆ ಹೊತ್ತಿಗೆ ಅದೇ ಗಾಳಿ ತಂಪಾಗುತ್ತದೆ. ಹಗಲಿಡೀ ದುಡಿದ ಜನ ಸಂಜೆ ಹೊತ್ತಿಗೆ ನಿಸೂರಾಗುತ್ತಾರೆ. ಹೆಗಲಿಗೊಂದು ಬೈರಾಸ ಹಾಕಿಕೊಂಡು ಗಡಂಗಿನ ಮುಂದೆ ಕೂರುತ್ತಾರೆ. ಹೊಟ್ಟೆ ತುಂಬ ಕಳ್ಳು ಕುಡಿದು, ತೂರಾಡುತ್ತಾ, ಬೈಯುತ್ತಾ ರಾತ್ರಿ ಹೊತ್ತಿಗೆ ಮನೆ ತಲುಪುತ್ತಾರೆ. ಮತ್ತೆ ಬೆಳಗ್ಗೆ ಏನೂ ಆಗಿಲ್ಲವೆಂಬಂತೆ ಕೆಲಸ ಶುರುಮಾಡುತ್ತಾರೆ. ಕಣ್ಣಲ್ಲಿ ಆಯಾಸದ ಸುಳಿವೇ ಇರುವುದಿಲ್ಲ. ವಯಸ್ಸಾಗಿದ್ದು ಸುಕ್ಕುಗಟ್ಟಿದ ಹಣೆಯಿಂದಷ್ಟೇ ಗೊತ್ತಾಗುತ್ತದೆ.

ಇದು ನಡುವಯಸ್ಕರ ಕತೆ. ಇನ್ನು ಹದಿಹರೆಯದ ಹುಡುಗರಿಗೆ ಕೆಲಸವೇ ಇಲ್ಲ. ಅವರು ಯಥಾಶಕ್ತಿ ವಾಲಿಬಾಲ್, ಕ್ರಿಕೆಟ್, ಚೆನ್ನೆಮಣೆ, ಚದುರಂಗ- ಮುಂತಾದ ಆಟಗಳಲ್ಲಿ ತೊಡಗಿಕೊಂಡಿದ್ದವರು. ಬೇಸಗೆಯ ಸಂಜೆಗಳಲ್ಲಿ ಯಕ್ಷಗಾನವೋ ನಾಟಕವೋ ಸಂಗೀತ ಸಂಜೆಯೋ ಏನಾದರೊಂದು ಹತ್ತಿರದ ಪಟ್ಟಣದಲ್ಲಿ ನಡೆದರೆ ಅಲ್ಲಿ ಇವರೆಲ್ಲ ಹಾಜರು. ಅದಾದ ಮೇಲೆ ಸಮೀಪದ ಚಿತ್ರಮಂದಿರದ ಮುಂದೆ ಇವರ ಪಾಳಿ. ಅಂತೂ ಸಂಜೆಯ ಹೊತ್ತು ಊರಿಗೆ ಕಾಲಿಟ್ಟರೆ ತರುಣರೋ ತರುಣರು.

ಅಂಥ ಊರುಗಳು ಈಗ ಹೇಗಾಗಿವೆ ಗೊತ್ತೇ? ಆ ಊರುಗಳಲ್ಲಿ ತರುಣರೇ ಇಲ್ಲ. ಯೌವನ ಆ ಬೀದಿಗಳಲ್ಲಿ ಮೆರವಣಿಗೆ ಹೊರಟು ದಶಕಗಳೇ ಕಳೆದಿವೆ. ಯುವ ತಲೆಮಾರು ಹಲವಾರು ಹಳ್ಳಿಗಳಲ್ಲಿ ಕಾಣಸಿಗುವುದೇ ಇಲ್ಲ. ನೆರಿಗೆ ಚಿಮ್ಮಿಸುತ್ತಾ ನಡೆಯುವ ಹುಡುಗಿಯರಿಲ್ಲದ, ಹುಸಿ ಗಾಂಭೀರ್ಯದಿಂದ ಚಿಗುರು ಮೀಸೆ ತಿರುವಿಕೊಳ್ಳುತ್ತಾ ತುಟಿಯಂಚಲ್ಲೇ ನಗುವ ಹುಡುಗರಿಲ್ಲದ ಹಳ್ಳಿಯನ್ನು ಊಹಿಸಿಕೊಳ್ಳಿ. ಅದೊಂದು ಘಟನೆಗಳೇ ಇಲ್ಲದ ದಿನದಂತೆ ನೀರಸವಾಗಿರುತ್ತದೆ. ಅಂಥ ವಾತಾವರಣ ಪ್ರತಿ ಹಳ್ಳಿಯಲ್ಲೂ ಇದೆ.

Effects of Globalization on Rural Youth ಅಷ್ಟೇ ಅಲ್ಲ, ಮೊದಲೆಲ್ಲ ಒಂದು ಹಳ್ಳಿಯನ್ನು ಅಲ್ಲಿ ಕೂತು ಬರೆಯುತ್ತಿರುವ ಲೇಖಕರ ಹೆಸರಿನಿಂದಲೇ ಗುರುತಿಸುವಷ್ಟು ಎಲ್ಲರೂ ಓದಿಕೊಂಡಿರುತ್ತಿದ್ದರು. ಬೀರಣ್ಣ ನಾಯಕ ಮೊಗಟಾ, ಗೋಪಾಲಕೃಷ್ಣ ವಂಡ್ಸೆ, ನಿರಂಜನ ವಾನಳ್ಳಿ.. ಹೀಗೆ ಹಂದ್ರಾಳ, ಬಳ್ಳಾರಿ, ಚೊಕ್ಕಾಡಿ, ಬರಗೂರು, ನಾಗತಿಹಳ್ಳಿಯಂಥ ಊರುಗಳೆಲ್ಲ ಅಲ್ಲಿ ಕೂತು ಬರೆಯುತ್ತಿದ್ದ ಲೇಖಕರಿಂದಾಗಿಯೇ ಪ್ರಸಿದ್ಧವಾಗಿದ್ದವು. ಒಂದೊಂದು ಹಳ್ಳಿಯಲ್ಲೇ ಹತ್ತಾರು ಲೇಖಕರು ಸಿಗುತ್ತಿದ್ದರು. ಅವರೆಲ್ಲ ವಾರಪತ್ರಿಕೆಗಳಿಗೆ, ಮಾಸಪತ್ರಿಕೆಗಳಿಗೆ, ದಿನಪತ್ರಿಕೆಗಳ ದೂರುಗಂಟೆ, ವಾಚಕರವಾಣಿ ವಿಭಾಗಕ್ಕೆ ಬರೆಯುತ್ತಿದ್ದರು. ಕತೆ ಚೆನ್ನಾಗಿದೆ ಎಂದೋ ಆತ್ಮಕ್ಕೆ ಸಾವಿಲ್ಲ ಎಂದೋ ಪತ್ರ ಬರೆಯುತ್ತಿದ್ದರು. ಒಬ್ಬೊಬ್ಬ ಸಂಪಾದಕನ ಮುಂದೆಯೂ ಅಕ್ಷರಶಃ ನೂರ ತೊಂಬತ್ತೆಂಟು ಲೇಖನಗಳಿರುತ್ತಿದ್ದವು. ಆ ಲೇಖನಗಳನ್ನು ಪ್ರಕಟಿಸಿ ಎಂದು ಪತ್ರಗಳನ್ನು ಬರೆಯುವವರಿದ್ದರು. ಪತ್ರಿಕಾ ಸಂಪಾದಕರೋ ಸಹಲೇಖಕರೋ ಮತ್ತೊಂದು ಹಳ್ಳಿಗೆ ಹೋದರೆ ಅಲ್ಲಿಯ ಪತ್ರಿಕಾ ಏಜಂಟನ ಮೂಲಕ ಆ ಹಳ್ಳಿಯ ಲೇಖಕನ ಮನೆ ಪತ್ತೆ ಮಾಡಬಹುದಾಗಿತ್ತು. ಹಲವಾರು ಗೆಳೆಯರು ಹುಟ್ಟಿಕೊಳ್ಳುತ್ತಿದ್ದುದು ಹಾಗೆಯೇ.

ಆದರೆ ಇವತ್ತು ಪತ್ರಿಕೆಗಳಿಗೆ ಹಳ್ಳಿಗಳಿಂದ ಲೇಖನಗಳು ಬರುತ್ತಿಲ್ಲ. ಹೊಸ ಹೊಸ ಲೇಖಕರು ಬರೆಯುತ್ತಿಲ್ಲ. ಹೊಸ ಹೆಸರುಗಳು ಕಾಣಿಸುತ್ತಿಲ್ಲ. ಅದೇ ಹಳೆಯ ಲೇಖಕರೇ ಹೊಸ ಥರ ಬರೆಯಲು ಯತ್ನಿಸುತ್ತಾರೆ. ಅದನ್ನು ಯುವಕರು ಓದುವುದಿಲ್ಲ. ಅದರ ಬಗ್ಗೆ ಚರ್ಚಿಸುವುದಿಲ್ಲ. ಲೋಹಿಯಾ ವಾದ ಯಾವತ್ತೋ ಸತ್ತು ಹೋಗಿದೆ. ಮಾರ್ಕ್ಸ್‌ನ ಬಗ್ಗೆ ಅನೇಕರಿಗೆ ಗೊತ್ತಿಲ್ಲ. ಹಿಟ್ಲರ್ ಮೇಲೆ ಯಾರಿಗೂ ಸಿಟ್ಟಿಲ್ಲ.

ಇದು ಸಾಮಾಜಿಕ ಸ್ಥಿತ್ಯಂತರದ ಮಾತಾದರೆ, ಸಾಹಿತ್ಯಕವಾಗಿ, ಸಾಂಸ್ಕೃತಿಕವಾಗಿಯೂ ಇಂಥದ್ದೇ ಶೂನ್ಯ ಎಲ್ಲೆಲ್ಲೂ ಇದೆ. ಆಧ್ಯಾತ್ಮಿಕವಾಗಿಯೂ ಅದರ ಪ್ರಭಾವಗಳನ್ನು ನೋಡಬಹುದು. ಒಂದು ಕಾಲದಲ್ಲಿ ಲೇಖಕರನ್ನು ಗಾಢವಾಗಿ ಪ್ರಭಾವಿಸಿದ್ದ ಜಿಡ್ಡು ಕೃಷ್ಣಮೂರ್ತಿ, ರಜನೀಶ್, ವಿವೇಕಾನಂದ, ಪರಮಹಂಸ ಮುಂತಾದವರು ಕಣ್ಮರೆಯಾಗಿದ್ದಾರೆ. ಯಾವ ಹುಡುಗನೂ ತನ್ನ ಓದುವ ಕೋಣೆಯಲ್ಲಿ ಇವತ್ತು ವಿವೇಕಾನಂದರ ಫೋಟೋ ಅಂಟಿಸಿಕೊಳ್ಳುವುದಿಲ್ಲ. ಕಣ್ಮುಂದೆ ವಿವೇಕಾನಂದರನ್ನು ಇಟ್ಟುಕೊಂಡು ಟೀವಿಯಲ್ಲಿ ಮಲ್ಲಿಕಾ ಶೆರಾವತ್‌ಳ ನಗ್ನಾವತಾರವನ್ನು ನೋಡುವಾಗ ಆತನನ್ನು ದ್ವಂದ್ವ ಕಾಡುತ್ತದೆ.

ಇದು ಒಂದು ಮುಖ. ಇನ್ನೊಂದು ಕಡೆ ಪುಟ್ಟ ಹಳ್ಳಿಗಳಲ್ಲಿ ಒಂದಷ್ಟು ಹರಟೆ ಕೇಂದ್ರಗಳಿದ್ದವು. ಅವು ಹಳೆಯ ಕಾಲದ ಸೇತುವೆ, ಟೈಲರ್ ಅಂಗಡಿ, ಪತ್ರಿಕಾ ಏಜಂಟನ ಪುಟ್ಟ ಸ್ಟಾಲು, ನಾಲ್ಕಾಣೆಗೆ ಒಂದು ಟೀ ಮಾರುತ್ತಿದ್ದ ಶೆಟ್ಟರ ಹೋಟೆಲ್ಲು, ಹೊಳೆತೀರದ ಬಂಡೆಗಲ್ಲು. ಇವತ್ತು ಇವೆಲ್ಲ ಅನಾಥವಾಗಿವೆ. ಟೈಲರ್‌ಅಂಗಡಿಗೆ ಕಾಲಿಡುವುದನ್ನೇ ಹಳ್ಳಿ ಮತ್ತು ಪಟ್ಟಣದ ಹುಡುಗರು ಮರೆತಿದ್ದಾರೆ. ಶೇಡೆಡ್ ಜೀನ್ಸ್‌ಗೆ ಹುಡುಗಿಯರು ಮಾರು ಹೋಗಿದ್ದಾರೆ.

ಎಲ್ಲಕ್ಕಿಂತ ಮುಖ್ಯವಾಗಿ ಒಂದೂರಿಗೂ ಇನ್ನೊಂದೂರಿಗೂ ಇರುವ ವ್ಯತ್ಯಾಸ ಬದಲಾಗಿದೆ. ಆರೇ ಅಂಗಡಿಯಲ್ಲಿರುವ ರಾಮತೀರ್ಥಕ್ಕೂ ದರ್ಬೆಯಲ್ಲಿರುವ ಲಕ್ಷ್ಮಣ ತೀರ್ಥಕ್ಕೂ ಏನು ಫರಕು ಎಂದು ಕೇಳಿದರೆ ಆಯಾ ಊರಿನ ಮಂದಿಯೇ ನಿಬ್ಬೆರಗಾಗುತ್ತಾರೆ. ಯಾವುದೇ ಊರಿಗೆ ಹೋದರೂ ಅದೇ ತಿಂಡಿ ತೀರ್ಥ ಸಿಗುತ್ತದೆ. ಅದೇ ರುಚಿಯ ಕೋಕಾಕೋಲಗಳು ಎಲ್ಲೆಲ್ಲೂ ಇವೆ. ಎಲ್ಲರೂ ಒಂದೇ ಥರದ ಬಟ್ಟೆ ತೊಟ್ಟುಕೊಂಡು ಓಡಾಡುತ್ತಾರೆ. ಎಲ್ಲ ಊರಿನ ಮಕ್ಕಳೂ ಒಂದೇ ಥರ ಮಾತಾಡುತ್ತವೆ. ಒಂದೇ ನರ್ಸರಿ ರೈಮನ್ನು ಒಂದೇ ರಾಗದಲ್ಲಿ ಹಾಡುತ್ತವೆ. ಜಾನಿ ಜಾನಿ ಯೆಸ್ಪಪ್ಪಾ...

ಜಾಗತೀಕರಣದ ಬಗ್ಗೆ ಮಾತಾಡುವವರು ಇದನ್ನೆಲ್ಲ ಗಮನಿಸುವುದು ಒಳ್ಳೆಯದು. ಒಂದು ಊರು ಅಲ್ಲಿಯ ಜೀವನ ಅಲ್ಲಿಯ ತರುಣ, ತರುಣಿಯರು ಆ ಊರಲ್ಲಿ ಮಳೆಗಾಲದಲ್ಲಿ ಅಗಲವಾಗಿ ಬೇಸಗೆಯಲ್ಲಿ ಕಿರಿದಾಗಿ ಹರಿಯುವ ನದಿ, ಅಲ್ಲಲ್ಲಿಯ ಮಂದಿ ತೊಡುವ ಉಡುಪು- ಎಲ್ಲವೂ ವಿಶಿಷ್ಟವಾಗಿರುತ್ತಿತ್ತು. ಜಾಗತೀಕರಣಕ್ಕಿಂತ ಮೊದಲೇ ಶಿಕ್ಷಣ ಇದನ್ನೆಲ್ಲ ಬದಲಾಯಿಸಿತು. ಓದಿದವರ ಹವ್ಯಾಸಗಳೂ ಓದದವರ ಹವ್ಯಾಸಗಳೂ ಬೇರೆಬೇರೆಯಾದವು. ಹಳ್ಳಿಗಳಿಂದ ತರುಣರೆಲ್ಲ ದೊಡ್ಡ ಊರುಗಳಿಗೆ ವಲಸೆ ಹೋದರು. ಪ್ರತಿಯೊಂದು ಹಳ್ಳಿಯೂ ನಡುವಯಸ್ಕರ ನಿಲ್ದಾಣದಂತೆ ಕಾಣಿಸತೊಡಗಿತು. ಆ ನಡುವಯಸ್ಕರು ಯಾವ ನಿರ್ಧಾರವನ್ನೂ ಕೈಗೊಳ್ಳಲಾರದೆ, ಕಿರುಚಲಾರದೆ, ತೊಂದರೆಯಾದಾಗ ದೊಡ್ಡ ದನಿಯಲ್ಲಿ ಹೇಳಿಕೊಳ್ಳಲಾರದೆ ವಿಚಿತ್ರ ದಿಗ್ಭ್ರಾಂತಿಯಲ್ಲಿ ಬದುಕತೊಡಗಿದರು.

ಈಗ ಅವರಿಗೆಲ್ಲ ವಯಸ್ಸಾಗಿದೆ.

❀❀❀

ಈ ವಸ್ತು ನನ್ನನ್ನು ಎಷ್ಟರ ಮಟ್ಟಿಗೆ ಕಾಡಿತು ಎಂದರೆ ಇದಾದ ಆರು ತಿಂಗಳಿಗೆ ಮತ್ತೊಂದು ಲೇಖನ ಬರೆದೆ. ಹಳ್ಳಿಗಳು ವೃದ್ಧಾಶ್ರಮಗಳಾಗುತ್ತಿವೆ ಎಂಬ ಆ ಲೇಖನವನ್ನು ಓದಿದ ಲಿಂಗದೇವರು, ಇದನ್ನು ಸಿನಿಮಾ ಮಾಡಬಹುದಾ ನೋಡಿ ಅಂದರು. ಆ ಲೇಖನದ ವಸ್ತು ಅವರಿಗೆ ಹತ್ತಿರದ್ದಾಗಿತ್ತು. ಅವರ ಹೆತ್ತವರು ಕೂಡ ಹಳ್ಳಿಯಲ್ಲಿದ್ದರು. ಅವರೆಲ್ಲ ಏನೇ ಆದರೂ ಬೆಂಗಳೂರಿಗೆ ಬರುವುದಿಲ್ಲ ಅಂತ ಕೂತಿದ್ದರು. ಲಿಂಗದೇವರು ಹಳ್ಳಿಗೆ ಹೋಗಿ ಬದುಕುವುದು ಸಾಧ್ಯವಿರಲಿಲ್ಲ. ಇಂಥ ದ್ವಂದ್ವವನ್ನು ನಿಭಾಯಿಸುವ ಕತೆಯೊಂದು ಬೇಕು ಅನ್ನಿಸಿತು.

ಒಂದು ಲೇಖನವನ್ನು ಕತೆಯಾಗಿಸುವುದು ಹೇಗೆ ಅಂತ ಆಗ ನಾನು ಯೋಚಿಸುವುದಕ್ಕೂ ಹೋಗಲಿಲ್ಲ. ಅದನ್ನು ಹಾಗೇ ಬಿಟ್ಟು ಬಿಟ್ಟೆ. ಎಷ್ಟೋ ದಿನಗಳ ನಂತರ ನನ್ನ ಗೆಳೆಯರ ಊರಾದ ಬಸರೀಕಟ್ಟೆಗೆ ಹೋದಾಗ ಮತ್ತೆ ಇಂಥದ್ದೇ ಪ್ರಶ್ನೆ ಕಾಡಿತು. ಅಲ್ಲೂ ತರುಣರ ಸಂಖ್ಯೆ ಕಡಿಮೆ ಇತ್ತು. ಅದರ ಜೊತೆಗೇ ಓದದ ತರುಣರು ನಕ್ಸಲ್ ಚಟುವಟಿಕೆಯಲ್ಲಿ ತೊಡಗಿಸಿಕೊಂಡಿದ್ದರು.

ಅದನ್ನೆಲ್ಲ ನೋಡಿದ ಮೇಲೆ ಒಂದು ಕತೆ ನನ್ನ ಮನಸ್ಸಿನಲ್ಲಿ ಹುಟ್ಟಿತು. ಒಂದು ಹಳ್ಳಿ, ಅಲ್ಲಿ ಇಬ್ಬರು ವೃದ್ಧರು. ಅವರಲ್ಲೊಬ್ಬರ ಮಗ ತೀರಿಕೊಂಡಿದ್ದಾನೆ. ಆದರೆ ಪೊಲೀಸರು ಎಡವಟ್ಟಾಗಿ ಮತ್ತೊಬ್ಬನನ್ನು ಕರೆಸಿಕೊಳ್ಳುತ್ತಾರೆ ಎಂಬ ವಸ್ತುವಿರುವ ಕತೆಯನ್ನು 'ಕುಮಾರ ದಿವಂಗತ' ಎಂಬ ಹೆಸರಲ್ಲಿ ಬರೆದೆ.

ಆ ಕತೆಯಲ್ಲಿ ಭಾವತೀವ್ರತೆಯಿತ್ತು. ಕತೆಗೆ ಬೇಕಾದ ಸಂಘರ್ಷಗಳಿರಲಿಲ್ಲ. ಇಮೋಷನ್ ಇಟ್ಟುಕೊಂಡು ಕತೆ ಮಾಡಿದರೆ ಒಂದು ಕ್ಷಣವನ್ನು ಮಾತ್ರ ಹಿಡಿದಂತೆ ಇರುತ್ತದೆ. ಆದರೆ ಸಿನಿಮಾ ಒಂದು ಕಾಲಘಟ್ಟವನ್ನೇ ಹಿಡಿದಿಡಬೇಕು ಅನ್ನಿಸಿತು. ಮತ್ತೊಂದು ಸುತ್ತು ಬಸರೀಕಟ್ಟೆ, ನೆಲ್ಲಿಹಡ್ಲು, ಮೆಣಸಿನ ಹಾಡ್ಯ- ಮುಂತಾದ ಜಾಗಗಳಿಗೆ ಹೋಗಿ ಬಂದು ಮತ್ತೊಂದು ಕತೆ ಬರೆದೆ. ಆ ಕತೆಯ ಹೆಸರು ಚಂದ್ರಹಾಸ, 32. ಆ ಕತೆ ಇಲ್ಲಿದೆ:

ಚಂದ್ರಹಾಸ, 32

ಸುದೇಷ್ಣೆ ಸ್ಪಾಟಿಗೆ ಬರುವ ಹೊತ್ತಿಗೆ ಆಕೆಯ ಪತ್ರಿಕೆಯ ಫೋಟೋಗ್ರಾಫರು ಫೋಟೋ ತೆಗೆದದ್ದು ಮುಗಿಸಿ ಕೆಮರಾವನ್ನು ಬ್ಯಾಗಿಗೆ ತುರುಕುತ್ತಿದ್ದ. ಅವಳನ್ನು

ನೋಡಿದ್ದೇ ತಡ, ಆಗಲೇ ಬರಬೇಕಾಗಿತ್ತು ಅಂತ ಗೊಣಗಿದ. ಅವನು ಮಾತಾಡುವುದೇ ಹಾಗೆ, ಗೊಣಗಿದಂತೆ ಕೇಳಿಸುತ್ತದೆ.

ಸುದೇಷ್ಣೆ ತನ್ನ ಮುಂದೆ ಕರಕಲಾಗಿ ಬಿದ್ದಿದ್ದ ದೇಹಗಳನ್ನೊಮ್ಮೆ ನೋಡಿದಳು. ಯಾವುದನ್ನೂ ಗುರುತು ಹಿಡಿಯುವ ಹಾಗಿರಲಿಲ್ಲ. ಹತ್ತೋ ಇಪ್ಪತ್ತೋ ಹರೆಯದ ಜೀವಗಳು ಕಮರಿ ಹೋಗಿದ್ದವು. ಕೈಕಾಲು ಕಳೆದುಕೊಂಡು ವಿರೂಪಗೊಂಡು ಬಿದ್ದಿದ್ದವು. ಕಣ್ಣಲ್ಲೇ ಎಣಿಸಲು ಯತ್ನಿಸಿದಳು. ಏನು ಮಾಡಿದರೂ ಲೆಕ್ಕ ಸಿಗಲಿಲ್ಲ. ಅಗಾಧ ರಾಕ್ಷಸನೊಬ್ಬ ಅಂಗೈಯಲ್ಲಿ ತಿಕ್ಕಿ ಎಸೆದಂತೆ ದೇಹ ಮಾಂಸದ ಉಂಡೆಯಾಗಿ ಬಿದ್ದದ್ದು ನೋಡಿ ಸುದೇಷ್ಣೆಗೆ ಕರುಳು ಒತ್ತರಿಸಿ ಬಂತು. ಕಣ್ಮುಚ್ಚಿ ಅಲ್ಲಿಂದ ಕಾಲ್ತೆಗೆದಳು.

ನಕ್ಸಲೀಯರ ಬಾಂಬು ತಯಾರಿಕಾ ಕೇಂದ್ರ ಸ್ಫೋಟ. ಮೂವತ್ತಮೂರು ಸಾವು ಎಂದು ಹೆಡ್ಡಿಂಗು ಬರೆದು ತನ್ನ ವರದಿಯನ್ನು ಕಂಪೋಸಿಂಗ್ ಸೆಕ್ಷನಿಗೆ ಕಳಿಸಿಕೊಡುವ ಹೊತ್ತಿಗೆ ಗಂಟೆ ಹನ್ನೊಂದು ದಾಟಿತ್ತು. ಬ್ಯಾಗು ಜೋಡಿಸಿಕೊಂಡು ಇನ್ನೇನು ರೂಮಿಗೆ ವಾಪಸ್ಸಾಗಬೇಕು ಅನ್ನುವಷ್ಟರಲ್ಲಿ ಸಂಪಾದಕ ಹಿಡಿದುಕೊಂಡ. ಮೂವತ್ತಮೂರು ಸಾವು ಅಂತ ಹೇಳಿದರೆ ಏನು ಹೇಳಿದ ಹಾಗಾಯಿತು. ಆ ಮೂವತ್ತಮೂರು ಮಂದಿ ಯಾರ್‍ಯಾರು, ಎಲ್ಲಿಯವರು ಅನ್ನುವ ವಿವರ ಮುಖ್ಯ. ವಾಟ್ ಆರ್ ಯೂ ಟ್ರೈಯಿಂಗ್ ಟು ಪ್ರೂವ್. ಘಟನೆಯ ಅಗಾಧತೆ ಹೇಳೋಕೆ ಹೊರಟಿದ್ದೀಯಾ ಅಥವಾ ಜನರಿಗೆ ಸಹಾಯ ಮಾಡೋದಕ್ಕೆ ಹೊರಟಿದ್ದೀಯಾ ಅಂತ ದಬಾಯಿಸಿದ. ನಥಿಂಗ್ ಡೂಯಿಂಗ್, ಈ ವರದಿ ನನಗೆ ಬೇಕಾಗಿಲ್ಲ. ಸತ್ತವರ ಪಟ್ಟಿ ಜೊತೆಗೆ ಹೋಗಬೇಕು ಅಂತ ಪಟ್ಟುಹಿಡಿದ.

ಮತ್ತೆ ಸೀಟಿಗೆ ಬಂದು ಕುಳಿತು ಸುದೇಷ್ಣೆ ಇನ್ಸ್‌ಪೆಕ್ಟರ್ ಆಲಿಯನ್ನು ಲೈನಿಗೆ ತೆಗೆದುಕೊಂಡಳು. ಹೇಗಾದರೂ ಮಾಡಿ ಸತ್ತವರ ಹೆಸರು ಕೊಡಿ ಅಂತ ಗೋಗರೆದಳು. ಅವನು ಫೋನನ್ನು ಹೆಡ್ ಕಾನ್‌ಸ್ಟೇಬಲ್ ಕುಮಾರಪ್ಪನಿಗೆ ದಾಟಿಸಿದ. ಲಿಸ್ಟೇ ಬಂದಿಲ್ಲ ಅಂತ ಗೊಣಗುತ್ತಾ ಕುಮಾರಪ್ಪ ಕೊನೆಗೊಂದು ಪಟ್ಟಿ ಓದಿ ಹೇಳಿದ. ಆತ ನಿಧಾನವಾಗಿ ಓದಿ ಹೇಳಿದ್ದನ್ನು ಗ್ರಹಿಸುತ್ತಾ ಹನ್ನೆರಡು ನಿಮಿಷದ ಕೊನೆಗೆ ಮೂವತ್ತಮೂರನೇ ಹೆಸರನ್ನು ಸುದೇಷ್ಣೆ ಬರೆದುಕೊಂಡಳು; ಚಂದ್ರಹಾಸ, ಸನ್ನಾಫ್ ಶಿವರಾಮಯ್ಯ,32, ಕೊಪ್ಪ ವಿಲೇಜ್ ಮತ್ತು ಪೋಸ್ಟ್, ಬಾಳೆಹೊನ್ನೂರು ತಾಲೂಕು.

ಕೊಪ್ಪ ಮೂಡಿಗೆರೆ ತಾಲೂಕಲ್ಲಿದೆಯೋ, ನರಸಿಂಹರಾಜಪುರದಲ್ಲಿದೆಯೋ ಚಿಕ್ಕಮಗಳೂರಲ್ಲಿದೆಯೋ ಬಾಳೆ ಹೊನ್ನೂರಲ್ಲಿದೆಯೋ ಅಥವಾ ಬಾಳೆಹೊನ್ನೂರು ತಾಲೂಕು ಕೇಂದ್ರ ಹೌದೋ ಅಲ್ಲವೋ ಅನ್ನುವುದು ಸುದೇಷ್ಣೆಗೂ ಹೊಳೆಯಲಿಲ್ಲ, ಆ ಹೆಡ್ ಕಾನ್‌ಸ್ಟೇಬಲ್ ಯೋಚಿಸುವುದಕ್ಕೂ ಹೋಗಲಿಲ್ಲ.

❀❀❀

ಶಿವರಾಮಯ್ಯನಿಗೆ ಸುದ್ದಿ ತಿಳಿದದ್ದು ಮಾರನೆಯ ದಿನ ಮಧ್ಯಾಹ್ನದ ಹೊತ್ತಿಗೆ. ಆ ಊರಿಗೆ ಹೋಗುವ ಪತ್ರಿಕೆಯಲ್ಲಿ ಸತ್ತವರ ಹೆಸರು ಪ್ರಕಟವಾಗಿರಲಿಲ್ಲ. ತಾವು ತೋಡಿದ ಹಳ್ಳಕ್ಕೆ ತಾವೇ ಬಿದ್ದ ದುಷ್ಕರ್ಮಿಗಳು ಅಂತ ಕೆಟ್ಟದಾಗಿ ಹೆಡ್ಡಿಂಗು ಕೊಟ್ಟು, ಮೂವತ್ತೆಂಟು ಮಂದಿ ಕ್ರಿಮಿನಲ್ ಹಿನ್ನೆಲೆಯ ನರಹಂತಕರು ಸತ್ತಿದ್ದಾರೆ ಅನ್ನುವಂತೆ ಆ ಸುದ್ದಿಯನ್ನು ಆ ಪತ್ರಿಕೆ ಪ್ರಕಟಿಸಿತ್ತು.

ಅದನ್ನು ಓದುವ ಹೊತ್ತಿಗೆ ಶಿವರಾಮಯ್ಯ, ಗೆಳೆಯ ಚಂದ್ರಶೇಖರಯ್ಯನ ಮನೆಯಲ್ಲಿದ್ದರು.

ಚಂದ್ರಶೇಖರಯ್ಯ ನಿವೃತ್ತ ಮೇಷ್ಟರು. ಶಿವರಾಮಯ್ಯ ಕೃಷಿಕ. ಎಂಟು ವರುಷದ ಹಿಂದೆ ಒಂದೆಕರೆ ಹೊಲದಲ್ಲಿ ಅದೆಷ್ಟೋ ಕ್ವಿಂಟಾಲ್ ಬತ್ತ ಬೆಳೆದು ಮಾದರಿ ಕೃಷಿಕ ಅನ್ನಿಸಿಕೊಂಡಿದ್ದರು. ಹನ್ನೆರಡೆಕರೆ ಗದ್ದೆ, ಎಂಟೆಕರೆ ತೆಂಗಿನ ತೋಟವಿತ್ತು. ಆದರೆ ದುಡಿಯುವ ತ್ರಾಣ ಇರಲಿಲ್ಲ. ಆಗಲೇ ಎಪ್ಪತ್ತೆಂಟು ದಾಟಿ, ಎಂಬತ್ತಕ್ಕೆ ಕಾಲಿಟ್ಟಿದ್ದರು ಶಿವರಾಮಯ್ಯ.

ಚಂದ್ರಶೇಖರಯ್ಯನ ವಯಸ್ಸೂ ಹೆಚ್ಚೂ ಕಡಿಮೆ ಅಷ್ಟೇ ಇತ್ತು. ಆದರೆ ಸರ್ವೀಸಿನಲ್ಲಿದ್ದಾಗ ಮೇಲಧಿಕಾರಿಗಳು ಅವರನ್ನು ಕನಿಷ್ಠ ಹದಿನೈದು ಬಾರಿ ಎಲ್ಲೆಲ್ಲಿಗೋ ವರ್ಗಾ ಮಾಡಿದ್ದರು. ಬೆಳ್ತಂಗಡಿ ತಾಲೂಕಿನ ದಿಡುಪೆ ಗ್ರಾಮಕ್ಕೆ ವರ್ಗವಾಗಿ ಹೋದ ವರುಷ ಅವರನ್ನೊಂದು ವಿಚಿತ್ರ ಕಾಯಿಲೆ ಅಮರಿಕೊಂಡಿತು. ಅದನ್ನು ಮಂಗನ ಕಾಯಿಲೆ ಅಂತಲೂ ಮೆದುಳು ಜ್ವರ ಅಂತಲೂ ಕರೆದು ವೈದ್ಯರು ತಮ್ಮ ಪರಿಣತಿ ಹೆಚ್ಚಿಸಿಕೊಂಡರು. ಮೂರು ತಿಂಗಳ ಕಾಲ ಎಡೆಬಿಡದೆ ಕಾಡಿದ ಜ್ವರ ನಿಂತಾಗ ಚಂದ್ರಶೇಖರಯ್ಯ ಎಲುಬಿನ ಗೂಡಾಗಿದ್ದರು. ಆಮೇಲೆ ಅವರ ದೇಹವನ್ನು ಯಾವ ಆರೈಕೆ ಕೂಡ ಮುಟ್ಟಲಿಲ್ಲ.

ಹಾದಿ ತಪ್ಪುತ್ತಿರುವ ಯುವಕರ ಬಗ್ಗೆ, ಹೆಚ್ಚುತ್ತಿರುವ ನಕ್ಸಲೀಯ ಚಟುವಟಿಕೆಗಳ ಬಗ್ಗೆ, ತೋಟದಲ್ಲಿ ಅತಿಯಾಗುತ್ತಿರುವ ಕಳ್ಳತನಗಳ ಬಗ್ಗೆ ಹರಟುತ್ತಾ ಕುಳಿತಾಗಲೇ ಶಿವರಾಮಯ್ಯನವರನ್ನು ಆ ಸುದ್ದಿ ತಲುಪಿದ್ದು. ಅವರ ಮಗ ಚಂದ್ರಹಾಸ ಬಾಂಬ್ ಬ್ಲಾಸ್ಟ್ ಆಗಿ ಸತ್ತ ಸುದ್ದಿ. ಅಲ್ಲಿಯ ತನಕ ಕೇವಲ ಸುದ್ದಿಯಷ್ಟೇ ಆಗಿದ್ದ ಮಾಹಿತಿ, ಇದೀಗ ಅವರನ್ನು ಅಲ್ಲಾಡಿಸುವ ಸತ್ಯವಾಗಿ ಪರಿಣಮಿಸಿತು. ಒಂದೂ ಮಾತಾಡದೇ ಶಿವರಾಮಯ್ಯ ಎದ್ದು ಮನೆಗೆ ಹೋದರು. ಆಗಷ್ಟೇ ತಿಂಡಿ ತಿನ್ನುತ್ತಿದ್ದ ಹೆಂಡತಿ ವಿಶಾಲಾಕ್ಷಿ ತಿಂಡಿ ತಿನ್ನುವ ತನಕ ಕಾದಿದ್ದು ಅವಳನ್ನು ಹೊರಡಿಸಿಕೊಂಡು ಮಂಗಳೂರಿಗೆ ಹೊರಟರು. ಕೊಪ್ಪದಿಂದ ಮಂಗಳೂರಿಗೆ ಆರು ಗಂಟೆಯ ಹಾದಿ.

❀❀❀

ಸತ್ತಿದ್ದು ತನ್ನ ಮಗ ಚಂದ್ರಹಾಸ ಅಲ್ಲ, ಚಂದ್ರಶೇಖರಯ್ಯನ ಮಗ ಸುಮತೀಂದ್ರ ಅನ್ನುವುದು ಮೂರು ದಿನಗಳ ನಂತರ ಶಿವರಾಮಯ್ಯನವರಿಗೆ ಗೊತ್ತಾಯಿತು. ಹಾಗೆ ಗೊತ್ತಾಗುವ ಹೊತ್ತಿಗಾಗಲೇ ಅವರು ಮಗನನ್ನು ಕಳೆದುಕೊಂಡ ದುಃಖ ಅನುಭವಿಸಿ ಆಗಿತ್ತು. ಪೊಲೀಸರು ತಾವು ಆ ರೆಕಾರ್ಡ್ ಬದಲಿ ಮಾಡಿಕೊಳ್ಳುತ್ತೇವೆ ಅಂತ ಹೇಳಿ ಶಿವರಾಮಯ್ಯನವರ ಕೈಯಿಂದ ಸ್ವಲ್ಪ ದುಡ್ಡು ಕೀಳಲಿಕ್ಕೆ ನೋಡಿದರು. ಅದಕ್ಕೆ ಶಿವರಾಮಯ್ಯ ಮಣಿಯಲಿಲ್ಲ. ಯಾರಿಗೂ ಚಿಕ್ಕಾಸೂ ಕೊಡದೇ, ಚಂದ್ರಶೇಖರಯ್ಯನವರಿಗೆ ವಿಷಯ ತಿಳಿಸಿ ಅವರನ್ನೇ ಕಳಿಸುವುದಾಗಿ ಹೇಳಿ ಹೊರಟುಬಿಟ್ಟರು.

ದಾರಿಯಲ್ಲಿ ಬರುವಾಗ ಯೋಚನೆಯಾಯಿತು. ಈ ವಿಚಾರವನ್ನು ಚಂದ್ರಶೇಖರಯ್ಯನಿಗೆ ಹೇಳುವುದಾದರೂ ಹೇಗೆ? ಅವರು ಇದನ್ನು ಹೇಗೆ ಸ್ವೀಕರಿಸಬಹುದು. ತನ್ನಂಥವನಿಗೆ, ಹೆಂಡತಿ ಇರುವ ತನ್ನಂಥವನಿಗೇ ಒಂದು ಕ್ಷಣ ತಡೆದುಕೊಳ್ಳಲಾಗದೇ ಹೋದ ಸಂಗತಿಯನ್ನು ಆತ ಹೇಗೆ ತಾಳಿಕೊಂಡಾನು. ಅಷ್ಟಕ್ಕೂ ಅವನ ಮಗ ಮನೆಗೆ ಬರದೇ ವರುಷಗಳೇ ಕಳೆದಿವೆ. ಅವನು ಎಲ್ಲಿದ್ದಾನೆ ಅನ್ನುವುದೂ ಅಪ್ಪ ಅನ್ನಿಸಿಕೊಂಡವನಿಗೆ ಗೊತ್ತಿಲ್ಲ. ಆ ಅನೂಹ್ಯದಲ್ಲಿ ಅವನು ಇದ್ದುಬಿಡಲಿ. ಮಗ ಎಲ್ಲೋ ಬದುಕಿದ್ದಾನೆ ಅನ್ನುವ ಸಣ್ಣ ಸಂತೋಷವಾದರೂ ಅವನಿಗಿರಲಿ. ಸತ್ತಿದ್ದು ಯಾರೋ ಏನೋ ಅಂತ ಹೇಳಿದರಾಯಿತು ಅಂದುಕೊಂಡರು

ಶಿವರಾಮಯ್ಯ. ಮಗ ಬಂದು ಪಿಂಡ ಇಡ್ತಾನೆ ಅಂತ ಕಾಯ್ತಿರುತ್ತೆ ಜೀವ. ಇಂಥ ಸುದ್ದಿ ಮುಚ್ಚಿಡೋದು ನ್ಯಾಯವೇ ಅಂತ ವಿಶಾಲಾಕ್ಷಿ ಆತಂಕದಲ್ಲಿ ಕೇಳಿದ್ದಕ್ಕೆ ಶಿವರಾಮಯ್ಯ ಉತ್ತರ ಕೊಡಲಿಲ್ಲ. ಆದರೆ ಊರಿಗೆ ಬಂದವರು ಸತ್ತದ್ದು ನನ್ನ ಮಗ ಅಲ್ಲ ಅಂತಷ್ಟೇ ಹೇಳಿ ಸುಮ್ಮನಾದರು. ಮತ್ಯಾರು ಅಂತ ಚಂದ್ರಶೇಖರಯ್ಯ ಕೇಳಿದ್ದರೆ ಖಂಡಿತಾ ಸಮಸ್ಯೆ ಆಗುತ್ತಿತ್ತು ಶಿವರಾಮಯ್ಯನಿಗೆ. ಆದರೆ ಚಂದ್ರಶೇಖರಯ್ಯ ಕೇಳಲಿಲ್ಲ.

❀❀❀

ಆದರೆ ಆಮೇಲೆ ಚಂದ್ರಶೇಖರಯ್ಯನವರನ್ನು ಭೇಟಿ ಆದಾಗಲೆಲ್ಲ ಶಿವರಾಮಯ್ಯನವರನ್ನು ಒಂಥರದ ಪಾಪಪ್ರಜ್ಞೆ ಕಾಡತೊಡಗಿತು. ಅದಕ್ಕೆ ತಕ್ಕಂತೆ ಚಂದ್ರಶೇಖರಯ್ಯ ಆಗಾಗ ತನ್ನ ಮಗನ ಬಗ್ಗೆ ಹೇಳುತ್ತಿದ್ದರು. ಎಲ್ಲಿದ್ದಾನೋ ಏನೋ, ಒಂದಲ್ಲ ಒಂದು ದಿನ ಬಂದೇ ಬರುತ್ತಾನೆ, ಸಂಬಂಧ ದೊಡ್ಡದು ಅನ್ನುತ್ತಿದ್ದರು. ಆಗೆಲ್ಲ ಶಿವರಾಮಯ್ಯ ಆಕಾಶ ನೋಡುತ್ತಾ ಕೂತು ಬಿಡುತ್ತಿದ್ದರು, ನೆಲ ನೋಡಿದರೆ ಎಲ್ಲಿ ಕಣ್ಣಿಂದ ಒಂದು ಹನಿ ಜಾರೀತೊ ಅನ್ನುವ ಭಯಕ್ಕೆಂಬಂತೆ ಅವರು ಆಕಾಶ ನೋಡುತ್ತಿದ್ದರು.

ಶಿವರಾಮಯ್ಯನವರನ್ನು ಜೀವನದ ನಶ್ವರತೆ ಕಾಡಲಾರಂಭಿಸಿದ್ದು ಆಗಲೇ. ತನ್ನ ಮಗ ಸತ್ತದ್ದೇ ಆ ಮನುಷ್ಯನಿಗೆ ಗೊತ್ತಿಲ್ಲ. ಮಗ ಮರಳುತ್ತಾನೆ ಅನ್ನುವ ಭರವಸೆಯಲ್ಲಿ ಅವನು ಬದುಕುತ್ತಿದ್ದಾನೆ. ಅಷ್ಟು ಭರವಸೆ ಅವನಿಗೆ ಸಾಕು. ಮಗ ಒಂದು ವೇಳೆ ಬದುಕಿದ್ದರೂ ವಾಪಸ್ಸು ಬರುತ್ತಿರಲಿಲ್ಲ. ಈಗ ಸತ್ತಿದ್ದರಿಂದ ವಾಪಸ್ಸು ಬರುತ್ತಿಲ್ಲ ಅಷ್ಟೇ. ಆದರೆ ತನ್ನ ಮಗ ಎಲ್ಲೋ ಇದ್ದಾನೆ ಅನ್ನುವ ನಂಬಿಕೆ ಅವನಲ್ಲಿ ವಿಚಿತ್ರ ಜೀವನೋತ್ಸಾಹ ಹುಟ್ಟುಹಾಕಿದೆ.

ತನ್ನ ಮಗನೂ ಅಷ್ಟೇ ತಾನೇ. ಈ ಅಪಾರ ಆಸ್ತಿಯನ್ನು ತನಗೇ ಬಿಟ್ಟು ಹೋಗಿದ್ದಾನೆ. ತೀರ ವೈಫಲ್ಯ ಕಾಡಿದರೆ ಊರಲ್ಲಿ ಆಸ್ತಿಯಿದೆ ಅನ್ನುವ ಭರವಸೆ ಅವನ ಬೆನ್ನಿಗಿದೆ. ಆದರೆ ಅಪ್ಪ ಇದ್ದಾರೆ ಅನ್ನುವ ನೆನಪೂ ಅವನಿಗೆ ಇದ್ದಂತಿಲ್ಲ. ಅವನೂ ತನ್ನ ಪಾಲಿಗೆ ಸತ್ತಂತೆಯೇ. ಮಗ ಬದುಕಿದ್ದಾನೆ ಅನ್ನುವುದು ಕೇವಲ ಸುದ್ದಿ ಮಾತ್ರ. ಅದಕ್ಕಿಂತ ಹೆಚ್ಚಿನ ಮಹತ್ವ ಅದಕ್ಕಿಲ್ಲ.

ಹೀಗೆ ಯೋಚಿಸುತ್ತಿದ್ದಂತೆ ಅವರನ್ನು ಅನಾಥಭಾವ ಕಾಡತೊಡಗಿತು. ಅಂಥದ್ದೇ ಅನಾಥಪ್ರಜ್ಞೆ ಚಂದ್ರಶೇಖರಯ್ಯನನ್ನೂ ಕಾಡುತ್ತದೆ ಅಂತ ಅವರಿಗೆ ಗೊತ್ತಿತ್ತು. ಹೀಗಾಗಿ ಬಿಡುವಿದ್ದಾಗೆಲ್ಲ ಹೋಗಿ ಚಂದ್ರಶೇಖರಯ್ಯನವರ ಜೊತೆ ಮಾತಾಡುತ್ತಿದ್ದರು. ಹಾಗೆ ಮಾತಾಡಲು ಅವರು ಹೋದ ಗುರುವಾರದಂದೇ ಚಂದ್ರಶೇಖರಯ್ಯ ಹಾಗೆ ವರ್ತಿಸಿದ್ದು.

❀❀❀

ಚಂದ್ರಹಾಸ ಸತ್ತ ಸುದ್ದಿ ಅದು ಹೇಗೋ ಚಂದ್ರಶೇಖರಯ್ಯನಿಗೆ ಗೊತ್ತಾಗಿಬಿಟ್ಟಿದೆ ಅನ್ನುವುದು ಶಿವರಾಮಯ್ಯನವರಿಗೆ ಗೊತ್ತಾಯಿತು. ಸುಳ್ಳು ಹೇಳಿದ್ದಕ್ಕೆ ಚಂದ್ರಶೇಖರಯ್ಯ ತರಾಟೆಗೆ ತಗೋತಾನೆ ಅಂತ ಖಾತ್ರಿಯಾಗಿ ಗೊತ್ತಿದ್ದ ಶಿವರಾಮಯ್ಯನಿಗೇ ಆಶ್ಚರ್ಯವಾಗುವಂತೆ ಚಂದ್ರಶೇಖರಯ್ಯ ಹೇಳಿದರು;

ಸತ್ತಿದ್ದು ನನ್ನ ಮಗ ನಿಜ. ಆದರೆ ಸಂಕಟ ಪಟ್ಟದ್ದು ನೀನು. ನೀನು ನನ್ನ ಪರವಾಗಿ ನನ್ನ ಮಗನಿಗಾಗಿ ಸಂಕಟಪಟ್ಟೆಯೋ ಅಥವಾ ನಿನ್ನ ಮಗನ ನೆನಪು ಬಂದು ನೋವು ಅನುಭವಿಸಿದೆಯೋ ನನಗೆ ಗೊತ್ತಿಲ್ಲ. ಒಂದು ವಯಸ್ಸು ದಾಟಿದ ನಂತರ ಸತ್ತವನು ನನ್ನ ಮಗನೋ ನಿನ್ನ ಮಗನೋ ಅನ್ನೋದು ಮುಖ್ಯ ಆಗುವುದಿಲ್ಲ. ನಮ್ಮಂಥ ಮುದುಕರ ಪಾಲಿಗೆ ನಮ್ಮ ಮಕ್ಕಳು ಎಂದೋ ಸತ್ತು ಹೋಗಿರುತ್ತಾರೆ. ಅಥವಾ ನಾವು ಅವರ ಪಾಲಿಗೆ ಸತ್ತಿರುತ್ತೇವೆ. ನಾವು ಸತ್ತರೆ ಅವರಿಗೆ ನಿರಾಳ, ಮಕ್ಕಳು ಸತ್ತರೆ ನಮಗೆ ಆತಂಕ. ಪರಸ್ಪರ ಒಬ್ಬರು ಇನ್ನೊಬ್ಬರ ಹಂಗಿನಲ್ಲೋ ಆಧಾರದಲ್ಲೋ ಇಲ್ಲದಿದ್ದರೂ ಸಂಕಟ.

ಇದನ್ನು ಯೋಚಿಸುತ್ತಿದ್ದಾಗ ಒಂದು ವಿಲಕ್ಷಣ ಸಂಗತಿ ಹೊಳೆಯಿತು. ನಾವು ಮಕ್ಕಳನ್ನು ನಮ್ಮ ಮತ್ತೊಂದು ಬಾಲ್ಯ, ಮತ್ತೊಂದು ಯೌವನ ಎಂಬಂತೆ ನೋಡುತ್ತಿರುತ್ತೇವೆ. ಅದೇ ಮಕ್ಕಳ ಪಾಲಿಗೆ ನಾವು ಮುಂದೆಂದೋ ಬರಬಹುದಾಗ ವೃದ್ಧಾಪ್ಯ ಮತ್ತು ಸಾವಿನ ಥರ ಕಾಣಿಸುತ್ತೇವೆ. ನಾವು ಬಾಲ್ಯಕ್ಕೆ ಹಂಬಲಿಸಿದ ಹಾಗೇ, ಅವರು ಸಾವಿನಿಂದ ವೃದ್ಧಾಪ್ಯದಿಂದ ನೀಗಿಕೊಳ್ಳಲು ಹೆಣಗುತ್ತಾರೆ.

ನಾನೂ ಆ ವಯಸ್ಸಿನಲ್ಲಿ ಹಾಗೇ ಇದ್ದೆ. ಆದರೆ ಅಪ್ಪ ಸತ್ತ ತಕ್ಷಣ ಅವರ ವಯಸ್ಸು ಮತ್ತು ಆತಂಕ ನನ್ನ ತಲೆಯೊಳಗೆ ಬಂದು ಕೂತುಬಿಟ್ಟಿತು. ಅದನ್ನು ನಾನು ಕಳಚಿಕೊಂಡದ್ದು ನನ್ನ ಮಗನ ಸಾವಿನ ಮೂಲಕ.

❀❀❀

ಚಂದ್ರಶೇಖರಯ್ಯ ಏನು ಹೇಳುತ್ತಿದ್ದಾರೆ ಅನ್ನುವುದು ಶಿವರಾಮಯ್ಯನಿಗೆ ಅರ್ಥವೇ ಆಗಲಿಲ್ಲ. ಅರ್ಥ ಆಗಲಿಲ್ಲ ಯಾಕೆಂದರೆ ಅವರು ಮಾತಾಡುವುದೇನನ್ನೂ ಇವರು ಕೇಳಿಸಿಕೊಳ್ಳುತ್ತಿರಲಿಲ್ಲ. ಅವರಿಗೆ ಅಂತ ಇವರು ಮಾತಾಡುತ್ತಿದ್ದರು. ತನಗಲ್ಲ ಅಂತ ಅವರು ಕೂತಿದ್ದರು.

ಮಾತು ಇಬ್ಬರ ಮಧ್ಯೆ ಸಾಯುತ್ತಾ ಬದುಕುತ್ತಾ ಸಾಯುತ್ತಾ ಬದುಕುತ್ತಾ ಸಾಯುತ್ತಾ ಬದುಕುತ್ತಾ...

❁❁❁

ಈ ಕತೆಯನ್ನು ಸಿನಿಮಾಕ್ಕೋಸ್ಕರವೇ ನಾನು ಬರೆಯಬೇಕಾಯಿತು. ಯಾಕೆಂದರೆ ಒಂದು ಕತೆಯನ್ನು ಯಾರಿಂದ ಹೇಳಿಸುವುದು ಅನ್ನುವ ಪ್ರಶ್ನೆ ಎದುರಾಗುತ್ತದೆ. ಸಿನಿಮಾಗಳಲ್ಲಿ ಅದು ಮುಖ್ಯವಾಗದೇ ಹೋದರೂ, ಕೇಂದ್ರಪಾತ್ರವಂತೂ ಖಂಡಿತಾ ಬೇಕು. ಮೊದಲ ದೃಶ್ಯದಲ್ಲಿ ಯಾರ ಮೂಲಕ ಕತೆಯನ್ನು ಹೇಳಲು ಆರಂಭಿಸುತ್ತೀರಿ ಎಂಬುದರಿಂದಲೇ ಎಲ್ಲವೂ ಶುರು ಆಗುವುದರಿಂದ, ನಮಗೊಂದು ಬಲವಾದ ಪಾತ್ರ ಬೇಕಿತ್ತು.

ಆಗ ಸೃಷ್ಟಿಯಾದವಳೇ ಸುದೇಷ್ಣೆ ಎಂಬ ಪತ್ರಕರ್ತೆ. 'ಯೂ ಟರ್ನ್' ಸಿನಿಮಾದಲ್ಲಿ ರಚನಾ ಎಂಬ ಪತ್ರಕರ್ತೆ ಬರುವ ಹಾಗೆ, 'ಕಾಡ ಬೆಳದಿಂಗಳು' ಚಿತ್ರದಲ್ಲಿ ಸುದೇಷ್ಣೆ ಎಂಬ ಪತ್ರಕರ್ತೆ ತನ್ನ ಸಂಪಾದಕನ ಅಪ್ಪಣೆಯ ಮೇರೆಗೆ ಬಸರೀಕಟ್ಟೆಯೆಂಬ ಊರಿಗೆ ಕಾಲಿಡುತ್ತಾಳೆ.

ಅಲ್ಲಿಂದ ನಂತರ ಆಕೆಯ ಕಣ್ಣಲ್ಲೇ ಎಲ್ಲವೂ ನಡೆಯುತ್ತಾ ಹೋಗುತ್ತದೆ.

ಆದರೆ ಈ ಕತೆಯನ್ನು ಹೇಳುವುದಕ್ಕೆ ಮತ್ತಷ್ಟು ಸಮಸ್ಯೆಗಳಿದ್ದವು. ಛಾಯಾಗ್ರಾಹಕ ಎಚ್ ಎಂ ರಾಮಚಂದ್ರ ಪ್ರತಿಯೊಂದು ದೃಶ್ಯಕ್ಕೂ ತಕ್ಕ ಜಾಗ ಹುಡುಕಾಡುತ್ತಿದ್ದರು. ಕೆಲವೊಂದು ವಿಚಾರಗಳನ್ನು ಹೇಳುವುದಕ್ಕೆ ಸಂಕೇತಗಳ ಅಗತ್ಯವಿತ್ತು. ಮಾತಲ್ಲೇ ಎಲ್ಲವನ್ನೂ ಹೇಳುವುದಕ್ಕೆ ಸಾಧ್ಯವಾಗದಷ್ಟು ಸಂಕೀರ್ಣತೆ ಚಿತ್ರಕತೆಯಲ್ಲಿತ್ತು. ಅದನ್ನೆಲ್ಲ ನಿವಾರಿಸಿದ್ದು ಲಿಂಗದೇವರು ಅವರ ಸಮಯಸ್ಫೂರ್ತಿ ಮತ್ತು ಎಚ್ ಎಂ ರಾಮಚಂದ್ರ ಅವರ ಸೂಕ್ತ ಸಲಹೆಗಳು.

ನಾವು ಮೌನಿ ಮತ್ತು ಕಾಡಬೆಳದಿಂಗಳು– ಎರಡೂ ಚಿತ್ರದಲ್ಲಿ ಚಿತ್ರಕತೆ ಬರೆದ ನಂತರ ಛಾಯಾಗ್ರಾಹಕರ ಜೊತೆ ಕೂತು ಸಾಕಷ್ಟು ಚರ್ಚಿಸಿದ್ದೆವು.

ಎಚ್ ಎಂ ರಾಮಚಂದ್ರರಂಥ ಛಾಯಾಗ್ರಾಹಕರು ಸಿಕ್ಕರೆ ಚಿತ್ರಕತೆಗಾರನ ಕೆಲಸವೂ ಹಗುರವಾಗುತ್ತದೆ. ಸಂಭಾಷಣೆ ಬರೆಯಲು ಕುಳಿತುಕೊಳ್ಳುವ ಮೊದಲೇ ಕೆಲವೊಂದು ದೃಶ್ಯಗಳನ್ನು ತಿದ್ದಿಕೊಳ್ಳಬಹುದು.

ಯಾಕೆಂದರೆ ಕತೆಗಾರನಿಗೆ ಸಿನಿಮಾ ಭಾಷೆಯ ಅರಿವಾಗಲೀ ಕಲ್ಪನೆಯಾಗಲೀ ಇರುವುದಿಲ್ಲ. ಯಾವುದನ್ನು ಶೂಟ್ ಮಾಡಬಹುದು ಅನ್ನುವುದು ಗೊತ್ತಿದ್ದರೆ ಅಂಥ ದೃಶ್ಯಗಳನ್ನು ಬೇರೆ ಥರ ಬರೆಯಲು ಯತ್ನಿಸಬಹುದು. ತೀರಾ ಸಂಕೀರ್ಣವಾದ ಸನ್ನಿವೇಶಗಳನ್ನು ಸೃಷ್ಟಿಸಿದರೆ ಅದನ್ನು ಚಿತ್ರೀಕರಿಸುವುದು ಸಾಧ್ಯವೇ ಇಲ್ಲ. ಉದಾಹರಣೆಗೆ 'ಆತನ ನೊಂದ ಮನಸ್ಸಿಗೆ ಆ ಸುಡುಬಿಸಿಲಿನ ಮಧ್ಯಾಹ್ನ ತನ್ನ ಸುಟ್ಟುಹೋದ ಭವಿಷ್ಯದಂತೆ ಕಂಡಿತು' ಎಂಬ ಸಾಲನ್ನು ಯಾರಾದರೂ ಹೇಗೆ ತಾನೇ ಚಿತ್ರೀಕರಿಸಲು ಸಾಧ್ಯ?

ಬಸರೀಕಟ್ಟೆಯ ಗೆಳೆಯರ ಮನೆಯಲ್ಲಿ ಚಿತ್ರೀಕರಣ ನಡೆಸುತ್ತಿರುವಾಗಲೇ ನಮಗೆ ನಕ್ಸಲ್ ಚಟುವಟಿಕೆಗಳಲ್ಲಿ ತೊಡಗಿಕೊಂಡ ಕೆಲವು ಹುಡುಗರು ಸಿಕ್ಕರು. ಅವರು ನಮ್ಮ ಸಿನಿಮಾದ ಕತೆಯನ್ನು ಕೇಳಿ, ಅವರು ಯಾಕೆ ನಕ್ಸಲರಾಗಿದ್ದಾರೆ, ಸರ್ಕಾರ ಹೇಗೆ ಅವರಿಗೆ ಅನ್ಯಾಯ ಮಾಡಿದೆ, ರಾಜಕಾರಣಿಗಳು ಅವರಿಗೆ ಏನೇನು ತೊಂದರೆ ಮಾಡಿದ್ದಾರೆ, ಅವರ ಉದ್ದೇಶ ಏನು ಅನ್ನುವುದನ್ನೂ ಹೇಳಿದರು. ಒಬ್ಬನಂತೂ ಮನೆಗೆ ಕರೆದುಕೊಂಡು ಹೋಗಿ ಪೆಟ್ಟಿಗೆಯಲ್ಲಿ ಮುಚ್ಚಿಟ್ಟಿದ್ದ ಗನ್, ಕೋವಿಗಳನ್ನೆಲ್ಲ ತೋರಿಸಿದ.

ಆತನ ಮಾತುಗಳನ್ನು ಕೇಳಿದ ನಂತರ, ಅವನ ಅಭಿಪ್ರಾಯವನ್ನೂ ದಾಖಲಿಸಬೇಕು ಅನ್ನಿಸಿ, ಅದನ್ನೊಂದು ದೃಶ್ಯ ಮಾಡಿದೆವು. ಆ ದೃಶ್ಯದಲ್ಲಿ ಆತನೇ ನಟಿಸುವಂತೆ ಲಿಂಗದೇವರು ಅವನ ಮನ ಒಲಿಸಿದರು. ಆತ ತನ್ನ ಆಕ್ರೋಶವನ್ನು ಸಾಕಷ್ಟು ಚೆನ್ನಾಗಿಯೇ ವ್ಯಕ್ತಪಡಿಸಿದ.

ಕಾಡಬೆಳದಿಂಗಳು ಚಿತ್ರ ಬಿಡುಗಡೆ ಆಗುವ ಮೊದಲೇ, ಮೆಣಸಿನ ಹಾಡ್ಯದ ನಕ್ಸಲೀಯರ ಅಡಗುತಾಣಗಳ ಮೇಲೆ ಪೊಲೀಸ್ ದಾಳಿಯಾಯಿತು. ನಾಲ್ವರು ನಕ್ಸಲರು ನಡುಬೀದಿಯಲ್ಲಿ ಗುಂಡಿಗೆ ಬಲಿಯಾದರು.

ಅವರ ಪೈಕಿ ಒಬ್ಬ ನಮ್ಮ ಚಿತ್ರದಲ್ಲಿ ನಟಿಸಿದವನೇ ಆಗಿದ್ದ. ಪ್ರಾಣ ಹೋದರೂ ಪರವಾಗಿಲ್ಲ, ಹೋರಾಟದಿಂದ ಹಿಂದೆ ಸರಿಯುವುದಿಲ್ಲ ಎಂದಿದ್ದ ಆತ ಪ್ರಾಣ ಕಳೆದುಕೊಂಡಿದ್ದ.

ಒಂದು ಕೊಲೆಯ ಸುತ್ತ...

ಒಂದು ದಿನ ಗಿರೀಶ್ ಕಾಸರವಳ್ಳಿ ಫೋನ್ ಮಾಡಿ, ಅವರೊಂದು ಟೆಲಿಚಿತ್ರ ನಿರ್ಮಾಣ ಮಾಡುತ್ತಿರುವುದಾಗಿಯೂ, ನಾವಿಬ್ಬರೂ ಅದಕ್ಕೆ ಸಂಭಾಷಣೆ ಬರೆಯಬೇಕೆಂದೂ ಹೇಳಿದರು. ನಾನೂ ಉದಯಮರಕಿಣಿಯೂ ಅವರ ಜೊತೆ ಕೆಲಸ ಮಾಡುವ ಖುಷಿಯಿಂದ ಒಪ್ಪಿಕೊಂಡೆವು.

ಬೆಂಗಳೂರಿನ ಸಿಟಿ ಇನ್‌ಸ್ಟಿಟ್ಯೂಟಿನಲ್ಲಿ ಕಾಸರವಳ್ಳಿಯವರು ನಾವು ಕೂತು ಚರ್ಚಿಸುವುದಕ್ಕೆ ಒಂದು ರೂಮು ಗೊತ್ತು ಮಾಡಿದ್ದರು. ದಿನವೂ ಸಾಯಂಕಾಲ ಅಲ್ಲಿ ಕುಳಿತು ಚಿತ್ರಕತೆಯನ್ನು ಚರ್ಚಿಸುತ್ತಿದ್ದೆವು.

ಕಾಸರವಳ್ಳಿ ಅದ್ಭುತವಾದ ಚಿತ್ರಕತೆಗಾರರು. ಚಿತ್ರಕತೆಗೆ ರಾಷ್ಟ್ರಪ್ರಶಸ್ತಿ ಪಡೆದ ನಿರ್ದೇಶಕರು ಕೂಡ. ಅವರ ಚಿತ್ರಕತೆಯ ಪುಟಗಳೇ ಅಧ್ಯಯನಕ್ಕೆ ಅರ್ಹವಾದ ಪಠ್ಯದಂತಿರುತ್ತವೆ.

ಗಿರೀಶ್ ಕಾಸರವಳ್ಳಿ ಮಡಿಕೇರಿಯಲ್ಲಿ ನಡೆಯುವ ಕತೆಯೊಂದನ್ನು ಆರಿಸಿಕೊಂಡಿದ್ದರು. ಒಬ್ಬ ಕೊಲೆಗಾರ ಯಾರನ್ನೋ ಕೊಲೆ ಮಾಡಿ, ಒಂದು ಮನೆಯೊಳಗೆ ಬಂದು ಸೇರಿಕೊಳ್ಳುತ್ತಾನೆ. ಆ ನಂತರ ಆತ ಆ ಮನೆಯ ಮಗನೆಂಬುದು ಗೊತ್ತಾಗುತ್ತದೆ. ಅವನು ನಕ್ಸಲ್ ಚಟುವಟಿಕೆಗಳಲ್ಲಿ ತೊಡಗಿಕೊಂಡಿರುತ್ತಾನೆ. ಹೀಗೆ ಕತೆ ತೆರೆದುಕೊಳ್ಳುತ್ತಾ ಹೋಗುತ್ತದೆ.

ಈ ಕತೆಯನ್ನು ಚರ್ಚಿಸುತ್ತಾ ನಾವು ಹೇಳಿದ ರೋಚಕವಾದ ಅಂಶಗಳನ್ನೆಲ್ಲ ಕಾಸರವಳ್ಳಿ ಅವರು ವಾಸ್ತವಿಕ ನೆಲೆಯಲ್ಲಿ ನೋಡುವುದು ಹೇಗೆ ಎಂಬುದನ್ನು ತಿಳಿಸುತ್ತಿದ್ದರು. ಒಂದು ಕೊಲೆಯ ರೋಚಕತೆಗಿಂತ ಆ ಕೊಲೆಯ ಹಿಂದಿನ ಮನಸ್ಥಿತಿ, ಕೊಲ್ಲುವುದರ ಹಿಂದಿನ ಲೆಕ್ಕಾಚಾರಗಳನ್ನು ಚಿತ್ರದಲ್ಲಿ ತರುವುದು ಅವರ ಉದ್ದೇಶವಾಗಿತ್ತು. ದೈಹಿಕವಾಗಿ ನಡೆಯುವ ಕೊಲೆ ಮುಖ್ಯವಲ್ಲ, ಅದರ ನೆಪದಲ್ಲಿ ಮುಗ್ಧತೆ, ನಂಬಿಕೆ, ಸಂಬಂಧಗಳ ಸೂಕ್ಷ್ಮತೆಗಳೆಲ್ಲ ಕೊಲೆಯಾಗುವುದನ್ನು ಸಿನಿಮಾದಲ್ಲಿ ತರಬೇಕು ಎಂದು ಅವರು ಬಯಸಿದ್ದರು.

ನಾವು ಸುಮಾರು ಹತ್ತು ಹನ್ನೆರಡು ದಿನ ಕುಳಿತು ಆ ಒಂದೂವರೆ ಗಂಟೆಯ ಟೆಲಿಪ್ಲೇಯ ಚಿತ್ರಕತೆಯನ್ನು ಚರ್ಚಿಸಿದೆವು. ನಮ್ಮ ಜೊತೆಗೆ ಆಗ ಪಂಚಾಕ್ಷರಿ ಕೂಡ ಇದ್ದರು. ನಂತರದ ದಿನಗಳಲ್ಲಿ ಅವರು ಅನಂತಮೂರ್ತಿಯವರ ಪ್ರಕೃತಿ ಕತೆಯನ್ನು ಸಿನಿಮಾ ಮಾಡಿದ್ದರು. ಕಾಸರವಳ್ಳಿಯವರು ಒಂದೊಂದು ದೃಶ್ಯವನ್ನು ವಿವರವಾಗಿ ಚರ್ಚಿಸುವವರು. ಹಾಗೆ ಚರ್ಚಿಸುವಾಗ ಅವರೇನೂ ಟಿಪ್ಪಣಿಗಳನ್ನು ಮಾಡಿಕೊಳ್ಳುತ್ತಿರಲಿಲ್ಲ. ಮಿಕ್ಕವರು ಅವರು ಹೇಳಿದ್ದನ್ನು ಬರೆದುಕೊಳ್ಳುತ್ತಿದ್ದರು. ಎಲ್ಲವೂ ಸರಿಯಾಗಿದೆ ಎಂದು ಆವತ್ತಿನ ಚರ್ಚೆ ಮುಗಿಸಿ ನಾವು ಮನೆಗೆ ಹೋಗುತ್ತಿದ್ದೆವು. ಮಾರನೇ ದಿನ ಬರುವ ಹೊತ್ತಿಗೆ, ಮತ್ತೆ ಚರ್ಚೆ ಮೊದಲಿನಿಂದ ಆರಂಭವಾಗುತ್ತಿತ್ತು. ಎರಡನೇ ದೃಶ್ಯದಲ್ಲಿ ಬರುವ ವಿವರಗಳು ಸಾಲೋದಿಲ್ಲ. ಅಲ್ಲೇನೋ ಸಮಸ್ಯೆ ಇದೆ ಅಂತ ನನಗೆ ಅನ್ನಿಸುತ್ತದೆ ಎಂದು ಹೇಳುತ್ತಾ ಕಾಸರವಳ್ಳಿ ಮತ್ತೆ ಹಿಂದಕ್ಕೆ ಜಿಗಿಯುತ್ತಿದ್ದರು. ಮತ್ತೆ ಮೊದಲಿನಿಂದ ಚರ್ಚೆ ಆರಂಭವಾಗುತ್ತಿತ್ತು.

ಕಾಸರವಳ್ಳಿ ಅವರಷ್ಟು ವಿವರವಾಗಿ ಚಿತ್ರಕತೆಯನ್ನು ಚರ್ಚಿಸುವವರನ್ನು ನಾನು ನೋಡಿಲ್ಲ. ಅವರು ಒಂದು ದೃಶ್ಯವನ್ನು ಇಡೀ ಸಿನಿಮಾದ ಒಂದು

ಕಣವಾಗಿ ನೋಡುವ ಹೊತ್ತಿಗೇ, ಆ ದೃಶ್ಯಕ್ಕೇ ಇರಬಹುದಾದ ಪರಿಪೂರ್ಣತೆಗೂ ಗಮನ ಕೊಡುತ್ತಾರೆ. ಒಂದು ದೃಶ್ಯ ಮುಂದಿನ ದೃಶ್ಯಕ್ಕೆ ಪೂರಕವೋ ಹಿಂದಿನ ದೃಶ್ಯದ ಮುಂದುವರಿಕೆಯೋ ಆಗಿರದೇ, ಸ್ವಯಂಪೂರ್ಣವಾಗಿರಬೇಕು. ಆ ದೃಶ್ಯಕ್ಕೇ ಒಂದು ತಾತ್ವಿಕತೆ ಪ್ರಾಪ್ತವಾಗಬೇಕು. ಹೂವಿನ ಮಾಲೆಯಲ್ಲಿ ಪ್ರತಿಯೊಂದು ಹೂವಿಗೂ ಇರುವ ಅಸ್ಮಿತೆ ಪ್ರತಿ ದೃಶ್ಯಕ್ಕೂ ಇರಬೇಕು ಎಂದು ಅವರು ನಂಬಿಕೊಂಡಿದ್ದಾರೆಂದು ಆ ಚರ್ಚೆಯಿಂದ ನಮಗೆ ಅನ್ನಿಸಿತು.

ನಾವು ಅಷ್ಟರಲ್ಲಾಗಲೇ ಹಲವಾರು ಸೀರಿಯಲ್ಲುಗಳಿಗೆ ಸಂಭಾಷಣೆ ಬರೆದಿದ್ದೆವು. ಮೆಚ್ಚುಗೆಗೆ ಪಾತ್ರರಾಗಿದ್ದೆವು. ಹೀಗಾಗಿ ಕಾಸರವಳ್ಳಿಯವರ ಟೆಲಿಫಿಲ್ಮಿಗೆ ಸಂಭಾಷಣೆ ಬರೆಯುವುದು ಅಂಥ ಕಷ್ಟದ ಕೆಲಸ ಅಲ್ಲ ಅಂತಲೇ ಭಾವಿಸಿದ್ದೆವು. ಹಲವಾರು ದಿನಗಳ ಚರ್ಚೆಯ ನಂತರ ಚಿತ್ರಕತೆ ಪೂರ್ತಿಯಾಯಿತು. ಅದನ್ನಿಟ್ಟುಕೊಂಡು ನಾವಿಬ್ಬರೂ ಸಂಭಾಷಣೆ ಬರೆಯಲು ಕುಳಿತೆವು. ಐದು ದಿನಗಳಲ್ಲಿ ಸಂಭಾಷಣೆಯನ್ನೂ ಬರೆದು ಕೊಟ್ಟೆವು. ಕಾಸರವಳ್ಳಿಯವರು ಅದನ್ನು ಓದಿ ತುಂಬ ಚೆನ್ನಾಗಿದೇರಿ ಅಂತ ಇಬ್ಬರನ್ನೂ ಮೆಚ್ಚಿಕೊಂಡರು.

ನಂತರ ಮಡಿಕೇರಿಯಲ್ಲಿ ಚಿತ್ರೀಕರಣ ನಡೆಯಿತು. ಒಂದು ದಿನದ ಮಟ್ಟಿಗೆ ನಾವೂ ಅಲ್ಲಿಗೆ ಹೋಗಿದ್ದೆವು. ಚಿತ್ರಕತೆಯನ್ನು ಚರ್ಚಿಸುವ ಮೊದಲೇ ಅವರು ನೋಡಿದ್ದಾರೇನೋ ಎಂದು ನಾವೆಲ್ಲ ಅನುಮಾನಪಡುವಂಥ ಜಾಗವನ್ನೇ ಅವರು ಆರಿಸಿದ್ದರು. ನಾವು ಚಿತ್ರಕತೆ ರಚಿಸುವ ಹೊತ್ತಿಗೆ, ಒಂದು ಪುಟ್ಟ ಓಣಿ ಇರಬೇಕು, ಅದಕ್ಕೆ ಹತ್ತಿ ಹೋಗಲು ಮೆಟ್ಟಿಲುಗಳಿರಬೇಕು. ಆಕೆ ಬೀದಿಯಲ್ಲಿ ಹೋಗುತ್ತಿದ್ದರೆ ಎಲ್ಲರೂ ಆಕೆಯನ್ನು ನೋಡಬೇಕು. ಅವಳಿಗೆ ಅವಮಾನ ಆಗಬೇಕು ಎಂದೆಲ್ಲ ಕಾಸರವಳ್ಳಿ ಹೇಳಿದ್ದರು. ಅವರು ಅಂಥದ್ದೇ ಒಂದು ಜಾಗ ಹುಡುಕಿದ್ದರು. ಅಲ್ಲೇ ಚಿತ್ರೀಕರಣ ನಡೆಸುತ್ತಿದ್ದರು. ಮಡಿಕೇರಿಯ ಮುಂಜಾವದ ಮಂಜು ಮುಸುಕಿದ ದಾರಿ, ಅಲ್ಲಿ ನಡೆದುಬರುತ್ತಿರುವ ನಾಯಕಿ, ಹಳೆಯ ಮನೆ, ಅಲ್ಲಿ ಸತ್ತು ಬಿದ್ದ ವ್ಯಕ್ತಿ- ಇದನ್ನೆಲ್ಲ ಕಣ್ತುಂಬಿಸಿಕೊಂಡು ನಾವು ವಾಪಸ್ಸು ಬಂದೆವು.

ಅದೆಷ್ಟೋ ತಿಂಗಳುಗಳ ನಂತರ ಸಿನಿಮಾ ಸಿದ್ಧವಾಯಿತು. ಕಾಸರವಳ್ಳಿ ತಂತ್ರಜ್ಞರಿಗೆಂದೇ ಒಂದು ಪ್ರದರ್ಶನ ಏರ್ಪಡಿಸಿದ್ದರು. ನಾವೆಲ್ಲ ಹೋಗಿ ಸಿನಿಮಾ ನೋಡಿದೆವು. ಸಿನಿಮಾ ಅದ್ಭುತವಾಗಿ ಬಂದಿತ್ತು. ಚಿತ್ರಕತೆ ನಾವು ಚರ್ಚಿಸಿದಂತೆ ಇರಲಿಲ್ಲ. ಕಾಸರವಳ್ಳಿ ಅವರು ಅದನ್ನು ಮತ್ತಷ್ಟು ಬದಲಾಯಿಸಿದ್ದರು.

ಸಿನಿಮಾ ನೋಡಿದ ನಂತರ ಬಂದಿದ್ದ ಪ್ರೇಕ್ಷಕರೆಲ್ಲ ಚಿತ್ರದ ಸಂಭಾಷಣೆಗಾಗಿ ನಮ್ಮನ್ನು ಅಭಿನಂದಿಸಿದರು. ನಾವೂ ಅವರೆಲ್ಲ ಕೈ ಕುಲುಕಿ ಸಂತೋಷಪಟ್ಟೆವು. ಅಲ್ಲಿಂದ ವಾಪಸ್ಸು ಬರುತ್ತಾ ನಾನು ಮತ್ತು ಉದಯಮರಕಿಣಿ ಒಬ್ಬರು ಇನ್ನೊಬ್ಬರ ಮುಖ ನೋಡಿಕೊಂಡು ಗಹಗಹಿಸಿ ನಕ್ಕೆವು.

ಚಿತ್ರದ ಟೈಟಲ್ ಕಾರ್ಡಿನಲ್ಲಿ ಸಂಭಾಷಣೆ - ಉದಯ ಮರಕಿಣಿ, ಜೋಗಿ ಅಂತ ಕಾಸರವಳ್ಳಿ ಹಾಕಿ ನಮಗೆ ಕ್ರೆಡಿಟ್ ಕೊಟ್ಟಿದ್ದರು. ಶೂಟಿಂಗಿಗೆ ಮೊದಲೇ ನಮಗೆ ಸಲ್ಲಬೇಕಾದ ಸಂಭಾವನೆಯನ್ನೂ ಕೊಟ್ಟಿದ್ದರು.

ಆದರೆ ಚಿತ್ರದಲ್ಲಿ ನಾವು ಬರೆದ ಒಂದು ಸಂಭಾಷಣೆಯೂ ಇರಲಿಲ್ಲ. ಕಾಸರವಳ್ಳಿ ಅದನ್ನು ಪೂರ್ತಿ ತಿದ್ದಿ ಬರೆದಿದ್ದರು.

ಸಿನಿಮಾ ಅನ್ನೋದು ಪರಮಾತ್ಮ ಅಂತ
ಅಂದುಕೊಂಡರೆ, ಸ್ಕ್ರಿಪ್ಟ್ ಅದಕ್ಕೆ ಆತ್ಮ.
ಸಿನಿಮಾನ ಕಟ್ಟೋಕೆ ಅಥವಾ ಕೆಡವೋಕೆ
ನಿಜವಾಗಲೂ ತಾಕತ್ತಿರೋದು ಬರಹಗಾರ/
ಕತೆಗಾರನಿಗೆ ಮಾತ್ರ.

-ಡಗ್ಲಾಸ್ ಫೇರ್‌ಬ್ಯಾಂಕ್ಸ್ ಜೂ.

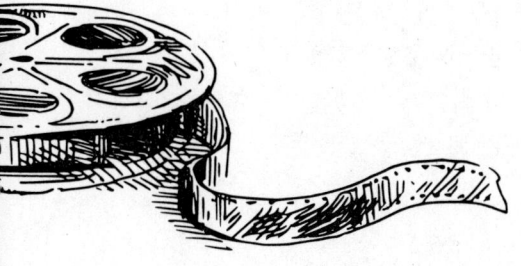

ಚಿತ್ರಕತೆ ಮತ್ತು ಬಜೆಟ್ಟು

ಚಿತ್ರಕತೆ ಬರೆಯಲು ಕುಳಿತ ತಕ್ಷಣ ನಮ್ಮ ಕಣ್ಮುಂದೆ ಓಡುವುದು ನಾವು ನೋಡಿದ ಸಿನಿಮಾಗಳು. ನಾವೂ ಅಂಥದ್ದೇ ಸಿನಿಮಾ ಮಾಡಬೇಕೆಂಬ ಆಸೆ ಎಲ್ಲರಿಗೂ ಇರುತ್ತದೆ.ಈ ಆಸೆಗೆ ಇಂಬು ಕೊಡುವುದಕ್ಕೆ ಥಿಂಕ್ ಬಿಗ್- ದೊಡ್ಡ ಕನಸನ್ನು ಕಾಣಿರಿ ಅಂತ ಹಿರಿಯ ನಿರ್ದೇಶಕರು ಹೇಳುತ್ತಲೇ ಇರುತ್ತಾರೆ. ಆದರೆ ದೊಡ್ಡ ಕನಸು ಕಾಣುವುದು ಕೂಡ ಅಪಾಯಕಾರಿ ಅನ್ನುವುದು ಚಿತ್ರಕತೆಗಾರನಿಗೆ ಗೊತ್ತಿರಬೇಕು.

ವಿಶಿಷ್ಟ ಬರಹಗಾರರಾದ ಅಹೋರಾತ್ರ ನಟೇಶ್ ಪೋಲೆಪಲ್ಲಿ ಅವರು ಗಗನಗೋಚರಿ ವಸುಂಧರಾ ಎಂಬ ಪುಸ್ತಕ ಬರೆದಿದ್ದಾರೆ. ಆಕಾಶದಿಂದ ನೋಡಿದಾಗ ನಮ್ಮ ಭೂಮಿ ಹೇಗೆ ಕಾಣಿಸುತ್ತದೆ ಅನ್ನುವುದರ ಜೊತೆ ಪಂಚತತ್ವಗಳನ್ನು ಕೂಡ ಮನದಟ್ಟು ಮಾಡಿಸುವ ಕೃತಿ ಅದು. ಅದಾದ ನಂತರ ಅವರು ಆಯತನ ಎಂಬ ಮತ್ತೊಂದು ಕಾದಂಬರಿಯನ್ನೂ ಬರೆದರು. ಆ

ಕಾದಂಬರಿಯನ್ನು ಸಿನಿಮಾ ಮಾಡಬೇಕೆಂದು ನಿರ್ಮಾಪಕರೊಬ್ಬರು ಆಸೆಪಟ್ಟರು. ಅದಕ್ಕೆ ನಿರ್ದೇಶಕರಾಗಿ ನಾಗಾಭರಣ ಆಯ್ಕೆಯಾದರು.

ನಾಗಾಭರಣ ಅವರ ಜೊತೆ ಅಹೋರಾತ್ರ ಅವರ ಕತೆಯನ್ನು ಆಧರಿಸಿದ ಸಿನಿಮಾಕ್ಕೆ ಜೊತೆಯಾದವರು ನಮ್ಮೂರಿನವರೇ ಆದ ಶಿವಧ್ವಜ್. ಆಗಲೇ ನಾಲ್ಕೈದು ಸಿನಿಮಾಗಳನ್ನು ಮಾಡಿದ್ದ ಶಿವಧ್ವಜ್ ಅದ್ಭುತವಾಗಿ ಕತೆ ಹೇಳುತ್ತಾರೆ. ಅಹೋರಾತ್ರ ಅವರ ಕತೆ ಅಧ್ಯಾತ್ಮ ಮತ್ತು ಪಂಚತತ್ವವನ್ನು ಆಧರಿಸಿದ್ದರಿಂದ ಅದಕ್ಕೆ ಸಂಭಾಷಣೆ ಬರೆಯುವ ಹೊಣೆಯನ್ನು ಶಿವಧ್ವಜ್ ನನಗೆ ವಹಿಸಿದ್ದರು. ನಾನು ಸಂತೋಷದಿಂದಲೇ ಅದಕ್ಕೆ ಒಪ್ಪಿಕೊಂಡೆ.

ಚಿತ್ರಕತೆ ರಚನೆಯಾಗುತ್ತಿರುವ ಸಂದರ್ಭದಲ್ಲಿ ಸಂಭಾಷಣಾಕಾರನೂ ಜೊತೆಗಿದ್ದರೆ ಮಾತು ಬರೆಯುವುದು ಸುಲಭ. ಎಷ್ಟೋ ಸಲ ನಿರ್ದೇಶಕರೂ ಚಿತ್ರಕತೆಗಾರರೂ ಕುಳಿತು ಮಾತಾಡುವಾಗಲೇ ಕೆಲವು ಮಾತುಗಳು ಹೊಳೆಯುತ್ತವೆ. ಹೀಗಾಗಿ ನಾಗಾಭರಣ, ಶಿವಧ್ವಜ್, ಪನ್ನಗಾಭರಣ ಮತ್ತು ಹಲವಾರು ವಿದೇಶಿ ಸಿನಿಮಾಗಳನ್ನು ನೋಡಿದ್ದ ಅವಿನಾಶ್ ಬಾಳೆಕ್ಕಲ್ ಎಂಬ ತರುಣನ ಜೊತೆ ನಾನೂ ಚಿತ್ರಕತೆಯ ಚರ್ಚೆಗೆ ಹೋದೆ. ಶ್ರೀರಂಗಪಟ್ಟಣದ ರೆಸಾರ್ಟು ಒಂದರಲ್ಲಿ ನಾವು ಚರ್ಚಿಸುವುದೆಂದು ನಿರ್ಧಾರವಾಗಿತ್ತು.

ಅಹೋರಾತ್ರ ಅವರು ಬರೆದ ಕತೆ ಎಷ್ಟು ಚೆನ್ನಾಗಿತ್ತೆಂದರೆ, ಅದನ್ನು ಯಥಾವತ್ತಾಗಿ ಮಾಡಿದರೂ ನಡೆಯುತ್ತಿತ್ತು. ಆದರೆ ಆಗಷ್ಟೇ ಬಾಹುಬಲಿ ಚಿತ್ರ ಬಿಡುಗಡೆಯಾಗಿತ್ತು. ಇಂಥದ್ದೇ ವಿಶಿಷ್ಟ ಕತೆಯ ಮಗಧೀರ ಮುಂತಾದ ಚಿತ್ರಗಳನ್ನು ನಾವೆಲ್ಲರೂ ನೋಡಿದ್ದೆವು. ಅಹೋರಾತ್ರ ಅವರ ಕತೆಯನ್ನು ಓದುತ್ತಾ ಓದುತ್ತಾ ಅದನ್ನೂ ದೊಡ್ಡ ಮಟ್ಟದಲ್ಲಿ ಮಾಡಬೇಕು ಅಂತ ನನಗೆ ಅನ್ನಿಸಿತು. ನಾನು ಅದನ್ನು ಭರಣರ ಜೊತೆ ಹಂಚಿಕೊಂಡಾಗ ಅವರೂ ಅದಕ್ಕೆ ಸಹಮತ ವ್ಯಕ್ತಪಡಿಸಿದರು.

ಅಷ್ಟು ಹೊತ್ತಿಗಾಗಲೇ ನಾನು ಆಯತನ ಕಾದಂಬರಿಯನ್ನು ಆರೆಂಟು ಸಲ ಓದಿದ್ದೆ. ಕತೆಯ ಪಾತ್ರಗಳು ನನ್ನೊಳಗೆ ಕುಣಿಯಲಾರಂಭಿಸಿದ್ದವು. ಆ ಕತೆಯನ್ನು ಕಲಾತ್ಮಕ ಚಿತ್ರದ ಶೈಲಿಯಲ್ಲಿ ಮಾಡಿದರೆ ಮೆಚ್ಚುಗೆಯಾಗಲಿಕ್ಕಿಲ್ಲ ಅನ್ನಿಸಿತು. ಗುಹೆಯಲ್ಲಿ ನೂರಾರು ವರ್ಷ ತಪಸ್ಸು ಮಾಡುತ್ತಾ ಕೂತವನು, ವೀರನಾದ ಅವನ ಮಗ, ಇಬ್ಬರು ತರುಣಿಯರು ಒಬ್ಬನನ್ನೇ ಬಯಸುವ ತ್ರಿಕೋನ

ಪ್ರೇಮ, ಪರಕಾಯ ಪ್ರವೇಶದ ಕತೆ, ಕತ್ತಲ ಸಾಮ್ರಾಜ್ಯವೊಂದು ಬೆಳಕಿಗೆ ಬರುವುದು– ಹೀಗೆ ಕತೆಯೊಳಗೇ ಸಾಕಷ್ಟು ರೋಚಕವಾದ ಸಂಗತಿಗಳಿದ್ದವು. ಅವೆಲ್ಲವನ್ನೂ ಸಮರ್ಥಿಸುವುದಕ್ಕೆ ಅಹೋರಾತ್ರ ಅವರು ಸಾಕಷ್ಟು ವಿವರಗಳನ್ನು ವೇದೋಪನಿಷತ್ ಪುರಾಣಗಳಿಂದ ಹುಡುಕಿ ಕೊಟ್ಟಿದ್ದರು. ಹೀಗಾಗಿ ಅದೊಂದು ಮಹಾನ್ ಚಿತ್ರ ಆಗುತ್ತದೆ ಎಂಬ ನಂಬಿಕೆ ನನಗಿತ್ತು.

ಆ ಚಿತ್ರದ ನಾಯಕನಾಗಿ ಆಯ್ಕೆಯಾದವನು ಹೊಸ ಹುಡುಗನಾದ್ದರಿಂದ, ಮಿಕ್ಕ ಪಾತ್ರಗಳಿಗೆ ಘಟಾನುಘಟಿಗಳನ್ನೇ ಹಾಕಿಕೊಂಡರೆ ಚಿತ್ರಕ್ಕೆ ತೂಕ ಬರುತ್ತದೆ. ಅದ್ಭುತವಾದ ಸಂಗೀತ ಸಂಯೋಜನೆ, ಸಾಕಷ್ಟು ಗ್ರಾಫಿಕ್ಸ್, ಸಪ್ತರ್ಷಿಗಳ ಭೇಟಿ– ಹೀಗೆ ಹಾಲಿವುಡ್ ಚಿತ್ರವೊಂದಕ್ಕೆ ಬೇಕಾದ ಕತೆ ಆ ಕಾದಂಬರಿಯಲ್ಲಿತ್ತು.

ಇದನ್ನೇ ದೃಷ್ಟಿಯಲ್ಲಿಟ್ಟುಕೊಂಡು ನಾವು ಚಿತ್ರಕತೆ ಬರೆದೆವು. ಆ ಚಿತ್ರಕತೆಯನ್ನು ನಾಗಾಭರಣ ಅವರೂ ಮೆಚ್ಚಿಕೊಂಡರು. ನಾಗಾಭರಣ ಅವರಿಗೆ ಚಿತ್ರಕತೆಯ ಸೂಕ್ಷ್ಮಗಳು ತುಂಬಾ ಚೆನ್ನಾಗಿ ಗೊತ್ತಿದ್ದರಿಂದ, ನಮ್ಮ ಚಿತ್ರಕತೆಯಲ್ಲಿರುವ ತಪ್ಪುಗಳನ್ನೆಲ್ಲ ಅವರು ಕೊನೆಯ ದಿನ ಎತ್ತಿ ತೋರಿಸಿ, ಅದನ್ನೆಲ್ಲ ರಿಪೇರಿ ಮಾಡಲು ಸೂಚಿಸಿದರು. ಹೀಗೆ ಮೂರು ದಿನಗಳ ಭಯಂಕರ ಚರ್ಚೆ, ಜಗಳ, ವಾಗ್ವಾದದ ನಂತರ ನಾವೆಲ್ಲ ಒಮ್ಮತಕ್ಕೆ ಬಂದು, ಅಂತಿಮ ಚಿತ್ರಕತೆಯೊಂದಿಗೆ ಬೆಂಗಳೂರಿಗೆ ಮರಳಿದೆವು.

ಅದಾದ ನಂತರ, ಎಷ್ಟು ದಿನ ಕಾದರೂ, ನಾಗಾಭರಣರಿಂದ ಫೋನ್ ಬರಲಿಲ್ಲ. ನಾನು ಒಂದೆರಡು ಬಾರಿ ಶಿವಧ್ವಜ್ ಬಳಿ ವಿಚಾರಿಸಿದಾಗ ಅವರು ನಿರ್ಮಾಪಕರಿಗೆ ಆರೋಗ್ಯ ಸರಿಯಿಲ್ಲ. ಹೀಗಾಗಿ ಸಿನಿಮಾ ಮುಂದಕ್ಕೆ ಹೋಗಿದೆ ಅಂದರು. ಹಾಗೇ ವರುಷ ಕಳೆದು ಹೋಗಿದೆ. ನಿರ್ಮಾಪಕರು ಸಿನಿಮಾ ಮಾಡುವ ಆಸೆಯನ್ನೇ ಕೈ ಬಿಟ್ಟಿದ್ದರೂ ಕೈ ಬಿಟ್ಟಿರಬಹುದು.

ಆಮೇಲೆ ಗೊತ್ತಾದ ಸತ್ಯವೇನೆಂದರೆ ನಿರ್ಮಾಪಕರು ಸುಮಾರು ಅರವತ್ತು ಲಕ್ಷ ಬಜೆಟ್ಟಿನ ಸಿನಿಮಾ ಮಾಡಲು ಬಯಸಿದ್ದರು. ಚಿತ್ರಕತೆ ಬರೆಯುತ್ತಾ ಬರೆಯುತ್ತಾ ನಾವು ಅದರ ಬಜೆಟ್ಟನ್ನು ಆರು ಕೋಟಿಗೆ ಏರಿಸಿದ್ದೆವು. ಪ್ರಚಾರದ ಖರ್ಚೂ ಸೇರಿದರೆ ಅದು ಏಳೂವರೆ ಕೋಟಿ ಆಗುವ ಅಪಾಯವೂ ಇತ್ತು.

ಅದೇ ಕಾರಣಕ್ಕೆ ನಿರ್ಮಾಪಕರು ಹಿಂದೆಗೆದರು ಎಂಬುದು ನನ್ನ ಅನಿಸಿಕೆ. ನಿಜವಾಗಿಯೂ ನಡೆದದ್ದೇನು ಅನ್ನುವುದು ನನಗೆ ಕೊನೆಗೂ ತಿಳಿಯಲಿಲ್ಲ. ಈಗಲೂ ಅಹೋರಾತ್ರ ಅವರ ಕಾದಂಬರಿ ಮತ್ತು ನಾನು ಬರೆದ ಚಿತ್ರಕತೆ ಸಿದ್ಧವಿದೆ. ಈಗ ಅದನ್ನು ಸೂಪರ್‌ಸ್ಟಾರ್ ಹಾಕಿಕೊಂಡು ಸಿನಿಮಾ ಮಾಡಲು ಹೊರಟರೆ 15 ಕೋಟಿ ಬಜೆಟ್ಟು ಬೇಕೇ ಬೇಕು.

ಆ ಕಾಲ ಬರುತ್ತದೆಂದೂ ಚಿತ್ರಕತೆಗೆ ಸಾವಿಲ್ಲವೆಂದೂ ನಾನೂ ಕಾಯುತ್ತಿದ್ದೇನೆ. ಆದರೆ ಚಿತ್ರಕತೆ ಬರೆಯುವ ಹೊತ್ತಿಗೆ ನಾವೆಲ್ಲರೂ ಹಾಸಿಗೆ ಇದ್ದಷ್ಟೇ ಕಾಲು ಚಾಚಬೇಕು ಅನ್ನುವುದು ಈ ಚಿತ್ರದಿಂದ ಗೊತ್ತಾಗಿಹೋಯಿತು. ನಿರ್ಮಾಪಕನ ಕನಸಿಗಿಂತ ದೊಡ್ಡ ಕನಸನ್ನು ಚಿತ್ರಕತೆಗಾರ ಕಾಣಲು ಹೋಗಬಾರದು.

ಅದು ಯಾವುದೇ ಪಾತ್ರವಾಗಿರಲಿ, ನನ್ನ ಮೊಟ್ಟಮೊದಲ ಆಯ್ಕೆ ಯಾವಾಗಲೂ ಸ್ಕ್ರಿಪ್ಟ್ ಆಗಿರುತ್ತದೆ.

– ಜೆಸ್ಸಿಕಾ ರೈನಿ

ಒಂದೊಳ್ಳೇ ರಾಮಾಯಣ

ನಾಲ್ಕೈದು ವರ್ಷಗಳ ಹಿಂದೆ ಹೈದರಾಬಾದಿನಲ್ಲಿರುವ ಪ್ರಕಾಶ್ ರೈ ಅವರ ಮನೆಗೆ ಹೋದಾಗ ಅವರು ತೆಲುಗಿನ ತರುಣ ನಿರ್ದೇಶಕರನ್ನೂ ಗೀತರಚನಕಾರರನ್ನೂ ಕೂರಿಸಿಕೊಂಡು ಪಟ್ಟಾಂಗ ಹೊಡೆಯುತ್ತಿದ್ದರು. ಕನ್ನಡ ಸಾಹಿತ್ಯದಷ್ಟೇ ತೆಲುಗಿನ ಶ್ರೀ ಶ್ರೀ, ಚಲಂ ಮತ್ತು ಇತ್ತೀಚಿನ ತರುಣ ಲೇಖಕರನ್ನು ಓದಿಕೊಂಡಿದ್ದ ಅವರ ಮಾತು ಸಾಹಿತ್ಯ ಕೃತಿಗಳ ಸುತ್ತ ಸುತ್ತುತ್ತಿತ್ತು. ಅದೇ ಹೊತ್ತಿಗೆ ಅವರಲ್ಲೊಬ್ಬರು ಮಲಯಾಳಮ್‌ನಲ್ಲಿ ಬಂದಿದ್ದ 'ಶಟರ್' ಸಿನಿಮಾದ ಪ್ರಸ್ತಾಪ ಮಾಡಿದರು. ಸಮಾನ ಮನಸ್ಕರು ಚೆನ್ನಾಗಿದೆ ಅಂತ ಹೇಳಿದ ಸಿನಿಮಾವನ್ನು ನೋಡಿಯೇ ನೋಡುವ ಪ್ರಕಾಶ್ ರೈ, 'ಶಟರ್' ಸಿನಿಮಾವನ್ನೂ ನೋಡಿದರು. ಆ ಸಿನಿಮಾದ ಎಳೆಯೊಂದು ಅವರ ಮನಸ್ಸಿನಲ್ಲಿ ಕುಳಿತುಬಿಟ್ಟಿತೆಂದು ಕಾಣುತ್ತದೆ.

ಆಮೇಲೆ ಸಿಕ್ಕಾಗಲೆಲ್ಲ ಅವರು ಆ ಎಳೆಯನ್ನೇ ಪ್ರಸ್ತಾಪ ಮಾಡುತ್ತಿದ್ದರು. ಅಷ್ಟರಲ್ಲಾಗಲೇ ಅವರು ಅದನ್ನಿಟ್ಟುಕೊಂಡು ಕತೆಯೊಂದನ್ನು ಮನಸ್ಸಿನಲ್ಲೇ ಹೆಣೆಯಲು ಆರಂಭಿಸಿದ್ದರು.

ಆ ಸಿನಿಮಾವನ್ನು ಕನ್ನಡದಲ್ಲಿ ಮಾಡೋಣವೇ ಅಂತ ಅವರು ಕೇಳಿದಾಗ ಅವರಲ್ಲಿರುವ ಉತ್ಸಾಹ ನನ್ನಲ್ಲಿ ಇರಲಿಲ್ಲ. ನಾನು ಒಂದೇ ಒಂದು ಸಲ 'ಶಟರ್' ನೋಡಿದ್ದೆ. ಅದು ಇಷ್ಟವಾಗಿತ್ತಾದರೂ ಅದರ ಒಳಗೆ ಹೊಕ್ಕು, ಆ ಕತೆಯನ್ನು ನಾನು ಧ್ಯಾನಿಸಿರಲಿಲ್ಲ. ಹೀಗಾಗಿ ನಾನು ಪೂರ್ಣ ಉಲ್ಲಾಸದಿಂದ ಪ್ರತಿಕ್ರಿಯಿಸಲಿಲ್ಲ.

ಇದಾಗಿ ಎಷ್ಟೋ ದಿನಗಳ ನಂತರ ಅವರು ಫೋನ್ ಮಾಡಿ, ನಾನು ಆ ಸಿನಿಮಾ ಮಾಡಬೇಕೂಂತ ತೀರ್ಮಾನ ಮಾಡಿದ್ದೇನೆ. ಆ ಪಾತ್ರ ನನ್ನ ಗರ್ಭದೊಳಗೆ ಕೂತುಬಿಟ್ಟಿದೆ. ಹೆರಿಗೆಯಾಗದೇ ಬೇರೆ ವಿಧಿಯಿಲ್ಲ ಅಂತ ತಮ್ಮ ತೀರ್ಮಾನ ಪ್ರಕಟಿಸಿದರು. ಅವರು ಯಾವತ್ತೂ ರೀಮೇಕ್ ಕತೆಯೊಂದನ್ನು ಯಥಾವತ್ತು ಸಿನಿಮಾ ಮಾಡುವುದಿಲ್ಲ ಎಂದು ಗೊತ್ತಿದ್ದ ನಾನು, ಅವರ ಮನಸ್ಸಲ್ಲಿ ಏನಿದೆ ಎಂದು ತಿಳಿದುಕೊಳ್ಳಲು ಯತ್ನಿಸಿದೆ. ತಕ್ಷಣಕ್ಕೆ ಅವರೇನೂ ಹೇಳಲಿಲ್ಲ.

ಅದಾಗಿ ಆರೇಳು ವಾರಕ್ಕೆಲ್ಲ ಅವರು ಫೋನ್ ಮಾಡಿ ಹೈದರಾಬಾದಿನ ತೋಟಕ್ಕೆ ಬರುವಂತೆ ಹೇಳಿದರು. ನಾನು ಮತ್ತು ಅರವಿಂದ್ ಕುಪ್ಳೀಕರ್ ಅದೇ ರಾತ್ರಿ ಹೊರಟುಬಿಟ್ಟೆವು. ಅಲ್ಲಿಗೆ ಹೋದರೆ ಪ್ರಕಾಶ್ ರೈ ಆ ಕತೆಗೆ ಮತ್ತೊಂದು ಆಯಾಮ ಕೊಟ್ಟು, ಅದನ್ನು ಬೇರೆಯೇ ಕತೆಯನ್ನಾಗಿ ಮಾಡಿದ್ದರು. ನಾನು ಮಾಡ್ತಿರೋದು 'ಶಟರ್' ಅಲ್ಲ, 'ಇದೊಳ್ಳೇ ರಾಮಾಯಣ' ಅಂದರು. ಇಡೀ ಚಿತ್ರದ ಕತೆಯನ್ನು ಒಂದೇ ಉಸಿರಿಗೆ ಹೇಳಿ ಮುಗಿಸಿದರು. ಎಂಟು ಗಂಟೆಗೆ ಶುರುವಾದ ಕಥಾವಾಚನ ಮುಗಿದಾಗ ರಾತ್ರಿ ಎರಡಾಗಿತ್ತು.

ಒಂದು ಪುಟ್ಟ ಹಳ್ಳಿ, ಅಲ್ಲಿ ನಡೆಯಲಿರುವ ರಾಮನವಮಿಯ ಪರಿಸರಕ್ಕೆ ಪ್ರಕಾಶ್ ಆ ಕತೆಯನ್ನು ತಂದಿಟ್ಟಿದ್ದರು. ಏಕಪತ್ನಿವ್ರತಸ್ಥನಾದ ರಾಮನ ಸನ್ನಿಧಿಯಲ್ಲಿ ಆಂಜನೇಯನ ಕಣ್ಣ ಕೆಳಗೆ ಕೊಂಚ ಹುಂಬನೂ ತಾನೊಬ್ಬ ಘನಂದಾರಿ ವ್ಯಕ್ತಿತ್ವದ ಗೌರವಾನ್ವಿತ ವ್ಯಕ್ತಿಯೂ ಅಂದುಕೊಂಡಿರುವ ಭುಜಂಗಯ್ಯನ ಒಳಗಿರುವ ರಾವಣ ಹೇಗೆ ಹೊರಗೆ ಬರುತ್ತಾನೆ ಅನ್ನುವುದನ್ನು ಹೇಳುವುದು ಅವರ ಉದ್ದೇಶವಾಗಿತ್ತು. ರಾಮನೂ ರಾವಣನೂ ಒಬ್ಬನ ಒಳಗೇ ಇದ್ದಾನೆ. ಸಮಾಜದ ನಡುವೆ ಇದ್ದಾಗ ರಾಮ ಹೊರಗೆ ಬರುತ್ತಾನೆ. ಏಕಾಂತದಲ್ಲಿದ್ದಾಗ ರಾವಣ ಹೊರಗೆ ಬರುತ್ತಾನೆ. ಪರಸ್ತ್ರೀಯನ್ನು ಬಯಸುವ ಮನಸ್ಸು ಮೆತ್ತಗೆ ಆಚೆಗೆ ಕಾಲಿಡುತ್ತದೆ ಎಂದು ಶುರುಮಾಡಿದ ಕತೆಯನ್ನು ಅವರು ಎಳೆಯೆಳೆಯಾಗಿ ಬಿಡಿಸಿಟ್ಟರು.

ಅದಾಗಿ ಆರೇಳು ತಿಂಗಳಲ್ಲೇ ಸಿನಿಮಾದ ಕೆಲಸ ಶುರುವಾಯಿತು. ಮೂಲ ಚಿತ್ರದ ದೃಶ್ಯಗಳನ್ನೆಲ್ಲ ಪಕ್ಕಕ್ಕಿಟ್ಟು ಅವರು ಚಿತ್ರಕತೆ ಬರೆಯುತ್ತಾ ಕೂತರು. ಸಿನಿಮಾ ಒಂದು ಹರಿಕತೆಯಿಂದ ಶುರುವಾಗಬೇಕು. ಚಿತ್ರದ ನಾಯಕ ಅದೇ ರಾಮನವಮಿಯ ಮಾರನೇ ದಿನ ಆಡುವ ಸೀತಾಪಹರಣದಲ್ಲಿ ರಾವಣನ ಪಾತ್ರ ಮಾಡುವವನಾಗಿರಬೇಕು. ಇಡೀ ಊರಲ್ಲಿ ರಾಮನವಮಿಯ ಸಂಭ್ರಮ ಇರಬೇಕು. ಅವೆಲ್ಲದರ ನಡುವೆಯೇ ಮನಸ್ಸು ಚಂಚಲವಾಗಬೇಕು ಅಂತ ಹೇಳುತ್ತಾ ಒಂದೊಂದೇ ದೃಶ್ಯವನ್ನು ಸಿಂಗರಿಸುತ್ತಾ ಬಂದರು. ಸುಮಾರು ಒಂದು ತಿಂಗಳಲ್ಲಿ ಚಿತ್ರಕತೆ ಸಿದ್ಧವಾಯಿತು. ನಾನು ಸಂಭಾಷಣೆ ಬರೆಯಲು ಶುರುಮಾಡಿದೆ. ಅದನ್ನು ಅವರಿಗೆ ಕಳುಹಿಸಿಕೊಟ್ಟಾಗ, ಚೆನ್ನಾಗಿದೆ ಅಂತ ಹೇಳಿದ್ದೂ ಅಲ್ಲದೇ, ಅದರಲ್ಲಿ ಅವರಿಗೆ ಇಷ್ಟವಾದ ಮಾತುಗಳನ್ನು ಆಯಾ ಪಾತ್ರಗಳು ಆಡುವ ಧಾಟಿಯಲ್ಲೇ ಹೇಳಿ, ನನ್ನ ಆತ್ಮವಿಶ್ವಾಸ ಹೆಚ್ಚಿಸಿದರು.

ಸಾಮಾನ್ಯವಾಗಿ ಅಲ್ಲಿಗೆ ಸಂಭಾಷಣಾಕಾರನ ಕೆಲಸ ಮುಗಿಯುತ್ತದೆ ಅಂತ ನಾನು ಅಂದುಕೊಂಡಿದ್ದೆ. ಹಾಗಂದುಕೊಂಡು ನಾನು ನಿರಾಳದಲ್ಲಿದ್ದಾಗ, ಒಂದು ದಿನ ಇದ್ದಕ್ಕಿದ್ದಂತೆ ಅವರ ಫೋನ್ ಬಂತು. ಮೈಸೂರಿನಲ್ಲೊಂದು ಮನೆ ಮಾಡಿದ್ದೇನೆ. ಬಂದು ಬಿಡಿ ಅಂತ ಕರೆದರು. ನಾನು ಒಂದು ನಡುರಾತ್ರಿ ಮೈಸೂರು ಸೇರಿ ಆ ಮನೆಗೆ ಹೋದರೆ ಅಲ್ಲೊಂದು ಹೊಸ ಲೋಕವೇ ಸೃಷ್ಟಿಯಾಗಿತ್ತು. ಒಂದು ಕಡೆ ಚಿತ್ರದ ಸಹಾಯಕರು ಓಡಾಡುತ್ತಿದ್ದರು. ಮತ್ತೊಂದು ಕಡೆ ಮಂಡ್ಯರಮೇಶ್ ತಂಡದ ಹುಡುಗರಿದ್ದರು. ಶಶಿಧರ ಅಡಪ ಸೆಟ್ ಹೇಗೆ ಹಾಕುತ್ತೇನೆ ಅನ್ನುವುದನ್ನು ಸ್ಕೆಚ್ ಮಾಡಿಕೊಂಡು ಬಂದಿದ್ದರು. ಹೊಸ ಛಾಯಾಗ್ರಾಹಕ ಆಗಲೇ ಬಂದು ಕೂತಿದ್ದರು. ಇಡೀ ಘಟನಾವಳಿಯನ್ನು ದಾಖಲಿಸಿಕೊಳ್ಳಲಿಕ್ಕೆ ಹಿಮಾದ್ರಿ ಮತ್ತು ಶಿಪ್ರಾ ಎಂಬ ಇಬ್ಬರು ಚಿತ್ರಕಾರರು ಕ್ಯಾಮರಾ ಹಿಡಕೊಂಡು ಬಂದಿದ್ದರು.

ಅಲ್ಲಿ ಒಂದು ವಾರ ಕುಳಿತು ಕಲಿತದ್ದನ್ನು ನಾನಂತೂ ಮರೆಯಲಾರೆ. ಮಾರನೇ ದಿನದಿಂದ ಪ್ರತಿಯೊಂದು ದೃಶ್ಯವನ್ನೂ ತಿದ್ದುವ ಕೆಲಸ ಆರಂಭವಾಯಿತು. ಆಯಾ ದೃಶ್ಯದಲ್ಲಿ ಏನು ಮಾತು ಬರಬೇಕು? ಯಾವ ಮಾತು ಹೇಗಿರಬೇಕು? ಸಂಭಾಷಣೆಗಳು ಎಷ್ಟು ಹೇಳಬೇಕು, ದೃಶ್ಯಗಳು ಎಷ್ಟನ್ನು ಹೇಳಬೇಕು? ನಾಲಗೆಗೆ ಸುಲಭವಾಗಿ ಒದಗದ ಮಾತುಗಳನ್ನು ಹೇಗೆ ಅವಾಯ್ಡ್ ಮಾಡಬೇಕು? ಬೇಡದ ಮಾತುಗಳನ್ನು ಎಲ್ಲೆಲ್ಲಿ ಕತ್ತರಿಸಬೇಕು ಅನ್ನುವುದರ ಜೊತೆಗೇ, ಯಾವುದು ಕತೆಯನ್ನು ಹೇಳುವುದಕ್ಕೆ ಅಗತ್ಯವಾದ ಮಾತು, ಯಾವುದು ಸಿನಿಮಾ ಕಟ್ಟುವ

ರುಚಿಗೆ ಬೇಕಾದ ಮಾತು, ಯಾವುದು ಸಂಘರ್ಷಕ್ಕೆ ಈಡು ಮಾಡುವ ಮಾತು – ಅನ್ನುವುದನ್ನೆಲ್ಲ ಗುರುತಿಸುವ ಕೆಲಸ ಶುರುವಾಯಿತು.

ಈ ಮಧ್ಯೆ ಅವರು ಲೈಟಿಂಗ್ ಮಾಡುವವರಿಗೆ, ಕಲಾನಿರ್ದೇಶಕರಿಗೆ ಸೂಚನೆಗಳನ್ನು ಕೊಡುತ್ತಲೇ ಹೋದರು. ಎರಡು ರಾತ್ರಿ ಮತ್ತು ಒಂದು ಹಗಲು ಗಂಡು ಮತ್ತು ಹೆಣ್ಣು ಒಂದು ಕೋಣೆಯೊಳಗೆ ಸಿಕ್ಕಿಬಿದ್ದಿರುತ್ತಾರೆ. ಆ ಕೋಣೆಯೊಳಗೆ ಲೈಟ್ ಇರುವುದಿಲ್ಲ. ಹೀಗಾಗಿ ಬೆಳಕು ಎಲ್ಲಿಂದ ಬರಬೇಕು. ಹಗಲಿನ ಬೆಳಕಿನ ವಿನ್ಯಾಸ ಹೇಗಿರಬೇಕು? ರಾತ್ರಿ ಮನೆಯ ಲೈಟ್ ಆನ್ ಆದಾಗ ಎಷ್ಟು ಬೆಳಕು, ಆಫ್ ಆದಾಗ ಎಷ್ಟು ಬೆಳಕು ಅನ್ನುವುದನ್ನೆಲ್ಲ ಕರಾರುವಾಕ್ಕಾಗಿ ಲೆಕ್ಕಹಾಕುತ್ತಾ ಕೂತಿದ್ದರು.

ಮೂಲಚಿತ್ರದಲ್ಲಿ ಅದೆಲ್ಲ ನಡೆಯುವುದು ಒಂದು ಖಾಲಿ ಕೋಣೆಯಲ್ಲಿ. ಅಲ್ಲಿ ಕುಳಿತುಕೊಳ್ಳುವುದಕ್ಕೆ ಒಂದು ಕುರ್ಚಿಯೂ ಇದ್ದಂತಿಲ್ಲ. ಅದು ದುಬೈಗೆ ಹೋಗಿ ಮರಳಿದ ಉದ್ಯಮಿಯೊಬ್ಬನ ಹಳೆಯ ಗೋದಾಮು. ಇದೊಳ್ಳೇ ರಾಮಾಯಣದಲ್ಲಿ ಅಲ್ಲಿ ಹಳೆಯ ಹೊಲಿಗೆ ಮಿಷಿನ್ನು, ಮಗುವಿನ ಪುಟ್ಟ ಮೂರು ಚಕ್ರದ ಸೈಕಲ್ಲು, ಒಂದು ಹಳೆಯ ಮಂಚ, ಅಪ್ಪನ ಒಂದು ಭಾವಚಿತ್ರ, ಒಂದು ಪುಟ್ಟ ಕನ್ನಡಿ–ಹೀಗೆ ನೆನಪುಗಳ ಭಂಡಾರವೇ ಸೇರಿಕೊಂಡಿರುತ್ತದೆ.ಅಂಥ ಜಾಗಕ್ಕೆ ಅದೇ ಮೊದಲ ಸಲ ವೇಶ್ಯೆಯೊಬ್ಬಳನ್ನು ಕರೆದುತಂದಾಗ ಅವನಿಗೆ ಥಟ್ಟನೆ ಕಾಣುವುದು ಅಪ್ಪನ ಫೋಟೋ. ಅಲ್ಲಿಗೆ ಅವರ ಮನಸ್ಸು ಅರ್ಧ ಶುದ್ಧವಾಗುತ್ತದೆ. ಇದೆಲ್ಲ ಬೇಕಾ ಅಂತ ಯಾರೋ ಕೇಳಿದಾಗ ಪ್ರಕಾಶ್ ರೈ ಹೇಳಿದರು: ಬೇಕು. ಇದನ್ನೆಲ್ಲ ಪ್ರೇಕ್ಷಕ ಗಮನಿಸುತ್ತಾನೋ ಇಲ್ಲವೋ ಗೊತ್ತಿಲ್ಲ. ಹಾಗಂತ ನಾವು ಮೋಸ ಮಾಡುವಂತಿಲ್ಲ. ನಾವು ಎಷ್ಟು ಚೆಂದವಾಗಿ ಮಾಡಲಿಕ್ಕೆ ಸಾಧ್ಯವೋ ಅಷ್ಟೂ ಚೆಂದವಾಗಿ ಮಾಡಬೇಕು. ಸಿನಿಮಾ ನೋಡುವಾಗ ಆತ ಗಮನಿಸದೇ ಇರಬಹುದು. ಮನೆಗೆ ಹೋದ ನಂತರ, ಒಂದೆರಡು ದಿನಗಳ ನಂತರ ಅವನ ಸುಪ್ತಪ್ರಜ್ಞೆಯಲ್ಲಿ ದಾಖಲಾಗಿರುವ ಚಿತ್ರಗಳು ಖಂಡಿತಾ ಅವನ ಗ್ರಹಿಕೆಯನ್ನು ಸುಂದರಗೊಳಿಸುತ್ತವೆ.

ಮೂಲ ಚಿತ್ರದಲ್ಲಿ ಆ ಕೋಣೆಯಲ್ಲಿ ಟಾಯ್ಲೆಟ್ ಇರಲಿಲ್ಲ. ಒಂದು ದಿನ ನಮ್ಮ ಚರ್ಚೆಯಲ್ಲಿ ಭಾಗವಹಿಸಲು ಪ್ರಕಾಶ್ ಬೆಳವಾಡಿ ಬಂದಿದ್ದರು. ಅವರು ಟಾಯ್ಲೆಟ್ಟೇ ಇಲ್ಲವಲ್ಲ ಅಂತ ಪ್ರಕಾಶ್ ರೈ ಹತ್ತಿರ ಹೇಳುತ್ತಿದ್ದಂತೆ, ಅವರಿಗೆ ಹೌದಲ್ಲ ಅನ್ನಿಸಿತು. ಎರಡು ರಾತ್ರಿ, ಒಂದು ಇಡೀ ಹಗಲನ್ನು ಟಾಯ್ಲೆಟ್ಟಿಲ್ಲದ ರೂಮಲ್ಲಿ ಹೆಂಗಸೊಬ್ಬಳು ಕಳೆಯುವುದು ಸಾಧ್ಯವೇ? ಅದು ಅವಳಿಗೆ ತೋರಿಸುವ ಅಗೌರವ ಅನ್ನಿಸಿ, ಅಲ್ಲೊಂದು ಪುಟ್ಟ ಟಾಯ್ಲೆಟ್ಟು ಇರುವಂತೆ ನೋಡಿಕೊಂಡರು. ಮೂಲ ಚಿತ್ರದಲ್ಲಿ ಆಕೆ

ಬಟ್ಟೆ ಬಿಚ್ಚುವ ಸನ್ನಿವೇಶವಿದೆ. 'ಅಲ್ರೀ, ಹುಡುಗಿ ವೇಶ್ಯೆ ಅಂತ ಗೊತ್ತಾದ ತಕ್ಷಣ ನೋಡುವವನ ಮನಸ್ಸಲ್ಲೇ ಆಕೆಯ ನಿರ್ವಾಣ ನಡೆದುಹೋಗಿರುತ್ತೆ. ಅಂದ ಮೇಲೆ ಆಕೆ ಮೈ ತುಂಬ ಬಟ್ಟೆ ಹಾಕಿಕೊಂಡಿದ್ದರೆ ಏನು ತಪ್ಪು?' ಎಂದು ಅವರು ಅದನ್ನೂ ತಳ್ಳಿಹಾಕಿದರು.

ಅವರ ಪ್ರಕಾರ ಇದೆಲ್ಲವೂ ಚಿತ್ರಕತೆಗಾರ ಮಾಡಬೇಕಾದ ಕೆಲಸ. ಆತ ಇಡೀ ಚಿತ್ರವನ್ನು ತನ್ನೊಳಗೆ ತಂದುಕೊಂಡು, ಸಿನಿಮಾವನ್ನು ಪೂರ್ತಿಯಾಗಿ ನೋಡಿರಬೇಕು. ಅವನ ಕಣ್ಣಲ್ಲೇ ಮೊದಲು ಸಿನಿಮಾ ತಯಾರಾಗುವುದು. ನಂತರ ಅದು ಸಂಭಾಷಣಾಕಾರನ ಕಣ್ಣಲ್ಲಿ ನಡೆಯುತ್ತದೆ. ಆ ಸಿನಿಮಾವನ್ನು ನಿರ್ದೇಶಕ ಚಿತ್ರೀಕರಿಸುತ್ತಾನೆ. ಚಿತ್ರಕತೆಗಾರನೂ ನಿರ್ದೇಶಕನೂ ಒಬ್ಬನೇ ಆದಾಗ ಆಗುವ ಲಾಭ ಅದೇ.

ಇಷ್ಟೆಲ್ಲವನ್ನೂ ನೋಡಿಕೊಂಡು ನಾನು ಬೆಂಗಳೂರಿಗೆ ವಾಪಸ್ಸು ಬಂದರೆ, ಒಂದೇ ವಾರಕ್ಕೆ ಮತ್ತೆ ಫೋನ್ ಬಂತು. 'ಗೆಳೆಯರೆಲ್ಲ ಸೇರಿ ಕುಡಿಯುವಾಗ ಆಡುವ ಮಾತುಗಳು ನಮ್ಮ ಮನಸ್ಥಿತಿಗೆ ಒಪ್ಪುವಂತೆ ಇಲ್ಲ. ಅಂಥ ಮಾತುಗಳನ್ನು ನಾವು ಆಡಿಸಬೇಕಾ? ಬೇರೇನಾದರೂ ಮಾಡಲು ಸಾಧ್ಯವಾ ನೋಡಿ' ಅಂದರು ಪ್ರಕಾಶ್ ರೈ. ಅದೇ ದೃಶ್ಯವನ್ನು ಎರಡು ಮೂರು ಸಾರಿ ಬರೆದು ಕಳುಹಿಸಿದೆ. ಯಾವುದೂ ಸರಿಹೋಗಲೇ ಇಲ್ಲ. ಬಂದುಬಿಡಿ, ಇಬ್ಬರೂ ಕೂತು ಯೋಚಿಸೋಣ ಅಂದರು.

ಆವತ್ತು ರಾತ್ರಿ ಆ ದೃಶ್ಯವನ್ನು ಮಾತುಗಳ ಮೂಲಕ ಮಾಡುವ ಬದಲು ಹಾಡುಗಳ ಮೂಲಕ ಮಾಡೋಣ ಅಂತ ಸೂಚಿಸಿದರು. ಅವರು ಯಾವತ್ತೋ ನೋಡಿದ ನಾಟಕದ ಶೃಂಗಾರದ ಹಾಡೊಂದು ಅವರಿಗೆ ನೆನಪಾಯಿತು. ಅದನ್ನು ಹಾಡಿದ ಮಿತ್ರರನ್ನು ಕರೆಸಿದರು. ಅದೇ ರಾತ್ರಿ ಅಲ್ಲೇ ಒಂದು ರಿಹರ್ಸಲ್ಲೂ ನಡೆಯಿತು. ಮಾರನೇ ದಿನ ಆ ಸನ್ನಿವೇಶದ ಚಿತ್ರೀಕರಣವೂ ನಡೆಯಿತು. ಕೊಂಚ ಕೆಳಮಟ್ಟದಲ್ಲಿರುವ ಮಾತುಗಳನ್ನು ಒಂದು ರಂಗ ಗೀತೆ ನುಂಗಿಹಾಕಿತು. ಹಾಡಲ್ಲಿ ಶೃಂಗಾರವಾಗಿ ಕಾಣುವುದು ಮಾತಲ್ಲಿ ಅಶ್ಲೀಲವಾಗುತ್ತದೆ ಅನ್ನುವುದು ನನಗೆ ಆವತ್ತು ಅರ್ಥವಾಯಿತು.

ಇಂಥ ಆರೋಗ್ಯಕರ ಪರಿಸರದಲ್ಲಿ ಒಬ್ಬ ಚಿತ್ರಕತೆಗಾರ, ಸಂಭಾಷಣಾಕಾರ ಒಂದಷ್ಟು ಕಾಲ ಕಳೆಯುವುದು ಎಷ್ಟು ಒಳ್ಳೆಯದು ಅನ್ನುವುದನ್ನು ರಾಮಾಯಣ ಕಲಿಸಿತು.

ನಾನೂ ನಿರ್ದೇಶಕನಾದೆ

ಕನ್ನಡಪ್ರಭ ತೊರೆದು ಸುವರ್ಣ ನ್ಯೂಸ್ ಸೇರಿದ ಸಂದರ್ಭದಲ್ಲಿ ಟೀವಿ ಮಾಧ್ಯಮಕ್ಕೆ ಹೊಂದಿಕೊಳ್ಳಲು ಕಷ್ಟವಾಗುತ್ತಿತ್ತು. ಆ ಮಾಧ್ಯಮದಲ್ಲಿ ಬರಹಗಾರನಿಗೆ ಕೆಲಸವೇ ಇರಲಿಲ್ಲ. ಬರೀ ಮೀಟಿಂಗುಗಳಲ್ಲೇ ಕಾಲ ಕಳೆದುಹೋಗುತ್ತಿತ್ತು. ಇಂಥ ದಿನಗಳಲ್ಲೇ ನಾನು ಕೆಲಸ ಬಿಟ್ಟು ಮತ್ತೇನಾದರೂ ಮಾಡಬೇಕೆಂದು ಆಲೋಚಿಸುತ್ತಿದ್ದೆ.

ಆಗ ಗೆಳೆಯ ವೀರೇಶ್ ಒಬ್ಬರನ್ನು ನನ್ನ ಬಳಿಗೆ ಕರೆದುಕೊಂಡು ಬಂದರು. ಅವರಿಗೆ ಸಿನಿಮಾ ಮಾಡುವ ಆಸಕ್ತಿಯಿತ್ತು. ಒಂದೊಳ್ಳೆಯ ಸಿನಿಮಾ ಮಾಡೋಣ. ಚೆಂದದ ಕತೆ ಬರೀರಿ ಅಂತ ಅವರು ಹೇಳಿ, ನನಗೆ ಗೋವಾದಲ್ಲಿ ಕುಳಿತು ಕತೆ ಬರೆಯಲು ಏರ್ ಟಿಕೆಟ್ ಮಾಡಿಸಿಕೊಟ್ಟರು.

ಸಿನಿಮಾರಂಗದಲ್ಲಿ ಇದೊಂದು ಅಭ್ಯಾಸ ಇದೆ. ಕತೆ ಬರೆಯಲು ಯಾವುದಾದರೂ ತಣ್ಣನೆಯ ಜಾಗಕ್ಕೆ ಹೋಗಬೇಕು. ಊರಿಂದಾಚೆ ಹೋಗಿ ಚರ್ಚೆ

ಮಾಡಬೇಕು ಎಂಬುದು ಅನೇಕರ ನಂಬಿಕೆ. ಇದರಲ್ಲಿ ಅನೇಕ ಲಾಭಗಳಿವೆ. ಮನೆ, ಗೆಳೆಯರು, ಸಂಸಾರ ಇದರ ಚಿಂತೆಯಿಲ್ಲದೇ ನಾಲ್ಕಾರು ದಿನ ಕೇವಲ ಕತೆಯನ್ನೇ ಧ್ಯಾನ ಮಾಡುವುದಕ್ಕೆ ಇಂಥದ್ದೊಂದು ಏಕಾಂತ ಬೇಕೇಬೇಕು.

ಹೀಗಾಗಿ ನಾನೂ ಗೋವಾಕ್ಕೆ ಹೋಗಿ ಕತೆ ಬರೆಯಲು ಕುಳಿತೆ. ನಮ್ಮ ನಿರ್ಮಾಪಕರು ರಾಜ್‌ಕುಮಾರ್ ಅಭಿಮಾನಿ. ಜೇಮ್ಸ್ ಬಾಂಡ್ ಅಭಿಮಾನಿ ಕೂಡ. ಹೀಗಾಗಿ ಬಾಂಡ್ ಶೈಲಿಯ ಸಿನಿಮಾ ಮಾಡಬೇಕೆಂದು ಅವರಿಗೆ ಆಸೆಯಿತ್ತು. ರಾಜ್‌ಕುಮಾರ್ ನಟಿಸಿದ 'ಆಪರೇಷನ್ ಡೈಮಂಡ್ ರಾಕೆಟ್' ಸಿನಿಮಾದ ಕೊನೆಯಲ್ಲಿ ಮುಂದಿನ ಅಸೈನ್‌ಮೆಂಟ್ 'ಆಪರೇಷನ್ ಗೋಲ್ಡನ್ ಗ್ಯಾಂಗ್' ಎಂದು ಘೋಷಿಸಿದ್ದನ್ನು ಅವರು ನೆನಪಿಟ್ಟುಕೊಂಡು, ಸಾಧ್ಯವಾದರೆ ಬಾಂಡ್ ಸಿನಿಮಾಕ್ಕೆ ಕತೆ ಬರೆಯಿರಿ ಎಂದು ನನಗೆ ಸೂಚಿಸಿದ್ದರು.

ನನಗೂ ಅದು ಕುತೂಹಲಕಾರಿಯಾಗಿ ಕಂಡದ್ದರಿಂದ, ಅಂಥದ್ದೇ ಒಂದು ಕತೆಯನ್ನು ನಾನು ಯೋಚಿಸತೊಡಗಿದೆ. ಎರಡು ಮೂರು ದಿನ ಅದನ್ನೇ ಧ್ಯಾನಿಸಿದ ನಂತರ ಒಂದು ಕತೆಯೂ ಹೊಳೆಯಿತು. ಗೋವಾದಲ್ಲೆ ಕುಳಿತುಕೊಂಡು ಆ ಕತೆಯನ್ನೂ ಚಿತ್ರಕತೆಯನ್ನೂ ಬರೆದು ಮುಗಿಸಿದೆ.

ಅದು ಇತಿಹಾಸ ಮತ್ತು ವರ್ತಮಾನದ ಕತೆ. ನಾನು ಕಳಿಂಗದ ರಾಜ ಅಶೋಕನ ಕತೆಯನ್ನು ಇಟ್ಟುಕೊಂಡು ಕಾಲ್ಪನಿಕ ಕತೆಯೊಂದನ್ನು ಹೆಣೆದಿದ್ದೆ. ರಾಜಾ ಅಶೋಕ ಕಳಿಂಗ ಯುದ್ಧದ ನಂತರ ರಕ್ತಪಾತವನ್ನು ಕಂಡು ನೊಂದು ಬೌದ್ಧ ಧರ್ಮದ ಅನುಯಾಯಿ ಆಗುತ್ತಾನೆ. ಬೌದ್ಧ ಧರ್ಮ ಪ್ರಚಾರಕ್ಕೆ ತನ್ನ ಮಕ್ಕಳಾದ ಸಂಘಮಿತ್ರ ಮತ್ತು ಮಹೇಂದ್ರನ್ನು ನೇಮಿಸುತ್ತಾನೆ. ಅವರು ಶ್ರೀಲಂಕಾ, ಥೈಲ್ಯಾಂಡ್, ಅಫಘಾನಿಸ್ತಾನ ಮತ್ತು ಇನ್ನೂ ಅನೇಕ ದೇಶಗಳಿಗೆ ತೆರಳಿ ಧರ್ಮಪ್ರಚಾರ ಮಾಡುತ್ತಾರೆ. ಶ್ರೀಲಂಕಾದಲ್ಲಿ ಧರ್ಮಪ್ರಚಾರಕ್ಕೆಂದು ಅಶೋಕ ಒಂದು ಹಡಗು ಬಂಗಾರ, ವಜ್ರವೈಢೂರ್ಯಗಳನ್ನು ತನ್ನ ಸೇನಾಧಿಪತಿಯಾದ ಅಗ್ನಿಮಿತ್ರನ ಜೊತೆ ಕಳುಹಿಸುತ್ತಾನೆ. ಆ ಹಡಗು ಕಾಣೆಯಾಗುತ್ತದೆ. ಎಷ್ಟು ಹುಡುಕಿದರೂ ಆ ಹಡಗು ಪತ್ತೆಯಾಗುವುದಿಲ್ಲ. ಅಗ್ನಿಮಿತ್ರ ಆ ಹಡಗಿನೊಂದಿಗೆ ನಾಪತ್ತೆಯಾಗುತ್ತಾನೆ.

ಇದಾಗಿ ಸುಮಾರು ಒಂದು ವರುಷದ ನಂತರ ಅಗ್ನಿಮಿತ್ರನ ಶವ ಸಿಗುತ್ತದೆ. ಆದರೆ ಆತ ಅಪಹರಿಸಿದ್ದ ಸಂಪತ್ತು ಸಿಗುವುದಿಲ್ಲ. ಅದಕ್ಕಾಗಿ ಕಳ್ಳರ ಪಡೆಯೊಂದು ಅನೇಕ

ವರುಷಗಳಿಂದ ಹೊಂಚುಹಾಕುತ್ತಾ, ಹುಡುಕಾಡುತ್ತಾ ಇರುತ್ತದೆ. ಅವರೊಂದು ಗ್ಯಾಂಗ್ ಕಟ್ಟಿಕೊಂಡು ಗೋಲ್ಡನ್ ಗ್ಯಾಂಗ್ ಅನ್ನುವ ಹೆಸರಿನಿಂದ ಆಪರೇಟ್ ಮಾಡುತ್ತಿರುತ್ತಾರೆ. ಅವರಿಗೆ ಆ ಸಂಪತ್ತನ್ನು ಶ್ರೀಲಂಕಾದ ಅನುರಾಧಾಪುರದಲ್ಲಿರುವ ಬೌದ್ಧ ಪಗೋಡಾ ಒಂದರ ಕೆಳಗೆ ಬಚ್ಚಿಡಲಾಗಿದೆ ಎಂಬ ಮಾಹಿತಿ ಸಿಕ್ಕಿ, ಅವರು ಒಂದೊಂದೇ ಬೌದ್ಧ ಪಗೋಡಾಗಳನ್ನು ನೆಲಸಮ ಮಾಡಿ ಅದನ್ನು ಅಗೆಯುತ್ತಿರುತ್ತಾರೆ. ಇದರಿಂದಾಗಿ ಶ್ರೀಲಂಕಾದಲ್ಲಿ ಬೌದ್ಧ ಧರ್ಮೀಯರನ್ನು ಕೊಲೆಮಾಡುತ್ತಿರುತ್ತಾರೆ.

ಬೌದ್ಧ ಧರ್ಮ ಅಹಿಂಸೆಯನ್ನು ಬೋಧಿಸುವುದರಿಂದ, ಈ ಕೊಲೆ ಹಿಂಸೆಯಿಂದ ನೊಂದ ಗುರುವು ಭಾರತದ ಮೊರೆ ಹೋಗುತ್ತಾರೆ. ಭಾರತದ ರಕ್ಷಣಾ ಸಚಿವರು, ಬಾಂಡ್ ಪ್ರಕಾಶ್‌ಗೆ ಈ ಸಮಸ್ಯೆಯನ್ನು ಬಗೆಹರಿಸುವ ಜವಾಬ್ದಾರಿ ಹೊರಿಸುತ್ತಾರೆ. ಪ್ರಕಾಶ್ ಶ್ರೀಲಂಕಾಕ್ಕೆ ಹೋಗಿ, ಆ ಗೋಲ್ಡನ್ ಗ್ಯಾಂಗ್ ಸದಸ್ಯರನ್ನು ಪತ್ತೆ ಮಾಡಿ, ಅವರನ್ನು ಕೊಲ್ಲುತ್ತಾನೆ. ನಂತರ ಆತನಿಗೆ ಗೋಲ್ಡನ್ ಗ್ಯಾಂಗಿನ ಮೂಲ ವ್ಯಕ್ತಿ ಭಾರತದಲ್ಲೇ ಇದ್ದಾನೆ ಅನ್ನುವುದು ಗೊತ್ತಾಗುತ್ತದೆ. ಮುಂದೆ ಕ್ಲೈಮ್ಯಾಕ್ಸ್ ನಡೆಯುತ್ತದೆ. ಈ ಕತೆ ಶ್ರೀಲಂಕಾ, ಥೈಲ್ಯಾಂಡ್, ಅಫಘಾನಿಸ್ತಾನ, ಥಾರ್ ಮರುಭೂಮಿ- ಮುಂತಾದ ಕಡೆ ನಡೆಯುತ್ತದೆ.

ಈ ಕತೆಯನ್ನು ನಾನು ನಿರ್ಮಾಪಕರಿಗೆ ಹೇಳಿದಾಗ ಅವರು ತುಂಬಾ ಸಂತೋಷಪಟ್ಟರು. ಶಿವರಾಜ್‌ಕುಮಾರ್ ಈ ಪಾತ್ರ ಮಾಡಬೇಕೆಂದು ಆಶೆಪಟ್ಟರು. ನಾನು ಶಿವರಾಜ್‌ಕುಮಾರ್ ಅವರಿಗೆ ಅವರ ಮನೆಗೆ ಹೋಗಿ ಈ ಕತೆ ಹೇಳಿದೆ. ಅವರೂ ಕೂಡ ತುಂಬ ಖುಷಿಪಟ್ಟು ಸಿನಿಮಾ ಮಾಡಲು ಒಪ್ಪಿಕೊಂಡರು. ಫೋಟೋ ಶೂಟ್ ನಡೆದು, ನಾವೊಂದು ಟ್ರೇಲರ್ ಕೂಡ ಮಾಡಿದೆವು. ನಂತರ ನಾನು, ವೀರೇಶ್ ಮತ್ತು ಛಾಯಾಗ್ರಾಹಕ ಎಚ್ ಎಂ ರಾಮಚಂದ್ರ ಲೊಕೇಶನ್ ನೋಡುವುದಕ್ಕೆಂದು ಶ್ರೀಲಂಕಾದ ಅನುರಾಧಾಪುರ, ಥೈಲ್ಯಾಂಡ್, ಫುಕೆಟ್, ಜೇಮ್ಸ್ ಬಾಂಡ್ ಐಲ್ಯಾಂಡ್, ಬ್ಯಾಂಕಾಕ್- ಮುಂತಾದ ದೇಶಗಳಿಗೆ ಹೋಗಿ ಬಂದೆವು. ಸಿನಿಮಾದ ಲೊಕೇಶನ್ ಶೂಟ್ ಮಾಡುವುದರ ಜೊತೆಗೇ, ಅಲ್ಲಿ ಬೋಟ್ ಚೇಸ್, ಅಲ್ಲಿನ ಗುಹೆಗಳು, ಜೇಮ್ಸ್ ಬಾಂಡ್ ದ್ವೀಪದ ನಿಗೂಢ ಜಾಗ, ಅಲ್ಲಿನ ಸಾಹಸ ಕಲಾವಿದರು. ಸಿನಿಮಾ ಕಲಾವಿದರ ಸಂಘದ ಸದಸ್ಯರು- ಹೀಗೆ ಎಲ್ಲರ ಜೊತೆಗೂ ಮಾತಾಡಿ ನಮಗೆ ನೆರವಾಗುವಂತೆ ವಿನಂತಿಸಿಕೊಂಡು ವಾಪಸ್ಸು ಬಂದೆವು.

ಇಷ್ಟನ್ನೂ ನಾನು ಕಛೇರಿಗೆ ರಜೆ ಹಾಕಿ ಮಾಡಿದ್ದೆ. ಶೂಟಿಂಗ್ ದಿನಾಂಕವೂ ನಿಗದಿಯಾಯಿತು. ಗುರುಕಿರಣ್ ಸಂಗೀತ ನಿರ್ದೇಶಕರೆಂದು ಗೊತ್ತು ಮಾಡಿದೆವು. ಚಿತ್ರಕ್ಕೆ ಮೂವರು ನಾಯಕಿಯರು ಗೊತ್ತಾದರು. ಆಪರೇಷನ್ ಡೈಮಂಡ್ ರಾಕೆಟ್ ಚಿತ್ರದ ಇಫ್ ಯೂ ಕಮ್ ಟುಡೇ, ಇಟ್ಸ್ ಟೂ ಅರ್ಲಿ ಹಾಡನ್ನು ಹೊಸ ರೀತಿಯಲ್ಲಿ ಚಿತ್ರೀಕರಿಸಿ, ಅದನ್ನು ಶ್ರೀಲಂಕಾದ ಬಾರ್ ಒಂದರಲ್ಲಿ ಶೂಟಿಂಗ್ ಮಾಡುವುದೆಂದು ತೀರ್ಮಾನಿಸಿದೆವು. ಶ್ರೀಲಂಕಾದ ಪ್ರಸಿದ್ಧ ಕ್ಯಾಸಿನೋಗಳಿಗೆ ಭೇಟಿ ನೀಡಿ ಅನುಮತಿ ಪಡೆದುಕೊಂಡು ಬಂದೆವು.

ಬಾಂಡ್ ಸಿನಿಮಾ ನೋಡಿದವರಿಗೆ ಜೇಮ್ಸ್ ಬಾಂಡ್ ಅಪಾಯಕಾರಿ ಸನ್ನಿವೇಶಗಳಿಂದ ತಪ್ಪಿಸಿಕೊಳ್ಳಲು ವಿಶೇಷವಾದ ತಂತ್ರಗಳನ್ನು ಮಾಡುವುದು ಗೊತ್ತೇ ಇದೆ. ಅದಕ್ಕೆ ವಿಶೇಷವಾದ ಗ್ಯಾಜೆಟ್‌ಗಳನ್ನು ತಯಾರಿಸಬೇಕಾಗಿತ್ತು. ಅದಕ್ಕೆಂದೇ ನಾವು ಮೆಕ್ಯಾನಿಕಲ್ ಇಂಜಿನಿಯರುಗಳನ್ನು ಭೇಟಿ ಮಾಡಿ, ವಿಶೇಷವಾದ ಕಾರು, ಬೈಕುಗಳ ನಿರ್ಮಾಣಕ್ಕೆ ತಗಲುವ ವೆಚ್ಚ, ಅವುಗಳನ್ನು ಮಾಡುವುದಕ್ಕೆ ಬೇಕಾದ ಸಮಯ– ಇವುಗಳನ್ನೆಲ್ಲ ವಿಚಾರಿಸಿಕೊಂಡೆವು.

ಶ್ರೀಲಂಕಾದಲ್ಲಿ ಚಿತ್ರೀಕರಣಕ್ಕೆಂದೇ ಗೋಲ್ಡನ್ ಕೇವ್ ಟೆಂಪಲ್, ಸಿಗೀರಿಯಾ ಬೆಟ್ಟಗಳನ್ನು ಗೊತ್ತು ಮಾಡಿದ್ದೆವು. ಡಂಬುಲಾದ ಸುವರ್ಣಗುಹೆಗೆ ಹೋಗುವ ದಾರಿಯಲ್ಲಿ ನೂರೊಂದು ಮೂರ್ತಿಗಳನ್ನು ಸಾಲಾಗಿ ನಿಲ್ಲಿಸಿದ್ದನ್ನು ನೋಡಿದಾಗ, ಅವುಗಳ ಮಧ್ಯೆ ಅದೇ ವೇಷದಲ್ಲಿ ಕೊಲೆಗಡುಕರನ್ನು ನಿಲ್ಲಿಸಿ, ಅವರು ನಾಯಕನ ಮೇಲೆ ಇದ್ದಕ್ಕಿದ್ದಂತೆ ಮುಗಿಬೀಳುವ ಹೊಡೆದಾಟದ ಸನ್ನಿವೇಶವನ್ನೂ ಯೋಜಿಸಿಕೊಂಡು ಬಂದ ನಂತರ ನನ್ನ ಕೆಲಸವೆಲ್ಲ ಪೂರ್ತಿಯಾಯಿತೆಂದು ಸಂತೋಷಪಟ್ಟೆ. ಎಚ್ ಎಂ ರಾಮಚಂದ್ರ ಕೂಡ ತಾವು ಚಿತ್ರೀಕರಿಸಿಕೊಂಡು ಬಂದಿದ್ದ ದೃಶ್ಯಗಳನ್ನೆಲ್ಲ ನೋಡಿ, ಎಲ್ಲೆಲ್ಲಿ ಏನೇನು ಮಾಡಬಹುದು ಅನ್ನುವುದನ್ನು ಟಿಪ್ಪಣಿ ಮಾಡಿಕೊಂಡಿದ್ದರು.

ಶೂಟಿಂಗಿಗೆ ಹೊರಡುವ ಮುನ್ನ ಕೆಲಸಕ್ಕೆ ರಾಜೀನಾಮೆ ಕೊಡಲೇಬೇಕಿತ್ತು. ನಮ್ಮ ಸಂಪಾದಕರಾಗಿದ್ದ ಎಚ್‌ಆರ್ ರಂಗನಾಥ್ ಮತ್ತು ರವಿ ಹೆಗಡೆಯವರ ಬಳಿ ನನ್ನ ಸಿನಿಮಾ ನಿರ್ದೇಶನದ ವಿಚಾರ ಹೇಳಬೇಕೆಂದು ನಿರ್ಧರಿಸಿದೆ. ಇಷ್ಟೆಲ್ಲ ಆದರೂ ನಾನು ನನ್ನ ಸಂಭಾವನೆಯ ಅಡ್ವಾನ್ಸ್ ಪಡೆದುಕೊಂಡಿರಲಿಲ್ಲ. ಸಂಭಾವನೆಯ ಮಾತುಕತೆಯನ್ನೂ ಆಡಿರಲಿಲ್ಲ.

ಇನ್ನೇನು ರಾಜೀನಾಮೆ ಪತ್ರ ಬರೆಯಬೇಕು ಅನ್ನುವಷ್ಟರಲ್ಲಿ ಒಂದು ಅನಾಹುತ ಸಂಭವಿಸಿತು. ಇದ್ದಕಿದ್ದಂತೆ ಓಬಳಾಪುರ ಗಣಿ ಹಗರಣದಲ್ಲಿ ರೆಡ್ಡಿಗಳ ಬಂಧನವಾಯಿತು. ನಮ್ಮ ಚಿತ್ರ ನಿರ್ಮಾಪಕರೂ ಅವರ ಸಂಬಂಧಿಕರೂ ಮಿತ್ರರೂ ಆಗಿದ್ದರೆಂದು ನನಗೆ ಆಗಲೇ ಗೊತ್ತಾಗಿದ್ದು. ಗಣಿಧಣಿಗಳ ಬಂಧನವಾಗುತ್ತಿದ್ದಂತೆ ನಮ್ಮ ನಿರ್ಮಾಪಕರ ಕೈಯೂ ಕಟ್ಟಿಹೋಗಿ, ಸಿನಿಮಾ ಮುಂದಕ್ಕೆ ಹೋಯಿತು.

ಆಮೇಲೆ ಆ ನಿರ್ಮಾಪಕರೂ ನನಗೆ ಸಿಗಲಿಲ್ಲ. ಫೋನಿಗೂ ಸಿಗಲಿಲ್ಲ. ನನ್ನ ಸಿನಿಮಾ ಪ್ರಯಾಣ ಅಲ್ಲಿಗೆ ಮುಗಿಯಿತು ಅನ್ನುವುದು ನನಗೆ ಗೊತ್ತಾಗಿಹೋಯಿತು. ಈ ಮಧ್ಯೆ ನಾನು ಮಾಡಿದ ಒಂದು ಒಳ್ಳೆಯ ಕೆಲಸ ಎಂದರೆ, ಕೆಲಸಕ್ಕೆ ರಾಜೀನಾಮೆ ಕೊಡದೇ ಇದ್ದದ್ದು.

ಕೊನೆಗೂ ಉಳಿದದ್ದು, ಒಂದಿಡೀ ಸಿನಿಮಾವನ್ನು ರೂಪಿಸಿದ, ಕಟ್ಟಿದ ಅನುಭವ. ಅದಕ್ಕೆ ಬೆಲೆ ಕಟ್ಟಲು ಸಾಧ್ಯವಿಲ್ಲವಲ್ಲ.

ಅದಾದ ಮೇಲೆ ಶಿವರಾಜ್‌ಕುಮಾರ್ ಆ ಕತೆಯನ್ನು ನಾಲ್ಕೈದು ನಿರ್ಮಾಪಕರಿಗೆ ನನ್ನಿಂದ ಹೇಳಿಸಿದರು. ಅಷ್ಟರಲ್ಲಾಗಲೇ ನಾನು ನಿರ್ದೇಶನ ಮಾಡುವ ಆಸೆಯನ್ನು ನೀಗಿಕೊಂಡಿದ್ದೆ. ಬೇಕಿದ್ದರೆ ಕತೆ ಕೊಡುತ್ತೇನೆ, ಚಿತ್ರಕತೆ, ಸಂಭಾಷಣೆಯೂ ರೆಡಿಯಾಗಿದೆ ಎಂದು ಹೇಳಿದೆ. ಆದರೆ, ಅಷ್ಟು ಹೊತ್ತಿಗಾಗಲೇ ಸಿನಿಮಾ ಬಜೆಟ್ಟು ಹಿಗ್ಗಾಮುಗ್ಗಾ ಏರಿತ್ತು. ನಾನು ಸಿನಿಮಾ ಪ್ಲಾನ್ ಮಾಡಿದಾಗ ಮೂರು ಕೋಟಿ ಬಜೆಟ್ ಕೊಟ್ಟಿದ್ದೆ. ಐದು ವರುಷಗಳ ನಂತರ ಮತ್ತೆ ಲೆಕ್ಕ ಮಾಡಿದಾಗ 12 ಕೋಟಿ ಖರ್ಚಾಗುತ್ತದೆ ಎಂದು ಗೊತ್ತಾಗಿ ನಿರ್ಮಾಪಕರು ಯಾರೂ ಮುಂದೆ ಬರಲಿಲ್ಲ.

ಆಪರೇಷನ್ ಗೋಲ್ಡನ್ ಗ್ಯಾಂಗ್ ಕೊನೆಗೂ ಪತ್ತೆಯಾಗಲಿಲ್ಲ.

> ನೀವು ಯಾವತ್ತೂ ಕನಸು ಕಂಡಿರುವುದು ಮತ್ತು ಕಾಣಬೇಕಿರುವುದು ಸ್ಕ್ರಿಪ್ಟ್ ಅನ್ನು ಮಾತ್ರ. ಸಿನಿಮಾ ನೀವು ಸೇರಬೇಕಿರುವ ಕೊನೆಯ ನಿಲ್ದಾಣ.
>
> **- ಜಾರ್ಜ್ ಲೂಕಾಸ್**

ಮೆಗಾ ಸೀರಿಯಲ್ಲುಗಳ ಸಂಗದಲ್ಲಿ...

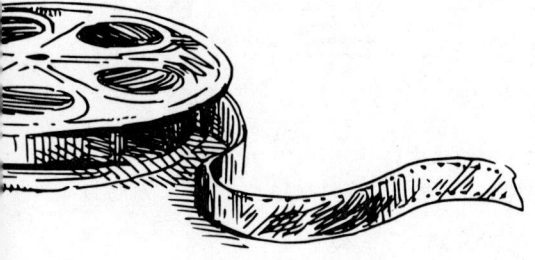

ಮೆಗಾ ಸೀರಿಯಲ್ಲುಗಳೆಂದರೆ ಮುಗಿಯದ ಕತೆ ಅಂತ ಎಲ್ಲರೂ ತಮಾಷೆ ಮಾಡುವುದುಂಟು. ಅದು ಬರೆಯುವವರ ಪಾಲಿಗೆ ಮುಗಿದರೂ ಮುಗಿಯದ ಕತೆ. ಒಂದು ರಹಸ್ಯವನ್ನೋ, ತಿರುವನ್ನೋ ಇಟ್ಟುಕೊಂಡು ಸೀರಿಯಲ್ಲು ಶುರುಮಾಡುತ್ತೇವೆ. ನಂತರ ಅದು ಏನೇನೋ ಆಗಿ ಮುಂದುವರಿಯುತ್ತಾ ಇರುತ್ತದೆ. ಹಾಗೆ ಮುಂದುವರಿಸುವುದು ಅನಿವಾರ್ಯವೂ ಆಗಿರುತ್ತದೆ. ಈ ಮಧ್ಯೆ ನಿರ್ದೇಶಕರು ಬದಲಾಗುತ್ತಾರೆ. ನಟರು ಬದಲಾಗುತ್ತಾರೆ. ವೀಕ್ಷಕರೂ ಬದಲಾಗುತ್ತಾರೆ. ಚಿತ್ರಕತೆಗಾರರೂ ಬದಲಾಗುವುದುಂಟು.

ಹಾಗೆ ಬದಲಾಗುತ್ತಾ ಸಾಗಿದ್ದು ಮನೆಯೊಂದು ಮೂರು ಬಾಗಿಲು ಎಂಬ ಧಾರಾವಾಹಿ. ಆ ಸೀರಿಯಲ್ಲಿಗಾಗಿ ನಾನು ಬಹಳ ಕಾಲ ಕೆಲಸ ಮಾಡಿದ್ದು ಸಕ್ರೆಬೈಲು ಶ್ರೀನಿವಾಸ್ ಜೊತೆ. ನಾವಿಬ್ಬರೂ ಅದರ ಕತೆಯನ್ನು ಯೋಚಿಸುತ್ತಾ ವರ್ಷಗಟ್ಟಲೆ ಕಳೆದಿದ್ದೇವೆ. ಮುಗಿದ ಕತೆಯನ್ನು ಮತ್ತೆ ಮುಂದುವರಿಸಿದ್ದೇವೆ. ಈ ಜಗತ್ತಿನಲ್ಲಿ ಎಂದೂ ಯಾವತ್ತೂ

ನಡೆಯದ ಸನ್ನಿವೇಶಗಳನ್ನೆಲ್ಲ ತಂದಿದ್ದೇವೆ. ವನಿತಾವಾಸು ಪ್ರಮುಖ ಪಾತ್ರದಲ್ಲಿದ್ದ ಆ ಸೀರಿಯಲ್ಲು ನಮಗೆ ಕಲಿಸಿದಷ್ಟು ಪಾಠವನ್ನು ಮತ್ಯಾವುದೂ ಕಲಿಸಿಲ್ಲ.

ಚಿತ್ರಕತೆಗಾರರಿಗೆ ಹಾಗೆ ನೋಡಿದರೆ, ಸೀರಿಯಲ್ಲಿಗಿಂತ ದೊಡ್ಡ ಸವಾಲು ಮತ್ತೊಂದಿಲ್ಲ. ಚಿತ್ರಕತೆಗಳ ಕಷ್ಟ ಏನಂದರೆ ಕತೆ ಮುಗಿದ ಮೇಲೂ ಕತೆ ಹೇಳಬೇಕಾಗಿರುವುದು. ಸುಖ ಏನೆಂದರೆ ಕತೆ ಹೇಳದೆಯೂ ಸೀರಿಯಲ್ಲು ನಡೆಯುತ್ತದೆ ಎಂಬುದು. ಅದೊಂದು ರೀತಿಯಲ್ಲಿ ನಿಷ್ಕಾಮ ಕರ್ಮ. ಸಾವಿರಾರು ಎಪಿಸೋಡು ಬರೆದ ಮೇಲೂ ಆ ಕತೆ ಬರೆಯುವ ವ್ಯಕ್ತಿ ಯಾರೆಂಬುದು ಯಾರಿಗೂ ಗೊತ್ತಿರುವುದಿಲ್ಲ. ಸಂಭಾಷಣೆ ಬರೆಯುವವರು ಯಾರು ಎಂಬ ಬಗ್ಗೆ ಯಾರೂ ತಲೆಕೆಡಿಸಿಕೊಳ್ಳುವುದಿಲ್ಲ. ಸಾವಿರ ಎಪಿಸೋಡುಗಳ ಒಂದು ಸೀರಿಯಲ್ಲು ಬರೆಯುವುದೂ 250 ಸಿನಿಮಾ ಮಾಡುವುದೂ ಒಂದೇ.

ಸೀರಿಯಲ್ಲುಗಳ ಕತೆ ಹೆಣೆಯುವುದರಲ್ಲಿ ರವಿಕಿರಣ್ ಹೆಸರುವಾಸಿ. ಅವರು ಕೂತಲ್ಲೇ ಒಂದು ಕತೆ ಹೇಳಬಲ್ಲರು. ಹೊಸ ಸೀರಿಯಲ್ಲು ಕೊಡಿ ಅಂತ ಯಾರಾದರೂ ಹೇಳಿದರೆ ಅವರು ತಕ್ಷಣ ಕತೆ ಶುರುಮಾಡುತ್ತಾರೆ. ಶಿವಮೊಗ್ಗಾದಲ್ಲಿ ತುಂಬು ಕುಟುಂಬ. ಆ ಮನೆಯ ಹಿರಿಮಗ ಬೆಂಗಳೂರಲ್ಲಿ ಕೆಲಸದಲ್ಲಿದ್ದಾನೆ. ಆ ಮನೆಯ ಅಜ್ಜಿ ಸಾಯುವ ಮುಂಚೆ ಅವನ ಮದುವೆ ನೋಡುವ ಆಸೆ. ಆದರೆ ಅವನಿಗೆ ಮದುವೆ ಇಷ್ಟವಿಲ್ಲ. ಅವನನ್ನು ಮನೆಗೆ ಕರೆಸಿ ಮದುವೆ ಆಗು ಅಂತ ಒಬ್ಬಳು ಹುಡುಗಿಯನ್ನು ತೋರಿಸುತ್ತಾರೆ. ಅದರಿಂದ ಪಾರಾಗಲು ಆತ ತನಗೆ ಮದುವೆ ಆಗಿದೆ ಅಂತ ಹೇಳುತ್ತಾನೆ. ಹೆಂಡತಿ ಬೆಂಗಳೂರಲ್ಲಿದ್ದಾಳೆ ಎಂದು ಹೇಳುತ್ತಾನೆ. ಅವನು ಸುಮ್ಮನೆ ಬೆಂಗಳೂರಿಗೆ ಫೋನ್ ಮಾಡಿದಂತೆ ನಟಿಸುತ್ತಾನೆ. ಹೆಂಡತಿಗೆ ಬರಲು ಹೇಳಿದ್ದೇನೆ, ಬರುತ್ತಾಳೆ ಎಂದು ಸುಳ್ಳು ಹೇಳುತ್ತಾನೆ.

ಮಾರನೆಯ ದಿನ ಬೆಳಗ್ಗೆ ಒಬ್ಬಳು ಹುಡುಗಿ ಒಂದು ಮಗುವನ್ನೆತ್ತಿಕೊಂಡು ಮನೆಗೆ ಬಂದು ಬಿಡುತ್ತಾಳೆ. ತಾನೇ ಆ ಮನೆಯ ಸೊಸೆ ಅಂತ ಹೇಳಿಕೊಳ್ಳುತ್ತಾಳೆ– ಹೀಗೊಂದು ಕತೆ ಹೇಳಿ, ಮುಂದೇನು ತಿರುವು ಬೇಕೋ ಹಾಕಿಕೊಳ್ಳಿ ಅಂತ ಶೂಟಿಂಗು ಶುರುಮಾಡೇ ಬಿಡುತ್ತಾರೆ. ಇಂಥ ಅಸಂಖ್ಯಾತ ಕತೆಗಳ ಭಂಡಾರ ಅವರ ಬಳಿಯಿದೆ.

ಇಂಥ ಕತೆಗಳನ್ನು ನನಗೆ ಮೊದಲು ಹೇಳಿದವರು ಅಶೋಕ್ ನಾಯ್ಡು. ನಾನು ಮತ್ತು ಉದಯ್ ಅವರ ಬೆಳ್ಳಿತೆರೆ ಎಂಬ ಸೀರಿಯಲ್ಲಿಗೆ ಸಂಭಾಷಣೆ

ಬರೆದಿದ್ದೆವು. ಅವರು ಕೂಡ ಕೂತಲ್ಲೇ ದೃಶ್ಯಗಳನ್ನು ಮನಸೋ ಇಚ್ಛೆ ಕಟ್ಟುತ್ತಾ ಹೋಗುತ್ತಿದ್ದರು. ಡಮಾಲ್ ಡಿಮೀಲ್ ಎಂಬ ಸದ್ದಿನೊಂದಿಗೆ ದೃಶ್ಯಗಳನ್ನು ವಿವರಿಸುತ್ತಿದ್ದರು.

ಇದ್ದದ್ದರಲ್ಲಿ ಶಾಂತವಾಗಿ ಕತೆ ಹೇಳುತ್ತಿದ್ದವರು ಕಲಾಗಂಗೋತ್ರಿ ಮಂಜು. ಅವರು ನವೋದಯ ಶೈಲಿಯ ನಿರ್ದೇಶಕರು. ಎಲ್ಲವೂ ಅಚ್ಚುಕಟ್ಟಾಗಿರಬೇಕು. ಎಲ್ಲೂ ತಪ್ಪಾಗಬಾರದು. ಕತೆಯಲ್ಲಿ ಸದಭಿರುಚಿ ಇರಬೇಕು. ಕೆಟ್ಟ ಮಾತುಗಳನ್ನು ಪಾತ್ರಗಳ ಬಾಯಲ್ಲಿ ಆಡಿಸಬಾರದು. ಜಾಸ್ತಿ ರೊಮ್ಯಾನ್ಸು ಇರಬಾರದು ಅಂತೆಲ್ಲ ಅವರು ಬಯಸುತ್ತಿದ್ದರು. ಅವರ ಸೀರಿಯಲ್ಲುಗಳ ಶೀರ್ಷಿಕೆಗಳು ಕೂಡ ಅದೇ ರೀತಿ ಇರುತ್ತಿದ್ದವು. ಬಂದೇ ಬರತಾವ ಕಾಲ, ಗುಪ್ತಗಾಮಿನಿ.. ಹೀಗೆ ಅವುಗಳಲ್ಲು ಸದಭಿರುಚಿ ಇರುತ್ತಿತ್ತು.

ಒಂದು ದೃಶ್ಯವನ್ನು ಕಟ್ಟುವುದರಲ್ಲಿ ಅವರು ವಹಿಸುತ್ತಿದ್ದ ಎಚ್ಚರ ಚಿತ್ರಕತೆಗಾರರಿಗೂ ಸಂಭಾಷಣಾಕಾರರಿಗೂ ಸಂತೋಷ ಕೊಡುವಂತಿತ್ತು. ಅವರು ಯಾವತ್ತೂ ಒಂದೇ ಒಂದು ಸಾಲನ್ನೂ ಕತ್ತರಿಸುತ್ತಿರಲಿಲ್ಲ. ಕಲಾವಿದರು ಪ್ರತಿಯೊಂದು ಮಾತನ್ನು ಕೂಡ ಸ್ಪಷ್ಟವಾಗಿ, ಅರ್ಥವತ್ತಾಗಿ ಹೇಳುವಂತೆ ಮಾಡುತ್ತಿದ್ದರು.

'ಪ್ರೀತಿ ಇಲ್ಲದ ಮೇಲೆ', 'ಚಿಟ್ಟೆ ಹೆಜ್ಜೆ ಜಾಡು', 'ಲವಲವಿಕೆ'– ಸೀರಿಯಲ್ಲುಗಳಿಗಾಗಿ ನಾನು ವಿನು ಬಳಂಜ ಜೊತೆ ಕೆಲಸ ಮಾಡಿದೆ. ವಿನು ಬಳಂಜ ಕೂಡ ಸದಭಿರುಚಿಯ ನಿರ್ದೇಶಕರು. ಅದರ ಜೊತೆ ಸಾಮಾಜಿಕ ಪ್ರಜ್ಞೆಯನ್ನೂ ಇಟ್ಟುಕೊಂಡವರು. ಸಿನಿಮಾದಲ್ಲಿ ಒಂದು ಮದುವೆಯ ಸನ್ನಿವೇಶ ಬಂದರೆ, ಸಾಮೂಹಿಕ ಮದುವೆ ಇಟ್ಟುಕೊಳ್ಳೋಣ, ಅದರ ಜೊತೆಗೇ ಸೀರಿಯಲ್ಲು ಮದುವೆಯನ್ನೂ ಮಾಡೋಣ ಅನ್ನುತ್ತಿದ್ದರು. ವ್ಯರ್ಥವಾಗಿ ಖರ್ಚು ಮಾಡುವುದನ್ನು ಒಪ್ಪುತ್ತಿರಲಿಲ್ಲ. ಚಿತ್ರಕತೆಗೆ ಕೂತಾಗ ಕತೆಗಾರನ ಅಭಿಪ್ರಾಯಗಳನ್ನು ಗೌರವಿಸುತ್ತಿದ್ದರು. ಅನಂತ್ ನಾಗ್ ಅವರು ಮೆಚ್ಚಿಕೊಂಡ ನಿರ್ದೇಶಕರೂ ಆಗಿದ್ದರು.

ಅವರ ಜೊತ 'ಪ್ರೀತಿ ಇಲ್ಲದ ಮೇಲೆ' ಧಾರಾವಾಹಿಯ ಸಂಭಾಷಣೆಗಳನ್ನು ನಾನು ಮತ್ತು ಉದಯಮರಕಿಣಿ ಬರೆದೆವು. ಅನಂತ್ ನಾಗ್ ಎಂಥಾ

ಸಾಹಿತ್ಯಪ್ರೇಮಿ ಎಂದರೆ ಪ್ರತಿದಿನವೂ ಚಿತ್ರೀಕರಣ ಮುಗಿಸಿ ಹೋಗುವ ಹೊತ್ತಿಗೆ ಫೋನ್ ಮಾಡಿ ಅಂದಿನ ಸಂಭಾಷಣೆಯ ಬಗ್ಗೆ ಮೆಚ್ಚುಗೆ ಸೂಚಿಸುತ್ತಿದ್ದರು. ಏನಾದರೂ ತಪ್ಪೆನಿಸಿದರೆ ತಿದ್ದುತಿದ್ದರು.

ಒಬ್ಬ ಚಿತ್ರಕತೆಗಾರ ಬೇರೆ ಬೇರೆ ಶೈಲಿಯ ನಿರ್ದೇಶಕರ ಜೊತೆಗೆ ಕೆಲಸ ಮಾಡುವುದು ಮುಖ್ಯ. ಆಗ ಹತ್ತಾರು ದೃಷ್ಟಿಕೋನಗಳು ಗೊತ್ತಾಗುತ್ತಾ ಹೋಗುತ್ತವೆ. ಬೇರೆ ಬೇರೆ ಶೈಲಿಗಳು ಮನದಟ್ಟಾಗುತ್ತವೆ. ಹಾಗೆಯೇ ಕಲಾತ್ಮಕ ಮತ್ತು ಅಪ್ಪಟ ಕಮರ್ಷಿಯಲ್ ಸಿನಿಮಾಗಳಿಗೆ, ಸೀರಿಯಲ್ಲುಗಳಿಗೆ ಸಂಭಾಷಣೆ ಬರೆಯುವ ಸಾಮರ್ಥ್ಯವನ್ನು ಬೆಳೆಸಿಕೊಳ್ಳಬೇಕು.

ಅದಕ್ಕೆ ಒಳ್ಳೆಯ ಉದಾಹರಣೆ ಎಂದರೆ ಚಿ. ಉದಯಶಂಕರ್. ಅವರು ಸಾಮಾಜಿಕ, ಪೌರಾಣಿಕ, ಐತಿಹಾಸಿಕ, ಬಾಂಡ್, ತಮಾಷೆ, ಪತ್ತೇದಾರಿ, ಥ್ರಿಲ್ಲರ್ ಹೀಗೆ ಯಾವುದೇ ಜಾನರ್ ಸಿನಿಮಾ ಆದರೂ ಸಂಭಾಷಣೆ ಬರೆಯಬಲ್ಲವರಾಗಿದ್ದರು. ವೈದ್ಯಕೀಯ ಹಿನ್ನೆಲೆಯ ಚಿತ್ರಕ್ಕೂ ಸಂಭಾಷಣೆ ಬರೆಯುತ್ತಿದ್ದರು. ಮನೋವೈಜ್ಞಾನಿಕ ಚಿತ್ರವಾದರೂ ಅಧ್ಯಯನ ಮಾಡಿ ಎಲ್ಲೂ ತಪ್ಪಾಗದಂತೆ ಬರೆಯುವ ಶಕ್ತಿ ಅವರಿಗಿತ್ತು.

ಸಂಭಾಷಣಾಕಾರನಿಗೆ ವಿಸ್ತಾರವಾದ ಓದು ಬೇಕಾಗುತ್ತದೆ. ಯಾಕೆಂದರೆ ಆತ ವೈವಿಧ್ಯಮಯ ಪಾತ್ರಗಳ ಮಾತುಗಳನ್ನು ಆಡಬೇಕಾಗುತ್ತದೆ. ಕಾರ್ ಮೆಕ್ಯಾನಿಕ್, ಬಸ್ ಡ್ರೈವರ್, ಪ್ರೊಫೆಸರ್, ಬ್ಯಾಂಕ್ ಮ್ಯಾನೇಜರ್, ಪತ್ರಕರ್ತ, ಹೋಟೆಲ್ ಮಾಣಿ, ತೋಟದ ಕಾರ್ಮಿಕ, ರೈತ- ಹೀಗೆ ಬೇರೆ ಬೇರೆ ಉದ್ಯೋಗ ಮತ್ತು ಪರಿಸರದ ವ್ಯಕ್ತಿಗಳು ಆತ ಬರೆಯುವ ಸಿನಿಮಾದಲ್ಲೋ ಸೀರಿಯಲ್ಲಲ್ಲೋ ಬರುತ್ತಿರುತ್ತಾರೆ. ಅವರವರ ಹಿನ್ನೆಲೆಯ ಮಾತುಗಳನ್ನು ಸಂಭಾಷಣೆಕಾರ ಬರೆಯಬೇಕು. ಅದಕ್ಕೆ ಅನುಭವ ಬೇಕಾಗುತ್ತದೆ. ಉದಾಹರಣೆಗೆ ಒಬ್ಬ ಮೆಕ್ಯಾನಿಕ್ ಸಪ್ಪಗಿರುವ ವ್ಯಕ್ತಿಯನ್ನು ನೋಡಿದಾಗ, ಏನೋ ಟೈರ್ ಪಂಚರ್ ಆಗಿರೋ ಕಾರ್ ಥರ ಇದ್ದೀಯಲ್ಲ ಅನ್ನಬಹುದು. ಬ್ಯಾಂಕ್ ಮ್ಯಾನೇಜರ್, ಪಾಪರ್ ಆಗಿ ಬ್ಯಾಂಕ್ ಥರ ಯಾಕ್ ಮುಖ ಮಾಡ್ಕೊಂಡಿದ್ದೀಯ ಅಂತ ಕೇಳಬಹುದು. ಮೇಷ್ಟರು ಫೇಲಾಗಿರೋ ಸ್ಟೂಡೆಂಟ್ ಥರ ಯಾಕಿದ್ದೀಯ ಎಂದು ವಿಚಾರಿಸಬಹುದು. ಪೊಲೀಸರು ಪರ್ಸ್ ಕಳಕೊಂಡ ಗುಮಾಸ್ತನ ಥರ ಇದ್ದೀಯಲ್ಲೋ ಎನ್ನಬಹುದು.

ಇಂಥ ಮಾತುಗಳನ್ನು ಬರೆಯುವಲ್ಲಿ ಎಸ್. ಸುರೇಂದ್ರನಾಥ್ ಅಲಿಯಾಸ್ ಸೂರಿ ಪ್ರಸಿದ್ಧರು. ಸಂಭಾಷಣೆ ಹೇಗಿರಬೇಕು ಅನ್ನುವುದಕ್ಕೆ ಸುರೇಂದ್ರನಾಥ್ ಸಂಭಾಷಣೆ ಬರೆದ 'ಆತಂಕ', 'ಮುಂಗಾರಿನ ಮಿಂಚು', 'ಭೂಮಿತಾಯಿಯ ಚೊಚ್ಚಲ ಮಗ' ಮುಂತಾದ ಸಿನಿಮಾಗಳನ್ನು ಅಧ್ಯಯನ ಮಾಡಬಹುದು.

ಸಂಭಾಷಣೆ ಬರೆಯುವವನಿಗೆ ತಾನು ಯಾರಿಗೋಸ್ಕರ ಸಂಭಾಷಣೆ ಬರೆಯುತ್ತಿದ್ದೇನೆ ಅನ್ನುವುದು ಗೊತ್ತಿದ್ದರೆ ಒಳ್ಳೆಯದು. ನಾನು ಸೀರಿಯಲ್ಲು ಬರೆಯುತ್ತಿದ್ದಾಗ ನನ್ನ ನಟ ಯಾರೆಂಬುದನ್ನು ಮೊದಲು ತಿಳಿದುಕೊಳ್ಳುತ್ತಿದ್ದೆ. ಆತನ ಭಾಷಾ ಜ್ಞಾನ, ಜ್ಞಾಪಕ ಶಕ್ತಿ, ಹುಟ್ಟೂರು, ಮಾತೃಭಾಷೆ ಎಲ್ಲವೂ ಸಂಭಾಷಣೆ ಬರೆಯುವವನಿಗೆ ಮುಖ್ಯವಾಗುತ್ತದೆ. ಉದಾಹರಣೆಗೆ ಅನಂತ್ ನಾಗ್ ಥರದ ನಟರಿಗೆ ಎಂಥಾ ಸಂಭಾಷಣೆ ಬರೆದರೂ ಅವರು ಅದರ ಪರಿಣಾಮವನ್ನು ನೂರು ಪಟ್ಟು ಹೆಚ್ಚಿಸುತ್ತಾರೆ. ಅಂಥ ಅನೇಕ ನಟರು ನನಗೆ ಸಿಕ್ಕಿದ್ದು ನನ್ನ ಅದೃಷ್ಟವೆಂದೇ ಹೇಳಬೇಕು. ರಾಜೇಶ್ ನಟರಂಗ, ಮಂಜುನಾಥ ಹೆಗಡೆ, ಅಚ್ಯುತ, ಮಲ್ಲಿಕಾ ಪ್ರಸಾದ್, ಪವಿತ್ರಾ ಲೋಕೇಶ್, ಭವ್ಯಶ್ರೀ ರೈ, ಸಿರಿ, ಜ್ಯೋತಿ ರೈ, ಕಲ್ಯಾಣಿ, ಅಶ್ವಿನಿ ಗೌಡ- ಹೀಗೆ ಮಾತುಗಳನ್ನು ಅದ್ಭುತವಾಗಿ ಹೇಳುವ ಅನೇಕ ನಟನಟಿಯರು ನನಗೆ ಸಿಕ್ಕಿದ್ದರು.

ನಟನಟಿಯರ ಜತೆಗೇ, ನಾವು ಯಾವ ಸಂಸ್ಥೆಗೆ ಕೆಲಸ ಮಾಡುತ್ತಿದ್ದೇವೆ ಅನ್ನುವುದೂ ಮುಖ್ಯವಾಗುತ್ತದೆ. ನಾನು ಕೆಲಸ ಮಾಡಿದ ಸಂಸ್ಥೆಗಳ ಪೈಕಿ ಅತ್ಯುತ್ತಮವಾದದ್ದೆಂದರೆ ಅರ್ಕ ಮೀಡಿಯ. 'ಬಾಹುಬಲಿ' ಚಿತ್ರ ನಿರ್ಮಾಣ ಮಾಡಿದ ಸಂಸ್ಥೆ ಅದು. ಶೋಭು ಯಾರ್ಲಗಡ್ಡ, ಪ್ರಸಾದ್ ದೇವಿನೇನಿ ಅದರ ಮಾಲೀಕರು. ಅವರಿಗಾಗಿ ನಾನು ನಾಲ್ಕು ಸೀರಿಯಲ್ಲುಗಳಿಗೆ ಸಂಭಾಷಣೆ, ಶೀರ್ಷಿಕೆ ಗೀತೆ ಬರೆದೆ. ಅವರು ನನಗೆ ಎಷ್ಟು ಸ್ವಾತಂತ್ರ್ಯ ಕೊಟ್ಟಿದ್ದರೆಂದರೆ ನಾನು ಚಿತ್ರಕತೆಯಲ್ಲಿ ವಿಭಿನ್ನ ಲೊಕೇಶನ್ನುಗಳಲ್ಲಿ ದೃಶ್ಯಗಳನ್ನು ಕಟ್ಟಿಕೊಡಬಹುದಾಗಿತ್ತು. ಬೆಂಗಳೂರಿನಿಂದ ಮಂಗಳೂರಿನ ಕರಾವಳಿಗೆ ಪ್ರವಾಸ ಹೋಗುತ್ತಾರೆ ಅಂತ ಬರೆದರೆ, ಅದನ್ನು ಹಾಗ್ಗಾಗೇ ಅವರು ಚಿತ್ರೀಕರಿಸಲು ಅನುಮತಿ ಕೊಡುತ್ತಿದ್ದರು. ಖರ್ಚು ವೆಚ್ಚಕ್ಕಿಂತ ಸೀರಿಯಲ್ಲು ಚೆನ್ನಾಗಿ ಬರುವುದು ಮುಖ್ಯ ಎಂದು ಅವರು ನಂಬಿದ್ದರು.

ಆ ಸಂಸ್ಥೆಯ ಕಾರ್ಯನಿರ್ವಾಹಕ ನಿರ್ಮಾಪಕರಾಗಿದ್ದ ಸುರೇಂದ್ರ ಅವರೂ ಕಲಾಪ್ರಿಯರು. ಪ್ರತಿಯೊಂದು ಎಪಿಸೋಡನ್ನೂ ಕನಿಷ್ಟ ಎರಡೆರಡು ಸಾರಿ ನೋಡುತ್ತಿದ್ದರು. ಯಾವತ್ತೂ ಕತೆಯ ವಿಚಾರದಲ್ಲಿ ತಲೆ ಹಾಕಿದವರಲ್ಲ. ಆದರೆ, ಕತೆ ಕುಂಟುತ್ತಿದೆ ಅನ್ನಿಸಿದಾಗ ಅವರೂ ಕತೆಯ ವೇಗ ಹೆಚ್ಚಿಸುವುದಕ್ಕೆ ಸಲಹೆಗಳನ್ನು ಕೊಡುತ್ತಿದ್ದರು. ಬೇಕಿದ್ದರೆ ತಗೊಳ್ಳಿ, ನಿಮ್ಮಿಷ್ಟ ಅನ್ನುತ್ತಿದ್ದರು. ಎಷ್ಟೋ ಸಲ ಅವರು ಕೊಟ್ಟ ಸಲಹೆಗಳೇ ನನ್ನನ್ನು ಕಾಪಾಡಿವೆ.

ಕತೆಗಾರನಾದವನು ಕಿವಿಗಳನ್ನು ತೆರೆದಿಟ್ಟಿರಬೇಕು. ಕತೆ ಎಲ್ಲಿಂದ ಬಂದರೂ ಗೇಟು ತೆರೆದು ಒಳಗೆ ಬಿಟ್ಟುಕೊಳ್ಳಬೇಕು. ಅದರಲ್ಲೂ ಸೀರಿಯಲ್ಲುಗಳಿಗೆ ಚಿತ್ರಕತೆ ಬರೆಯುವಾಗ ಇದ್ದಕ್ಕಿದ್ದಂತೆ ಏನೂ ಹುಟ್ಟದಂಥ ಸ್ಥಿತಿಗೆ ಬಂದುಬಿಡುತ್ತೇವೆ. ಆಗ ಯಾರೋ ಆಡುವ ಒಂದು ಮಾತಿನಿಂದ ಹೊಸ ಲೋಕವೇ ತೆರೆದುಕೊಳ್ಳಬಹುದು.

ನಾನು ಬರೆದ ಕತೆಯೊಂದರಲ್ಲಿ ನಾಯಕಿಯ ಗಂಡ ಸತ್ತು ಹೋಗಿರುತ್ತಾನೆ. ಅವಳು ಆ ಮನೆಯಲ್ಲಿ ಪಡಬಾರದ ಕಷ್ಟಪಡುತ್ತಿರುತ್ತಾಳೆ. ಅವಳಿಗೆ ಎಷ್ಟು ಕಷ್ಟಕೊಡಲು ಸಾಧ್ಯವೋ ಅಷ್ಟು ಕಷ್ಟ ಕೊಟ್ಟಾಗಿರುತ್ತದೆ. ಮುಂದೇನು ಮಾಡಿದರೂ ರಿಪೀಟ್ ಅನ್ನಿಸುತ್ತಿದ್ದಾಗ, ಕತೆಯನ್ನು ಹೇಗೆ ಮುಂದುವರಿಸುವುದು ಎಂದು ಕಂಗಾಲಾಗಿ ಕೂತಿದ್ದಾಗ ಕಾಫಿ ಕೊಡುವ ಹುಡುಗನೊಬ್ಬ ಹೇಳುತ್ತಾನೆ: ಸಾರ್, ಅವಳ ಗಂಡನ ತಮ್ಮ ಚಿಕ್ಕಂದಿನಲ್ಲೇ ಓಡಿ ಹೋಗಿರ್ತಾನೆ. ಅವನು ಇದ್ದಕ್ಕಿದ್ದಂಗೆ ವಾಪಸ್ ಬರ್ತಾನೆ. ಅಪ್ಪನ ಆಸ್ತಿಗೆ ಅವನೇ ವಾರಸುದಾರ ಆಗಿರ್ತಾನೆ. ಅವನು ನಾಯಕಿಯ ಬೆನ್ನಿಗೆ ನಿಂತು ಕಾಪಾಡ್ತಾನೆ.

ಆ ತಿರುವು ತೆಗೆದುಕೊಂಡದ್ದೇ ಕತೆ ಮತ್ತೊಂದು ಎತ್ತರಕ್ಕೆ ತಲುಪುತ್ತದೆ.

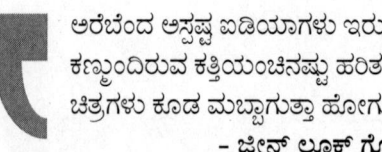

> ಅರೆಬೆಂದ ಅಸ್ಪಷ್ಟ ಐಡಿಯಾಗಳು ಇರುವಾಗ,
> ಕಣ್ಮುಂದಿರುವ ಕತ್ತಿಯಂಚಿನಷ್ಟು ಹರಿತವಾದ
> ಚಿತ್ರಗಳು ಕೂಡ ಮಬ್ಬಾಗುತ್ತಾ ಹೋಗುತ್ತವೆ.
>
> **- ಜೀನ್ ಲೂಕ್ ಗೊಡಾರ್ಡ್**

ಈ ವಾಚ್ ಎಲ್ಲಿ ರಿಪೇರಿ ಮಾಡ್ತಾರೆ ಗೊತ್ತಾ?

ಕತೆ ಹೇಳುವವರಿಗೆ ಎಲ್ಲಿಂದೆಲ್ಲಿಂದ ಆತಂಕಗಳು, ತೊಂದರೆಗಳು ಎದುರಾಗುತ್ತವೆ. ಅವರ ಉತ್ಸಾಹ ಕುಗ್ಗಿಸುವುದಕ್ಕೆ ಯಾರೆಲ್ಲ ಯತ್ನಿಸುತ್ತಾರೆ ಎಂದು ಹೇಳುವುದು ಕಷ್ಟ. ಅಂಥದ್ದೊಂದು ಪರಿಸ್ಥಿತಿ ನಮಗೆ ಒಮ್ಮೆ ಎದುರಾಗಿತ್ತು. ಕತೆಗಾರರಿಗೆ ಇಂಥ ಅನುಭವ ಮತ್ತೆ ಮತ್ತೆ ಆಗುತ್ತಿರುತ್ತದೆ. ಅವರು ಇದರಿಂದ ಎದೆಗುಂದಬಾರದು ಎಂಬ ಕಾರಣಕ್ಕಷ್ಟೇ ಇದನ್ನಿಲ್ಲಿ ದಾಖಲಿಸಿದ್ದೇನೆ.

ನನ್ನ ಮಿತ್ರ ಉದಯ ಮರಕಿಣಿ ಸ್ವಭಾವತಃ ಮೌನಿ. ಕೇಳಿಸಿಕೊಳ್ಳುವುದು ಜಾಸ್ತಿ, ಮಾತಾಡುವುದು ಕಡಿಮೆ. ಒಮ್ಮೆ ಅವರೊಂದು ಕತೆ ಬರೆದಿದ್ದರು. ಅದೇ ಸಮಯಕ್ಕೆ ನಿರ್ದೇಶಕರೊಬ್ಬರು ನಮ್ಮಿಬ್ಬರನ್ನೂ ಒಂದು ಕತೆ ಕೊಡಿ, ಒಳ್ಳೆಯ ಸಿನಿಮಾ ಮಾಡುತ್ತೇನೆ ಎಂದು ಬೆನ್ನು ಬಿದ್ದಿದ್ದರು. ಒಂದು ಸಂಜೆ ಅವರಿಗೆ ಉದಯ ಮರಕಿಣಿ ಕತೆ ಹೇಳುವುದೆಂದು ತೀರ್ಮಾನವಾಯಿತು. ಅದಕ್ಕೆ ನಾವು ಆರಿಸಿಕೊಂಡ ಜಾಗ ಪ್ರೆಸ್ ಕ್ಲಬ್ಬು.

ನಿರ್ದೇಶಕರು ಅರ್ಧ ಗಂಟೆ ತಡವಾಗಿ ಬಂದರು. ಉದಯ ಮರಕಿಣಿ ಕತೆ ಹೇಳುವುದಕ್ಕೆ ಶುರುಮಾಡಿದರು. ಸಾಮಾನ್ಯವಾಗಿ ಎರಡು ನಿಮಿಷಗಳಲ್ಲಿ ಕತೆ ಹೇಳಿ ಮುಗಿಸುವ ಉದಯ್ ಅವತ್ತು ವಿವರವಾಗಿ ಕತೆ ಹೇಳತೊಡಗಿದರು. ಪ್ರತಿಯೊಂದು ದೃಶ್ಯವನ್ನೂ ವರ್ಣಿಸುತ್ತಾ, ಚಿತ್ರದ ತಿರುವುಗಳನ್ನು ಹೇಳುತ್ತಾ ಸುಮಾರು ಒಂದೂವರೆ ಗಂಟೆಯ ಕಾಲ ಕತೆ ಹೇಳಿದರು. ಆ ಕತೆಯೂ ಚೆನ್ನಾಗಿತ್ತು. ಅದನ್ನು ಆಗಲೇ ಕೇಳಿದ್ದ ನಾನು ಕೂಡ ಮತ್ತೊಮ್ಮೆ ಕೇಳಿಸಿಕೊಂಡಾಗಲೂ ಅದು ಬೋರು ಹೊಡೆಸಿರಲಿಲ್ಲ. ಉದಯ್ ನಿಜಕ್ಕೂ ಚೆನ್ನಾಗಿಯೇ ಕತೆ ಹೇಳಿದ್ದರು.

ಕತೆ ಮುಗಿಯುತ್ತಿದ್ದಂತೆ ನಾನು ಮತ್ತು ಉದಯ್ ಇಬ್ಬರೂ ನಿರ್ದೇಶಕರ ಮುಖ ನೋಡಿದೆವು. ಅವರು ಒಂದು ಕ್ಷಣ ಗಂಭೀರವಾಗಿದ್ದು ನಂತರ ಏನೋ ನೆನಪಾದಂತೆ, ಸಾರ್, ಈ ವಾಚ್ ಎಲ್ಲಿ ರಿಪೇರಿ ಮಾಡ್ತಾರೆ ಗೊತ್ತಾ ಎಂದು ಅಷ್ಟು ಹೊತ್ತೂ ಕೈಯಲ್ಲಿ ಹಿಡಕೊಂಡು ತದೇಕ ಚಿತ್ತದಿಂದ ನೋಡುತ್ತಿದ್ದ ವಾಚನ್ನು ತೋರಿಸುತ್ತಾ ಕೇಳಿದರು.

ಉದಯ್ ಮರಕಿಣಿಗೆ ಎಷ್ಟು ಸಿಟ್ಟು ಬಂದಿತ್ತೆಂದರೆ ಯಾವತ್ತೂ ಯಾರಿಗೂ ಏನೂ ಅನ್ನದ ಅವರು ಆ ನಿರ್ದೇಶಕರನ್ನು ಚೆನ್ನಾಗಿ ಬೈದು, ಇನ್ನೊಂದು ಸಲ ಮಾತಾಡಿಸಲು ಬಂದರೆ ಎಚ್ಚರಿಕೆ ಎಂದು ಹೇಳಿ ಹೊರಟೇ ಬಿಟ್ಟರು.

ಹೀಗೆ ನಿರುತ್ಸಾಹದಿಂದ ಪ್ರತಿಕ್ರಿಯಿಸುವವರೂ ಇರುತ್ತಾರೆ. ಅವತ್ತು ಹಾಗೆ ಪ್ರತಿಕ್ರಿಯಿಸಿದ್ದ ನಿರ್ದೇಶಕರ ಹೆಸರು ಕೋಡ್ಲು ರಾಮಕೃಷ್ಣ. ಅವರು 'ಉದ್ಭವ' ಎಂಬ ಅದ್ಭುತ ಚಿತ್ರವನ್ನು ಕೊಟ್ಟವರು. ಅನಂತರವೂ ಅವರು ಅನೇಕ ಚಿತ್ರಗಳನ್ನು ನಿರ್ದೇಶಿಸಿದ್ದರು. ಆದರೆ ಅವರಿಗೆ ಏಕಾಗ್ರತೆ ಇರಲಿಲ್ಲ. ಯಾವ ಕತೆಯನ್ನೂ ಅವರು ಪೂರ್ತಿ ಕೇಳಿಸಿಕೊಳ್ಳುತ್ತಿರಲಿಲ್ಲ. ಯಾವ ಕತೆಯನ್ನೂ ಪೂರ್ತಿ ಓದುತ್ತಿರಲಿಲ್ಲವೆಂದು ಕಾಣುತ್ತದೆ.

ಚಿತ್ರಕತೆಗಾರ ಇಂಥ ಸನ್ನಿವೇಶಗಳಲ್ಲಿ ಕುಸಿದು ಹೋಗುತ್ತಾನೆ. ತಾನು ಹೇಳುವ ಕತೆಯೇ ಚೆನ್ನಾಗಿಲ್ಲವೇನೋ ಎಂಬ ಅಪನಂಬಿಕೆ ಅವನಲ್ಲಿ ಮೂಡುತ್ತದೆ. ಆದರೆ ಉದಯ್ ಅದೇ ಕತೆಯನ್ನು ಮತ್ತೊಂದು ದಿನ ಮತ್ತೊಬ್ಬ ನಿರ್ದೇಶಕರಿಗೆ ಹೇಳಿದರು. ಅವರು ಅದನ್ನು ಉತ್ಸಾಹದಿಂದ ಕೇಳಿದ್ದೂ ಅಲ್ಲದೇ, ಅದನ್ನು ಸಿನಿಮಾ ಮಾಡುವುದಾಗಿ ಹೇಳಿ ಉದಯ್ ಮರಕಿಣಿಗೆ ಸಂಭಾವನೆಯನ್ನೂ ಅವತ್ತೇ ಚುಕ್ತಾ ಮಾಡಿದರು. ಆದರೆ ಆ ಸಿನಿಮಾ ಮಾತ್ರ ಆಗಲಿಲ್ಲ.

ಇದೇ ಕೋಡ್ಲು ರಾಮಕೃಷ್ಣ ಪೂರ್ಣಚಂದ್ರ ತೇಜಸ್ವಿಯವರ ಜುಗಾರಿ ಕ್ರಾಸ್ ಕತೆಯನ್ನು ಸಿನಿಮಾ ಮಾಡುವುದಾಗಿ ಹೇಳಿದ್ದರು. ತೇಜಸ್ವಿಯವರನ್ನು ಭೇಟಿಯಾಗಿ ಅದರ ಹಕ್ಕುಗಳನ್ನೂ ತೆಗೆದುಕೊಂಡಿದ್ದರು. ಆ ಸಿನಿಮಾ ಯಾಕೋ ಆಗಲೇ ಇಲ್ಲ. ತೇಜಸ್ವಿಯವರು ಆಮೇಲೊಂದು ದಿನ ನಾನು ಕೃಷ್ಣೇಗೌಡನ ಆನೆ ಚಿತ್ರದ ಕತೆಯನ್ನು ಸಿನಿಮಾ ಮಾಡುತ್ತಾರಂತೆ ಕೊಡುತ್ತೀರಾ ಎಂದು ಕೇಳಲು ಹೋದಾಗ, ಈ ಸಿನಿಮಾದೋರು ಕತೆ ತಗೊಂಡು ಹೋಗ್ತಾರೆ, ಸಿನಿಮಾನೇ ಮಾಡಲ್ಲ ಕಣಯ್ಯ. ಇನ್ನು ಮೇಲೆ ಎರಡು ವರ್ಷದ ಮಟ್ಟಿಗೆ ಮಾತ್ರ ಕತೆಯ ಹಕ್ಕುಗಳನ್ನು ಕೊಡ್ತೀನಿ. ಎರಡು ವರ್ಷದೊಳಗೆ ಸಿನಿಮಾ ಮಾಡದೇ ಇದ್ರೆ ಹಕ್ಕು ನನಗೇ ವಾಪಸ್ ಬರೋ ಹಾಗ್ ಒಪ್ಪಂದ ಮಾಡ್ಕೋತೀನಿ ಅಂದರು.

ಆ ನಿರ್ಮಾಪಕರು ಅದಕ್ಕೂ ಒಪ್ಪಿ ಹಕ್ಕಗಳನ್ನು ಪಡೆದುಕೊಂಡರು. ಅದು ಕೂಡ ಕೊನೆಗೂ ಸಿನಿಮಾ ಆಗಲೇ ಇಲ್ಲ. ನಾನು ಕೃಷ್ಣೇಗೌಡನ ಆನೆ ಕತೆಯನ್ನಿಟ್ಟುಕೊಂಡು ನೂರೈವತ್ತು ಪುಟಗಳ ಚಿತ್ರಕತೆ ಸಿದ್ಧಮಾಡಿ ಕಾಯುತ್ತಾ ಕೂತಿದ್ದೆ. ಆ ಚಿತ್ರಕತೆಯನ್ನು ನಿರ್ಮಾಪಕರು ನನ್ನಿಂದ ಪಡೆದುಕೊಳ್ಳಲೇ ಇಲ್ಲ.

ಇಂಥ ಎಂದೂ ಸಿನಿಮಾ ಆಗದ ಚಿತ್ರಕತೆಗಳು, ಫಲಿಸದ ಪ್ರೇಮದಂತೆ ನಮ್ಮನ್ನು ಬಹುಕಾಲ ಕಾಡುತ್ತಿರುತ್ತವೆ.

> ಒಂದು ಸಲ ಶೂಟಿಂಗ್ ಶುರುವಾದ ಮೇಲೆ, ನೀವು ಸ್ಕ್ರಿಪ್ಟ್‌ನಲ್ಲಿರುವ ದೋಷಗಳನ್ನ ಸರಿಪಡಿಸಲಾಗುವುದಿಲ್ಲ. ಕಾಗದದ ಮೇಲಿದ್ದ ಸಣ್ಣಸಣ್ಣ ತಪ್ಪುಗಳು ಪರದೆ ತಲುಪುವಷ್ಟರಲ್ಲಿ ದೊಡ್ಡದಾಗಿ ಬೆಳೆದಿರುತ್ತವೆ.
>
> **- ಹೋವಾರ್ಡ್ ಹಾಕ್ಸ್**

ಕತೆ ಕತೆ ಕಾರಣ, ಪುರಾಣದ ಹೂರಣ

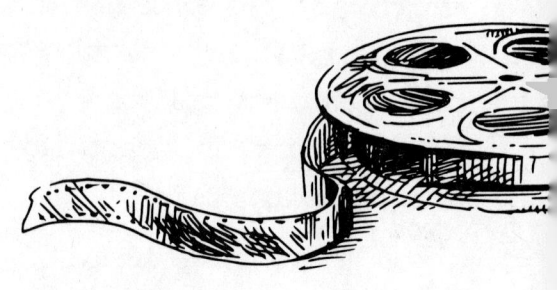

ಜೋಗಿ ಸಿನಿಮಾದ ಕತೆಯೇನು?

ಹಳ್ಳಿಯಿಂದ ಬಂದಂಥ ಮುಗ್ಧ ಹುಡುಗನೊಬ್ಬ, ನಗರದಲ್ಲಿ ತನ್ನ ತಾಯಿಯನ್ನು ಹುಡುಕುತ್ತಾ ಅಲೆಯುತ್ತಾನೆ.

ತಾಯಿ ಅಂದರೇನು?

ಪ್ರೀತಿ.

ಪ್ರೀತಿಯನ್ನು ಹುಡುಕುತ್ತಾ ಅಲೆಯುವ ಅವನಿಗೆ ಏನಾಗುತ್ತದೆ?

ಅವನು ಜಗಳ ಆಡಬೇಕಾಗುತ್ತದೆ. ಯುದ್ಧ ಮಾಡಬೇಕಾಗುತ್ತದೆ. ಮಚ್ಚು ಹಿಡಿಯಬೇಕಾಗುತ್ತದೆ. ಅವನ ಮುಗ್ಧತೆ ಕ್ರಮೇಣ ಕಳೆದುಹೋಗುತ್ತದೆ.

ಈ ಕತೆಯ ಮೂಲ ಎಲ್ಲಿದೆ?

ಹುಡುಕುತ್ತಾ ಹೊರಟರೆ ಈ ಕತೆಯ ಮೂಲ ನಮ್ಮ ಪುರಾಣದಲ್ಲೇ ಸಿಗುತ್ತದೆ. ಶ್ರೀಕೃಷ್ಣನ ಕತೆಯನ್ನೇ

ತೆಗೆದುಕೊಳ್ಳಿ. ಆತ ಗೋಕುಲ ಎಂಬ ಚೆಂದದ ಹಳ್ಳಿಯಲ್ಲಿ ಯಶೋದೆಯ ಕೈತುತ್ತು ತಿನ್ನುತ್ತಾ, ಮಕ್ಕಳೊಂದಿಗೆ ಆಟ ಆಡುತ್ತಾ, ಹಸುಗಳನ್ನು ಮೇಯಿಸುತ್ತಾ ಇರುತ್ತಾನೆ. ಅಲ್ಲಿ ಅವನಿಗೊಬ್ಬಳು ಗೆಳತಿಯಿದ್ದಾಳೆ. ಆಕೆ ರಾಧಾ. ಆಕೆಯ ಪ್ರೀತಿಯಲ್ಲಿ ಆತ ಮುಳುಗಿ ಸಂತೋಷದಲ್ಲಿರುವಾಗಲೇ, ಅವನನ್ನು ಮಧುರೆಗೆ ಕರೆದೊಯ್ಯಲು ಅಕ್ರೂರ ಬರುತ್ತಾನೆ.

ಆಮೇಲೆ ಏನಾಗುತ್ತದೆ?

ಈ ಲೇಖನ ಓದಿದರೆ 'ಜೋಗಿ' ಮತ್ತು ಅಂಥ ಹಳ್ಳಿಯಿಂದ ನಗರಕ್ಕೆ ಬಂದು ಹಾದಿ ಕಳಕೊಂಡವರೆಲ್ಲರ ಕತೆಗಳೂ ಎಲ್ಲಿ ಶುರುವಾಗಿದೆ ಅನ್ನುವುದು ಗೊತ್ತಾಗುತ್ತದೆ.

❀❀❀

ಬನ್ನಿರಿ ನಾವೆಲ್ಲ ಮಧುರೆಗೆ

ಬಿಲ್ಲ ಹಬ್ಬಕೆ ಹೋಗುವಾ...

ಹಾಗಂತ ಮಧುರೆಯಿಂದ ಬಂದ ಅಕ್ರೂರ ಕರೆಯುತ್ತಾನೆ. ಬಲರಾಮ ಹೊರಟು ನಿಲ್ಲುತ್ತಾನೆ. ಬೇರೆ ದಾರಿಯಿಲ್ಲದೆ ಕೃಷ್ಣ ಕೂಡ ಅವನ ಜೊತೆ ಹೊರಡಲೇ ಬೇಕಾಗುತ್ತದೆ. ಕೊಳಲ ಬಿಸುಟು ಕೃಷ್ಣ ಮಥುರಾ ನಗರಿಗೆ ಹೊರಡುತ್ತಾನೆ. ಮಧುರೆಯ ಕರೆ ಕೇಡಿನ ಕರೆ ಅಂತ ಗೊತ್ತಿದ್ದರೂ ಕೃಷ್ಣ ಅದರಿಂದ ತಪ್ಪಿಸಿಕೊಳ್ಳಲಾಗುವುದಿಲ್ಲ.

❀❀❀

ಹೇಗಿತ್ತು ಗೋಕುಲ?

ಅಲ್ಲಿದೆ ಬೃಂದಾವನ, ಅದು ಆನಂದ ನಿಕೇತನ. ಯಮುನೆಯ ತೆರೆತೆರೆ ತಾಳ ಹಾಕುತ್ತದೆ. ತೀರದ ಗಿಡಮರ ಅಭಿನಯ ಮಾಡುತ್ತದೆ. ಲತೆಲತೆ ಬಳುಕಿ, ಗಾಳಿಗದರ ಸೊಂಟ ಉಳುಕಿ ಕೊಳಲಿನ ಗಾನಕ್ಕೆ ಯಮುನೆಗೆ ಮತ್ತೇರುತ್ತದೆ.

ಕೊಳಲು ಊದುತ್ತಿರುವವನು ಯಾರು? ಊದಿಯೇ ಊದುವ ಕೊಳಲ, ಯಾವನೋ ಮರುಳ. ನಾವು ಹೀಗೆಯೇ ಕೂತು ಕಳೆಯೋಣ ಇರುಳ ಅನ್ನಿಸುವಂಥ ಕೊಳಲಗಾನ ಅದು.

ಗೋಕುಲದಲ್ಲಿ ಕೃಷ್ಣನಿದ್ದಾನೆ. ಅವನ ಕೊಳಲಿನ ಕರೆ ಆಲಿಸಿದರೆ ಏನೇನಾಗುತ್ತದೆ;

ಕೃಷ್ಣನಾ ಕೊಳಲಿನ ಕರೆ
ತೊಟ್ಟಿಲಿನ ಹಸುಗೂಸ ಮರೆಮರೆ
ಪಕ್ಕದ ಗಂಡನ ತೊರೆ ತೊರೆ
ಬೃಂದಾವನಕೆ ತ್ವರೆ ತ್ವರೆ..

ಆ ಕೊಳಲ ಗಾನ ಕೇಳುತ್ತಾ ಮೈಮರೆತ ಗೋಪಿಯರ ಪಾಲಿಗೆ ಅವನು ಯೋಗೇಶ್ವರನಲ್ಲ, ಬಡಜೋಗಿ!

ಎಳ್ಳಿನ ಹೊಲವ ಬಿಟ್ಟೆ
ಒಳ್ಳೆಯ ಗಂಡನ ಬಿಟ್ಟೆ
ಕಳ್ಳಾಟದ ಜೋಗಿ ಕೂಡೆ ಹೋಗಬಹುದೇ ನಾರಿ..

ಅನ್ನುವಲ್ಲಿ ಬರುವ ಜೋಗಿಯೂ ಕೃಷ್ಣನೇ. ಅವನದು ಕೊಳಲು, ಇವನದು ಕಿನ್ನರಿ. ಕರೆಯ ಬೆರಗು ಒಂದೇ.

ಹೊತ್ತಾರೆ ಹೊರೆಗೆಲಸ ಮಿಕ್ಕರೆ ಮಿಗಲಿ
ಮಿಕ್ಕಾದ ನೆರೆಹೊರೆ ನಕ್ಕಾರೆ ನಗಲಿ
ಅನ್ನುತ್ತಾ ಅವರು ಹೊರಟು ನಿಲ್ಲುತ್ತಾರೆ ಬೃಂದಾವನಕ್ಕೆ.

ಅಲ್ಲಿ ಕೃಷ್ಣನಿದ್ದಾನೆ ರಂಜಿಸುವುದಕ್ಕೆ. ಯಾವ ಜಂಜಾಟವೂ ಇಲ್ಲದ, ಯಾವ ಕಾಟವನ್ನೂ ಕೊಡದ, ಯಾವ ಅಪ್ಪಣೆಯನ್ನೂ ಪಾಲಿಸಬೇಕಿಲ್ಲದ ಕೃಷ್ಣ. ಯಮುನೆಯಂಥ ಮನಕ್ಕೆ ಮನಯಮುನಾ ತೀರದಲ್ಲಿ ಯಾನ. ಕೃಷ್ಣನೆಂದರೆ ಕೊಳಲು. ಕೊಳಲೆಂದರೆ ಮೆಲ್ಲುಲಿ. ಯಾವ ರಾಗದ್ವೇಷಗಳೂ ಇಲ್ಲದೇ ಕೇಳಿ ಸುಖಿಸಬಹುದಾಗ ರಾಗಮಾಲಿಕೆ. ಮೇಲುಕೀಳಿಲ್ಲದ, ಹಂಗಿಲ್ಲದ, ಯಾವ ಲಜ್ಜೆಯೂ ಇಲ್ಲದ, ಒಜ್ಜೆಯೂ ಇಲ್ಲದ ನಿರಾತಂಕ ಸ್ಥಿತಿ ಅದು. ಕೊಳಲ ಗಾನ ಬೆಳದಿಂಗಳ ಹಾಗೆ ಹಬ್ಬುತ್ತದೆ, ಬಡವನ ಮೇಲೆ ಹೇಗೋ ಸಿರಿವಂತನ ಮೇಲೂ ಹಾಗೆ!

ಕೊಳಲ ಗಾನ ಕೇಳಿದವರು ಹಾಡುತ್ತಾರೆ ಕೇಳಿ;
ಸಕಲೇಂದ್ರಿಯಂಗಳಿಗು ನೇತ್ರವೇ ಮಿಗಿಲೆಂದು
ಲೋಕ ನುಡಿಯುವುದಿರಲಿ ಆದೊಡಿಂದು

ಈ ಹಳುವೊಳೀ ಗಾನವಾಲಿಸಲು ತೋರುವುದು
ಶ್ರೋತ್ರವೇ ಎಲ್ಲದಕೂ ಮಿಗಿಲು ಎಂದು.

ಕೃಷ್ಣ ಕೊಳಲನೂದಿ ಏನು ಮಾಡುತ್ತಾನೆ? ಮುಪ್ಪಿನ ಬೇಸರ ಹೋಗಲಾಡಿಸುತ್ತಾನೆ. ಯೌವನದ ದಿಗಿಲು ಕಳೆಯುತ್ತಾನೆ. ನಾಳೆಯ ಆತಂಕವನ್ನು ಅಳಿಸುತ್ತಾನೆ. ಭವದ ಮಾಯೆ ಕರಗುವಂತೆ, ಅಹಂಕಾರ ಅಳಿಯುವಂತೆ ಕೊಳಲನೂದುತ್ತಾನೆ. ನನ್ನದು ಎನ್ನುವುದೆಲ್ಲವೂ ನಿನ್ನದಾಗುವಂತೆ ಹಾಡುತ್ತಾನೆ. ಒಲಿದು ಹಾಡುತ್ತಾನೆ. ನನ್ನೊಳು ನಾ, ನಿನ್ನೊಳು ನೀ ಎಂಬ ಭಾವನೆ ಮಾಯವಾಗಿ, ನಿನ್ನೊಳು ನಾ, ನನ್ನೊಳು ನೀ- ಎನ್ನುವ ಅವಿನಾಭಾವ ಸಂಬಂಧಕ್ಕೆ ನೆಪವಾಗುತ್ತಾನೆ.

❀❀❀

ಎಲ್ಲ ಊರುಗಳಲ್ಲೂ ಒಬ್ಬೊಬ್ಬ ಕೃಷ್ಣನಿರುತ್ತಾನೆ. ಎಲ್ಲರಿಗೂ ಒಬ್ಬೊಬ್ಬ ಕೃಷ್ಣನಿರುತ್ತಾನೆ. ಅವನು ನಮ್ಮ ಬದುಕನ್ನು ಸಹ್ಯವಾಗಿಸುತ್ತಾ ಇರುತ್ತಾನೆ. ಅಪ್ಪನ ಹುರಿಮೀಸೆ, ಅಮ್ಮನ ಕಟ್ಟುಪಾಡು, ಅಣ್ಣನ ಗದರುನೋಟ, ತಮ್ಮನ ತುಂಟಾಟ, ಅತ್ತೆಯ ಬಿರುನೋಟ, ಮಾವನ ನಿರ್ಲಕ್ಷ್ಯಗಳನ್ನೆಲ್ಲ ಮೀರಬಲ್ಲ ಮಿತ್ರನೊಬ್ಬ ಇದ್ದರೆ ಅವನ ಹೆಸರು ಕೃಷ್ಣ, ಅಂಥ ಗೆಣೆಕಾರ ಬೇಕೆನ್ನಿಸಿದರೆ ಅವನೇ ಕೃಷ್ಣ.

ಕೃಷ್ಣನಿಗೆ ಜವಾಬ್ದಾರಿಯಿಲ್ಲ. ನೀತಿಯ ಹಂಗಿಲ್ಲ, ಕಟ್ಟು ಪಾಡುಗಳಿಲ್ಲ. ನಿನ್ನೆಯ ಹೊರೆಯಿಲ್ಲ, ನಾಳೆಯ ಕರೆಯಿಲ್ಲ. ಅವನು ಮಣ್ಣಿನಿಂದ ಮೊಳಕೆಯೊಡೆದ ಸೌಗಂಧಿಕಾ ಪುಷ್ಪದಂಥವನು, ಮಳೆಯ ಬರವಿಗೆ ನೆಲದಿಂದೆದ್ದ ಚಿಟ್ಟೆಯಂಥವನು. ಸುಮ್ಮನೆ ಸಂತೋಷ ಕೊಡುವುದಷ್ಟೇ ಅವನಿಗೆ ಗೊತ್ತು.

ನಿಮ್ಮೂರಲ್ಲೂ ಅಂಥವರಿದ್ದಾರೆ. ಹೊರಗೆ ಆಡಲು ಹೋಗಬೇಡ ಅಂತ ಅಮ್ಮ ಗದರುವ ಹೊತ್ತಿಗೆ ಅವನು ಸೈಕಲ್ ಬೆಲ್ಲಿನ ಸದ್ದಾಗಿ ಅವಳ ಕಿವಿಗೆ ತಲುಪುತ್ತಾನೆ. ಬಾಗಿಲ ಬಳಿ ನಿಲ್ಲಬೇಡ ಎಂದು ಅಪ್ಪ ಬುಸುಗುಡುವ ಹೊತ್ತಿಗೆ ಅವನು ಸಂಜೆ ಬಾನಿನಂಚಿನಲ್ಲಿ ಬಿದ್ದ ಬಿದಿಗೆ ಚಂದಿರನಾಗಿ ಬೆಳಕು ಚೆಲ್ಲುತ್ತಾನೆ. ನಾಳೆ ಎಷ್ಟೊಂದು ಸುಂದರ, ಬದುಕು ಎಷ್ಟೊಂದು ಸರಳ ಅನ್ನಿಸುವಂತೆ ಬದುಕುತ್ತಾನೆ.

ಅಂಥ ಕೃಷ್ಣನ ಜೊತೆ ನಮಗೆ ಅವಿನಾಭಾವ ಸಂಬಂಧವೂ ಬೆಳೆಯುತ್ತದೆ. ಕುವೆಂಪು ಪದ್ಯದಲ್ಲಿ ಬರುವ ಗೋಪಾಲ ಅವನು;

ಸದ್ದಿರದ ಪಸರುಡೆಯ ಮಲೆನಾಡ ಬನಗಳಲಿ
ಹರಿವ ತೊರೆಯೆಡೆಯಲ್ಲಿ ಗುಡಿಸಲೊಂದಿರಲಿ
ಅಲ್ಲಿ ಬಳಿ ಪಸಲೆಯಲಿ ದನಗಳಂಬಾ ಎಂಬ
ದನಿಯು ದನ ಕಾಯುವನ ಕೊಳಲೊಡನೆ ಬರಲಿ
ಬಾಂದಳದಿ ಹಾರಿದರು ಬುವಿಯಲ್ಲಿ ಜಾರುತಿಹ
ರಸಿಕನಾಗಿಹನೊಬ್ಬ ಗೆಳೆಯನಿರಲೆನಗೆ
ಬೈಗಾಗೆ ನಮ್ಮೊಡನೆ ಗಳಪಿಯಲೆದಡ್ಡಾಡೆ
ಗೋಪಾಲನಾಗಿರುವ ತಿಮ್ಮನೆನಗಿರಲಿ.

ಅಂಥ ತಿಮ್ಮ ಪ್ರತಿಯೊಬ್ಬರಿಗೂ ಸಿಗುತ್ತಾನೆ. ಮರೆಯಲಾಗದಂತೆ ಕಾಡುತ್ತಾನೆ. ಅವನು ಗಂಡನಾಗಲಾರ, ತಂದೆಯಾಗಲಾರ, ತಮ್ಮನಾಗಲಾರ, ಅಣ್ಣನಾಗಲಾರ. ಬರೀ ದೂರದ ಗೆಳೆಯ ಅವನು. ಗುಟ್ಟಾಗಿ ಪಾರಿಜಾತ ತಂದುಕೊಡುವ, ಕೊಳಲೂದಿ ಖುಷಿಪಡಿಸುವ, ಸಂಜೆಯ ಎಳೆಬಿಸಿಲಲ್ಲಿ ಹೊಸಿಲ ಬಳಿ ನಿಂತು ನೋಡುವವಳ ಖುಷಿಗೆಂದೇ ಹಾಡುತ್ತಾ ಹೋಗುವ, ಹಾವು ಹಿಡಿದು ಆಟವಾಡುವ, ಕಾಡಲ್ಲಿ ಅಲೆಯುವ, ನವಿಲುಗರಿ ತಂದುಕೊಡುವ ಹುಡುಗ. ಅವನೇ ಒಂದು ಕೊಳಲು. ಅವಳ ನಿಟ್ಟುಸಿರಿಗೆ ಆ ಕೊಳಲು ದನಿಯಾಗುತ್ತದೆ!

❀❀❀

ಅಂಥ ಕೃಷ್ಣ ಕೂಡ ಕೊಳಲನ್ನು ಬಿಸುಟು ಮಧುರೆಗೆ ಹೊರಡಬೇಕಾಗುತ್ತದೆ ಮಧುರೆಯೆಂಬುದು ಕರ್ಮಭೂಮಿ. ಗೋಕುಲವೆಂಬುದು ರಮ್ಯ ಭೂಮಿ. ಸಾಧಿಸಬೇಕಾದರೆ ಮಧುರೆಗೆ ಬಾ ಅನ್ನುತ್ತಾನೆ ಬಲರಾಮ. ಕೃಷ್ಣ ಹೊರಟು ನಿಂತನೆಂದರೆ;

ಅಕೋ ಶ್ಯಾಮ ಅವಳೆ ರಾಧೆ ನಲಿಯುತಿಹರು ಕಾಣಿರೇ
ನಾವೇ ರಾಧೆ ಅವನೆ ಶ್ಯಾಮ ಬೇರೆ ಬಗೆಯ ಮಾಣಿರೇ

ಅನ್ನುವುದೆಲ್ಲ ಬರಿ ನೆನಪು. ಆದರೆ ಅಕ್ರೂರ ತನ್ನ ಹೆಸರಿಗೇ ವಿರುದ್ಧ. ಅವನು ಹುಂಬ ಬಲರಾಮನ ಮನಸ್ಸು ಕೆಡಿಸಿದ್ದಾನೆ;

ಹಳುವ ಹಳ್ಳಿಯ ಬಿಡುತ ಸೊಗಸಿನ ಹೊಳಲ ಜಾತ್ರೆಗೆ ಹೋಗುವ ಎಂದು ಪ್ರಲೋಭನೆ ಒಡ್ಡಿದ್ದಾನೆ.

ಹೈ ಹಚಚ್ಚಾ ಎಂದು ತುರುಗಳ ಹಣ್ಣು ಮುದುಕರೆ ಕಾಯಲಿ
ಹಟ್ಟಿಯೊಳೆ ನಿಟ್ಟುಸಿರನಿಡುತ ಹೆಂಗಳುಳಿಯಲಿ ಊರಲಿ

ಎಂದು ಇನ್ನಿಲ್ಲದ ಕ್ರೌರ್ಯ ಪ್ರದರ್ಶಿಸುತ್ತಾ ಬಲರಾಮ ತರುಣರನ್ನೆಲ್ಲ ಮಧುರೆಗೆ ಹೋಗಲು ಪ್ರೇರೇಪಿಸುತ್ತಿದ್ದಾನೆ. ಕೃಷ್ಣ ಹೇಳುತ್ತಾನೆ; ಹೊರನಾಡಿನ ಕರೆ, ಕೇಡಿನ ಕರೆ. ಮಧುರೆಯ ಕರೆ ಕೇಡಿನ ಕರೆ.

ಆದರೆ ಅಕ್ರೂರ ಬಿಡುವುದಿಲ್ಲ. ಅವನು ಆಗಲೇ ಎಲ್ಲರನ್ನೂ ಭ್ರಷ್ಟಗೊಳಿಸಿದ್ದಾನೆ. ಅಣ್ಣ ಬಲರಾಮೇ ಅಕ್ರೂರನಿಗೆ ಒಲಿದಿದ್ದಾನೆ.

ಬಾಬಾ ಮಧುರೆಗೆ ಬಾ
ಹಳುವನುಳಿದು ಬಾ
ಕೊಳಲನೆಸೆದು ಬಾ
ಹೆಂಗಳ ಹಂಬಲ ತೊರೆಯುತ ಬಾರೈ
ಬಾಬಾ ಮಧುರೆಗೆ ಬಾ
ಹೊಸ ಮನದೊಳು ಬಾ
ಹೊಸ ಬಾಳಿಗೆ ಬಾ

ಎಂದು ಕರೆಯುತ್ತಾನೆ. ಅದು ಬೇಡಿಕೆಯೂ ಹೌದು, ಅಪ್ಪಣೆಯೂ ಹೌದು. ಬರದೇ ಹೋದರೆ ಹಾಳಾಗಿ ಹೋಗುತ್ತಿ ಅನ್ನೋ ಎಚ್ಚರಿಕೆಯೂ ಹೌದು.

ಕೃಷ್ಣ ಬೇರೆ ದಾರಿ ಕಾಣದೇ ಹೊರಡುತ್ತಾನೆ. ಕೊಳಲ ಬಿಸುಟು ಹೊರಡುತ್ತಾನೆ. ಹೊಳಲಿಗೆ ಕೊಳಲಿದು ತರವಲ್ಲ, ಮಧುರೆಗಿದರ ಸವಿ ಸಲ್ಲ ಅನ್ನುತ್ತಾನೆ. ಗೆಳತಿಯರು ಹಾಡುತ್ತಾರೆ; 'ನಿಲ್ಲಿಸದಿರೋ ವನಮಾಲಿ ಕೊಳಲಗಾನವ..' ಅವನ ಕೊಳಲ ಗಾನ ಅವರಿಗೆ ಬೇಕು; ನೀರು ನಿಂತು ಕೊಳೆಯುವಂತೆ, ನಮಗಹುದೋ ನೂರು ಚಿಂತೆ, ಕೊಳಲುಲುಹಿನ ನೆರೆಯ ನುಗ್ಗಿ, ಜೀವ ಹರಿಯಲೆಂಥ ಸುಗ್ಗಿ. ನಿನ್ನ ಗಾನದನುರಾಗವು, ಬದುಕ ತುಂಬಲಿ ಅನುಗಾಲವೂ, ನಿಲ್ಲಿಸದಿರು ವನಮಾಲಿ ಕೊಳಲಗಾನವ..

ಕೃಷ್ಣ ಕೊಳಲ ಬಿಸುಟು ಮಧುರೆಗೆ ಹೋಗುತ್ತಾನೆ. ಮತ್ತೆ ಬಂದು ಕೊಳಲನ್ನು ಎತ್ತಿಕೊಳ್ಳುತ್ತೇನೆ ಅಂದುಕೊಳ್ಳುತ್ತಾನೆ. ಮಧುರಾನಗರಿ ಅದಕ್ಕೆ ಅವಕಾಶ ಕೊಡುವುದೇ ಇಲ್ಲ. ಕೃಷ್ಣ ಮಧುರೆಯಲ್ಲಿ ಕಳೆದುಹೋಗುತ್ತಾನೆ.

ಕೊಳಲ ಬಿಸುಟವನು ಶಂಖ ಕೈಗೆತ್ತಿಕೊಳ್ಳುತ್ತಾನೆ. ಅನುರಾಗದ ಕೊಳಲು ಹೋಗಿ ಅನುವರದ ಶಂಖ ಕೈಗೆ ಬರುತ್ತದೆ. ರಾಧೆಯನ್ನು ಮತ್ತೆಂದೂ ಕೃಷ್ಣ ನೋಡುವುದಿಲ್ಲ. ಕೃಷ್ಣನನ್ನು ರಾಧೆ ಕೂಡ. ಗೋಕುಲದಲ್ಲಿ ಕಾಯುತ್ತಿರುವ ಗೆಳೆಯರು, ಮುಪ್ಪಿನ ಮುದುಕರು, ಹೆಂಗಳೆಯರ ಪಾಲಿಗೆ ಕೃಷ್ಣನಿಲ್ಲ. ಅವನು ಯಾರನ್ನೋ ಗೆಲಿಸಲು, ಯಾರನ್ನೋ ಕೊಲಿಸಲು ಹೊರಟ ಜಗನ್ನಾಟಕ ಸೂತ್ರಧಾರಿ.

❀❀❀

ನಾವೆಲ್ಲ ಗೋಕುಲ ಬಿಟ್ಟು ಬೆಂಗಳೂರೆಂಬ ಮಧುರಾನಗರಿಗೆ ಬಂದಿದ್ದೇವೆ. ಕೊಳಲ ಮರೆತಿದ್ದೇವೆ. ನಮ್ಮವರ ಮರೆತಿದ್ದೇವೆ. ಮತ್ತೆ ಹೋಗಿ ಕೊಳಲನ್ನು ಎತ್ತಿಕೊಳ್ಳುತ್ತೇವೆ ಅನ್ನುವ ನಂಬಿಕೆಯಿಂದಲೇ ಹೊರಟವರಿಗೆ ಮತ್ತೆ ಮರಳುತ್ತೇವೆ ಅನ್ನುವ ನಂಬಿಕೆಯಿಲ್ಲ. ನಮ್ಮ ಕೈಗೂ ಶಂಖ ಬಂದಿದೆ. ರಣೋತ್ಸಾಹದಲ್ಲಿ ಮುನ್ನುಗ್ಗುತ್ತಿದ್ದೇವೆ.

ಅಲ್ಲಿ ನಮ್ಮೂರಿನಲ್ಲಿ ತರುಣರಿಲ್ಲ. ಕೊಳಲನಾದವಿಲ್ಲ, ಹೋಗಿ ಮತ್ತೆ ಕೊಳಲೂದುವುದು ಕಷ್ಟವೇನಲ್ಲ, ಆದರೆ ಬಲರಾಮ ನಮ್ಮನ್ನೆಲ್ಲ ಬಲಿತೆಗೆದುಕೊಂಡಿದ್ದಾನೆ. ಕೃಷ್ಣನೊಳಗೆ ಬಲರಾಮ ಒಂದಾಗಿಬಿಟ್ಟಿದ್ದಾನೆ. ಮುದುಕರು ದನ ಕಾಯಲಿ, ಹೆಂಗಳೆಯರು ನಿಟ್ಟುಸಿರಡಲಿ ಊರಲಿ ಅನ್ನುವ ನಿರ್ಲಕ್ಷ್ಯಕ್ಕೆ ಕೊಳಲು ಒಡೆದು ಬಿದ್ದಿದೆ.

ಚಿಕ್ಕಪ್ಪನ ರೂಪದಲ್ಲೋ ಮೇಷ್ಟ್ರ ರೂಪದಲ್ಲೋ ನಗರ ಸೇರಿದ ಗೆಳೆಯನ ರೂಪದಲ್ಲೋ ಕೆಲಸದ ರೂಪದಲ್ಲೋ ಅಕ್ರೂರ ಬರುತ್ತಾನೆ. ನಮ್ಮನ್ನು ನಮ್ಮ ನೆಲ, ನಮ್ಮ ಗೆಳತಿಯರು, ನಮ್ಮ ಕಲೆ, ನಮ್ಮ ಅಲೆದಾಟ, ನಮ್ಮ ಸಂಭ್ರಮಗಳಿಂದ ಬಿಡಿಸಿ ರಾಜಧಾನಿಗೆ ತಂದು ಚೆಲ್ಲುತ್ತಾರೆ.

❀❀❀

ಬನ್ನಿರಿ ನಾವೆಲ್ಲ ಮಧುರೆಗೆ

ಬಿಲ್ಲ ಹಬ್ಬಕೆ ಹೋಗುವಾ...

ಹಾಗಂತ ಕರೆಯುತ್ತಾ ಮಧುರೆಯಿಂದ ಅಕ್ರೂರ ಬರುತ್ತಾನೆ. ಯಾವ ಕ್ಷಣದಲ್ಲಿ ಬೇಕಾದರೂ ಬರಬಹುದು.

ಹುಷಾರಾಗಿರಿ.

❀❀❀

ಈ ಕತೆಯನ್ನು ನಮ್ಮ ಕಾಲಕ್ಕೆ ಹೇಗೆ ತರುವುದು ಅನ್ನುವುದನ್ನಷ್ಟೇ ನಾವು ಯೋಚಿಸಬೇಕು. ಈ ಕಾಲದ ಕಂಸ ಯಾರು, ಮಧುರೆ ಯಾವುದು, ಕೃಷ್ಣ ಯಾರು, ಅಕ್ರೂರ ಯಾರು– ಎಂಬುದನ್ನು ನೋಡುತ್ತಾ ಹೋದರೆ, ಇದೇ ಹೊಸ ಕತೆಯಾಗುತ್ತದೆ. ಗೋಕುಲ ಅನ್ನುವುದು ತೀರ್ಥಹಳ್ಳಿಯೋ, ಶಿಡ್ಲಘಟ್ಟವೋ, ತುಮಕೂರೋ ಆಗಬಹುದು. ಮಧುರೆ ಎಂಬುದು ಬೆಂಗಳೂರೋ, ಮುಂಬೈಯೋ, ಚೆನ್ನೈಯೋ ಆಗಬಹುದು.

ಹಳೆಯ ಕತೆಯೇ ಹೊಸ ಕತೆಗಳಾಗುವುದು. ಕುವೆಂಪು ಹೇಳಿದಂತೆ ಹಳೆಯ ಬಂಗಾರವನ್ನು ಕರಗಿಸಿ ಹೊಸ ಆಭರಣಗಳನ್ನು ಮಾಡುವುದೇ ಕತೆಗಾರನ ಕೆಲಸ.

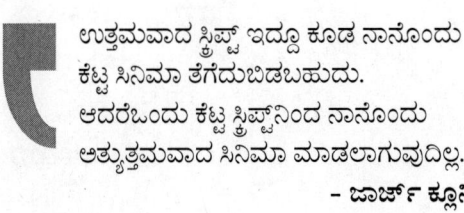

ಉತ್ತಮವಾದ ಸ್ಕ್ರಿಪ್ಟ್ ಇದ್ದೂ ಕೂಡ ನಾನೊಂದು ಕೆಟ್ಟ ಸಿನಿಮಾ ತೆಗೆದುಬಿಡಬಹುದು. ಆದರೆಒಂದು ಕೆಟ್ಟ ಸ್ಕ್ರಿಪ್ಟ್‌ನಿಂದ ನಾನೊಂದು ಅತ್ಯುತ್ತಮವಾದ ಸಿನಿಮಾ ಮಾಡಲಾಗುವುದಿಲ್ಲ.
– ಜಾರ್ಜ್ ಕ್ಲೂನಿ

ಕತೆ–ಚಿತ್ರಕತೆ–ಸಂಭಾಷಣೆ

(ಚಿತ್ರೀಕರಿಸಲಾಗದ ಒಂದು ವಿಫಲ ಸನ್ನಿವೇಶವು)

ಕತೆ:

ಬೆಂಗಳೂರು ಅಥವಾ ಬೆಂಗಳೂರಿನಂಥ ಒಂದೂರು. ಮುಂಜಾನೆ ಅಥವಾ ಮುಂಜಾನೆಯಂಥ ದಿನದ ಒಂದು ಅವಧಿ. ಇಪ್ಪತ್ತಮೂರು ವರ್ಷದ ಅಥವಾ ಇಪ್ಪತ್ತಮೂರು ವರ್ಷದವನಂತೆ ಕಾಣುವ ಹುಡುಗ. ಅವನ ಹೆಸರು ಕಿಟ್ಟಿ ಅಥವಾ ಬೇರೆ ಯಾವ ಹೆಸರಾದರೂ ಆಗಬಹುದು. ಅವನು ವೇಗವಾಗಿ ನಡೆಯುತ್ತಿದ್ದಾನೆ ಅಥವಾ ಓಡುತ್ತಿದ್ದರೂ ಓಡುತ್ತಿರಬಹುದು.

ತನ್ನನ್ನು ಯಾರು ಅಟ್ಟಿಸಿಕೊಂಡು ಬರುತ್ತಿದ್ದಾರೆ ಅನ್ನುವುದು ಅವನಿಗೂ ಗೊತ್ತಿಲ್ಲ. ಅವನು ಒಂದೇ ಸಮ ಓಡುತ್ತಲೇ ಇದ್ದಾನೆ. ಓಡುತ್ತಾ ಓಡುತ್ತಾ ಹೋಗಿ ಈ ಜಗತ್ತಿನ ಅಂತ್ಯವನ್ನು ತಲುಪುತ್ತಾನೆಯ ಅಲ್ಲಿಂದಾಚೆ ಓಡುವುದಕ್ಕೆ ನೆಲವಿಲ್ಲ, ಆಕಾಶವಿಲ್ಲ, ನೀರಿಲ್ಲ. ಇದ್ದಕ್ಕಿದ್ದಂತೆ ಅಲ್ಲಿಗೆ ಜಗತ್ತೇ ಮುಗಿದುಹೋದ ಹಾಗೆ.

ಜಗತ್ತು ಹಾಗೆ ಮುಗಿದು ಹೋಗುವುದಿಲ್ಲ ಎಂದು ಅವನಿಗೆ ಗೊತ್ತು. ಜಗತ್ತು ದುಂಡಗಿದೆ. ಇಡೀ ವಿಶ್ವ ಸುತ್ತಿದರೂ ಮತ್ತೆ ಹೊರಟಲ್ಲಿಗೇ ಬರುತ್ತಿರಬೇಕು ಅನ್ನುವುದು ಬಲ್ಲ ವಿಜ್ಞಾನದ ಹುಡುಗ ಅವನು. ಅವನು ಸುತ್ತುತ್ತಿರುವುದು ಈ ಜಗತ್ತನ್ನಲ್ಲ, ಒಳಜಗತ್ತನ್ನು. ಅದಕ್ಕೆ ಕೊನೆಯುಂಟು. ಜಗದ ಅಂಚಿಗೆ ಬಂದು ಇನ್ನೇನು ಕೆಳಗೆ ಬಿದ್ದೇ ಬೀಳುತ್ತೇನೆ ಎಂಬಂತೆ ಅವಚಿಕೊಂಡು ನಿಂತಾಗ ನೆನಪಾಗುವುದು ಅಮ್ಮ. ಇಷ್ಟಗಲ ಕುಂಕುಮದ, ಸುಕ್ಕುಮೋರೆಯ, ಚೂಪುಗಣ್ಣಿನ, ಅಪ್ಪನೊಡನೆ ಸದಾ ಜಗಳಾಡುವ, ಮನೆ ಮುಂದೆ ಬರುವ ಮಕ್ಕಳ ಕೈಗೆ ತುತ್ತು ಹಾಕುವ, ಸಾಕಿದ ನಾಯಿಯನ್ನು ಸಾಯಬಡಿಯುವ, ನೀನ್ಯಾಕಾದರೂ ಹುಟ್ಟಿದೆ ನನ್ನ ಹೊಟ್ಟೆ ಉರಿಸೋದಕ್ಕೆ ಎಂದು ಚೀರಾಡಿ ಅಳುವ ಅಮ್ಮ.

ಅಮ್ಮನ ನೆನಪಾದಾಗ ಕಣ್ಮುಂದೆ ಬರುವುದು ಅಪ್ಪ. ನಿರ್ಲಿಪ್ತನಂತೆ ಕೂತಿರುವ, ಮನಸ್ಸಿನಲ್ಲೇ ನೂರೆಂಟು ಕಳ್ಳದಾರಿಗಳನ್ನು ಹುಡುಕಿಕೊಳ್ಳುತ್ತಿರುವ, ಪಾರೋತಿಯ ಮನೆಗೆ ಹೋಗಿ ಅವಳನ್ನು ಮುದ್ದಾಡಿ ಬರುವ, ಗಂಗಣ್ಣನ ಗಡಂಗಿನಲ್ಲಿ ಸಾಲ ಕೇಳುವ, ಕೆಲಸ ಕೊಟ್ಟವರನ್ನು ಹೀನಾಮಾನ ಬೈಯುವ, ಬೆಳಗ್ಗೆ ಅವರ ಮುಂದೆಯೇ ಕೈ ಕಟ್ಟಿ ನಿಲ್ಲುವ, ಮಗನನ್ನು ವಾರೆಗಣ್ಣಿಂದ ಗಮನಿಸುತ್ತ, ಅವನು ತನ್ನ ಪ್ರತಿಸ್ಪರ್ಧಿ ಎಂಬಂತೆ ನೋಡುವ, ಖುಷಿಯಾದಾಗ ಹೆಗಲ ಮೇಲೆ ಕೂರಿಸಿಕೊಂಡು ಮಗಳನ್ನು ಸಂತೆಗೆ ಕರೆದೊಯ್ಯುವ ಅಪ್ಪ.

ಇವರಿಬ್ಬರ ಮಧ್ಯೆ ಅಕ್ಕ ಇದ್ದಾಳೆ. ಅವಳಿಗೊಬ್ಬ ಪ್ರೇಮಿ. ಅವನು ಕೂಡ ಇದೇ ಅಪ್ಪನಂಥ ಅಪ್ಪನಿಗೆ, ಅಮ್ಮನಂಥ ಅಮ್ಮನಿಗೆ ಹುಟ್ಟಿದವನು. ಕೆಲಸವೇನು ಎಂದರೆ ಕೆಲಸವಿಲ್ಲ. ಕೆಲಸವಿಲ್ಲ ಅಂದರೆ ಒಂದರೆಗಳಿಗೆ ಬಿಡುವಿಲ್ಲ. ಕೈಲಿ ಕಾಸಿಲ್ಲದಿದ್ದರೂ ಹೆಮ್ಮೆಯಿಂದ ಓಡಾಡುವ, ಸಿನಿಮಾ ನೋಡುವ, ಯಾರದೋ ಬೈಕು ತಂದು ಸುತ್ತಾಡುವ, ಯಾರಿಗೋ ಹೊಡೆದು ಹೊಡೆಸಿಕೊಂಡು ದಿನಗಟ್ಟಲೆ ಮನೆಯಿಂದಾಚೆ ಬರದ, ತಲೆಗೆ ಎಣ್ಣೆ ಹಾಕದ, ತಲೆ ಬಾಚಿಕೊಳ್ಳದ, ಬಣ್ಣಬಣ್ಣದ ಶರಟು ಹಾಕುವ ಹುಡುಗ ಅವಳ ಪ್ರೇಮಿ.

ಅಲ್ಲೊಂದು ಪುಟ್ಟ ನಾಯಿ, ಸುಳಿದು ಬರುವ ರೈಲು, ಅದರಿಂದ ಪ್ರತಿದಿನವೂ ಇಳಿಯುವ ಹತ್ತುವ ಜೀನ್ಸ್ ತೊಟ್ಟ ಹುಡುಗಿ, ಅವಳು ಕೆಲಸ ಮಾಡುವ

ಕಲಾಸಿಪಾಳ್ಯಂನ ರೇಷ್ಮೆ ಅಂಗಡಿ, ಅವಳನ್ನು ಹಿಂಬಾಲಿಸುವ ಅಕ್ಕನ ಪ್ರೇಮಿ. ಅಕ್ಕನಿಗೂ ಆ ಬಗ್ಗೆ ಗುಮಾನಿ. ಅವಳು ಜೀನ್ಸ್ ತೊಟ್ಟ ಕಾರಣಕ್ಕೇ, ಅವನಿಗಿಷ್ಟ. ಒಂದು ದಿನ ಅಕ್ಕನೂ ಜೀನ್ಸ್ ತೊಟ್ಟುಕೊಂಡು ಬಂದು ಅವನಿಗೆ ದಾರಿಯಲ್ಲಿ ಎದುರಾಗಿ ಇಬ್ಬರೂ ಡಿಕ್ಕಿಹೊಡೆದು ಬಿದ್ದು, ಎದ್ದು ಕಣ್ತೆರೆದರೆ ಏಳು ಸಮುದ್ರದ ಆಚೆಗಿರುವ ನ್ಯೂಯಾರ್ಕ್.

ಆಮೇಲೊಂದು ಹಾಡು, ಹೊಡೆದಾಟ, ವಿರಹ, ಉಪದೇಶ, ನೀತಿಕತೆ, ಕ್ಲೈಮ್ಯಾಕ್ಸ್ ಮತ್ತು ಶುಭಂ.

ಚಿತ್ರಕತೆ:

ದೃಶ್ಯ -1

ಹಗಲು/ಹೊರಾಂಗಣ

ಒಂದು ನಿರ್ಜನ ಬೀದಿ, ಓಡುತ್ತಿರುವ ಯುವಕ. ಅಟ್ಟಿಸಿಕೊಂಡು ಬರುತ್ತಿರುವ ಅನಾಮಿಕರು. ಹುಡುಗ ಓಡುತ್ತಾ ಹೋಗುತ್ತಿದ್ದಂತೆ ರಸ್ತೆ ಕೊನೆಯಾಗುತ್ತದೆ. ಇನ್ನು ಎತ್ತಲೂ ಓಡುವುದುಕ್ಕೆ ಜಾಗವೇ ಇಲ್ಲ ಎಂಬ ಸ್ಥಿತಿಗೆ ತಲುಪಿದಾಗ ಅಟ್ಟಿಸಿಕೊಂಡು ಬಂದವರು ಹುಡುಗನ ಮೇಲೆ ಆಕ್ರಮಣ ಮಾಡುತ್ತಾರೆ. ಹುಡುಗ ಅವರ ಮೇಲೆ ಮುಗಿಬಿದ್ದು ಹೋರಾಟ ನಡೆಸುತ್ತಾನೆ. ಆದರೆ ಬಂದವರ ಸಂಖ್ಯೆ ಹೆಚ್ಚಿಗೆ ಇರುವುದರಿಂದ ಅವನು ಸೋಲುತ್ತಾನೆ. ಅವನನ್ನು ಕತ್ತರಿಸಿ ಅವರು ಹೊರಡುತ್ತಾರೆ. ಛಿಲ್ಲನೆ ಚಿಮ್ಮಿದ ರಕ್ತ. ಕೆಮರಾದ ಲೆನ್ಸಿಗೆ ಚೆಲ್ಲಿಂದಂತೆ ರಕ್ತ. ರಂಗೋಲಿಯ ಹಾಗೆ ಬಿದ್ದಿರುವ ರಕ್ತ. ಪಕ್ಕದಲ್ಲಿ ಬಿದ್ದಿರುವ ಹುಡುಗನ ದೇಹದ ಒಂದು ಭಾಗ, ಭುಜ, ಒಮ್ಮೆ ಕಂಪಿಸಿ ಸುಮ್ಮನಾಗುತ್ತದೆ.

ದೃಶ್ಯ -2

ಹಗಲು/ಹೊರಾಂಗಣ

ಅವಳು ಒಬ್ಬಳೇ ಕೂತಿದ್ದಾಳೆ. ಅವಳ ಕಣ್ಣಲ್ಲಿ ಹನಿ ನೀರು. ಎದುರಿಗೆ ಹೊಳೆ ಹರಿಯುತ್ತಿದೆ. ಅವಳು ಎದ್ದು ಮುಖ ತೊಳೆದುಕೊಳ್ಳಲು ಹೊಳೆಗಿಳಿಯುತ್ತಾಳೆ. ಬೊಗಸೆಯೊಡ್ಡಿ ಕೈತುಂಬ ನೀರು ತುಂಬಿಕೊಂಡರೆ ಅದು ನೀರಲ್ಲ ರಕ್ತ. ಅವಳು

ಬೆಚ್ಚಿಬೀಳುತ್ತಾಳೆ. ಕೈಯಲ್ಲಿದ್ದ ನೀರನ್ನು ಚೆಲ್ಲಿ ಹೊಳೆಯತ್ತ ನೋಡುತ್ತಾಳೆ. ಹೊಳೆ ತುಂಬ ರಕ್ತ, ಮಾಂಸಲಖಂಡ, ಕೈ ಕಾಲು, ರುಂಡಗಳು ತೇಲಿ ಬರುತ್ತಿವೆ. ಅವಳು ಚೀತ್ಕಾರ ಮಾಡುತ್ತಾ ಓಡೋಡಿ ಬರುತ್ತಾಳೆ.

ದೃಶ್ಯ -3

ರಾತ್ರಿ/ಒಳಾಂಗಣ/ಹೊರಾಂಗಣ

ದೀಪದ ಮುಂದೆ ಅವ್ವ ಕೂತಿದ್ದಾಳೆ. ದೀಪದ ಕುಡಿಯ ಸಮೀಪದೃಶ್ಯ. ಕ್ರಮೇಣ ಅದು ಅವ್ವನ ಕಣ್ಣಂಚಿನಲ್ಲಿರುವ ಹನಿಯಾಗುತ್ತದೆ. ಅವಳು ಭುಜದ ಮೇಲೆ ಕೈಯಿಟ್ಟು ಮಲಗಿದ್ದಾಳೆ. ಪಕ್ಕದಲ್ಲಿ ಕೆಮ್ಮುತ್ತಾ ಕೂತಿರುವ ಅಪ್ಪ, ಅವರಿಬ್ಬರ ಪಕ್ಕದಲ್ಲಿ ಅಕ್ಕ. ಅಪ್ಪನ ಮುಖದಲ್ಲಿ ಭಯವಾಗಲೀ, ನೋವಾಗಲೀ, ಅವಮಾನವಾಗಲೀ ಇಲ್ಲ. ಅಕ್ಕನ ಮುಖದಲ್ಲಿ ಸಂಕಟ ಮತ್ತು ಸಿಟ್ಟು. ಅವ್ವನ ಕಣ್ಣಲ್ಲಿ ರೋಷ. ಅವ್ವ ತಲೆಯೆತ್ತಿ ನೋಡುತ್ತಾಳೆ. ಅಪ್ಪ ಬೀಡಿ ತುಟಿಗಿಡುತ್ತಾನೆ. ಅವ್ವ ಪಕ್ಕದಲ್ಲಿದ್ದ ಸೀಮೆಎಣ್ಣೆ ಕ್ಯಾನ್ ಎತ್ತಿಕೊಂಡು ಅಪ್ಪನ ಹತ್ತಿರ ಹೋಗಿ ಅವನ ನೆತ್ತಿಗೆ ಅದನ್ನು ಸುರಿಯುತ್ತಾಳೆ. ಬೆಂಕಿಕಡ್ಡಿಗಾಗಿ ಹುಡುಕಾಡುತ್ತಾಳೆ. ಅಪ್ಪ ಭಯಗೊಂಡು ಓಡಿ ಹೋಗುತ್ತಾನೆ. ಹಾಗೆ ಓಡಿಹೋಗುತ್ತಾ ಹೋಗುತ್ತಾ ಅವನ ಮೈಗೆ ಬೆಂಕಿ ಹತ್ತಿಕೊಳ್ಳುತ್ತದೆ. ಅವ್ವ ಓಡಿ ಹೋಗಿ ಅವನ ಕೈ ಹಿಡಕೊಳ್ಳುತ್ತಾಳೆ. ಇದ್ದಕ್ಕಿದ್ದಂತೆ ಆ ದೇಹ ಅವಳ ಕೈಯ ದೊಂದಿಯಾಗುತ್ತದೆ. ಅವಳು ಅದನ್ನು ಹಿಡಕೊಂಡು ಓಡತೊಡಗುತ್ತಾಳೆ.

ದೃಶ್ಯ -4

ರಾತ್ರಿ/ಹೊರಾಂಗಣ

ಒಂದು ಗುಡ್ಡದ ಮೇಲೆ ಕೂತಿರುವ ಅಕ್ಕ. ಅವಳ ಕೂದಲು ಜ್ವಾಲೆಯಂತೆ ಉರಿಯುತ್ತಿದೆ. ಅವಳು ತಿರುಗಿ ನೋಡುತ್ತಾಳೆ. ಆ ಪ್ರೇಮಿ ಅಲ್ಲಿ ನಿಂತಿದ್ದಾನೆ. ಅವನು ಸೊಂಟಕ್ಕೊಂದು ತುಂಡು ಬಟ್ಟೆ ಸುತ್ತಿಕೊಂಡಿದ್ದಾನೆ. ಮೈಯೆಲ್ಲ ಕಾದು ಕಂಪಿಸುತ್ತಿದೆ. ಅಕ್ಕ ಅವನನ್ನು ನೋಡಿದವಳೇ ಹತ್ತಿರ ಹೋಗಿ ಅವನನ್ನು ತಳ್ಳುತ್ತಾಳೆ. ಅವನು ಕಮರಿಯಿಂದ ಬೀಳಬೇಕು ಅನ್ನುವಷ್ಟರಲ್ಲಿ ತಾನೂ ಅವನನ್ನು ಹಿಡಿದುಕೊಳ್ಳುತ್ತಾಳೆ. ಇಬ್ಬರೂ ಕಣಿವೆಗೆ ಬೀಳುತ್ತಾ ಬೀಳುತ್ತಾ ಚುಂಬಿಸುತ್ತಾರೆ. ನೋಡನೋಡುತ್ತಿದದ

ಹಾಗೇ ಹಕ್ಕಿಯಾಗಿ ಹಾರುತ್ತಾರೆ. ಕಣಿವೆಯ ಕಲ್ಲಿನಾಚೆಗೆ, ಆ ಹಕ್ಕಿಗಳನ್ನು ಗುಂಡಿಟ್ಟು ಸಾಯಿಸಲು ಕಾದು ಕೂತ ಮೀಸೆಯವನು ಗುಂಡು ಹಾರಿಸುತ್ತಾನೆ. ಗುಂಡಿನ ಸದ್ದಿನ ಬೆನ್ನಿಗೇ ಆಕಾಶ ರಕ್ತಸಿಕ್ತ ಕೆಂಪು. ಎಲ್ಲವೂ ಸ್ತಬ್ಧ.

ದೂರದಲ್ಲಿ ಎಲ್ಲೋ ಅವ್ವನ ಚೀತ್ಕಾರ ಕೇಳಿಸುತ್ತಿದೆ. ವೇಗವಾಗಿ ಚಲಿಸುತ್ತಿರುವ ಕೆಮರಾ. ಎಲ್ಲವನ್ನು ಹಿಂದಿಕ್ಕಿಕೊಂಡು ಮುಂದೆ ಸಾಗುತ್ತಾ ಸಾಗುತ್ತಾ ಥಟ್ಟನೆ ನಿಲ್ಲುತ್ತದೆ.

ಅಲ್ಲಿ ಒಂದು ಮುಚ್ಚಿದ ಬಾಗಿಲು. ಅದು ನಿಧಾನವಾಗಿ ತೆರೆದುಕೊಳ್ಳುತ್ತದೆ. ಅದರಾಚೆಗೆ ನೋಡಿದರೆ ಬರೀ ಶೂನ್ಯ. ಜನರಿಲ್ಲದ, ಕಾಡಿಲ್ಲದ, ಆಕಾಶ ಇಲ್ಲದ, ಯಾರೂ ಇಲ್ಲದ ನಾಡು.

ದೃಶ್ಯ -5

ರಾತ್ರಿ/ಹೊರಾಂಗಣ

ಮರದ ನೆರಳು, ಚಂದಿರನ ಬೆಳಕು. ಅವರಿಬ್ಬರೂ ಪ್ರೀತಿ ಮಾಡುತ್ತಿದ್ದಾರೆ. ದೇಹಗಳು ಉರುಳಾಡುತ್ತಿವೆ. ಪೊದೆಯ ಮರೆಯಿಂದ ಸರ್ಪವೊಂದು ಬಂದು ಅವರಿಬ್ಬರನ್ನೂ ಸುತ್ತಿಕೊಳ್ಳುತ್ತದೆ. ಅದರ ಪರಿವೆಯೂ ಇಲ್ಲದಂತೆ ಸರ್ಪವನ್ನು ಮೈ ಮೇಲಿನ ಬಟ್ಟೆಯಂತೆ ಭಾವಿಸುತ್ತಾ ಅವರು ಪ್ರೀತಿಮಗ್ನ. ಆಕಾಶದಲ್ಲಿ ಹಾರುತ್ತಿರುವ ಗರುಡ. ಆ ಪಕ್ಷಿ ಹಾರುತ್ತಾ ಹಾರುತ್ತಾ ಬಂದು, ಅವರಿಬ್ಬರ ಸಮೇತ ಸರ್ಪವನ್ನೂ ಎತ್ತಿಕೊಂಡು ಹೋಗುತ್ತದೆ. ಸಾಗರಗಳ ಮೇಲೆ ಹಾರುತ್ತಿರುವ ಗರುಡ.

ಇದ್ದಕ್ಕಿದ್ದಂತೆ ಗರುಡನ ಕಣ್ಣಿಗೆ ಮತ್ತೊಂದು ಸರ್ಪ ಕಾಣಿಸುತ್ತದೆ. ಕೊಕ್ಕಿನಲ್ಲಿ ಕಚ್ಚಿಕೊಂಡಿರುವ ಸರ್ಪವನ್ನು ಬಿಟ್ಟು, ಅದು ಆಗಷ್ಟೇ ಕಂಡ ಸರ್ಪದತ್ತ ಧಾವಿಸುತ್ತದೆ. ಆ ಸರ್ಪ, ಅದು ಸುತ್ತಿಕೊಂಡಿರುವ ಅವರಿಬ್ಬರು, ಆಕಾಶದಲ್ಲಿ ತೇಲುತ್ತಾ ತೇಲುತ್ತಾ ಬೇರೆ ಬೇರೆಯಾಗಿ ಎಲ್ಲೆಲ್ಲೋ ಬೀಳುತ್ತಾರೆ.

ಅವನು ಬಿದ್ದ ಜಾಗದಲ್ಲಿ ಮಹಾನಗರ. ಅವಳು ಬಿದ್ದ ಜಾಗದಲ್ಲಿ ಮಹಾರಣ್ಯ ಮತ್ತು ಸರ್ಪಬಿದ್ದ ಜಾಗದಲ್ಲಿ ಮಹಾಸಮುದ್ರವೊಂದು ಹುಟ್ಟಿಕೊಂಡು....

ಸಂಭಾಷಣೆ:

ಅಪ್ಪ: ಬೆಂಕಿ ಬೇಕು ನಂಗೆ. ಬೆಂಕಿ. ನನ್ನ ಮಗನ ಕಣ್ಣಲ್ಲೂ ಬೆಂಕಿಯಿಲ್ಲ, ಮಗಳ ಮೈಯಲ್ಲೂ ಬೆಂಕಿಯಿಲ್ಲ. ದರಿದ್ರ ಬಡಿದ ಜನ. ರೊಚ್ಚಿಗೇಳದ ಮನುಷ್ಯರು. ಓಡಿಹೋಗೋ ಮಂದಿ. ಬಸ್ಸು, ಕಾರು, ವಿಮಾನ, ಸೈಕಲ್ಲು, ಮೋಟಾರ್ ಸೈಕಲ್ಲು ಏನಾದ್ರೊಂದು ಹಿಡಕೊಂಡು ತಪ್ಪಿಸಿಕೊಳ್ಳೋಕೆ ನೋಡೋ ಶನಿಗಳು. ಇವರನ್ನು ಹುಟ್ಟಿಸೋದೇ ತಪ್ಪು.. ಬೆಳೆಸೋದೂ ತಪ್ಪು. ಕೊಚ್ಚಿ ಹಾಕ್ರೋ ಎಲ್ಲರನ್ನೂ..

ಮಗ: ಓಡ್ತಾನೇ ಇರಬೇಕು. ಓಡ್ತಾನೇ ಇರಬೇಕು. ಎಲ್ಲಿಗೆ ಹೋಗಿ ಮುಟ್ತೀನಿ ಅಂತ ಗೊತ್ತಿಲ್ಲದೇ ಇದ್ರೂ ಓಡ್ತಾನೇ ಇರಬೇಕು. ನಿಂತ್ರೆ ಭಯ ಆಗುತ್ತೆ. ನಿಂತೇಬಿಟ್ಟೆ ಅನ್ಸುತ್ತೆ. ಓಡ್ತಿದ್ರೆ ಏನೋ ಒಂದು ಸಮಾಧಾನ. ಕಾಲಿಗೆ ದಣಿವಾಗುತ್ತೆ, ನಿದ್ದೆ ಬರುತ್ತೆ. ಮತ್ತೆ ಎದ್ದು ಓಡ್ತಾ ಇರೋದು. ಕಾರಿಗಿಂತ ಬಸ್ಸಿಗಿಂತ ವಿಮಾನಕ್ಕಿಂತ ರೈಲಿಗಿಂತ ವೇಗವಾಗಿ ಓಡೋದು.

ಅಕ್ಕ: ನನ್ನ ಕೂದಲಿಗೆ ಯಾರೋ ಬೆಂಕಿ ಹಚ್ಚಿದ್ದಾರೆ. ಹೊತ್ತಿ ಉರೀತಿದೆ. ಎಲ್ಲೂ ಒಂಚೂರು ನೀರಿಲ್ಲ, ನಾನು ತಲೆ ತೊಳ್ಕೋಬೇಕು. ನೀರಲ್ಲಿ ನೆತ್ತಿ ಅದ್ದಬೇಕು. ಬೆಂಕಿ ಆರಿಸ್ಕೋಬೇಕು. ಸುಟ್ಟು ಬೂದಿಯೂ ಆಗದ, ಹೊತ್ತಿ ಬತ್ತಿಯೂ ಆಗದ, ನೆತ್ತಿ ಭಸ್ಮವೂ ಆಗದ ಈ ಬೆಂಕಿ ಬೇಡ ನಂಗೆ.. ಆರಿಸ್ರೋ ಯಾರಾದ್ರೂ.... ಯಾರೂ ಇಲ್ವೇ ಅಲ್ಲಿ..

ಪ್ರೇಮಿ: ಅವಳು ಕೇಳಿದ್ದೆಲ್ಲ ಕೊಟ್ಟೆ. ಕೇಳದೇ ಇದ್ದಿದ್ದನ್ನೂ ಕೊಟ್ಟೆ. ಮತ್ತೂ ಬೇಕು ಅಂತಿದ್ದಾಳೆ. ಖಂಡವಿದೆಕೋ ಮಾಂಸವಿದೆಕೋ ಅಂದ್ರೇನೇ ಅವಳಿಗೆ ಸಂತೋಷ. ಆದ್ರೆ ಅವಳು ಹುಲಿ ಥರ ಬೆಟ್ಟದಿಂದ ಹಾರಿ ಪ್ರಾಣ ಬಿಡಲ್ಲ. ಬೇಟೆ ಆಡ್ತಾಳೆ. ನನ್ನನ್ನೇ ಬೇಟೆ ಆಡ್ತಾಳೆ. ನನ್ನ ಮುಟ್ಟಿ ಬೇಟೆ ಆಡ್ತಾಳೆ. ಮುಟ್ಟದೇ ಬೇಟೆ ಆಡ್ತಾಳೆ. ಬೇರೆಯವರ ಜೊತೆ ನಗ್ತಾ ನಗ್ತಾ ಬೇಟೆಯಾಡ್ತಾಳೆ.

ಮುನಿಸಿಕೊಂಡು ಬೇಟೆಯಾಡ್ತಾಳೆ. ಬೇಕು ಅನ್ನಿಸಿ, ಬೇಡ ಅನ್ನಿಸಿ ಬರೀ ಬೇಟೆ ಆಡ್ತಾಳೆ.

ದೇವರು: ಇಲ್ಲದೇ ಇದ್ದಿದ್ದನ್ನು ಹುಡುಕ್ತಾರೆ, ಇದ್ದಿದ್ದು ಬೇಡ ಅಂತಾರೆ. ನಾನಿದ್ದೀನೋ ಇಲ್ವೋ ಅಂತ ನಂಗೇ ಗೊತ್ತಿಲ್ಲ. ಅವರಿಗೆ ಗೊತ್ತು. ನನ್ನ ಹುಡುಕೋದಕ್ಕೆ ಜ್ಯೋತಿಷ್ಯ, ಶಾಸ್ತ್ರ, ಕುಂಡಲಿ, ಜಾತಕ, ದೇವಸ್ಥಾನ, ಬ್ರಹ್ಮಕಲಶ, ಬಲಿ, ದಾನ, ಧರ್ಮ. ನಾನೇ ಇಲ್ಲ. ನಾನು ನೀನೇ ಅಂದ್ರೆ ಕೇಳಲ್ಲ.

ಬಡ್ಡೀಮಕ್ಳಾ.. ನಾನು ಸತ್ತೋಗಿದ್ದೀನಿ ಕಣ್ರೋ....

❀❀❀

ಇದನ್ನು ಚಿತ್ರೀಕರಣ ಮಾಡಲು ಸಾಧ್ಯವೇ? ನನಗೆ ಗೊತ್ತಿಲ್ಲ. ಆದರೆ ಇಂಥದ್ದೊಂದು ಕತೆ ನನಗೆ ಹೊಳೆದಿದೆ. ಈ ಪ್ರಸಂಗ ಕೇಳುವ ಎಲ್ಲಾ ಪ್ರಶ್ನೆಗಳಿಗೆ ನಾನು ಉತ್ತರ ಕೊಟ್ಟುಕೊಂಡರೆ ಇದೊಂದು ಚಿತ್ರಕತೆ ಆಗಬಹುದು. ಇದನ್ನು ಓದಿದ ಒಬ್ಬೊಬ್ಬರಿಗೆ ಇದು ಅವರವರದೇ ಕತೆಗಳು ಹೊಳೆಯುವಂತೆ ಮಾಡಬಹುದು.

ಇಲ್ಲಿಯ ಅವ್ವ, ಅಕ್ಕ, ಮಗ, ಪ್ರೇಮಿ, ದೇವರು- ಎಲ್ಲವೂ ನಮ್ಮ ನಮ್ಮ ಸುತ್ತಲಿನ ಪಾತ್ರಗಳಾಗುವುದೇ ಚಿತ್ರಕತೆಯ ಗುರಿ. ಹಾಗಾದಾಗ ಎಂಥಾ ಕತೆಯನ್ನು ಬೇಕಿದ್ದರೂ ಸಿನಿಮಾ ಮಾಡಬಹುದು.

ಉದಾಹರಣೆಗೆ ಈ ಕತೆ ಕೇಳಿ. ಈ ವಿಚಿತ್ರ ಕತೆಯನ್ನು ಬಹಳ ಹಿಂದೆ ಗೆಳೆಯನೊಬ್ಬ ಹೇಳಿದ. ಮಲಯಾಳಂ ಲೇಖಕರೊಬ್ಬರು ಬರೆದ ಕತೆಯದು:

ಒಂದೂರಲ್ಲಿ ಒಂದು ಬಡಕುಟುಂಬ. ಸೋರುವ ಮನೆ. ಹೆಂಡತಿ ಸೋರುವ ಜಾಗಕ್ಕೆ ಬಿಂದಿಗೆಯಿಟ್ಟು ಮನೆಯೊಳಗೆ ನೀರು ತುಂಬದಂತೆ ಕಾಳಜಿ ಮಾಡುತ್ತಾ, ಮಾಡಿಗೆ ಹೊಸ ಹುಲ್ಲು ಹೊದಿಸುವಂತೆ ಗಂಡನಿಗೆ ಹೇಳುತ್ತಿರುತ್ತಾಳೆ. ಅವನಿಗೋ ಸೋಮಾರಿತನ. ಅವಳ ಬೈಗಳು, ಅವನ ಸೋಮಾರಿತನದಲ್ಲಿ ಸಂಸಾರ ಸಾಗುತ್ತಿರುತ್ತದೆ.ಒಂದು ದಿನ ಗಂಡ ಕಾಡಿಗೆ ಹೋಗುತ್ತಾನೆ. ನದಿಯೊಂದು ಅಡ್ಡವಾಗುತ್ತೆ. ಅದನ್ನು ದಾಟಿಕೊಂಡು ಆಚೆಗೆ ಹೋದರೆ ಅಲ್ಲೊಂದು ಮನೆ. ತನ್ನ

ಮನೆಯಂಥದ್ದೇ ಮನೆ. ಅಲ್ಲಿ ತನ್ನ ಹೆಂಡತಿಯಂತೆಯೇ ಕಾಣುವ ಒಬ್ಬಳು. ಆ ಮನೆಯೂ ಸೋರುತ್ತಿರುತ್ತೆ. ಅವಳ ಕಷ್ಟ ನೋಡಲಾರದೆ ಅವನು ಸೂರು ಏರುತ್ತಾನೆ. ಮಾಡಿಗೆ ಹೊಸ ಹುಲ್ಲು ಹೊದೆಸುತ್ತಾನೆ. ಅವಳಿಗೆ ಸಂತೋಷವಾಗುತ್ತದೆ. ಅವನ ಮೇಲೆ ಪ್ರೀತಿ ಉಕ್ಕುತ್ತದೆ. ಅವನು ಅವಳ ಮನೆ ಸರಿಹೋದ ಸಂತೋಷದಲ್ಲಿ ವಾಪಸ್ಸು ಹೊರಡುತ್ತೇನೆ ಅನ್ನುತ್ತಾನೆ. ಅವಳು ಸಣ್ಣ ದನಿಯಲ್ಲಿ ಕೇಳುತ್ತಾಳೆ. ನಿನಗೆ ನನ್ನ ಮೇಲೆ ಪ್ರೀತಿ ಮೂಡಿಯೇ ಇಲ್ಲವಾ? ಅವನೆನ್ನುತ್ತಾನೆ: ಇಲ್ಲವೆಂದರೆ ನನ್ನ ಪ್ರೀತಿಗೆ ವಂಚನೆ ಮಾಡಿದ ಹಾಗೆ. ಹೌದು ಎಂದರೆ ನನ್ನ ಹೆಂಡತಿಗೆ ದ್ರೋಹ ಬಗೆದ ಹಾಗೆ. ಅವನು ಮತ್ತದೇ ನದಿ ದಾಟಿ ಮರಳಿ ಬಂದು ನೋಡಿದರೆ ಅವನ ಮನೆಯ ಮಾಡಿಗೆ ಹೊಸ ಹುಲ್ಲು. ಬೆರಗಾಗಿ ಕೇಳಿದರೆ ಹೆಂಡತಿ ವಿವರಿಸುತ್ತಾಳೆ: ನೀವು ಕಾಡಿಗೆ ಹೋಗಿದ್ದಾಗ ನಿಮ್ಮ ಥರಾ ಇರೋನೊಬ್ಬ ಬಂದಿದ್ದ. ಇದನ್ನೆಲ್ಲ ಸರಿಮಾಡಿದ. ಹೊರಡೋವಾಗ ನನ್ನ ಮೇಲೆ ಪ್ರೀತಿ ಮೂಡಿಲ್ವಾ ಅಂತ ಕೇಳಿದ. ಮೂಡಿಲ್ಲ ಅಂದರೆ ನನ್ನ ಪ್ರೀತಿಗೆ ವಂಚಿಸಿದ ಹಾಗೆ. ಮೂಡಿದೆ ಅಂದರೆ ನನ್ನ ಗಂಡನಿಗೆ ದ್ರೋಹ ಬಗೆದ ಹಾಗೆ ಅಂದೆ. ಸುಮ್ಮನೆ ಹೊರಟು ಹೋದ. ಅವನ ಮನೆಗೆ ಹುಲ್ಲು ಹೊದೆಸಿದವನು ಅವನೇನಾ? ನದಿಯಾಚೆ ಪ್ರತಿಬಿಂಬಿಸಿದ್ದು ಅವನದೇ ಮನೇನಾ? ಅವಳೂ ಇವಳೇನಾ? ಇವನೂ ಅವನೇನಾ? ಇದ್ದಕ್ಕಿದ್ದ ಹಾಗೆ ವಿಸ್ಮಯವೊಂದು ಹೊಕ್ಕು, ಅವರಿಬ್ಬರೂ ಹೊಸಬರಾಗಿಬಿಟ್ಟರಾ?

ಗೊತ್ತಿಲ್ಲ, ಮನೆ ಸೋರುವುದು ನಿಂತಿದೆ.

❀❀❀

ಇದನ್ನು ಮಲಯಾಳಂ ನಿರ್ದೇಶಕರು ಸಿನಿಮಾ ಕೂಡ ಮಾಡಿದರಂತೆ. ಇದರ ಚಿತ್ರಕತೆ ಹೇಗಿರಬಹುದು ಅಂತ ಸುಮ್ಮನೆ ಊಹಿಸಿ. ರೋಮಾಂಚನವಾಗದಿದ್ದರೆ ಕೇಳಿ.

> ಚಿತ್ರಕಥೆ ಬರೆಯೋದು ಬಟ್ಟೆ ಇಸ್ತ್ರಿ ಮಾಡಿದ ಹಾಗೆ. ನೀವು ಹಿಂದಕ್ಕೂ ಮುಂದಕ್ಕೂ ಚಲಿಸುತ್ತಾ ಅದನ್ನು ಹದ ಮಾಡಬೇಕು.
>
> **- ಪಾಲ್ ಥಾಮಸ್ ಆಂಡರ್ಸನ್**

ಬೆಸ್ಟ್ ವೇ ಅಂದರೆ ಹೆಮಿಂಗ್‌–ವೇ

(ನಾನು ಬರೆದ 'ಹಲಗೆ ಬಳಪ' ಪುಸ್ತಕದಲ್ಲಿರುವ ಲೇಖನ ಇದು. ಹೊಸ ಬರಹಗಾರರಿಗೆ ಸಹಾಯವಾದೀತು ಎಂಬ ನಂಬಿಕೆಯಿಂದ ನಾನು ಬರೆದ ಆ ಪುಸ್ತಕವನ್ನು ಓದದೇ ಇದ್ದವರಿಗೆ ಈ ಲೇಖನ ಸಿಗಲಿ ಎಂಬ ಉದ್ದೇಶದಿಂದ ಇದನ್ನಿಲ್ಲಿ ಕೊಟ್ಟಿದ್ದೇನೆ. ಇದು ಬರೆಯಲು ಹೊರಡುವ ಪ್ರತಿಯೊಬ್ಬರೂ ಕಲಿಯಬೇಕಾದ ಮೂಲಭೂತ ಪಾಠ ಏನು ಅನ್ನುವುದನ್ನು ಹೇಳುತ್ತದೆ)

ನಾನು ಲೇಖಕನಾಗುವುದು ಹೇಗೆ. ಬರೆಯಬೇಕಾದ್ದು ಹೇಗೆ ಎಂದು ಯೋಚಿಸುವ ಪ್ರತಿಯೊಬ್ಬ ಕೂಡ ತನ್ನೊಳಗೇ ಒಂದು ಸತ್ವಶೀಲ ಬೀಜವನ್ನು ಬಚ್ಚಿಟ್ಟುಕೊಂಡಿರುತ್ತಾನೆ. ಈ ಕಾಲದಲ್ಲಿ, ಎಲ್ಲ ಜ್ಞಾನವೂ ಸಂಪತ್ತಿನ ಸಂಪಾದನೆಯ ಮೂಲ ಎಂದು ನಂಬಿರುವ ದಿನಗಳಲ್ಲಿ ಇದು ಮುಖ್ಯ ಅಲ್ಲ ಅಂತ ಬಹಳಷ್ಟು ಮಂದಿಗೆ ಅನ್ನಿಸಬಹುದು. ಆದರೆ ಏಕಾಂತ ಎಂಬುದೊಂದು ಎಲ್ಲರನ್ನೂ ಆವರಿಸುತ್ತದೆ. ಅಂಥ ಹೊತ್ತಲ್ಲಿ ಸಂಪತ್ತಾಗಲೀ, ಅಧಿಕಾರವಾಗಲೀ

ಉಪಯೋಗಕ್ಕೆ ಬರುವುದಿಲ್ಲ. ಆ ನೆರವಾಗುವುದು ಕೇವಲ ನಮ್ಮ ಸೃಜನಶೀಲತೆ. ಅದರಲ್ಲೂ ದ್ವೀಪಗಳಲ್ಲಿ ಕೆಲಸ ಮಾಡುತ್ತಿದ್ದವರಿಗೆ ಅಂಥದ್ದೊಂದು ಅದಮ್ಯ ಆಸೆ ಮೂಡಿದ್ದರೆ ಆಶ್ಚರ್ಯಪಡಬೇಕಾಗಿಲ್ಲ. ಅವರ ಭಾವನೆಗಳಿಗೆ ಅಲ್ಲಿ ಹೊರದಾರಿಗಳೇ ಇರುವುದಿಲ್ಲವಲ್ಲ.

ಅಂಥ ಹೊರದಾರಿಗಳಿಲ್ಲದ ಆ ಅಧಿಕಾರಿಯ ಹೆಸರು ಲೆಡರರ್. ಅವನು ಚುಂಗ್ಕಿಂಗ್ ದ್ವೀಪದಲ್ಲಿ ಕೆಲಸ ಮಾಡುತ್ತಿದ್ದ. ಆಗಿನ್ನೂ ಅವನಿಗೆ ಹದಿಹರೆಯ. ಅನೇಕ ಗೆಳೆಯರು. ಮೋಜು, ಸುತ್ತಾಟ, ವಾರಾಂತ್ಯದಲ್ಲಿ ಮದ್ಯ ಸೇವನೆಯೇ ಖಯಾಲಿಯಾಗಿದ್ದ ಅವನಿಗೆ ಬರೆಯುವ ಹುಚ್ಚು. ಎಲ್ಲ ಮೋಜು ಮಸ್ತಿಗಳು ಮುಗಿದ ನಂತರ ಅವನನ್ನು ಭೀಕರವಾದ ನಿರಾಶೆ ಕಾಡುತ್ತಿತ್ತು. ಏನಾದರೂ ಅದ್ಭುತವಾದದ್ದು ಮಾಡಬೇಕು. ಈ ಜೀವನ ಹೀಗೆಯೇ ಸೋರಿ ಹೋಗುತ್ತದೆ ಅಂತ ಅನ್ನಿಸುತ್ತಿತ್ತು. ಏನು ಮಾಡಬೇಕು ಅನ್ನುವ ಕಿಂಚಿತ್ ದಾರಿಯೂ ಅವನಿಗೆ ತೋಚುತ್ತಿರಲಿಲ್ಲ . ಆಗ ಬರಹವೊಂದೇ ತನ್ನ ಹೊರದಾರಿ ಅಂತ ಅವನಿಗೆ ಅನ್ನಿಸುತ್ತಿತ್ತು.

ಆದರೆ ಹೇಗೆ ಬರೆಯಬೇಕು ಎಂದು ಹೇಳಿಕೊಡುವವರು ಯಾರೂ ಇರಲಿಲ್ಲ. ಬರೆದದ್ದು ಸರಿಯಾಗಿದೆಯೇ ಚೆನ್ನಾಗಿದೆಯೇ ಎಂದು ಹೇಳುವವರು ಇರಲಿಲ್ಲ. ಆ ದ್ವೀಪದ ತುಂಬ ಇದ್ದದ್ದು ಕಳ್ಳರು, ಕಡಲುಗಳ್ಳರು, ಬ್ರೋಕರುಗಳು ಮತ್ತು ತಲೆಹಿಡುಕರು. ಅವರ ನಡುವೆ ಇವನೊಬ್ಬ ವಿಚಿತ್ರ ಪ್ರಾಣಿಯಂತೆ ಕಾಣುತ್ತಿದ್ದ.

ಅವನಿದ್ದ ಆ ಪುಟ್ಟ ದ್ವೀಪದಂಥ ಊರಲ್ಲಿ ಮದ್ಯಕ್ಕೆ ಬರ. ಒಳ್ಳೆಯ ಸ್ಕಾಚ್ ವಿಸ್ಕಿ ಸಿಗಬೇಕು ಅಂದರೆ ಒದ್ದಾಟ. ಆ ಕಾಲಕ್ಕೆ ಹಡಗಿನ ಕಟ್ಟೆಯ ಬಳಿ, ಕಡಲುಗಳ್ಳರಿಂದ ವಶಪಡಿಸಿಕೊಂಡ ಮಾಲುಗಳನ್ನು ಹರಾಜು ಹಾಕುತ್ತಿದ್ದರು. ಆ ಹರಾಜನ್ನು ಬ್ಲೈಂಡ್ ಆಕ್ಷನ್ ಎಂದು ಕರೆಯಲಾಗುತ್ತಿತ್ತು. ಸೀಲು ಮಾಡಲಾಗಿದ್ದ ಪೆಟ್ಟಿಗೆಗಳನ್ನು ಹರಾಜಿಗೆ ಇಡುತ್ತಿದ್ದರು. ಅದರೊಳಗೆ ಏನಿದೆ ಅನ್ನುವುದು ಯಾರಿಗೂ ಗೊತ್ತಿರುತ್ತಿರಲಿಲ್ಲ. ಅದನ್ನು ಹರಾಜಿನಲ್ಲಿ ಕೊಂಡುಕೊಂಡವರ ಅದೃಷ್ಟ ಚೆನ್ನಾಗಿದ್ದರೆ ಒಳ್ಳೆಯ ಮಾಲು ಸಿಗುತ್ತಿತ್ತು.

ಲೆಡರರ್‌ಗೆ ಹಾಗೆ ಹರಾಜಿನಲ್ಲಿ ತನ್ನ ಅದೃಷ್ಟವನ್ನು ಪರೀಕ್ಷಿಸುವ ಚಟವಿತ್ತು. ಅನೇಕ ಬಾರಿ ಅವನಿಗೆ ಅದೃಷ್ಟ ಕೈ ಕೊಟ್ಟಿದ್ದರೂ ಮತ್ತೆ ಮತ್ತೆ ಏನನ್ನಾದರೂ ಅವನು ಕೊಳ್ಳುತ್ತಿದ್ದ. ಈ ಬಾರಿ ಅವನು ಕೊಂಡ ಪೆಟ್ಟಿಗೆಯ ಒಳಗೆ ಎರಡು ಡಜನ್ ಸ್ಕಾಚ್

ವಿಸ್ಕಿಯ ಬಾಟಲುಗಳು ಸಿಕ್ಕವು. ಅವನು ಅದು ತನ್ನ ಅದೃಷ್ಟವೆಂದೇ ಭಾವಿಸಿದ. ಎಲ್ಲರಿಗೂ ವಿಸ್ಕಿ ಬೇಕಾಗಿದ್ದುದರಿಂದ ಮತ್ತು ವಿಸ್ಕಿ ದುರ್ಲಭವಾದ್ದರಿಂದ ಅವನಿಗೆ ಸಿಕ್ಕ ಹತ್ತು ಪಟ್ಟು ಬೆಲೆಗೆ ಅನೇಕರು ಅದನ್ನು ಕೊಳ್ಳಲು ಮುಂದೆ ಬಂದರು. ಲೆಡರರ್ ಅದನ್ನು ತಾನು ಮಾರುವುದಿಲ್ಲ ಎಂದು ಖಡಾಖಂಡಿತವಾಗಿ ಹೇಳಿದ.

ಅದೇ ಸಮಯಕ್ಕೆ ಚುಂಗ್ಕಿಂಗ್‌ಗೆ ಲೇಖಕ ಹೆಮಿಂಗ್ವೇ ಬಂದಿದ್ದರು. ಒಂದು ತಿಂಗಳ ಭೇಟಿಗಾಗಿ ಬಂದ ಹೆಮಿಂಗ್ವೇ ವಿಸ್ಕಿ ಪ್ರಿಯರು. ಅವರಿಗೆ ಅಲ್ಲಿ ಸ್ಕಾಚ್ ವಿಸ್ಕಿ ಸಿಗುವುದಿಲ್ಲ ಎಂದು ಗೊತ್ತಾಯಿತು. ಅವರ ಗೆಳೆಯರು ಲೆಡರರ್ ಬಳಿ ವಿಸ್ಕಿ ಇರುವುದಾಗಿ ಹೇಳಿದರು. ಆದರೆ ಆತ ಅದನ್ನು ಯಾರಿಗೂ ಮಾರುವುದಿಲ್ಲ ಎಂದುಬಿಟ್ಟರು. ತಾನೇ ಪ್ರಯತ್ನಿಸುವುದಾಗಿ ಹೇಳಿ ಹೆಮಿಂಗ್ವೇ ಒಂದು ಬೆಳಗ್ಗೆ ಲೆಡರರ್ ಮನೆಗೆ ಬಂದೇಬಿಟ್ಟರು.

ಲೆಡರರ್‌ಗೆ ಸಂತೋಷದಿಂದ ಪ್ರಾಣ ಬಿಡುವುದಷ್ಟೇ ಬಾಕಿ. ತನ್ನ ಮೆಚ್ಚಿನ ಲೇಖಕ ತನ್ನನ್ನೇ ಹುಡುಕಿಕೊಂಡು ಬಂದುಬಿಟ್ಟಿದ್ದಾನೆ. ಹೆಮಿಂಗ್ವೇ ತನಗೆ ವಿಸ್ಕಿ ಬೇಕು ಅಂದರು. ಎಷ್ಟು ಬೇಕಾದರೂ ದುಡ್ಡು ಕೊಡುವುದಾಗಿ ಹೇಳಿದರು. ಲೆಡರರ್ ತನಗೆ ದುಡ್ಡು ಬೇಡ ಎಂದೂ ಕತೆ ಬರೆಯುವುದನ್ನು ಹೇಳಿಕೊಡಬೇಕೆಂದೂ ಕೇಳಿಕೊಂಡ. ಹೆಮಿಂಗ್ವೇ ದುಡ್ಡು ತಗೊಂಡು ಮಜಾ ಮಾಡು. ಅದೆಲ್ಲ ಆಗದ್ದು ಅಂದರು. ಲೆಡರರ್ ಹಠ ಬಿಡಲಿಲ್ಲ. ಕೊನೆಗೆ ಆರು ಬಾಟಲಿ ವಿಸ್ಕಿಗೆ, ಕತೆ ಬರೆಯುವುದನ್ನು ಹೇಳಿಕೊಡುವುದಕ್ಕೆ ಹೆಮಿಂಗ್ವೇ ಒಪ್ಪಿಕೊಂಡರು. ಉಳಿದ ಆರು ಬಾಟಲಿಗೆ ಒಳ್ಳೆಯ ಬೆಲೆ ಕೊಟ್ಟು ಕೊಂಡುಕೊಂಡರು. ಅಷ್ಟೂ ದಿನ ಬ್ಲೈಂಡ್ ಆಕ್ಷನ್ನಲ್ಲಿ ಕಳಕೊಂಡ ಹಣ ಲೆಡರರ್‌ಗೆ ಬಂದೇ ಬಿಟ್ಟಿತು. ಹೆಮಿಂಗ್ವೇ ವಿಸ್ಕಿ ಬಾಟಲಿಯನ್ನು ಹೊತ್ತುಕೊಂಡು ಹೊರಟು ಹೋದರು.

ಮಾರನೇ ದಿನದಿಂದ ಲೆಡರರ್ ಹೆಮಿಂಗ್ವೇ ಜೊತೆ ಓಡಾಡತೊಡಗಿದ. ಹೆಮಿಂಗ್ವೇ ಹೇಗೆ ಗಮನಿಸುತ್ತಾರೆ, ಹೇಗೆ ಮಾತಾಡುತ್ತಾರೆ ಅನ್ನುವುದನ್ನು ಗಮನಿಸುತ್ತಿದ್ದ. ತಾನು ಲೇಖಕ ಎಂಬುದನ್ನು ಅವರು ತೋರಿಸಿಕೊಳ್ಳುತ್ತಲೇ ಇರಲಿಲ್ಲ. ಯಾವುದನ್ನೂ ಅವರು ಸೂಕ್ಷ್ಮವಾಗಿ ಗ್ರಹಿಸುತ್ತಿದ್ದಾರೆ ಎಂದು ಅವನಿಗೆ ಅನ್ನಿಸಲಿಲ್ಲ. ಎಲ್ಲವನ್ನೂ ಉಡಾಫೆಯಿಂದ ನೋಡುತ್ತಾ, ನಿರಾಕರಿಸುತ್ತಾ, ಎದುರಿಗೆ ಸಿಕ್ಕ ಸಣ್ಣಪುಟ್ಟ ಮನುಷ್ಯರ ಜೊತೆ ಮಾತಾಡುತ್ತಾ, ಅವರಿಗೆ ತಮಾಷೆ ಮಾಡುತ್ತಾ, ಅವರಿಂದ ಬೈಸಿಕೊಳ್ಳುತ್ತಾ ಅವರು ತಾನೇನೂ ಅಲ್ಲ ಎಂಬಂತೆ ಇದ್ದರು.

ಲೆಡರರ್ ಇವತ್ತಿನ ಪಾಠ ಏನು ಎಂದು ಕೇಳಿದ. ಮನಸ್ಸನ್ನು ಕನ್ನಡಿಯ ಹಾಗಿಟ್ಟುಕೋ ಎಂದರು ಹೆಮಿಂಗ್ವೇ. ಮಾರನೇ ದಿನ ಅವನು ಬಂದಾಗ ಹೆಮಿಂಗ್ವೇ ನಿನ್ನ ಬಳಿ ಇದ್ದ ವಿಸ್ಕಿ ಕುಡಿದೆಯಾ ಎಂದು ಕೇಳಿದರು. ಲೆಡರರ್ ಇಲ್ಲ, ಅದನ್ನು ಒಂದು ಪಾರ್ಟಿಗೋಸ್ಕರ ಇಟ್ಟುಕೊಂಡಿದ್ದೇನೆ. ಈಗಲೇ ಕುಡಿಯುವುದಿಲ್ಲ ಎಂದ. ಹೆಮಿಂಗ್ವೇ ನಕ್ಕರು. ಪಾಠ ಎರಡು- ಲೇಖಕನಾದವನು ಯಾವುದನ್ನೂ ನಾಳೆಗೆಂದು ಇಟ್ಟುಕೊಳ್ಳಬಾರದು.

ಲೆಡರರ್ ಅವರಿಗೆ ಲೇಖಕ ಆಗೋದು ಹೇಗೆ ಎಂದು ಹೇಳಿ ಎಂದು ಒತ್ತಾಯಿಸಿದ. ಅವರು ಅದನ್ನೆಲ್ಲ ಹೇಳಿಕೊಡಲಿಕ್ಕೆ ಕಷ್ಟ ಅಂತ ಆವತ್ತೇ ಹೇಳಿದ್ದೇನೆ. ಆದರೂ ಒಂದು ಮಾತು ಹೇಳ್ತೀನಿ ಕೇಳು. ಒಳ್ಳೆಯ ಬಾಳು ನಡೆಸುವುದಕ್ಕೆ ಏನೇನು ಸೂತ್ರಗಳಿವೆಯೋ ಲೇಖಕ ಆಗುವುದಕ್ಕೂ ಅವೇ ಸೂತ್ರಗಳು. ಒಳ್ಳೆಯ ಮನುಷ್ಯ ಅಂತಿಮವಾಗಿ ಒಳ್ಳೆಯ ಲೇಖಕ ಆಗುತ್ತಾನೆ. ಸಜ್ಜನ, ಸುಸಂಸ್ಕೃತ, ಮಿತಭಾಷಿ, ತನ್ನ ಹಾಗೆ ಇನ್ನೊಬ್ಬರು ಎಂದು ಭಾವಿಸುವುದು ಮತ್ತು ಪ್ರಾಮಾಣಿಕವಾಗಿ ಹಾಗೆ ತಿಳಿಯುವುದು ಲೇಖಕನಾಗುವ ಮೊದಲ ಮೆಟ್ಟಲು ಅಂದರು. ಲೆಡರರ್ ಅವರ ಬಳಿ ವಾದಕ್ಕಿಳಿದ. ಲೇಖಕನಾಗಲು ಅದ್ಯಾವುದೂ ಮುಖ್ಯ ಲಕ್ಷಣ ಅಂತ ನನಗೆ ಅನ್ನಿಸುತ್ತಿಲ್ಲ ಅಂದ. ಹೆಮಿಂಗ್ವೇ ಸುಮ್ಮನೆ ನಕ್ಕರು. ಅವರ ಬಳಿ ಇನ್ನಷ್ಟು ಸಂಗತಿಗಳನ್ನು ಕೇಳಬೇಕು ಅಂದುಕೊಂಡ ಲೆಡರರ್ ಹೇಗಾದರೂ ಮಾಡಿ ಅವರ ಬಾಯಿ ಬಿಡಿಸಬೇಕು ಎಂದು ತೀರ್ಮಾನಿಸಿಬಿಟ್ಟಿದ್ದ.

ಆದರೆ, ಮೂರನೇ ದಿನ ಹೆಮಿಂಗ್ವೇ ಹೊರಟುಬಿಟ್ಟರು. ತಿಂಗಳು ಇರಲೆಂದು ಬಂದವರಿಗೆ ಮೂರೇ ದಿನಕ್ಕೆ ಮರಳಿ ಬರಬೇಕೆಂದು ಕರೆಬಂತು. ಲೆಡರರ್‌ಗೆ ನಿರಾಶೆಯಾಯಿತು. ಹೆಮಿಂಗ್ವೇ ಮುಂದೊಂದು ದಿನ ಬಂದಾಗ ಪಾಠ ಮುಂದುವರಿಸುತ್ತೇನೆ ಎಂದು ಹೇಳಿ ಹೊರಟು ನಿಂತರು. ಅವನು ಪಾಠ ಹೇಳುವ ಶುಲ್ಕವೆಂದು ಕೊಟ್ಟಿದ್ದ ಆರು ಬಾಟಲಿ ವಿಸ್ಕಿಯ ದುಡ್ಡನ್ನು ಅವನ ಕೈಗಿಟ್ಟರು. ನಾನು ಪಾಠ ಹೇಳಿಕೊಡಲಾಗಲಿಲ್ಲ. ನೀನು ನಷ್ಟ ಮಾಡಿಕೊಳ್ಳಬಾರದು ಅಂದರು. ಹೊರಡುವ ಮುನ್ನ ಕೊನೆಯ ಪಾಠ ಹೇಳಿದರು- ಲೇಖಕ ತನ್ನಲ್ಲಿರುವ ವಿಸ್ಕಿಯನ್ನು ರುಚಿ ನೋಡದೇ ಬೇರೆಯವರಿಗೆ ನೀಡಬಾರದು. ವಿಸ್ಕಿ ಕೆಟ್ಟದಾಗಿದ್ದರೂ ಒಳ್ಳೆಯತನ ಬಿಡಬಾರದು.

ಲೆಡರರ್‌ಗೆ ಏನೂ ಅರ್ಥವಾಗಲಿಲ್ಲ. ಮನೆಗೆ ಬಂದು ಸುಮ್ಮನೆ ಕೂತ. ನಾಲ್ಕೈದು ದಿನ ಯೋಚಿಸಿದ. ಅವನು ಆಯೋಜಿಸಿದ್ದ ಪಾರ್ಟಿ ಸಮೀಪಿಸುತ್ತಿತ್ತು. ಇದ್ದಕ್ಕಿದ್ದಂತೆ ಹೆಮಿಂಗ್ವೇ ಹೇಳಿದ ಕೊನೆಯ ಪಾಠ ನೆನಪಾಗಿ ವಿಸ್ಕಿ ಬಾಟಲು ತೆಗೆದು ರುಚಿ ನೋಡಿದ.

ಕಳ್ಳರು ವಿಸ್ಕಿ ಬಾಟಲಿಯೊಳಗೆ ಟೀ ತುಂಬಿಸಿಟ್ಟಿದ್ದರು. ಎಲ್ಲ ಬಾಟಲಿಗಳಲ್ಲೂ ಬರೀ ಕಹಿ ಟೀ ಇತ್ತು.

ಲೆಡರರ್ ಬರೆದುಕೊಳ್ಳುತ್ತಾನೆ. ಹೆಮಿಂಗ್ವೇ ಕಲಿಸಿದ ಪಾಠವನ್ನು ನಾನು ಯಾವತ್ತೂ ಮರೆಯಲಾರೆ. ಅವರು ಟೀ ಬಾಟಲ್ಲಿಗೆ ಕೈ ತುಂಬ ದುಡ್ಡು ಕೊಟ್ಟಿದ್ದರು. ಯಾವತ್ತೂ ಅದರ ಬಗ್ಗೆ ಕೊರಗಲಿಲ್ಲ. ನನ್ನ ಅವಿವೇಕವನ್ನು ಆಡಿಕೊಳ್ಳಲಿಲ್ಲ. ನನ್ನ ಬಗ್ಗೆ ಬೇಸರ ಮಾಡಿಕೊಳ್ಳಲಿಲ್ಲ. ಒಳ್ಳೆಯತನ ಎಂದರೇನು ಎಂದು ಹೇಳಿಕೊಟ್ಟರು.

ನಾನು ಲೇಖಕನಾದೆ.

ಒಳ್ಳೆಯ ಲೇಖಕನಾದವನು ಒಳ್ಳೆಯ ಮನುಷ್ಯನೇನೂ ಆಗಿರಬೇಕಿಲ್ಲ ಎಂದು ಸಾಬೀತು ಪಡಿಸಿದವರು ಬೇಕಾದಷ್ಟು ಮಂದಿ ಸಿಗುತ್ತಾರೆ. ಆದರೆ ಬಾಳುವುದಕ್ಕಿರುವ ಸೂತ್ರಗಳೇ ಲೇಖಕನಾಗುವುದಕ್ಕೂ ಸಾಕು ಎಂದ ಹೆಮಿಂಗ್ವೇ ಕೂಡ ಹಾಗೇ ಬಾಳಿದ್ದನ್ನು ನೋಡಿದಾಗ ಬೆರಗಾಗುತ್ತೇವೆ. ಎಲ್ಲರಂತೆ ಓಡಾಡಿಕೊಂಡು, ಕೆಲಸ ಮಾಡಿಕೊಂಡು, ಲೇಖಕ ಎಲ್ಲರಂತೆ ಸಾಮಾನ್ಯ, ಬರೆಯುವ ಹೊತ್ತಲ್ಲಿ ಮಾತ್ರ ಅವನು ದಾರ್ಶನಿಕವಾಗುತ್ತಾನೆ ಎಂದು ತೋರಿಸಿಕೊಟ್ಟವರು ಅವರು.

ಎಲ್ಲ ತರುಣ ಬರಹಗಾರು ಹಿಡಿಯಬೇಕಾದ ದಾರಿ ಯಾವುದು ಎಂದು ಕೇಳಿದರೆ ನಾನು ಹೆಮಿಂಗ್-ವೇ ಅನ್ನುತ್ತೇನೆ.

> ನೀವು ತೆಗೆದ ಸಿನಿಮಾ ನಿಮ್ಮ ಹತ್ತಿರ ಒಮ್ಮೆ ಇದ್ದ ಸ್ಕ್ರಿಪ್ಟ್‌ನಷ್ಟೇ ಅದ್ಭುತವಾಗಿದ್ದರೆ, ಆಮೇಲೆ ನೀವದನ್ನು ನಿಮಗೆ ಬೇಕಾದ ಹಾಗೆ ಅಲಂಕರಿಸಿಕೊಳ್ಳಬಹುದು.
>
> **- ಕರ್ಟಿಸ್ ಹ್ಯಾನ್ಸನ್**

ಕ್ಲೈಮ್ಯಾಕ್ಸ್

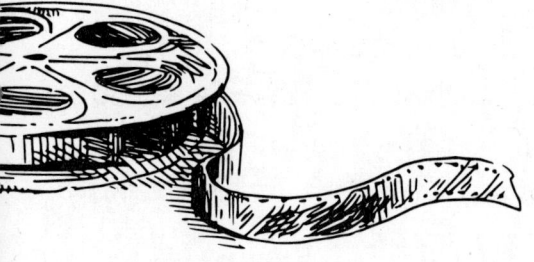

ಕಲಿಕೆಗೆ ಕೊನೆಯಿಲ್ಲ. ಒಂದೊಂದು ಕತೆಯೂ ಭರವಸೆಯ ವ್ಯವಸಾಯ. ಒಂದೊಂದು ಚಿತ್ರಕತೆಯೂ ಆ ಕ್ಷಣದ ಭಾಗ್ಯ. ಸೂಪರ್ ಹಿಟ್ ಸಿನಿಮಾಗಳ ಚಿತ್ರಕತೆ ಬರೆಯುತ್ತೇನೆ ಅಂತ ಹೊರಡುವುದು ಹುಂಬತನ. ದುನಿಯಾ ಸೂರಿ ಹೇಳುವ ಹಾಗೆ, ಪ್ರತಿಯೊಂದು ಚಿತ್ರಕತೆಯಲ್ಲೂ ಪ್ರಾಮಾಣಿಕತೆ ಮತ್ತು ಸತ್ಯ ಇರಬೇಕು. ಆಗ ಅದರ ಸತ್ಯ ಪ್ರೇಕ್ಷಕರನ್ನೂ ತಲುಪುತ್ತದೆ.

ನನಗೆ ಚಿತ್ರಕತೆ ಬರೆಯಲು ಕಲಿಸಿದ ಚಿತ್ರಗಳ ಪಟ್ಟಿ ದೊಡ್ಡದಿದೆ. ಸೂರಿಯವರ 'ದೊಡ್ಮನೆ ಹುಡುಗ' ಚಿತ್ರದ ಚಿತ್ರಕತೆ ನಡೆಯುತ್ತಿರುವಾಗ ನಾನು ತಿಂಗಳಾನುಗಟ್ಟಲೆ ಸೂರಿ ಮತ್ತು ವಿಕಾಸ್ ಜೊತೆಗೆ ಕೂತಿದ್ದೆ. ಅವರು ಚರ್ಚಿಸುವುದನ್ನು ನೋಡುತ್ತಿದ್ದೆ. ಅಪ್ಪ ಮಗನನ್ನು ಮನೆ ಬಿಟ್ಟು ಹೊರಗೆ ಹಾಕುವ ಸನ್ನಿವೇಶ ಬಂದಾಗ, ಅದಕ್ಕೊಂದು ಕಾರಣ ಬೇಕು ಅಂತ ಅವರಿಬ್ಬರೂ ದಿನಗಟ್ಟಲೆ ಚರ್ಚಿಸಿದ್ದರು.

'ಕೆಂಡಸಂಪಿಗೆ' ಚಿತ್ರದ ಚಿತ್ರಕತೆಯನ್ನು ಎಸ್. ಸುರೇಂದ್ರನಾಥ್, ಸೂರಿ, ರಾಜೇಶ್ ನಟರಂಗ ಚರ್ಚಿಸುವಾಗಲೇ ನಾನು ಅವರ ಜೊತೆ ಸೇರಿಕೊಳ್ಳುತ್ತಿದ್ದೆ. ನಡುರಾತ್ರಿಯ ತನಕ ಚರ್ಚೆ ನಡೆದು, ಕ್ಲೈಮ್ಯಾಕ್ಸು ಇದು ಅಂತ ತೀರ್ಮಾನ ಆಗುತ್ತಿತ್ತು. ಮಾರನೇ ದಿನ ಮತ್ತೆ ಅದು ಬದಲಾಗುತ್ತಿತ್ತು. ಮತ್ತೆ ಹೊಸದಾಗಿ ಮೊದಲಿನಿಂದ ಕತೆ ಕಟ್ಟುತ್ತಾ ಕೂರುತ್ತಿದ್ದೆವು. ಕತೆಯೆಂದರೆ ನಿರಂತರ ಹುಡುಕಾಟ.

ನಾಗತಿಹಳ್ಳಿ ಚಂದ್ರಶೇಖರ್ ಅವರ ಭೂಮಿ ಗುಂಡಗಿದೆ ಕತೆಯನ್ನು ಒಲವೇ ಜೀವನ ಲೆಕ್ಕಾಚಾರ ಸಿನಿಮಾ ಮಾಡುವಾಗಲೂ ನಿರಂತರ ಚರ್ಚೆಯಾಗುತ್ತಿತ್ತು. ಕೊನೆಯಲ್ಲಿ ನಾಯಕ-ನಾಯಕಿ ಒಂದಾಗಬೇಕೇ, ಬೇಡವೇ? ಯಾವುದು ಸರಿ, ಯಾವುದು ಪ್ರೇಕ್ಷಕರ ದೃಷ್ಟಿಯಿಂದ ಸರಿ, ಯಾವುದು ಕತೆಯ ಕಣ್ಣಲ್ಲಿ ಸರಿ- ಎಂದೆಲ್ಲ ಚರ್ಚಿಸಿ, ಜಗಳಾಡಿ, ಕೊನೆಗೆ ಎಲ್ಲವನ್ನೂ ಕಾಲಕ್ಕೊಪ್ಪಿಸಿ ಬಿಡುತ್ತಿದ್ದೆವು. ಮತ್ತೊಂದು ಸಲ ಸೇರಿದಾಗ ಮತ್ತೊಂದಷ್ಟು ಹೊಸ ಅಂಶಗಳು ಹೊಳೆಯುತ್ತಿದ್ದವು.

ಚಿತ್ರಕತೆಯನ್ನು ಸಂಭಾಷಣೆಯನ್ನಾಗಿ ಬರೆಯುವುದು ಕೂಡ ಕಷ್ಟವೇ. ಒಂದು ಸಿನಿಮಾಕ್ಕೆ ಎಷ್ಟು ಮಾತು ಬೇಕು ಅನ್ನುವುದು ಮೊದಲು ಗೊತ್ತಿರಬೇಕು. ಮಾತಿಲ್ಲದೇ ನಿಭಾಯಿಸಲು ಸಾಧ್ಯವಾಗುವ ದೃಶ್ಯದಲ್ಲಿ ಅನಗತ್ಯ ಮಾತುಗಳನ್ನು ತುಂಬಬಾರದು. ಸಿನಿಮಾ ರೇಡಿಯೋ ನಾಟಕ ಆಗದಂತೆ, ವಾಚ್ಯ ಆಗದಂತೆ ನೋಡಿಕೊಳ್ಳಬೇಕು. ನನಗೆ ತುಂಬ ಇಷ್ಟವಾದ, ಇಂದಿಗೂ ಕಾಡುವ ಮಾತೆಂದರೆ ನಾಯಗನ್ ಚಿತ್ರದ ಕೊನೆಗೆ ಕಮಲಹಾಸನ್ ಪುಟ್ಟ ಮಗುವಿನ ಹತ್ತಿರ ಕೇಳುವ ಪ್ರಶ್ನೆ ಮತ್ತು ಉತ್ತರ. ಪೊಲೀಸರು ಬಂಧಿಸಿ ಒಯ್ಯುವ ಸನ್ನಿವೇಶದಲ್ಲಿ ಕಮಲಹಾಸನ್ ಬಳಿ ಆತನ ಮೊಮ್ಮಗ ಕೇಳುತ್ತಾನೆ:

ತಾತಾ ನೀನು ಒಳ್ಳೆಯವನೋ? ಕೆಟ್ಟವನೋ?

ಅದಕ್ಕೆ ಕಮಲಹಾಸನ್ ಉತ್ತರ;

ನಂಗೊತ್ತಿಲ್ಲ.

ಬರ್ಡ್‌ಮ್ಯಾನ್ ಚಿತ್ರದಲ್ಲಿ ನಾಟಕ ಮಾಡಲು ಹೊರಟಿರುವ ಅಪ್ಪ ಮತ್ತು ಅವನ ಅಂಕೆಗೇ ಸಿಗದ ಮಗಳ ನಡುವೆ ನಡೆಯುವ ಮಾತುಕತೆ ಇದು. ಅಪ್ಪನನ್ನು ವಿರೋಧಿಸುತ್ತಾ ಮಗಳು ಹೇಳುತ್ತಾಳೆ:

ಅಪ್ಪ: ಮಗಳೇ, ನನಗೆ ತುಂಬ ಮುಖ್ಯ ಅನ್ನಿಸಿದ್ದನ್ನೇನೋ ಮಾಡ್ತಿದ್ದೀನಿ ನಾನು..

ಮಗಳು: ಅದು ಮುಖ್ಯ ಅಲ್ಲ.

ಅಪ್ಪ: ನನಗೆ ಮುಖ್ಯ. ನಿಂಗಲ್ಲದೇ ಇರಬಹುದು. ಕೇವಲ ವೈರಲ್ ಆಗೋ, ಜನಪ್ರಿಯವಾಗೋ ಆಸೆ ಇಟ್ಕೊಂಡಿರೋ ನಿನ್ನ ಗೆಳತಿಯರಿಗೆ ಮುಖ್ಯವಲ್ಲದೇ ಇರಬಹುದು. ಯಾವುದರಲ್ಲೂ ನಂಬಿಕೆ ಇಲ್ಲದ ಅವರ ಮನಸ್ಸಿಗೆ ಇದು ಮುಖ್ಯ ಅಲ್ಲ ಅನ್ನಿಸಬಹುದು. ಆದರೆ ನನಗೆ ಮುಖ್ಯ. ನನಗೆ ಇದು.. ಒಂಥರ ದೇವರಿದ್ದ ಹಾಗೆ.. ಇದು ನನ್ನ ವೃತ್ತಿ. ನಾನು ಏನಾದರೂ ಮಾಡೋಕೆ ಸಾಧ್ಯ ಇದ್ರೆ ಅದು ಇಲ್ಲೇ.. ಇಲ್ಲೇ ನಾನು ಅರ್ಥಪೂರ್ಣವಾದದ್ದನ್ನು ಮಾಡಬಲ್ಲೆ.

ಮಗಳು: ಅರ್ಥಪೂರ್ಣ.. ಯಾರಿಗೆ.. ಅದ್ಯಾವುದೋ ಕಾಮಿಕ್ಸ್ ಸಿನಿಮಾದಲ್ಲಿ ಹಕ್ಕಿಯಾಗಿದ್ದೋನು ನೀನು. ಆ ಹಕ್ಕಿ ಒಳಗಿದ್ದ ಮುಖ ಯಾವುದು ಅನ್ನೋದನ್ನ ಜನ ಯಾವತ್ತೋ ಮರೆತಿದ್ದಾರೆ. ನೀನು ನೋಡಿದ್ರೆ ಅರವತ್ತು ವರ್ಷ ಹಿಂದೆ ಯಾರೋ ಬರೆದ ಕತೆಯಿಟ್ಟುಕೊಂಡು ನಾಟಕ ಮಾಡ್ತೀನಿ ಅಂತ ಹೊರಟಿದ್ದೀಯ. ಅದನ್ನು ನೋಡೋಕೆ ಬರೋ ಬಿಳಿ ಚರ್ಮದ ಮುದುಕರು ಈ ನಾಟಕ ಮುಗಿದ ಮೇಲೆ ಎಲ್ಲಿ ತಿಂಡಿ ತಿನ್ನೋದು, ಎಲ್ಲಿ ಕಾಫಿ ಕುಡಿಯೋದು ಅಂತ ಯೋಚಿಸ್ತಿರ್ತಾರೆ. ಒಪ್ಕೋ ಅಪ್ಪ, ಇದನ್ನೆಲ್ಲ ಕಲೆಗೋಸ್ಕರ ಮಾಡ್ತಿಲ್ಲ ಯಾರೂ. ನೀನೂ ಅಷ್ಟೇ. ನಿಂಗೆ ಮತ್ತೆ ಎಲ್ಲರ ಕಣ್ಣಲ್ಲಿ ಪ್ರಸ್ತುತ ಅನ್ನಿಸಿಕೊಳ್ಳೋ ಆಸೆ. ನೀನೊಬ್ಬನೇ ಅಲ್ಲ, ಹೊರಗೆ ಲಕ್ಷಾಂತರ ಜನ ಹೇಗೆ ತಾವೂ ರೆಲೆವೆಂಟ್ ಆಗೋದು ಅಂತ ಯೋಚಿಸ್ತಿದ್ದಾರೆ. ನಾನು ಬದ್ಕೇ ಇಲ್ಲ ಅನ್ನೋ ಥರ ನೀನು ಆಡ್ತಿದ್ದೀಯ. ಹೊರಗಡೆ ಒಂದು ಜಗತ್ತಿದೆ. ಅಲ್ಲಿ ಏನೇನೋ ನಡೀತಿದೆ. ಆ ಜಗತ್ತು ನಿನ್ನನ್ನು ಮರೆತುಬಿಟ್ಟಿದೆ. ಯಾರು

> ನೀನು? ಯಾವೂರ ತೋಳಾಂಡಿರಾಯ? ನಿಂಗೆ ಬ್ಲಾಗರ್ಸ್ ಅಂದ್ರೆ ಆಗಲ್ಲ, ಟ್ವಿಟರ್ ಅಂದ್ರೆ ತಮಾಷೆ, ನಿಂಗೊಂದು ಫೇಸ್‌ಬುಕ್ ಪೇಜ್ ಇಲ್ಲ. ನೀನು ಈ ಕಾಲದಲ್ಲಿ ಬದುಕೇ ಇಲ್ಲ. ನೀನೀಗ ಈ ನಾಟಕ ಮಾಡೋದಕ್ಕೆ ಹೊರಟಿರೋದು ಯಾಕ್ ಗೊತ್ತಾ, ನಿಂಗೆ ಸಾವಿನ ಭಯ.

ಈ ಮಾತುಗಳು ಎರಡು ತಲೆಮಾರುಗಳ ಮುಖಾಮುಖಿಯಾಗಿ, ಎಲ್ಲವನ್ನೂ ಹೇಳುತ್ತವೆ. ಈ ಕಾಲದ ಹುಡುಗಿ, ಆ ಕಾಲದ ಅಪ್ಪನಿಗೆ ಬುದ್ಧಿವಾದ ಹೇಳುತ್ತಿದ್ದಾಳೆ. ಈ ಸಂಭಾಷಣೆ, ಆ ಮಾತಲ್ಲಿರುವುದಕ್ಕಿಂತ ಹೆಚ್ಚಿನದೇನನ್ನೋ ಹೇಳುತ್ತಿರುತ್ತದೆ.

ಹೀಗೆ ಮಾತುಗಳು ಹೊರಡಬೇಕು. ಅದಕ್ಕೆ ತಕ್ಕ ಚಿತ್ರಕತೆಯಿರಬೇಕು. ಪರಿಸರ ನಿರ್ಮಾಣ ಆಗಬೇಕು. ಸಂಭಾಷಣೆ ಅಂದರೆ ಯಾರೋ ಪ್ರಶ್ನೆ ಕೇಳುವುದು, ಅದಕ್ಕೆ ಯಾರೋ ಉತ್ತರಿಸುವುದು ಅಲ್ಲ. ಅದು ಮಾತುಕತೆ ಅಲ್ಲ, ಹರಟೆ ಅಲ್ಲ. ಅದನ್ನೇನೋ ಮೀರಿದ್ದು. ಹೇಗಿದ್ದೀಯ ಅಂತ ಯಾರಾದರೂ ಕೇಳಿದರೆ, ಮತ್ತೊಂದು ಪಾತ್ರ ಚೆನ್ನಾಗಿದ್ದೀನಿ ಅಂತ ಹೇಳಕೂಡದು. ಹೇಳಿದರೆ ಅವರಿಬ್ಬರಿಗೂ ಹೇಳೋದಕ್ಕೇನೂ ಇಲ್ಲ ಅಂದಂತಾಯಿತು. ಹೇಗಿದ್ದೀಯ ಅಂತ ಕೇಳೋ ಹೊತ್ತಿಗೆ ಅವರಿಬ್ಬರ ಮಧ್ಯೆ ಒಂದು ಹಳೆಯ ಕತೆಯಿದೆ ಎಂಬುದು ಗೊತ್ತಾಗಬೇಕು. ನಾನು ನಿನ್ನನ್ನು ಪ್ರೀತಿಸಿ ಕೈ ಕೊಟ್ಟಿದ್ದೀನಿ, ಈಗ ನೀನು ಮತ್ತೊಬ್ಬಳ ಹೆಂಡತಿ. ನಾನು ನಿನಗೆ ದ್ರೋಹ ಮಾಡಿದ್ದೀನಿ ಅಂತ ಗೊತ್ತು. ಆದ್ದರಿಂದ ಕೇಳ್ತಿದ್ದೀನಿ, ಹೇಗಿದ್ದೀಯಾ – ಇಷ್ಟೂ ಭಾವಗಳು ಆ ಒಂದು ಪ್ರಶ್ನೆಯಲ್ಲಿ ಅಡಗಿರಬೇಕು. ಅದಕ್ಕವಳು ತುಂಬಾ ಸಂತೋಷವಾಗಿದ್ದೀನಿ ಅಂತಲೋ ಇನ್ನೂ ಸತ್ತಿಲ್ಲ ಅಂತಲೋ ನಿನ್ನನ್ನು ಮದುವೆಯಾಗಿದ್ರೆ ಹೇಗಿರ್ತಿದ್ನೋ ಅದಕ್ಕಿಂತ ಸುಖವಾಗಿದ್ದೀನಿ ಅಂತಲೋ ಸಂತೋಷವಾಗಿಲ್ಲ ಅಂತ ತಿಳ್ಕೊಂಡು ಸಂತೋಷಪಡೋದಕ್ಕೆ ಕೇಳ್ತಿದ್ದೀಯಾ ಅಂತಲೋ ಉತ್ತರಿಸಬಹುದು. ಈ ಪ್ರಶ್ನೋತ್ತರದಲ್ಲಿ ಒಂದು ಜಗತ್ತೇ ತೆರೆದುಕೊಳ್ಳಬಹುದು.

ನನಗೆ ಸಂಭಾಷಣೆ ಬರೆಯಲಿಕ್ಕೆ ಕಷ್ಟವಾದ ಚಿತ್ರಗಳು ಎರಡು: ಕಿಶನ್ ನಿರ್ದೇಶನದ ಕೇರಾಫ್ ಫುಟ್‌ಪಾತ್. ಆ ಚಿತ್ರದಲ್ಲಿ ಪುಟ್ಟ ಮಕ್ಕಳ ಜಗತ್ತಿದೆ. ಪುಟ್ಟ ಮಕ್ಕಳು ದೊಡ್ಡ ದೊಡ್ಡ ಮಾತಾಡಬಾರದು. ಅವರ ವಯಸ್ಸಿಗೆ ತಕ್ಕ ಮಾತಾಡುತ್ತಲೇ ಹೇಳಬೇಕಾದ್ದನ್ನು ಹೇಳಬೇಕು.

ಮತ್ತೊಂದು ಲಿಂಗದೇವರು ನಿರ್ದೇಶನದ 'ನಾನು ಅವನಲ್ಲ ಅವಳು'. ಇಲ್ಲಿ ಅವರು ಆರಿಸಿಕೊಂಡ ವಸ್ತು ಮಂಗಳಮುಖಿಯರದು. ಅವರು ಏನೇನು ಮಾತಾಡುತ್ತಾರೆ. ಅವರ ಆಶೆಗಳೇನು, ಬಯಕೆಗಳೇನು, ಅವಮಾನ, ನೋವುಗಳೇನು ಅನ್ನುವುದು ನನಗೆ ಗೊತ್ತೇ ಇರಲಿಲ್ಲ. ಹೀಗಾಗಿ ಸಂಭಾಷಣೆ ಬರೆಯಲು ಕೂತಾಗ ಒಂದು ಮಾತೂ ಹುಟ್ಟಲಿಲ್ಲ. ಕೊನೆಗೆ ಲಿಂಗದೇವರು ಅವರ ಜಗತ್ತನ್ನು ಸುತ್ತಿ ಬಂದು ಒಂದಷ್ಟು ಸಲಹೆಗಳನ್ನು ಕೊಟ್ಟ ನಂತರವೇ ಅವರಿಂದ ಮಾತಾಡಿಸಬಹುದು ಅಂತ ನನಗೆ ಅನ್ನಿಸಿದ್ದು.

❀❀❀

ಇದು ಕಿರುಚಿತ್ರಗಳ ಕಾಲ. ಮೌನದ ಕಾಲವೂ ಹೌದು. ಮಾತುಗಳನ್ನೆಲ್ಲ ಸಬ್ ಟೈಟಲ್ ನುಂಗಿಹಾಕಿದೆ. ಸಂಭಾಷಣೆ ಹೇಗಿರಬೇಕು ಅಂತ ಕಲಿಯಲು ಒಂದಷ್ಟು ಸಿನಿಮಾಗಳನ್ನು ನೋಡುವುದು ಸುಲಭವಾದ ಮಾರ್ಗ.

ಅಹಲ್ಯಾ ಎಂಬ ಕಿರುಚಿತ್ರ, ಜಯನಗರ ಫೋರ್ಥ್ ಬ್ಲಾಕ್ ಎಂಬ ಕನ್ನಡದ ಕಿರುಚಿತ್ರಗಳು ಸಂಭಾಷಣೆಯನ್ನು ಹೇಗೆ ಬಳಸಿಕೊಳ್ಳಬೇಕು ಅನ್ನುವುದನ್ನು ಕಲಿಸುತ್ತವೆ. ಒಂದು ಶಾರ್ಟ್ ಫಿಲ್ಮ್ ನೋಡುತ್ತಾ, ಅದರ ಚಿತ್ರಕತೆಯನ್ನು ಮೊದಲು ಬರೆದಿಟ್ಟುಕೊಂಡು, ನಂತರ ನಾವೇ ಸಂಭಾಷಣೆ ಬರೆಯುವ ಮೂಲಕ, ಅಭ್ಯಾಸ ಮಾಡಬಹುದು.

ಇವತ್ತಿನ ಅನೇಕರಿಗೆ ಕಿರುಚಿತ್ರಗಳೇ ಸಿನಿಮಾ ಮಾಡಲು ದಾರಿ. 'ತಿಥಿ' ಚಿತ್ರದ ರಾಮ್ ರೆಡ್ಡಿ ಕಿರುಚಿತ್ರಗಳನ್ನು ಮಾಡಿಯೇ ಫೀಚರ್ ಫಿಲ್ಮ್ ಮಾಡಿದವರು.

ಮತ್ತೆ ಅದೇ ಹಳೆಯ ರಾಗವನ್ನೇ ಹಾಡುವುದು ಒಳ್ಳೆಯದು; ಶ್ರದ್ಧೆ, ತನ್ಮಯತೆ, ಕಲಿಯುವ ಹಸಿವು, ಇದೇ ನನ್ನ ಮಾಧ್ಯಮ ಎಂಬ ನಂಬಿಕೆ, ಕತೆ ಹೇಳಬಲ್ಲೆ ಎಂಬ ಆತ್ಮವಿಶ್ವಾಸ- ಇವೇ ಕೊನೆಗೂ ಚಿತ್ರಕತೆಗಾರನನ್ನು, ಸಂಭಾಷಣಾಕಾರರನ್ನು ಕಾಪಾಡುವುದು.

ಅವೆಲ್ಲ ನಿಮ್ಮನ್ನೂ ಕಾಪಾಡಲಿ.

ಎಂಡ್ ಕ್ರೆಡಿಟ್

ಮಿತ್ರರಾದ ಎಸ್.ಸುರೇಂದ್ರನಾಥ್ ಆಗ ಈ ಟೀವಿಯಲ್ಲಿದ್ದರು. ಅವರು ಮತ್ತು ಅವರ ಸಹೋದ್ಯೋಗಿ ಪವನ್ ಕುಮಾರ್ ಮಾನ್ವಿ, ಸಿನಿಮಾ ಮಾಡುವವರಿಗೆ ಸಹಾಯವಾಗಲೆಂದು ಜಗದ್ವಿಖ್ಯಾತ ಸಿನಿಮಾ ಪಂಡಿತ ರಾಬರ್ಟ್ ಮೆಕೆಯನ್ನು ರಾಮೋಜಿರಾವ್ ಫಿಲ್ಮ್ ಸಿಟಿಗೆ ಕರೆಸಿಕೊಂಡು, ಮೂರು ದಿನಗಳ ಚಿತ್ರಕಥಾ ಶಿಬಿರ, ಆಯೋಜಿಸಿದ್ದರು. ರಾಬರ್ಟ್ ಮೆಕೆಯನ್ನು ಕರೆಸಿಕೊಳ್ಳುವುದೇ ಕಷ್ಟ. ಅವರ ಉಪನ್ಯಾಸ ಮೂರು ವರ್ಷಗಳ ಕಾಲ ಬುಕ್ ಆಗಿರುತ್ತವೆ. ಅವರ ಮೂರು ದಿನಗಳ ಶಿಬಿರಕ್ಕೆ ಶಿಬಿರಾರ್ಥಿಗಳಾಗಿ ಹೋಗುವವರು 2006ರಲ್ಲೇ ಮೂವತ್ತು ಸಾವಿರ ಸಂಭಾವನೆ ಕೊಡಬೇಕಾಗಿತ್ತು. ಬೆಂಗಳೂರಿನಿಂದ ಆ ಶಿಬಿರಕ್ಕೆ ನಾನು, ಬಿ. ಸುರೇಶ, ಲಿಂಗದೇವರು, ರವಿಕಿರಣ್, ಚೈತನ್ಯ- ಹೀಗೊಂದಷ್ಟು ಮಂದಿ ಹೋಗಿದ್ದೆವು.

ರಾಬರ್ಟ್ ಮೆಕೆ ಸಿನಿಮಾ ಕಟ್ಟುವುದು ಹೇಗೆ, ಸಿನಿಮಾ ಅಂದರೇನು ಅನ್ನುವುದನ್ನು ಸಾದ್ಯಂತ ವಿವರಿಸಬಲ್ಲವರಾಗಿದ್ದರು. ಹಾಲಿವುಡ್ ತುಂಬ ಅವರ ಶಿಷ್ಯರೇ ತುಂಬಿಕೊಂಡಿದ್ದಾರೆ ಅನ್ನುವುದೂ ಅವರ ಮಾತಿನಿಂದ ಗೊತ್ತಾಗುತ್ತಿತ್ತು. ಸಿನಿಮಾದ ಪ್ರತಿಯೊಂದು ಸನ್ನಿವೇಶವನ್ನು ಅವರು ಎಳೆಎಳೆಯಾಗಿ ಬಿಡಿಸಿ ಹೇಳುತ್ತಿದ್ದರು. ಅವರು ಹೇಳುತ್ತಿರುವುದು ನಮಗೆ ಹೊಸತಲ್ಲವಾದರೂ, ಅವರು ಬಳಸುತ್ತಿದ್ದ ಪರಿಭಾಷೆಗಳು ಮಾತ್ರ ನಮಗೆ ಹೊಸದಾಗಿದ್ದವು.

ಅವರು ಹೇಳಿದ ಕೆಲವು ಮಾತುಗಳು ನನಗಿನ್ನೂ ನೆನಪಿವೆ. ಜಗತ್ತು ಒಳ್ಳೆಯ ಕತೆಯನ್ನು ಕೇಳಲು ಬಯಸುತ್ತದೆ. ಹೀಗಾಗಿ ನೀನು ಒಳ್ಳೆಯ ಕತೆಯನ್ನು ಚಂದವಾಗಿ ಹೇಳಬೇಕು. ಒಳ್ಳೆಯ ಕತೆ ಯಾವುದು ಅನ್ನುವುದು ಅವರವರ ಪ್ರತಿಭೆಯನ್ನು ಆಧರಿಸಿದ್ದು. ಅದನ್ನು ಅವರವರೇ ಹುಡುಕಿಕೊಳ್ಳಬೇಕು. ಕತೆ ಸಿಕ್ಕ ಮೇಲೆ ಅದನ್ನು ಹೇಳುವುದಕ್ಕೆ ಬೇಕಾದ ಕಸಬುಗಾರಿಕೆಯನ್ನು ಕಲಿಯಬೇಕು. ಆ ಕಸಬುದಾರಿಕೆಯನ್ನು ಕಲಿಯುವುದಕ್ಕೆ ಕಷ್ಟಪಡಬೇಕು. ತರಬೇತಿ ಬೇಕಾಗುವುದು ಕ್ರಾಫ್ಟ್ ಕಲಿಯುವುದಕ್ಕಷ್ಟೇ. ಕತೆ ಕಟ್ಟುವ ಕಲೆಯನ್ನು ಯಾರು ಯಾರಿಗೂ ಕಲಿಸಲಾಗುವುದಿಲ್ಲ.

ರಾಬರ್ಟ್ ಮೆಕೆ ಬರೆದ 'ಸ್ಟೋರಿ' ಎಂಬ ಪುಸ್ತಕವನ್ನು ಆಸಕ್ತರು ಓದಬಹುದು. ಇಂಥ ಅನೇಕ ಪುಸ್ತಕಗಳು ಇಂಗ್ಲಿಷಿನಲ್ಲಿ ಸಿಗುತ್ತವೆ. ಅವುಗಳಲ್ಲಿ ಚಿತ್ರಕತೆಯ ಕುರಿತ

ಪಾಶ್ಚಾತ್ಯ ನಿಲುವು ಇರುತ್ತದೆ. ಈ ವೆಸ್ಟರ್ನ್ ಶೈಲಿಯನ್ನಿಟ್ಟುಕೊಂಡು ಸಿನಿಮಾ ಮಾಡುವುದು ಸುಲಭವಲ್ಲ.

ಯಾಕೆಂದರೆ ವಿದೇಶದಲ್ಲಿ ಕೆಲಸ ಮಾಡದ ನೂರೆಂಟು ಪರಿಕರಗಳು ಭಾರತದಲ್ಲಿವೆ. ಇಲ್ಲಿ ತಾಳಿ, ಕಾಲುಂಗುರ, ಶೀಲ, ಕೊಳಲು, ಪಾದುಕೆ, ಬ್ರಾಹ್ಮಣ್ಯ, ಅವಮಾನ, ಜಾತಿ ಇಟ್ಟುಕೊಂಡು ನೂರಾರು ಸಿನಿಮಾಗಳನ್ನು ಮಾಡಿದ್ದಾರೆ. ಬೆಳದಿಂಗಳ ಬಾಲೆಯಂಥ ಸಿನಿಮಾ ಇಲ್ಲಿ ಮಾತ್ರ ಆಗಲು ಸಾಧ್ಯ. ಹಾಗೆಯೇ ಮಿಸ್ಟರ್ ಇಂಡಿಯಾದಂಥ ಕತೆಯನ್ನು ಭಾರತದಲ್ಲಿ ಮಾತ್ರ ಸಿನಿಮಾ ಮಾಡಬಹುದು. ರಜನೀಕಾಂತ್ ಅವರಂಥ ಮೋಹಕ ವ್ಯಕ್ತಿತ್ವ ಮತ್ಯಾವ ಭಾಷೆಯಲ್ಲೂ ಸಿಗಲಿಕ್ಕಿಲ್ಲ.

ಹೀಗಾಗಿಯೇ ಈ ಪುಸ್ತಕದಲ್ಲಿ ಇರುವುದು ಚಿತ್ರಕತೆಯ ಕುರಿತ ಭಾರತೀಯ ನೋಟ. ಇಲ್ಲಿ ಬರೆದಿರುವ ಎಲ್ಲರೂ ಭಾರತೀಯ ಮನಸ್ಸು ಕತೆಯೊಂದನ್ನು ಹೇಗೆ ನೋಡಬಹುದು ಎನ್ನುವುದನ್ನೇ ಸೂಚಿಸಿದ್ದಾರೆ. ವರ್ಲ್ಡ್ ಸಿನಿಮಾವನ್ನು ಹೇಗೆ ನೋಡಬೇಕು, ಅವರ ಪರಿಕಲ್ಪನೆಗಳೇನು ಅನ್ನುವ ಕುರಿತು ಶರತ್ ಭಟ್ ಸೆರಾಜೆ ವಿಸ್ತಾರವಾಗಿ ಬರೆದಿದ್ದಾರೆ. ಸಿನಿಮಾದ ಮೂಲಸೂತ್ರಗಳ ಕುರಿತು ಬಿ. ಸುರೇಶ್ ಒಂದು ಅಧ್ಯಾಯವನ್ನು ಭಾವಾನುವಾದ ಮಾಡಿದ್ದಾರೆ. ಕನ್ನಡದ ಅತ್ಯದ್ಭುತ ಚಿತ್ರಕತೆಗಾರರಾದ ಗಿರೀಶ್ ಕಾಸರವಳ್ಳಿಯವರು ಚಿತ್ರಕತೆಯ ವಿನ್ಯಾಸವನ್ನು ಚರ್ಚಿಸಿದ್ದಾರೆ.

ಇವೆಲ್ಲವೂ ನಾವು ಹೇಗೆ ಸಿನಿಮಾವನ್ನು ನಮ್ಮದನ್ನಾಗಿಕೊಂಡಿದ್ದೇವೆ ಅನ್ನುವುದನ್ನು ಹೇಳುತ್ತವೆ. ನನ್ನ ಮೇಲೆ ಪ್ರೀತಿಯಿಟ್ಟು ಈ ಪುಸ್ತಕಕ್ಕೆ ತಮ್ಮ ತಮ್ಮ ಗ್ರಹಿಕೆಗಳನ್ನು ಬರೆದುಕೊಟ್ಟ ಪ್ರಕಾಶ್ ರೈ, ಬಿಎಸ್ ಲಿಂಗದೇವರು, ಯೋಗರಾಜ ಭಟ್, ಸೂರಿ, ಹೇಮಂತ್, ಪವನ್ ಕುಮಾರ್, ಬಿಎಂ ಗಿರಿರಾಜ್, ಚೈತನ್ಯ, ಸತ್ಯಪ್ರಕಾಶ್, ರಕ್ಷಿತ್ ಶೆಟ್ಟಿ, ವಿಕಾಸ್ ನೇಗಿಲೋಣಿ, ಕಾಫಿ ರಾಘವೇಂದ್ರ, ಗಡ್ಡ ವಿಜಿ, ಮಾಲತಿ ಬೇಳೂರು, ರಘು ಶಾಸ್ತ್ರಿ– ಇವರೆಲ್ಲರಿಗೂ ನನ್ನ ವಂದನೆಗಳು. ಈ ಪುಸ್ತಕದ ತೂಕ ಇವರೆಲ್ಲರ ಕೊಡುಗೆಯಿಂದ ನಿಜಕ್ಕೂ ಹೆಚ್ಚಾಗಿದೆ.

ಈ ಪುಸ್ತಕ ಹೊರಬರುವುದಕ್ಕೆ ಕಾರಣರಾದವರ ಪಟ್ಟಿ ನಿಜಕ್ಕೂ ದೊಡ್ಡದಿದೆ. ವಿಕಾಸ್ ನೇಗಿಲೋಣಿ, ರಾಜೇಶ್ ಶೆಟ್ಟಿ, ಪ್ರಿಯಾ ಕೆರ್ವಾಶೆ ಇಲ್ಲಿಯ ಲೇಖನಗಳನ್ನು ಹೊಂದಿಸುವಲ್ಲಿ ನೆರವಾಗಿದ್ದಾರೆ. ಈ ಪುಸ್ತಕಕ್ಕಾಗಿ ಪಾಶ್ಚಾತ್ಯ ನಿರ್ದೇಶಕರ ಅರ್ಥಪೂರ್ಣ ಮಾತುಗಳನ್ನು ಅನುವಾದಿಸಿಕೊಟ್ಟ ಸಚಿನ್ ತೀರ್ಥಹಳ್ಳಿಗೆ ಧನ್ಯವಾದ. ನನ್ನ

ಫೇಸ್ ಬುಕ್ ಮಿತ್ರರು ನನ್ನ ಮನವಿಗೆ ಸ್ಪಂದಿಸಿ, ತಮಗಿಷ್ಟವಾದ ಚಿತ್ರಕತೆ-ಸಂಭಾಷಣೆಗಳನ್ನು ಕಳಿಸಿಕೊಟ್ಟಿದ್ದಾರೆ. ಅವರಿಗೂ ಕೃತಜ್ಞತೆ. ಮಿತ್ರರಾದ ಪ್ರಕಾಶ್ ರೈ ಇಲ್ಲಿರುವ ಅಷ್ಟೂ ಬರಹಗಳನ್ನು ಓದಿ ಹುರಿದುಂಬಿಸಿದ್ದಾರೆ. ದುನಿಯಾ ಸೂರಿ ಇಡೀ ಪುಸ್ತಕದ ಸ್ವರೂಪದ ಕುರಿತು ಚರ್ಚಿಸಿದ್ದಾರೆ. ಲಿಂಗದೇವರು ಈ ಪುಸ್ತಕದ ಉದ್ದಕ್ಕೂ ಜೊತೆಗಿದ್ದು ಹಾರೈಸಿದ್ದಾರೆ. ಪುಸ್ತಕ ಸಿದ್ಧವಾಗುವ ಕೊನೆಯ ಹಂತದಲ್ಲಿ ಅಚ್ಚರಿಗೊಳಿಸುವಂತೆ ನಮ್ಮೊಡನೆ ಸೇರಿಕೊಂಡ ಪ್ರೀತಿಯ ಲೇಖಕ ಕುಂ.ವೀರಭದ್ರಪ್ಪ ಇಡೀ ದಿನ ನಮ್ಮ ಜೊತೆಗಿದ್ದು ನಮ್ಮ ಹುಮ್ಮಸ್ಸನ್ನು ಹೆಚ್ಚಿಸಿದ್ದಾರೆ. ಸಂಗಾತಿ ಜ್ಯೋತಿ ಮೊದಲ ಓದುಗಳಾಗಿ ಪುಸ್ತಕದ ಕುರಿತು ನನಗಿದ್ದ ಭಯವನ್ನು ಹೋಗಲಾಡಿಸಿದ್ದಾಳೆ. ಮಗಳು ಖುಷಿ ಅವಳ ಭಾನುವಾರದ ಔಟಿಂಗ್ ಅನ್ನು ಈ ಪುಸ್ತಕಕ್ಕೆ ಅರ್ಪಿಸಿದ್ದಾಳೆ.

ಪ್ರದೀಪ್ ಬತ್ತೇರಿ ಚೆಂದಗೊಳಿಸಿರುವ ಮುಖಪುಟ ಈ ಪುಸ್ತಕದ ಅಂದವನ್ನು ಹೆಚ್ಚಿಸಿದೆ. ಪ್ರಕಾಶಕ ಮಿತ್ರರಾದ ಜಮೀಲ್ ಈ ಪುಸ್ತಕದ ದೇಖರೇಖಿ ನೋಡಿಕೊಂಡದ್ದೂ ಅಲ್ಲದೇ, ತಮ್ಮದೇ ಪುಸ್ತಕವೇನೋ ಎಂಬಷ್ಟು ಸಂಭ್ರಮದಿಂದ ಈ ಕಾರ್ಯದಲ್ಲಿ ತೊಡಗಿಕೊಂಡಿದ್ದಾರೆ. ಪುಸ್ತಕದ ಅಕ್ಷರದೋಷ ನಿವಾರಣೆ ಮಾಡಿದವರು ಮಿತ್ರರಾದ ಯತಿರಾಜ್ ವೀರಾಂಬುಧಿ ಮತ್ತು ಸುಂದರ್ ಬಾಬು. ಅನೂಪ್ ನಾಗ್ಸ್, ನರಹರಿ ಶರ್ಮ ಮತ್ತು ಮೋಹನರಾಜ್ ಈ ಪುಸ್ತಕದ ಒಳಪುಟಗಳನ್ನು ಚೆಂದಗಾಣಿಸಿಕೊಟ್ಟಿದ್ದಾರೆ. ಪುಸ್ತಕದ ವಿನ್ಯಾಸದ ಗಡಿಬಿಡಿಯಲ್ಲಿದ್ದ ಇಡೀ ದಿನ ಹೊಟ್ಟೆಪಾಡನ್ನು ನೋಡಿಕೊಂಡದ್ದು ಪುಟ್ಟ ಹುಡುಗ ರಫೀ ಶರೀಫ್.

ಇಲ್ಲಿ ಉಲ್ಲೇಖಕ್ಕೋಸ್ಕರ ಯಶವಂತ ಚಿತ್ತಾಲರ 'ಶಿಕಾರಿ' ಕಾದಂಬರಿಯ ಅಧ್ಯಾಯ ಬಳಸಿಕೊಂಡಿದ್ದೇವೆ. ಪುತಿನರ ಗೋಕುಲ ನಿರ್ಗಮನದ ಸಾಲುಗಳಿವೆ. ಅವರೆಲ್ಲರಿಗೂ ಕೃತಜ್ಞತೆ.

ಒಂದು ಮಧ್ಯಾಹ್ನ ನಾನೇ ಅಚ್ಚರಿಗೊಳಿಸುವಂತೆ, ಗೆಳೆಯ ಸೂರಿ ಮೂರು ಪುಟ ಬರೆದು ಕಳುಹಿಸಿ, ಹೇಗಾದರೂ ಬಳಸಿಕೊಳ್ಳಿ ಅಂದರು. ಅದು ಈ ಪುಸ್ತಕದ ಮೊದಲ ಪುಟಗಳನ್ನು ಅಲಂಕರಿಸಿದೆ. ಅವರಿಗೆ ನನ್ನ ಪ್ರೀತಿಯ ನಮಸ್ಕಾರ.

ಇದು ಸಿನಿಮಾ ವ್ಯಾಮೋಹಿಗಳ ಅಕ್ಷರ ಮಿತ್ರ. ಇನ್ನು ನಿಮ್ಮ ಗೆಳೆಯ.

ಸೆಕೆಂಡ್
ಹಾಫ್

ಚಿತ್ರಕಥೆ : ವಸ್ತು ಮತ್ತು ವಿನ್ಯಾಸ

ಗಿರೀಶ್ ಕಾಸರವಳ್ಳಿ

ಚಿತ್ರಕಥೆ ಬರೆಯುವವರು ಮೂರು ರೀತಿಯ ಚಿತ್ರಕಥೆ ಬರೀತಾರೆ ಅಂತ ಹೇಳಬಹುದು. ಒಬ್ಬರು ಚಿತ್ರಕಥೆಯನ್ನು ಬಹಳ ವಿವರವಾಗಿ ಬರೆದುಕೊಂಡು ಹೋಗ್ತಾರೆ. ಚಿತ್ರಕಥೆ ಬರೆದು ನಾನು ಇನ್ನೊಬ್ಬರಿಗೆ ಕೊಟ್ಟಾಗ ಅದು ಅವರಿಗೆ ಅರ್ಥವಾಗಬೇಕು. ನನ್ನ ಚಿತ್ರಕಥೆಯನ್ನು ಯಾರಾದರೂ ಓದುತ್ತಾ ಹೋದರೆ, ಅವರಿಗೆ ನಾನು ಹೀಗೆ ಹೀಗೆ ವಿಷಯ ಅನಲೈಜ್ ಮಾಡಿರಬಹುದು ಅಂತ ಅವರಿಗೆ ಅರ್ಥವಾಗುತ್ತಾ ಹೋಗಬೇಕು. ಅದು ಒಂದು ಶೈಲಿ.

ಇನ್ನೊಂದು ಶೈಲಿ ಇದೆ, ಸತ್ಯಜಿತ್ ರೇ ಅಥವಾ ಕುರುಸೋವಾ ಹೀಗೆ ಮಾಡ್ತಿದ್ರು. ಇಲ್ಲಿ ವಿವರಣೆಗಿಂತ ಹೆಚ್ಚಾಗಿ ಸ್ಕೆಚ್‌ಗಳನ್ನು ಬರೆದು ಅದರಲ್ಲೇ ಚಿತ್ರಕಥೆಯನ್ನು ಕಟ್ಟುತ್ತಾ ಹೋಗ್ತಾರೆ. ಇದನ್ನು ಸ್ಟೋರಿಬೋರ್ಡ್ ಅಂತ ಕರೀತೇವೆ. ಹೆಚ್ಚುಕಡಿಮೆ. ಅದರಲ್ಲಿ ಶಾಟ್ಸ್ ಯಾವ ರೀತಿ ಬರುತ್ತೋ ಆ ರೀತಿ ಬರೆದುಕೊಳ್ಳುತ್ತಾ ಹೋಗುತ್ತಾರೆ.

ಮೂರನೇ ಇನ್ನೊಂದು ಹಂತ ಇದೆ. ಇದನ್ನೂ ನಾನೇನು ಮಾಡ್ತೇನೆ, ಚಿತ್ರಕಥೆಯನ್ನು ಎರಡು ಹಂತಗಳಲ್ಲಿ ಬರೀತೇನೆ. ಮೊದಲನೇ ಹಂತ ಕಥೆ ಬರೆದ ಹಾಗೆ ಬರೀತೇನೆ. ಎರಡನೆಯದನ್ನು ನಾವು ಚಿತ್ರಕಥೆ ಅಂತ ಕರೆಯೋದಿಲ್ಲ, ಶೂಟಿಂಗ್ ಸ್ಕ್ರಿಪ್ಟ್ ಅಂತ ಕರೀತೇವೆ. ಶೂಟಿಂಗ್ ಸ್ಕ್ರಿಪ್ಟ್ ಎಲ್ಲ ತಾಂತ್ರಿಕ ವಿವರಗಳಿಂದ ತುಂಬಿರುತ್ತೆ. ಒಂದೊಂದು ಶಾಟ್‌ನ್ನೂ ಒಂದೊಂದು ಪುಟದಲ್ಲಿ ಬರಿದಿರ್ತೇನೆ. ಎಷ್ಟೊಂದು ವಿವರವಾಗಿ ಇರುತ್ತೇಂದ್ರೆ, ನೀವು ತಾಂತ್ರಿಕ ತಂಡದವರು ಆಗಿರದೇ ಇದ್ದರೆ, ನಿಮಗೆ ಅದು ಓದೋದಕ್ಕೂ ಸಾಧ್ಯವಾಗೋದಿಲ್ಲ; ಅಷ್ಟು ಜಟಿಲ ಅನ್ನಿಸುತ್ತೆ.

ಚಿತ್ರಕಥೆ ಅನ್ನೋದು ಒಂದು ಕಥೆ ಅಲ್ಲ; ನಾನು ಮುಂಚೆ ಹೇಳುವಾಗ ಕಥೆ ರೀತಿ ಬರೀತೇನೆ ಅಂತ ಹೇಳಿದರೂ ಅದು ನಮಗೆ ಸಾಮಾನ್ಯವಾಗಿ ಗೊತ್ತಿರುವ ರೀತಿ ಕಥೆಯಲ್ಲ.

ಕಥೆಗೂ ಚಿತ್ರಕಥೆಗೂ ಇರುವ ವ್ಯತ್ಯಾಸ

ಕಥೆ ಬರೆಯುವಾಗ ನಾವು ಏನು ಮಾಡುತ್ತೇವೆ; ಆ ವಾಕ್ಯಗಳ ಉಪಮಾ ಶಕ್ತಿಗೆ ಹೆಚ್ಚು ಒತ್ತು ಕೊಡುತ್ತಾ ಇರುತ್ತೇವೆ. ಪದಗಳನ್ನು ಆಯ್ಕೆ ಮಾಡುವಾಗ ಆ ಪದಗಳಿಗೆ ಎಷ್ಟು ಧ್ವನಿಯ ಶಕ್ತಿ ಇದೆ ಅಂತ ನಾವು ಹುಡುಕ್ತಾ ಹೋಗ್ತೇವೆ. ಉದಾಹರಣೆಗೆ ಸಂಸ್ಕಾರ ಕಾದಂಬರಿಯ ಕೊನೆಯ ಮಾತು, "ಪ್ರಾಣೇಶಾಚಾರ್ಯರು ನಿರೀಕ್ಷೆಯ ಆತಂಕದಲ್ಲಿ ಕಾದರು." ಅಂತಿದೆ. ಇದು ಚಿತ್ರಕಥೆ ಆಗೋದಕ್ಕೆ ಸಾಧ್ಯವೇ ಇಲ್ಲ. ಯಾಕಂದ್ರೆ, ನಿರೀಕ್ಷೆ ಅನ್ನೋದು ಒಂದು ಅಮೂರ್ತ ಪದ, ಆತಂಕ ಅನ್ನೋದು ಇನ್ನೊಂದು ಅಮೂರ್ತವಾದ ಪದ. 'ಕಾದರು' ಅನ್ನೋ ಪದ ಮಾತ್ರ ಮೂರ್ತ, ಅಥವಾ ಕಾಂಕ್ರೀಟ್ ಆಗಿದೆ. ಹೀಗಾಗಿ, ಸಿನಿಮಾದಲ್ಲಿ 'ಕಾದರು' ಎನ್ನುವುದು ಅರ್ಥವಾಗುತ್ತೆ, ಅಲ್ಲೊಬ್ಬ ವ್ಯಕ್ತಿ ಕೂತಿದ್ದಾನೆ. ಆದರೆ, ನಿರೀಕ್ಷೆಯ ಆತಂಕ ಇದು ಸಾಹಿತ್ಯಕ ನುಡಿಗಟ್ಟು. ಇದು ಸಿನಿಮಾದಲ್ಲಿ ಬರುವುದಿಲ್ಲ. ಹೀಗಾಗಿ, ಈ ರೀತಿಯ ಕಥೆಗಳನ್ನು ಓದುವ ಮನಸ್ಸಿನಿಂದ ಓದಿದರೆ ಒಂದು ಚಿತ್ರಕಥೆ ಓದುವವರಿಗೆ ಕಿರಿಕಿರಿ ಉಂಟು ಮಾಡಬಹುದು. ಚಿತ್ರಕಥೆಯನ್ನು ಓದುವ ತಯಾರಿ ಇರುವವರಿಗೆ ಮಾತ್ರ ಅದನ್ನು ಅರ್ಥ ಮಾಡಿಕೊಳ್ಳುವುದಕ್ಕೆ ಸಾಧ್ಯ.

ಉದಾಹರಣೆಗೆ, 'ಒಬ್ಬ ವ್ಯಕ್ತಿ ಬಂದ' ಅಂತ ಒಂದು ವಾಕ್ಯ ಇದೆ ಅಂತ ಇಟ್ಟುಕೊಳ್ಳಿ. ಆ ರೀತಿ ಸಿನಿಮಾದಲ್ಲಿ 'ಒಬ್ಬ' ವ್ಯಕ್ತಿಯನ್ನು ತೋರಿಸೋದಕ್ಕೆ ಸಾಧ್ಯ ಇಲ್ಲ. ಯಾಕೆಂದರೆ,

ಸಿನಿಮಾದಲ್ಲಿ ಆ ವ್ಯಕ್ತಿ ಯಾರು, ಯುವಕನೋ ಮುದುಕನೋ; ಎಂ.ಜಿ.ರೋಡ್‌ನಲ್ಲಿ ನಡೀತಿದ್ನೋ, ಕೆ.ಆರ್.ಮಾರ್ಕೆಟ್‌ನಲ್ಲಿ ನಡೀತಿದ್ನೋ; ಅವನು ಬಸ್ಸಿನಲ್ಲಿ ಬಂದನೋ, ಸ್ವಂತ ಸ್ಕೂಟರ್‌ನಲ್ಲಿ ಬಂದನೋ, ಅವನು ಶರ್ಟ್ ಹಾಕಿದ್ನೋ, ಜುಬ್ಬಾ ಹಾಕಿದ್ನೋ, ಹೀಗೆ ಪ್ರತಿಯೊಂದು ವಿವರವನ್ನೂ ಗಮನಿಸಬೇಕು. ಅವನು ಕೆ.ಆರ್.ಮಾರ್ಕೆಟ್‌ನಲ್ಲಿ ಬಂದ ಅಂದ ಕೂಡಲೇ, ಒಬ್ಬ ಓದುಗನಾಗಿ ನನಗೆ ಅವನ ಬಗ್ಗೆ ಒಂದು ಇಮೇಜೇ ಬೇರೆ ಆಗುತ್ತೆ. ಅದೇ ಅವನು ಕಾರಿನಲ್ಲಿ, ಕಮರ್ಶಿಯಲ್ ಸ್ಟ್ರೀಟ್‌ನಲ್ಲಿ ಹೋಗ್ತಾ ಇದ್ದ ಅಂದರೆ ಬೇರೊಂದು ಇಮೇಜ್ ಬರುತ್ತೆ. ಆ ತರದ ವಿವರಗಳು ಚಿತ್ರಕಥೆಯಲ್ಲಿ ಬೇಕಾಗುತ್ತವೆ.

ಉದಾಹರಣೆಗೆ-ಕುವೆಂಪು ಅವರ 'ಸಾಲದ ಮಗು' ಕಥೆಯ ಮೊದಲನೇ ವಾಕ್ಯವನ್ನು ಓದಿ–

''ಸುಬ್ಬಾ, ಸುಬ್ಬಾ, ಏ ಸುಬ್ಬಾ'' ಮಳೆಗಾಲ, ಕಾರಿರುಳು, ಕತ್ತಲು ಹೆಪ್ಪುಗಟ್ಟಿಕೊಂಡಿತ್ತು, ಅಂತ ಕಥೆ ಶುರು ಆಗುತ್ತೆ. ಇದರಲ್ಲಿ ಒಂದು ಸಣ್ಣ ಭಾಗ ತೆಗೆದುಕೊಳ್ಳಿ. 'ಕತ್ತಲು ಹೆಪ್ಪುಗಟ್ಟಿಕೊಂಡಿತ್ತು'. ಅನ್ನೋದನ್ನ ಸಿನಿಮಾದಲ್ಲಿ ಹೇಳೋದಕ್ಕೆ ಸಾಧ್ಯ ಇಲ್ಲ. ಜಗತ್ತೆಲ್ಲ ಮಸಿಯಲ್ಲಿ ಅಳಿಸಿ ಹೋದಂತಿತ್ತು. ನೋಡಿ, ಎಷ್ಟು ಸುಂದರವಾದ ಮಾತುಗಳು ಎಂದು ಹೇಳಿದರೆ, ಇವನ್ನು ಸಿನಿಮಾದಲ್ಲಿ ಹೇಳೋದಕ್ಕೆ ಸಾಧ್ಯ ಇಲ್ಲ. ಚಿತ್ರಕಥೆ ಬರೆಯೋರು ಇವುಗಳಿಗೆ ಸಮಾನವಾದ ಇನ್ಯಾವುದೋ ಇಮೇಜುಗಳನ್ನು ಹುಡುಕುತ್ತಾ ಹೋಗಬೇಕಾಗುತ್ತೆ.

ಹಾಗಾಗಿ ಚಿತ್ರಕಥೆ ಬರೆಯುವವರು ಮಾಡಬೇಕಾದ ಮೊದಲ ಕೆಲಸ ವಿವರಗಳನ್ನು ಬರೆಯೋದಲ್ಲ. 'ಜಗತ್ತೆಲ್ಲ ಮಸಿಯಲ್ಲಿ ಅಳಿಸಿಹೋದಂತಿತ್ತು' ಅಂತ ಮಾತಿನಲ್ಲಿ ಹೇಳೋದಲ್ಲ, ಅದು ಯಾವ ರೀತಿಯ ಇಮೇಜಲ್ಲಿ ಹೇಳಲಿಕ್ಕೆ ಸಾಧ್ಯ ಎಂಬುದನ್ನು ನೋಡಬೇಕಾಗುತ್ತೆ. ಎಲ್ಲಿವರೆಗೆ ಹೇಳಬೇಕಾದ್ದನ್ನೆಲ್ಲ ದೃಶ್ಯದ ಭಾಷೆಯಲ್ಲಿ ಆಲೋಚಿಸಿಕೊಳ್ಳುವುದಿಲ್ಲವೋ ಅಲ್ಲಿವರೆಗೆ ಚಿತ್ರಕಥೆ ಬರೆಯಲಿಕ್ಕೆ ಸಾಧ್ಯವಾಗುವುದಿಲ್ಲ.

ಕೆಲವರು ಹೇಳುತ್ತಾ ಇರುತ್ತಾರೆ, ಸರಿ ಸಾರ್, ಆ ದೃಶ್ಯ ಚರ್ಚೆ ಮಾಡಿ ಆಗಿದೆಯಲ್ಲ, ಯಾಕೆ ಚಿತ್ರಕಥೆ ಬರೆಯೋದಕ್ಕೆ ಶುರು ಮಾಡಬಾರದು, ಅಂತ. ನಾನು ಹೇಳೋದು, ನಾನು ಆ ದೃಶ್ಯವನ್ನು ಬರೆಯೋದಕ್ಕೆ ಶುರು ಮಾಡಬೇಕು

ಅಂತಂದ್ರೆ ನನಗೆ ಅದು ಇಮೇಜುಗಳಲ್ಲಿ ಹೊಳೆಯೋದಕ್ಕೆ ಶುರು ಆಗಬೇಕು. ಯಾವ ಇಮೇಜ್‌ನಿಂದ ಶುರು ಆಗುತ್ತೆ, ಯಾವ ಇಮೇಜಿನಿಂದ ಮುಕ್ತಾಯ ಆಗುತ್ತೆ ಎಂಬುದು ಗೊತ್ತಾಗದೇ ಇದ್ರೆ ಚಿತ್ರಕಥೆ ಬರೆಯೋದಕ್ಕೆ ಸಾಧ್ಯ ಆಗೋದಿಲ್ಲ. ಇಲ್ಲದೇ ಇದ್ರೆ, ಈ ತರದ ಪದಗಳಲ್ಲಿ ಬರಿತಾ ಹೋಗ್ತೇವೆ, ಆದರೆ ಪದಗಳು ಚಿತ್ರಕಥೆ ಆಗುವುದಿಲ್ಲ. ಆದ್ದರಿಂದ, ಒಬ್ಬ ಒಳ್ಳೆಯ ಚಿತ್ರಕಥಾ ಲೇಖಕ ಪ್ರತಿಯೊಂದನ್ನೂ ವಿಶ್ಯುಅಲ್‌ಗಳಾಗಿಯೇ ಭಟ್ಟಿ ಇಳಿಸಿಕೊಳ್ತಾನೆ. ಆ ವಿಶ್ಯುಅಲ್‌ಗಳನ್ನೇ ಬರೀತಾ ಹೋಗ್ತಾನೆ. ಹಾಗಾಗಿ, ಸಾಹಿತ್ಯಕ ಬರಹವಾಗಿ ಅದು ಬಹಳ ಶುಷ್ಕವಾಗಿ ತೋರಬಹುದು; ಆ ಉದ್ದೇಶದಿಂದ ಓದುವವರಿಗೆ ಅದು ಯಾವುದೇ ಖುಷಿಯನ್ನು ಕೊಡದೇ ಹೋಗಬಹುದು. ದೃಶ್ಯಗಳ ಮೂಲಕ ಕಾಣುವ ಸಿದ್ಧತೆ ಇದ್ದರೆ ಮಾತ್ರ ಚಿತ್ರಕಥೆ ಓದುಗನಿಗೆ ಸ್ವಾರಸ್ಯಕರವಾದ ಅನುಭವವನ್ನು ಕೊಡಬಹುದು. ಇದು, ಕಥೆಗೂ ಚಿತ್ರಕಥೆಗೂ ಇರುವ ಮೂಲಭೂತ ವ್ಯತ್ಯಾಸ. ನಾವು ಏನು ಮಾಡ್ತೇವೆ, ಎರಡೂ ಬರವಣಿಗೆಯಲ್ಲಿರುವುದರಿಂದ ಎರಡೂ ಒಂದೇ ಎಂದು ಭಾವಿಸುತ್ತೇವೆ.

ಈಗ, ಕತ್ತಲು ಹೆಪ್ಪುಗಟ್ಟಿಕೊಂಡಿತ್ತು ಅನ್ನೋ ವಾಕ್ಯವನ್ನೇ ಮತ್ತೆ ಗಮನಿಸಿದರೆ, ದಟ್ಟವಾದ ಕತ್ತಲು ಅನ್ನೋದನ್ನು ನಾನು ಯಾವ ಇಮೇಜ್‌ಗಳ ಮೂಲಕ ಕೊಡಬಹುದು? ಕತ್ತಲನ್ನು ಕತ್ತಲಿನಂತೆ ತೋರಿಸೋದಕ್ಕೆ ಆಗಲ್ಲ, ಕಪ್ಪು ತೆರೆ ಕಾಣಿಸುತ್ತೆ, ಇನ್ನು ಸಿನಿಮಾ ಶುರುನೇ ಆಗಿಲ್ವೇನೋ ಅಂದ್ಕೊತಾರೆ, ಪ್ರೇಕ್ಷಕರು. ಕತ್ತಲನ್ನು ಬೆಳಕಿನ ಮೂಲಕವೇ ಹೇಳಬೇಕಾಗುತ್ತೆ, ಸಿನಿಮಾದಲ್ಲಿ. ತೆರೆ ಮೇಲೆ ಪ್ರಖರವಾದ ಬೆಳಕಿದ್ರೆ, ಅದು ಮಧ್ಯಾಹ್ನ, ತುಂಬಾ ಬೆಳಕಿರುವ ಸಮಯ ಎಂದು ತಿಳಿದುಕೊಳ್ಳುತ್ತೇವೆ ಅಥವಾ ಒಂದು ಬುಡ್ಡಿ ದೀಪ ಉರಿಯೋ ಹಾಗೆ ತೋರಿಸಿದರೆ, ಇದು ಕತ್ತಲು ಅಂತ ಭಾವಿಸ್ತೇವೆ. ಗಾಢಾಂಧಕಾರದಂತೆ ತೋರಿಸಬೇಕು ಅಂದರೆ, ಬಹುಶಃ ಆ ಬುಡ್ಡಿ ಕುಡಿ ಅಲ್ಲಾಡುತ್ತೆ, ನೆರಳು ಅಲ್ಲಾಡುತ್ತೆ. ಅದು ಗಾಢಾಂಧಕಾರದ ತೀವ್ರತೆಯನ್ನು ಹೆಚ್ಚಿಸುತ್ತಾ ಇರುತ್ತೆ. ಹೀಗಾಗಿ, ಈ ತರದ ಇಮೇಜ್‌ಗಳ ಮೂಲಕನೇ ಬರೀಬೇಕಾಗುತ್ತೆ, ಆ ಇಮೇಜ್‌ಗಳ ಪ್ಲಾಸ್ಟಿಸಿಟಿ ಅಥವಾ ಧ್ವನಿ ಶಕ್ತಿಯನ್ನು ಬಳಸಿಕೊಂಡು ಬರೀಬೇಕಾಗುತ್ತೆ. ಒಬ್ಬ ಚಿತ್ರಕಥಾ ಲೇಖಕನಿಗೆ ಈ ಪ್ಲಾಸ್ಟಿಸಿಟಿ ಆಫ್ ಇಮೇಜ್ ಬಹಳ ಮುಖ್ಯ ಆಗುತ್ತೆ. ಪ್ರತಿಯೊಂದು ಇಮೇಜ್‌ನ್ನು ನೋಡಿದಾಗಲೂ ಅದರ ಪ್ಲಾಸ್ಟಿಸಿಟಿ ಎಷ್ಟು ಅನ್ನೋದನ್ನು ಹುಡುಕ್ತಾ ಹೋಗಬೇಕಾಗುತ್ತೆ.

ಸಿನಿಮಾ ಭಾಷೆ

ಸಿನಿಮಾ ಭಾಷೆ ಹುಟ್ಟಿದ್ದು 1895ರಲ್ಲಿ. ಮೊದಲ ಪ್ರಧಾನ ಬೆಳವಣಿಗೆಯು ಅಮೇರಿಕನ್ ಸ್ಕೂಲ್ ಆಫ್ ಫಿಲ್ಮ್ ಮೇಕಿಂಗ್ ಎಂದು. ಆಗ ಬಳಕೆಯಾದ ಮುಖ್ಯ ಶಬ್ದವೇ ಅನ್ಯಾಲಿಟಿಕಲ್ ಡ್ರಮ್ಯಾಟಿಕ್ ಸ್ಕೂಲ್ ಎಂದು ಗ್ರಿಫಿತ್‌ನ ಸಿನಿಮಾಗಳು ಈ ಗುಂಪಿಗೆ ಸೇರುತ್ವೆ ಎಂಬುದು ನನ್ನ ಮುಂದಿನ ಸಂವಾದಕ್ಕೆ ಈ ಪದ ಬಹಳ ಪ್ರಯೋಜನ ಆಗುತ್ತೆ. ನಾವು ಆಗಲೇ ಅರ್ಥ ಮಾಡಿಕೊಂಡಿದ್ದೆವು, ಸಿನಿಮಾ ನಿರ್ಮಾಣದಲ್ಲಿ ಮುಖ್ಯವಾಗಿ ಎರಡು ಪಂಥಗಳಿವೆ ಎಂದು ಒಂದು ಶೈಲಿಯಲ್ಲಿ ತಮ್ಮ ಇಡೀ ಕಟ್ಟಡವನ್ನು ಅನ್ಯಾಲಿಟಿಕಲ್ ಆಗಿ ರಚಿಸ್ತಾ ಇರ್ತಾರೆ. ಇನ್ನೊಂದು ಶೈಲಿಯವರು ಡ್ರಮ್ಯಾಟಿಕ್ ಆಗಿ ರಚಿಸುತ್ತಾ ಇರ್ತಾರೆ.

ಅನ್ಯಾಲಿಟಿಕಲ್ ಮತ್ತು ಡ್ರಮ್ಯಾಟಿಕಲ್ ಇವುಗಳ ನಡುವೆ ಗೆರೆ ಇರಬಾರದು; ಆದರೂ ಗೆರೆ ಇದೆ. ಇವೆರಡಕ್ಕೆ ಒಂದು ಸರಳ ಉದಾಹರಣೆಯನ್ನು ಕೊಟ್ಟರೆ ಬಹುಶಃ ಎರಡರ ಕಟ್ಟಡದಲ್ಲಿರೋ ವ್ಯತ್ಯಾಸ ಗೊತ್ತಾಗುತ್ತೆ. ಒಂದು ಕಡೆಗೆ ನಾನು ಸಂಸ್ಕಾರ ಸಿನಿಮಾನ್ನ ತಗೋತೀನಿ, ಇನ್ನೊಂದು ಕಡೆಗೆ ಗೆಜ್ಜೆಪೂಜೆ ತಗೋತೀನಿ. ಅನ್ಯಾಲಿಟಿಕಲ್ ಶೈಲಿಯಲ್ಲಿ ಮೂಲತಃ ಉದ್ದೇಶ ಏನು ಇರುತ್ತೆ ಅಂದರೆ, ನಾನು ಆಯ್ದುಕೊಂಡಂಥ ಕಥಾವಸ್ತು ಎಲ್ಲಿ ಅರಳುತ್ತೋ ಆ ಇಡೀ ವ್ಯವಸ್ಥೆಯನ್ನು ಅನ್ಯಾಲಿಟಿಕಲ್ ಆಗಿ ನೋಡ್ತಾ ಹೋಗೋದು. ಸಂಸ್ಕಾರ, ಪಥೇರ್ ಪಾಂಚಾಲಿ, ಚೋಮನದುಡಿ, ಬೈಸಿಕಲ್ ತೀವ್ಸ್ ಇಂಥ ಸಿನಿಮಾಗಳನ್ನು ನೋಡಿದರೆ, ಅವರು ಕಥೆ ಹೇಳ್ತಾ ಹೇಳ್ತಾನೇ ಅದರ ಸಾಮಾಜಿಕ ಆಯಾಮವನ್ನು ಹೇಗೆ ಬಿಡಿಸ್ತಾ ಬರ್ತಾರೆ ಅನ್ನೋದು ಗೊತ್ತಾಗುತ್ತೆ. ಉದಾಹರಣೆಗೆ ಚೋಮನದುಡಿಯಲ್ಲಿ ಚೋಮನ ಬದುಕಿನ ದುರಂತದ ಡ್ರಮ್ಯಾಟಿಕ್ ಇಂಟೆನ್ಸಿಟಿಯನ್ನಷ್ಟೆ ತೋರಿಸ್ತಾ ಹೋಗೊಲ್ಲ. ಅದರ ಬೇರೆ ಬೇರೆ ಮಗ್ಗಲುಗಳನ್ನು ಹುಡುಕ್ತಾ ಹೋಗ್ತಾರೆ. ಸಂಸ್ಕಾರದಲ್ಲಿ ಒಬ್ಬ ಪ್ರಾಣೇಶಾಚಾರ್ಯರ ಸಮಸ್ಯೆ ಬರೀ ಒಬ್ಬ ವ್ಯಕ್ತಿಯ ಸಮಸ್ಯೆ ಆಗೋದಿಲ್ಲ. ಜಡಗಟ್ಟಿದ ಒಂದು ಸಮುದಾಯದಲ್ಲಿ ಹೇಗೆ ನಾರಾಯಣಪ್ಪನಂಥ ವ್ಯಕ್ತಿ ಹುಟ್ಟುತ್ತಾನೆ, ಅವನು ಹೇಗೆ ಇವರಿಗೆ ಸವಾಲಾಗಿ ನಿಲ್ಲುತ್ತಾನೆ ಅನ್ನೋದನ್ನ ತೋರಿಸುವಾಗ ಅದು ನಾರಾಯಣಪ್ಪನ ಕಥೆಯೂ ಅಲ್ಲ, ಪ್ರಾಣೇಶಾಚಾರ್ಯರ ಕಥೆಯೂ ಅಲ್ಲ, ಅದು ಇಡೀ ಸಮುದಾಯದ ಕಥೆ ಅನ್ನೋದರ ಕಡೆ ನಮ್ಮ ಗಮನ ಹೋಗುತ್ತೆ.

ಈ ಶೈಲಿಯಲ್ಲಿ ಅವರ ಒತ್ತು ಏನಿದ್ರೂ ಅದರ ಡ್ರಮ್ಯಾಟಿಕ್ ಕನ್‌ಸ್ಟ್ರಕ್ಷನ್‌ಗಿಂತ ಹೆಚ್ಚಾಗಿ, ಅದರ ಅನ್ಯಾಲಿಟಿಕಲ್ ವಿಧಾನವಾಗಿರುತ್ತೆ. ಸಿನಿಮಾ ನೋಡಿ ಮುಗಿಸಿದ ನಂತರ ಅದು ನಮ್ಮ ಮೇಲೆ ಭಾವನಾತ್ಮಕವಾಗಿ ಪರಿಣಾಮ ಬೀರುವುದಿಲ್ಲ. ಅದಕ್ಕಿಂತ ಹೆಚ್ಚಾಗಿ ನಮ್ಮನ್ನ ಬೌದ್ಧಿಕವಾಗಿ ಕೆಣಕುತ್ತಾ ಇರುತ್ತೆ. ನಾರಾಯಣಪ್ಪನೇ ಸರಿ, ಇಲ್ಲ ಪ್ರಾಣೇಶಾಚಾರ್ಯರೇ ಸರಿ, ಹೀಗೆ ಪ್ರಖರವಾದ ನಿಲುವುಗಳಿರುತ್ವೆ. ಅದು ಒಂದು ವಾದವನ್ನು ಹುಟ್ಟುಹಾಕುತ್ತೆ, ಇಲ್ಲ ನಮ್ಮನ್ನು ಬೌದ್ಧಿಕವಾಗಿ ಕೆಣಕುತ್ತಾ ಇರುತ್ತೆ.

ಅದೇ, ಗೆಜ್ಜೆಪೂಜೆ ತರದ ಸಿನಿಮಾಗಳು ಡ್ರಮ್ಯಾಟಿಕ್ ಸ್ತರದಲ್ಲಿ ಹೋಗ್ತಾ ಇರುತ್ವೆ. ಅದರಲ್ಲಿ ಚಂದ್ರಾಳ ದುರಂತವನ್ನು ಪುಟ್ಟಣ್ಣ ಅವರು ಒಂದು ವೈಯಕ್ತಿಕ ದುರಂತವನ್ನಾಗಿ ನೋಡ್ತಾರೆ. ಅದೊಂದು ದೇವದಾಸಿ ಪದ್ಧತಿಯ ದುರಂತ; ಅಥವಾ ದೇವದಾಸಿ ಪದ್ಧತಿಯನ್ನು ಹುಟ್ಟುಹಾಕಿದಂಥ ಸಮಾಜ, ಆ ಸಮಾಜದ ಸಂಪ್ರದಾಯಬದ್ಧ ರೂಪ ಹೇಗಿದೆ, ಅನ್ನುವುದಕ್ಕೆ ಅವರು ಅಷ್ಟು ಗಮನ ಕೊಡೋದಿಲ್ಲ. ಹಾಗಾದಾಗ ಡ್ರಮ್ಯಾಟಿಕ್ ಇಂಟೆನ್ಸಿಟಿ ಪ್ರಧಾನವಾಗುತ್ತಾ ಹೋಗುತ್ತೆ.

ಇವೆರಡು ಶೈಲಿಗಳಲ್ಲಿ ಪ್ರತಿಯೊಂದು ಅಂಶವೂ ಭಿನ್ನವಾಗುತ್ತಾ ಹೋಗುತ್ತೆ. ಅಭಿನಯದ ಶೈಲಿ ಭಿನ್ನವಾಗುತ್ತೆ; ಕ್ಯಾಮರಾ ತಂತ್ರ ಭಿನ್ನವಾಗುತ್ತೆ. ಒಂದರಲ್ಲಿ ಎಲ್ಲವನ್ನೂ ರೋಮ್ಯಾಂಟಿಸೈಜ್ ಮಾಡಿ, ಎಲ್ಲವೂ ಆಪ್ಯಾಯಮಾನವಾಗುವಂತೆ ಮಾಡಿ ಹೇಳ್ತಾರೆ. ಇನ್ನೊಂದರಲ್ಲಿ, ನೋಡೋರಿಗೆ ಆಪ್ಯಾಯಮಾನ ಆಗದಿದ್ರೂ ಪರವಾಯಿಲ್ಲ, ಕಠೋರವಾದ ಸತ್ಯಗಳನ್ನು ಕಠೋರವಾಗಿಯೇ ತೋರಿಸ್ತೀವಿ ಅಂತ ಹೇಳಲಾಗುತ್ತೆ. ಹಾಗಾಗಿ ತಂತ್ರ ಕೂಡ ಇಲ್ಲಿ ಬೇರೆ ಬೇರೆ ಆಗುತ್ತಾ ಹೋಗುತ್ತೆ.

ಚಿತ್ರಕಥೆಯಲ್ಲಿ ಆಯಾಮೀಯ ರಚನೆ

ನಾನು ಒಂದು ಚಿತ್ರಕಥೆಯಲ್ಲಿ ನಿರೀಕ್ಷೆ ಮಾಡೋದು ಆ ಕಥೆಯ ವಿನ್ಯಾಸದಲ್ಲಿ ಅದಕ್ಕೆ ಮಲ್ಟಿ ಪ್ಲೇನ್ಸ್ ಇರಬೇಕು ಅನ್ನೋದು, ಅಂದರೇ ಒಂದೇ ಪ್ಲೇನ್‌ನಲ್ಲಿ ಕಥೆ ಚಲಿಸಬಾರದು ಅನ್ನೋದು.

ಮೊದಲು ನಾವು ಗಮನ ಕೊಡೋದು ಬಹುಶಃ ಅದರ ಪ್ಲಾಟ್ ಸ್ಟ್ರಕ್ಚರ್‌ನ್ನು. ಅದು ಕಥೆಯ ಒಂದು ಮಟ್ಟ ಆಗುತ್ತೆ.

'ಸಾಲದ ಮಗು' ಕಥೆಯನ್ನು ನೋಡಿ: ಒಬ್ಬ ಗೌಡ ಇರುತ್ತಾನೆ. ಅವನು ಒಬ್ಬ ಹುಡುಗನನ್ನ ಜೀತಕ್ಕೆ ಇಟ್ಟುಕೊಂಡಿರುತ್ತಾನೆ. ಜೋರಾಗಿ ಮಳೆ ಬರ್ತಾ

ಇರುತ್ತೆ; ಬಹುಶಃ ತಾನು ಕುಣಿನಲ್ಲಿ ಹಾಕಿದ್ದು ಏಡಿಗೆ ಬಿದ್ದಿರಬೇಕು ಅನ್ನಸ್ತೆ. ಅದನ್ನು ನೋಡೋದಕ್ಕೇಂತ ಹುಡುಗನನ್ನ ಕಳಿಸ್ತಾನೆ. ಹುಡುಗನಿಗೆ ಜೋರು ಜ್ವರ ಬರ್ತಾ ಇರುತ್ತೆ. ಆದರೂ ಹೋಗಿ ಒಂದು ಕಡೆ ಎಲ್ಲೋ ಜಾರಿ ಬೀಳ್ತಾನೆ, ಬಿದ್ದು ಕೈಲಿರೋ ಲಾಟೀನೂ ಒಡೆದು ಹೋಗುತ್ತೆ. ಕತ್ತಲಲ್ಲೇ ಹೋಗ್ತಾನೆ. ಮಲೆನಾಡ್‌ನಲ್ಲಿ ನೀರು ಹರಿಯೋ ಕಡೆ ಬುಟ್ಟಿಗಳನ್ನು ಕಟ್ಟಿರ್ತಾರೆ. ನೀರು ಹರಿಯೋವಾಗ, ಅದರಲ್ಲಿರುವಂಥ ಕಸ, ಏಡಿ, ಮೀನು ಎಲ್ಲ ಅದರಲ್ಲಿ ಸಂಗ್ರಹ ಆಗುತ್ತೆ. ಅದು, ಬಿದ್ದು ಹೋಗಿರಬಹುದು ಎಂದು ನೋಡಿಕೊಂಡು ಬಾ ಎಂದ ಗೌಡರು ಈ ಹುಡುಗನನ್ನ ಕಳಿಸಿರೋದು. ಆದರೆ ಅಲ್ಲಿ ಏನಾಗುತ್ತೆ, ಆ ಬುಟ್ಟಿಯಲ್ಲಿ ಒಂದು ಹಾವೂ ಸೇರಿಕೊಂಡಿರುತ್ತೆ. ಈ ಹುಡುಗ ಕತ್ತಲಲ್ಲಿ ಕೈ ಹಾಕ್ತಾನೆ, ಅದು ಅವನನ್ನ ಕಚ್ಚುತ್ತೆ. ಸತ್ತು ಹೋಗ್ತಾನೆ. ಗೌಡ್ರು ಬೆಳಗಿನವರೆಗೆ ಕಾದು, ಇವನು ಯಾಕೆ ಬರ್ಲಿಲ್ಲ ನೋಡ್ಕೊಂಡು ಬರೋಕೆ ಹೊರಡ್ತಾರೆ, ಒಡೆದು ಹೋಗಿರೋ ಲಾಟಿನ್ ನೋಡಿ ಅಷ್ಟು ನಷ್ಟ ಆಯ್ತಲ್ಲ ಅಂತ ಬೇಜಾರಾಗುತ್ತೆ; ಕೊನೆಗೆ ನೋಡುವಾಗ ಆ ಹುಡುಗನೂ ಸತ್ತು ಹೋಗಿರ್ತಾನೆ. ಅದನ್ನು ನೋಡಿ ಗೌಡರಿಗೆ; ಛೆ, ಇವನ ಅಪ್ಪನಿಗೆ ಕೊಟ್ಟಿದ್ದ ಸಾಲ ಹಿಂತಿರುಗಲಿಲ್ವಲ್ಲಾ, ನಷ್ಟ ಆಯ್ತು ಅಂತ ಬೇಜಾರಾಗುತ್ತೆ. ಕಥಾ ಹಂದರದ ಮಟ್ಟದಲ್ಲಿ ಕಥೆ ಇಷ್ಟೇ ಇರೋದು.

ಕಥೆ ಹೇಳಿದರಷ್ಟೇ ಸಾಕೇ

ಆದರೆ, ಇಲ್ಲಿರೋ ಪ್ರಶ್ನೆ, ಚಿತ್ರದಲ್ಲಿ ಬರೀ ಒಂದು ಕಥೆ ಹೇಳಿದ್ರೆ ಸಾಕೇ ನಾನು? ಕಥೆ ಹೇಳೋದಷ್ಟೆ ಸಿನಿಮಾದ ಉದ್ದೇಶ ಆದರೆ, ಅದಕ್ಕೆ ಅಂತ್ಯವೇ ಇಲ್ಲ. ಇಲ್ಲಿರೋ ಐವತ್ತು ಜನಕ್ಕೆ ಐವತ್ತು ಕತೆ ಇರುತ್ತೆ. ನಿಮ್ಮ ಕಥೆ ಕಟ್ಕೊಂಡು ನಾನೇನು ಮಾಡಬೇಕು; ಅಥವಾ ನನ್ನ ಕಥೆ ಕಟ್ಕೊಂಡು ನೀವೇನು ಮಾಡಬೇಕು? ಯಾವುದೇ ಘಟನೆಯನ್ನು ಸಾರ್ವತ್ರೀಕರಿಸದೇ ಇದ್ದರೆ, ಅದರಲ್ಲಿ ನಮ್ಮ ಶ್ರಮಕ್ಕೆ ಫಲ ಇರಲ್ಲ; ನಿಮಗೂ ಆಸಕ್ತಿ ಇರಲ್ಲ.

ಹೀಗಾಗಿ, ಅದರ ಕಥೆಯನ್ನು ಗುರುತಿಸಿದ ನಂತರ, ಅದು ಯಾವ ಥೀಮ್‌ನ್ನು ಅಂದರೆ ವಸ್ತುವನ್ನು ಹೇಳ್ತಾ ಇರಬಹುದು ಅಂತ ಹುಡುಕುತ್ತೇನೆ. ಉದಾಹರಣೆಗೆ, 'ಸಾಲದ ಮಗು' ಕಥೆಯನ್ನೇ ಇಟ್ಕೊಂಡ್ರೆ, ಕಥೆ ಇದಾಯ್ತು, ಆದರೆ ಥೀಮ್ ಏನನ್ನ ಹೇಳುತ್ತೆ? ಥೀಮ್‌ನಲ್ಲಿ ಎಷ್ಟೊಂದು ಧ್ವನಿ ಶಕ್ತಿ ಇದೆ

ಅನ್ನೋದನ್ನು ಗಮನಿಸಿ. ಒಂದು, ಈ ಊಳಿಗಮಾನ್ಯ ವ್ಯವಸ್ಥೆ ಎಷ್ಟರ ಮಟ್ಟಿಗೆ ಅಮಾನವೀಯವಾಗಿದೆ ಎಂಬುದನ್ನ ಗುರ್ತಿಸ್ತಾ ಹೋಗುತ್ತೇವೆ. ಎರಡನೆಯದು, ಆ ಹುಡುಗನ ದೃಷ್ಟಿಕೋನದಿಂದ ನೋಡೋದಾದರೆ, ಅವನ ಕನಸುಗಳೆಲ್ಲ ಹೇಗೆ ಕಮರಿ ಹೋಗುತ್ತೆ ಅಂತ ನೋಡ್ತೀವಿ. ಹ್ಯಾಗೆ ಜೀತಪದ್ಧತಿಯಲ್ಲಿ ಮನುಷ್ಯ ಮನುಷ್ಯನ ಸಂಬಂಧಗಳು ಕಮರಿಹೋಗಿರುತ್ತವೆ ಎಂಬುದು ನೋಡ್ತೇವೆ. ಕೊನೆಯಲ್ಲಿ ಗೌಡನಿಗೆ ಮಗುವಿನ ಜೀವಕ್ಕಿಂತ ತನಗೆ ಬರಬೇಕಾಗಿದ್ದ ಸಾಲವೇ ಮುಖ್ಯ ಆಗಿಬಿಡುತ್ತೆ.

ಆಗ ಏನಾಗಬೇಕು; ಆ ಗೌಡನನ್ನ ಒಬ್ಬ ಆರೋಪಿಯನ್ನಾಗಿ ಮಾಡದೇ, ಅಥವಾ ಈ ಬಡ ಹುಡುಗನ ಬಗ್ಗೆ ಸಿಂಪಥಿಟಿಕ್ ಆಗದೇ ನಾವು ಒಂದು ವ್ಯವಸ್ಥೆಯ ಬಗ್ಗೆ ಗಮನವನ್ನು ಹರಿಸ್ತೀವಿ. ಈ ತರದ ಊಳಿಗಮಾನ್ಯ ಪದ್ಧತಿಯಲ್ಲಿ ಒಬ್ಬನನ್ನು ಜೀತಕ್ಕಿಟ್ಟುಕೊಳ್ಳೋದು ಎಷ್ಟರ ಮಟ್ಟಿಗೆ ಮಾನವೀಯ ಆಗುತ್ತೆ ಅಥವಾ ಅಮಾನವೀಯವಾಗುತ್ತೆ ಅಂತ ನೋಡ್ತೇವೆ. ಅಂದರೆ ನಮ್ಮ ಗಮನ ಈ ಪಾತ್ರದಿಂದ ಅಥವಾ ವ್ಯಕ್ತಿಯಿಂದ ವ್ಯವಸ್ಥೆಯ ಕಡೆಗೆ ಹರಿಯುತ್ತೆ. ಒಂದು ಒಳ್ಳೆಯ ಸ್ಕ್ರಿಪ್ಟ್ ವ್ಯಕ್ತಿಯಿಂದ ವ್ಯವಸ್ಥೆಯ ಕಡೆಗೆ ನಮ್ಮ ಗಮನವನ್ನು ಹರಿಸುತ್ತಾ ಇರುತ್ತೆ. ಯಾವ ಸ್ಕ್ರಿಪ್ಟ್ ಒಂದು ವ್ಯಕ್ತಿಯ ಕಥೆಯನ್ನು ಮಾತ್ರ ಹೇಳುತ್ತೋ, ಕೊನೆಗೂ ಒಬ್ಬ ವ್ಯಕ್ತಿಯ ಬಗ್ಗೆ ಮಾತ್ರ ಅನುಕಂಪವನ್ನು ಹುಟ್ಟಿಸ್ತಾ ಇರುತ್ತೋ ಅದು ಸ್ವಲ್ಪ ಮಟ್ಟಿಗೆ ಖುಷಿ ಕೊಡುತ್ತೆಯೇ ಹೊರತು ಅದರಾಚೆ ಯಾವುದೇ ಮಹತ್ವವನ್ನು ಪಡೆದುಕೊಳ್ಳುವುದಿಲ್ಲ.

.... **ಕಥಾಹಂದರ**

ಈ ಪ್ಲೇನ್‌ನ ಕಥಾಹಂದರ, ಈ ಹಂತದಲ್ಲಿ ಕಥೆ ಹೇಳ್ತಾ ಹೋಗ್ತೀವಿ. ಇಷ್ಟು ಹೇಳಿದರೆ ಸಾಕಾ? ಸಾಕಾಗಲ್ಲ. ಇಲ್ಲಿ ಬರುವ ಪ್ಲಾಟ್‌ಗೆ ನಾನು ಬೇರೆ ಬೇರೆ ಡೈಮೆನ್ಷನ್‌ಗಳನ್ನು ಕೊಡ್ತಾ ಹೋಗ್ತೇನೆ. ಆ ಡೈಮೆನ್ಷನ್‌ಗಳು ಯಾವುದು? ಒಂದು, ಸೋಶಿಯೋ ಪೊಲಿಟಿಕಲ್ ಡೈಮೆನ್ಷನ್.

.... **ಕಥಾಹಂದರ**

.... **ಸೋಶಿಯೋ ಪೊಲಿಟಿಕಲ್**

ಯಾವುದೇ ಕಥೆಗಾಗಲೀ ಒಂದು ಸೋಶಿಯೋ ಪೊಲಿಟಿಕಲ್ ಡೈಮೆನ್ಷನ್ ಇದ್ದೇ ಇರುತ್ತೆ. ಆ ಡೈಮೆನ್ಷನ್ ಬಂದಾಗ ನಮ್ಮ ಗಮನ ವ್ಯಕ್ತಿಯಿಂದ ವ್ಯವಸ್ಥೆಯ ಕಡೆಗೆ ಹೋಗುತ್ತೆ. ಈಗ ಸಾಲದ ಮಗು ಕಥೆಯನ್ನೇ ತೆಗೆದುಕೊಂಡಾಗ ಅದು ಬರೀ ಗೌಡನ ಬಗ್ಗೆ ಆಗದೇ ಊಳಿಗಮಾನ್ಯ ವ್ಯವಸ್ಥೆಯ ಕುರಿತು ಹೋಯಿತು ಅಂತಾಗುತ್ತೆ. ಅಷ್ಟೇ ಹೇಳಿದರೆ ಸಾಕೇ? ಅಷ್ಟೇ ಹೇಳಿದರೆ ಅದು ಒಂದು ಸೋಶಿಯಲ್ ಕಾಮೆಂಟರಿ ಆಗುತ್ತೆ. ಅಂತ ಊಳಿಗಮಾನ್ಯ ವ್ಯವಸ್ಥೆ ತಪ್ಪು ಅಂತ ಹೇಳಿದ ಹಾಗೆ ಆಯ್ತು. ಇದನ್ನು ನಾವು ನೂರು ವರ್ಷಗಳಿಂದ ಹೇಳುತ್ತಲೇ ಇದ್ದೀವಿ. ಅದನ್ನೇ ಮತ್ತೆ ಹೇಳಿದರೆ ಸಾಕೇ. ಅದಕ್ಕೆ ನಾವು ಇನ್ನೊಂದು ಡೈಮೆನ್ಷನ್ ಕೊಡ್ತಾ ಹೋಗ್ತೀವಿ. ಅದು ಫಿಲಾಸಫಿಕಲ್ ಆಗಿರಬಹುದು, ಮೆಟಾಫಿಸಿಕಲ್ ಆಗಬಹುದು. ಈ ತರಹ ಇನ್ನೊಂದು ಡೈಮೆನ್ಷನ್ ಸೇರಿಸ್ತೀವಿ.

.... **ಕಥಾಹಂದರ**

.... **ಸೋಶಿಯೋ ಪೊಲಿಟಿಕಲ್**

.... **ಫಿಲಾಸಫಿಕಲ್ / ಮೆಟಾಫಿಸಿಕಲ್**

ಫಿಲಾಸಫಿಕಲ್ ಡೈಮೆನ್ಷನ್ ಯಾವುದು, ಮನುಷ್ಯ ಯಾಕೆ ಇಷ್ಟು ಕ್ರೂರಿ ಆಗ್ತಾನೆ. ವ್ಯವಸ್ಥೆಗೆ ಮೀರಿದ್ದಿದು; ಮನುಷ್ಯನ ಸ್ವಭಾವದಲ್ಲಿಯೇ ಆ ಕ್ರೌರ್ಯ ಇದೆಯಾ? ಮನುಷ್ಯ ಮನುಷ್ಯನನ್ನು ಪ್ರೀತಿಸೋದಕ್ಕೆ ಸಾಧ್ಯ ಇಲ್ಲವೇ? ಇಂಥ ಪ್ರಶ್ನೆಗಳೆಲ್ಲ ಸಾಮಾಜಿಕ ಪ್ರಶ್ನೆ ಅಲ್ಲ, ಇದು ಫಿಲಾಸಫಿಕಲ್ ಪ್ರಶ್ನೆ. ಆ ಪ್ರಶ್ನೆಯನ್ನು ಎತ್ತುತ್ತಾ ಹೋಗ್ತೇವೆ.

ಸಾರ್ವತ್ರೀಕರಣದ ಪ್ರಯತ್ನ

ಇದನ್ನು ಕೆಲವರು ಇದಕ್ಕೂ ದೊಡ್ಡ ಆಯಾಮಕ್ಕೆ ಏರಿಸಬಹುದು; ಏರಿಸಿದಾಗ, ಸೋಶಿಯಲ್ ಪೊಲಿಟಿಕಲ್ ಅನ್ನೋದನ್ನು ಊಳಿಗ ಮಾನ್ಯ ಪದ್ಧತಿ ಅಂತ ತಿಳ್ಕೋತೀವಿ. ಆದರೆ ನಾವು ಈ ಊಳಿಗಮಾನ್ಯ ಪದ್ಧತಿ ಬಗ್ಗೆ ಮಾತಾಡ್ತಾ ಇರುವಾಗ, ಅದು ಒಂದು ಸಮಾಜನಿಷ್ಠವಾಗಿರುತ್ತೆ. ಅದು ಭಾರತೀಯ ಸಮಾಜ. ಬರೀ ಭಾರತೀಯ ಸಮಾಜದ ಬಗ್ಗೆ ಹೇಳಿದರೆ ಮುಗಿಯಿತೇ? ಬೇರೊಂದು ದೇಶದಲ್ಲಿ ಇದು ಬೇರೊಂದು ರೂಪದಲ್ಲಿ ವ್ಯಕ್ತಗೊಂಡಿರಬಹುದು; ಉದಾಹರಣೆಗೆ- ನಮ್ಮ ಹಿಟ್ಲರ್ ಕಾಲದಲ್ಲಿ ಜರ್ಮನ್ ಸಮಾಜದಲ್ಲಿಯೂ ಹೀಗೆ ಆಗ್ತಾ ಇತ್ತು

ಅಂತ ಅನ್ನಿಸಬೇಕು. ಈ ಊಳಿಗಮಾನ್ಯ ವ್ಯವಸ್ಥೆಯ ದುರಂತವನ್ನು ಅವನು ಫ್ಯಾಸಿಸ್ಟ್ ರಿಜೀಮ್‌ನ ದುರಂತವಾಗಿ ನೋಡ್ತಾ ಇರ್ತಾನೆ. ಆ ತರದ ಧ್ವನಿಶಕ್ತಿಯನ್ನು ನಾವು ಕೊಡ್ತಾ ಹೋಗಬೇಕಾಗುತ್ತೆ.

ಅನಂತಮೂರ್ತಿಯವರು ಹೇಳ್ತಾ ಇದ್ದರು, ಇದೇ ಘಟಶ್ರಾದ್ಧ ಚಿತ್ರವನ್ನು ಬೇರೆ ಕಡೆ ತೋರಿಸ್ತಾ ಇರುವಾಗ ಒಬ್ಬ ಐರಿಷ್ ಮಹಿಳೆ ಹೇಳಿದಳಂತೆ, ನನಗೆ ಈ ಚಿತ್ರ ಬಹಳ ಅರ್ಥವಾಯ್ತು ಅಂತ. ನಿಮಗೆ ಹೇಗೆ ಇದು ಅರ್ಥವಾಯ್ತು ಅಂತ ಕೇಳಿದರೆ, ನಮ್ಮಲ್ಲಿ ಒಂದು ರಿಚುಯಲ್ ಇದೇ ತರ ಇದೆ. ಈ ಸಿನಿಮಾ ನೋಡ್ತಾ ಇರುವಾಗ ನನಗೆ ಅದರ ನೆನಪು ಬರುತ್ತಾ ಇತ್ತು ಅಂದರಂತೆ.

ಆದರೆ, ಈ ಆಫ್‌ಬೀಟ್ ಸಿನಿಮಾ ಮಾಡೋರು ಅದನ್ನು ಎಷ್ಟೊಂದು ಡೀಪ್ ರೂಟೆಡ್ ಆಗಿ ಸ್ಥಳೀಯ ಮಟ್ಟಕ್ಕೆ ಮಾಡೋದನ್ನ ನೋಡ್ತೀವಿ. ಯೂನಿವರ್ಸಲ್ ರೆಸೋನೆನ್ಸ್ ಇರುತ್ತಲ್ಲ; ಅದನ್ನೆಲ್ಲವನ್ನ ಕಳಕೊಳ್ಳುತ್ತಾ ಹೋಗುತ್ತೇವೆ. ಅದನ್ನು ಯಾವತ್ತೂ ಕಳ್ಕೊಬಾರ್ದು. ಒಂದು ಒಳ್ಳೆ ಚಿತ್ರಕಥೆ ತನ್ನ ಬೇರುಗಳನ್ನು ಆಳಕ್ಕೆ ಬಿಡ್ತಾ ಇರುವ ಹಾಗೇನೇ, ಅದಕ್ಕೆ ಸಾರ್ವತ್ರಿಕ ಆಗಿರುವಂಥ, ಸಾರ್ವಕಾಲಿಕ ಆಗಿರುವಂಥ ಹುಡುಕಾಟ ಇದ್ದರೆ ಮಾತ್ರ ಅದು ಒಂದು ಒಳ್ಳೆ ಚಿತ್ರಕಥೆ ಆಗ್ತಾ ಹೋಗುತ್ತೆ. ಸಾರ್ವಕಾಲಿಕವಾಗಿ, ಈಗ ನಾವು ತೊಗಲಕ್‌ನ ಕಥೆಯನ್ನು ಹೇಳ್ತೀವಿ, ಅದು ಕೇವಲ ಒಂದು ಕಾಲದ ಪ್ರದೇಶದ ಒಬ್ಬ ತೊಗಲಕ್‌ನ ಕಥೆ ಮಾತ್ರ ಆಗದೇ, ಇವತ್ತಿನ ರಾಜ್ಯವ್ಯವಸ್ಥೆಯೂ ಆದರೆ, ಅದು ಸಾರ್ವಕಾಲಿಕ ಆಗುತ್ತೆ. ತೊಗಲಕ್‌ನ ಕಥೆ ಬರೀ ತೊಗಲಕ್‌ನ ಕಥೆ ಮಾತ್ರವೆಂದು ಆಗಿದ್ದರೆ, ಕಾರ್ನಾಡರ ನಾಟಕನೂ ಆಗ್ತಾ ಇರ್ಲಿಲ್ಲ. ನಾವು ಅದನ್ನು ಅಷ್ಟು ಗಂಭೀರವಾಗಿ ಓದೋಕ್ಕೂ ಹೋಗ್ತಿರ್ಲಿಲ್ಲ.

ಇವತ್ತಿಗೂ ನಾವು ಕೆಲವು ಐತಿಹಾಸಿಕ ಚಿತ್ರಗಳನ್ನು ನೋಡ್ತೀವಿ; ಅವನ್ನು ನಾವು ಎಷ್ಟರ ಮಟ್ಟಿಗೆ ಪ್ರಾದೇಶಿಕ, ಸ್ಥಳೀಯ ಮತ್ತು ಕಾಲಬದ್ಧ ಮಾಡ್ತೀವಿ ಅಂತಂದ್ರೆ, ಇವತ್ತು ನನಗೆ ಅದು ಯಾವುದೇ ರೀತಿಯಲ್ಲಿ ಮುಖ್ಯ ಆಗೋದೇ ಇಲ್ಲ, ಪ್ರಸ್ತುತ ಅನ್ನಿಸೋದೇ ಇಲ್ಲ. ಅದು ಪ್ರಸ್ತುತ ಆಗಬೇಕಾದರೆ, ಆ ಕಾಲದ ಕಥೆಯನ್ನು ಹೇಳ್ತಾನೆ, ಆ ಕಾಲವನ್ನೇ ಅದು ದಾಟಬೇಕು. ಇದು ಕಷ್ಟದ ಕೆಲಸ ಹೌದು. ಈಗ ನಾವಿರೋದು ಕೈವಾರದಲ್ಲಿ (ಶಿಬಿರ ನಡೆದ ತಾಣ) ಬರೀ ಕೈವಾರದ ಕಥೆ ಹೇಳೋದು ಸುಲಭ; ಯಾರು ಬೇಕಾದರೂ ಹೇಳಿ ಬಿಡ್ತಾರೆ. ಇನ್ನು ಸ್ವಲ್ಪ ಜಾಸ್ತಿ

ಶ್ರಮ ಹಾಕಿದ್ರೆ ಅದನ್ನು ಕರ್ನಾಟಕದ ಕಥೆಯನ್ನಾಗಿ ಹೇಳೋದಕ್ಕೆ ಸಾಧ್ಯ. ಆದರೆ ಅದು ಇಂಡಿಯಾದ ಕಥೆನೂ ಆಗಬೇಕು; ಅದು ಇಂಗ್ಲೆಂಡ್ ಕಥೆನೂ ಆಗಬೇಕೆಂದು ಮಾಡೋದಿದೆಯಲ್ಲ ಅದು ಬಹಳ ಕಷ್ಟ. ಈ ತರದ ಪ್ರಯತ್ನವನ್ನು ನಾವು ಮಾಡ್ತಾ ಹೋಗಬೇಕು.

ಈ ತರ ಹೇಳಿದ ತಕ್ಷಣ, ಕೆಲವರು ಇದೆಲ್ಲಾ ಯಾರಿಗೆ ಬೇಕು ಸ್ವಾಮಿ ಅಂತ ಹೇಳ್ತಾರೆ, ಇದು ಎಲ್ಲರಿಗೂ ಬೇಕಾಗಿರೋದು; ಇಂಥ ಚಿತ್ರ ನೋಡೋನಿಗೆ ಹೇಳೋಕ್ಕೆ ಬರದೇ ಇರಬಹುದು; ಅಂದ ತಕ್ಷಣ ಅವನು ದಡ್ಡ ಅಂತಾಗಲೀ, ಅವನಿಗೆ ಈ ಚಿತ್ರ ಅರ್ಥ ಆಗ್ಲಿಲ್ಲ ಅಂತಾಗಲೀ ಭಾವಿಸಬಾರದು.

ಸೋಶಿಯೋ ಪೊಲಿಟಿಕಲ್ ಡೈಮೆನ್ಷನ್ ಬಗ್ಗೆ ಇಷ್ಟಾಯಿತಲ್ಲ; ಇನ್ನು ಫಿಲಾಸಫಿಕಲ್ ಅಥವಾ ಮೆಟಫಿಸಿಕಲ್ ಡೈಮೆನ್ಷನ್‌ನಲ್ಲಿ ಇದನ್ನು ತರೋದು ಬಹಳನೇ ಕಷ್ಟ. ಕೆಲವರಿಗೆ ಸಾಧ್ಯ ಆಗಬಹುದು; ಕೆಲವರಿಗೆ ಸಾಧ್ಯ ಆಗಲಿಕ್ಕಿಲ್ಲ.

ಒಂದು ಒಳ್ಳೆಯ ಚಿತ್ರಕಥೆ ಹಲವು ಆಯಾಮಗಳಲ್ಲಿ ರೂಪುಗೊಳ್ಳಬೇಕೆಂದು ಅನಿಸಿದಾಗ, ಅದರ ಕಥಾ ಹಂದರ, ಸಾಮಾಜಿಕ-ರಾಜಕೀಯ ಸ್ವರೂಪ, ಫಿಲಾಸಫಿಕಲ್ ಆಯಾಮ ಇವು ಪ್ರತ್ಯೇಕ ಪ್ರತ್ಯೇಕವಾಗಿ ನೇರವಾಗಿ ಒಂದಕ್ಕೊಂದು ಸಮಾನಾಂತರವಾಗಿ ನೋಡಲು ಚಿತ್ರದಲ್ಲಿ ಇರುವುದಿಲ್ಲ. ನಿಮಗೆ ಅರ್ಥಮಾಡಿಸೋ ಉದ್ದೇಶಕ್ಕಾಗಿ ಹೀಗೆ ಬರೆದದ್ದು. ಆದರೆ, ಒಬ್ಬ ಒಳ್ಳೆ ಚಿತ್ರಕಥೆ ಬರಹಗಾರ ತನ್ನ ಚಿತ್ರಕಥೆಯಲ್ಲಿ ಇವುಗಳನ್ನು ಒಂದರೊಳಗೊಂದು ಸೇರಿಕೊಂಡೇ ಪ್ರಕಟಗೊಳ್ಳುತ್ತವೆ.

ಅವುಗಳನ್ನು ಪ್ರತ್ಯೇಕಿಸೋದಕ್ಕೆ ಬರೋದೇ ಇಲ್ಲ. ಹಾಗಾಗಿ, ಚೋಮನ ಸಮಸ್ಯೆ ಅದು ಚೋಮನ ಸಮಸ್ಯೆಯೋ, ಒಬ್ಬ ವ್ಯಕ್ತಿಯ ಸಮಸ್ಯೆಯೋ, ಒಬ್ಬ ಜೀತದಾಳಿನ ಸಮಸ್ಯೆಯೋ ಗೊತ್ತಾಗದ ಹಾಗೆ ಅದು ಒಟ್ಟಾಗಿ ಹೇಳ್ತಾ ಇರುತ್ತೆ. ಒಂದಕ್ಕೊಂದು ಇಂಟರ್‌ರಿಲೇಷನ್‌ಷಿಪ್ ಆಗಿ ದೊಡ್ಡ ಬ್ಯಾಂಡ್ ಆಗುತ್ತೆ; ಆ ತರದ ಬ್ಯಾಂಡ್ ಆದಾಗಲೇ ಅದು ಗಟ್ಟಿಯಾದ ಚಿತ್ರಕಥೆ ಆಗ್ತಾ ಹೋಗುತ್ತೆ.

ಹಾಗಾಗಿ, ಒಳ್ಳೆ ಚಿತ್ರಕಥೆ ಬರಿಯೋರು ಕೇವಲ ಚಿತ್ರಕಥೆಗಳಿಂದಲೇ ಕಲಿಯೋದಿಲ್ಲ, ಒಳ್ಳೆ ಸಾಹಿತ್ಯದಿಂದಲೂ ಕಲೀತೀವಿ. ಈ ಮಾದರಿಯ

ಹೆಣಿಗೆಯ ಸ್ವರೂಪವನ್ನು ಕಲೀತೇವೆ. ಆದರೆ, ಆ ಹೆಣಿಗೆಗೆ ಬೇಕಾದ ಸಾಧನಗಳನ್ನು ನಾವು ಸಿನಿಮಾದೊಳಗಿಂದಲೇ ತಗೋಬೇಕು; ಆಗ ಮಾತ್ರ ಅದು ಸಿನಿಮಾ ಸ್ಕ್ರಿಪ್ಟ್ ಆಗುತ್ತೆ. ಬದಲಿಗೆ ಆ ಸಾಧನಗಳನ್ನೂ ಸಾಹಿತ್ಯದಿಂದಲೇ ತೆಗೆದುಕೊಂಡರೆ ಅದು ಸಾಹಿತ್ಯಕ ರಚನೆ ಆಗುತ್ತೆ.

ಎರಡು ಬಗೆ, ಎರಡು ದಾರಿ

ಸಿನಿಮಾಗಳನ್ನು ಕಮರ್ಶಿಯಲ್ ಮತ್ತು ಕಲಾತ್ಮಕ ಅಥವಾ ಇನ್ನ್ಯಾವುದೋ ರೀತಿಯಲ್ಲೋ ವಿಭಾಗ ಮಾಡೋದು ತಪ್ಪು. ಆದರೂ ಅಂಥ ಒಂದು ಪದ್ಧತಿ ಬಂದುಬಿಟ್ಟಿದೆ ನಮ್ಮಲ್ಲಿ. ಜನಪ್ರಿಯ ಸಿನಿಮಾ ಅಂತಾರೆ, ಅದು ಹೌದು, ಅದು ಜನಪ್ರಿಯ 'ಇದು ಜನಪ್ರಿಯ ಅಲ್ಲ ಅಂತ ಒಪ್ಪಿಕೊಬಹುದು. ಅದು ಒಂದು ರೀತಿಯ ಸಿನಿಮಾ ಶೈಲಿ' ಇದು ಇನ್ನೊಂದು ರೀತಿ ಸಿನಿಮಾ ಶೈಲಿ. ಈ ಎರಡು ವರ್ಗಗಳಲ್ಲಿ ಸಿನಿಮ್ಯಾಟಿಕ್ ಅಂಶಗಳನ್ನು ಯಾರು ಹೇಗೆ ನಿಭಾಯಿಸ್ತಾರೆ ಅನ್ನೋದನ್ನು ನೋಡೋಣ.

ಯಾವುದನ್ನು ನಾವು ಆರ್ಟ್ ಸಿನಿಮಾ ಅಂತ ಕರೀತೀವೊ, ಅವುಗಳಲ್ಲಿ ಪ್ಲಾಟ್ ಅನ್ನುವಂಥಾದ್ದು ನಿಧಾನವಾಗಿ ಒಳಗಿಂದಲೇ ಅನಾವರಣಗೊಳ್ಳೋ ಹಾಗೆ ಮಾಡ್ತಾರೆ. ಅಲ್ಲಿ ಆ ಕಥೆ 'ಅನಾವರಣ' ಆಗೋದಕ್ಕೆ ಹೆಚ್ಚು ಒತ್ತು ಕೊಡ್ತಾ ಹೋಗ್ತೀವಿ. ಏನೇ ಅನಾವರಣ ಆಗಬೇಕಾದ್ರೆ ಅದರ ಗತಿಯೂ ನಿಧಾನವಾಗಿರುತ್ತೆ. ಅದೇ ಪಾಪ್ಯುಲರ್ ಸಿನಿಮಾಗಳಲ್ಲಿ ಏನು ಆಗುತ್ತೆ; ಅವರು ಘಟನೆಯನ್ನು ಹೇಳ್ತಾ ಹೋಗ್ತಾರೆ. ಹಾಗಾಗಿ ಅದರ ಗತಿ ಹೆಚ್ಚು ವೇಗವಾಗಿರುತ್ತೆ. ಒಂದು ತಾನಾಗಿಯೇ ಒಳಗಡೆಯಿಂದಲೇ ಅನಾವರಣಗೊಳ್ಳೋದು; ಇನ್ನೊಂದು ಹೇಳೋದು. ಯಾವುದು ಸರಿ, ಯಾವುದು ತಪ್ಪು ನಾನು ನಿಮ್ಮ ನಿರ್ಣಯಕ್ಕೇ ಬಿಡಬೇಕಾಗುತ್ತದೆ.

ಇವೆರಡು ಅಂಶಗಳು ಪ್ರತ್ಯೇಕ ಅನ್ನೋ ಹಾಗೆ ಅರ್ಥಮಾಡಿಕೊಂಡ ನಂತರ ಅವೆರಡನ್ನೂ ತನ್ನ ನಿರೂಪಣೆಯಲ್ಲಿ ಸಿಂಥೆಸೈಜ್ ಮಾಡುವಂಥಾದ್ದು ಪ್ರತ್ಯೇಕ ಸಿನಿಮಾಕ್ಕೆ, ಪ್ರತ್ಯೇಕ ನಿರ್ದೇಶಕನಿಗೆ ಬಿಟ್ಟಿದ್ದು.

ಭಾವನೆ, ವಿಚಾರ

ಇನ್ನೊಂದು ಅಂಶ ಏನಂದರೆ, ಪಾಪ್ಯುಲರ್ ಸಿನಿಮಾದವರು ಅದರ ಎಮೋಷನಲ್ ಆಸ್ಪೆಕ್ಟ್ಸ್‌ಗೆ ಜಾಸ್ತಿ ಒತ್ತು ಕೊಡ್ತಾರೆ. ಭಾವನೆಗಳ ಮೂಲಕವೇ ಕಥೆಯ ನೆಯ್ಗೆ ಬೆಳೀತಾ ಹೋಗುತ್ತೆ. ಇನ್ನೊಂದು ಪಂಥದವರು ಆ ತರದ ಭಾವನೆಗಳನ್ನು ದುಡಿಸಿಕೊಳ್ಳೋದಿಲ್ಲ. ಅವುಗಳನ್ನು ಸ್ವಲ್ಪ ಅನುಮಾನದಿಂದಲೂ ನೋಡ್ತಾ ಹೋಗ್ತಾರೆ. ಅನುಮಾನದಿಂದ ನೋಡೋದಕ್ಕೂ ಒಂದು ಕಾರಣ ಇದೆ. ಏಕೆಂದರೆ, ಎಮೋಶನಲ್ ಆಗಿದ್ದಾಗ, ನಾವು ನಮ್ಮ ವೈಚಾರಿಕ ಸಾಮರ್ಥ್ಯವನ್ನು ಕಳ್ಕೊತೀವಿ ಅನ್ನೋ ಅನುಮಾನ ಎಲ್ಲರಿಗೂ ಇದ್ದೇ ಇರುತ್ತೆ. ಹಾಗಾಗಿ, ಯಾವುದನ್ನೇ ಆಗಲಿ ಆವೇಶದಿಂದ, ಭಾವೋತ್ಕಟತೆಯಲ್ಲಿ ಹೇಳೋದಕ್ಕೆ ಹೋಗಬಾರದು. ಈ ರೀತಿಯ ವ್ಯತ್ಯಾಸ ಇವೆರಡರಲ್ಲಿ ಇರುತ್ತೆ.

ಕಥೆ ಕಟ್ಟುವ ಎರಡು ಕ್ರಮ

ನಂತರ, ಒಂದು ಪಂಥದವರು ವಿವರಗಳ ಮೂಲಕ ಚಿತ್ರಕಥೆಯನ್ನು ರಚನೆ ಮಾಡುತ್ತಾರೆ, ಇನ್ನೊಬ್ರು ಕೋಡಿಫಿಕೇಷನ್ ಮೂಲಕ ಕಟ್ತಾ ಇರ್ತಾರೆ.

(ರೋಶೋಮನ್ ಚಿತ್ರದ ದೃಶ್ಯ ವೀಕ್ಷಣೆ)

'ಅಕಿರಾ ಕುರಸಾವಾನ ರೋಶೋಮನ್'ನಲ್ಲಿ ಮರಕಡಿಯೋನು ಕಾಡಲ್ಲಿ ನಡೆದುಕೊಂಡು ಹೋಗುವ ದೃಶ್ಯವನ್ನು ಸಿನಿಮಾದಲ್ಲಿ ಅವನು, ನಾನು ನಿನ್ನೆ ಕಾಡಲ್ಲಿ ನಡ್ಕೊಂಡು ಹೋಗ್ತಾ ಇದ್ದೆ ಅಂತಾನೆ. ಅನಾವರಣಗೊಳ್ಳೋದು ಅಂತ ಹೇಳಿದೆನಲ್ಲ ಅದಕ್ಕೆ ಒಳ್ಳೆ ಉದಾಹರಣೆ ಈ ದೃಶ್ಯ. ಇಲ್ಲಿ ಚಿತ್ರಕಥಾ ಲೇಖಕ ಅಥವಾ ನಿರ್ದೇಶಕ ತಾನಾಗಿ ಏನನ್ನೂ ಹೇಳೋದಿಲ್ಲ. ಆದರೆ ಬರೆಯುವಾಗ, ನಾನೊಂದು ಕಾಡಲ್ಲಿ ನಡ್ಕೊಂಡು ಹೋದೆ, ಅದು ಎಷ್ಟೊಂದು ದಟ್ಟವಾದ ಕಾಡು ಅಂದರೆ.... ಅಂತ ಮಾತಿನಲ್ಲಿ ಹೇಳೋದಕ್ಕೆ ಹೋಗೋದಿಲ್ಲ. ಬದಲಿಗೆ ನಾವೇ ಅದನ್ನು ಅನುಭವಿಸುವ ಹಾಗೆ ದೃಶ್ಯದಲ್ಲಿ ಪ್ರೇರೇಪಣೆ ನೀಡ್ತಾನೆ. ಈ ದೃಶ್ಯದ ತುಣಿಕಿನಲ್ಲಿ, ಏನಿಲ್ಲಾಂದ್ರು 18 ಷಾಟ್ಸ್ ಇರಬಹುದು. ಅದೊಂದು ಭಾರೀ ಕಾಡು ಅಂತ ಹೇಳಿ ಬಿಡಬಹುದು. ಭಾರೀ ಕಾಡು ಹೇಗಿತ್ತು ಅನ್ನೋದು ನಮ್ಮ ಗಮನಕ್ಕೆ ಬಾರದೇ ಹೋಗಬಹುದು. ಎಷ್ಟು ವಿವರಗಳ ಮೂಲಕ ಕಟ್ಟಿ ಕೊಡ್ತೀನಿ. ನೀವು

ಇಲ್ಲಿನ ಡ್ರಮ್ಯಾಟಿಕ್ ಇನ್‌ಟೆನ್ಸಿಟಿಯನ್ನಷ್ಟೇ ಗಮನ ಕೊಡುತ್ತಾ ಹೋದ್ರೆ ಇದು ನಿರೀಕ್ಷೆಗಿಂತ ಬಹಳ ಉದ್ದಕ್ಕೆ ಎಳೆದ ದೃಶ್ಯವಾಗಿ ಕಾಣುತ್ತೆ. ಅದೇನು ಸರಳವಾದ ಮಾತಿನಲ್ಲಿ ಹೇಳಿಬಿಡಬಹುದಾಗಿತ್ತಲ್ಲ, ಒಂದು ದಟ್ಟಕಾಡಲ್ಲಿ ನಡೆದುಕೊಂಡು ಹೋಗ್ತಾ ಇರುವಾಗ ಅಲ್ಲೊಂದು ಹೆಣ ಸಿಕ್ತು ಅಂತ, ಅದಕ್ಯಾಕೆ ಇಷ್ಟೊಂದು ಸಮಯ ವ್ಯರ್ಥ ಮಾಡಬೇಕು. ಆದರೆ ಅವನು ಅದನ್ನು ಹೇಳೋದಕ್ಕೆ ಇಷ್ಟ ಪಡೋದಿಲ್ಲ. ನೀವೇ ಅದನ್ನು ಕಂಡುಕೊಳ್ಳಲಿ ಅಂತ ಬಯಸ್ತಾನೆ. ಇದು ಒಂದು ಶೈಲಿಯ ಸಿನಿಮಾ.

ಕಾಡು ಅಂದ್ರೆ ಯಾವ ತರದ ಕಾಡು, ಕುರುಚಲು ಕಾಡೋ, ದಟ್ಟವಾದ ಕಾಡೋ; ದಟ್ಟವಾದ ಕಾಡೆಂದು ತೋರಿಸಬೇಕಾದ್ರೆ ನಾನು ಒಂದು ಎತ್ತರವಾದ ಮರವನ್ನು ತೋರಿಸಬೇಕು; ಆ ಮರವನ್ನು ಹೇಗೆ ತೋರಿಸಬೇಕು? ಮರವನ್ನು ಟಿಲ್ಟ್ ಡೌನ್ ಮಾಡಿಕೊಂಡು ಬಂದರೆ ಅದರ ಬುಡದಲ್ಲಿ ಹೋಗ್ತಾ ಇರೋ ಒಬ್ಬ ವ್ಯಕ್ತಿ ಚಿಕ್ಕದಾಗಿ ಕಾಣಿಸಬೇಕು; ಆಗ ಆ ಕಾಡಿನ ಗಹನತೆ, ಗಾಢತೆ, ನಿಗೂಢತೆ ವ್ಯಕ್ತವಾಗುತ್ತೆ.

ಇನ್ನು ಅವನು ಏನನ್ನು ನೋಡಿದ ಅನ್ನೋದನ್ನೂ ಕೂಡ ಬೇಗ ಬೇಗ ಹೇಳಿಬಿಡಬಹುದು; ಆದರೆ ಹಾಗೆ ಮಾಡಿದರೆ ಆ ಪಾತ್ರಕ್ಕೆ ಆದ ತಲ್ಲಣವನ್ನು ನಾವು ಅನುಭವಿಸೋದಕ್ಕೆ ಆಗೋದಿಲ್ಲ. ನಿರ್ದೇಶಕ ಅದಕ್ಕೆಲ್ಲಾ ಬೇಕಾದಂಥ ಸ್ಪೇಸ್‌ಗಳನ್ನು ಕೊಟ್ಕೊಂಡು ಹೋಗ್ತಾನೆ. ಇದನ್ನು ಹೇಳೋದಾಗಿದ್ದಿದ್ರೆ, ಎರಡು ಡೈಲಾಗ್‌ಗಳಲ್ಲಿ ಹೇಳಿ ಮುಗಿಸಿಬಿಡಬಹುದಾಗಿತ್ತು. ಡೈಲಾಗಗಳಲ್ಲಿ ಹೇಳದೆ ದೃಶ್ಯವಿವರಗಳಲ್ಲಿ ಕಟ್ಟಿಕೊಡುವಂಥವರು ಒಂದು ಪಂಥದವರು.

ಒಂದು ತರದ ಶೈಲಿಯಲ್ಲಿ ನೀವು ಸಿನಿಮಾವನ್ನು ನೋಡುತ್ತೀರಿ; ಇನ್ನೊಂದು ಶೈಲಿಯಲ್ಲಿ ನೀವು ಸಿನಿಮಾವನ್ನು ಕೇಳಿಸಿಕೊಳ್ಳುತ್ತೀರಿ. ಒಬ್ಬರು ಕಥೆಯನ್ನು ಹೇಳೋದಕ್ಕೆ ಪದಗಳ ಸಾಧನವನ್ನು ಹುಡುಕುತ್ತಾ ಹೋಗ್ತಾರೆ, ಇನ್ನೊಬ್ಬರು ಕಥೆಯನ್ನು ಹೇಳೋದಕ್ಕೆ ದೃಶ್ಯಗಳ ಸಾಧನವನ್ನು ಹುಡುಕುತ್ತಾ ಮುಂದುವರಿಯುತ್ತಾನೆ.

ದೃಶ್ಯದ ಪ್ಲಾಸ್ಟಿಸಿಟಿ

ಇಲ್ಲಿ ಕೂಡ ನಾನು ಯಾವುದು ಸರಿ ಯಾವುದು ತಪ್ಪು ಅನ್ನೋ ವಿಮರ್ಶೆಗೆ ಹೋಗೋದಿಲ್ಲ. ಎರಡು ವಿಭಿನ್ನವಾದ ಶೈಲಿಗಳನ್ನ ಅರ್ಥಮಾಡಿಕೊಳ್ಳೋದಷ್ಟೆ

ಮಾಡೋಣ. ಮಾತಿನ ಬದಲಿಗೆ ದೃಶ್ಯಿಕ ಪರ್ಯಾಯವನ್ನು ಹುಡುಕೋರಿಗೆ ಪ್ಲಾಸ್ಟಿಸಿಟಿ ಆಫ್ ದಿ ಇಮೇಜ್ ಬಹಳ ಮುಖ್ಯ ಆಗುತ್ತೆ. ನಾವು ಹೇಳಬೇಕು ಅಂದುಕೊಂಡಿರೋದನ್ನು ಯಾವ ಆ್ಯಂಗಲ್, ಯಾವ ಲೆನ್ಸು, ಯಾವ ಮೂವ್‌ಮೆಂಟ್ ಹೈಲೈಟ್ ಮಾಡುತ್ತೆ ಅಂತ ನೋಡಬೇಕಾಗುತ್ತೆ. ಚಿತ್ರಕಥೆ ಬರೆಯೋದರಲ್ಲಿಯೂ ಇಂಥ ಹೊಳಹುಗಳನ್ನು ಕೊಡುತ್ತಾ ಹೋಗಬೇಕು. ದಟ್ಟವಾದ ಕಾಡನ್ನು ಹೇಗೆ ತೋರಿಸಬೇಕು ಅಂತ ಆತ ಮೊದಲೇ ಕಲ್ಪಿಸಿಕೊಂಡಿರಬೇಕು. ಆತ ಕಾಡನ್ನು ಬರೀ ಕಾಡನ್ನಾಗಿ ತೋರಿಸೋದಿಲ್ಲ, ಮನುಷ್ಯ ಗೊಂದಲದ ಮನಸ್ಥಿತಿಗೆ ಮೆಟಫರ್ ಆಗಿ ತೋರಿಸ್ತಾನೆ; ಆದ್ದರಿಂದ ಆ ಕಾಡು ಹೇಗಿರಬೇಕು, ಅದರ ಚಿತ್ರೀಕರಣದಲ್ಲಿ ನಾನು ಏನೇನು ವಿವರಗಳನ್ನು ಸೇರಿಸಿಕೊಳ್ಳಬೇಕು. ಇದನ್ನೆಲ್ಲ ಬರೀಬೇಕು.

ಕೋಡಿಫೈಡ್ ಇಮೇಜ್

ಇನ್ನೊಂದು ರೀತಿಯಲ್ಲಿ ಈ ವ್ಯತ್ಯಾಸವನ್ನು ಗಮನಿಸುತ್ತಾ ಹೋಗಬಹುದು. ಒಂದು ಅನ್ಯಾಲಿಟಿಕಲ್ ಆಗಿದ್ರೆ ಇನ್ನೊಂದು ಕೋಡಿಫೈಡ್ ಆಗಿರುತ್ತೆ ಅಂತ ಹೇಳಬಹುದು. ಉದಾಹರಣೆಗೆ- ಸಂಸ್ಕಾರದಲ್ಲಿ ಪ್ರಾಣೇಶಾಚಾರ್ಯರು ಬಂದರೆ, ಅಥವಾ ಚೋಮ ಬಂದರೆ ಅದನ್ನು ನಾನು ಅದರ ಎಲ್ಲಾ ವಿವರಗಳೊಂದಿಗೆ ಅದನ್ನು ವಿವರಿಸುತ್ತಾ ಹೋಗ್ತೇನೆ. ಚೋಮ, ಅವನು ನಿಜವಾಗಿಯೂ ಕೂಡ ದಲಿತನ ತರ ಕಾಣಬೇಕು; ಅವರ ಅಂಗಿ ಹರಿದಿರಬೇಕು. ಅವನು ನೋಡೋದಕ್ಕೂ ಹಸಿದವನ ತರಹ ಕಾಣಬೇಕು. ತಿಂದು ಬೆಳೆದಿರುವವನ ತರ ಇರಬಾರದು. ಈ ಎಲ್ಲಾ ವಿವರಗಳ ಮೂಲಕ ನಾವು ಚೋಮನ ಪಾತ್ರವನ್ನು ಕಟ್ಟಿಕೊಡೋ ಪ್ರಯತ್ನ ಮಾಡ್ತೀವಿ.

ಇದೇ ತರದ ಒಂದು ಪಾತ್ರ ಜನಪ್ರಿಯ ಸಿನಿಮಾದಲ್ಲಿ ಬರುತ್ತೆ ಅಂತ ಇಟ್ಟುಕೊಳ್ಳೋಣ. ಅಲ್ಲಿ ಅವನು ಈ ರೀತಿ ಇರಲ್ಲ. ತಿಂದುಂಡು ಸುಖವಾಗಿರುವವನ ಹಾಗೆ ಕಾಣ್ತಾನೆ. ಸ್ಫುರದ್ರೂಪಿ ಆಗಿರ್ತಾನೆ. ಒಳ್ಳೆ ಬಟ್ಟೆ ಹಾಕ್ತಾನೆ. ಚೆನ್ನಾಗಿ ಮಾತಾಡ್ತಾನೆ. ಹಾಡ್ತಾನೆ, ಒಮ್ಮೊಮ್ಮೆ ನಾಯಕಿಯ ಜೊತೆ ಡಾನ್ಸೂ ಮಾಡ್ತಾನೆ. ಆದರೂ ಆತ ಸಿನಿಮಾದ ಚಿತ್ರಕಥೆಯಲ್ಲಿ ಬಡವನಾಗಿ ಕಾಣಿಸುತ್ತಾನೆ.

ಹಾಗಂತ ಹೇಳಿದ್ರೆ ಅದು ಒಂದು ದೋಷನಾ? ಸಿನಿಮಾ ಭಾಷೆ ಗೊತ್ತಿಲ್ಲದಿದ್ದರೆ ಅದು ದೋಷ, ಸಿನಿಮಾ ಭಾಷೆ ಗೊತ್ತಿದ್ದರೆ ಅದು ದೋಷ ಅಲ್ಲ. ಯಾಕೆಂದ್ರೆ, ಅದು ಕೋಡಿಫೈಡ್ ಇಮೇಜ್. ಉದಾಹರಣೆಗೆ ರಾಜ್‌ಕುಮಾರ್ ಅವರು ದಲಿತನ ಪಾತ್ರ ಮಾಡಿದಲ್ಲಿ, ಅವರು ತಿಂದುಂಡು ಸುಖವಾಗಿರುವವರ ಹಾಗೆ ಕಾಣ್ತಾರಲ್ಲ ಅನ್ನುವ ರೀತಿಯ ಪ್ರಶ್ನೆಯನ್ನು ನಾವು ಎತ್ತೋದಕ್ಕೆ ಹೋಗೋದಿಲ್ಲ. ಯಾಕೆಂದ್ರೆ, ಆ ತರಹದ ಅನ್ಯಾಲಿಟಿಕಲ್ ಪ್ರಶ್ನೆಗಳನ್ನು ಅಲ್ಲಿ ಎತ್ತೋದಕ್ಕೆ ಹೋಗೋದಿಲ್ಲ. ಇದು ಕೋಡಿಫೈಡ್ ಇಮೇಜ್. ಹೀಗಿದ್ರೆ ಹೀಗೆ ಅಂತನ್ನೋ ರೀತಿಯ ಒಪ್ಪಂದ ನಿರ್ದೇಶಕ ಮತ್ತು ಪ್ರೇಕ್ಷಕರ ನಡುವೆ ಇರುತ್ತೆ. ಇವನ್ನೇ ಕೋಡ್ ಅಂತ ಕರೆಯೋದು. ಇಂಥ ಕೋಡ್‌ಗಳನ್ನು ಬಳಸಿ ಜನಪ್ರಿಯ ನಿರ್ದೇಶಕ ತನ್ನ ಸಿನಿಮಾವನ್ನು ತೋರಿಸ್ತಾ ಹೋಗ್ತಾನೆ, ವಿಶ್ಲೇಷಣೆಯ ಗೋಜಿಗೆ ಹೋಗೋದಿಲ್ಲ.

ನೀತಿ ಕಥೆಗಳನ್ನು ಕೇಳಿದ್ದೀರಲ್ಲ. ಅದರಲ್ಲಿ ಏನಾಗುತ್ತೆ, ಒಬ್ಬ ರಾಕ್ಷಸ ಅಂತಂದ್ರೆ, ಅವನು ಕೆಟ್ಟವನು ಇರ್ತಾನೆ, ರಾಜ ಬಹಳ ಒಳ್ಳೆಯವನು ಇರ್ತಾನೆ. ಅದೇ ಅನ್ಯಾಲಿಟಿಕಲ್ ಶೈಲಿಯವರು ಏನ್ ಮಾಡ್ತಾರೆ ಅಂತಂದ್ರೆ, ಆ ರಾಜನಲ್ಲಿ ಗ್ರೇಶೇಡ್ಸ್ ಹುಡುಕೋದಕ್ಕೆ ಶುರು ಮಾಡ್ತಾರೆ. ರಾಕ್ಷಸನಲ್ಲಿ ಒಳ್ಳೆತನವನ್ನು ಹುಡುಕೋದಕ್ಕೆ ಪ್ರಯತ್ನ ಮಾಡ್ತಾರೆ.

ವಾತ್ಸಾಯನ ಹಿಂದಿಯಲ್ಲಿ ಒಬ್ಬ ಪ್ರಸಿದ್ಧ ಲೇಖಕ. ಅವರು ಬಹಳ ಸ್ವಾರಸ್ಯಕರವಾದ ಒಂದು ಕಥೆ ಹೇಳ್ತಾರೆ. ಒಬ್ಬ ಅಪ್ಪ ಅವನ ಮಗನಿಗೆ ಮಲಗಿಸುವಾಗ ದಿನಾ ಒಂದು ಕಥೆ ಹೇಳ್ತಿದ್ದ. ಒಂದೂರಲ್ಲಿ ಒಬ್ಬ ರಾಜ ಇದ್ದ, ಅವನಿಗೆ ಒಬ್ಬ ಮಗ ಇದ್ದ, ಸುಖವಾಗಿದ್ದರು, ಒಂದಿನ ಒಂದು ಕರಡಿ ಬಂದು ರಾಜಕುಮಾರನನ್ನ ಹೊತ್ಕೊಂಡು ಹೋಯ್ತು... ಹೀಗೇ ಒಂದು ಕಥೆಯನ್ನು ದಿನಾ ಹೇಳ್ತಾ ಇದ್ದ.

ಒಂದು ದಿನ ಮತ್ತೆ ಮಗ ಅಪ್ಪ ರಾಜನ ಕಥೆ ಹೇಳ್ತಿದ್ದೆಯಲ್ಲ ಇವತ್ತೂ ಹೇಳು ಅಂದ. ಅದಕ್ಕೆ ತಂದೆ ದಿನಾ ಅದೇ ಕಥೆ ಹೇಳ್ತಿದ್ದೀನಲ್ಲ. ಇವತ್ತು ಸ್ವಲ್ಪ ಬದಲಾಯಿಸಿ ಹೇಳೋಣ ಅಂದುಕೊಳ್ತಾನೆ. ಇವತ್ತು, ರಾಜನ ಮಗನನ್ನು ಒಂದು ಹುಲಿ ಎತ್ತಿಕೊಂಡು ಹೋಯ್ತು ಅಂತಾನೆ. ಅದನ್ನು ಕೇಳಿದ ಮಗ ಕೂಡಲೇ ಹೇಳ್ತಾನೆ,

ಅಪ್ಪಾ ಅದು ಹುಲಿಯಲ್ಲ, ಕರಡಿ. ಕರಡಿ ರಾಜಕುಮಾರನನ್ನು ಎತ್ತಿಕೊಂಡು ಹೋಗೋದು ಅಂತ. ಕಥೆ ಅವನಿಗೆ ಗೊತ್ತಿದೆಯಲ್ಲ, ಮತ್ತೂ ಯಾಕೆ ಕತೆ ಹೇಳು ಅಂತ ಕೇಳ್ತಾನೆ? ಇದನ್ನು ಹೇಳ್ತಾ ವಾತ್ಸಾಯನರು, ನಾವು ಕಥೆಗಳನ್ನು ಕೇಳೋದು ಏನೋ ಹೊಸದನ್ನು ಕೇಳೋದಕ್ಕಲ್ಲ; ಕೇಳಿರೋದನ್ನು ವಿಶ್ಲೇಷಿಸಿ ಅರ್ಥ ಮಾಡಿಕೊಳ್ಳೋದಕ್ಕಲ್ಲ; ಕೇಳಿದ್ದನ್ನೇ ಕೇಳಿ ನಮ್ಮ ನಂಬಿಕೆಗಳನ್ನು ದೃಢೀಕರಿಸಿಕೊಳ್ಳೋದಕ್ಕೆ ಕೇಳ್ತಾ ಇರ್ತೇವೆ ಅಂತ. ನಂಬಿಕೆಗಳೂ ಕೂಡ ಅವೇ ಅವುಗಳೇ ಆಗಬೇಕು. ಒಳ್ಳೆಯವನು ಒಳ್ಳೆಯವನೇ ಆಗಿರಬೇಕು; ರಾಕ್ಷಸ ಯಾವಾಗಲೂ ರಾಕ್ಷಸನೇ ಆಗಿರಬೇಕು. ರಾಜಕಾರಣಿ ಕೆಟ್ಟವನೇ ಆಗಿರಬೇಕು.

ಪಾತ್ರಗಳಲ್ಲಿ ಗ್ರೇಶೇಡ್

ಜನಪ್ರಿಯ ಶೈಲಿಯಲ್ಲಿ ಒಬ್ಬ ಹೀರೋ ಯಾವಾಗಲೂ ಒಳ್ಳೆಯವನೇ ಆಗಿರಬೇಕು; ಅವನು ಕೆಟ್ಟವನು ಆಗಿರೋದಕ್ಕೆ ಸಾಧ್ಯವೇ ಇಲ್ಲ. ಆದರೆ ಅನ್ಯಾಲಿಟಿಕಲ್ ಶೈಲಿಯಲ್ಲಿ ಹೀರೋ ಕೂಡ ಒಂದಷ್ಟು ಕೆಟ್ಟವನೂ ಆಗಿರಬೇಕು. 'ಗುಲಾಬಿ ಟಾಕೀಸ್' ಚಿತ್ರದಲ್ಲಿ ನಾಯಕಿ ಸುಳ್ಳೂ ಹೇಳ್ತಾಳೆ. ಯಾಕೇಂದ್ರೆ ಆಕೆಯ ಪಾತ್ರದಲ್ಲಿ 'ಗ್ರೇಶೇಡ್ಸ್'ನ್ನೂ ಹುಡುಕುವಂಥ ಪ್ರಯತ್ನ. ಅಂದರೆ ಪಾತ್ರಗಳಿಗೆ ತುಂಬಾ ಖಚಿತವಾದ ಗೆರೆಗಳು ಇಲ್ಲದ ಹಾಗೆ ನೋಡಿಕೊಳ್ಳೋದು, ಗ್ರೇ ಶೇಡ್ಸ್ ಇರೋಹಾಗೆ ನೋಡಿಕೊಳ್ಳೋದು. ನಿಜಜೀವನದಲ್ಲಿ ಹೇಗಿರುತ್ತೋ ಹಾಗೆ. ಒಬ್ಬ ಒಳ್ಳೆ ವ್ಯಕ್ತಿ ಸಂದರ್ಭಾನುಸಾರ ಏನೋ ಒಂದು ಸುಳ್ಳೂ ಹೇಳ್ತಾನೆ. ಪಾತ್ರಗಳು ಅಷ್ಟೊಂದು ಕರಾರುವಾಕ್ಕಾಗಿ ಹೀಗೇ ಇರಬೇಕು ಅಂತ ಹೇಳೋದು ನಿಜವಾದ ಕಲಾವಿದನ ಲಕ್ಷಣ ಆಗೋದಿಲ್ಲ.

ಇನ್ನೊಂದು ಸಂದರ್ಭದಲ್ಲಿ ಹೇಳಿದ್ದೆ, ಪೌರಾಣಿಕ ಪಾತ್ರಗಳ ಬಗ್ಗೆ ಮಾತಾಡೋದಾದ್ರೆ, ನನಗೆ ರಾಮನಿಗಿಂತ ಕೃಷ್ಣ ಹೆಚ್ಚು ಇಷ್ಟ ಆಗ್ತಾನೆ ಅಂತ. ಯಾಕೇಂದ್ರೆ, ಕೃಷ್ಣನಲ್ಲಿ ಎಲ್ಲಾ ಮನುಷ್ಯರಲ್ಲಿ ಇರುವಂಥ ದೌರ್ಬಲ್ಯಗಳು, ಕುಯುಕ್ತಿಗಳು, ಕೆಟ್ಟತನಗಳು ಎಲ್ಲವೂ ಇವೆ. ಹಾಗಾಗಿ ಕೃಷ್ಣ ಬಹಳ ಗಟ್ಟಿ ಪಾತ್ರವಾಗಿ ಕಾಣಿಸ್ತಾನೆ. ಆದರೆ ರಾಮನಲ್ಲಿ ನಾನು ಕಾಣೋದು ಬರೀ ಆದರ್ಶ ಮಾತ್ರ. ಆದರ್ಶ ಬಂದಾಗ ಅನುಕರಣ ಯೋಗ್ಯ ಆದರ್ಶವೇ ಆಗುತ್ತೆ ವಿನಃ

ನನ್ನನ್ನು ನಾನು ಅದರಲ್ಲಿ ಕಾಣೋದಕ್ಕೆ ಸಾಧ್ಯ ಆಗೋದಿಲ್ಲ. ರಾಮನನ್ನು ನೋಡಿದ್ರೆ ಒಂದು ಆದರ್ಶವನ್ನು ನೋಡಿದ ಹಾಗೆ ಆಗುತ್ತೆ; ಕೃಷ್ಣನನ್ನು ನೋಡಿದ್ರೆ ನನ್ನನ್ನೇ ನೋಡಿಕೊಂಡ ಹಾಗೆ ಆಗುತ್ತೆ. ನನ್ನನ್ನು ನಾನು ಹೆಚ್ಚು ಅರ್ಥಮಾಡಿಕೊಳ್ಳೋದಕ್ಕೆ ಸಹಾಯ ಆಗುತ್ತೆ. ಅವನು ಸುಳ್ಳೂ ಹೇಳ್ತಾನೆ, ಮೋಸನೂ ಮಾಡ್ತಾನೆ, ಆದರೆ ಒಳ್ಳೆಯವನೂ ಆಗಿರ್ತಾನೆ. ರಾಮಾಯಣ ಮತ್ತು ಮಹಾಭಾರತದಲ್ಲಿ ಈ ಎರಡು ಮಾದರಿಯ ಪಾತ್ರಚಿತ್ರಣ ನಮಗೆ ಎದ್ದು ಕಾಣುತ್ತೆ.

ರಾಮ, ಆತ ಮರ್ಯಾದಾ ಪುರುಷೋತ್ತಮ. ಅವನಲ್ಲಿ ಎಲ್ಲವೂ ಒಳ್ಳೆಯದೇ ಇರಬೇಕು. ಆತ ಹೆಂಡತಿಯನ್ನು ಬಿಟ್ಟಾಗಲೂ ಕೂಡ ಅದಕ್ಕೆ ಆತನ ಪರವಾಗಿ ಏನಾದರೂ ಒಂದು ಸಮರ್ಥನೆಯನ್ನು ಹುಡುಕುತ್ತೀವಿ. ಇಂತಿಂಥಾ ಕಾರಣಕ್ಕಾಗಿ ಬಿಟ್ಟನೇ ಹೊರತು ಆತನಲ್ಲಿ ವೈಯಕ್ತಿಕ ಕಾರಣಗಳಿಗಾಗಿ ದೋಷ ಇಲ್ಲ. ಅಂಥ ಅಪ್ಪಟ ಪಾತ್ರಗಳು ಡ್ರಮ್ಯಾಟಿಕ್ ಫಿಲ್ಮ್‌ಗಳಲ್ಲಿ ಇರುತ್ತವೆ. ಆದರೆ ಅನ್ಯಾಲಿಟಿಕಲ್ ಫಿಲ್ಮ್‌ನಲ್ಲಿ ಪಾತ್ರಗಳಲ್ಲಿ ದೋಷಗಳೂ ಇರುತ್ತೆ. ಪ್ರಾಣೇಶಾಚಾರ್ಯರು ಸಾತ್ವಿಕರಾದರೂ ಒಂದು ಮಹತ್ವದ ಹಂತದಲ್ಲಿ ಸುಳ್ಳು ಹೇಳ್ತಾರೆ. ಸೌಮ್ಯನಾದ ಚೋಮ ತನ್ನ ಸಿಟ್ಟನ್ನು ಮೂಕ ಪ್ರಾಣಿಗಳನ್ನು ಹೊಡೆದು ತೀರಿಸಿಕೊಳ್ತಾನೆ. ಸಂಕಪ್ಪಯ್ಯನ್ನ ಹೊಡಿಯೋಕಾಗಲ್ಲ. ಹೋಗಿ ಎತ್ತುಗಳಿಗೆ ಹೊಡೀತಾನೆ. ಗುಲಾಬಿ ಟಾಕೀಸ್‌ನಲ್ಲಿ ಗುಲಾಬಿ ಮೋಸ ಮಾಡ್ತಾ ಇರ್ತಾಳೆ. 'ಪಥೇರ್ ಪಾಂಚಾಲಿ'ಯಲ್ಲಿ ಒಳ್ಳೆಯ ಹೆಂಗಸು ಸರ್ವೋಜಯ ಕದೀತಾಳೆ. ಅವಳು, ಮಕ್ಕಳಿಗೆ ಹಸಿವು ಇರುತ್ತೆ, ಬಡತನ ಇರುತ್ತೆ, ಕದಿತಾಳೆ. ಮರದಿಂದ ಬಿದ್ದಿರೋ ಒಂದು ತೆಂಗಿನಕಾಯಿ ಕದಿತಾಳೆ. ಆವಾಗ ಆ ಪಾತ್ರಕ್ಕೆ ನಿಜವಾದ ಮನುಷ್ಯರ ಲಕ್ಷಣ ಬರುತ್ತೆ.

ಮುನ್ನಡೆ, ಮುಕ್ತಾಯದಲ್ಲೂ ವ್ಯತ್ಯಾಸ

ಚಿತ್ರಕಥೆಯ ಸ್ಟ್ರಕ್ಚರ್ ಬಗ್ಗೆ ಮಾತಾಡುವಾಗ ಇನ್ನೊಂದು ಅಂಶವನ್ನು ಗಮನಿಸಬೇಕು. ಅದನ್ನು ಒಂದು ಚಿತ್ರ ಬರೆದು ತೋರಿಸ್ತೇನೆ. ನಿರ್ದೇಶಕರು ಹೀಗೆ ಉದ್ದೇಶಪೂರ್ವಕ ಮಾಡ್ತಾರೆ ಅಂತಲ್ಲ, ಆದರೂ ಅನಾಯಾಸ ನಿರೂಪಣೆಯಲ್ಲಿ ಹೀಗೆ ಆಗುತ್ತೆ. ಚಿತ್ರಕಥೆ ಬರೆಯುವ ಹಂತದಲ್ಲಿಯೇ ಇದನ್ನು ಗಮನಿಸಬೇಕು.

ಚಿತ್ರ ನೋಡಿ:

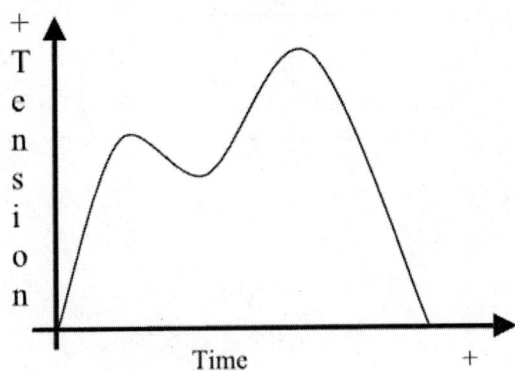

ಎಕ್ಸ್ ರೇಖೆ ಮೇಲೆ ನಿಮ್ಮ ಸಿನಿಮಾದ ಎರಡು ಗಂಟೆ ಸಮಯ ಇದೆ ಅಂತಂದ್ರೆ, ವೈ ರೇಖೆ ಮೇಲೆ ಚಿತ್ರದಲ್ಲಿರೋ ಟೆನ್ಷನ್ ಇರುತ್ತೆ. ಸಮಯ ಹೋದ ಹಾಗೆ ನಿಮ್ಮ ಸಿನಿಮಾದಲ್ಲಿ ಟೆನ್ಷನ್ ಬೆಳೆಯುತ್ತೆ; ಯಾವುದೋ ಒಂದು ಹಂತದಲ್ಲಿ ಅದು ಉತ್ತುಂಗಕ್ಕೆ ಹೋಗುತ್ತೆ. ಆಮೇಲೆ ಇಳಿಯುತ್ತೆ.

ಇದು ಎರಡೂ ತರದ ಸಿನಿಮಾಗಳಲ್ಲಿ ಇರುತ್ತೆ. ಆದರೆ, ಇದನ್ನು ನಿರ್ವಹಿಸುವ ಕ್ರಮದಲ್ಲಿಯೂ ಕೂಡ ಅವೆರಡರಲ್ಲಿ ಭಿನ್ನತೆ ಇರುತ್ತೆ. ಇದನ್ನು ಚಿತ್ರಕಥೆ ಬರೆಯೋರು ಚೆನ್ನಾಗಿ ಅರ್ಥ ಮಾಡಿಕೊಳ್ಳಬೇಕು. ಇಲ್ಲವಾದರೆ ನಾವು ಒಂದನೇ ಗುಂಪಿನ ಶೈಲಿಯ ಕಥೆ ತೆಗೆದುಕೊಂಡು, ಎರಡನೇ ಗುಂಪಿನ ಶೈಲಿಯಲ್ಲಿ ಚಿತ್ರಕಥೆ ಬರೆಯೋದಕ್ಕೆ ನೋಡ್ತೀವಿ; ಹಾಗೇನೇ, ಎರಡನೇ ಗುಂಪಿನ ಶೈಲಿಯ ಕಥೆ ತೆಗೆದುಕೊಂಡು ಒಂದನೇ ಗುಂಪಿನ ಶೈಲಿಯಲ್ಲಿ ಚಿತ್ರಕಥೆ ಬರೆಯೋದಕ್ಕೆ ನೋಡುತ್ತೇವೆ.

ಈ ಸಂಘರ್ಷ ಒಂದು ಉತ್ತುಂಗಕ್ಕೆ ಏರಿದ ಮೇಲೆ ಅದು ಕೊನೆಯಲ್ಲಿ ಪರಿಹಾರ ಕಾಣುತ್ತೆ. ಕ್ಲೈಮ್ಯಾಕ್ಸ್ ಆದ ಮೇಲೆ ಪರಿಸಮಾಪ್ತಿ ಆಗುತ್ತೆ. ಇದನ್ನು ನಿರ್ವಹಿಸುವಾಗಲೂ ವ್ಯತ್ಯಾಸ ಆಗುತ್ತೆ. ಅನ್ಯಾಲಿಟಿಕಲ್ ಆಗಿರೋ ಹೆಚ್ಚಿನ ಸಿನಿಮಾಗಳು ನಿಶ್ಚಿತವಲ್ಲದ, ಮುಕ್ತವಾದ ಮುಕ್ತಾಯವನ್ನು ಹೊಂದಿರುತ್ತವೆ; ಆದರೆ ಡ್ರಮ್ಯಾಟಿಕ್ ಆಗಿರೋ ಸಿನಿಮಾಗಳು ನಿರ್ದಿಷ್ಟ ಮುಕ್ತಾಯವನ್ನು ಹೊಂದಿರುತ್ತವೆ.

ಸಂಸ್ಕಾರದ ಕೊನೆಯ ದೃಶ್ಯ ನಿಮಗೆ ನೆನಪಿದ್ರೆ, ಪ್ರಾಣೇಶಾಚಾರ್ಯರು ಚಂದ್ರಿಯ ಸಂಗ ಮಾಡಿದ ನಂತರ ತಾನು ಒಬ್ಬ ಬಹಳ ಬೇಜವಾಬ್ದಾರಿ ಮನುಷ್ಯ ಅನ್ಸುತ್ತೆ, ಅವರಿಗೆ ಮುಖ ತೋರಿಸೋಕ್ಕೂ ಇಷ್ಟ ಇಲ್ಲದೇ ಊರು ಬಿಟ್ಟು ಹೊರಟು ಹೋಗ್ತಾರೆ. ನಾರಾಯಣಪ್ಪನ ಹೆಣ ಊರಲ್ಲಿ ಕೊಳೀತಾನೇ ಇದೆ. ಅದಕ್ಕೊಂದು ಪರಿಹಾರ ಸಿಕ್ಕೇ ಇಲ್ಲ. ಮುಖ ಮರೆಸಿಕೊಂಡು ತಿರುಗುತ್ತಾ ಇರುವಾಗ ಅವರಿಗೆ ಮಾಲೇರ್ ಪುಟ್ಟ ಸಿಗ್ತಾನೆ. ಹತ್ತಾರು ಪ್ರಶ್ನೆಗಳನ್ನು ಕೇಳ್ತಾನೆ, ಇವರಿಗೆ ಜೀವನವೇ ಒಗಟಾಗಿರುವಾಗ ಅವರಿಗೇ ಒಗಟು ಕೇಳ್ತಾನೆ. ಕಡೆಗೂ ಪ್ರಾಣೇಶಾಚಾರ್ಯರು ಹಸಿವೆ ತಾಳಲಾರದೆ ಒಂದು ಮಠದಲ್ಲಿ ಹೋಗಿ ಪಂಕ್ತಿಯಲ್ಲಿ ಊಟಕ್ಕೆ ಕೂತ್ಕೋತಾರೆ. ಊಟ ಬಡಿಸೋದಕ್ಕೆ ಬಂದೋನೊಬ್ಬ ನೀವು ಎಂದು ಪ್ರಾಣೇಶಾಚಾರ್ಯರು ಅಲ್ವೇ ಅಂತ ಕೇಳ್ತಾನೆ. ತಾನು ಪ್ರಾಣೇಶಾಚಾರ್ಯ ಅಂತ ಗೊತ್ತಾದ್ರೆ, ಊರಲ್ಲಿ ಹೆಣ ಇಟ್ಕೊಂಡು ಇಲ್ಲಿ ಕದ್ದು ಊಟಕ್ಕೆ ಬಂದಿದ್ದಾನೆ ಅಂತ ಬಹಿರಂಗ ಆಗುತ್ತೆ ಅಂತ ಹೆದರಿ ಅಲ್ಲಿಂದ ಓಡ್ತಾರೆ. ಹೊರಗೆ ಬಂದನಂತರ ತಾನು ಮತ್ತೆ ಊರಿಗೆ ಹೋಗಬೇಕು ಎಂದು ನಿರ್ಣಯ ಮಾಡ್ತಾರೆ. ಅಲ್ಲೊಂದು ಗಾಡಿ ಬರುತ್ತೆ, ಗಾಡಿ ಹತ್ತಾರೆ, ಅಲ್ಲಿಗೆ ಫಿಲ್ಮ್ ಎಂಡ್ ಆಗುತ್ತೆ.

ಇದು ನಿಶ್ಚಿತವಾದ ಮುಕ್ತಾಯ ಅಲ್ಲ. ಅವರು ನಿಜವಾಗಿಯೂ ಊರಿಗೇ ಹೋದ್ರೆ, ಸಂಸ್ಕಾರ ಮಾಡಿದರೇ, ಅವರಲ್ಲಿ ಬದಲಾವಣೆ ಆಯ್ತೆ? ಇದಕ್ಕೆ ಉತ್ತರ ಕಂಡ್ಕೋಳ್ಳೋ ಉದ್ದೇಶ ಇಲ್ಲಿಲ್ಲ. ಅಲ್ಲಿವರೆಗೆ ಕರೆದುಕೊಂಡು ಹೋಗಿ ನಮ್ಮ ಮನಸ್ಸಿನಲ್ಲಿ ಒಂದು ವಾಗ್ವಾದವನ್ನು ಹುಟ್ಟಿ ಹಾಕುವಂಥ ಕೆಲಸವನ್ನು ಈ ಮುಕ್ತಾಯ ಮಾಡುತ್ತೆ.

ನನ್ನ ಘಟಶ್ರಾದ್ಧ ಸಿನಿಮಾ ತೆಗೆದುಕೊಂಡ್ರೆ, ನಾಣಿ ಕೊನೆಯಲ್ಲಿ ತಿರುಗಿ ನೋಡ್ತಾನೆ, ಅಲ್ಲಿಗೆ ಸಿನಿಮಾ ಮುಗಿಯುತ್ತೆ. ಹಾಗಾದ್ರೆ ನಾಣಿ ಏನನ್ನು ನೋಡಿದ? ಯಮುನಕ್ಕ ತಲೆಬೋಳಿಸಿಕೊಂಡು ಕೂತಿರ್ತಾಳೆ; ನಾಣಿ ಊರಿಂದ ಹೊರಗೆ ಹೋಗುತ್ತಾ ಇರ್ತಾನೆ. ಯಮುನಕ್ಕನಿಗೆ ಅನ್ಯಾಯ ಆಯ್ತಲ್ಲ ಎಂದು ಅವನಿಗೆ ಸಂಕಟ ಆಗುತ್ತೆ. ತಿರುಗಿ ನೋಡ್ತಾನೆ. ಅಲ್ಲಿಗೆ ಫಿಲ್ಮ್ ಎಂಡ್ ಆಗುತ್ತೆ. ತಿರುಗಿ ನೋಡಿದ್ದು ಏನು ಅರ್ಥ ಕೊಡಬಹುದು? ಈ ರೀತಿ ಮುಕ್ತಾಯವನ್ನು ಆದಷ್ಟು ಮುಕ್ತವಾಗಿ ಇಡೋದು.

ಆದರೆ ಡ್ರಮ್ಯಾಟಿಕ್ ಶೈಲಿಯ ಸಿನಿಮಾಗಳಲ್ಲಿ ಹೆಚ್ಚಿನವುಗಳಲ್ಲಿ ನಿರ್ದಿಷ್ಟವಾದ ಉತ್ತರವನ್ನು ಕೊಟ್ಟಿರ್ತಾರೆ. ಕೊನೆಯಲ್ಲಿ ಚಿತ್ರದ ವಸ್ತುವನ್ನು ಆಧರಿಸಿ ನೀತಿಬೋಧೆಯನ್ನೂ ಮಾಡ್ತಾರೆ. ಈ ಎರಡು ಬಗೆಯ ಮುಕ್ತಾಯ ಶೈಲಿಗಳಲ್ಲಿ ಯಾವುದು ಸರಿ, ಯಾವುದು ತಪ್ಪು ಅಂತ ನಾವು ಜಿಜ್ಞಾಸೆ ಮಾಡಬಹುದು. ಆದರೆ, ಈ ತರಹ ಎರಡು ಶೈಲಿ ಇವೆ ಅಂತ ತಿಳಿದುಕೊಳ್ಳೋದು ನಮ್ಮ ಈಗಿನ ಉದ್ದೇಶ.

ಪಾತ್ರ ಚಿತ್ರಣ, ಪೋಷಣೆ

ಕನ್ನಡದಲ್ಲಿ ಒಂದು ಒಳ್ಳೆ ಕಥೆ ಇದೆ, ಯಶವಂತ ಚಿತ್ತಾಲರ 'ಆಬೋಲಿನಾ' ಅಂತ. ಚಿಕ್ಕ ಕಥೆ ಇದು. ಅಲ್ಲೊಬ್ಬ ಆಬೋಲಿನಾ ಅಂತ ಒಬ್ಬ ಚಿಕ್ಕ ಹುಡುಗಿ ಇರ್ತಾಳೆ. ಇನ್ನೊಬ್ಬ ಕೈತಾನ್ ಅಂತ ಒಬ್ಬ ಇರ್ತಾನೆ. ಅವನಿಗೆ ಈ ಹುಡುಗಿ ಬಗ್ಗೆ ಬಹಳ ಆಸಕ್ತಿ ಇರುತ್ತೆ. ಆದರೆ ಇವನಿಗೆ ಬಹಳ ವಯಸ್ಸಾಗಿರುತ್ತೆ. ಅವಳ ಮೇಲಿನ ಆಸೆ ಇವನು ಏನ್ ಮಾಡ್ತಾನೆ, ಒಂದಿವಸ ಅವಳನ್ನು ಕರ್ಕೊಂಡು ಹೋಗಿ, ಕಿಸ್ ಮಾಡಿ, ನೀನೀಗ ಪ್ರೆಗ್ನೆಂಟ್ ಆಗಿದ್ದೀಯ ಅಂತಾನೆ.

ಆ ಹುಡುಗಿಗೆ ತಾಯಿ ಇರಲ್ಲ, ಅವಳು ಅಪ್ಪನ ಹತ್ರ ನಾನು ಪ್ರೆಗ್ನೆಂಟ್ ಆಗಿದ್ದೀನಿ ಅಂತ ಹೇಳ್ತಾಳೆ. ಅಪ್ಪ ಹೌದೇನೋ ಅಂತ ಗಾಬರಿ ಮಾಡಿಕೊಂಡು, ಹೋಗಿ ಪಾದ್ರಿಗೆ ಹೇಳಿ ಬಿಡ್ತಾನೆ. ಪಾದ್ರಿಗೆ ಕೇಳಿ ಶಾಕ್ ಆಗುತ್ತೆ. ಸುದ್ದಿ ಹರಡಿದರೆ ತಮ್ಮ ಸಮುದಾಯಕ್ಕೆ ಕೆಟ್ಟ ಹೆಸರು ಬರುತ್ತೆ ಅಂತ ಹೇಳಿ ಬೇಗನೇ ಆ ಹುಡುಗಿಯ ಮದುವೆ ಮಾಡಿಸಿ ಬಿಡ್ತಾರೆ. ಮದುವೆ ಆದ ಮೇಲೆ ಆಬೋಲಿನಾಗೆ ಗೊತ್ತಾಗುತ್ತೆ, ಗರ್ಭಿಣಿ ಆಗೋದು ಅಂದರೇನು ಅಂತ, ನಂತರ ಅವಳು ಆತ್ಮಹತ್ಯೆ ಮಾಡಿಕೊಳ್ತಾಳೆ.

ಇಲ್ಲಿನ ಇಡೀ ದುರಂತ ಎಲ್ಲಿ ಬರುತ್ತೆ ಅಂದರೆ ಅದು ಒಂದು ಮೈನಾರಿಟಿ ಕಮ್ಯುನಿಟಿ ಕಥೆ ಅನ್ನೋದರಲ್ಲಿ ಅದೊಂದು ಮೆಜಾರಿಟಿ ಕಮ್ಯುನಿಟಿ ಆಗಿದ್ದಿದ್ರೆ, ಹಿಂದು ಕಮ್ಯುನಿಟಿ ಆಗಿದ್ದಿದ್ರೆ ಯಾರೂ ಕೇರ್ ಮಾಡ್ತಾ ಇರಲಿಲ್ಲ. ಸಮುದಾಯದ ಗುಟ್ಟನ್ನು ಮುಚ್ಚಿಟ್ಟುಕೊಳ್ಳೋ ಅಗತ್ಯ ಬರಲ್ಲ. ಎಲ್ಲರೂ ಅದೇ ಕಮ್ಯುನಿಟಿಯವರು, ಅಲ್ಲಿ ಮನೆಯ ಗುಟ್ಟನ್ನು ಮುಚ್ಚಿಟ್ಟುಕೊಳ್ಳಬೇಕಾಗುತ್ತೆ. ಆದರೆ ಇಲ್ಲಿ ಪಾದ್ರಿಯ

ಕಾಳಜಿ ಏನು? ಊರಲ್ಲಿ ಕ್ರಿಶ್ಚಿಯನ್ಸ್ ಎಲ್ಲ ಹೀಗೇ ಅಂತ ಹೇಳಿ ಬಿಡ್ತಾರೇನೋ ಅನ್ನೋ ಹೆದರಿಕೆ. ಅದನ್ನು ಮುಚ್ಚಿ ಇಟ್ಕೊಳ್ಳೋಕೆ ಬೇಗ ಮದುವೆ ಮಾಡಿ ಮುಗಿಸಿಬಿಡ್ತಾರೆ. ಅಂದರೆ, ಒಂದು ಮೈನಾರಿಟಿ ಕಮ್ಯುನಿಟಿ ಆಗಿರೋದೇ ಒಂದು ದುರಂತಕ್ಕೆ ಕಾರಣ ಆಗುತ್ತೆ ಅನ್ನೋದು. ಹಸೀನಾದಲ್ಲಿ ಆಗೋದು ಅದೇನೆ. ಅದೊಂದು ಚಿಕ್ಕ ಸಮುದಾಯದಲ್ಲಿ ಆಗಿರೋದ್ರಿಂದ ಹೊರಗೆ ಗೊತ್ತಾಗಬಾರದು ಎಂದು ಹೇಳಿ ಮುಚ್ಚಿ ಇಡೋದಕ್ಕೆ ಪ್ರಯತ್ನ ಮಾಡ್ತಾರೆ. ಅಂದರೆ, ದುರಂತಕ್ಕೆ ವ್ಯಕ್ತಿ ಕಾರಣ ಆಗಲ್ಲ, ಸಮುದಾಯ ಮೈನಾರಿಟಿ ಆಗಿರೋದೇ ಕಾರಣ ಆಗುತ್ತೆ. ದುರಂತದ ಛಾಯೆಗಳು ಬೇರೆ ಬೇರೆ ಆಗ್ತಾ ಹೋಗುತ್ತೇವೆ. ಅವೆಲ್ಲವನ್ನೂ ಪಾತ್ರದಲ್ಲಿ ಮೂಡಿಸುತ್ತಾ ಹೋಗ್ತಾರೆ, ಪಾತ್ರಗಳು ಹೆಚ್ಚು ಹೆಚ್ಚು ದಟ್ಟವಾಗುತ್ತಾ ಹೋಗುತ್ತವೆ.

ನಾವು ಈ ತರದ ಸಿನಿಮಾಗಳಿಗಾಗಿ ಚಿತ್ರಕಥೆ ಬರಿಯೋದಕ್ಕೆ ನೋಡುವಾಗ ಒಂದು ತರಹದ ಸಮಸ್ಯೆಯನ್ನು ಅನುಭವಿಸ್ತೀವಿ. ಬರೀ ಭಾವನೆಗಳ ಬಗ್ಗೆ ಮಾತಾಡ್ತಾ ಹೋಗೋದ್ರ ಜೊತೆ ಈ ತರದ ಡೈಮೆನ್ಷನ್ ಬಗ್ಗೆನೂ ನೋಡ್ಬೇಕಾಗುತ್ತೆ; ಯಾವ ತರದ ವಿವರಗಳನ್ನು ಕೊಟ್ಟುಕೊಂಡರೆ ಪಾತ್ರಕ್ಕೆ ಹೊಸತನ ಬರುತ್ತೆ, ಪಾತ್ರ ಹೆಚ್ಚು ದಟ್ಟವಾಗುತ್ತೆ ಅನ್ನೋದನ್ನು ನೋಡಬೇಕಾಗುತ್ತೆ. ಪಾತ್ರಗಳನ್ನು, ಸನ್ನಿವೇಶಗಳನ್ನು ದಟ್ಟ ಮಾಡೋದು ಬಹಳ ಮುಖ್ಯವಾಗುತ್ತೆ. ಭಾವನೆಗಳನ್ನು ಹಿಡಿಯೋದು ಒಂದು ಆಯಿತು; ಜೊತೆಗೆ ದಟ್ಟಗೊಳಿಸೋದು ಇನ್ನೂ ಮುಖ್ಯವಾಗುತ್ತೆ.

ಉದಾಹರಣೆಗೆ, ಅವನು ಒಬ್ಬ ರೈತ, ರೈತ ಅಂದಕೂಡಲೇ ಒಂದು ನೇಗಿಲನ್ನು ಹಿಡಿದು ಹೊಲದಲ್ಲಿ ಉಳ್ತಾ ಹೋದ್ರೆ, ಏನಾಗುತ್ತೆ, ಸ್ವಲ್ಪ ಕ್ಲೀಷೆ ಅನ್ನುತ್ತೆ. ಅವನು ರೈತ ಎಂದು ಮನವರಿಕೆ ಮಾಡಿಸೋದಕ್ಕೆ ಇನ್ನೇನೇನೋ ಚಟುವಟಿಕೆ ತರಬೇಕಾಗುತ್ತೆ. ಹಾಗೆ ತಂದಾಗ ಆ ಪಾತ್ರಕ್ಕೊಂದು ಹೊಸತನ ಬರುತ್ತೆ, ವಿಶಿಷ್ಟ ಆಗುತ್ತೆ.

ನಮ್ಮ ಹಳೆಯ ಸಿನಿಮಾಗಳಲ್ಲಿ, ಅದು 'ಭೂತಯ್ಯನ ಮಗ ಅಯ್ಯು' ಆಗಬಹುದು, 'ಬಂಗಾರದ ಮನುಷ್ಯ' ಆಗಿರಬಹುದು. ಅವನು ರೈತ ಎಂದು,

ಒಂದು ರೀತಿ ಹೌದು ಅನ್ನಿಸ್ತಾ ಇರುತ್ತೆ, ಅವನು ರೈತ ಇದ್ದಿರಬಹುದು ಅಂತ. ಅವನ ಉಡುಪಿನಲ್ಲಿ ಆಗಿರಬಹುದು, ವರ್ತನೆಯಲ್ಲಾಗಿರಬಹುದು, ವೃತ್ತಿ ವಿವರಗಳಲ್ಲಿ ಆಗಿರಬಹುದು, ಆತ ಇರುವ ವಾತಾವರಣ, ಅದೊಂದು ಹಳ್ಳಿ, ಅದೇ ತರದ ವಾತಾವರಣ ಇದೆಲ್ಲಾ ಅವನ ಪಾತ್ರವನ್ನು ನೈಜ ಮಾಡೋದಕ್ಕೆ ದುಡಿಯುತ್ತದೆ.

ಇವತ್ತಿನ ಸಿನಿಮಾಗಳು ಸೋಲೋದಕ್ಕೆ ಇದೂ ಒಂದು ಮುಖ್ಯ ಕಾರಣ ಆಗುತ್ತೆ. ಹಳ್ಳಿ ಬಗ್ಗೆನೆ ಮಾತಾಡ್ತಾ ಇರ್ತೀವಿ, ಆದರೆ ಅವನು ಹಳ್ಳಿಯವನು ಅಂತ ನಮಗೆ ಅನ್ಸಲ್ಲ. ಆತ ಒಬ್ಬ ಬಡ ರೈತ ಅನ್ಸಲ್ಲ. ಏಕೆಂದರೆ, ಅದಕ್ಕೆ ಪೂರಕವಾದ ವಿವರಗಳು ವ್ಯಕ್ತವಾಗುತ್ತಿರುವುದಿಲ್ಲ.

ಆದ್ದರಿಂದ, ಆ್ಯಂಬಿಯನ್ಸ್ ಅಂದರೆ ವಾತಾವರಣ ನಿರ್ಮಾಣ ಮಾಡೋದು ಬಹಳ ಮಹತ್ವದ್ದಾಗುತ್ತೆ. ಉದಾಹರಣೆ- ಒಬ್ಬ ಕಾರ್ಮಿಕ ಅಂತಿಟ್ಟುಕೊಳ್ಳಿ. ಸುಮ್ಮನೆ ಅವನು ಕಾರ್ಮಿಕ ಅಂತ ಡೈಲಾಗ್‌ನಲ್ಲಿ ಹೇಳಿಬಿಟ್ಟರೆ ಮನವರಿಕೆ ಆಗಲ್ಲ. ಯಾವ ದೃಶ್ಯದಲ್ಲಿ ಏನೇನು ವಿವರಗಳನ್ನು ಹಾಕ್ತಾ ಹೋದರೆ, ಆತನ ಕಾರ್ಮಿಕತನವನ್ನು ಗಟ್ಟಿ ಮಾಡುತ್ತಾ ಹೋಗಬೇಕು ಅನ್ನೋದನ್ನು ಗಂಭೀರವಾಗಿ ಪರಿಗಣಿಸಬೇಕು. ಕೆಲವು ಯುರೋಪಿಯನ್ ಸಿನಿಮಾಗಳನ್ನು ನೋಡಿರಬಹುದು, ಕೆಲವು ಅಷ್ಟೇನೂ ಮುಖ್ಯವಲ್ಲದ ತುಂಡು ದೃಶ್ಯಗಳು ಬಂದಿರುತ್ತವೆ; ಅವು ಇರೋದೇ ತೋರಿಸೋದಕ್ಕೆ. ಬೈಸಿಕಲ್ ಥೀವ್ಸ್‌ನಲ್ಲಿ, ಅವನು ಸಿನಿಮಾ ಪೋಸ್ಟರುಗಳನ್ನು ಅಂಟಿಸೋ ವಿಸ್ತೃತ ದೃಶ್ಯ ಇದೆ; ಯಾಕೇಂದ್ರೆ, ಅವನು ಫಿಲ್ಮ್ ಪೋಸ್ಟರ್ ಅಂಟಿಸೋ ವ್ಯಕ್ತಿ ಅಂತ ತೋರಿಸಬೇಕು.

ಮಲೆಯಾಳಂನಲ್ಲಿ ಒಂದು ಸಿನಿಮಾ ನೋಡಿದ್ದೆ. ಅದರಲ್ಲಿ ಮಮ್ಮುಟ್ಟಿ ಒಬ್ಬ ಪ್ರೊಜಕ್ಷನಿಸ್ಟ್, ಥಿಯೇಟರ್‌ನಲ್ಲಿ ಸಿನಿಮಾ ಬಿಡೋನು. ಪ್ರೊಜಕ್ಷನಿಸ್ಟ್ ಅಂದಕೂಡಲೇ ಅವನು ಬರೀ ಒಂದು ಫಿಲ್ಮ್ ಕ್ಯಾನ್ ಹೊತ್ಕೊಂಡು ಹೋಗೋ ಹಾಗೆ ತೋರಿಸಿಬಿಟ್ರೆ ಸಾಕಾಗೋದಿಲ್ಲ. ಅದನ್ನು ತೋರಿಸೋದಕ್ಕೆ ಸಣ್ಣ ಸಣ್ಣ ದೃಶ್ಯ ವಿವರಗಳನ್ನು ಬರೀಬೇಕು. ಅದನ್ನು ಯೋಚನೆ ಮಾಡೋದು ಬಹಳ ಮುಖ್ಯ. ಅಲ್ಲೊಬ್ಬ ಹುಡುಗ ಪರಿಚಯ ಆಗ್ತಾನೆ. ಇವನು ಪ್ರೊಜೆಕ್ಷನಿಸ್ಟ್ ಆಗಿರುವಾಗ ಆ ಹುಡುಗನ ಜೊತೆ ಮಾತಾಡ್ತಾನೆ. ಈ ಮಾತಿನ ದೃಶ್ಯವನ್ನು ಎಲ್ಲಿಯಾದರೂ ಮಾಡಬಹುದಾಗಿತ್ತು; ಆದರೆ ಚಿತ್ರಕಥೆ ಬರೆಯೋನು ಆ ದೃಶ್ಯವನ್ನು ಪ್ರೊಜೆಕ್ಷನ್

ಕ್ಯಾಬಿನ್‌ನಲ್ಲಿ ಇರೋಹಾಗೆ ಬರೀತಾನೆ. ಹೀಗೆ ಮಾಡಿದಾಗ ಎರಡು ಕೆಲಸ ಆಗುತ್ತೆ; ಒಂದು ಅವನು ಪ್ರೊಜೆಕ್ಷನಿಸ್ಟ್ ಅಂತ ತೋರಿಸೋದು, ಇನ್ನೊಂದು ಈ ಸಂಭಾಷಣೆಯ ಮೂಲಕ ಕಥೆಯ ಬೆಳವಣಿಗೆಯನ್ನು ಜನರಿಗೆ ತಿಳಿಸೋದು. ಈ ತರದ ದೃಶ್ಯವನ್ನು ನೆಲೆಗೊಳಿಸೋದು ಇದೆಯಲ್ಲ ಅದು ಬಹಳ ಮಹತ್ವದ್ದಾಗಿರುತ್ತೆ.

ನಮ್ಮ ಸಂದರ್ಭದಲ್ಲಿ ಇದು ನನಗೆ ಯಾಕೆ ಇದು ಬಹಳ ಮುಖ್ಯ ಅನ್ಸುತ್ತೆ ಅಂತಂದ್ರೆ, ನಮ್ಮ ಹಿರಿಯ ನಿರ್ದೇಶಕ ಪುಟ್ಟಣ್ಣನವರನ್ನೂ ಒಳಗೊಂಡ ಹಾಗೆ ನಮ್ಮ ಕನ್ನಡ ಸಿನಿಮಾಗಳಲ್ಲಿ ಇದು ಬರ್ತಿರ್ಲಿಲ್ಲ. ಆದರೆ, ಭೂತಯ್ಯನ ಮಗ ಅಯ್ಯುನಲ್ಲಿ ಬಂದಿದೆ. ಬಂಗಾರದ ಮನುಷ್ಯನಲ್ಲಿ ಬಂದಿದೆ. ನಾಗಾಭರಣ ಅವರ ನಾಗಮಂಡಲದಲ್ಲಿ ಬಂದಿದೆ.

ನೋಡಿ, ಸಿನಿಮಾದಲ್ಲಿ ಒಂದು ವಾಕ್ಯಕ್ಕಿಂತ ಭಿನ್ನವಾಗಿ ಒಂದು ಇಮೇಜ್ ಇರುತ್ತೆ. ಸಿನಿಮಾದ ದೃಶ್ಯದಲ್ಲಿ ಹಿನ್ನೆಲೆ ಇರುತ್ತೆ. ಮುನ್ನೆಲೆ ಇರುತ್ತೆ, ದೃಶ್ಯಗಳು ಇರುತ್ತವೆ. ಗ್ರಾಫಿಕ್ಸ್ ಇರುತ್ತೆ, ಬಣ್ಣಗಳು ಇರುತ್ತವೆ. ಒಂದು ಶಾಟ್‌ನಲ್ಲಿ ಇಷ್ಟೇ ಅಲ್ಲ ಇನ್ನೇನೇನೋ ಒಟ್ಟಿಗೇ ಇರುತ್ತವೆ. ಅವೆಲ್ಲವನ್ನೂ ಒಟ್ಟಿಗೇ ದುಡಿಸಿಕೊಳ್ತಾ ಹೋಗಬೇಕು. ಒಬ್ಬ ಇಮೇಜ್ ಮೂಲಕ ಸ್ಕ್ರಿಪ್ಟ್ ಕಟ್ತಾನೆ, ಇನ್ನೊಬ್ಬ ಸ್ಕ್ರಿಪ್ಟ್ ಕಟ್ಟೋದಕ್ಕೆ ಇಮೇಜನ್ನು ದುಡಿಸಿಕೊಳ್ತಾ ಇರಲ್ಲ.

ಸೈನೈಡ್ ಚಿತ್ರದ ಈ ದೃಶ್ಯವನ್ನು ನೋಡಿ. ಇದು ಬಹಳ ಚಿಕ್ಕ ದೃಶ್ಯ. ಒಬ್ಬ ಬಂದು ರಂಗಣ್ಣನಿಗೆ, ಒಂದು ಮನೆ ಕೊಡಿಸು ಅಂತ ಕೇಳಬೇಕಾಗಿರುತ್ತೆ. ಅದನ್ನು ರಸ್ತೆ ಮೇಲೆ ನಡ್ಕೊಂಡು ಹೋಗುವಾಗ ಕೇಳಬಹುದಿತ್ತಲ್ಲ, ಹೋಟಲಲ್ಲಿ ಕಾಫಿ ಕುಡಿತಾ ಕೇಳಬಹುದಾಗಿತ್ತಲ್ಲ. ಮನೆಲೇ ಕೂತ್ಕೊಂಡು ಕೇಳಬಹುದಾಗಿತ್ತಲ್ಲ. ಆದರೆ, ಇಲ್ಲಿ ಇದನ್ನು ಅವನು ರಂಗಣ್ಣನ ಫ್ಯಾಕ್ಟ್ರಿಲಿ ಕೇಳ್ತಾನೆ. ಒಂದೇ ಒಂದು ಷಾಟ್‌ನಲ್ಲಿ ಇದು ಸಂವಹನವಾಗುತ್ತೆ. ಇದು ಮಲ್ಟಿಪ್ಲೇನಾರ್ ಚಿತ್ರಿಕೆಯೂ ಆಗಿದೆ. ಇದರಲ್ಲಿ, ರಂಗಣ್ಣ ಒಂದು ಫ್ಯಾಕ್ಟ್ರೀಲಿ ಕೆಲಸ ಮಾಡ್ತಾನೆ ಅಂತ ಗೊತ್ತಾಗುತ್ತೆ. ಅವನು ಏನು ಕೆಲಸ ಮಾಡ್ತಾನೆ ಅಂತ ಡೈಲಾಗ್‌ಲ್ಲಿ ಹೇಳೋದೇ ಇಲ್ಲ. ಮುನ್ನೆಲೆಯಲ್ಲಿ ಫ್ಯಾಕ್ಟ್ರಿ ವಿವರಗಳು ಇರೋದೇ ಇದನ್ನ ಕಟ್ಟಿಕೊಡುತ್ತೆ. ಆ ವಿವರಗಳನ್ನು ನೋಡುವಾಗಲೂ ರಂಗಣ್ಣ ಯಂತ್ರಗಳ ನಡುವೆಯೇ ಸಿಕ್ಕಿಹಾಕಿಕೊಂಡಿದ್ದಾನೆ, ವ್ಯಾವಹಾರಿಕ ಜಗತ್ತಿನಲ್ಲಿ ಇಲ್ಲವೇ ಇಲ್ಲ

ಅಂತ ಗೊತ್ತಾಗುತ್ತೆ. ಆತನ ಮಾತಿನ ಮಧ್ಯದಲ್ಲಿಯೂ ಏ ಅಂತ ಯಾರಿಗೋ ಕೂಗಿ ಏನನ್ನೋ ಟ್ರೈಟ್ ಮಾಡೋದಕ್ಕೆ ಹೇಳೋ ಮೂಲಕ ಆ ಶಾಟ್‌ನ ವ್ಯಾಪ್ತಿಯನ್ನು ವಿಸ್ತಾರ ಮಾಡ್ತಾನೆ. ಅಂದ್ರೆ, ಒಂದು ದೃಶ್ಯ ಒಂದು ಸ್ತರದಲ್ಲಿ ಕಥೆಯನ್ನು ಹೇಳ್ತಾ ಇರಬೇಕು; ಇನ್ನೊಂದು ಸ್ತರದಲ್ಲಿ ಉಳಿದ ವಿವರಗಳನ್ನು ಹೇಳ್ತಾ ಇರಬೇಕು. ಒಟ್ಟಿಗೇ ಸಿನಿಮಾದ ದೊಡ್ಡ ಶಕ್ತಿ ಇರೋದೇ ಇಲ್ಲಿ. ಒಂದೇ ಶಾಟ್‌ನಲ್ಲಿ ಒಂದೇ ಸಲಕ್ಕೆ ಎಷ್ಟೆಲ್ಲ ವಿಷಯಗಳನ್ನು ವಿವರಗಳನ್ನು ಹೇಳೋದಕ್ಕೆ ಸಾಧ್ಯವಾಗುತ್ತೆ ಅನ್ನೋದು. ಸ್ಕ್ರಿಪ್ಟ್ ಲೆವೆಲ್‌ನಲ್ಲಿ ಇದನ್ನೆಲ್ಲ ಯೋಚ್ನೆ ಮಾಡಿದ್ರೆ, ತನ್ನ ತಾನೆ ಗಟ್ಟಿತನ ಬಂದು ಬಿಡುತ್ತೆ.

ಬಿಸಿನೆಸ್ ಕೊಡೋದು

ಇಂಥ ಎಷ್ಟು ಬೇಕಾದರೂ ಉದಾಹರಣೆ ಕೊಡ್ತಾ ಹೋಗಬಹುದು. 'ರೇ' ಅವರ ಸಿನಿಮಾಗಳಲ್ಲಿ ಯಾರೂ ಸುಮ್ಮನೇ ಕೂತು ಮಾತಾಡೋದೇ ಇಲ್ಲ. ಬೇರೆ ಸಿನಿಮಾಗಳಲ್ಲಿ ಪಾತ್ರಗಳು ಏನೂ ಕೆಲಸನೇ ಮಾಡಲ್ಲ, ಅವರು ಹುಟ್ಟಿರೋದೇ ಮಾತಾಡೋಕ್ಕೆ ಅನ್ಸುತ್ತೆ. ಆ ಕಡೆಯೊಂದು ಕುರ್ಚಿ ಈ ಕಡೆಯೊಂದು ಕುರ್ಚಿ ಹಾಕ್ಕೊಂಡು ಮಾತಾಡ್ತಾ ಇರ್ತಾರೆ. ಈಗಂತೂ ಟಿವಿ ಸೀರಿಯಲ್‌ಗಳಲ್ಲಿ ಮೊಬೈಲ್ ನಲ್ಲಿ ನಿಮಿಷಗಟ್ಟಲೇ ಮಾತಾಡೋ ದೃಶ್ಯಗಳಾಗಿ ಬಿಡುತ್ತೆ. ಬರೀ ಮಾತಾಡ್ತಾರೆ. ಅವರು ಊಟಾನೂ ಮಾಡಲ್ವಾ ನೀರೂ ಕುಡಿಯಲ್ವಾ ಅನ್ಸುತ್ತೆ, ಕೆಲವು ಸಲ. ಪಾತ್ರಗಳು ದೃಶ್ಯದಲ್ಲಿ ಏನನ್ನ ಮಾಡ್ತಾ ಇರ್ತಾರೆ ಅನ್ನೋದನ್ನು 'ಬಿಸಿನೆಸ್' ಅಂತೇವೆ. ಚಟುವಟಿಕೆಗಳು ಇವುಗಳನ್ನು ಸ್ಕ್ರಿಪ್ಟ್ ಬರೆಯುವಾಗಲೇ ಯೋಚನೆ ಮಾಡಬೇಕು; ಇದನ್ನು ನಿರ್ದೇಶಕನಿಗೆ ಬಿಡಬಾರದು. ಬರೀತಿರುವಾಗಲೇ ನಿಮಗೆ ಪಾತ್ರಗಳಿಗೆ ಒಂದು ಬಿಸಿನೆಸ್ ಹೊಳೆದರೆ ಒಂದು ಧ್ವನಿ ಹೊಳೆದ ಹಾಗೆ ಆಗುತ್ತೆ. ಎಲ್ಲಿ ಕೂತು ಮಾತಾಡ್ತಾರೆ ಅನ್ನೋದೂ ಮುಖ್ಯ ಆಗಿಬಿಡುತ್ತೆ. ಸಮುದ್ರದ ತೀರದಲ್ಲಿ ಕೂತು ಮಾತಾಡಿದರೆ ಬೇರೆ ಅರ್ಥ ಬರುತ್ತೆ. ಫ್ಯಾಕ್ಟ್ರಿಯಲ್ಲಿ ಕೆಲಸ ಮಾಡ್ತಾ ಮಾತಾಡಿದ್ರೆ ಇನ್ನೊಂದು ಅರ್ಥ ಬರುತ್ತೆ; ಬೆಡ್‌ರೂಮಲ್ಲಿ ಕೂತು ಮಾತಾಡಿದ್ರೆ ಇನ್ನೊಂದು ಅರ್ಥ ಬರುತ್ತೆ. ಇದೇ ಸೈನೈಡ್ ಸಿನಿಮಾದಲ್ಲಿ ಇನ್ನೊಂದು ದೃಶ್ಯ ಇದೆ. ತಾರಾ ಮತ್ತು ರಘು ನಡುವೆ, ಅದು ಬೆಡ್‌ರೂಮ್ನಲ್ಲಿ ನಡೆಯುತ್ತೆ, ನೋಡಿಬಿಡೋಣ. (ದೃಶ್ಯ ವೀಕ್ಷಣೆ)

ಸೈನಾಯ್ಡ್‌ನ ಈ ಬೆಡ್‌ರೂಮ್ ದೃಶ್ಯದಲ್ಲಿ, ಗಂಡ ಮಂಚದ ಮೇಲೆ ಗೋಡೆಗೆ ಒರಗಿ ಕೂತಿದ್ದಾನೆ. ಹೆಂಡತಿ ಅವನ ಎದೆ ಮೇಲೆ ಒರಗಿ ಅವನ ಎದೆಯನ್ನು ಸವರುತ್ತಾ ತನ್ನಷ್ಟಕ್ಕೇ ಎನ್ನುವ ರೀತಿಯಲ್ಲಿ ಮಾತಾಡುತ್ತಾಳೆ; ಗಂಡ ಎಲ್ಲೋ ನೋಡ್ತಾ ಇದನ್ನು ಕೇಳಿಸಿಕೊಳ್ತಾನೆ. ಇದು ಎರಡೇ ಷಾಟ್ಸ್‌ಗಳಲ್ಲಿರೋ ಒಂದು ದೃಶ್ಯ. ಇಲ್ಲಿ ಗಂಡ ಹೆಂಡತಿ ಒಂದು ಇಕ್ಕಟ್ಟಿನಲ್ಲಿ ಸಿಕ್ಕಿ ಹಾಕೊಂಡಿದ್ದಾರೆ, ಅದರಿಂದ ಹೊರಗೆ ಬರಲಿಕ್ಕೆ ಆಗ್ತಾ ಇಲ್ಲ. ಇದನ್ನು ಹೇಗೆ ಚಿತ್ರಿಸೋದು, ಈ ದೃಶ್ಯವನ್ನು ಎಲ್ಲಿ ನಡೆಸೋದು, ನಾವು ನಮ್ಮ ಬಹಳ ಆತ್ಮೀಯವಾದ ಮಾತುಗಳನ್ನು ಹಂಚಿಕೊಳ್ಳೋದು, ನಮ್ಮ ಪರಸ್ಪರ ಅಸಹಾಯಕತೆಯನ್ನು ಹೇಳೋದಕ್ಕೆ ನಾವು ಆರಿಸಿಕೊಳ್ಳೋದು ನಮ್ಮ ಬೆಡ್ ರೂಮನ್ನು. ಈ ದೃಶ್ಯದಲ್ಲಿ ಹೆಂಡತಿಗೆ ನಾವು ನಮಗೆ ಬೇಡವಾದ ಒಂದು ಬಿಕ್ಕಟ್ಟಿನಲ್ಲಿ ಬಿಡಿಸಿಕೊಳ್ಳಲಾರದ ಹಾಗೆ ಸಿಕ್ಕಿಹಾಕಿಕೊಂಡ್ವೇನೋ ಅನ್ನೋ ಭಾವನೆ, ಗಂಡನಿಗೆ ಯಾವುದೂ ಅರ್ಥವಾಗದಂಥ ಗೋಜಲು. ಇಂಥ ವಿಚಾರವನ್ನು ತೋರಿಸೋದಕ್ಕೆ ಬೆಡ್‌ರೂಮಿನಂಥ ಮಿತವಾದ, ಇಕ್ಕಟ್ಟಾದ ಜಾಗವನ್ನು ಇಲ್ಲಿ ನಿರ್ದೇಶಕ ಆರಿಸಿಕೊಳ್ತಾನೆ. ಅವರು ಸಮಸ್ಯೆಯಲ್ಲಿ ಸಿಕ್ಕಿಹಾಕ್ಕೊಂಡಿದ್ದು, ಹೊರಗೆ ಬರೋಕ್ಕೆ ಆಗದೇ ಇರೋದು, ಇವೆಲ್ಲವನ್ನು ಹೇಳೋದಕ್ಕೆ ಬೆಡ್‌ರೂಮಿನ ಇಕ್ಕಟ್ಟಾದ ಪರಿಸರ ಪೂರಕವಾಗುತ್ತೆ.

ಪಾತ್ರಪೋಷಣೆಯ ಕುರಿತು

ಚಿತ್ರಕಥೆ ಬರೆಯೋರು, ಮುಖ್ಯವಾಗಿ ಪಾತ್ರಪೋಷಣೆಯಲ್ಲಿ ಗಮನಿಸಬೇಕಾಗಿರೋದು, ಒಂದು ಪಾತ್ರಕ್ಕೆ ಹೇಗೆ ಬಹುಸ್ತರಗಳನ್ನು ಕೊಡ್ತಾ ಹೋಗ್ತಾನೋ, ಹಾಗೇನೇ ಆ ಪಾತ್ರದ ಬಗ್ಗೆ ಜಡ್ಜ್‌ಮೆಂಟಲ್ ಆಗದ ಹಾಗೆ ಎಚ್ಚರ ವಹಿಸೋದೂ ಬಹಳ ಮುಖ್ಯವಾಗುತ್ತೆ. ಜಡ್ಜ್‌ಮೆಂಟ್ ಆದಕೂಡಲೇ ಚಿತ್ರಕಥಾಲೇಖಕ ಪಾತ್ರಗಳ ಬಗ್ಗೆ ನನ್ನದೇ ಆದ ವ್ಯಾಖ್ಯಾನ ಮಾಡೋದಕ್ಕೆ ಶುರು ಮಾಡ್ತಾನೆ. ಬರಹಗಾರನಾಗಿ, ನನ್ನ ದೃಷ್ಟಿಕೋನದಲ್ಲಿ ಈ ಪಾತ್ರ ಒಳ್ಳೆಯದು, ಈ ಪಾತ್ರ ಕೆಟ್ಟದ್ದು ಅಂತ ನಿರ್ಣಯ ತೆಗೆದುಕೊಳ್ಳೋದು ಸರಿಯಲ್ಲ. ಅವನು ಆ ರೀತಿ ಮಾಡೋದಕ್ಕೆ ಕಾರಣ ಹುಡುಕುತ್ತಾ ಹೋದಾಗ, ನಾನು ಆ ವ್ಯಕ್ತಿಯನ್ನು ರೂಪಿಸುವಂಥ ಒಂದು ದೊಡ್ಡ ಜಾಲವನ್ನು ಅರ್ಥ ಮಾಡಿಕೊಳ್ಳೋದಕ್ಕೆ ಸಾಧ್ಯವಾಗುತ್ತೆ. ಪಾತ್ರದ ಚಿತ್ರಣದಲ್ಲಿಯೂ ಹಾಗೇ ಇರಬೇಕು, ಬರವಣಿಗೆಯಲ್ಲಿಯೂ ಅದಿರಬೇಕು. (ಆ ಪಾತ್ರದ ಅಭಿನಯದಲ್ಲಿಯೂ ಅದಿರಬೇಕು.)

ಪುಟ್ಟಣ್ಣನವರ ನಂತರದ ಸಿನಿಮಾಗಳಲ್ಲಿ ಈ ಸಮಸ್ಯೆ ಬರುತ್ತೆ; ಆದರೆ ಅವರ ಮೊದಲಿನ ಚಿತ್ರಗಳಲ್ಲಿ ಪಾತ್ರಗಳು ಹಾಗಿರಲಿಲ್ಲ. ಗೆಜ್ಜೆಪೂಜೆಯಲ್ಲಿ ಲೋಕನಾಥ್ ಒಂದು ಪಾತ್ರ ಬರುತ್ತೆ. ಅವನು ಒಳ್ಳೆಯವನೋ ಕೆಟ್ಟವನೋ ಅಂತ ಹೇಳೋದು ಕಷ್ಟವಾಗುತ್ತೆ. ಚಂದ್ರಾಳನ್ನು ಓದ್ಸೋದಕ್ಕೆ ಅಷ್ಟೇನೂ ಉತ್ಸಾಹ ತೋರಿಸಲ್ಲ, ಆದರೆ ಚೆನ್ನಾಗಿ ನೋಡ್ಕೋತಾ ಇರ್ತಾನೆ. ಇಟ್ಕೊಳ್ಳೋದು ಇಟ್ಟುಕೊಂಡು ಬಿಟ್ಟಿದ್ದಾನೆ, ಒಬ್ಬ ಮಹಿಳೆಯನ್ನು ಆದರೆ ಆಕೆ ಜವಾಬ್ದಾರಿಯನ್ನು ಒಪ್ಪಿಕೊಳ್ಳೋದಕ್ಕೆ ಪೂರ್ತಿ ತಯಾರಿರಲ್ಲ. ಈ ತರಹದ ಗುಣಾವಗುಣಗಳ ಮಿಶ್ರಣ ಆಗಿರುವ ಪಾತ್ರ ಇಲ್ಲಿ ಸೃಷ್ಟಿಯಾಗಿರುತ್ತೆ.

ಪುಣೆಯಲ್ಲಿರುವ ಭಾರತೀಯ ದೂರದರ್ಶನ ಹಾಗು ಚಲನಚಿತ್ರ ಸಂಸ್ಥೆಯಿಂದ ಎಫ್ ಟಿ ಐ ಐ ಬಂಗಾರದ ಪದಕದೊಂದಿಗೆ ಪದವಿ ಪಡೆದ ಗಿರೀಶ್ ಕಾಸರವಳ್ಳಿಯವರು, ತಮ್ಮ ಪದವಿ ಪ್ರಾಪ್ತಿಗಾಗಿ ಮಾಡಿದ ಚಿತ್ರ 'ಅವಶೇಷ'ಕ್ಕಾಗಿ ಸಣ್ಣ ಚಿತ್ರ ವಿಭಾಗದಲ್ಲಿ, ಭಾರತದ ರಾಷ್ಟ್ರಪತಿಗಳಿಂದ ರಜತ ಕಮಲ ಪ್ರಶಸ್ತಿಯನ್ನು ಪಡೆದರು. 1977ರಲ್ಲಿ ತಮ್ಮ ಪ್ರಥಮ ಚಲನಚಿತ್ರ 'ಘಟಶ್ರಾದ್ಧ'ಕ್ಕಾಗಿ ಭಾರತದ ರಾಷ್ಟ್ರಪತಿಗಳಿಂದ ಸ್ವರ್ಣ ಕಮಲ ಪ್ರಶಸ್ತಿಯನ್ನು ಪಡೆದನಂತರ ಇನ್ನೂ 3 ಸ್ವರ್ಣಕಮಲಗಳನ್ನು (ಒಟ್ಟಾರೆ 4) ಪಡೆದು ಸತ್ಯಜಿತ್ ರೇ (6 ಸ್ವರ್ಣ ಕಮಲಗಳು), (ಮೃಣಾಲ್ ಸೇನ್ ಮತ್ತು ಕಾಸರವಳ್ಳಿ) ನಂತರ ನಾಲ್ಕು ಸ್ವರ್ಣ ಕಮಲಗಳನ್ನು ಪಡೆದವರಲ್ಲಿ ಒಬ್ಬರಾಗಿದ್ದಾರೆ. ಇವರು ಘಟಶ್ರಾದ್ಧ ನಿರ್ದೇಶಿಸಿದಾಗ ಇವರ ವಯಸ್ಸು ಕೇವಲ 27. ಸ್ವರ್ಣ ಕಮಲ ಪುರಸ್ಕಾರ ಪಡೆದ ಕಿರಿಯ ನಿರ್ದೇಶಕರೆಂದು ಹೆಸರು ಪಡೆದವರು. ಅವರ ಈ ಲೇಖನ ಚಲನಚಿತ್ರ ಅಕಾಡೆಮಿ ಆಯೋಜಿಸಿದ್ದ ಚಿತ್ರಕಥಾ ಶಿಬಿರದಲ್ಲಿ ನೀಡಿದ ಉಪನ್ಯಾಸ)

ಸಿನಿಮಾ ಅಂದ್ರೆ, ನಾನು ಜೀವನವನ್ನು ನೋಡುವ ಕ್ರಮ

■ ಪ್ರಕಾಶ್ ರೈ

ನನ್ನ ಪ್ರಕಾರ ಸಿನಿಮಾ ಅನ್ನೋದೇ ಒಂದು ಭಾಷೆ. ಕನ್ನಡ ಅಲ್ಲ, ತಮಿಳಲ್ಲ, ತೆಲುಗಲ್ಲ, ಇಂಗ್ಲೀಷಲ್ಲ - ಇಡೀ ಸಿನಿಮಾವನ್ನು ನಾನು ಒಂದು ಭಾಷೆಯಾಗಿ ನೋಡ್ತೇನೆ. ಹಾಗಿದ್ದರೆ ಭಾಷೆ ಅಂದ್ರೇನು? ಅದು ಪೈಯಿಂಟಿಂಗ್ ಆಗಬಹುದು, ಶಿಲ್ಪಕಲೆ ಯಾಗಬಹುದು, ನೃತ್ಯ, ನಾಟಕ, ಬರಹ- ಹೀಗೆ ಯಾವುದೇ ಕಲೆ ಕೂಡ ಒಂದು ಭಾಷೆನೇ. ಬರೆಯುವ ಭಾಷೆ ಅಂತ ಅಂದುಕೊಂಡು ಕನ್ನಡ ಭಾಷೆಗೆ ಬಂದಾಗ ಎಲ್ಲರಿಗೂ ಸಿಗೋದು ಅದೇ ಸ್ವರ, ವ್ಯಂಜನ, ಅದೇ ವ್ಯಾಕರಣ, ಅದೇ ಪ್ರತ್ಯಯಗಳು, ಲೋಪ ಸಂಧಿ, ಸವರ್ಣದೀರ್ಘ ಸಂಧಿ, ಅದೇ ನುಡಿಗಟ್ಟು. ಆದರೆ, ಆ ಭಾಷೆಯ ಹಿಂದೆ ಒಬ್ಬ ಇರ್ತಾನೆ. ಅವನು ಆ ಭಾಷೆಯ ಮುಖಾಂತರ ಏನು ಹೇಳುತ್ತಾನೆ ಅನ್ನೋದು ಮುಖ್ಯ. ಕನ್ನಡ ಭಾಷೆ ಬೇಂದ್ರೆ ಅವರ ಹತ್ರ ಇದೆ, ಅಡಿಗರ ಹತ್ರ ಇದೆ, ನರಸಿಂಹ ಸ್ವಾಮಿ

ಹತ್ರ ಇದೆ, ರಾಜ್‌ಕುಮಾರ್ ಅವ್ರ ಹತ್ರ ಇದೆ. ಪ್ರತಿಯೊಬ್ಬರಲ್ಲೂ ಬೇರೆ ಬೇರೆ ಅಭಿವ್ಯಕ್ತಿಯಾಗಿ ಜೀವಂತವಾಗಿದೆ.

ಹೀಗೆ ಎಲ್ಲರದ್ದೂ ಆಗಿರುವ ಆ ಭಾಷೆಯಲ್ಲಿ, ಏನನ್ನಾದರೂ ಹೇಳಬೇಕಾದ್ರೆ ನೀವು ಯಾಕೆ ಅವರಿಗಿಂತ ಭಿನ್ನವಾಗ್ತೀರಿ ಅಂದ್ರೆ ಅದರ ಗರ್ಭದಲ್ಲಿ ಏನಿದೆ ಅನ್ನೋದು ಪ್ರಶ್ನೆ. ಏನನ್ನು ಹೇಳಲಿಕ್ಕೆ ಪ್ರಯತ್ನ ಮಾಡ್ತೀರಿ ಮತ್ತು ಆ ಭಾಷೆಯನ್ನು ಹೇಗೆ ಉಪಯೋಗಿಸ್ತೀರಿ. ಅದೇ ಬಣ್ಣಗಳು, ಅದೇ ಬ್ರಷ್ ಆದರೆ ಪೆಯಿಂಟಿಂಗ್‌ಗಳು ಬೇರೆ ಬೇರೆ ಅಲ್ವೇ? ನಮ್ಮ ಮುಂದಿರುವ ಪರಿಕರಗಳನ್ನು ನಾವು ಹೇಗೆ ದುಡಿಸಿ ಕೊಳ್ತೀವಿ ಅನ್ನೋದು ಕೂಡ ಒಂದು ಭಾಷೆ. ಭಾಷೆ ಗೊತ್ತಿರಬೇಕು ಮನುಷ್ಯನಿಗೆ. ಯಾಕಂದರೆ ಭಾಷೆಯ ಗರ್ಭದಲ್ಲಿರುವ ಭಾವವನ್ನು ಅವನು ಪ್ರಸವಿಸಬೇಕು. ಒಂದು ಕಥೆಯನ್ನು ಕಾವ್ಯದ ಮೂಲಕ ಹೇಳಬಹುದು. ಅದೊಂದು ಪ್ರಕಾರ. ಕವಿತೆಯಲ್ಲಿ ಹೇಳಬಹುದು, ಒಂದು ಸಣ್ಣ ಕತೆಯಲ್ಲಿ ಹೇಳಬಹುದು. ಒಂದು ನೀಳ್ಗತೆಯ ಮೂಲಕ ಹೇಳಬಹುದು. ಒಂದು ಪ್ರಬಂಧದ ಮೂಲಕ ಹೇಳಬ ಹುದು, ಒಂದು ದೊಡ್ಡ ನಾವೆಲ್‌ನ ಮೂಲಕ ಹೇಳಬಹುದು. ಆದರೆ ಇಷ್ಟರಲ್ಲಿ ಯಾವುದನ್ನು ಹೇಳ್ತಾರೋ ಅದನ್ನು ಬರೀ ಹೇಳಿದ್ರೆ ಆಗಲ್ಲ, ಅದೊಂದು ಅನುಭವ ಆಗ್ಬೇಕು. ಅದಕ್ಕೆ ಕತೆ ಬೇಕು. ಅದು ನೋಡೋನಿಗೆ ಕೇಳುವವನಿಗೆ, ಓದುವವನಿಗೆ ಒಂದು ಅನುಭವ ಆಗ್ಬೇಕು ಅದು.

ಬೇರೆ ಎಲ್ಲ ಭಾಷೆಗಳಿಗಿಂತ ಸಿನಿಮಾ ಒಂದು ಹೆಜ್ಜೆ ಮುಂದೆ ಹೋಗುತ್ತೆ. ಮಾರ್ಕ್ವೆಜ್ ಅವರ ಹತ್ತಿರ ನಿಮ್ಮ ಕಾದಂಬರಿಗಳನ್ನು ಸಿನಿಮಾ ಮಾಡಬೇಕು, ಕೊಡ್ತೀರಾ ಅಂತ ಕೇಳಿದಾಗ ಕೊಡಲ್ಲ ಅಂದ್ರು. ಯಾಕೆ ಅಂದ್ರೆ 'ನಾನು ಒಂದು ಕತ್ತಲ ರಸ್ತೆಯಲ್ಲಿ ನಡೆಯುತ್ತ ಹೋಗುತ್ತಿದ್ದಾಗ....' ಅಂತ ಒಂದು ಪಾತ್ರದ ನಡಿಗೆಯನ್ನು ಬರೆದರೆ ಓದುಗ, ಅವನ ಕತ್ತಲೆ, ಅವನು ನೋಡಿದ ಅವನ ಕತ್ತಲೆಯ ಗ್ರಹಿಕೆಯ ರಸ್ತೆಯಲ್ಲಿ ಆ ಪಾತ್ರವಾಗಿ ನಡೆಯುತ್ತ ನಾನು ಹೇಳೋದನ್ನು ಗ್ರಹಿಸ್ತಾ ಹೋಗ್ತಾನೆ. ಆದರೆ ಅದು ಸಿನಿಮಾ ಆದಾಗ ನೋಡುವ ಎಲ್ಲರಿಗೂ ಒಂದೇ ಕತ್ತಲೆಯ ರಸ್ತೆಯಾಗುತ್ತೆ ಅದು. ಅಲ್ಲಿ ಅವನ ಇನ್‌ವಾಲ್ವ್‌ಮೆಂಟ್, ಅವನ ಮ್ಯಾಜಿಕ್, ಅವನ ತನ್ಮಯತೆ ಮತ್ತು ಇಬ್ಬರು ಸೇರಿ ನಡೆಯುವಾಗ ಹಾಗಾಗುತ್ತೆ ಅಂದ್ರು. ಹೀಗಾಗಿ ಸಿನಿಮಾಗೆ ಇನ್ನೊಂದು ದೊಡ್ಡ ಜವಾಬ್ದಾರಿ ಬಂದುಬಿಡುತ್ತೆ. ಸಿನಿ

ಮಾ ನಡೀಬೇಕಾದ್ರೆ ಅಲ್ಲೆಲ್ಲೋ ಗೂಬೆ ಕೂಗ್ತು, ಇನ್ನೇನೋ ಆಯ್ತು, ದೂರ ದಲ್ಲೊಂದು ಮಂದ ಬೆಳಕು, ತಿರುವಿನಲ್ಲೊಂದು ದೀಪಸ್ತಂಭ, ಅಂದ್ರೆ ಅವನ ಊಹೆಯಲ್ಲಿದ್ದದ್ದಕ್ಕಿಂತ ಹೇಳಬೇಕಾದ್ದನ್ನು ಅನುಭವಿಸ್ತಾ ಕೊನೆಗೆ ಕತೆಯ ಆಶಯ ಏನಿತ್ತೋ ಅಲ್ಲಿಗೆ ಪ್ರೇಕ್ಷಕ ತಲುಪುತ್ತಾನೆ. ಹಾಗೆ ರೀಚ್ ಆದಾಗ ಅವರು ಹೇಳಿದ್ದು ಅನುಭವ ಆಗುತ್ತೆ. ಸಿನಿಮಾ ಮಾಡಬೇಕಾಗಿರೋದು ಅದನ್ನೇ.

ಎಲ್ರೂ ಈವಾಗ ರೀಮೇಕ್ ಸಿನಿಮಾಗಳು ಅಂತಾರೆ, ಸ್ಫೂರ್ತಿಯಿಂದ ಬಂದ ಸಿನಿಮಾಗಳು ಅಂತಾರೆ, ಕೆಲವರು ನಿರ್ದೇಶಕನೇ ಬರಹಗಾರನಾದರೆ ಮಾತ್ರ ಅವನು ನಿಜವಾದ ನಿರ್ದೇಶಕ ಅಂತಾರೆ, ಅದೆಲ್ಲ ಸುಳ್ಳು. ಎಲ್ಲ ನಿರ್ದೇಶಕರು ಕತೆಗಾರರಾಗಬೇಕು ಅನ್ನೋದು ಸುಳ್ಳು. ಯಾಕಂದ್ರೆ ಸಿನಿಮಾ ಭಾಷೆ ಬೇರೆ ಇರುತ್ತೆ. ಅದಕ್ಕೆ ಕತೆಗಾರ ಕತೆಯನ್ನು ಬರೆಯುವಾಗ ಅವನ ಭಾಷೆಯಲ್ಲಿ ಅವನು ಯಾವಾಗಲೂ ಬರೆಯುವ ಕಥನ ಕ್ರಮ ಏನಿದೆಯೋ ಅದರಿಂದ ಕೊಂಚ ಭಿನ್ನವಾಗಿ ಸಿನಿಮಾಗೆ ಹೊಂದುವಂತಹ ದೃಶ್ಯಗಳಿಂದ ಹೇಳುವಂತಹ ಕತೆಗಳನ್ನು ಹೇಳ್ತಾನೆ. ನಿರ್ದೇಶಕ ಅದನ್ನು ದುಡಿಸ್ಕೋಬೇಕು. ಅವನೇನು ಮಾಡ್ಬೇಕು ಅಂದರೆ ಆಡದ ಮಾತನ್ನ ಕೂಡ ಮೌನದಲ್ಲೇ ಹೇಳ್ಬೇಕು. ಒಂದು ವೇಗದಲ್ಲಿ ಹೇಳ್ಬೇಕು. ಈಗ, ರಂಗಭೂಮಿಯಲ್ಲೋ, ಬದುಕಿನಲ್ಲೋ, ಓದಿನಲ್ಲೋ ನೋಡುಗನಿಗೆ ನೋಡುವುದನ್ನು ಯಾವ್ಯಾವ ಅನುಕ್ರಮದಲ್ಲಿ ನೋಡಿ ಆ ಅನುಭವವನ್ನು ತನ್ನದಾಗಿಸಿ ಕೊಳ್ಳಬೇಕು ಅನ್ನೋ ಸ್ವತಂತ್ರ ಇರುತ್ತೆ.

ಸಿನಿಮಾದಲ್ಲಿ ನೋಡುವವನಿಗೆ ಆ ಸ್ವಾತಂತ್ರ್ಯ ಇಲ್ಲ. ಯಾಕೆಂದರೆ ಪ್ರೇಕ್ಷಕ ಏನು ನೋಡಬೇಕು ಅನ್ನೋದನ್ನು ನಿರ್ದೇಶಕ ನಿರ್ಧಾರ ಮಾಡ್ತಾನೆ, ಮೂರು ಕಡೆ ಕತ್ತಲೆ ಮಾಡಿ ಒಂದೇ ಕಿಂಡಿ ಇಟ್ಟು ಒಂದು ಪಾತ್ರದ ಕ್ಲೋಸಪ್ ಆದಮೇಲೆ ಈ ವೇಗದಲ್ಲಿ ಈ ಕ್ಲೋಸಪ್‌ನ್ನು ನೋಡಿ, ಹಾರುವ ಹಕ್ಕಿಯನ್ನು ನೋಡಿ, ಅದು ದೊಪ್ಪಂತ ಬೀಳೋದನ್ನು ನೋಡಿ ಅಂತ ಹೇಳುತ್ತಾನೆ. ಅದರಿಂದಾಗುವ ಒಂದು ರಿಯಾಕ್ಷನ್ ಇನ್ನೊಬ್ಬನ ರಿಯಾಕ್ಷನ್ ಮೂಲಕ ಅದರ ಅನುಭವ ಆಗಿ ಅದು ಕಟ್ಟಿಕೊಡುವ ಒಟ್ಟಾರೆ ಅನುಭೂತಿಯನ್ನು ಅವನೇ ಡಿಸೈಡ್ ಮಾಡ್ತಾ ಹೋಗ್ತಾನೆ, ಲಕ್ಷ ಲಕ್ಷಾಂತರ ಜನರು ನಿರ್ದೇಶಕನ ದೃಷ್ಟಿಕೋನದಲ್ಲಿ, ಅವನು ನೋಡುವ ಕ್ರಮದಲ್ಲೇ ಸಿನಿಮಾವನ್ನು ನೋಡಬೇಕಾಗುತ್ತೆ.

ಹೀಗಾಗಿ, ಒಂದು ಕತೇನ ನಾನು ಸಿನಿಮಾ ಮಾಡೋದಕ್ಕೆ ತಗೊಳ್ತೇನೆ ಅಂದ್ರೆ, ನಾನು ಏನನ್ನು ಹೇಳಲಿಕ್ಕೆ ಇಷ್ಟ ಪಡ್ತೇನೆ ಅನ್ನೋದು ಸ್ಪಷ್ಟವಾಗಿರಬೇಕು. ಅದಕ್ಕೂ ಮೊದಲು ಯಾವುದಾದರೊಂದು ವಿಷಯ ನನ್ನನ್ನು ಕಾಡಬೇಕು. ಕಾಡದಿದ್ದರೆ ಕತೆಯಾಗಲ್ಲ. ನಾನೊಂದು ಕತೆ ಎತ್ತಿಕೊಂಡಾಗ ಅಥವಾ ಮತ್ತೊಂದು ಸಿನಿಮಾದಿಂದ ಕತೆಯನ್ನು ತೆಗೆದುಕೊಂಡಾಗ ಅದರಲ್ಲಿ ಏನು ನನ್ನನ್ನು ಬಾಧಿಸಿತು, ಆ ಕತೆ ಏನನ್ನು ನನ್ನಲ್ಲಿ ಸ್ಫುರಿಸ್ತು ಅನ್ನೋದು ಮನದಟ್ಟಾಗಬೇಕು. ಆಮೇಲೆ ಅದನ್ನು ನಾನು ಹೇಗೆ ಹೇಳಬೇಕು ಅನ್ನೋದನ್ನು ಯೋಚನೆ ಮಾಡ್ತೀನಿ. ಒಬ್ಬ ನಿರ್ದೇಶಕ ಒಂದು ಕತೆಯನ್ನೋ ಒಂದು ಭಾವವನ್ನೇ ತನ್ನದೇ ಶೈಲಿಯಲ್ಲಿ ಹೇಳ್ತಾನೆ. ಒಬ್ಬ ಕತೆಗಾರ ಒಂದು ಕತೆ ಕೊಟ್ರೂ, ಒಬ್ಬ ಸಿನಿಮಾ ಕೊಟ್ರೂ ನನ್ನ ದೇ ಶೈಲಿಯಲ್ಲಿ ನಾನು ಸಿನಿಮಾ ಮಾಡ್ತೀನಿ. ನಾನು ಅದನ್ನು ಹೀಗೇ ಹೇಳ್ಬೇಕು ಅಂತ ನಿರ್ಧಾರ ಮಾಡಿರ್ತೀನಿ ಮತ್ತು ಆ ಕತೆಯ ಆಶಯ ಅನ್ನೋದು ಆ ಮೂಲಕ ಇನ್ನೊಂದಿಷ್ಟು ವಿಷಯಗಳನ್ನು ಕಟ್ಟಿಕೊಡ್ತಾ ಹೋಗ್ಬೇಕು, ಅದು ನನ್ನ ಜೀವನದ ಅನುಭವಗಳನ್ನು ಹೇಳ್ತಾ ಹೋಗ್ಬೇಕು.

ಆದ್ದರಿಂದ, ಒಂದು ಸ್ಕ್ರೀನ್ ಪ್ಲೇ ಅನ್ನೋದು ಒಂದು ಕತೆ ಹುಟ್ಟಿದ ತಕ್ಷಣ ನಾವು ಅದನ್ನಿಟ್ಟುಕೊಂಡು ಮಾಡುವ ಒನ್‌ಲೈನ್ ಆರ್ಡರ್. ಎಷ್ಟೋ ಸಲ ಅದರಲ್ಲಿ ಡೀಟೈಲಿಂಗ್ ಇರಲ್ಲ. ಸಿನಿಮಾ ಅಂದ್ರೆ ಮೂಲಭೂತವಾಗಿ ಡೀಟೈಲಿಂಗ್- ವಿವರಗಳನ್ನು ಕಟ್ಟಿಕೊಡೋದು. ಡೀಟೈಲಿಂಗ್ ದಿ ಸ್ಪೀಡ್, ಡೀಟೈಲಿಂಗ್ ದಿ ಕಲರ್ಸ್, ಡೀಟೈಲಿಂಗ್ ದಿ ಸೌಂಡ್, ಡೀಟೈಲಿಂಗ್ ಆ್ಯನ್ ಎಮೋಶನ್, ಡೀಟೇಲಿಂಗ್ ಲಿಂಗರಿಂಗ್ ಮೊಮೆಂಟ್ಸ್. ಯಾವುದನ್ನು ಎಳೀಬೇಕು, ಯಾವುದನ್ನು ಥಟ್ಟಂತ ಹೇಳ್ಕೊಂಡು ಹೋಗ್ಬೇಕು, ಯಾವುದನ್ನು ತೋರಿಸ್ಬೇಕು, ಯಾವುದನ್ನು ತೋರಿಸ್ಬಾರ್ದು, ಯಾವುದನ್ನು ಮುಚ್ಚಿಡಬೇಕು, ಯಾವುದನ್ನು ಯಾವಾಗ ತೋರಿಸ್ಬೇಕು ಅನ್ನೋ ಯೋಚನಾ ಕ್ರಮದಲ್ಲಿ ಒಂದು ದೃಶ್ಯ, ಒಂದು ಕತೆ ಅನುಭವ ವೇದ್ಯ ಆಗಬೇಕು ಅದು! ನಿರ್ದೇಶಕ ಅಥವಾ ಚಿತ್ರಕತೆಗಾರ ಹಂಗೆ ನೋಡ್ಬೇಕು ಅದನ್ನು.

ನಿರ್ದೇಶಕ ಎಲ್ಲಿ ದೊಡ್ಡವನಾಗ್ತಾನೆ? ನಿರ್ದೇಶಕನ ಜವಾಬ್ದಾರಿ ಏನಾಗಿ ಬಿಡುತ್ತೆ ಅಂದ್ರೆ, ಯಾವ ಒಂದು ಆಶಯವನ್ನು ಹೇಳ್ಬೇಕು ಅಂದ್ಕೊಳ್ತಾನೋ ಅವ್ನು, ಅದನ್ನು ಅವ್ನು ಡಿಸೈನ್ ಮಾಡೋ ಸೌಂಡೂ ಅದೇ ಹೇಳ್ಬೇಕು, ಅವ್ನು ಡಿಸೈನ್ ಮಾಡೋ

ಸಿನಿಮಾಟೋಗ್ರಫಿ ಅದನ್ನೇ ಹೇಳ್ಬೇಕು. ಸಂಕಲನ ಅದೇ ಕತೆ ಹೇಳ್ಬೇಕು. ಆರ್ಟ್ ಡೈರೆಕ್ಷನ್ ಅದೇ ಕತೆ ಹೇಳ್ಬೇಕು. ಬರವಣಿಗೆ ಅದೇ ಕತೆ ಹೇಳ್ಬೇಕು, ನಟ ಅದೇ ಕತೆ ಹೇಳ್ಬೇಕು. ಇವರೆಲ್ಲರೂ ಸೇರಿ ಒಂದೇ ಕತೆಯನ್ನು ಬೇರೆ ಬೇರೆ ಪ್ರಕಾರಗಳ ಮೂಲಕ ಬೇರೆ ಅಡಿಶನ್‌ಗಳ ಮೂಲಕ ಹೇಳ್ತಾ ಈ ಆಶಯ ಪ್ರೇಕ್ಷಕನಿಗೂ ಅನುಭವವೇದ್ಯ ಆಗಬೇಕು.

ಅದು ಚಿತ್ರಕತೆಯ ಶಕ್ತಿ. ಉದಾರಣೆಗೆ ಸಚಿನ್ ತೆಂಡಲ್ಕರ್ ಒಂದು ಸಂದರ್ಶನದಲ್ಲಿ ಹೇಳಿದ ಮಾತು ನೆನಪಾಗ್ತಿದೆ. 22 ಅಡಿಗಳ ದೂರದಲ್ಲಿ ಒಂದು ಬಾಲ್ 140 ಕಿಲೋಮೀಟರ್ ವೇಗದಲ್ಲಿ ನುಗ್ಗುತ್ತಿರುವಾದ, ಕ್ಷಣಾರ್ಧದಲ್ಲಿ ನಿಮ್ಮ ಹತ್ರ ಬಾಲ್ ಬರುತ್ತೆ. ಅದನ್ನು ಕವರ್ ಡ್ರೈವಿಗೆ ಹೊಡೀತೀರ, ಸ್ಟ್ರೇಟ್ ಡ್ರೈವ್ ಹೊಡೀತೀರ, ಹುಕ್ ಮಾಡ್ತೀರ ಅನ್ನೋ ನಿರ್ಧಾರಾನ ಹೇಗೆ ತಗೊಳ್ತೀರಿ ಅಂತ ಕೇಳಿದಾಗ ಅವರು ಇಟ್ ಈಸ್ ಮೈ ರಿಫ್ಲೆಕ್ಸ್ ಅಂದ್ರು. ಅಂದ್ರೆ ಹೇಗೆ ಆ ಚೆಂಡನ್ನು ಆಟ ಆಡಬೇಕು ಅನ್ನೋದು ನನ್ನ ಆ ಕ್ಷಣದ ನಿರ್ಧಾರ ಅಲ್ಲ. ಅದು ಅಪ್ರಜ್ಞಾಪೂರ್ವಕ ನಡೆ. ಯಾಕೆಂದರೆ ಅವೆಲ್ಲವನ್ನೂ ನಾನು ಪ್ರಾಕ್ಟಿಸ್ ಮಾಡಿರ್ತೇನೆ, ಅದು ನನ್ನೊಳಗೆ ಒಂದು ರಿಫ್ಲೆಕ್ಸ್ ಆಗಿರುತ್ತೆ. ಆದ್ರೆ ಆ ಬಾಲ್ ಬರೋ ಕ್ಷಣಕ್ಕೆ ನನ್ನ ಪ್ರತಿಕ್ರಿಯೆ ಎಂದರೆ ಆ ಬಾಲ್ ಹೇಗೆ ಬಂತು ಅಂತ ನೋಡೋದಷ್ಟೇ. ಅದಾದಮೇಲೆ ನಂಗೊತ್ತಿಲ್ಲದೇ ಅದು ರಿಫ್ಲೆಕ್ಸ್ ಆಗಿರುತ್ತೆ. ಚಿತ್ರಕತೆ ಬರೆಯೋನು ಹಾಗೆಯೇ ಇರಬೇಕು. ಓದುಗನಾಗಿರ್ಬೇಕು, ಜೀವನವನ್ನು ತೀವ್ರವಾಗಿ ನೋಡಿರ್ಬೇಕು.

ನೀನು ಬರೆಯೋನಾಗಿದ್ರೆ ನಿನಗೆ ನೆನಪುಗಳಿರಬೇಕು, ನಿನಗೆ ಗ್ರಾಹ್ಯವಾಗಬೇಕು, ಅದನ್ಯಾವುದನ್ನು ನೋಡಿದ್ರೂ ಅದು ನಿನಗೆ ತಟ್ಟಬೇಕು. ಕತೆ ನಿನ್ನನ್ನು ತಟ್ಟದಿದ್ರೆ ಜನರನ್ನು ತಟ್ಟಲ್ಲ. ಇವತ್ತಿನ ದಿನಗಳಲ್ಲಿ ವ್ಯಾಪಾರಿ ಸಿನಿಮಾ ಆಗ್ತಿದೆ. ಆದರೆ, ಯಾವ ಕಲೆಯೂ ವ್ಯಾಪಾರವಲ್ಲ. ಅದು ಒಂದು ಅಭಿವ್ಯಕ್ತಿ. ಅದನ್ನು ಮನರಂಜನೆ ಮಾಡೋದು, ನಗಿಸೋದು ಅಥವಾ ಕಚಗುಳಿ ಇಡುವಂತೆ ಮಾಡೋದು ಮಾಡ್ತಾ ಹೋಗ್ತೀವಿ. ಅದು ತಪ್ಪಲ್ಲ, ಆದ್ರೆ ನೀನೇನು ಮಾಡ್ತಿದ್ದೀಯ ಅನ್ನೋದು ನಿನಗೆ ಸ್ಪಷ್ಟವಾಗಿರಬೇಕು. ನೀನು ಒಂದು ಕಮರ್ಷಿಯಲ್ ಸಿನಿಮಾ ಮಾಡ್ತೀಯ ಅಥವಾ ನೀನೊಂದು ಕತೆಯನ್ನು ಹೇಳಲಿಕ್ಕೆ ಪ್ರಯತ್ನ ಪಡ್ತೀಯ ಅನ್ನೋದು ನಿರ್ಧಾರ ಆಗಿಬಿಡಬೇಕು. ಯಾಕೆಂದರೆ

ಒಂದು ಹೇಳ್ತಾ ಹೇಳ್ತಾ ನೀನೊಂದು ವ್ಯಕ್ತಿತ್ವ ಆಗಿಬಿಡ್ತೀಯ. ಆದ್ದರಿಂದಲೇ ಎಚ್ಚರಿಕೆಯಿಂದ ಬರೆಯಬೇಕು. ಸಿನಿಮಾ ಡೈರೆಕ್ಟರ್‌ಗೆ ತುಂಬ ದೊಡ್ಡ ಜವಾಬ್ದಾರಿಗಳಿವೆ. ಇಷ್ಟ ಬಂದಂಗೆ ಕಥೆ ಹೇಳಕ್ಕಾಗಲ್ಲ. ಯಾಕೆಂದರೆ ನೀನು ಜನರ ಹಣ ಮತ್ತು ಸಮಯ ಖರ್ಚು ಮಾಡಲು ಹೊರಟಿರುವವನು. ಅದನ್ನು ನೀನು ದುರುಪಯೋಗ ಮಾಡೋಕ್ಕಾಗಲ್ಲ. ನಿನ್ನ ಜೊತೆಗೆ ಕೆಲಸ ಮಾಡೋರ ಸಮಯ ಆಗ್ಲಿ ಅಥವಾ, ನೋಡೋರ ಹಣ ಆಗ್ಲಿ, ಸಮಯ ಆಗ್ಲಿ ದುರುಪಯೋಗ ಮಾಡಬಾರದು. ಆ ಜವಾಬ್ದಾರಿಯಿಂದ ಸಿನಿಮಾ ಮಾಡಬೇಕು. ಆ ಸಿನಿಮಾ ಗೆಲ್ಲುತ್ತೋ ಸೋಲುತ್ತೋ ಯೋಚನೆ ಮಾಡಬಾರದು. ಕೊಡೋದು ಕೊಡ್ತಾ ಹೋಗಬೇಕು. ಮಾಡಿದ ಸಿನಿಮಾ ಮೊದಲು ನಿನ್ನನ್ನು ತಟ್ಟಬೇಕು.

ಪ್ರತೀಸಲ ಒಬ್ಬ ನಿರ್ದೇಶಕನಿಗೆ, ಸಿನಿಮಾ ಬಿಡುಗಡೆ ಆಗ್ತಿದ್ದ ಹಾಗೇ ಒಂದು ಖಾಲಿತನ ಬರುತ್ತೆ, ಒಂದೇ ಸಿನಿಮಾನ ನೋಡಿ ನೋಡಿ ನೋಡಿ ಅವನೊಳಗಿನ ವಿಮರ್ಶಕ ಮಂಕಾಗಿರುತ್ತಾನೆ. ಹೀಗಾಗಿ ಥಟ್ಟನೆ ನಿರ್ಧಾರ ಮಾಡಕ್ಕಾಗಲ್ಲ. ಆದರೆ ಆ ಕ್ಷಣದ ಗ್ರಹಿಕೆಯನ್ನೂ ಒಬ್ಬ ನಿರ್ದೇಶಕ ದಾಖಲು ಮಾಡಬೇಕು. ಆಮೇಲೆ ಆ ಗ್ರಹಿಕೆ ಸರಿಯೋ ಅಲ್ಲವೋ ಅನ್ನೋದನ್ನು ನೋಡಬೇಕು. ಎಷ್ಟೋ ಸಲ ನಮ್ಮಲ್ಲಿ ಪಲಾಯನವಾದವೇ ಜಾಸ್ತಿ ಇರುತ್ತೆ. ಚಿತ್ರಕತೆಯ ಹಂತದಲ್ಲಂತೂ ಪಲಾಯನವಾದಕ್ಕೆ, ಸುಲಭವಾಗಿ ತಪ್ಪಿಸಿಕೊಳ್ಳಬಹುದಾದ ಹಂಬಲಕ್ಕೆ ಬಲಿಯಾಗಲೇಬಾರದು.

ಅಂಥ ಹೊತ್ತಲ್ಲಿ ಏನು ಮಾಡಬೇಕು? ನೀನು ಹೇಳುವ ವಿಷಯಕ್ಕೆ ತುಂಬ ಪ್ರಾಮಾಣಿಕವಾಗಿರಬೇಕು. ಪ್ರಾಮಾಣಿಕವಾಗಿದ್ದರೆ ಹೇಗಿದ್ದರೂ ಜನರನ್ನು ತಟ್ಟಿಬಿಡುತ್ತೆ. ಪ್ರಾಮಾಣಿಕತೆ ಇಲ್ಲದಿದ್ದರೆ ತಟ್ಟಲ್ಲ. ನೀವೊಂದು ಕೆಟ್ಟ ಚಿತ್ರಕತೆ ಬರೆದು ಪಾರಾಗ್ತೀನಿ ಅನ್ನೋಕ್ಕಾಗಲ್ಲ. ಅಪರೂಪಕ್ಕೊಂದು ಸಲ ನಟರು ಚೆನ್ನಾಗಿದ್ದರೆ ಸಿನಿಮಾ ಓಡಬಹುದು. ಆದರೆ ಯಾವಾಗ ಪ್ರೇಕ್ಷಕ ಸಂಗೀತ ಚೆನ್ನಾಗಿತ್ತು. ಸಂಕಲನ ಚೆನ್ನಾಗಿತ್ತು ಅಂತಾನೋ ಅದರ ಅರ್ಥ ಚಿತ್ರಕತೆ ಚೆನ್ನಾಗಿರಲಿಲ್ಲ ಅಂತ.

ನನಗೆ ಸಿನಿಮಾ ಅನ್ನೋದು ಪ್ರಾಮಾಣಿಕವಾಗಿ ನನ್ನ ಗ್ರಹಿಕೆಯನ್ನು ನಾನು ಒರೆಗಿಡೋದು. ಟು ಟೆಸ್ಟ್! ನನ್ನ ಐಡೆಂಟಿಟಿ ಎಲ್ಲಿದೆ ಅಂದರೆ, ಒಬ್ಬ ನಿರ್ದೇಶಕನಾಗಿ ಒಂದು ಸನ್ನಿವೇಶವನ್ನು ಬೇರೆ ಎಲ್ಲರಿಗಿಂತ ವಿಭಿನ್ನ ಕೋನದಲ್ಲಿ ನೋಡಕ್ಕಾಯ್ತಾ ಅನ್ನೋದು. ಎಲ್ಲರಿಗೂ ಗೊತ್ತಿರುವ ವಿಷಯ, ಎಲ್ಲರ ಕಣ್ಣಮುಂದಿರುವ ವಿಷಯಗಳಿಗೆ

ಅವರೇ ಆಶ್ಚರ್ಯಪಡುವಂಥ ಒಂದು ಕೋನ ಕೊಡೋದು ನಿನಗೆ ಸಾಧ್ಯವಾಗುತ್ತಾ? ಅಥ್ವಾ ಅವರು ತುಂಬ ನಂಬಿದ, ಗೌರವಿಸಿದ ವಿಷಯವನ್ನು ನೀನು ಗೌರವಿಸಿದಾಗ ಸಿಗೋ ಆದರ, ಅವರನ್ನು ಆಶ್ಚರ್ಯಚಕಿತರನ್ನಾಗಿಸಿದರೆ ಸಿಗೋ ಗೌರವ ಬೇರೆ. ದಾರಿ ತಪ್ಪಿಸೋದ್ರಿಂದ ಏನೂ ಸಿಗಲ್ಲ. ಒಂದು ಸಿನಿಮಾದ ಪ್ರೇಕ್ಷಕನ ಕತೆಯಾಗಿರಬೇಕು ಅಥವಾ ಅವನಿಗೆ ಸಂಬಂಧಿಸಿದ ಕತೆಯಾಗಿರಬೇಕು.

ನನ್ನ ಸಿನಿಮಾಗಳನ್ನು ನೋಡಿದ್ರೆ ನಾನು ಹೇಳೋದು ಅರ್ಥ ಆಗುತ್ತೆ. ಒಂದು ಉದಾಹರಣೆ ಅಂದ್ರೆ ತಂದೆ ಮತ್ತು ಮಗಳ ಬಾಂಧವ್ಯ. ಆ ಕತೆ ಹುಟ್ಟೋದಕ್ಕೆ ಕಾರಣ ಏನಾಗಿತ್ತು? ನನಗೊಬ್ಬಳು ಮಗಳು. ನನ್ನ ಜೀವನದಲ್ಲಿ ಬರುವ ಎಲ್ಲ ಹೆಣ್ಣುಗಳು. ಬೇರೆ ಬೇರೆ ರೂಪದಲ್ಲಿ ಬಂದವರು. ತಾಯಿ, ತಂಗಿ ರೂಪದಲ್ಲಿ ಬಂದವರನ್ನು ನೋಡಿದ್ದೆ. ಆದರೆ, ಮಗಳ ರೂಪದಲ್ಲಿ ಬರುವ ಹೆಣ್ಣಿನ ಸಂಬಂಧವನ್ನು ಅನ್ ಕಂಡೀಶನಲ್ ಆಗಿ ನೋಡೋದು ಹೇಗೆ ಅಂತ ಕಲೀಬೇಕಾಗಿತ್ತು. ಮಗಳನ್ನು ಪ್ರೀತಿಸ್ತಾ ಆಮೇಲೆ ಅವಳನ್ನು ಬಿಟ್ಟು ಮತ್ತೆ ಒಬ್ಬಂಟಿಯಾಗ್ಬೇಕು, ಅದಕ್ಕೆ ನಾನು ತಯಾರಾಗಕ್ಕೆ ಸಾಧ್ಯನಾ? ಅದು ನನ್ನ ತುಂಬ ಕಾಡಿದ್ರಿಂದ, ನನ್ನ ಮಗಳನ್ನು ಎದುರಿಸಲಿಕ್ಕೆ ನಾನು ತಯಾರಾಗೋದಕ್ಕೆ ಮಾಡಿದ ಸಿನಿಮಾ 'ನಾನು ನನ್ನ ಕನಸು'. ಹಾಗೇ 'ಧೋನಿ' ಅಂತ ಒಂದು ಸಿನಿಮಾ ಮಾಡಿದೆ, ಇವತ್ತಿನ ಎಜುಕೇಶನ್ ಸಿಸ್ಟಂನಲ್ಲಿ, ನನ್ನ ಮಗಳು, ನನ್ನ ಗೆಳೆಯರ ಮಕ್ಕಳು ಕಷ್ಟಪಡ್ತಿದ್ದಾರೆ. ಅದನ್ನು ನಾವು ವಿರೋಧಿಸ್ತೇವೆ. ಎಲ್ಲೋ ಒಂದು ಕಡೆ ನಮ್ಮ ಮಕ್ಕಳನ್ನು ವಿಕ್ಟಿಮ್ ಗಳನ್ನಾಗಿಸಿ ಈ ಶಿಕ್ಷಣ ವ್ಯವಸ್ಥೆಯನ್ನು ಕಟ್ಟಿದ್ದೇವೆ. ಆದರೆ ಆ ಬಲಿಪಶುಗಳು ಒಂದೊಮ್ಮೆ ಬಲಿಪಶುಗಳಾಗಿದ್ದವರ ಕೈಯಲ್ಲಿ ಬೆಳೀತಿದ್ದಾರೆ. ಹೀಗಾಗಿ ಅದು ಇಬ್ಬರು ಬಲಿಪಶುಗಳ ಕತೆ. ನನ್ನ ಬಿಡುಗಡೆಗೋಸ್ಕರ, ನನ್ನ ಮಕ್ಕಳ ಬಿಡುಗಡೆಗೋಸ್ಕರ, ಎರಡು ತಲೆಮಾರುಗಳ ಮುಕ್ತಿಗೋಸ್ಕರ ಮಾಡಿದ ಸಿನಿಮಾ ಅದು.

ಒಗ್ಗರಣೆ ಮತ್ತೊಂದು ಥರದ ಸಿನಿಮಾ. ಪ್ರೀತಿಯ ಬಗ್ಗೆ ನಮಗೊಂದು ಪೂರ್ವಗ್ರಹ ಇರತ್ತೆ. ಜೀವನದಲ್ಲಿ ನೀನು ಪ್ರೀತಿಸಿದ ವ್ಯಕ್ತಿ ನಿನಗೆ ಸಿಗದೇ ಇರಬಹುದು. ಹಾಗಂತ ನೀನು ಪ್ರೀತಿಸ್ದೇ ಇರಕ್ಕಾಗಲ್ಲ ಅಲ್ವಾ? ನೀನು ಅದಮ್ಯವಾಗಿ ಪ್ರೀತಿಸುವ, ನಿನಗೆ ರುಚಿಸುವ ವಿಷಯ ಅದು. ಅದಕ್ಕೆ ಅದನ್ನು ಊಟದ ಜೊತೆಗೆ ತಂದಿದ್ದೀನಿ.

ಪ್ರೀತಿಯಿಂದ ಬೇರಾಗು, ದೂರಾಗು, ಆದರೆ ಪ್ರೀತಿಯನ್ನು ಕೊಲ್ಲಬೇಡ. ಒಂಟಿತನಕ್ಕೂ ಏಕಾಂತಕ್ಕೂ ದೊಡ್ಡ ವ್ಯತ್ಯಾಸ ಇದೆ. ಅದನ್ನು ಹೇಳಲಿಕ್ಕೆಂದೇ ಆ ಸಿನಿಮಾ ಮಾಡಿದೆ.

ಇನ್ನು 'ಇದ್ದೊಳ್ಳೆ ರಾಮಾಯಣ'. ಅವನು ರಾಮ, ಇವನು ಲಕ್ಷ್ಮಣ ಅಂತೀವಲ್ಲ, ಎಲ್ಲವೂ ನಾವು ತಾನೆ? ನಮ್ಮ ಕೈಯಲ್ಲೇ ಎಲ್ಲವೂ ಇದೆಯಲ್ಲ. ನಮ್ಮೊಳಗೆ ಭಗೀರಥನೂ ಇದ್ದಾನೆ, ಭಸ್ಮಾಸುರನೂ ಇದ್ದಾನೆ. ಎಲ್ಲ ಶಕ್ತಿಯೂ ನಮ್ ಹತ್ರನೇ ಇದೆ. ನಮ್ಮೊಳಗಡೆ ಎಲ್ಲರೂ ಇದ್ದಾರೆ, ಯಾರನ್ನು ಯಾವಾಗ ಹೊರಗೆ ತರ್ತೀವಿ ಅನ್ನೋದು ಮುಖ್ಯ. ನನ್ನ ಸಂಗಾತಿಗೆ ಗೊತ್ತಿಲ್ಲ ಅನ್ನೋ ಕಾರಣಕ್ಕೆ ಇನ್ನೊಬ್ಬರಿಗೆ ನಾವು ಸುಳ್ಳು ಹೇಳಬಹುದಾ? ಹಾಗಿದ್ರೆ ನಮಗೆ ನಾವು ಸುಳ್ಳು ಹೇಳ್ಕೊಳಕ್ಕಾಗಲ್ವಲ್ಲಾ? ಹಾಗೆ ನೋಡಿದ್ರೆ ಎಲ್ಲ ಮನುಷ್ಯರೂ ಕೆಲವು ರಹಸ್ಯದ ಜೊತೆಗೇನೇ ಸಾಯೋದು. ಪ್ರಪಂಚದಲ್ಲಿ ಹುಟ್ಟಿದ ಯಾವ ಮನುಷ್ಯನೂ ಸಂಪೂರ್ಣವಾಗಿ ಇನ್ನೊಬ್ಬನಿಗೆ ಅರ್ಥವಾಗಿ ಸತ್ತದ್ದಿಲ್ಲ. ಅಂದ್ರೆ ನೀನು, ನಿನ್ನ ಸೂರ್ಯ ನಿನ್ನ ಚಂದ್ರನೇ ಸತ್ಯ. ನೀನೇ ಜಗತ್ತಿನ ಕೇಂದ್ರ. ನೀನೇ ಎಲ್ಲ. ಬಯಲು ಆಲಯದೊಳಗೋ, ಆಲಯವು ಬಯಲೊಳಗೋ? ಅದು ಪ್ರಶ್ನೆ!

ಅದರಿಂದಲೇ ಸಿನಿಮಾ ಹುಟ್ಟೋದು. ನನ್ನನ್ನು ಕಾಡಿದ ಸಂಗತಿಗಳನ್ನು ಸಿನಿಮಾದಲ್ಲಿ ಹೇಗೆ ಹೇಳಬೇಕು? ಸಮರ್ಥವಾಗಿ ಹೇಗೆ ಹೇಳಬೇಕು? ಅದೇ ಕಾರಣಕ್ಕೆ ನಾನು ಪ್ರತಿಯೊಂದು ಪಾತ್ರಕ್ಕೂ ಒಂದು ಬ್ಯಾಕ್ ಸ್ಟೋರಿ ಕೊಡ್ತೀನಿ. ನನ್ನ ಮುಂದಿರೋ ಒಬ್ಬ ಐವತ್ತು ವರ್ಷದ ನಡುವಯಸ್ಕ ಮಾತಾಡ್ತಿದ್ದಾನೆ ಅಂದರೆ ಆ ಮಾತಿಗೆ ಐವತ್ತು ವರುಷದ ಅನುಭವ ಇರಬೇಕು. ಅವನ ಮಾತಿಂದಲೇ ಅವನು ಏನು ಅಂತ ಗೊತ್ತಾಗಬೇಕು? ಸಿನಿಮಾದಲ್ಲಿ ಮಾತು ಬರೀ ಮಾತಲ್ಲ, ಅದು ಒಬ್ಬ ವ್ಯಕ್ತಿಯನ್ನು ಅರ್ಥಮಾಡಿಕೊಳ್ಳೋ ಮಾರ್ಗ. 'ನಿನ್ನ ಪಾಪ ಹಣ್ಣಾದ ದಿನ ನೀನು ಅನುಭವಿಸ್ತೀಯ' ಅಂತ ಯಾರಾದ್ರೂ ಅಂದ್ರೆ ಅವನು ನದಿ ಪ್ರಾಂತ್ಯದಿಂದ ಬಂದವನಾಗಿರಬೇಕು, ಅಲ್ಲಿ ತುಂಬ ಹಣ್ಣಿನ ಮರಗಳಿಂದ ತುಂಬಿದ ಪರಿಸರ ಇರಬೇಕು. ಹೀಗಾಗಿಯೇ ಅವನಿಗೆ ಪಾಪ ಹಣ್ಣಾದ ರೂಪಕ ಹೊಳೆಯೋದಕ್ಕೆ ಸಾಧ್ಯ. ಮಾತಲ್ಲಿ ಅವೆಲ್ಲವೂ ಆಗಬೇಕು. ಸುತ್ತಲಿನ ಪರಿಸರ, ಸುತ್ತಲಿನ ಜನರು, ಅವರ ಆಚಾರ ವಿಚಾರಗಳು, ಅವರ ಸಂಸ್ಕೃತಿ ಇವೆಲ್ಲವೂ ಕತೆಯನ್ನು ಹೇಳೋದು. ಅವನ ಉಡುಗೆ ತೊಡುಗೆ, ಹಾವಭಾವಗಳು, ಅವನು ಹೇಗೆ ಸ್ಪಂದಿಸ್ತಾನೆ ಅನ್ನೋದನ್ನು ಹೇಳೋದಕ್ಕೆ ಅವನ ಹಿಂದಿನ ಕತೆ ಗೊತ್ತಿರಬೇಕು ನಮಗೆ.

ಇಷ್ಟು ಸೂಕ್ಷ್ಮವಾಗಿ ನೋಡ್ಬೇಕು. ಒಂದೊಳ್ಳೆ ಕತೆಯ ಹಂದರ, ಚೆಂದದ ಆಶಯ ಇರಬೇಕು ನಿಜ. ಆದರೆ ಸಿನಿಮಾ ಕಟ್ಟುವ ಭಾಷೆಯೇ ಬೇರೆ. ಆದ್ದರಿಂದಲೇ ಸ್ಕ್ರೀನ್ ರೈಟಿಂಗ್ ಬೇರೆಯೇ ಆದದ್ದು ಅಂತ ಹೇಳ್ತೀವಿ. ಸಿನಿಮಾ ಅಂದ್ರೆ ಒಂದೊಳ್ಳೇ ಸಂಭಾಷಣೆ ಮಾತ್ರ ಅಲ್ಲ. ಉದಾಹರಣೆಗೆ ಒಬ್ಬ ನಟಿ, ಒಬ್ಬ ಸಹನಿರ್ದೇಶಕನ ಕಣ್ಣಿಗೆ ಬಿದ್ದು, ಆಕೆಗೆ ಅವಕಾಶ ಸಿಕ್ಕಿ, ಮುಂದೆ ಪ್ರಸಿದ್ಧ ನಟಿಯಾಗ್ತಾಳೆ. ಆ ಹಾದಿಯಲ್ಲಿ ಅವನ ಮೇಲೆ ಅವಳಿಗೆ ಪ್ರೇಮಾಂಕುರ ಆಗಿದೆ. ಆಗ ಅವಳ ಅಣ್ಣ ಕೇಳ್ತಾನೆ: ನೀನು ಇಷ್ಟು ದೊಡ್ಡ ನಟಿಯಾಗಿದ್ದೀಯ. ಆ ಅಸಿಸ್ಟೆಂಟ್ ಡೈರೆಕ್ಟರ್ ಜೊತೆ ಏನು ಸಂಬಂಧ ನಿಂದು, ಅವನ ಮೇಲೆ ಏನದು ಪ್ರೀತಿ. ಆಗ ಅವಳು ಏನಂತ ಉತ್ತರಿಸಬೇಕು? ಅವನನ್ನು ನಾನು ಪ್ರೀತಿಸ್ತಿದ್ದೀನಿ ಅಂತ ಹೇಗೆ ಹೇಳಬೇಕು. ಅವಳು ಒಂದೇ ಮಾತು ಹೇಳ್ತಾಳೆ- ಅವನು ನನ್ನನ್ನು ನೋಡಿದ, ಪ್ರಪಂಚ ನನ್ನನ್ನು ನೋಡಿತು. ಅದು ಡೈಲಾಗ್.

'ಅವ್ನು ನನ್ನನ್ನ ನೋಡ್ದ, ಪ್ರಪಂಚ ನನ್ನನ್ನು ನೋಡ್ತು' ಅಂದ್ರೆ ಅದು ಸ್ಕ್ರೀನ್ ರೈಟಿಂಗ್. ಆ ಒಂದು ಮಾತಲ್ಲಿ ಅದೆಷ್ಟು ವಿಜ್ಯುವಲ್ಸ್ ಬಂದು ಹೋಗುತ್ವೆ ನೋಡಿ. ಒಂದು ಬದುಕು ಅದರ ಗರ್ಭದಲ್ಲಿರುತ್ತೆ. ಹಾಗೆ ಬರೀತಾ ಹೋಗಬೇಕು ಸಿನಿಮಾವನ್ನು. ಎಲ್ಲೋ ಹೀಗೆ ಪ್ರತಿಕ್ರಿಯಿಸಿದರೆ ಅದಕ್ಕೆ ಉತ್ತರ ಇನ್ನೆಲ್ಲೋ ಇರಬೇಕು. ಅದನ್ನ ಪೋಣಿಸ್ತಾ ಹೋಗ್ಬೇಕು. ಅದಕ್ಕೆ ಹರಿವು ಇದೆಯಾ ಅಂತ ಮಾತ್ರ ನೋಡ್ತಾ ಹೋಗ್ಬೇಕು. ಜೊತೆಗೇ, ಸಂಗೀತ ಆಗಿರಬಹುದು, ಸಂಕಲನ ಆಗಿರಬಹುದು, ವೇಗ ಆಗಿರಬಹುದು, ಸ್ಕ್ರೀನ್ ಪ್ಲೇ ಆಗಿರಬಹುದು ..ಇವೆಲ್ಲವೂ ನಿಮಗೆ ಅದೇ ಕತೆಯನ್ನು ಹೇಳ್ತಾ ಇದೆಯಾ? ಅಷ್ಟೊ ಪಾತ್ರಗಳು ನಿನ್ನನ್ನು ತಳ್ಕೊಂಡು ತಳ್ಕೊಂಡು ಕುರಿಮಂದೆ ಹಾಗೆ ಅಲ್ಲಿಗೆ ಕರ್‍ಕೊಂಡು ಹೋಗ್ತಾ ಇದೆಯಾ ಅನ್ನೋದು ನೋಡಬೇಕು. ಸಿನಿಮಾದಲ್ಲಿ, ಎವ್ರಿ ಸೀನ್ ಹ್ಯಾಸ್ ಟು ಬಿ ಕನೆಕ್ಟೆಡ್.

ಹಾಗಂತ ಒಂದು ಸೀನ್ ತೆಗೆದ್ರೆ ಕೂಡ ಆ ಸಿನಿಮಾ ಹಾಗೇ ಇರಬೇಕು. ಎಷ್ಟೋ ಸಲ ಸಿನಿಮಾ ಆದ ಮೇಲೆ ಕೆಲವು ದೃಶ್ಯಗಳನ್ನು ತೆಗೀತೀವಿ. ಅಂದ್ರೆ ಅದು ಇಲ್ದಿದ್ರೂನೂ ಕತೆ ಮಾಡಲಿಕ್ಕೆ ಸಾಧ್ಯ ಅಂತ. ಈ ದೃಶ್ಯ ಈ ಕತೆಯನ್ನು ಸ್ವಲ್ಪ ಸ್ಲೋ ಮಾಡ್ತಾ ಇದೆ ಅನ್ನಿಸಿ ತೆಗೆಯೋದು ಬೇರೆ. ಆ ತಿದ್ದುಪಡಿ ಸ್ಕ್ರಿಪ್ಟ್ ಲೆವೆಲ್‌ನಲ್ಲೇ ಆಗ್ತಾ ಹೋಗ್ಬೇಕು. ಕೆಲವು ಸಲ ಮತ್ತೊಂದಷ್ಟು ದೃಶ್ಯಗಳು, ಕ್ಲೋಸಪ್‌ಗಳು ಬೇಕು ಅನ್ನಿಸುತ್ತೆ. ಅದನ್ನೆಲ್ಲ ಮತ್ತೆ ಸೇರಿಸುತ್ತಾ ಕೂರಬೇಕು.

ಅದು ಕಥೆ ಕಟ್ಟುವ ಕ್ರಮ. ನಿರಂತರವಾಗಿ ಬದುಕನ್ನು ನೋಡುತ್ತಾ ಕೂರುವುದು. ಜೀವನದ ಸಣ್ಣ ಚಲನೆಯನ್ನು, ಎಲ್ಲಿಂದಲೋ ಬೀಸಿದ ಗಾಳಿಗೆ ಹೌದೋ ಅಲ್ಲವೋ ಎಂಬಂತೆ ಅಲ್ಲಾಡುವ ಮರದ ಎಲೆಯ ಪಲುಕನ್ನು ಕೂಡ ದಾಖಲಿಸಲಿಕ್ಕೆ ನೋಡೋದು..

ದಿಸ್ ಈಸ್ ಹೌ ಐ ಸೀ ಸಿನಿಮಾ.

ನಟ, ನಿರ್ದೇಶಕ, ನಿರ್ಮಾಪಕ, ಓದುಗ, ರಂಗನಟ, ಸಮಾಜ ಸೇವಕ, ಪಯಣಿಗ, ಚಿಂತಕ, ವಾಗ್ಮಿ, ರುಚಿಕಾರ, ಮಾತುಗಾರ, ಸ್ನೇಹಿತ - ಪ್ರಕಾಶ್ ರೈ ಹೀಗೆ ಬದುಕಿನ ಎಲ್ಲ ಸಂಭ್ರಮಗಳನ್ನೂ ತಮ್ಮೊಳಗೆ ತಂದುಕೊಳ್ಳಬಲ್ಲವರು. ಅವರಿಗೆ ಸಿನಿಮಾ, ಸಾಹಿತ್ಯ, ನಾಟಕ, ಪ್ರಯಾಣ ಎಲ್ಲವೂ ತಮ್ಮ ತುಂಬು ಬದುಕಿನ ಒಂದು ಸ್ವರಪ್ರಸ್ತಾರ. ಐದು ರಾಷ್ಟ್ರಪ್ರಶಸ್ತಿ, ಪಾನ್ ಇಂಡಿಯಾ ನಟ ಎಂಬ ಹೆಗ್ಗಳಿಕೆ, ಹತ್ತಾರು ರಾಜ್ಯಪ್ರಶಸ್ತಿ, ಅಸಂಖ್ಯ ಅಭಿಮಾನಿಗಳ ಮುಗುಳ್ನಗೆಯನ್ನು ಸಂಪಾದಿಸಿದ ಪ್ರಕಾಶ್ ರೈ, ಹಳ್ಳಿಗಳನ್ನು ದತ್ತು ತೆಗೆದುಕೊಂಡಿದ್ದಾರೆ. ರೈತರಾಗಿದ್ದಾರೆ. ಹುಮ್ಮಸ್ಸಿಗೆ ಸಂಕೇತವಾಗಿದ್ದಾರೆ.

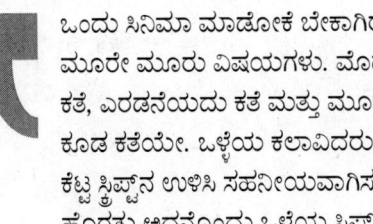

ಒಂದು ಸಿನಿಮಾ ಮಾಡೋಕೆ ಬೇಕಾಗಿರೋದು ಮೂರೇ ಮೂರು ವಿಷಯಗಳು. ಮೊದಲನೆಯದು ಕತೆ, ಎರಡನೆಯದು ಕತೆ ಮತ್ತು ಮೂರನೆಯದು ಕೂಡ ಕತೆಯೇ. ಒಳ್ಳೆಯ ಕಲಾವಿದರು ಒಂದು ಕೆಟ್ಟ ಸ್ಕ್ರಿಪ್ಟ್‌ನ ಉಳಿಸಿ ಸಹನೀಯವಾಗಿಸಬಹುದೇ ಹೊರತು ಅದನ್ನೊಂದು ಒಳ್ಳೆಯ ಸ್ಕ್ರಿಪ್ಟ್ ಆಗಿ ಪರಿವರ್ತಿಸಲು ಸಾಧ್ಯವಿಲ್ಲ.

- ಮಾರ್ಕ್ ಸ್ಟ್ರಿಕ್‌ಸನ್

ಹೊಸ ಅಂತ್ಯ ಯೋಚಿಸಿ, ಆರಂಭದಿಂದ ಚಿಂತಿಸುತ್ತಾ ಹೋಗೋದೇ ಕತೆ

■ ಯೋಗರಾಜ್ ಭಟ್

ಸಿನಿಮಾವನ್ನು ಗ್ರಹಿಸುವ ರೀತಿ

ಯಾವುದೇ ಸಿನೆಮಾವನ್ನು ನೋಡುವಾಗ ನಾವು ಅಂದರೆ ತಂತ್ರಜ್ಞರು ಒಬ್ಬ ಸಾಮಾನ್ಯ ನೋಡುಗನಂತೆ ಸಿನಿಮಾ ನೋಡಬೇಕು ಅಂತ ಎಲ್ಲರೂ ಹೇಳುತ್ತಾರೆ. ಅದು ಭಾಗಶಃ ಸಾಧ್ಯವೇ ಹೊರತು ಪೂರ್ಣವಾಗಿ ನಾವು ಪ್ರೇಕ್ಷಕರಾಗಲು ಸಾಧ್ಯವಿರುವುದಿಲ್ಲ. ಹಾಗಾಗಿ 'ಸಿನೆಮಾದ ಗ್ರಹಿಕೆ' ಕೆಲವು ಎಡವಟ್ಟುಗಳಿಗೆ ಕಾರಣವಾಗ್ತದೆ ಎಂದು ನನ್ನ ಅನಿಸಿಕೆ. ಈ ಸಿನೆಮಾ ಹೀಗಿರಬೇಕಿತ್ತು, ಹಾಗಿರಬೇಕಿತ್ತು, ಸ್ಕ್ರೀನ್‌ಪ್ಲೇ ಬದಲಾಗಬಹುದಿತ್ತು, ಸಂಗೀತ ಏರಬಹುದಿತ್ತು, ನಟರು ಅದ್ಭುತವಾಗಿದ್ದಾರೆ ಆದರೆ ದೃಶ್ಯ ಸರಿ ಇಲ್ಲ, ಅಂತ್ಯ ಅದ್ಭುತ ಆರಂಭ ಸುಮಾರಾಗಿದೆ, ಕ್ಯಾಮರಾ ಕೆಲಸ ಇಷ್ಟ ಆಯ್ತು, ಸಂಕಲನ ಇನ್ನೇನೋ ಆಗಬಹುದಿತ್ತು- ಇತ್ಯಾದಿ ಭಾವಸ್ಫುರಣಗಳಿಂದಾಚೆ ಬಂದು ತೀರಾ ಸಾಮಾನ್ಯನಂತೆ ಸಿನೆಮಾ ನೋಡಲು ತಂತ್ರಜ್ಞ ಎಷ್ಟು ಹೆಣಗುತ್ತಾನೋ ಅಷ್ಟೂ ಆತನ ಸಿನೆಮಾ ಗ್ರಹಿಕೆ ಉನ್ನತ ಮಟ್ಟಕ್ಕೇರುತ್ತದೆ. ನಾನು ಸದಾ ಅದೇ ಪ್ರಯತ್ನದಲ್ಲಿರುತ್ತೇನೆ ಹಾಗೂ

ಬೇರೆಯವರಿಗೂ ಹಾಗೆಯೇ ಸಾಮಾನ್ಯವಾಗಿ ಇರಲು ಪ್ರಯತ್ನಿಸಬೇಕೆಂದು ಹೇಳುತ್ತೇನೆ.

ಒಟ್ಟಿನಲ್ಲಿ ಅಡಿಗೆ ಮಾಡುವವನ ನಾಲಿಗೆ ರುಚಿ ಕೆಡಬಾರದು. ಸಿನೆಮಾ ಮಾಡುವವನಲ್ಲಿರುವ ನೋಡುಗ ಮಲಗಬಾರದು!

ಕತೆ ಕಟ್ಟುವ ವಿಧಾನ

ಒಂದೂರಲ್ಲಿ ಹಿಂಗಾಯ್ತಂತೆ, ನಮ್ಮ ಫ್ರೆಂಡಿಗೊಬ್ಬ ಫ್ರೆಂಡಿದ್ದ ಅವ್ನು ಪ್ರೀತ್ಸಿದ್ದ, ನನ್ ಬಾಯ್‌ಫ್ರೆಂಡ್ ಕೀ ಬೋರ್ಡ್ ಚೆನ್ನಾಗಿ ನುಡಿಸ್ತಾನೆ, ಒಂದೊಮ್ಮೆ ಒಬ್ಬ ರಾಜ ಇದ್ದ... ಅವ್ನು ಈಗಿಲ್ಲ. ವಾಟ್ಸ್‌ಆ್ಯಪಲ್ಲಿ ಟ್ರೋಲ್ ಬಿಟ್ಟಿದಾರೆ ನೋಡಿ, ಫೇಸ್‌ಬುಕ್ಕನ್ನ ಹೂಂಸ್‌ಬುಕ್ ಅಂದ ನನ್ನ ಫ್ರೆಂಡು, ಈ ಜೋಕ್ ಕೇಳಿದ್ಯಾ, ಆ ಜೋಕ್ ಕೇಳಿದ್ಯಾ, ಸೈಟ್ ತಗೋಬೇಕು, ನಾಯಿ ಸಾಕಬೇಕು, ತೊಗರಿಬೇಳೆ ರೇಟು ಜಾಸ್ತಿ, ಜಿಯೋ ಸಿಮ್ಮು ಇದೆ, ಹೆಂಡ್ತಿಗೆ ಉಬ್ಬಸ, ಸಾವ್ರುಪ್ಯಾ ಸತ್ತೋಯ್ತು, ಮಗ ರ‍್ಯಾಂಕ್ ಬಂದ, ಸಾಲ ಜಾಸ್ತಿ ಆಗಿದೆ, ಕಾರ್ ಸೆಕೆಂಡ್ ಹ್ಯಾಂಡ್ ಒಳ್ಳೇದಾ ಹೊಸಾದೊಳ್ಳೇದಾ, ರಮಣಪ್ಪ ಸೂಯಿಸೈಡ್ ಮಾಡ್ಕಂಡ್ನಂತೆ, ಮುದ್ಕಿ ಸತ್ಲು ಮಕ್ಳು ಅಮೆರಿಕಾದಿಂದ ಬರ್ಲಿಲ್ಲ ಇತ್ಯಾದಿ ಇತ್ಯಾದಿ ಇತ್ಯಾದಿ.

ನಾವು ನೋಡುವ, ಕೇಳುವ ಎಲ್ಲದರಲ್ಲೊಂದು ಕಥಾ ಬೀಜ ಇರ್ತದೆ. ಹಾಗೆಯೇ ಯಾವುದರಲ್ಲಿಯೂ ಏನೂ ಇರಲ್ಲ ಅಂತಾನೂ ಅನ್ನಿಸ್ತದೆ. ಕಥೆಯು ಥರದ್ದು ಏನೋ ಒಂದು ಹೇಳಬೇಕೆಂಬ ಆಸೆ ಪ್ರತಿ ನಾಲಗೆಗೂ ಇರ್ತದೆ. ಓದೋದನ್ನೇ ರಸವತ್ತಾಗಿ ತಿರುಗಿಸಿ ಮುರುಗಿಸಿ ಮೆರುಗು ನೀಡಿ ಉಲ್ಟಾ ಹೆಟ್ಟಿದರೆ ಅದೇ ಕಥೆಯಾಗ್ತದೆ. ಹಾಗೇ ಬಿಟ್ಟರೆ ಹಾಗೇ ಇರ್ತದೆ. ಕಥೆ ಹೇಳುವ ಆಸೆ ಎಲ್ಲೀವರೆಗೆ ಉನ್ನತವಾಗುವುದಿಲ್ಲವೋ ಅಲ್ಲಿಯವರೆಗೆ ಕತೆ ಆಚೆ ಬರಲ್ಲ. ಒಂದು ಹೊಸ ಅಂತ್ಯ ಮೊದಲು ಯೋಚಿಸಿ ಅದರ ಆರಂಭವನ್ನು ಆನಂದದಿಂದ ಚಿಂತಿಸುತ್ತಾ ಹೋಗುವುದೇ ಕಥಾ ಕಾಲಕ್ಷೇಪ. ಒಂದಿಷ್ಟು ಪಾತ್ರಗಳನ್ನು ಸಾದ್ಯಂತವಾಗಿ ಬಣ್ಣಿಸುತ್ತಾ ಹೋಗುವುದೇ ಕಥಾ ಪ್ರವಾಹ. ಇದೆಲ್ಲದರ ಜೊತೆ ಕಮರ್ಷಿಯಲ್ ಸಿನೆಮಾದ ಕತೆಗಳಿಗೆ ಒಂದಿಷ್ಟು ಅತ್ಯಗತ್ಯಗಳನ್ನು ಮಾರುಕಟ್ಟೆಗೆ ಪೋಣಿಸಲು ಹೋದಾಗ ಕತೆ ನಾಯಿಪಾಡು ಪಡ್ತದೆ.

ಕತೆಗಾರರೆಲ್ಲಾ ಏನೋ ಒಂದು ಬರೆಯಲು ಕೂತಾಗ ಅದಿನ್ನೇನೋ ಆಗಿ ಆಚೆ ಬರ್ತದೆ ಎಂಬುದನ್ನು ಒಪ್ತಾರೆ. ಕತೆಯ ಒಟ್ಟು ಅಂದಚಂದ ಬರೆದು ಮುಗಿಸುವವರೆಗೂ ತಿಳಿಯುವುದಿಲ್ಲವೋ ಏನೋ. ಸಿನೆಮಾ ಕತೆಗಳಂತೂ ಬರೆದು ಮುಗಿಸಿದ ಮರುಕ್ಷಣದಿಂದಲೇ ಸ್ಕ್ರೀನ್ ಪ್ಲೇ ರೂಪದಲ್ಲಿ ಬದಲಾಗುತ್ತಾ ತೊಟ್ಟ ಬಟ್ಟೆ ಬಿಚ್ಚೊಗೆದು ಎಲ್ಲಿಗೋ ವಾಕಿಂಗ್ ಹೋಗಿಬಿಡ್ತವೆ. ಅದನ್ನು ಹಿಡಿದು ತಂದು ಮತ್ತೆ ಮೊದಲಿಂದ ಅಲಂಕರಿಸಿ ಮನವೊಲಿಸಬೇಕು. ಒಟ್ಟು ಈ 'ಕಥೆ' ಎಂಬ ಮಾಯಾವಿ ಚಿತ್ರದ ಬಿಡುಗಡೆಯ ದಿನದ ಮಧ್ಯಾಹ್ನದವರೆಗೆ ಸರಿಯಾಗಿ ಮುಖ ತೋರಿಸುವುದಿಲ್ಲ. ಅದು ಮುಖದರ್ಶನ ಮಾಡುತ್ತಿದ್ದಂತೆಯೇ ಇನ್ನೊಂದು ಕಥೆ ಬರೆಯುವವನನ್ನು ಅನಾಮತ್ತಾಗಿ ಕರೆದೊಯ್ದು ಕನ್‌ಫ್ಯೂಸ್ ಮಾಡುತ್ತದೆ! ಅದನ್ನೇ 'ಮುಂದಿನ ಚಿತ್ರ' ಅನ್ನುವುದು. ಅಲ್ಲಿಯೂ ಈ ಮೇಲಿನ ಎಲ್ಲಾ ಗೋಳು ಮತ್ತೆ ಶುರುವಾಗ್ತವೆ.

ಅದೊಂದು ಚಕ್ರ ಬರೆಯುವವನು ಬರವಣಿಗೆಗೆ ಕತ್ತು ಕೊಡಲೇಬೇಕು. ಅದೇ ಮಜ.

ಸಿನೆಮಾ ಸಂವಿಧಾನ

ತಾಂತ್ರಿಕ ತಿಳಿವಳಿಕೆ ಹಾಗೂ ಕ್ರಿಯಾಶೀಲತೆ ಎರಡೂ ಸೇರಿಕೊಂಡಾಗಲೇ 'ಸಿನೆಮಾ' ಕಳೆಗಟ್ಟುವುದು. ಕ್ಯಾಮೆರಾ, ಸಂಕಲನ, ಸದ್ದು, ಬೆಳಕು, ಚಿತ್ರದ ಲಯ, ಉದ್ದ ಆಳ ಅಗಲಗಳ ಮೇಲಿನ ಹತೋಟಿ- ಈ ಎಲ್ಲವೂ ಸಾಧ್ಯಂತವಾಗಿ ರಕ್ತಗತವಾಗಬೇಕು. ತೀರ ಚಿಕ್ಕದರಿಂದ ಹಿಡಿದು ತೀರ ದೊಡ್ಡ ತಂತ್ರಗಾರಿಕೆಯ ಬಗ್ಗೆ ತುಂಬಾ ಗಾಢವಾದ ಮೋಹಭರಿತ 'ತಿಳಿವಳಿಕೆ' ಇರಬೇಕು. ತಿಳಿವಳಿಕೆ ಎಂಬುದು ತಿಳಿದಷ್ಟೂ ಕಮ್ಮಿಯಾಗುವ ವಿಷಯ. ಆದ್ದರಿಂದ ತಿಳಿವಳಿಕೆಯ ಹಸಿವು ನಿರಂತರವಾಗಿ ನ್ಯಾಚುರಲ್ಲಾಗಿ ಇರಬೇಕು.

ಇನ್ನು ಕ್ರಿಯಾಶೀಲತೆ ಎಂಬುದು ಒಂದೋ ಸರಿಯಾಗಿ ಉಕ್ಕುತ್ತಾ ಇರ್ತದೆ. ಇಲ್ಲವೆಂದಾದರೆ ಅದು ಸಾಧಾರಣ ಮಟ್ಟದಲ್ಲಿ ಉಳಿದುಬಿಡುತ್ತದೆ. ತಲೆತುಂಬ ಉಕ್ಕುವ ಕ್ರಿಯಾಶೀಲತೆ ಕೆಂಡದಂತೆ. ಹೇಗೋ ಎಲ್ಲವನ್ನು ಸುಟ್ಟು ಹೊರಬರ್ತದೆ. ಸಾಧಾರಣವಾದದ್ದು ಅಲ್ಲಲ್ಲೇ ಗಿರಕಿ ಹೊಡೆದುಕೊಂಡಿರುತ್ತದೆ.

ಒಟ್ಟರ್ಥದಲ್ಲಿ 'ರಿಯಾಲಿಟಿ' ಎಂಬುದು 'ಆರ್ಟ್' ಆಗಬೇಕು ಅಂತನ್ನಿಸಿದಾಗ 'ಸಿನೆಮಾ' ಥರ ಕಾಣುವಂತದ್ದೇನೋ ತಲೆಗೆ ಬರ್ತದೆ. ಅದ್ಯಾವುದೋ ವಯಸ್ಸಿನಲ್ಲಿ ಅದೇನೋ ಬಂದು ತಲೆಗೆ ಬರ್ತಾ ಇದ್ದ 'ಸಿನೆಮಾ' ಯಾವುದೆಂದು ಒಂದು ನೂರು ಸಿನೆಮಾ ಮಾಡಿದರೂ ಗೊತ್ತಾಗುವುದಿಲ್ಲ. ಗೊತ್ತಾಗಬಾರದು ಕೂಡ. ಯಾವತ್ತೋ ಏನೋ ಅನಿಸಿದ್ದರ ಹುಡುಕಾಟದಲ್ಲಿ ಇನ್ನೇನೋ ಸಿಕ್ಕು, ಅದು ಆ ಮೊದಲು ಅನಿಸಿದ್ದಕ್ಕಿಂತ ಅದ್ಭುತವಾದದ್ದಾ, ಸುಮಾರಾದದ್ದಾ ಎಂದು ಎಂದಿಗೂ ಗೊತ್ತಾಗದಿರುವುದೇ ಎಲ್ಲಾ ಕಲೆಗಳ ಮೂಲ.

ಈ ಮೇಲಿನ ಹಾಳೆಗಳನ್ನು ಕೂಡ ನಾ ಹೀಗೇ ಬರೆಯಬೇಕೆಂದುಕೊಂಡು ಮೊದಲೇ ಪ್ಲಾನ್ ಮಾಡಿ ಬರೆಯಲಿಲ್ಲ. ಆದರೂ ಇದಿಷ್ಟು ಆಚೆ ಬಂತು. ಆ್ಯಕ್ಚುವಲೀ ನಾ ಇದಕ್ಕಿಂತ ಅದ್ಭುತವಾಗಿ ಏನೋ ಹೇಳಬೇಕೆಂದು ಹೊರಟು ಎಲ್ಲ ಚೊಂಬಾಯಿತು ಎಂದು ಈ ಕ್ಷಣ ಅನಿಸುತ್ತದೆ. ಆದರೆ ಈ ಹಾಳೆಗಳಲ್ಲೂ ಏನೋ ಒಂದು ಗಾಢವಾದ ವಿಷಯ ಇದೆ ಎಂಬ ಅನುಮಾನ ಕೂಡ ಜೊತೆಗೇ ಬರ್ತದೆ. ಓದಿದ ನಾಲ್ಕು ಮಂದಿಗೂ ಹಾಗೇ ಅನಿಸಿದಲ್ಲಿ ಅದು ನನ್ನ ಪುಣ್ಯ. ಬಾಕಿ ಅವತ್ತೇನೋ ಅನಿಸಿದ್ದು ಇನ್ನೆಲ್ಲೋ ಮತ್ತೆ ಬರೀಬಹುದು. ಅದು ಪ್ರಿಂಟಾಗದೇ ಹೋಗಬಹುದು. ಅದು ಹಾಗೇ ಎಲ್ಲೋ ಇರಲಿ. ಇದು ಹೀಗೇ ಆಚೆ ಬರಲಿ. ನಮನ.

'ಮುಂಗಾರು ಮಳೆ' ಚಿತ್ರದಿಂದ ಯಾರೂ ಮುರಿಯದಂಥ ದಾಖಲೆ ಬರೆದ ಮಳೆ-ರಾಯ ಯೋಗರಾಜ ಭಟ್, ಕನ್ನಡ ಚಿತ್ರಗಳ ಜತಿ-ಗತಿಯನ್ನು ಬದಲಿಸಿದವರು. ಕನ್ನಡ ಗೀತೆಗಳಿಗೆ ಹೊಳಪು ಕೊಟ್ಟವರು. ಮತ್ತೊಂದು ಕೋನದಿಂದ ನೋಡಬಲ್ಲ ಯೋಗರಾಜ ಭಟ್. ಸವೆದ ಹಾದಿಯನ್ನು ತೊರೆದು ಹೊಸ ಹಾದಿ ಹಿಡಿದವರು.

ನನಗೊಂದು ಅದ್ಭುತವಾದ ಸ್ಕ್ರಿಪ್ಟ್ ಕೊಡಿ.
ನಾನು ನೂರು ಪಟ್ಟು ಉತ್ತಮವಾದ
ನಿರ್ದೇಶಕನಾಗುತ್ತೇನೆ.

– ಜಾನ್ ಕೂಕರ್

ಕತೆ ನನ್ನೊಳಗೆ ಪ್ರಶ್ನೆಗಳನ್ನು ಹುಟ್ಟುಹಾಕಬೇಕು

ಬಿ ಎಸ್ ಲಿಂಗದೇವರು

ಒಂದು ಚಲನಚಿತ್ರಕ್ಕೆ ಕಥೆ ಮುಖ್ಯನಾ? ಚಿತ್ರಕಥೆಯಾ? ಸಂಭಾಷಣೆಯಾ? ಕೆಲ ಚಲನಚಿತ್ರಗಳು ಕಥೆಯ ಮುಖಾಂತರ ಮನ್ನಣೆ ಗಳಿಸಿದ್ದರೆ, ಕೆಲ ಚಲನಚಿತ್ರಗಳು ಚಿತ್ರಕಥೆ ಮತ್ತು ಸಂಭಾಷಣೆಯಿಂದ ಗೆದ್ದ / ಮನ್ನಣೆ ಗಳಿಸಿದ ಉದಾಹರಣೆ ಇದೆ, ನನ್ನ ಮೂರೂ ಚಲನಚಿತ್ರಗಳನ್ನೇ ನೊಡೋಣ:

- **'ಕಾಡಬೆಳದಿಂಗಳು'**. ಸದರಿ ಚಿತ್ರ ರಾಜ್ಯ ಮತ್ತು ರಾಷ್ಟ್ರ ಪ್ರಶಸ್ತಿ ಪಡೆದಿದ್ದೇ ತನ್ನ ಗಟ್ಟಿಯಾದ ಕಥೆಯಿಂದ ಅಂತ ನಾನು ಭಾವಿಸಿದ್ದೇನೆ. ಈ ಚಿತ್ರದ ಕಥೆಗಾಗಿಯೇ ರಾಜ್ಯ ಪ್ರಶಸ್ತಿಯೂ ಬಂತು.
- ನನ್ನ ಮೊದಲ ಚಿತ್ರ **'ಮೌನಿ'** ಯು ಆರ್ ಅನಂತಮೂರ್ತಿಯವರ ಸಣ್ಣ ಕಥೆ ಆಧರಿಸಿದ್ದು. ಈ ಚಿತ್ರ ಕೂಡ ರಾಜ್ಯ ಮತ್ತು ರಾಷ್ಟ್ರೀಯ ಮನ್ನಣೆ ಗಳಿಸಿದೆ. ಆದರೆ ಈ ಚಿತ್ರ ಗೆದ್ದಿದ್ದು ಆ ಒಂದು ಸಣ್ಣ ಕಥೆಯನ್ನು ಚಲನಚಿತ್ರ ಮಾಧ್ಯಮಕ್ಕೆ ಅಳವಡಿಸಿ

ಘಟ್ಟಿಯಾದ ಚಿತ್ರಕಥೆಯಿಂದ, ಈ ಮಾತನ್ನು ಯು ಆರ್ ಅನಂತಮೂರ್ತಿ ಅವರೇ ಹೇಳಿದ್ದರು.

- ನನ್ನ ಮೂರನೇ ಸಿನಿಮಾ 'ನಾನು ಅವನಲ್ಲ ಅವಳು'. ಈ ಚಿತ್ರಕ್ಕೂ ಕೂಡ ರಾಜ್ಯ, ರಾಷ್ಟ್ರ ಮತ್ತು ಅಂತಾರಾಷ್ಟ್ರೀಯ ಮನ್ನಣೆ ಸಂದಿದೆ. ಈ ಸಿನಿಮಾ ಕಥೆ ಅಥವಾ ಕಾದಂಬರಿ ಆಧರಿಸಿದ್ದಲ್ಲ, ಕನ್ನಡ ಚಿತ್ರರಂಗದ ಇತಿಹಾಸದಲ್ಲೇ ಮೊದಲ ಬಾರಿಗೆ, ಒಬ್ಬ ವ್ಯಕ್ತಿಯ ಜೀವನ ಚರಿತ್ರೆ ಆಧರಿಸಿದ್ದು. ಜೀವನದ ಅನುಭವದ ದಾಖಲೆಗಳನ್ನ ಚಲನಚಿತ್ರ ಮಾಧ್ಯಮಕ್ಕೆ ಅಳವಡಿಸಬೇಕಾದಾಗ ಅದರ ಚಿತ್ರಕಥೆ ಮತ್ತು ಸಂಭಾಷಣೆ ಮುಖ್ಯ ಎಂದು ಭಾವಿಸಿದ್ದೇನೆ.
- ಮೇಲಿನ ಕಾರಣಗಳನ್ನ ಗಮನದಲ್ಲಿ ಇಟ್ಕೊಂಡು ನನ್ನ ಎಲ್ಲಾ ತಂತ್ರಜ್ಞರು ಮತ್ತು ಕಲಾವಿದರ ತಂಡವೇ ತಮ್ಮನ್ನ ತಾವೇ ಅರ್ಪಿಸಿಕೊಂಡಿದ್ದರಿಂದ, ವಿಶೇಷವಾಗಿ ಮೌನಿಯಲ್ಲಿ ಕುಪ್ಪಣ್ಣ ಭಟ್ಟ ಮತ್ತು ಅಪ್ಪಣ್ಣ ಭಟ್ಟ ಪಾತ್ರದಾರಿಗಳಾದ ದತ್ತಣ್ಣ ಮತ್ತು ಅನಂತ್‌ನಾಗ್. 'ನಾನು ಅವನಲ್ಲ ಅವಳು' ಚಿತ್ರದ ವಿದ್ಯಾ ಪಾತ್ರಧಾರಿ ವಿಜಯ್ ಹೀಗೆ ಎಲ್ಲರನ್ನೂ ನಾನು ನೆನೆಯುತ್ತೇನೆ.

ಮೇಲಿನ ಮೂರು ಚಿತ್ರಗಳನ್ನು ನಾನು ಪ್ರಸ್ತಾಪಿಸಲು ಕಾರಣ ಏನೆಂದರೆ, ಮೂರೂ ಚಿತ್ರಗಳು ಬೇರೆ ಬೇರೆ ಕಾರಣಗಳಿಂದ ಗೆದ್ದಿದ್ದರೂ ಸಹ, ಒಟ್ಟಾರೆಯಾಗಿ ಒಂದು ಸಿನಿಮಾಕ್ಕೆ ಕಥೆ-ಚಿತ್ರಕಥೆ-ಸಂಭಾಷಣೆ ಬಹಳ ಮುಖ್ಯವಾದ ಅಂಶಗಳು ಎಂದು ನಾನು ಭಾವಿಸಿದ್ದೇನೆ. ಇತ್ತೀಚೆಗೆ ತಾಂತ್ರಿಕತೆಯ ವೈಭವೀಕರಣದಿಂದ ಈ ಮೂರನ್ನೂ ಮರೆತಿದ್ದಾರೆಯೇ? (ವ್ಯಾಪಾರಿ ಅಥವಾ ಮುಖ್ಯವಾಹಿನಿ ಸಿನಿಮಾಗಳಲ್ಲಿ) ಅಂತ ಪೀಠಿಕೆ ಹಾಕ್ತಾ ನನ್ನ ಮುಂದಿನ ಚರ್ಚೆಗೆ ಹೋಗ್ತೀನಿ.

ನಾನು ಈ ಮೂರು ಕಥೆ ಅಥವಾ ವಸ್ತುವನ್ನು ಚಲನಚಿತ್ರಕ್ಕಾಗಿ ಆಯ್ಕೆ ಮಾಡಿಕೊಂಡದ್ದು ಹೇಗೆ?

ಮೌನಿ

ನಾನು 2007ರಲ್ಲಿ ದೈನಿಕ ಧಾರಾವಾಹಿ ನಿರ್ಮಾಣ ಮತ್ತು ನಿರ್ದೇಶನ ಮಾಡ್ತಾ ಇದ್ದೆ. ಸಿನಿಮಾ ಮಾಡುವಂತೆ ನಿರ್ಮಾಪಕರಾದ ಎನ್.ಶಿವಾನಂದಮ್ ಪ್ರಸ್ತಾಪ ಮಾಡಿದ್ರು. ಆಗ ಕತೆಯ ಹುಡುಕಾಟಕ್ಕೆ ಪ್ರಾರಂಭ ಮಾಡಿದೆ. ಇಲ್ಲಿ

ನನ್ನಸಹಾಯಕ್ಕೆಬಂದಿದ್ದುಉದಯಮರಕಿಣಿಮತ್ತುಜೋಗಿ. ಇವರುಗಳಸಲಹೆಯಂತೆ ಯುಆರ್ ಅನಂತಮೂರ್ತಿಯವರ ಅವರ ಸಣ್ಣ ಕಥೆಗಳನ್ನ ಓದಲು ಪ್ರಾರಂಭಿಸಿದೆ. ಯುಆರ್‌ಎಯವರಿಗೆ ಅಚ್ಚುಮೆಚ್ಚಾದ ಸೂರ್ಯನ ಕುದುರೆ, ಪ್ರಕೃತಿ, ಮೌನಿ ಹೀಗೆ ಸುಮಾರು 10 ಸಣ್ಣ ಕಥೆಗಳನ್ನು ಓದಿ ಮೌನಿಯನ್ನು ಆಯ್ಕೆ ಮಾಡಿಕೊಂಡೆ.

ಮೌನಿ ಆಯ್ಕೆ ಮಾಡಿಕೊಳ್ಳಲು ಕಾರಣ ನಾನು ನನ್ನ ಕುಟುಂಬವನ್ನು ಆ ಕಥೆಯಲ್ಲಿ ನೋಡಿದೆ. ನಮ್ಮ ಕುಟುಂಬ ಕೃಷಿ ವ್ಯಾಪಾರಸ್ಥ ಕುಟುಂಬ. ನನ್ನ ತಂದೆ ತೆಂಗು ಮತ್ತು ಅಡಿಕೆ ಕೃಷಿ ಮಾಡ್ತಾ, ತೆಂಗಿನಕಾಯಿಯ ವ್ಯಾಪಾರ ಮಾಡ್ತಾ ಇದ್ದವರು. ಹಾಗಾಗಿ ಮೌನಿ ನನ್ನ ಕಥೆ ಅನ್ನಿಸತೊಡಗಿತು. ನನ್ನದು ಅಂದಾಗ ನನ್ನಂತಹ ಹಲವರದು ಕೂಡ.

ಈ ಕಥೆಯಲ್ಲಿ ಕುಪ್ಪಣ್ಣ ಭಟ್ಟ ಸಮಾಜವನ್ನು ಪ್ರತಿನಿಧಿಸಿದರೆ, ಅಪ್ಪಣ್ಣ ಭಟ್ಟ ನಮ್ಮ ವ್ಯವಸ್ಥೆಯನ್ನು ಪ್ರತಿನಿಧಿಸುತ್ತಾನೆ. ಕುಪ್ಪಣ್ಣ ಭಟ್ಟ ಒಬ್ಬ ನಿರ್ಲಜ್ಜ, ಬೇಜವಾಬ್ದಾರಿ ಅನ್ನಿಸುತ್ತಾ, ಒಬ್ಬ ಕೃಷಿ ವ್ಯಾಪಾರಸ್ಥನ ಬದುಕಿನ ಕ್ರೂರತೆ ದರ್ಶನ ಮಾಡಿಸುತ್ತಾನೆ. ಈ ಆ್ಯಟಿಟ್ಯೂಡ್ ಕ್ಯಾರೆಕ್ಟರೈಸೇಷನ್ ನನ್ನನ್ನು ಮುಜುಗರಕ್ಕೆ ಈಡು ಮಾಡಿತು. ಅಸಹ್ಯ ಪಟ್ಟುಕೊಳ್ಳುವಂತೆ ಮಾಡಿ ಕೊನೆಗೆ ಕನಿಕರ ಬಂತು, ಹಾಗೇ ನನ್ನನ್ನು ಕಾಡ್ತಾನೂ ಹೋಯಿತು. ಇದಕ್ಕೆ ವಿರುದ್ಧವಾದ ಚಾಣಾಕ್ಷ ಅಪ್ಪಣ್ಣ ಭಟ್ಟ. ಇವನೂ ಕೂಡ ನಾಜೂಕಯ್ಯನಾಗಿ ವ್ಯವಸ್ಥೆಗೆ ವಿರುದ್ಧ ಹೋಗದೆ, ಅದರ ಒಳಗೇ ಇದ್ದು ತನಗೆ ಬೇಕಾದದ್ದನ್ನ ಪಡೆಯುವವ. ಈ ಇಬ್ಬರ ಘರ್ಷಣೆಯ ಜುಗಲ್‌ಬಂದಿ, ಉಗ್ರರೂಪ ತಗೊಳ್ತಾ, ತೀಕ್ಷ್ಣವಾಗಿ ಏರಿಕೆ ಆಗ್ತಾ ಇದ್ದಾಗ, ಕುಪ್ಪಣ್ಣ ಭಟ್ಟನ ಒದ್ದಾಟ ಮತ್ತು ಹಂಬಲಗಳ ಏರಿಳಿಕೆಯು ಕುಪ್ಪಣ್ಣ ಭಟ್ಟನನ್ನು ತಲ್ಲಣಗೊಳಿಸುತ್ತಾ, ಆತಂಕದ ಕಡೆಗೆ ಹೋಗ್ತಾನೆ. ಆಗ ಅಪಾರವಾದ ಕಷ್ಟ, ನೋವು ಅನುಭವಿಸುತ್ತಾನೆ. ಅಲ್ಲಿಂದ ಕುಪ್ಪಣ್ಣ ಭಟ್ಟ ಸಂಪೂರ್ಣ ಮೌನದ ಮೊರೆ ಹೋಗ್ತಾನೆ. ಇಲ್ಲಿ ಕುಪ್ಪಣ್ಣ ಭಟ್ಟನ ಅಂತರಂಗ ಶೋಧಿಸಲಾಗದೆ, ಅರ್ಥ ಮಾಡಿಕೊಳ್ಳಲಾಗದೆ, ತಾನು ಕೂಡ ಮೌನಿ ಆಗ್ತಾನೆ ಅಪ್ಪಣ್ಣಭಟ್ಟ.

ಮೌನಿಯನ್ನು ಮೇಲಿನ ದೃಷ್ಟಿಕೋನದಲ್ಲಿ ನಾನು ನೋಡ್ತಾ ಸಿನಿಮಾ ಮಾಡಲು ನಿರ್ಧಾರ ಮಾಡಿದ್ದು.

ಚಿತ್ರಕಥೆ ಹಿನ್ನೆಲೆ

ಒಟ್ಟು 18 ಪುಟಗಳ ಈ ಸಣ್ಣಕಥೆ ಐದು ಭಾಗಗಳಲ್ಲಿ ಇದೆ. ಮೊದಲ ಎರಡು ಭಾಗ ಸಂಪೂರ್ಣ ಕಥೆಯ ಆತ್ಮ. ಮೂರನೇ ಭಾಗ ಕ್ಲೈಮ್ಯಾಕ್ಸ್‌ನ ಪೂರ್ವ ಸಿದ್ಧತೆ. ನಾಲ್ಕನೇ ಭಾಗದಲ್ಲಿ ಒಂದು ಹೊಸಪಾತ್ರ ಅಜ್ಜಿ ಸೀತಕ್ಕಳ ಪರಿಚಯ ಮಾಡುತ್ತಾ ಕ್ಲೈಮ್ಯಾಕ್ಸ್‌ನ ಅಂತಿಮ ಘಟ್ಟಕ್ಕೆ ಹತ್ತಿರ ಆಗುತ್ತೆ. ಐದನೇ ಭಾಗವೇ ಕಥೆಯಲ್ಲಿನ ಕ್ಲೈಮ್ಯಾಕ್ಸ್, ನಮ್ಮ ಸಿನಿಮಾದ ಕ್ಲೈಮ್ಯಾಕ್ಸ್ ಕೂಡ! ಒಂದು ಚಲನಚಿತ್ರಕ್ಕೆ ಗಟ್ಟಿಯಾದ ವಸ್ತು ಇದ್ದಾಗ ಅದನ್ನು ಚಿತ್ರಕಥೆಗೆ ಮಾರ್ಪಡಿಸುವುದು ಚಾಲೆಂಜ್. ಚಿತ್ರಕಥೆ ಅನ್ನೋದು ಸಿನಿಮಾಗೆ 'ಹೃದಯ'. ಈ ಹೃದಯ ಸರಿಯಾಗಿ ಕೆಲಸ ಮಾಡಿದ್ರೆ ಮಾತ್ರ ಎಲ್ಲಾ ಭಾಗಕ್ಕೂ ಒಳ್ಳೆಯ ರಕ್ತ ಸಂಚಾರ ಮತ್ತು ಸರಾಗ. ಈ ಹಿನ್ನೆಲೆಯಲ್ಲಿ ನಾವು ಸಿನಿಮಾಗೆ ಈ ಕಥೆಯನ್ನು ಚಿತ್ರಕಥೆಯಾಗಿ ಮಾರ್ಪಡಿಸುವಾಗ ಕೆಲ ಬದಲಾವಣೆ ಅಗತ್ಯವಿತ್ತು.

ಕುಪ್ಪಣ್ಣ ಭಟ್ಟನ ಒರಟುತನ, ಜಗಳಗಂಟತನದ ಸ್ವಭಾವ ಇತ್ಯಾದಿಗಳನ್ನು ಮತ್ತು ಅವನ ಬದುಕಿನ ಏರಿಳಿತವನ್ನು ಅನುಕ್ರಮವಾಗಿ ಹೇಳುತ್ತಾ, ಅಪ್ಪಣ್ಣ ಭಟ್ಟನ ವೈರತ್ವ ಮತ್ತು ನಾಜೂಕುತನದ ಜೊತೆ, ಇವರಿಬ್ಬರ ಘರ್ಷಣೆಯೇ ಪ್ರಮುಖವಾಗಿದ್ದ ಈ ಕಥೆಯಲ್ಲಿ, ಭಾಗೀರಥಿ ಪಾತ್ರಕ್ಕೆ ಒಂದು ಹೊಸ ಆಯಾಮ ನೀಡಿ, ಅಲ್ಲಿ ಒಂದು ನವಿರಾದ ಪ್ರೀತಿಗಾಗಿ ಒಂದು ಹೊಸ ಪಾತ್ರ ಸೃಷ್ಟಿ ಆಯ್ತು. ಅದುವೇ ಅಪ್ಪಣ್ಣ ಭಟ್ಟನ ಹೆಂಡತಿ ತಮ್ಮನ ಪಾತ್ರ. ಈ ಎರಡೂ ಪಾತ್ರಗಳು ಕತೆಯಲ್ಲಿ ಪ್ರಾಮುಖ್ಯತೆ ಪಡೆಯದಿದ್ದರೂ ಚಿತ್ರಕಥೆಯಲ್ಲಿ ಬಹಳ ಬೇಕಾದ ಪಾತ್ರಗಳಾದವು ಮತ್ತು ಇವರಿಬ್ಬರೂ ಒಂದು ಪ್ರಶಾಂತವಾದ ಪ್ರಪಂಚಕ್ಕೆ, ಒಂದು ಒಳ್ಳೆಯ ಭವಿಷ್ಯದ ಭರವಸೆಗೆ ಮತ್ತು ಬದ್ಧ ದ್ವೇಷದ ಸಮಾಪ್ತಿಗೆ ಸಂಕೇತವಾದರು.

ಈ ಕಥೆಯನ್ನು ಚಿತ್ರಕಥೆಯಾಗಿ ಮಾರ್ಪಡಿಸುವಾಗ ಕಥೆಯಲ್ಲಿನ ವಿವರಗಳನ್ನ ಘಟನೆಗಳಾಗಿ ಮಾರ್ಪಡಿಸಿ ದೃಶ್ಯರೂಪಕ್ಕೆ ತಂದಿರುವುದು. ಉದಾಹರಣೆ: ಕುಪ್ಪಣ್ಣ ಭಟ್ಟ– ಒರಟ, ಜಗಳಗಂಟ ಮತ್ತು ಯಾರಿಗೂ ಅನ್ಯಾಯ, ದ್ರೋಹ ಬಗೆದವನಲ್ಲ ಎಂಬ ಕಥೆಯ ವಿವರಣೆಯನ್ನ ದೃಶ್ಯವಾಗಿ ಮಾರ್ಪಾಡಿಸಿ ವಿಶುವಲ್ ಆಗಿ ಪ್ರೇಕ್ಷಕರ ಮುಂದೆ ಇಡಬೇಕು. ಇದಕ್ಕೆ ಒಂದು ಒಳ್ಳೆಯ ಉದಾಹರಣೆ ಎಂದರೆ ಕಮ್ತಿ ಅಂಗಡಿಯಲ್ಲಿ ಕುಪ್ಪಣ್ಣ ಭಟ್ಟ ಸಾಮಾನು ಖರೀದಿಗೆ ಬಂದಾಗಿನ ದೃಶ್ಯ.

ಕುಪ್ಪಣ್ಣ ಭಟ್ಟರು ಮಲೆನಾಡಿನ ರಸ್ತೆಯಲ್ಲಿ ನಡೆಯುತ್ತಾ ಬರುತ್ತಿದ್ದಾರೆ. ಆಗ ಎದುರಿಂದ ಇಬ್ಬರು ಬಂದರು.

ಕತೆಯಲ್ಲಿ ಕುಪ್ಪಣ್ಣ ಬಟ್ಟೆ ಸಿಡುಕ, ಕೋಪಿಷ್ಠ, ಸಾಲಗಾರ ಅಂತ ಬರೆಯಬಹುದು. ಆದರೆ ಸಿನಿಮಾಗೆ ಬಂದಾಗ ಅದನ್ನು ಹೇಳುವುದು ಹೇಗೆ? ದೃಶ್ಯರೂಪದ ಮುಖಾಂತರ ತಿಳಿಸಬೇಕು. ಅದಕ್ಕೊಂದು ದೃಶ್ಯ ಕಟ್ಟಬೇಕು. ಅದರಲ್ಲೇ ಕುಪ್ಪಣ್ಣ ಭಟ್ಟ ಸುಮ್ಸುಮ್ನೆ ಸಿಡುಕುತ್ತಾನೆ, ಎಗರಾಡುತ್ತಾನೆ ಅಂತ ಪ್ರೇಕ್ಷಕರಿಗೆ ಹೇಳಬೇಕು. ಅವನ ಬದುಕು, ಅವನು ಸಾಲಗಾರ ಅನ್ನುವುದನ್ನೂ ತಿಳಿಸಬೇಕು. ಅದು ಅರ್ಥವಾಗಬೇಕಾದರೆ ಈ ದೃಶ್ಯವನ್ನು ಗಮನಿಸಿ.

ಕುಪ್ಪಣ್ಣ ಭಟ್ಟರು ರಸ್ತೆಯಲ್ಲಿ ನಡೆಯುತ್ತಾ ಬರುತ್ತಿದ್ದಾರೆ. ಆಗ ಅವರ ಎದುರಿಂದ ಇಬ್ಬರು ಬಂದರು.

ಒಬ್ಬ: ಏನು ಕುಪ್ಪಣ್ಣ ಭಟ್ಟರು, ಇತ್ತೀಚೆಗೆ ಕಾಣೋದೇ ಇಲ್ವಲ್ಲ.

ಕುಪ್ಪಣ್ಣ: ನನ್ನಿಂದೇನಾಗಬೇಕು..

ಒಬ್ಬ: ಏನಿಲ್ಲ, ಸುಮ್ಮನೆ ಕೇಳಿದ್ದು..

(ತುಂಬಾ ಸಹಜವಾಗಿ ಉಭಯಕುಶಲೋಪರಿ ಎಂಬಂತೆ ಕುಪ್ಪಣ್ಣ ಭಟ್ಟರನ್ನು ಮಾತಾಡಿಸಿರುತ್ತಾನೆ ಆತ. ಆದರೆ ಕುಪ್ಪಣ್ಣ ಭಟ್ಟರಿಗೆ ಈ ರೀತಿಯ ಮಾತುಗಳು ಇಷ್ಟ ಆಗಲ್ಲ ಮತ್ತು ಮಾತಿಗೋಸ್ಕರ ಮಾತುಗಳು ಬೇಡ ಅನ್ನೋ ಮನುಷ್ಯ! ಹಾಗಾಗಿ ಕೋಪದಿಂದಲೇ ಅವನ ಹತ್ತಿರ ಹೋಗಿ..)

ಕುಪ್ಪಣ್ಣ: ಸುಮ್ಮನೆ..! ಸುಮ್ಮನೆ ಕಾಣೋದಾದ್ರೆ ನಮ್ಮನೆ ಮುಂದೆ ಬಂದು ಕಾಣು.. ನಿಮಗೇನು ಕೆಲ್ಸ ಇಲ್ವಾ.. ಏನು..? ಬೇರೆಯವರ ಮನೆ ವಿಷ್ಯ ಬಿಟ್ಟು ನಿಮ್ಮ ಕೆಲ್ಸ ನೋಡಿ ಹೋಗ್ರಿ..

(ಕುಪ್ಪಣ್ಣ ಹೊರಡುತ್ತಾರೆ. ಅವರಿಬ್ಬರು ಬೈಕೊಂಡು ಸಾಗುತ್ತಾರೆ.)

(ಅದೊಂದು ಸಣ್ಣ ಅಂಗಡಿ. ಅದರ ಯಜಮಾನ ಕಮ್ತಿ. ಅಲ್ಲಿ ಬೆಂಚಲ್ಲಿ ನಾಲ್ಕೈದು ಜನ ಕೂತಿದ್ದಾರೆ. ಕಮ್ತಿ ಸಾಮಾನು ಕಟ್ಟಿಕೊಡುತ್ತಿದ್ದಾನೆ. ಕುಪ್ಪಣ್ಣ

ಭಟ್ಟರು ತನ್ನ ಅಂಗಡಿ ಕಡೆ ಬರುತ್ತಿರುವುದನ್ನ ಗಮನಿಸಿದ ಕಮ್ತಿ, ಅವರನ್ನ ನೋಡಿಲ್ಲ ಅನ್ನುವ ರೀತಿಯಲ್ಲಿ ಸಾಮಾನು ಕಟ್ಟುವುದನ್ನ ಮುಂದುವರೆಸುತ್ತಾನೆ. ನಿಂತಿದ್ದಾರೆ. ಆದರೂ ಕಮ್ತಿ ಅವರ ಕಡೆ ನೋಡುತ್ತಿಲ್ಲ. ಕುಪ್ಪಣ್ಣ ಕಮ್ತಿ ಅಂಗಡಿಗೆ ಬರುತ್ತಾರೆ, ನೋಡಿಯೂ ನೊಡದ ರೀತಿಯಲ್ಲಿ ಕಮ್ತಿ ಬೇರೆಯದೆ ಕೆಲ್ಸ ಮಾಡುತ್ತಿದ್ದಾನೆ, ಇದನ್ನ ಕುಪ್ಪಣ್ಣ ಕೂಡ ಗಮನಿಸುತ್ತಾನೆ. ಸ್ವಲ್ಪ ಹೊತ್ತಿನ ನಂತರ ಕುಪ್ಪಣ್ಣ ಭಟ್ಟರನ್ನು ಈಗ ನೊಡಿದೆ ಅನ್ನುವ ರೀತಿಯಲ್ಲಿ.)

ಕಮ್ತಿ: ಅರೆ ಕುಪ್ಪಣ್ಣ ಭಟ್ರು.. ನೀವ್ಯಾವಾಗ ಬಂದಿದ್ದು..? ಹಿಂದೆ ಯಾಕೆ ನಿಂತದ್ದು..?

(ಕುಪ್ಪಣ್ಣ ಚೀಲ ಅವರ ಮುಂದೆ ಬಿಸಾಕಿ)

ಕುಪ್ಪಣ್ಣ: ಒಂದ್ ಹತ್ತ್ ಕೆಜಿ ಅಕ್ಕಿ, ಐದು ಕೆಜಿ ಹಿಂಡಿ ಹಾಕು.

ಕಮ್ತಿ: ಕೊಡುವ ಕೊಡುವ. ನಾವು ಅಂಗಡಿ ಇಟ್ಟಿದ್ದೇ ವ್ಯಾಪಾರ ಮಾಡುವುದಕ್ಕಲ್ಲವಾ? ಕೂತ್ಕೊಳ್ಳಿ ಭಟ್ರೇ.

ಕುಪ್ಪಣ್ಣ: ಹೂಂ ಹೂಂ

ಕಮ್ತಿ: ಏನು ನೀವು ಇತ್ಲಾಗೆ ಬರೋದೇ ಕಮ್ಮಿಯಾಯ್ತು.. ಊಟ ಮಾಡೋದೇ ಬಿಟ್ಬಿಟ್ರೋ ಹ್ಯಾಗೆ ಅಂತ..

ಕುಪ್ಪಣ್ಣ: ಏನು ಏನು ನೀನು ಅಂಬೋದು..

(ಜೋರು ಮಾಡುವ ರೀತಿಯಲ್ಲಿ)

ಕಮ್ತಿ: (ಲೆಕ್ಕದ ಪುಸ್ತಕ ತೋರಿಸಿ) ಇಪ್ಪತ್ತು ಕೆಜಿ ಅಕ್ಕಿ ಕೊಟ್ಟು ಆರು ತಿಂಗಳಾಯಿತು. ಅದ್ಕೆ ಕುಶಾಲಿ ಮಾಡ್ದೆ..

ಕುಪ್ಪಣ್ಣ: ಯಾವುದೋ ಬೇರೆ ಬಂದಿತ್ತು..

ಕಮ್ತಿ: ಏ ನೋಡೋ ಇಲ್ಲಿ. ಕುಪ್ಪಣ್ಣ ಭಟ್ರಿಗೆ ಇಪ್ಪತ್ತು ಕೆಜಿ ಅಕ್ಕಿ ಹಾಕೋ.. ಐಆರ್ 8 ಕೊಡ್ತೀನಿ. ಫಸ್ಟ್ ಕ್ಲಾಸ್ ಆಗಿದೆ.

ಕುಪ್ಪಣ್ಣ: (ಸಮಾಧಾನದಿಂದ) ಯಾವುದೋ ಒಂದು ಕೊಡು..

ಕಮ್ತಿ: ಕೊಡುವ ಕೊಡುವ..

(ಹೇಳಲೋ ಬೇಡವೊ ಅನ್ನುವ ರೀತಿಯಲ್ಲಿ)

ಭಟ್ರೇ ವ್ಯಾಪಾರ ತುಂಬಾ ಸಾಮಾನ್ಯ.. ನಾವು ತುಂಬಾ ಇಟ್ಟುಕೊಳ್ಳುವುದಿಲ್ಲ ನೋಡಿ. ಸರಿ ತೂಗಿಸೋದು ಕಷ್ಟ. ಸಾಲ ಬೇರೆ ಜಾಸ್ತಿಯಾಗಿದೆ... ತಾವು ಹಿರಿಯರು.

ಲಾಗಾಯ್ತಿನಿಂದ ನಮ್ಮ ಗಿರಾಕಿ. ಪರಿಸ್ಥಿತಿ ಮುಂಚಿನ ಹಾಗಿದ್ರೆ ನಾನೂ ಕೇಳ್ತಿರಲಿಲ್ಲ.

ಕುಪ್ಪಣ್ಣ: (ಏರಿದ ಧ್ವನಿಯಲ್ಲಿ) ಏ ಕಮ್ತಿ.. ಸುತ್ತಿ ಬಳಸಿ ಮಾತಾಡ್ಬೇಡ ನನ್ ಹತ್ರ. ನಿನ್ನ ಋಣ ತೀರಿಸದೆ ನಾನು ಸತ್ತು ಹೋಗಲ್ಲ. ತಾಳು ಕೊಡ್ತೀನಿ..

ಕಮ್ತಿ: ನೀವು ಕೊಡೋ ಹೊತ್ತಿಗೆ ನಾವು ಸತ್ತು ಹೋಗಿರ್ತೀವೋ ಏನೋ ಅಂತ.

ಕುಪ್ಪಣ್ಣ: (ಕೋಪದಿಂದ) ಯಾಕೆ ನನ್ನ ಮೇಲೆ ಅನುಮಾನಾನ.. ನಿನ್ನ ಋಣ ಬೇಡ ನಂಗೆ. ನೀ ಒಂದ್ ಮಾತು ಹೇಳು. ಮನೆ ಮಾರಿ ದುಡ್ಡು ತಂದು ನಿನ್ನ ಮುಂದೆ ಬಿಸಾಕಿ ಹೋಗ್ತೀನಿ. ಹೋದ ವರ್ಷದಿಂದ ಫಸಲು ಬಂದಿಲ್ಲ ಅಂತ ನಾನು ಯೋಚ್ನೆ ಮಾಡಿದ್ರೆ ನಾನೇನೋ ಊರು ಬಿಟ್ಟು ಹೋಗೋ ಹಾಗೆ...

ಕಮ್ತಿ: ಛೇಛೇ ಎಲ್ಲಾದ್ರೂ ಉಂಟೆ ಭಟ್ರೇ. ಆ ನರಸಿಂಹ ದೇವರ ಆಣೆಗೂ ನಾ ನಿಮ್ಮ ಮೇಲಿನ ಅಪನಂಬಿಕೆಗೆ ಹೇಳಿದ್ದಲ್ಲ ಭಟ್ರೆ.. ತಾವು ಹಾಗೆಲ್ಲಾ ಅಪಾರ್ಥ ಮಾಡಿಕೊಳ್ಳಬಾರದು.

ಕುಪ್ಪಣ್ಣ: ಅದೆಲ್ಲಾ ನಂಗೆ ಅರ್ಥ ಆಗತ್ತೆ..

ಹೀಗೆ ಕಥೆಯ ಒಂದು ಮತ್ತು ಎರಡನೇ ಭಾಗದಲ್ಲಿನ ಆತ್ಮವನ್ನ, ಘಟನೆಯಾಗಿ/ ದೃಶ್ಯವಾಗಿ ಮಾರ್ಪಡಿಸಿ ಹೊಸ ಪಾತ್ರವೊಂದನ್ನ ತಂದು ಚಲನಚಿತ್ರದ ಪ್ರಾರಂಭ

ಆಯ್ತು. ಒಂದೊಂದು ಸಾಲಿನ ವಿವರಣೆಯನ್ನು ಅನುಕ್ರಮವಾಗಿ ದೃಶ್ಯವಾಗಿ ಮಾರ್ಪಾಡಿಸಿ ಕತೆಯ ಮೂಲ ಉದ್ದೇಶಕ್ಕೆ ಧಕ್ಕೆ ಬರದ ರೀತಿಯಲ್ಲಿ ಚಿತ್ರಕಥೆ ಮಾಡಿಕೊಂಡು 3, 4 ಮತ್ತು 5ರ ಭಾಗದಲ್ಲಿರುವ ವಿವರಣೆ ಅನುಕ್ರಮದಂತೆಯೇ ಹೆಚ್ಚಿಗೆ ಬದಲಾವಣೆ ಮಾಡದೆ ಚಿತ್ರಕ್ಕೆ ಕ್ಲೈಮ್ಯಾಕ್ಸ್ ಕೊಡಲಾಗಿದೆ.

'ಕಾಡಬೆಳದಿಂಗಳು' ಸಿನಿಮಾ ಕತೆ ಆಯ್ಕೆ

ಒಬ್ಬ ನಿರ್ದೇಶಕನಲ್ಲಿ ಹಲವಾರು ತುಡಿತ, ಹಂಬಲಗಳು ಇರುತ್ತವೆ. ಅವನ ಸುಪ್ತ ಮನಸ್ಸನ್ನ ಜಾಗೃತಗೊಳಿಸುವ ಶಕ್ತಿ ಇರುವುದು ಲೇಖನಗಳಿಗೆ, ಕತೆಗಳಿಗೆ, ಕಾದಂಬರಿಗಳಿಗೆ ಒಟ್ಟಾರೆಯಾಗಿ ಹೇಳಬೇಕೆಂದರೆ ಸಾಹಿತ್ಯಕ್ಕೆ ಅಂತ ನಾನು ಭಾವಿಸಿದ್ದೇನೆ ಮತ್ತು ಅವನ ಸುತ್ತ ಮುತ್ತಲಿನ ಘಟನೆಗಳನ್ನು ನೋಡುವ ದೃಷ್ಟಿಕೋನ ಕೂಡ ಮುಖ್ಯ. ಈ ಹಿನ್ನೆಲೆಯಲ್ಲಿ ನೋಡುವುದಾದರೆ ನಾನೊಬ್ಬ ಸಾಹಿತಿ ಅಲ್ಲ. ಆದರೆ ಸಾಹಿತ್ಯಾಸಕ್ತಿ ಇರುವವನು. ಜೋಗಿಯವರು ಒಂದು ವಾರಪತ್ರಿಕೆಗೆ ಅಂಕಣ ಬರೆಯುತ್ತಿದ್ದರು. ನಾನು ಅವುಗಳನ್ನು ತಪ್ಪದೇ ಓದ್ತಾ ಇದ್ದ ಕಾಲ ಅದು. ಆ ಲೇಖನಗಳ ಸರಣಿಯಲ್ಲಿ ನಂಗೆ ಮೂರು ಲೇಖನಗಳು ಬಹಳ ಕಾಡಿದ್ದವು. ಚಂದ್ರಹಾಸ 32, ಕುಮಾರಸ್ವಾಮಿ ಕಾಣೆಯಾಗಿದ್ದಾನೆ ಮತ್ತು ಹಳ್ಳಿಗಳು ವೃದ್ಧಾಶ್ರಮಗಳಾಗುತ್ತಿವೆ. ಈ ಮೂರು ಲೇಖನಗಳು ನನ್ನನ್ನು ಡಿಸ್ಟರ್ಬ್ ಮಾಡಿದ್ದವು. ಈ ಕೆಳಗಿನ ಸಾಲುಗಳನ್ನು ಓದಿದರೆ ಎಂಥಾ ಕಲ್ಲು ಮನಸಿನವರು ಕೂಡ ಡಿಸ್ಟರ್ಬ್ ಆಗುತ್ತಾರೆ ಅಂತ ನಾನು ಅಂದುಕೊಂಡಿದ್ದೇನೆ.

> **''ಚಂದ್ರಶೇಖರಯ್ಯನವರನ್ನು ಭೇಟಿ ಆದಾಗಲೆಲ್ಲ ಶಿವರಾಮಯ್ಯನವರನ್ನು ಒಂಥರದ ಪಾಪಪ್ರಜ್ಞೆ ಕಾಡತೊಡಗಿತು. ಅದಕ್ಕೆ ತಕ್ಕಂತೆ ಚಂದ್ರಶೇಖರಯ್ಯ ಆಗಾಗ ತನ್ನ ಮಗನ ಬಗ್ಗೆ ಹೇಳುತ್ತಿದ್ದರು. ಎಲ್ಲಿದ್ದಾನೋ ಏನೋ, ಒಂದಲ್ಲ ಒಂದು ದಿನ ಬಂದೇ ಬರುತ್ತಾನೆ, ಸಂಬಂಧ ದೊಡ್ಡದು ಅನ್ನುತ್ತಿದ್ದರು. ಆಗೆಲ್ಲ ಶಿವರಾಮಯ್ಯ ಆಕಾಶ ನೋಡುತ್ತಾ ಕೂತು ಬಿಡುತ್ತಿದ್ದರು, ನೆಲ ನೋಡಿದರೆ ಎಲ್ಲಿ ಕಣ್ಣಿಂದ ಒಂದು ಹನಿ ಜಾರೀತೊ ಅನ್ನುವ ಭಯಕ್ಕೆಂಬಂತೆ ಅವರು ಆಕಾಶ ನೋಡುತ್ತಿದ್ದರು.**
>
> **ಶಿವರಾಮಯ್ಯನವರನ್ನು ಜೀವನದ ನಶ್ವರತೆ ಕಾಡಲಾರಂಭಿಸಿದ್ದು ಆಗಲೇ. ತನ್ನ ಮಗ ಸತ್ತದ್ದೇ ಆ ಮನುಷ್ಯನಿಗೆ ಗೊತ್ತಿಲ್ಲ. ಮಗ ಮರಳುತ್ತಾನೆ ಅನ್ನುವ**

ಭರವಸೆಯಲ್ಲಿ ಅವನು ಬದುಕುತ್ತಿದ್ದಾನೆ. ಅಷ್ಟು ಭರವಸೆ ಅವನಿಗೆ ಸಾಕು. ಮಗ ಒಂದು ವೇಳೆ ಬದುಕಿದ್ದರೂ ವಾಪಸ್ಸು ಬರುತ್ತಿರಲಿಲ್ಲ. ಈಗ ಸತ್ತಿದ್ದರಿಂದ ವಾಪಸ್ಸು ಬರುತ್ತಿಲ್ಲ ಅಷ್ಟೇ. ಆದರೆ ತನ್ನ ಮಗ ಎಲ್ಲೋ ಇದ್ದಾನೆ ಅನ್ನುವ ನಂಬಿಕೆ ಅವನಲ್ಲಿ ವಿಚಿತ್ರ ಜೀವನೋತ್ಸಾಹ ಹುಟ್ಟುಹಾಕಿದೆ.

ತನ್ನ ಮಗನೂ ಅಷ್ಟೇ ತಾನೇ. ಈ ಅಪಾರ ಆಸ್ತಿಯನ್ನು ತನಗೇ ಬಿಟ್ಟು ಹೋಗಿದ್ದಾನೆ. ತೀರಾ ವೈಫಲ್ಯ ಕಾಡಿದರೆ ಊರಲ್ಲಿ ಆಸ್ತಿಯಿದೆ ಅನ್ನುವ ಭರವಸೆ ಅವನ ಬೆನ್ನಿಗಿದೆ. ಆದರೆ ಅಪ್ಪ ಇದ್ದಾರೆ ಅನ್ನುವ ನೆನಪೂ ಅವನಿಗೆ ಇದ್ದಂತಿಲ್ಲ. ಅವನೂ ತನ್ನ ಪಾಲಿಗೆ ಸತ್ತಂತೆಯೇ. ಮಗ ಬದುಕಿದ್ದಾನೆ ಅನ್ನುವುದು ಕೇವಲ ಸುದ್ದಿ ಮಾತ್ರ. ಅದಕ್ಕಿಂತ ಹೆಚ್ಚಿನ ಮಹತ್ವ ಅದಕ್ಕಿಲ್ಲ.

ಹೀಗೆ ಯೋಚಿಸುತ್ತಿದ್ದಂತೆ ಅವರನ್ನು ಅನಾಥಭಾವ ಕಾಡತೊಡಗಿತು. ಅಂಥದ್ದೇ ಅನಾಥಪ್ರಜ್ಞೆ ಚಂದ್ರಶೇಖರಯ್ಯನನ್ನೂ ಕಾಡುತ್ತದೆ ಅಂತ ಅವರಿಗೆ ಗೊತ್ತಿತ್ತು. ಹೀಗಾಗಿ ಬಿಡುವಿದ್ದಾಗೆಲ್ಲ ಹೋಗಿ ಚಂದ್ರಶೇಖರಯ್ಯನವರ ಜೊತೆ ಮಾತಾಡುತ್ತಿದ್ದರು. ಹಾಗೆ ಮಾತಾಡಲು ಅವರು ಹೋದ ಗುರುವಾರದಂದೇ ಚಂದ್ರಶೇಖರಯ್ಯ ಹಾಗೆ ವರ್ತಿಸಿದ್ದು. ನಮ್ಮಂಥ ಮುದುಕರ ಪಾಲಿಗೆ ನಮ್ಮ ಮಕ್ಕಳು ಎಂದೋ ಸತ್ತು ಹೋಗಿರುತ್ತಾರೆ. ಅಥವಾ ನಾವು ಅವರ ಪಾಲಿಗೆ ಸತ್ತಿರುತ್ತೇವೆ. ನಾವು ಸತ್ತರೆ ಅವರಿಗೆ ನಿರಾಳ''

ಚಲನಚಿತ್ರ ಮಾಧ್ಯಮ ಕ್ಲೀಷೆಯ ಮನರಂಜನೆ ಜೊತೆಗೆ ಒಂದಷ್ಟು ಪ್ರಶ್ನೆಗಳನ್ನು ಹುಟ್ಟುಹಾಕಬೇಕು ಅಂತ ನಂಬಿಕೊಂಡಿರುವವನು ನಾನು. ಈ ಹಿನ್ನೆಲೆಯಲ್ಲಿ ಚಂದ್ರಹಾಸ 32 ನನ್ನಲ್ಲಿ ಅನೇಕ ಪ್ರಶ್ನೆಗಳನ್ನು ಹುಟ್ಟು ಹಾಕಿತು.

1. ನಾನು ಕೂಡ ನನ್ನ ಹೆತ್ತವರನ್ನು ಊರಲ್ಲಿ ಬಿಟ್ಟು ಬೆಂಗಳೂರಲ್ಲಿ ಬದುಕು ಕಟ್ಟಿಕೊಳ್ಳಲು ಪ್ರಯತ್ನಿಸುತ್ತಿರುವವನೇ ಅಲ್ವೇ?

2. ಹಳ್ಳಿಗಳಲ್ಲಿದ್ದ ಯುವಕರಲ್ಲಿ ಅವರ ಆರ್ಥಿಕ ಸದೃಢತೆಗೆ ಊರು ಬಿಟ್ಟವರ ಒಂದು ವರ್ಗ ಇದ್ರೆ, ಇನ್ನೊಂದು ವರ್ಗ ವ್ಯವಸ್ಥೆಯ ವಿರುದ್ಧ ನಿಂತು ಊರು ಬಿಟ್ಟವರು.

ಈ ಪ್ರಶ್ನೆಗಳು ನನಗೆ ಪ್ರಸ್ತುತ ಆಗ್ತಾ ಸದರಿ ಆ ಲೇಖನಗಳು ನನ್ನನ್ನು ಗಾಢವಾಗಿ ಕಾಡೋಕೆ ಶುರುವಾಯಿತು. ಅದರ ಪ್ರಭಾವ ಹೇಗಿತ್ತು ಅಂದ್ರೆ

ನಾನು ನನ್ನ ತಾಯಿಯನ್ನು ನೋಡಿಕೊಳ್ಳುವ ರೀತಿಯೇ ಬದಲಾಯಿತು. ಅವರ ಎಲ್ಲಾ ಬೇಕು ಬೇಡಗಳಿಗೆ ಹೆಚ್ಚು ಸ್ಪಂದಿಸತೊಡಗಿದೆ. ಚಂದ್ರಹಾಸ 32ರಲ್ಲಿ ಬರುವ ಆ ಮುದುಕರು ಕೇಳುವ ಪ್ರಶ್ನೆಗಳು ನನಗೇ ಕೇಳ್ತಾ ಇದ್ದಾರೆ ಅಂತ ಅನ್ನಿಸೋಕೆ ಶುರುವಾಗಿಬಿಟ್ಟಿತು. ಆ ಕತೆಯಲ್ಲಿ ಬರುವ ಮುದುಕರ ನೋವು, ಸಂಕಟ, ಮೌನ ನನ್ನನ್ನು ಚಿಂತನೆಗೆ ಹಚ್ಚಿದುವು. ಹಾಗಾಗಿಯೇ ನಾನು ಈ ಕತೆಯನ್ನ ಸಿನಿಮಾ ಮಾಡಲು ನಿರ್ಧರಿಸಿದೆ.

ಚಿತ್ರಕಥೆ ರೂಪುಗೊಂಡಿದ್ದು

ಚಿತ್ರಕಥೆ ಬಗ್ಗೆ ಮೊದಲೇ ಹೇಳಿರೋ ಹಾಗೆ ವಿವರಣೆಗಳಿಗೆ ದೃಶ್ಯರೂಪ ಕೊಡ್ತಾ ಅವುಗಳನ್ನು ಘಟನೆಗಳ ಮುಖಾಂತರ ಹೇಳೋಕ್ಕೆ ಪ್ರಯತ್ನ ಮಾಡೋದು. ಅದಕ್ಕೆ ಉದಾಹರಣೆ ಎಂದರೆ ಒಲೆಯಲ್ಲಿ ತನ್ನ ಮಗನ ಪುಸ್ತಕಗಳನ್ನು ತಂದೆ ಸುಡ್ತಾ ಇರೋ ದೃಶ್ಯ.

ಚಂದ್ರಶೇಖರ ಹಂಡೆಯೊಲೆಗೆ ನೋಟ್ ಬುಕ್ಕಿನ ಹಾಳೆಗಳನ್ನು ಒಂದೊಂದಾಗೇ ಹಾಕುತ್ತಿದ್ದಾರೆ. ಬೆಂಕಿ ಧಗಧಗನೆ ಉರಿಯುತ್ತಿದೆ. ಆ ಹೊತ್ತಿಗೆ ಸದಾಶಿವ ಅಲ್ಲಿಗೆ ಬರುತ್ತಾರೆ.

ಸದಾಶಿವ: ಚಂದ್ರಶೇಖರಾ ಇಲ್ ಕೂತು ಏನೋ ಮಾಡ್ತಿದೀಯಾ.. ಅಲ್ಲಾ ಕಣೋ ಅಡಿಕೆ ಎಲೆ ಕುದಿಸೋದಕ್ಕೆ ಈ ಪುಸ್ತಕಗಳೇ ಬೇಕಾಗಿತ್ತಾ..

ಚಂದ್ರಶೇಖರ: ನೀನೇ ಹೇಳಿ ಬರೆಸಿದ ಪಾಠ..

(ನೋಟ್ ಬುಕ್ ಹಾಕ್ತನೇ ಇದ್ದಾರೆ.)

ಸದಾಶಿವ: ರಾತ್ರಿ ಪ್ರಸನ್ನ ಬಂದಿದ್ದನಂತೆ.. ಹೌದಾ.. ಜಗಳ ಆಡಿದ್ನಾ..

ಚಂದ್ರಶೇಖರ: ಅವನ ಹತ್ರ ಏನ್ ಜಗಳ ಆಡೋದು. ಅಯೋಗ್ಯ.. ನಾನೇ ಉಗ್ದು ಕಳಿಸ್ದೆ.

ಸದಾಶಿವ: ಅಲ್ಲ ಕಣೋ.. ಅಪರೂಪಕ್ಕೆ ಬಂದೋರ ಹತ್ರ ಯಾಕೋ ಜಗಳ ಆಡ್ಬೇಕಿತ್ತು..

(ಚಂದ್ರಶೇಖರ ಎದ್ದು ನಿಂತು ಲುಂಗಿ ಕಟ್ಟಿಕೊಂಡು ಸಿಟ್ಟಲ್ಲಿ)

ಚಂದ್ರಶೇಖರ: ಅವನು ಅಪರೂಪಕ್ಕೆ ಬಂದಿದ್ದು ಅಪ್ಪ ಸತ್ತು ಗಿತ್ತು ಹೋದ್ನೋ ಅವನ ಕೈಕಾಲು ನೆಟ್ಟಗಿದ್ಯೋ ಇಲ್ವೋ ಅಂತ ವಿಚಾರಿಸೋಕಲ್ಲ. ಆಸ್ತಿ ಯಾವಾಗಾ ಮಾರ್ತೀಯ ಅಂತ ಕೇಳೋಕ್ ಬಂದಿದ್ದ. ಹೆಂಡ್ತಿ ಮಕ್ಳನ್ನೂ ಕರ್ಕೊಂಡ್ ಬಂದಿದ್ದ. ಆ ಮೊಮ್ಮಗು ಮುಖ ನೋಡಿ ಈ ಮುದ್ಕನ ಕರುಳು ಕರಗಲಿ ಅಂತ. ಅವಳೂ ಏನೂ ಕಮ್ಮಿ ಇಲ್ಲ. ಅವಳನ್ನೂ ಚೆನ್ನಾಗಿ ತಯಾರು ಮಾಡಿಯೇ ಕರ್ಕೊಂಡ್ ಬಂದಿದ್ದ. ಯಾರಾದರೇನಂತೆ ಅವಳನ್ನೂ ಚೆನ್ನಾಗೇ ಜಾಡಿಸಿ ಕಳಿಸ್ದೆ.

ಸದಾಶಿವ: ಹೋಗ್ಲಿ ಅವನೆಲ್ಲಿದ್ದಾನೆ ಈಗ..

ಚಂದ್ರಶೇಖರ: ಅವನೆಲ್ಲಿರ್ತಾನೆ. ಬಂದ ಕೆಲ್ಸ ಆಗ್ಲಿಲ್ಲ ಅಂತ ರಾತ್ರೋರಾತ್ರಿ ಗಾಡಿ ಬಿಟ್ಟ.

ಸದಾಶಿವ: ಅಲ್ಲ ಕಣೋ ಚಂದ್ರಶೇಖರ, ಅವರು ಬಂದ ಕೂಡ್ಲೇ ಯಾಕೋ ಜಗಳಾಡ್ಲಿಕ್ಕೆ ಹೋದೆ. ಊರಿಗೆಲ್ಲಾ ಬುದ್ಧಿ ಹೇಳ್ತೀಯಾ.. ನಿನ್ ಮಗನ ವಿಷ್ಯ ಬಂದಾಗ ಯಾಗಪ್ಪಾ ಹೀಗ್ ಮಾಡೋಕ್ ಹೋದೆ.

ಚಂದ್ರಶೇಖರ: ಅವನು ಎಂಥಾ ಮಗನೋ.. ಅವನಿಗೆ ನಿಜವಾಗಿ ನನ್ ಮೇಲೆ ಪ್ರೀತಿ ಇದ್ದಿದ್ರೆ ಅವನಮ್ಮ ಸತ್ತಾಗ ನನ್ನನ್ನು ಒಂಟಿಯಾಗಿ ಬಿಟ್ ಹೋಗ್ತಿದ್ದೇನೋ.. (ಕಣ್ಣಲ್ಲಿ ನೀರು) ಗಿಣಿಗ್ ಹೇಳ್ದ ಹಾಗೆ ಹೇಳ್ದೆ. ಬಾರೋ ಇಲ್ಲೇ ಇರೋ. ಏನ್ ಬೇಕಾದ್ರೂ ಮಾಡು. ಬೇಕಾದಷ್ಟು ಆಸ್ತಿ. ನಾನೇ ಕೈಯಾರೆ ಹಾರೈಕೆ ಮಾಡಿ, ಬೆಳೆಸಿದ ತೋಟ. ಯಾರ ಹಂಗೂ ಇರಲ್ಲ ಅಂತ. ನನ್ ಮಾತು ಕೇಳಿದ್ನಾ.. ಅವನಿಗೆ ಆ ಬೆಂಗಳೂರೋ ಬೇಕು. ಆ ಗುಲಾಮಗಿರಿನೇ ಬೇಕು. ಭಿಕ್ಷುಕನ ಥರ ಯಾವನೋ ಪರದೇಶಿ ಕೈಕೆಳಗೆ ಕೆಲ್ಸ ಮಾಡ್ಕೊಂಡು ನಾಲ್ಕು ಕಾಸು ದುಡಿಯೋದು. ಥೂ..

ಸದಾಶಿವ: ಅಲ್ಲ ಕಣೋ. ಅವನಿಗೆ ಹಳ್ಳಿ ಜೀವನ ಬೇಡ ಅನ್ನಿಸ್ತು, ಬೆಂಗಳೂರಿಗೆ ಹೋಗ್ಬೇಕು ಅನ್ನಿಸ್ತು, ಹೋದ. ನಿನ್ನನ್ನೂ ಕರೆದ ಅಲ್ವಾ..

ಚಂದ್ರಶೇಖರ: ಅಂದ್ರೆ ಈ ಕಡೆಗಾಲಕ್ಕೆ ನಾ ಅಲ್ಲಿ ಹೋಗಿ ಸಾಯ್ಬೇಕಾ.. ಹೆಣ ಸುಡೋಕು ಅಲ್ಲಿ ಪರ್ಮಿಶನ್ ತಗೋಬೇಕು. ದುಡ್ಡು ಕಟ್ಬೇಕು. ಕ್ಯೂನಲ್ಲಿ ನಿಂತ್ಕೋಬೇಕು. ಇನ್ನು ಬೀದೀಲೇನಾದ್ರೂ ಸತ್ರೆ ಅಡ್ರೆಸ್ ಹುಡುಕಲ್ಲ. ತಗೊಂಡ್ ಹೋಗಿ ಮಾರ್ಚರಿಗೆ ಬಿಸಾಕ್ತಾರೆ. ನಾನೇ ನೆಟ್ಟು ಬೆಳೆಸಿದ ಗಿಡಮರಗಳು ಇವೆಲ್ಲಾ.. ಅಲ್ಲಿದ್ಯಲ್ಲ ಆ ಮರ ಅದಕೆ ನನ್ ಮಗನಷ್ಟೇ ವಯಸ್ಸು ಕಣೋ.. ಗಿಡಮರಗಳು ಕೊಟ್ಟಷ್ಟು ಸಂತೋಷ ನನ್ ಮಗ ನಂಗೆ ಕೊಡ್ಲಿಲ್ವಲ್ಲೋ.. ಆ ಗಿಡಕ್ಕೆ ನೀರ್ ಹಾಕಿ ಬೆಳೆಸಿದ್ರೆ ನೆರಳು ಕೊಡತ್ತೆ. ಆದ್ರೆ ಮಕ್ಳನ್ನು ಬೆಳೆಸಿದ್ರೆ ನೀರೂ ಇಲ್ಲ ನೆರಳೂ ಇಲ್ಲ. ನನ್ ಹೆಣ ಬಿದ್ರೆ ಕೊಳ್ಳಿ ಇಡೋಕೂ ಬರಲ್ಲ ಅಂದ್ ಬಿಟ್ನಲ್ಲ ಅವನು. ನಾನೂ ಹೇಳ್ಬಿಟ್ಟೆ. ನಿನ್ ಹೆಣ ಬಿದ್ರೆ ನಿನ್ನ ಹೆಣ ನೋಡೋಕೂ ಬರಲ್ಲ ಅಂದ್ಬಿಟ್ಟೆ. ಮಾರ್ಚರೀಲಿ ಕೊಳೀಲಿ ಅವ್ನು..

ಸದಾಶಿವ: ಮುಚ್ಕೋ ಬಾಯಿ.. ಮುಚ್ಕೋ.

(ಸದಾಶಿವಯ್ಯನೋರು ಅಳೋಕೆ ಶುರು ಮಾಡ್ತಾರೆ..)

ಚಂದ್ರಶೇಖರ: ಸದಾಶಿವಾ.. ಹೇ ಸದಾಶಿವಾ..

ಸದಾಶಿವ: ಮಗನ್ನ ಕಳ್ಕೊಂಡ್ರೆ ಆಗೋ ಸಂಕಟ ಏನೂ ಅಂತ ಗೊತ್ತೇನೋ ನಿಂಗೆ.. ಗೊತ್ತಿದ್ಯೇನೋ.. ಅಯೋಗ್ಯನೋ ದರಿದ್ರವೋ ಪ್ರಾರಬ್ಧವೋ. ಮಗ ಅನ್ನೋನು ಒಬ್ನಿದಾನೋ.. ಅವನು ಸಾಯ್ಲಿ ಅಂತ ಹೇಳೋಕೆ ನಿಂಗೆ ಏನೋ ಅಧಿಕಾರ ಇದೆ.. ನಿನಗೆ ನೆನೆಸ್ಕೋಳೋಕೆ ಯಾವತ್ತಾದರೂ ಬರ್ತಾನೆ ಅಂತ ಆಶ್ವಾಸನೆ ಕೊಡೋಕೆ ಒಬ್ಬ ಮಗ ಅಂತ ಇದಾನಾ.. ಒಂದ್

ವೇಳೆ ಅವನು ಸತ್ತು ಹೋದ್ರೆ ನೀನು ನೆಮ್ಮದಿಯಿಂದ ಇರ್ತೀಯೇನೋ.. ಅವನು ಸತ್ ಹೋದ್ರೆ ನಿನ್ನ ಯಾರೋ ಕೇಳ್ತಾರೆ. ನೀ ಪ್ರೇತಾತ್ಮ ಆಗ್ ಹೋಗ್ತೀಯಾ. ಪ್ರೇತಾತ್ಮ.

ಚಂದ್ರಶೇಖರ: ಸದಾಶಿವ ನೀನ್ಯಾಕೋ ಅಳ್ತಾ ಇದೀಯಾ.. ನಾನು ನನ್ ಮಗನ ವಿಷ್ಯಾ ಕಣೋ ಹೇಳಿದ್ದು..

ಸದಾಶಿವ: ಹೌದಪ್ಪಾ.. ನೀ ನಿನ್ ಮಗನ ವಿಷ್ಯಾನೇ ಹೇಳಿದ್ದು. ನನ್ ಮಗ ವಿಷ್ಯ ಹೇಳೋಕೆ ಅವನೆಲ್ಲಿದಾನೆ..

ಚಂದ್ರಶೇಖರ: ನೀ ಏನೇನೋ ಮಾತಾಡ್ಬೇಡ.

ಸದಾಶಿವ: ನಾನೇ ಕಣ್ಣಾರೆ ನೋಡಿದೀನೋ.. ನೋಡು ಹಣೆ ಮೇಲಿನ ಮಚ್ಚೆ ಇದ್ಯಲ್ಲ ಅದು ಯಾವತ್ತೂ ಸುಳ್ಳು ಹೇಳಲ್ಲ. ಆ ಹೆಣ ನನ್ ಮಗಂದೇ ಕಣೋ.. ನನ್ ಮಗ ಸತ್ ಹೋದ.. ನನ್ ಮಗ ಸತ್ ಹೋಗ್ಬಿಟ್ಟ.

(ಸದಾಶಿವಯ್ಯ ಹೊರಟು ಹೋಗ್ತಾರೆ..)

ನಾನು ಅವನಲ್ಲ ಅವಳು ಕತೆಯ ಆಯ್ಕೆ

ಮೊದಲನೆಯದು ಪ್ರಸಿದ್ಧ ಕತೆಗಾರ ಅನಂತಮೂರ್ತಿಯವರ ಕಥೆಯನ್ನು ಆಧರಿಸಿದ ಚಿತ್ರ **ಮೌನಿ.** ಕಾಡಬೆಳದಿಂಗಳು ಮೂರು ಲೇಖನಗಳಿಂದ ಪ್ರೇರಿತನಾಗಿ ಮೂಡಿದ ಸಿನಿಮಾ. ಮೂರನೆಯದು ಇವೆರಡಕ್ಕಿಂತ ಭಿನ್ನ. ಕಾಡಬೆಳದಿಂಗಳು ಆದ ನಂತರ ನಾನು ಕೆಲವು ವರ್ಷಗಳ ಕಾಲ ಬೇರೆ ಬೇರೆ ವೈಯಕ್ತಿಕ ಕಾರಣಗಳಿಂದ ಮತ್ತು ವೃತ್ತಿ ಪಲ್ಲಟದಿಂದಾಗಿ ಸಿನಿಮಾದಿಂದ ದೂರಾನೇ ಉಳಿದಿದ್ದೆ. ಆದರೂ ನನ್ನಲ್ಲಿರುವ ಚಲನಚಿತ್ರ ಕ್ಷೇತ್ರದ ಕಡೆಗಿದ್ದ passion ಕಡಿಮೆಯಾಗಿರಲಿಲ್ಲ. ಹೀಗಿರುವಾಗ 2009ರಲ್ಲಿ ಮಾಧ್ಯಮಗಳಲ್ಲಿ ಒಂದು ಬ್ರೇಕಿಂಗ್ ನ್ಯೂಸ್ ಬಂತು. ಒಬ್ಬ ಹುಡುಗನನ್ನು ಮಂಗಳಮುಖಿಯರ ಸಮುದಾಯ ಬಲವಂತವಾಗಿ ಹೆಣ್ಣಾಗಿ ಪರಿವರ್ತಿಸಿದರು ಅನ್ನೋ ಸುದ್ದಿ ಅದು. ಈ ಘಟನೆ ಮತ್ತೆ ನನ್ನನ್ನು ಹುಡುಕಾಟಕ್ಕೆ ಹಚ್ಚಿತು. ಮುಖ್ಯವಾಹಿನಿಯಿಂದ ದೂರಾನೇ ಇರುವ ಮಂಗಳಮುಖಿಯರ

ಸಮುದಾಯದ ಅರಿವೇ ಇಲ್ಲದ ನನ್ನಂತವನಿಗೆ, ಹಲವಾರು ಪ್ರಶ್ನೆಗಳು ಹುಟ್ಟಿದವು. ಆಗ ನಾನು ಓದಲು ಶುರುಮಾಡಿದ್ದು ಲಿವಿಂಗ್ ಸ್ಮೈಲ್ ವಿದ್ಯಾರ ಆತ್ಮಕಥೆ ''ನಾನು ಅವನಲ್ಲ ಅವಳು''. ಇದನ್ನು ಕನ್ನಡಕ್ಕೆ ಅನುವಾದಿಸಿದ್ದು ಡಾ. ತಮಿಳ್ ಸೆಲ್ವಿ.

ಒಟ್ಟು 18 ಭಾಗಗಳಲ್ಲಿ ಇರುವ **ನಾನು ಅವನಲ್ಲ ಅವಳು** ಆತ್ಮಚರಿತ್ರೆಯ ಮೊದಲನೇ ಭಾಗ ಓದಿ ಮುಗಿಸಿದ ನಂತರ ಸುಮಾರು ಒಂದು ತಿಂಗಳು ಆ ಪುಸ್ತಕ ಮುಟ್ಟಿರಲಿಲ್ಲ. ಒಂದು ರೀತಿಯ ಸಂಕಟ, ನೋವು ಆಯ್ತು, ತುಂಬಾನೆ ಕಾಡಿತ್ತು ಆ ಮೊದಲನೇ ಭಾಗ. ಅಲ್ಲಿ ಗಂಡನ್ನು ಹೆಣ್ಣಾಗಿ ಪರಿವರ್ತಿಸಲು ಮಾಡುವ ಕ್ರಿಯೆ ''ನಿರ್ವಾಣ''ದ ವಿವರ ಇತ್ತು. ಆ ವಿವರಗಳನ್ನ ಓದಿದಾಗ ಒಂದು ರೀತಿಯ ಅಸಹ್ಯ ಆಯಿತು. ಒಂದು ರೀತಿಯ ಉದ್ವೇಗಕ್ಕೂ ಒಳಗಾದೆ. ಬೀಭತ್ಸ ಸನ್ನಿವೇಶ ಅದು. ಒಂದು ತಿಂಗಳ ನಂತರ ಮತ್ತೆ ಕಷ್ಟಪಟ್ಟು ಓದೋಕೆ ಶುರು ಮಾಡಿದೆ. ಎರಡು ಮೂರು ದಿನದಲ್ಲಿ ಓದಿ ಮುಗಿಸಿಯೇಬಿಟ್ಟೆ. ನನಗೆ ಗೊತ್ತಿಲ್ಲದ ಪ್ರಪಂಚದೊಳಕ್ಕೆ ಪ್ರವೇಶ ಮಾಡಿದೆ, ಹಾಗೆ ಪ್ರವೇಶ ಮಾಡುವುದರ ಮೂಲಕ ಮಂಗಳಮುಖಿಯರ ಸಮುದಾಯದ ಬದುಕು, ಜೀವನಶೈಲಿಯ ಅರಿವು ವಿಸ್ತಾರ ಆಗ್ತಾ ಹೋಯಿತು. ನನ್ನ ಮನಸ್ಸಲ್ಲಿದ್ದ ಆ ಸಮುದಾಯದ ಬಗೆಗಿನ ತಪ್ಪು ಕಲ್ಪನೆ ನಿವಾರಣೆ ಆಗಿ ನಾನು ಅವರನ್ನು ನೋಡುವ ದೃಷ್ಟಿಕೋನ ಕೂಡ ಬದಲಾಯಿತು. ನನ್ನಲ್ಲೇ ಈ ರೀತಿಯ ಬದಲಾವಣೆ ತರುವ ಗಟ್ಟಿತನ ಇರುವ ಈ ವಸ್ತುವನ್ನು ಚಲನಚಿತ್ರ ಮಾಧ್ಯಮಕ್ಕೆ ತಂದರೆ ಸಮಾಜದಲ್ಲಿ ಒಂದಷ್ಟು ಪ್ರಶ್ನೆಗಳನ್ನು ಹುಟ್ಟುಹಾಕಬಹುದು ಅಂತನ್ನಿಸಿ ಚಿತ್ರಕಥೆಗೆ ಮುಂದಾದೆ.

''ನಾನು ಅವನಲ್ಲ ಅವಳು'' ಸಿನಿಮಾ ಯಾಕೆ ಮಾಡಿದ್ದು ಅನ್ನೋ ಪ್ರಶ್ನೆಯನ್ನು ನನಗೆ ತುಂಬಾ ಜನ ಕೇಳಿದ್ದಾರೆ, ಜೊತೆಗೆ ಮಂಗಳಮುಖಿಯರನ್ನ ನಾವು ಹತ್ತಿರ ಹೀಗಿ ಮಾತಾಡಿಸಲೂ ಇಚ್ಛೆ ಪಡದ ಈ ಸಮಾಜ ! ನಿನ್ನ ಸಿನೆಮಾ ನೋಡ್ತಾರಾ? ಆದರೂ ಕೆಳಗಿನ ಮೂರು ಕಾರಣಗಳು ನನಗೆ ಈ ಸಿನೆಮಾ ಮಾಡಲು ಪ್ರೇರಣೆ.

1. ಬದುಕಲು ತನ್ನ ಸಮುದಾಯದಲ್ಲಿ ವೇಶ್ಯಾ ವೃತ್ತಿ ಮತ್ತು ಭಿಕ್ಷೆ, ಈ ಎರಡು ಮಾರ್ಗ. ಸಮಾಜ ತಿರಸ್ಕರಿಸಿದ ಜೀವವೊಂದು ಇದೇ ಸಮಾಜದಲ್ಲಿ **''ಗೌರವಯುತವಾಗಿ''** ಬದುಕಬೇಕು, ಭಿಕ್ಷೆ ಬೇಡಿದರೂ ಪರವಾಗಿಲ್ಲ ನಾನು ವೇಶ್ಯಾ ವೃತ್ತಿ ಮಾಡಲ್ಲ ಅನ್ನುವ ವಿದ್ಯಾಳ ಛಲದ ನಿರ್ಧಾರ

2. ಗಂಡಾಗಿದ್ದ ಒಂದು ಜೀವ ಹೆಣ್ಣಾಗಿ ಬದಲಾಗುವುದು ಸುಲಭವಲ್ಲ, ಅದೊಂದು ಸಂಕೀರ್ಣವಾದ ವಿಚಾರ ಮತ್ತು ಪ್ರಕ್ರಿಯೆ. ಒಂದು ಬೇರೆಯದೇ ಜಗತ್ತನ್ನು ಪ್ರವೇಶಿಸುವ ಅತ್ಯಂತ ನೋವಿನ ಮತ್ತು ಆ ಜೀವಕ್ಕೆ ಸಮಾಧಾನ ತಂದುಕೊಡುವ ಪ್ರಕ್ರಿಯೆ.

3. ಸಮಾಜದಲ್ಲಿ ವಿಭಿನ್ನವಾಗಿ ನಿಲ್ಲುವ, ಮಾದರಿ ಆಗಬೇಕಾದ ಪಾತ್ರವನ್ನು ಕಟ್ಟಿಕೊಡುವುದು.

ಚಿತ್ರಕಥೆ ರೂಪುಗೊಂಡಿದ್ದು

ಮೊದಲನೆಯದಾಗಿ ಇದು ತಮಿಳು ಮೂಲದ ಹಿನ್ನೆಲೆಯಿರುವ ಕಥೆಯಾದ್ದರಿಂದ ಅದನ್ನು ಕನ್ನಡದ ಸೊಗಡಿಗೆ ಮಾರ್ಪಡಿಸುವುದು ಸವಾಲಾಗಿತ್ತು. ಹಾಗೆನೇ ಆತ್ಮಚರಿತ್ರೆಯಲ್ಲಿ ಶರವಣ ಮತ್ತು ಅವನ ಬಂಧುಮಿತ್ರರು ಹೀಗೆ ಹತ್ತಾರು ಪ್ರಮುಖ ಪಾತ್ರಗಳ ಮುಖಾಂತರ ಆತ್ಮಚರಿತ್ರೆಯ ದಾಖಲೀಕರಣ ಇದೆ. ಅದನ್ನು ನಾವು ಸರಳ ಮತ್ತು ಸಂಕ್ಷಿಪ್ತವಾಗಿ ಮಾಡಬೇಕಾಗಿತ್ತು. ಸಣ್ಣ ಕತೆಗಳಲ್ಲಿ ಕೆಲವೇ ಪಾತ್ರ ಇರುತ್ತವೆ. ಆ ಕತೆಯನ್ನು ಸಿನಿಮಾ ಮಾಡಬೇಕಾದಾಗ ಒಂದೆರಡು ಪಾತ್ರಗಳನ್ನು ಸೇರಿಸಬೇಕಾಗಿ ಬರಬಹುದು. ಆದರೆ ಈ ಆತ್ಮಕತೆಯಲ್ಲಿ ಅಗಾಧವಾದ ವಿವರಣೆಗಳು ದೃಶ್ಯರೂಪದಲ್ಲೇ ಇದ್ದುವು. ಅದರ ಜೊತೆ ಹತ್ತಾರು ಪಾತ್ರಗಳಿದ್ದವು. ಅವನ ಚಿಕ್ಕಮ್ಮ, ಅಕ್ಕ ಹೀಗೆ ತುಂಬಾ ಬಂಧುಗಳ ಪಾತ್ರಗಳು ಇದ್ದವು. ಅವೆಲ್ಲವನ್ನೂ ಸಿನಿಮಾದಲ್ಲಿ ತರುವುದು ಅಸಾಧ್ಯ. ಹಾಗಾಗಿ ಸಿನಿಮಾ ಮಾಧ್ಯಮಕ್ಕೆ ಹೊಂದುವಂತೆ ಒಂದೊಂದು ಪಾತ್ರಗಳ ಅಗತ್ಯತೆಯನ್ನು ನಾವೇ ಪ್ರಶ್ನೆ ಮಾಡಿಕೊಳ್ಳುತ್ತಾ ಆ ಪಾತ್ರಗಳು ಇಲ್ಲಿ ವಿದ್ಯಾ ಪಾತ್ರಕ್ಕೆ ಯಾವ ರೀತಿ ಕನೆಕ್ಟ್ ಆಗುತ್ತವೆ ಅನ್ನೋದನ್ನು ನಾವು ಮೊದಲು ಗುರುತು ಹಾಕಿಕೊಂಡು, ಹಲವು ಪಾತ್ರಗಳು ಹೇಳುವ ವಿಷಯವನ್ನು ಒಂದೇ ಪಾತ್ರ ಹೇಳುವಂತೆ ಬದಲಾಯಿಸಿಕೊಂಡೆವು. ಹೀಗೆ ಮಾಡ್ತಾ ಮಾಡ್ತಾ ಕನ್ನಡದ ಸಂದರ್ಭಕ್ಕೆ ಮಾರ್ಪಡಿಸಲು ಅಲ್ಲಿನ ಶರವಣನನ್ನು ಇಲ್ಲಿ ಮಾದೇಶನನ್ನಾಗಿ ಬದಲಾಯಿಸಲಾಯಿತು. ಮಾದೇಶ ಅಂದಾಕ್ಷಣ ಅದು ಹಳೇ ಮೈಸೂರು ಪ್ರಾಂತ್ಯಕ್ಕೆ ಹೊಂದಿಕೊಳ್ಳುತ್ತದೆ. ಅದರ ಜೊತೆಗೆ ಕತೆ ನಡೆಯುವ ಪರಿಸರ ಅಥವಾ ಜಾಗಗಳು ಕನ್ನಡದ ಸಂದರ್ಭಕ್ಕೆ ಇರುವಂತೆ ನೋಡಿಕೊಂಡ್ವಿ.

ಅಲ್ಲಿ ಆತ್ಮಚರಿತ್ರೆಯಲ್ಲಿ ಫ್ಲ್ಯಾಶ್ ಬ್ಯಾಕ್ ತಂತ್ರ ಬಳಸಲಾಗಿದೆ. ಆ ಕತೆ ಪ್ರಥಮ ಪುರುಷ ನಿರೂಪಣೆ ತಂತ್ರವನ್ನು ಬಳಸಿಕೊಂಡು ಮುಂದುವರಿಯುತ್ತದೆ. ನಾವು ಕೂಡ ಚಲನಚಿತ್ರಕ್ಕೆ ಫ್ಲ್ಯಾಶ್ ಬ್ಯಾಕ್ ತಂತ್ರವನ್ನು ಬಳಸಿದ್ದರೂ ಕೂಡ, ಅಲ್ಲಿದ್ದ ಘಟನೆಗೂ ಇಲ್ಲಿದ್ದ ಘಟನೆಗೂ ವ್ಯತ್ಯಾಸವಿತ್ತು. ನಮಗೆ ಚಲನಚಿತ್ರ ನೋಡುವ ಪ್ರೇಕ್ಷಕರಿಗೆ ಇದು ಮಂಗಳಮುಖಿಯರ ಕತೆಯೇ ಎಂದು ಪ್ರಾರಂಭದಲ್ಲಿಯೇ ಸ್ಪಷ್ಟವಾಗಿ ಹೇಳಬೇಕಾಗಿತ್ತು. ಜೊತೆಗೆ ಮಂಗಳಮುಖಿಯರ ದಿನನಿತ್ಯದ ಬದುಕನ್ನು ಪರಿಚಯಿಸುತ್ತಾ ನಮ್ಮ ವ್ಯವಸ್ಥೆಯ ಕ್ರೌರ್ಯವನ್ನು ಕೂಡ ಹೇಳುವುದು ಮತ್ತು ಅದನ್ನು ಮಂಗಳಮುಖಿಯರು ಪ್ರಶ್ನೆ ಮಾಡುವುದು ಕೂಡ ತೋರಿಸಬೇಕಾಗಿತ್ತು. ಹಾಗೆ ತೋರಿಸಿ ಪ್ರೇಕ್ಷಕರಿಗೆ ಈ ಸಿನಿಮಾ ಮಂಗಳಮುಖಿಯರ ಬದುಕನ್ನು ಆಧರಿಸಿದ್ದು ಎನ್ನುವ ಮನಸ್ಥಿತಿಗೆ ತಂದು ಅವರನ್ನು ಸಿನಿಮಾದೊಳಗೆ ಪ್ರವೇಶ ಮಾಡಿಸುವ ಉದ್ದೇಶ ಇತ್ತು.

ಮಿಕ್ಕಿದ್ದು ಅಲ್ಲಿ ಕೂಡ ಬಾಲ್ಯದ ದಾಖಲೀಕರಣದಿಂದ ಪ್ರಾರಂಭ ಆಗತ್ತೆ. ಆತ್ಮಚರಿತ್ರೆಯಲ್ಲಿರುವಂತೆಯೇ ಮೊದಲು ಹೇಳಿದಂತೆ ಅನೇಕ ಪಾತ್ರಗಳು ಹೇಳುವುದನ್ನು ಒಂದೇ ಪಾತ್ರ ಹೇಳುವಂತೆ ಬದಲಾಯಿಸಿದೆವು, ಉದಾಹರಣೆಗೆ ಹಾಲು ಮಾರುವ ಗೋವಿಂದ ಮತ್ತು ಮಾದೇಶ (ಶರವಣ) ಬಾಲ್ಯದಿಂದಲೇ ಸ್ನೇಹ ಇತ್ತು ಅನ್ನೋದನ್ನು ಅವನ ವಿದ್ಯಾಭ್ಯಾಸದ ಜೊತೆ ಜೊತೆಗೆ ಗೋವಿಂದ ಅನ್ನುವ ಪಾತ್ರದ ಕಡೆಗೆ ಮತ್ತು ಅವರಿಬ್ಬರ ಸಂಬಂಧವನ್ನು ಸೀಮಿತಗೊಳಿಸಿದ್ವಿ. ಮಾದೇಶ ಬುದ್ಧಿವಂತ ಅನ್ನೋದು ತೋರಿಸುತ್ತಲೇ ಅದೇ ದೃಶ್ಯದಲ್ಲಿ ಗೋವಿಂದ ಮಾದೇಶನ ಒಳ್ಳೆಯ ಸ್ನೇಹಿತ ಅನ್ನೋದನ್ನು ಕೂಡ ಸ್ಥಾಪಿಸಿದೆವು. ಉದಾಹರಣೆಗೆ ಈ ದೃಶ್ಯ:

ಹಳ್ಳಿಯ ಸ್ಕೂಲು. ಚಿತ್ರದಲ್ಲಿ ಇದು ಹತ್ತು ವರುಷ ಹಿಂದಿನ ಒಂದು ದೃಶ್ಯವಾಗಿರುತ್ತದೆ. ಹೀಗಾಗಿ ಆ ಕಾಲಕ್ಕೆ ತಕ್ಕಂಥ ಪರಿಸರ, ಸ್ಕೂಲು, ಮೇಷ್ಟರು, ಅವರ ವೇಷಭೂಷಣಗಳನ್ನು ಇಟ್ಟುಕೊಳ್ಳಬೇಕು. ಮೇಷ್ಟ್ರು ಬೋರ್ಡಿನ ಮೇಲೆ ಏನೋ ಬರೀತಿದ್ದಾರೆ. ಒಬ್ಬ ಹುಡುಗ ತಡವಾಗಿ ಬರುತ್ತಾನೆ. ಮೇಷ್ಟರು ಬೋರ್ಡ್‌ನಲ್ಲಿ ಬರೆಯೋ ಹೊತ್ತಿಗೆ ಸರಕ್ಕನೆ ಕ್ಲಾಸಿನೊಳಗೆ ನುಗ್ಗಿಕೊಳ್ಳುತ್ತಾನೆ. ಮಾದೇಶನ ಪಕ್ಕ ಕೂರುತ್ತಾನೆ. ಎಲ್ಲಾ ಮಕ್ಕಳೂ ಜೋರಾಗಿ ನಗುತ್ತವೆ.

ಮೇಷ್ಟರು: (ತಿರುಗಿ) ನಗೋದಕ್ಕೇನಾಯ್ತೋ

(ಮಕ್ಕಳು ಮೌನ.) ಗಲಾಟೆ ಮಾಡಿದ್ರೆ ಒಬ್ಬೊಬ್ಬಂದೂ ಚರ್ಮ ಸುಲೀತೀನಿ. ಏನೋ ಅದು ಮಾದೇಶ.. ಏನೋ ನಿನ್ನ ತರ್ಲೆ.

(ಮಾದೇಶನ ಪಕ್ಕ ಕೂತ ಹುಡುಗನಿಂದ ದೂರ ಸರಿಯಲೆಂದು ಮಾದೇಶ ಕೊಂಚ ಪಕ್ಕಕ್ಕೆ ಸರಿದಿದ್ದಾನೆ. ಹೀಗಾಗಿ ಅವನು ಎದ್ದು ಕಾಣುತ್ತಾನೆ.)

ಮಾದೇಶ: ಏನಿಲ್ಲ ಸಾರ್..

ಮೇಷ್ಟರು: ಬಾರೋ ಇಲ್ಲಿ. ಈ ಲೆಕ್ಕ ಬಿಡ್ಸು ಬಾ... ಕೂತ್ಕೊಂಡು ಕೀಟಲೆ ಮಾಡ್ದಂಗಲ್ಲ.. ಬಾರೋ.

(ನಾಚಿಕೆಯಿಂದ ಅಲ್ಲೇ ನಿಲ್ಲುತ್ತಾನೆ ಮಾದೇಶ.)

ಮೇಷ್ಟರು: (ಜೋರಾಗಿ) ಬಾರಲೇ...

(ಮಾದೇಶ ಕೊಂಚ ಬಳುಕಿಕೊಂಡು ಹೋಗುತ್ತಾನೆ. ಹೆಣ್ಮಕ್ಕಳು ಒಬ್ಬರನ್ನು ನೋಡಿ ಮತ್ತೊಬ್ಬರು ನಗುತ್ತಾರೆ. ಹೆಣ್ಮಕ್ಕಳಿಗೆ ಈ ವ್ಯತ್ಯಾಸ ಥಟ್ಟನೆ ಗೊತ್ತಾಗತ್ತೆ.)

ಹುಡ್ಗಿ 1: ಮಾದೇವಿ ಥರ ನಡೀತಾನ್ ನೋಡೇ

ಹುಡ್ಗಿ 2: ಮಾದೇವಿ ಅಲ್ವೋ .. ಮೂದೇವಿ

(ಮಕ್ಕಳು ನಗುತ್ತವೆ. ಮೇಷ್ಟರು ಗದರಿಸುತ್ತಾರೆ.)

ಮೇಷ್ಟ್ರು: ಯಾರಾರ ಉಸಿರು ಬಿಟ್ಟರೆ ಬೀಳ್ತವೆ ಲಾತ. ನಗುವಂತದ್ದೇನಾಗಿದೆ ಇಲ್ಲಿ...

ಮಾದೇಶ, ನಗೋರನ್ನು ಕಂಡು ಬೇಜಾರು ಮಾಡ್ಕೋಬೇಡ.. ಬಾ, ಲೆಕ್ಕ ಬಿಡಿಸು.

(ಮೇಷ್ಟರಿಗೆ ಮಾದೇಶನ ಮೇಲಿದ್ದ ಸಿಟ್ಟು ಕರಗಿ, ಮಕ್ಕಳ ಮೇಲೆ ಸಿಟ್ಟು ಬರುತ್ತೆ. ಮಾದೇಶ ಬಂದು ಲೆಕ್ಕ ಬಿಡಿಸುತ್ತಾನೆ.)

ಒಬ್ಬ: ಅಕ್ಕ, ಲೆಕ್ಕದಲ್ಲಿ ಪಕ್ಕ..

(ಅದೇ ಹೊತ್ತಿಗೆ ಅವನ ಹಿಂದುಗಡೆ ಕೂತಿದ್ದ ಹುಡುಗ ಗೋವಿಂದ ಆ ಹುಡುಗನ ತಲೆಗೆ ಫಟ್ಟಂಥ ಹೊಡೀತಾನೆ. ಗೋವಿಂದನ ಕಣ್ಣಲ್ಲಿ ಸಿಟ್ಟಿದೆ.)

ಒಬ್ಬ: (ತಿರುಗಿ) ಯಾಕೋ ಗೋವಿಂದ..

ಗೋವಿಂದ: ಮಾದೇಶನ್ನ ಯಾರಾದ್ರೂ ಆಡ್ಕೊಂಡ್ರೆ ನಾನ್ ಸುಮ್ನಿರಲ್ಲ.

(ಮಾದೇಶ ಕಣ್ತುಂಬಿಕೊಂಡು ಹಿಂದೆ ನೋಡುತ್ತಾನೆ. ಲೆಕ್ಕ ಮಾಡುವುದನ್ನು ಮುಗಿಸಿ)

ಮಾದೇಶ: ಸಾರ್.. ಆಯ್ತು ಸಾರ್..

ಮೇಷ್ಟ್ರು: ಬೇಷ್.. ಕರೆಕ್ಟಾಗಿ ಮಾಡಿದ್ದೀಯಾ.. ನೋಡ್ರೋ.. ನೋಡ್ರೋ.. ಮಾದೇಶನ್ನ ನೋಡಿ ಕಲೀರಿ... ದಡ್ರಾ...

(ಬೆಲ್ ಹೊಡೆಯುತ್ತದೆ.)

ಮೇಷ್ಟ್ರು: ಮಿಕ್ಕಿದ್ದನ್ನು ಮುಂದಿನ ಕ್ಲಾಸಲ್ಲಿ ನೋಡೋಣ.

(ಮೇಷ್ಟರು ಹೋಗುತ್ತಾರೆ. ಮಾದೇಶ ವಾಪಸ್ ನಡ್ಕೊಂಡು ಬರುತ್ತಾನೆ. ಗೋವಿಂದ ಅವನನ್ನೇ ನೋಡುತ್ತಿದ್ದಾನೆ. ಮಕ್ಕಳು ಗಲಿಬಿಲಿಯಿಂದ ಎಲ್ಲರೂ ಮನೆಗೆ ಹೊರಡಲು ಪುಸ್ತಕ, ಬ್ಯಾಗು ಹಿಡ್ಕೊಂಡು ಹೊರಗೆ ಓಡಲು ಹವಣಿಸುತ್ತಾರೆ.)

ಈ ದೃಶ್ಯವನ್ನ ಮುಂದಿನ ಬೆಳವಣಿಗೆಗೆ ಪೀಠಿಕೆಯಾಗಿ ಬಳಸಿಕೊಂಡೆವು. ಆತ್ಮಚರಿತ್ರೆಯಲ್ಲಿ ಇರುವ ಹತ್ತಾರು ಪುಟಗಳ ಬಾಲ್ಯದ ವಿವರಣೆಯನ್ನು ಒಂದೇ ದೃಶ್ಯದಲ್ಲಿ ಅಳವಡಿಸಿದ್ವಿ. ಮಾದೇಶನಲ್ಲಿ ಆಗುತ್ತಿರುವ ಬದಲಾವಣೆ ಮತ್ತು ವಿದ್ಯಾಭ್ಯಾಸದಲ್ಲಿನ ಏರಿಳಿತವನ್ನ ಅನುಕ್ರಮವಾಗಿ ಕೆಲವೇ ದೃಶ್ಯಗಳಲ್ಲಿ ಮಾರ್ಪಡಿಸಿ, ತನ್ನ ಮನೆಯಲ್ಲಿನ ಘರ್ಷಣೆ ಮತ್ತು ಊರಲ್ಲಿನ ಅವಮಾನ ಕೂಡ ಸೇರಿಸಿದೆವು. ಮಾದೇಶನ (ಶರವಣ) ಪಯಣ ತಮಿಳುನಾಡಿನ ಬೇರೆ ಬೇರೆ ಊರು/ನಗರಗಳಲ್ಲಿ ಹತ್ತಾರು ಜಾಗಗಳಲ್ಲಿ ನಡೆಯುತ್ತೆ. ನಾವು ಅದನ್ನ ಬೆಂಗಳೂರಿನ ಕೆಲವು ಜಾಗಗಳಿಗೆ ಸೀಮಿತ ಮಾಡಿಕೊಂಡೆವು. ಮಾದೇಶ ಹೆಣ್ಣಾಗಬೇಕು ಎನ್ನುವ ಹಂಬಲದ ತೀವ್ರತೆಯನ್ನ, ಚುಟುಕಾದ ಹಾಡು ಮತ್ತು ದೃಶ್ಯಗಳ ರೂಪ ಕೊಟ್ಟಿದ್ದರಿಂದ (ಇಲ್ಲಿ ನಾನು ಸಂಗೀತ ನಿರ್ದೇಶಕ ಅನೂಪ್ ಸೀಳಿನ್ ಮತ್ತು ಸಾಹಿತ್ಯ ಒದಗಿಸಿದ ಅರಸು

ಅಂತಾರೆ ಅವರನ್ನ ನೆನೆಯುತ್ತೇನೆ) ಚಲನಚಿತ್ರದ ವೇಗದ ಲಯ/ಚಲನೆ ಸಿಗುವ ಹಾಗೆ ಆಯ್ತು.

ಈ ಒಂದು ದೃಶ್ಯವನ್ನು ಗಮನಿಸಿ.

ಮಾದೇಶ, ಶಾಂತಿ ಮತ್ತು ಅಮ್ಮು ಮೂರು ಜನ ರೈಲಲ್ಲಿ ಪುಣೆಗೆ ಪಯಣಿಸುತ್ತಿದ್ದಾರೆ. ರೈಲಿನ ಶೌಚಾಲಯದ ಪಕ್ಕ ಎಲ್ಲರೂ ಓಡಾಡೋ ಜಾಗದಲ್ಲಿ ಕೂತಿದ್ದಾರೆ. ಮಾದೇಶ ತಲೆ ಬಗ್ಗಿಸಿ ಕೂತಿದ್ದಾನೆ.

ಶಾಂತಿ: ಏಯ್ ಇವತ್ತಿಂದ ನಿನ್ ಹೆಸರು ಪ್ರೀತಿ. ಮಾದೇಶ ಅನ್ನೋ ಗಂಡ್ ಹೆಸ್ರು ಬೇಡ. ಪೂನಾ ಶಾರದಾ ನಾನಿ ಮನೆಗೆ ಹೋದಾಗ ಅವರು ನಿಂಗೊಂದು ಒಳ್ಳೆ ಹೆಸರಿಡ್ತಾರೆ. (ಪಕ್ಕದಲ್ಲಿ ಕೂತಿದ್ದ ಅಮ್ಮುವಿನಿಂದ ಗುಟ್ಕಾ ತೆಗೆದುಕೊಂಡು) ಏ ಕೊಡು.ಇನ್ಮುಂದೆ ನೀನು ನಮ್ ಹುಡ್ಗಿ. (ಮಾದೇಶ ಅವಳನ್ನೇ ನೋಡುತ್ತಾನೆ.)ಏಯ್ ಮಗಾ ಪ್ರೀತಿ. ನಮ್ ಹೆಣ್ಣೆಗರ ಮನೆಯಾಗ ಕೈ ಬಾಯಿ ಚೆನ್ನಾಗಿರಬೇಕು. ಸುಳ್ ಹೇಳ್ಬಾರ್ದು. ಕಳ್ಳತನ ಮಾಡ್ಬಾರ್ದು. ಚಾಡಿ ಹೇಳ್ಬಾರ್ದು. ಹಂಗಿದ್ರೇನೆ ಚೆನ್ನಾಗಿ ನೋಡ್ಕೊಂತಾರೆ. (ಮಾದೇಶ ಸರಿ ಅನ್ನುವಂತೆ ತಲೆಯಾಡಿಸುತ್ತಾನೆ. ಆಗ ಟಿಟಿ ಬರುತ್ತಾನೆ)

ಟಿಟಿ: ಏಯ್ ರಿಸರ್ವೇಷನ್ ಕೋಚ್ ಮೆ ಕ್ಯಾ ಕರ್ ರಹಾ ಹೈ. ಶಾಂತಿ ಮತ್ತು ಅಮ್ಮು ಕೈ ತಟ್ಟುತ್ತಾ ಟಿಟಿಗೆ ಜೋರ್ ಮಾಡುತ್ತಾರೆ. ಏ ಜಾವೋಜಿ ಹಮ್ ಕೋ ಮಾಲುಂ ಹೈ. (ಎಂದು ದಬಾಯಿಸಿ ಕಳಿಸುತ್ತಾರೆ.)

ಶಾಂತಿ: ಏ ಮಗಾ ನಿಮ್ಮನೆಯಲ್ಲಿ ನಿಮ್ಮಪ್ಪ ಅಮ್ಮ ಇದ್ದಂಗೆ ನಮ್ ಪರಿವಾರದಲ್ಲೂ ಒಂದು ರಿಸ್ತ ಐತೆ. ದಾದಿ, ನಾನಿ, ಗುರು, ಗುರು ಬಾಯಿ, ಚೇಲಾ, ನಾತಿ, ಸಂಗ್ತಿ ಇದೆಲ್ಲಾ ನಮ್ ಪರಿವಾರು. ಸರಿನಾ. ಗೊತ್ತಾಯ್ತಾ.

ಮಾದೇಶ: ಮ್ಮ್(ತಲೆ ಅಲ್ಲಾಡಿಸುತ್ತಾನೆ.)

ಅಮ್ಮು: ಏಯ್ ಪ್ರೀತಿ ನಾನಿ ಮನೆಗೆ ಹೋದಾಗ ಕಾಲು

ಮುಟ್ಟಿ ಪಾಂವ್ ಪಡ್ತಿ ಅಂತ ಹೇಳಬೇಕು. ಸರಿನಾ. (ಮಾದೇಶ ತಲೆ ಅಲ್ಲಾಡಿಸುತ್ತಾನೆ.)

ಶಾಂತಿ: ಏಯ್ ಏನ್ ನೋಡ್ಕೊಂಡಿದ್ದೀಯ ಬಾ ಕಾಲೊತ್ತು.

(ಎಂದು ಜೋರಾಗಿ ಮಾದೇಶನನ್ನು ಕರೆಯುತ್ತಾಳೆ. ಮಾದೇಶ ಬಂದು ಕಾಲೊತ್ತುವಾಗ ಶಾಂತಿ ತುಂಬಾ ಪ್ರೀತಿಯಿಂದ ಮಾದೇಶನ ಮುಖ ಸವರಿ ನೆಟಿಕೆ ಮುರಿಯುತ್ತಾಳೆ)

ಇಲ್ಲಿ ಭಾವನಾತ್ಮಕ ಸಂಬಂಧದ ಕುಟುಂಬ ವ್ಯವಸ್ಥೆಯನ್ನು (ನಮಗೆ ತಂದೆ, ತಾಯಿ, ಅಜ್ಜ, ಅಜ್ಜಿ ಇದ್ದಂತೆ ಅವರಿಗೆ ದಾದಿ, ನಾನಿ, ಗುರು, ಗುರು ಬಾಯಿ, ಚೇಲಾ, ನಾತಿ, ಸಂಗ್ತಿ ಇತ್ಯಾದಿ ಸಂಬಂಧಗಳಿವೆ) ಮಾದೇಶನಿಗೆ ಮತ್ತು ಪ್ರೇಕ್ಷಕರಿಗೆ ಪರಿಚಯಿಸಬೇಕಿತ್ತು. ಈ ದೃಶ್ಯದ ವಸ್ತು ಒಂದು ಸಾಕ್ಷ್ಯಚಿತ್ರಕ್ಕೆ ಹೇಳಿ ಮಾಡಿಸಿದಂತಹ ವಸ್ತುವಾಗಿತ್ತಾದ್ದರಿಂದ ಇಲ್ಲಿ ನಾವು ಟಿಟಿ, ಗುಟ್ಕ ಮತ್ತು ಕಾಲು ಒತ್ತು ಬಾ ಎನ್ನುವುದನ್ನ ಸೇರಿಸಿದೆವು.

ಈ ಮೂರು ಚಲನಚಿತ್ರಗಳು ಸಾಧ್ಯ ಆಗಿದ್ದು ಉದಯ ಮರಕಿಣಿ, ಜೋಗಿ, ಲೋಕನಾಥ್ ಅಂಕಲ್, ದತ್ತಣ್ಣ, ಹೆಚ್.ಎಮ್.ರಾಮಚಂದ್ರ, ಅನಿಲ್ ನಾಯ್ಡು, ಸೆಲ್ವಂ ಅವರಿಂದ ಮತ್ತು ಚಲನಚಿತ್ರ ಮಾಧ್ಯಮಕ್ಕೆ ಅಳವಡಿಸಿಕೊಳ್ಳಲು ಸಹಾಯ ಹಾಗು ಸಲಹೆ ನೀಡಿದ ಗಿರೀಶ್ ಕಾಸರವಳ್ಳಿ, ಪಿ ಶೇಷಾದ್ರಿ, ಗೋಪಾಲಕೃಷ್ಣ ಪೈ, ಪ್ರೋ ಮನು ಚಕ್ರವರ್ತಿ ಮತ್ತು ನಿರ್ಮಾಪಕರಾದ ರವಿ ಆರ್ ಗರಣಿ, ಎನ್ ಶಿವಾನಂದಮ್ ಅವರುಗಳಿಗೆ ನನ್ನ ನಮಸ್ಕಾರಗಳು.

'ಮೌನಿ', 'ಕಾಡಬೆಳದಿಂಗಳು', 'ನಾನು ಅವನಲ್ಲ ಅವಳು' ಹೀಗೆ ಚಿತ್ರದಿಂದ ಚಿತ್ರಕ್ಕೆ ಬೆಳೆಯುತ್ತಾ ಬಂದಿರುವ ಬಿ ಎಸ್ ಲಿಂಗದೇವರು, ಯಶವಂತ ಚಿತ್ತಾಲರ ಶಿಕಾರಿ ಕಾದಂಬರಿಯನ್ನು ಕಿರುತೆರೆಗೆ ತಂದವರು. ಕಿರುತೆರೆಯಿಂದ ಹಿರಿತೆರೆಗೆ ಬರುತ್ತಲೇ, ತಮ್ಮ ವಿಶಿಷ್ಟ ಸಿನಿಮಾಗಳಿಂದ ಗಮನ ಸೆಳೆದ ಲಿಂಗದೇವರು ನಿರ್ದೇಶನದ ನಾನು ಅವನಲ್ಲ ಅವಳು ಚಿತ್ರದ ಮೂಲಕ ಮತ್ತೊಮ್ಮೆ ಕನ್ನಡಕ್ಕೆ ಅತ್ಯುತ್ತಮ ನಟ ರಾಷ್ಟ್ರಪ್ರಶಸ್ತಿ ತಂದುಕೊಟ್ಟರು. ಪ್ರಸಾಧನಕ್ಕೆ ಮೊದಲ ಬಾರಿಗೆ ರಾಷ್ಟ್ರಪ್ರಶಸ್ತಿ ಗಳಿಸಿಕೊಟ್ಟರು.

ಹೊಸದಾಗಿ ಸಿನಿಮಾ ಮಾಡುವವರು ನೆನಪಿಡಬೇಕಾದ ಐದು ಸೂತ್ರ

■ **ರಕ್ಷಿತ್ ಶೆಟ್ಟಿ**

ನನ್ನ ಪ್ರಕಾರ ಯಾವುದೇ ಸಿನಿಮಾ ಮಾಡುವಾಗ ಆ ಕತೆ ಒಂದು ಜಾಗದಲ್ಲಿ ನಡೆಯುತ್ತಿದೆ ಅಂದ್ರೆ ಆಯಾ ಊರಿನ ಪರಂಪರೆ, ಪರಿಸರ, ಸಂಸ್ಕೃತಿಯನ್ನು ಕಟ್ಟಿಕೊಡಬೇಕು ಮತ್ತು ಯಾವ ಸಂದರ್ಭದಲ್ಲಿ ಈ ಕತೆ ನಡೆಯಿತು ಅನ್ನುವುದು ತಿಳಿಸಬೇಕು. ಮುಂದಿನ ಜನರೇಷನ್‌ಗೆ ಡಾಕ್ಯುಮೆಂಟರಿ ಥರ ಇರಬೇಕು ಅನ್ನೋದು ನನ್ನಾಸೆ, ಐವತ್ತು ವರ್ಷದ ನಂತರ ಆ ಸಿನಿಮಾ ನೋಡಿದಾಗ ಆ ಊರು ಐವತ್ತು ವರ್ಷದ ಹಿಂದೆ ಹೀಗಿತ್ತು ಅನ್ನೋದು ನೋಡುಗನಿಗೆ ತಿಳಿಯಬೇಕು.

ನಾನು 'ಉಳಿದವರು ಕಂಡಂತೆ' ಸಿನಿಮಾ ಉಡುಪಿಯಲ್ಲಿ ಮಾಡಿದೆ. ಉಡುಪಿಯಲ್ಲಿನ ಆಚಾರ ವಿಚಾರಗಳನ್ನು ತೋರಿಸಿದೆ. ಐವತ್ತೋ ನೂರೋ ವರ್ಷದ ನಂತರ ಇದೇ ಆಚರಣೆಗಳು ನಡೆಯುತ್ತಾ ಇಲ್ವಾ ಅನ್ನೋದು ಗೊತ್ತಿಲ್ಲ. ಈ ಐವತ್ತು ವರ್ಷದಲ್ಲಿ ಏನೇನು ಬದಲಾಗತ್ತೆ ಅನ್ನೋದು ನಮಗೆ ಗೊತ್ತಿಲ್ಲ. ಆದರೆ ಐವತ್ತು ವರ್ಷದ ನಂತರ ಆ ಸಿನಿಮಾ ನೋಡಿದಾಗ ಉಡುಪಿ ಹೇಗಿತ್ತು ಅನ್ನೋದು ಗೊತ್ತಾಗುತ್ತದಲ್ಲ.

ಇದು ಪ್ರಧಾನ ಭೂಮಿಕೆ. ಆಮೇಲೆ ಏನ್ ಕತೆ ಅನ್ನುವುದು ಆಯಾಯ ನಿರ್ದೇಶಕನ ತೀರ್ಮಾನ. ಒಬ್ಬ ತಾನೇ ಕತೆ ಬರೆದು ಅದನ್ನು ಸಿನಿಮಾ ಮಾಡಬೇಕು ಅನ್ನುವುದಾದರೆ ಅವನಿಗೆ ಆ ಕತೆ ಹೊಂದಿಕೆ ಆಗತ್ತಾ ಅಂತ ನೋಡಬೇಕು. ನನಗೆ ಆ ಕತೆ ಜೊತೆ ಬೆರೆಯಲಿಕ್ಕೆ ಆಗದಿದ್ದರೆ ಸಿನಿಮಾ ಮಾಡುವುದು ಸಾಧ್ಯವೇ ಇಲ್ಲ.

'ಉಳಿದವರು ಕಂಡಂತೆ' ಮತ್ತು ಉಡುಪಿ

'ಉಳಿದವರು ಕಂಡಂತೆ' ಸಿನಿಮಾ ತೆಗೆದುಕೊಂಡರೆ ಆ ಕತೆಯನ್ನು ಎಲ್ಲಿ ಬೇಕಾದರೂ ಇಡಬಹುದು. ಬೆಂಗಳೂರಲ್ಲೂ ನಡೆಯಬಹುದು, ಉತ್ತರ ಕರ್ನಾಟಕದಲ್ಲೂ ನಡೆಯಬಹುದು. ಅದರ ಐಡಿಯಾ ಇದ್ದಿದ್ದು ಬೇರೆ ದೃಷ್ಟಿಕೋನಗಳನ್ನು ಹೇಳುವುದು. ಅದನ್ನು ಬಿಟ್ಟರೆ ಆ ಕತೆ ಎಲ್ಲಿ ಬೇಕಾದರೂ ನಡೆಯಬಹುದು. ಆದರೆ ಬೇರೆ ಊರಿನಲ್ಲಿ ನಡೆಯುತ್ತದೆ ಅಂದ್ರೆ ಅಲ್ಲಿನ ಜನ ಜೀವನ ಅರ್ಥ ಮಾಡಿಕೊಳ್ಳೋದಕ್ಕೆ ಕಡಿಮೆ ಅಂದ್ರೂ ಒಂದು ವರ್ಷ ಬೇಕು. ಅಲ್ಲಿನ ಆಚರಣೆಗಳನ್ನು ಕಲಿಯಬೇಕು.

ಮಾರ್ಟಿನ್ ಸ್ಕಾರ್ಸಿಸ್‌ದು ಒಂದು ಮಾತಿದೆ. ಏನಂದ್ರೆ write what you know ಅಂತ. ಹಾಗಾಗಿ ನಾನು ಉಳಿದವರು ಕಂಡಂತೆ ಸಿನಿಮಾವನ್ನು ಉಡುಪಿಯ ಪರಿಸರದಲ್ಲಿ ಮಾಡೋದಕ್ಕೆ ನಿರ್ಧಾರ ಮಾಡಿದೆ. ಯಾಕೆಂದರೆ ನಾನು ಹುಟ್ಟಿದ್ದು ಬೆಳೆದಿದ್ದು ಎಲ್ಲಾ ಉಡುಪಿಯಲ್ಲೇ.

ನನಗೆ ಉಡುಪಿ ಹೇಗಿದೆ, ಅಲ್ಲಿನ ಆಚಾರ ವಿಚಾರಗಳೇನು ಅನ್ನೋದೆಲ್ಲಾ ತುಂಬಾ ಚೆನ್ನಾಗಿ ಗೊತ್ತಿದೆ. ಹಾಗಾಗಿ ಅಲ್ಲೇ ಈ ಕತೆ ನಡೆದರೆ ಎಲ್ಲವೂ ಗೊತ್ತಿರುತ್ತೆ ನಂಗೆ. ಅಲ್ಲಿ ನಾನು ನೋಡಿದ ಪಾತ್ರಗಳನ್ನು, ದೃಶ್ಯಗಳನ್ನು ಸಿನಿಮಾದಲ್ಲಿ ತೋರಿಸಬೇಕು ಅನ್ನೋ ಆಸೆಯೂ ಇತ್ತು.

ಪಾತ್ರಗಳು ಹುಟ್ಟಿಕೊಂಡಿದ್ದು

ಉಡುಪಿಯಲ್ಲಿ ಸಿನಿಮಾ ಮಾಡೋದು ಅಂತ ಸ್ಪಷ್ಟವಾದಾಗ ನನ್ನೊಳಗೆ ಪಾತ್ರಗಳು ಹುಟ್ಟಿಕೊಂಡವು. ನಿಜವಾಗಿ ಹೇಳಬೇಕು ಅಂದ್ರೆ ನಾನು ಬರೀತಾ ಬರೀತಾ ಈ ಸಿನಿಮಾ ಚಿತ್ರಕತೆ ಪೂರ್ತಿಯಾಗಿದ್ದೇ ಹೊರತು ಮೊದಲೇ ಯೋಚಿಸಿದ್ದಲ್ಲ.

ಆರಂಭಿಸಿದಾಗ ತುಂಬಾ ಸರಳವಾದ ಕಥಾ ಹಂದರ ಇತ್ತು. ಮೊದಲನೇ ಸಿನಿಮಾ ಆಗಿರುವುದರಿಂದ ಕಡಿಮೆ ಬಜೆಟಲ್ಲಿ ಮುಗಿಬೇಕು ಅನ್ನೋದು ತಲೆಯಲ್ಲಿತ್ತು. ಹಾಗಾಗಿ ನನ್ನ ಮನಸ್ಸಲ್ಲಿದ್ದದ್ದು ಎರಡೇ ಪಾತ್ರಗಳು.

ಆ ಎರಡು ಪಾತ್ರ ಮುಖ್ಯವಾಗಿದ್ದರೆ ಸಣ್ಣಪುಟ್ಟ ಪಾತ್ರಗಳೆಲ್ಲಾ ಬಂದುಹೋಗತ್ತೆ ಅಂತ ಅಂದುಕೊಂಡಿದ್ದೆ. ಅದರಲ್ಲಿ ಒಂದು ರಿಚ್ಚೀದು, ಇನ್ನೊಂದು ರಾಘುದು. ಮೊದಲಿಂದಲೂ ನನಗೆ ರಿಚ್ಚೀ ಥರದ ಪಾತ್ರವನ್ನು ಸೃಷ್ಟಿಸಬೇಕು ಅಂತ ಆಸೆ ಇತ್ತು. ಹಾಗಾಗಿ ರಿಚ್ಚಿಯನ್ನು ಮೊದಲು ಹುಟ್ಟುಹಾಕಿದೆ.

ನಾನು ಚಿಕ್ಕೋನಿದ್ದಾಗ ನನ್ನೊಬ್ಬ ಫ್ರೆಂಡ್ ಇದ್ದ ರಿಚ್ಚೀ ಅಂತ. ಆರನೇ ಏಳನೇ ಕ್ಲಾಸಲ್ಲೋ ಇದ್ದೆ ಆಗ. ಅವನು ಬೆಳೆದಾಗ ಹೇಗೆ ವರ್ತಿಸಬಹುದು, ಅವನ ಬಾಡಿ ಲ್ಯಾಂಗ್ವೇಜ್ ಹೇಗಿರಬಹುದು ಅನ್ನೋದನ್ನೆಲ್ಲಾ ಕಲ್ಪಿಸಿ ಬರೆದೆ. ಸ್ವಲ್ಪ ವೈಭವೀಕರಿಸಿರಬಹುದು. ಆದರೆ ಪಕ್ಕಾ ಅದೇ ಬಾಡಿ ಲ್ಯಾಂಗ್ವೇಜ್. ಅವನದೇ ಸ್ಟೈಲ್.

ಇನ್ನು ರಾಘು ಪಾತ್ರಗಳು ನಮ್ಮೂರಲ್ಲಿ ಸುಮಾರಿವೆ. ಎಪ್ಪತ್ತು ಎಂಭತ್ತರ ದಶಕದಲ್ಲಿ ನಮ್ಮೂರಿಂದ ಸುಮಾರು ಜನ ಮುಂಬೈಗೆ ಓಡಿ ಹೋಗುತ್ತಿದ್ದರು. ಅಲ್ಲಿ ಹೋಟೆಲಲ್ಲಿ ಕೆಲಸ ಮಾಡಿ ವರ್ಷಗಳು ಕಳೆದಂತೆ ದೊಡ್ಡ ಜನ ಆಗುತ್ತಿದ್ದರು. ಹಾಗೆ ಕೇಳಿದ ಒಂದು ಕತೆ ನನ್ನ ಮನಸ್ಸಲ್ಲಿತ್ತು. ಮುಂಬೈಗೆ ಓಡಿ ಹೋದ ಒಬ್ಬ ಅಲ್ಲಿ ಗಲಾಟೆ ಮಾಡಿ ಹೇಗೆ ಅಂಡರ್ ವರ್ಲ್ಡ್ ಗೆ ಸೇರಿ ಹೋಗಿದ್ದ ಅಂತ. ಅದರಿಂದ ಸ್ಫೂರ್ತಿ ಪಡೆದು ಅವನೇನಾದ್ರೂ ಉಡುಪಿಗೆ ವಾಪಸ್ ಬಂದರೆ, ಇಲ್ಲಿ ರಿಚ್ಚಿ ಡಾನ್ ಆಗಿದ್ರೆ ಅವರಿಬ್ಬರ ಮುಖಾಮುಖಿ ಹೇಗಿರತ್ತೆ ಅಂತ ಯೋಚಿಸಿದೆ.

ಆಗ ನನ್ನ ತಲೆಯಲ್ಲಿದ್ದದ್ದು 'ಎದೆಗಾರಿಕೆ' ಕತೆ. ಆ ಪುಸ್ತಕ ಓದಿದ್ದೆ. ಅದರಿಂದ ಸ್ಫೂರ್ತಿ ಪಡೆದು ಈ ಎರಡು ಪಾತ್ರಗಳನ್ನು ಸೃಷ್ಟಿ ಮಾಡಿದ್ದೆ. ಅಗ್ನಿ ಶ್ರೀಧರ್ ಅವರಲ್ಲಿ ಎದೆಗಾರಿಕೆ ಸಿನಿಮಾ ಮಾಡಬೇಕು ಅಂತ ಕೇಳಿದ್ದೆ ಕೂಡ. ಅದನ್ನು ಅವರೇ ಸಿನಿಮಾ ಮಾಡುತ್ತಿದ್ದಾರೆ ಅಂತ ಗೊತ್ತಾಯಿತು. ಸರಿ ಅಂತ ಆ ಎರಡೇ ಪಾತ್ರಗಳನ್ನು ಇಟ್ಟುಕೊಂಡು ಕತೆ ಬರೆದೆ. ಬರೆಯುತ್ತಾ ಬರೆಯುತ್ತಾ ರಾಘು ಅಮ್ಮನ ಪಾತ್ರ ಹುಟ್ಟಿಕೊಂಡಿತು. ಆ ಪಾತ್ರ ಎಷ್ಟು ಗಟ್ಟಿಯಾಗಿತ್ತು ಅಂದ್ರೆ ಅವರ ಕತೆಯನ್ನು ಹೇಳದೇ ಇದ್ರೆ ಆ ಪಾತ್ರಕ್ಕೆ ಅನ್ಯಾಯ ಮಾಡಿದಂತಾಗುತ್ತದೆ ಅಂತನ್ನಿಸತೊಡಗಿತು.

ಆಮೇಲೆ ಉಡುಪಿಯ ಸಂಸ್ಕೃತಿಯನ್ನು ತೋರಿಸಬೇಕು ಅನ್ನೋ ಹಂಬಲ ನನಗೆ. ಉದಾಹರಣೆಗೆ ಹುಲಿವೇಷ. ನಂಗೆ ಚಿಕ್ಕಂದಿನಿಂದಲೂ ಹುಲಿವೇಷ ಅಂದ್ರೆ ತುಂಬಾ ಇಷ್ಟ. ಅದನ್ನು ಸಿನಿಮಾದಲ್ಲಿ ತೋರಿಸಬೇಕು ಅನ್ನೋ ಹಪಾಹಪಿ ಇತ್ತು. ಯಾವುದೋ ಒಂದು ದೃಶ್ಯದಲ್ಲಿ ಸುಮ್ಮನೆ ಹುಲಿವೇಷ ಬಂದ್ರೆ ಏನೂ ಗೊತ್ತಾಗಲ್ಲ. ಈ ಹಿಂದೆಯೂ ತುಂಬಾ ಜನ ಅದನ್ನೇ ಮಾಡಿದ್ದಾರೆ. ಅದಕ್ಕೆ ಬದಲಾಗಿ ಹುಲಿವೇಷ ತಂಡದಿಂದಲೇ ಒಂದು ಪಾತ್ರ ಹೊರಬಂದರೆ ಆ ಪಾತ್ರದ ಸುತ್ತಲೇ ಕತೆ ಸುತ್ತುತ್ತಿದ್ದರೆ ಹೇಗೆ ಅಂದುಕೊಂಡೆ. ಬಾಲು ಪಾತ್ರ ಸೃಷ್ಟಿಯಾಗಿದ್ದು ಹಾಗೆ.

ಈಗ ಪ್ರೇಮ ಪ್ರಸಂಗವೊಂದು ಬಿಟ್ಟರೆ ಬೇರೆಲ್ಲಾ ಬಂದಂತಾಯಿತು. ಒಂದು ಪ್ರೇಮಕತೆ ಬೇಕಲ್ಲ ಅಂತ ಬಲವಾಗಿ ಅನ್ನಿಸಿತು. ಅದಕ್ಕೊಂದು ಪಾತ್ರ ಬೇಕು. ಈಗ ಸೃಷ್ಟಿಯಾದ ಪಾತ್ರಗಳೆಲ್ಲಾ ಇದೇ ಊರಿನ ಹಿನ್ನೆಲೆ ಇರುವ ಪಾತ್ರಗಳಾದ್ದರಿಂದ ಬೇರೆ ಕಡೆಯಿಂದ ಉಡುಪಿಗೆ ಬಂದ ಒಂದು ಪಾತ್ರ ಪರಿಚಯಿಸಬೇಕು ಅಂದುಕೊಂಡೆ. ಯಾಕೆಂದರೆ ನೀವು ಮಲ್ಪೆ ಬಂದರಿಗೆ ಹೋದರೆ ಅಲ್ಲಿ ಈಗ ಬಿಹಾರ, ಉತ್ತರ ಪ್ರದೇಶದಿಂದ ಬಂದಿರುವವರು ಕೆಲಸ ಮಾಡುತ್ತಿರುತ್ತಾರೆ. ಒಂದಿಪ್ಪತ್ತು ವರ್ಷದ ಹಿಂದೆ ಉಡುಪಿಯಲ್ಲಿ ಯಾರು ಕೆಲಸ ಮಾಡುತ್ತಿರಬಹುದು ಅಂತ ಯೋಚಿಸಿದೆ. ಮಂಡ್ಯ ಕಡೆಯಿಂದಲೋ ಉತ್ತರ ಕರ್ನಾಟಕ ಕಡೆಯಿಂದಲೋ ಜನ ಕೆಲಸಕ್ಕೆ ಬರುತ್ತಿದ್ದರು. ಹೀಗೆ ಮಂಡ್ಯದಿಂದ ಬಂದ ಒಬ್ಬ ವ್ಯಕ್ತಿಗೆ ಇಲ್ಲಿನ ಹುಡುಗಿ ಮೇಲೆ ಪ್ರೇಮವುಂಟಾದರೆ ಹೇಗೆ ಅನ್ನೋ ಆಲೋಚನೆಯಿಂದಲೇ ಹೊಳೆದಿದ್ದೇ ತಡ ಮುನ್ನಾ ಪಾತ್ರ ಕತೆಯೊಳಕ್ಕೆ ನಡೆದು ಬಂತು.

ಪಂಚಭೂತಗಳ ಐಡಿಯಾ

ಈ ಹೊತ್ತಲ್ಲಿ ಪಂಚಭೂತಗಳ ಐಡಿಯಾ ಹುಟ್ಟಿಕೊಂಡಿತು ನನ್ನೊಳಗೆ. ಆಗ ಇಲ್ಲಿನ ಪಾತ್ರಗಳನ್ನೆಲ್ಲಾ ಪಂಚಭೂತಗಳಿಗೆ ಹೊಂದಿಸಿಕೊಳ್ಳತೊಡಗಿದೆ.

ನನ್ನ ಪ್ರಕಾರ ಇಲ್ಲಿ ರಿಚ್ಚೀ ಬೆಂಕಿ ಥರ. ಫೈರ್. ರತ್ನಕ್ಕ ಅಂದ್ರೆ ರಾಘು ಅಮ್ಮ ಭೂಮಿತಾಯಿ ಇದ್ದ ಹಾಗೆ. ಮದರ್ ಅರ್ಥ್. ಆಮೇಲೆ ರಾಘು ಪಾತ್ರ ನೀರಿನ ಜೊತೆ ಹೊಂದಿಸಿಕೊಂಡೆ. ಮುನ್ನಾ ಪಾತ್ರ ಗಾಳಿ ಜೊತೆ ಹೊಂದಿಕೊಂಡಿತು. ಲವ್ ಇಸ್ ಇನ್ ದಿ ಏರ್ ಅಂತಾರಲ್ಲ ಹಾಗೆ. ಬಾಲು ಪಾತ್ರ ಸ್ಪಿರಿಟ್. ನೀವು ಸಿನಿಮಾದಲ್ಲಿ ಗಮನಿಸಿದರೆ

ಅಲ್ಲಿ ಬಾಲು ವೇಷ ಹಾಕಿದಾಗ ಸ್ಪಿರಿಟ್ ಕಾಣಿಸತ್ತೆ. ನಮ್ಮ ಕಡೆ ಹೇಳ್ತಾರೆ, ವೇಷ ಹಾಕಿದ ಕೂಡ್ಲೆ ಮೈಮೇಲೆ ಬರತ್ತೆ ಅಂತ.

ನೀವು ಸೂಕ್ಷ್ಮವಾಗಿ ಗಮನಿಸಿದ್ರೆ ರಾಘು ಊರಿನ ಮನೆಗೆ ಬಂದಾಗ ಮಳೆ ಬರತ್ತೆ. ಆ ಮೂಲಕ ಮಳೆ ಭೂಮಿ ಸಂಬಂಧ ಹೇಳೋಕೆ ಯತ್ನಿಸಿದೆ. ಅವನು ಊರಿಂದ ಹೋಗುವಾಗಲೂ ಸಮುದ್ರದ ಮೂಲಕ ಹೋಗುತ್ತಾನೆ. ಕಡಲ ದಂಡೆ ಮೇಲೆ ಕೂತು ಗಾಳಿ ಅನುಭವಿಸೋದು, ಆಮೇಲೆ ಬುಲೆಟ್ ಬರುವಾಗ ಗಾಳಿ ಬೀಸುವ ಸೌಂಡು ಇವನ್ನೆಲ್ಲಾ ಮುನ್ನಾ ಪಾತ್ರಕ್ಕೆ ಹೊಂದಿಸಿಕೊಂಡೆ.

ಉಳಿದವರು ಕಂಡಂತೆ ಸಿನಿಮಾದಲ್ಲಿ ಅಂತ್ಯದಲ್ಲಿ ಮುನ್ನಾ ರಿಚ್ಚೀನ ಕೊಲ್ಲಲು ಬರುವಾಗ ಹಿನ್ನೆಲೆಯಲ್ಲಿ ಬೆಂಕಿ ಉರಿಯುತ್ತಿರುತ್ತದೆ. ಕೊಂದು ವಾಪಸ್ ಹೋಗುವಾಗ ಗಾಳಿಯಿಂದಾಗಿ ಬೆಂಕಿ ಆರಿರುತ್ತದೆ. ಎಷ್ಟ್ ಜನ ಇದನ್ನು ಗಮನಿಸಿದ್ದಾರೋ ಇಲ್ವೋ. ಆದರೆ ಒಬ್ಬ ನಿರ್ದೇಶಕನಾಗಿ ನಾನು ಇದನ್ನೆಲ್ಲಾ ತುಂಬಾ ಎಂಜಾಯ್ ಮಾಡ್ತೇನೆ, ಇದು ನನ್ನ ಸ್ಟೈಲ್. ಸ್ಟೈಲ್ ಅನ್ನೋದಕ್ಕಿಂತ ನಂಗೆ ಜಾಸ್ತಿ ಇಷ್ಟ ಆಗತ್ತೆ.

ಸ್ಫೂರ್ತಿ ಕೊಟ್ಟ ಸಿನಿಮಾಗಳಿವೆ

ನಾನೇಕೆ ಸಿನಿಮಾ ನಿರ್ದೇಶಕನಾದೆ ಅಂತ ಯೋಚಿಸಿದಾಗ ನನಗೆ ಪ್ರೇರೇಪಿಸಿದ ಒಂದಷ್ಟು ಸಿನಿಮಾಗಳಿವೆ, ಒಂದಷ್ಟು ನಿರ್ದೇಶಕರಿದ್ದಾರೆ. ಉದಾಹರಣೆಗೆ ಪಲ್ಪ್ ಫಿಕ್ಷನ್, ಶಂಕರ್ ನಾಗ್ ಸರ್, ರವಿಚಂದ್ರನ್ ಸರ್ ಇವರಿಗೆಲ್ಲಾ ಸಿನಿಮಾ ಮೂಲಕ ಗೌರವ ಸಲ್ಲಿಸಬೇಕು ಅಂತ ಅನ್ನಿಸಿತು. ಇವೆಲ್ಲ ನಾನು ಮೊದಲೇ ಯೋಜಿಸಿ ಮಾಡಿದ್ದಲ್ಲ. ಬರೆಯುತ್ತಾ ಹೋದಂತೆ ಹೊಳೆದಿದ್ದು. ರಿಚ್ಚೀ ಪಾತ್ರಕ್ಕೆ ನಿಜ ಜೀವನದಲ್ಲಿದ್ದ ಪಾತ್ರದಿಂದ ಸ್ಫೂರ್ತಿ ಇದ್ದರೂ ಸ್ಕಾರ್‌ಫೇಸ್, ಅಗ್ನಿಪಥ್‌ನ ವಿಜಯ್ ದೀನನಾಥ್ ಚೌಹಾಣ್ ಪಾತ್ರದ ಪ್ರಭಾವ ಕೂಡ ಇತ್ತು. ಹಾಗಾಗಿ ಅವೆರಡು ಹೆಸರುಗಳನ್ನು ನಾನು ಬಳಸಿಕೊಂಡೆ. ವಿವರವಾಗಿ ನೋಡುತ್ತಾ ಹೋದರೆ ಇವೆಲ್ಲಾ ಕಾಣಿಸುತ್ತಾ ಹೋಗುತ್ತದೆ.

ಇನ್ನೊಂದು ವಿಷಯ ಇಲ್ಲಿ ಹೇಳಬೇಕು. ದೃಷ್ಟಿಕೋನಗಳು ಅಂತ ಬಂದಾಗ ಮೊದಲಿಗೆ ನೆನಪಾಗೋದು ರಾಶೋಮನ್. ಅದರಿಂದ ಸ್ಫೂರ್ತಿ ಪಡೆದು ಸುಮಾರು ಸಿನಿಮಾಗಳು ಬಂದಿದೆ. ಆದರೆ Perception ಒಂದು ಕಾನ್ಸೆಪ್ಟ್ ಅಷ್ಟೇ.

ನಾನು ರಾಶೋಮನ್, ಪಲ್ಪ್ ಫಿಕ್ಷನ್ ಸಿನಿಮಾಗಳಿಂದ ಸ್ಫೂರ್ತಿ ಪಡೆದಿದ್ದು ನಿಜ. ಆದರೆ ಅವರು ಅಲ್ಲಿ ಒಂದು ವಿಧಾನ ಬಳಸಿಕೊಂಡಿದ್ದಾರೆ ಅನ್ನೋ ಕಾರಣಕ್ಕೆ ನಾನೂ ಅವರು ಕತೆ ಹೇಳಿದ ವಿಧಾನವನ್ನು ಬಳಸಿಕೊಂಡಿಲ್ಲ. ನಂಗೆ ಒಂದೊಂದೇ ಅಧ್ಯಾಯದ ಮೂಲಕ ಕತೆ ಹೇಳುವುದು ಸೂಕ್ತ ಅನ್ನಿಸಿ ಆ ವಿಧಾನವನ್ನು ಬಳಸಿಕೊಂಡೆ. ಸ್ಕ್ರಿಪ್ಟ್‌ನ ಒಂದು ವಿಧಾನ ಅದು. ಸ್ಕ್ರಿಪ್ಟ್ ಅನ್ನು ಹೇಗೆ ಬೇಕಾದರೂ ಬರೆಯಬಹುದು.

ನಿಜವಾಗಿ ಹೇಳಬೇಕು ಅಂದ್ರೆ ಅದು ನನ್ನ ಮೊದಲ ಸಿನಿಮಾ ಆಗಿದ್ದರಿಂದ ನಂಗೆ ಕತೆ ಹೇಳೋಕೆ ಸುಲಭ ಆಯ್ತು ಅನ್ನೋ ಕಾರಣಕ್ಕೆ ಅಧ್ಯಾಯಗಳ ತಂತ್ರ ಬಳಸಿದೆ.

ಬರಹಗಾರನ ಬೆಳವಣಿಗೆ

ಉಳಿದವರು ಕಂಡಂತೆ ಬರೆಯುವ ಹೊತ್ತಲ್ಲಿ ಒಬ್ಬ ಬರಹಗಾರನಾಗಿ ನಾನು ಮಗು. ಒಂದು ಚಿಕ್ಕ ಮಗುವಾಗಿ ನಾನು ಈ ಕತೆ ಬರೆದೆ. ಇದರಲ್ಲಿ ಏನು ಸರಿ ಏನು ತಪ್ಪು ಅಂತ ಗೊತ್ತಿರಲಿಲ್ಲ. ಸ್ಕ್ರಿಪ್ಟ್ ನಲ್ಲಿ ಆ್ಯಕ್ಟ್ ಒನ್, ಆ್ಯಕ್ಟ್ 2, ಪ್ಲಾಟ್ 1, ಪ್ಲಾಟ್ 2 ಇರತ್ತೆ ಅನ್ನೋದು ಗೊತ್ತಿರಲಿಲ್ಲ. ಸ್ಕ್ರಿಪ್ಟ್ ಟೆಕ್ನಿಕ್ ತಿಳಿದಿರಲಿಲ್ಲ. ಮುಗ್ಧವಾಗಿ ಬರೆದಿದ್ದೆ.

ಉಳಿದವರು ಕಂಡಂತೆ ಸಿನಿಮಾದ ನಂತರ ನಾನು ತುಂಬಾ ಪುಸ್ತಕಗಳನ್ನು ಓದಿದೆ. ಆಗಲೇ ನಂಗೆ ಈ ಸ್ಕ್ರಿಪ್ಟ್ ವ್ಯಾಕರಣಗಳು ಗೊತ್ತಾಗಿದ್ದು. ನಮಗೆ ಈ ವ್ಯಾಕರಣ ತಂತ್ರ ಗೊತ್ತಿಲ್ಲದೇ ಇದ್ದರೂ ನಾವು ಚಿತ್ರಕತೆ ಬರೆಯುವಾಗ ಅದು ತನ್ನಿಂತಾನೇ ಬಂದು ಬಿಡುತ್ತದೆ. ನೀವು ಕತೆ ಓದಿರುತ್ತೀರಿ, ಸಿನಿಮಾ ನೋಡಿರುತ್ತೀರಿ ನೋಡಿ ನೋಡಿ ನಿಮಗೆ ಗೊತ್ತಿಲ್ಲದೆಯೇ ಚಿತ್ರಕತೆಯ ಈ ಬೇಸಿಕ್ ಗ್ರಾಮರ್ ಒಲಿದಿರುತ್ತದೆ.

ನಾನು ಉಳಿದವರು ಕಂಡಂತೆ ಮತ್ತು ಕಿರಿಕ್ ಪಾರ್ಟಿ ಬರೆದಾಗ ನಾನು ಯಾವ ಚಿತ್ರಕತೆ ಪುಸ್ತಕಗಳನ್ನು ಓದಿರದಿದ್ದರೂ ಅವೆಲ್ಲಾ ತಂತ್ರಗಳು ತನ್ನಿಂತಾನೇ ಚಿತ್ರಕತೆಯಲ್ಲಿ ಬಂದಿದ್ದವು. ಅದು ಆಮೇಲೆ ಗೊತ್ತಾಯಿತು. ಎಲ್ಲೋ ಒಂದು ಕಡೆ ಇವೆಲ್ಲಾ ತನ್ನಿಂತಾನೇ ಸೇರಿಕೊಂಡಿದೆ ಅಂತ.

ಆಗೆಲ್ಲಾ ಡಿಫರೆಂಟಾಗಿರೋ ಸಬ್ಜೆಕ್ಟ್ ಬರೀಬೇಕು ಅಂತ ಬರೆಯಲಿಲ್ಲ. ಈ ಸಿನಿಮಾ ಓಡತ್ತೋ ಇಲ್ವೋ ಅನ್ನೋದು ಯೋಚನೆ ಮಾಡಿರಲಿಲ್ಲ, ಆದರೆ ಆಮೇಲೆ ಕಿರಿಕ್ ಪಾರ್ಟಿ ಚಿತ್ರಕತೆ ಬದಲಾವಣೆ ಮಾಡಿದಾಗ ಸಿನಿಮಾ ಓಡೋಕೆ ಏನ್ ಮಾಡಬೇಕು

ಅಂತ ಯೋಚ್ನೆ ಮಾಡಿದ್ದಿದೆ. ಇದನ್ನು ಬರಹಗಾರನ ಬೆಳವಣಿಗೆ ಅಂತ ಬೇಕಾದರೂ ಕರೆಯಬಹುದು. ಮಗುವಿನ ಬೆಳವಣಿಗೆ ಅಂತಾನೂ ಹೇಳಬಹುದು.

ಆದರೆ ಎಲ್ಲೋ ಒಂದು ಕಡೆ ಬರಹಗಾರನಾಗಿ ನೀವು ನಿಮ್ಮ ಆ ಮುಗ್ಧತೇನಾ ಕಳೆದುಕೊಳ್ಳುತ್ತಾ ಹೋಗುತ್ತೀರಿ. ಜನರಿಗೇನು ಇಷ್ಟ ಆಗತ್ತೆ ಅನ್ನೋದು ಯೋಚ್ನೆ ಮಾಡ್ತೀರಿ. ಇದು ನನ್ ಸಿನಿಮಾ ನಾನ್ ಹೇಗೆ ಬೇಕಾದ್ರೂ ಬರೀತೀನಿ ಅನ್ನೋದು ಬಿಟ್ಟು ಜನರಿಗೆ ಏನ್ ಬೇಕು ಅನ್ನೋದು ಚಿಂತಿಸುತ್ತೀರಿ.

ಅದನ್ನು ತಪ್ಪು ಅಂತ ಹೇಳಕಾಗಲ್ಲ, ಸರಿ ಅಂತನೂ ಹೇಳಕಾಗಲ್ಲ. ನಾನಿದ್ದಿದ್ರೆ ಹೀಗೇ ಬರೀತಾ ಹೋಗ್ತಿದ್ದೆ. ಆದರೆ ಜನರಿಗೆ ಇಷ್ಟವಾಗದೇ ಇರಬಹುದು, ಸ್ವಲ್ಪ ಆ ಥರ ಮಾಡೋಣ ಅಂತ ಬಂದಾಗ ಒಂದೊಂದ್ಸಲ ಅದು ನೆಗೆಟಿವ್ ಅನ್ನಿಸಬಹುದು. ಪಾಸಿಟಿವ್ ಆಗಿ ನೋಡಿದ್ರೆ ಸಿನಿಮಾ ಜನರಿಗಾಗೇ ಮಾಡುವುದು ತಾನೇ. ಅದನ್ನೂ ಯೋಚ್ನೆ ಮಾಡಬೇಕಲ್ಲ. ಯಾವುದು ಸರಿ ಯಾವುದು ತಪ್ಪು ಅನ್ನೋದು ಅವರವರ ದೃಷ್ಟಿಕೋನಕ್ಕೆ ಬಿಟ್ಟಿದ್ದು.

ನಾನು ಈಗ ಬರುತ್ತಿರೋ ಸಿನಿಮಾಗಳನ್ನು ಬಿಟ್ಟು ಬೇರೆ ಥರ ಮಾಡುತ್ತೇನೆ ಅಂತ ಯೋಚನೆ ಮಾಡುವುದಕ್ಕಿಂತ ನಾನಿಷ್ಟ ಪಡುವ ಥರ ಸಿನಿಮಾ ಮಾಡುತ್ತೇನೆ ಅಂತ ನಾನು ಅಂದುಕೊಳ್ಳುತ್ತೇನೆ. ನಂಗೆ ಇಷ್ಟ ಆಗಬೇಕು. ನಂಗೆ ಇಷ್ಟ ಆಗದಿದ್ರೆ ಸಿನಿಮಾ ಮಾಡಕಾಗಲ್ಲ. ಬರೆಯಕ್ಕಾಗಲ್ಲ. ಜನರಿಗೂ ಇಷ್ಟ ಆಗಬೇಕು. ನನಗೂ ಇಷ್ಟ ಆಗಬೇಕು. ಅದಕ್ಕೇನ್ ಮಾಡೋಣ ಅಂತ ಯೋಚಿಸಿ ಬ್ಯಾಲೆನ್ಸ್ ಮಾಡ್ಕೊಂಡು ಬರೀತೀನಿ.

ಸಿನಿಮಾ ಮಾಡೋರು ನೆನಪಿಡಿ

ನಂಗೆ ಸುಮಾರು ರಿಕ್ವೆಸ್ಟ್ ಬರತ್ತೆ ಫೇಸ್ ಬುಕ್ಕಲ್ಲಿ. ಅಸಿಸ್ಟೆಂಟ್ ಡೈರೆಕ್ಟರ್ ಆಗಿ ಕೆಲ್ಸ ಮಾಡ್ತೀನಿ ನಂಗೊಂದ್ ಚಾನ್ಸ್ ಕೊಡಿ ಅಂತ. ನನ್ ಪ್ರಕಾರ ಈ ಕಾಲದಲ್ಲಿ ಯಾರಿಗೂ ಯಾರೂ ಚಾನ್ಸ್ ಕೊಡಬೇಕಾಗಿಲ್ಲ, ಈಗ ನೀವೇನು ಮಾಡಬೇಕು ಅಂದ್ರೆ..

1. ನಿಮ್ಮದೇ ತಂಡ ಕಟ್ಟಿಕೊಳ್ಳಬೇಕು.

ಸಮಾನ ಮನಸ್ಕರು ಸೇರಿ ಒಂದು ತಂಡ ರಚಿಸಿ. ನೀವು ಬೇರೆ ಯಾರೋ ನಿರ್ದೇಶಕರ ಜೊತೆ ಅಸಿಸ್ಟೆಂಟ್ ಆಗಿ ಕೆಲಸ ಮಾಡಿದರೆ ಅವರು ಮಾಡೋ ತಪ್ಪನ್ನು

ನೀವೂ ಮಾಡ್ತೀರಿ. ಅವರು ಸರಿ ಮಾಡಿದ್ರೆ ನೀವೂ ಸರಿ ಮಾಡ್ತೀರಿ. ಒಂದು ಅನುಭವವಂತೂ ಸಿಕ್ಕೇ ಸಿಗತ್ತೆ. ಅದು ಬೇಡ ಅಂತಲ್ಲ. ನಾನು ಹೇಳುವುದು ಆರಂಭದಲ್ಲೇ ಯಾರಿಂದಲೋ ಇನ್‌ಫ್ಲುಯೆನ್ಸ್ ಆಗೋ ಬದಲು ನಿಮಗೆ ಯಾವ ಥರ ಸಿನಿಮಾ ಇಷ್ಟ ಆಗತ್ತೆ, ಯಾವ ಥರ ಸಿನಿಮಾ ಮಾಡಬೇಕು ಅಂದುಕೊಂಡಿದ್ದೀರಿ ಅನ್ನುವುದು ಅರ್ಥವಾಗಬೇಕು.

ಆಮೇಲೆ ನೀವು ಎಲ್ಲಿ ಹೋದರೂ ಅವನು ಎಷ್ಟು ಇನ್‌ಫ್ಲುಯೆನ್ಸ್ ಮಾಡಿದರೂ ನಿಮಗೆ ಗೊತ್ತಿರುತ್ತದೆ. ಇಲ್ಲ ಇದು ನನ್ನ ಥರ ಸಿನಿಮಾ ಅಲ್ಲ, ಇವರಿಂದ ಇಷ್ಟು ಕಲೀತೀನಿ, ಇದೆಲ್ಲಾ ಬೇಡ ಅನ್ನೋ ಸ್ಪಷ್ಟತೆ ಇರುತ್ತದೆ.

ಯಾವುದೇ ಇಂಡಸ್ಟ್ರಿಯಲ್ಲಿ ಒಬ್ಬೊಬ್ಬರಿಗಂತೂ ಬೆಳೆಯೋಕಾಗಲ್ಲ. ಒಂದು ಟೀಮ್ ಇರಲೇಬೇಕು. ಒಬ್ಬರಿಗೆ ಸಿನಿಮಾ ಮಾಡಕಾಗಲ್ಲ. ಒಂದು ತಂಡ ಬೇಕು. ಇವತ್ತಿನ ಕಾಲದಲ್ಲಿ ಸೋಷಿಯಲ್ ಮೀಡಿಯಾ ಪಾತ್ರ ದೊಡ್ಡದು. ನಾನು ಇಲ್ಲಿಯವರೆಗೆ ಬಂದಿದ್ದೇನೆ ಅಂದ್ರೆ ಅದರಲ್ಲಿ ಸೋಷಿಯಲ್ ಮೀಡಿಯಾ ಪಾತ್ರ ದೊಡ್ಡದಿದೆ.

ನಾನು ಮೊದಲ ಶಾರ್ಟ್ ಫಿಲ್ಮ್ ಮಾಡಿದ್ದೂ ಸೋಷಿಯಾ ಮೀಡಿಯಾದಿಂದಾಗಿಯೇ. ಸೋಷಿಯಲ್ ಮೀಡಿಯಾದಲ್ಲೇ ಒಂದು ತಂಡ ಕಟ್ಟಿ. ಒಬ್ಬ ಸಿನಿಮಾಟೋಗ್ರಾಫರ್ ಆಗೋಕೆ ಹೊರಟಿದ್ದಾನೆ. ಒಬ್ಬ ಸಂಗೀತ ನಿರ್ದೇಶಕ ಆಗುವುದಕ್ಕೆ ಸಿದ್ಧನಾಗಿದ್ದಾನೆ. ಒಬ್ಬ ಕೋರ್ಸು ಮಾಡಿದ್ದಾನೆ, ಒಬ್ಬ ಮಾಡಿಲ್ಲ. ಹೀಗೆ ಅವರನ್ನೆಲ್ಲಾ ನೀವು ಸೋಷಿಯಾ ಮೀಡಿಯಾ ಮುಖಾಂತರ ಒಟ್ಟುಗೂಡಿಸಿ ತಂಡ ಮಾಡಿಕೊಳ್ಳಬಹುದು. ಎಲ್ರೂ ಸೇರಿ ಒಂದು ಕತೆ ಮಾಡಿ. ಶಾರ್ಟ್ ಫಿಲ್ಮ್ ಮಾಡಿ. ಮೊದಲ ಶಾರ್ಟ್ ಫಿಲ್ಮ್ ಇಷ್ಟವಾಗದೇ ಇರಬಹುದು. ನಿಮ್ಮನ್ನು ನಿರಾಶೆ ಮಾಡಬಹುದು. ಬಿಟ್ಹಾಕಿ. ಅದರಿಂದ ಏನ್ ತಪ್ಪು ಮಾಡಿದ್ದೀರಿ ಅನ್ನೋದನ್ನು ಕಲಿಯಿರಿ. ಇನ್ನೊಂದು ಶಾರ್ಟ್ ಫಿಲ್ಮ್ ಮಾಡಿ. ನಾಲ್ಕೈದು ಸಿನಿಮಾ ಮಾಡಿದಾಗ ನಿಮಗೇ ಐಡಿಯಾ ಬರತ್ತೆ ನಾವು ಯಾವ ಹಂತದಲ್ಲಿದ್ದೇವೆ ಅಂತ. ಪಕ್ವವಾಗಿದ್ದೇನಾ ಅಥವಾ ಈ ಇಂಡಸ್ಟ್ರಿ ನಂಗೆ ಅಲ್ವೇ ಅಲ್ಲ ಅಂತೇನೋ ಒಂದು ಜ್ಞಾನೋದಯ ಆಗತ್ತೆ.

ನಾನು ಮೊದಲನೇ ಶಾರ್ಟ್ ಫಿಲ್ಮ್ ಮಾಡಿದಾಗ ನಾನು ಬರೆದಿದ್ದೇ ಬೇರೆ ಶೂಟ್ ಮಾಡಿದ್ದೇ ಬೇರೆ. ನಾನು ಬರೆದಾಗ ಹೇಗೆ ಶೂಟ್ ಮಾಡಬೇಕು ಅನ್ನೋದೆಲ್ಲಾ ಬರೆದಿದ್ದೆ. ಆದರೆ ಶೂಟ್ ಮಾಡಿದಾಗ ಅದೆಲ್ಲಾ ಏನೂ ಇರಲಿಲ್ಲ. ಲೊಕೇಷನ್‌ಗೆ

ಹೋಗಿದ್ದಾಗ ಐದಾರು ಶಾಟ್ ನಾನು ಯೋಚನೆ ಮಾಡಿದಂತೆ ತೆಗೆದಿದ್ದೇನೆ ಬಿಟ್ಟರೆ ಉಳಿದದ್ದು ಏನೇನೋ ತೆಗೆದಿದ್ದೇನೆ. ಏನೂ ಹೇಳ್ತಿದೇನೆ ಅಂತಲೂ ಗೊತ್ತಾಗುತ್ತಿರಲಿಲ್ಲ ಅಲ್ಲಿ. ಆದರಿಂದ ನಾನ್ ಏನ್ ಕಲಿತೆ ಅಂದ್ರೆ ನಾ ಏನೆಲ್ಲಾ ಬರೆದಿಟ್ಟಿದ್ದೇನೋ, ಶೂಟಿಂಗ್ ಹೋದಾಗ ಅದನ್ನೆಲ್ಲಾ ಮರೆಯುತ್ತಿದ್ದೇನೆ ಅಂತ ಗೊತ್ತಾಯಿತು. ಮುಂದಿನ ಸಲ ಏನ್ ಬರೆದಿರುತ್ತೇನೋ ಪಕ್ಕಾ ಅದನ್ನೇ ಶೂಟ್ ಮಾಡುತ್ತೇನೆ ಅಂದುಕೊಂಡೆ.

ಇನ್ನೊಂದು ಶಾರ್ಟ್ ಫಿಲ್ಮ್ ಮಾಡಿದೆ. ಅದರಲ್ಲಿ ನಾ ಏನ್ ಬರೆದಿದ್ನೋ ಅದೇ ಥರ ಶೂಟ್ ಮಾಡಿದೆ. ಆದರೂ ಸ್ವಲ್ಪ ಸಮಸ್ಯೆ ಆಯಿತು. ಯಾಕೆಂದರೆ ಬರೆದಿದ್ದು ನಂಗೆ ಗೊತ್ತಿದೆ. ಆದರೆ ಅಲ್ಲಿದ್ದ ಬೇರೆ ಯಾರಿಗೂ ಗೊತ್ತಿರಲಿಲ್ಲ. ಅದು ಬೇಕು ಇದು ಬೇಕು ಅಂತ ಹೇಳಿದ್ದೇ ಹೊರತು ಯಾಕೆ ಬೇಕು ಅಂತ ಹೇಳಿರಲಿಲ್ಲ. ಹಾಗಾಗಿ ಅವರು ತಂದಿದ್ದು ನಂಗೆ ಸರಿ ಅನ್ನಿಸ್ತಾ ಇರಲಿಲ್ಲ.

ಅದರಲ್ಲಿ ಇನ್ನೊಂದು ಪಾಠ ಕಲಿತೆ. ಇಂಪ್ರೂವೈಸೇಷನ್ ಮಾಡೋದು ಸರಿ.. ಆದರೆ ಏನೂ ಐಡಿಯಾ ಇಲ್ಲದೆ ಶೂಟಿಂಗ್ ಹೋದರೆ ಏನೇನೋ ಶೂಟ್ ಮಾಡ್ಕೊಂಡು ಬರ್ತೀರಿ. ಆಗ ಇನ್ನೊಂದು ಪಾಠ ಕಲಿತೆ. ಈಗ ಪೂರ್ತಿ ನನ್ ತಲೆಯೊಳಗೆ ಸಿನಿಮಾ ನೋಡಿಯೇ ನಾನು ಶೂಟಿಂಗ್ ಗೆ ಹೋಗಬೇಕು ಅಂತ.

ಆಗ ಮತ್ತೊಂದು ಶಾರ್ಟ್ ಫಿಲ್ಮ್ ಮಾಡಿದೆ. ಆಗ ಏನ್ ಬರೆದಿದ್ನೋ ಅದನ್ನೇ ಶೂಟ್ ಮಾಡಿಕೊಂಡು ಬಂದೆ. ಬಹಳ ಚೆನ್ನಾಗಿ ಬಂತು. ನಾನು ಸ್ವಲ್ಪ ಸಣ್ಣ ದೃಶ್ಯಗಳನ್ನು ಯೋಚ್ನೆ ಮಾಡಿದ್ದೆ. ಆದರೆ ಅದು ಸ್ವಲ್ಪ ಉದ್ದ ಆಯ್ತು. ನಾನು 35 ನಿಮಿಷದ ಶಾರ್ಟ್ ಫಿಲ್ಮ್ ಮಾಡೋಣ ಅನ್ಕೊಂಡಿದ್ದೆ. ಅದು 45 ನಿಮಿಷ ಆಯ್ತು. ಕಟ್ ಮಾಡಬೇಕಾದ ಪರಿಸ್ಥಿತಿ ಬಂತು. ಆದರೂ ಆಗ ಕಾನ್ಫಿಡೆನ್ಸ್ ಬಂತು. ಒಂದು ಸಿನಿಮಾ ಮಾಡಬಹುದು ಅಂತ. ಈ 3 ಶಾರ್ಟ್ ಫಿಲ್ಮ್ ಮಾಡಿ ಒಂದು ತಂಡ ಕಟ್ಟಿಕೊಂಡಿದ್ದೆ. ಅವರಿಗೆ ನಾನು ಯಾವ ಥರ ಯೋಚ್ನೆ ಮಾಡುತ್ತೇನೆ ಅನ್ನೋದು ಗೊತ್ತಾಯಿತು. ಅವರೆಲ್ಲಾ ಹೇಗೆ ಕೆಲ್ಸ ಮಾಡ್ತಾರೆ ಅನ್ನೋದು ನಂಗೆ ಗೊತ್ತಾಯಿತು. ಅವರನ್ನು ಹೇಗೆ ತರಬೇತಿ ಕೊಡಬಹುದು ಅನ್ನುವುದು ಕೂಡ ಹೊಳೆಯಿತು. ಈ ತಂಡ ಬಿಟ್ಟು ಹೊಸಬ ಬಂದರೂ ಅವನಿಗೆ ಏನೇನು ಹೇಳಬೇಕು ಅನ್ನೋದು ಕೂಡ ಗೊತ್ತಾಯಿತು.

ಉಳಿದವರು ಕಂಡಂತೆ ಶೂಟಿಂಗ್‌ಗೆ ಹೋಗುವಾಗ ಪಕ್ಕಾ ಇದೇ ಮಾಡಬೇಕು, ಇದೇ ನನ್ನ ಶಾಟ್ ಅನ್ನೋದು ನನಗೆ ಗೊತ್ತಿತ್ತು. ಸಾಮಾನ್ಯವಾಗಿ ಏನೋ ಮಾಡುವಾಗ

ಕೈ ನಡುಗೋಕೆ ಶುರುವಾಗತ್ತೆ. ಅದೆಲ್ಲಾ ನಾನು ಶಾರ್ಟ್ ಫಿಲ್ಮಲ್ಲೇ ಮುಗಿಸಿದ್ದೆ. ಹಾಗಾಗಿ ಅಲ್ಲಿ ಹೋಗುವಾಗಲೇ ನನಗೆ ನನ್ನ ಸಿನಿಮಾ ಏನು ಅನ್ನೋದು ಗೊತ್ತಿತ್ತು. ಹೋಗುವ ಮುಂಚೆಯೇ ನಾನು ನೂರು ಸಲ ಆ ಸಿನಿಮಾನ ನೋಡಿದ್ದೆ.

ಈಗ ಕೂತ್ಕೋ ಮತ್ತು ಎಂಜಾಯ್ ಮಾಡು ಅಷ್ಟೇ. ನಾನು ಯೋಚಿಸಿದ್ದೆಲ್ಲಾ ತೆರೆ ಮೇಲೆ ಬರಬೇಕು. ಶೂಟಿಂಗ್ ಮಾಡುವಾಗ ಎಂಜಾಯ್ ಮೆಂಟ್ ಇದ್ಯಲ್ಲ ಅದನ್ನು ಅನುಭವಿಸಿದೆ.

2. ಎಷ್ಟು ಶೂಟ್ ಮಾಡಕಾಗತ್ತೋ ಅಷ್ಟು ಮಾಡಿ

ತಪ್ಪು ಗಳನ್ನು ಮಾಡ್ತಾ ಅದನ್ನು ಸರಿ ಮಾಡೋದನ್ನು ಕಲಿಯಿರಿ. ಯಾವಾಗ ಸಿನಿಮಾ ಮಾಡೋಕೆ ತಯಾರಾಗ್ತೀರೋ ಆವಾಗಲೇ ಸಿನಿಮಾ ಮಾಡಿ. ಯಾಕೆಂದರೆ ಅಲ್ಲಿ ಯಾರೋ ಒಬ್ಬರು ದುಡ್ಡು ಹೂಡಿರುತ್ತಾರೆ. ಯಾರೋ ದುಡ್ಡು ಹೂಡುತ್ತಾರೆ ಅಂದಾಗ ನೀವು ಪಕ್ಕಾ ತಯಾರಾಗಿರಬೇಕು.

3. ಕನಸು ದೊಡ್ಡದೇ ಇರಲಿ

ಈ ಸಿನಿಮಾದಲ್ಲಿ ನಂಗೆ ಆಸ್ಕರೇ ಗೆಲ್ಲಬೇಕು. ಗೊತ್ತು ಇದು ದೊಡ್ಡ ಗುರಿ ಅಂತ. ನಾನು ಚಿಕ್ಕಂದಿನಿಂದ ಕಲಿತುಕೊಂಡು ಬಂದ ಪಾಠ ಏನು ಅಂದ್ರೆ 200 ಹಂಡ್ರೆಡ್ ಪರ್ಸೆಂಟ್ ಮಾಡಬೇಕು ಅಂತ ಅಂದುಕೊಂಡ್ರೆ 100 ಪರ್ಸೆಂಟ್ ಕೆಲ್ಸ ಆಗತ್ತೆ. 100 ಪರ್ಸೆಂಟ್ ಆಗಬೇಕು ಅಂದುಕೊಂಡ್ರೆ 90 ಮಾತ್ರ ಸಿಗತ್ತೆ. ನಿಮ್ಮ ಗುರಿ 90 ಅಂಕ ಇದ್ದರೆ ಸಿಗೋದು 70 ಅಂತ ಮಾತ್ರ. ಜಸ್ಟ್ ಪಾಸಾಗಬೇಕು ಅಂದುಕೊಂಡ್ರೆ ಫೇಲಾಗೋದೇ.

ಹೇಗಿದ್ದರೂ ಇದೊಂದು ಕನಸು. ಯಾಕೆ ಚಿಕ್ಕದಾಗಿ ಮಾಡಬೇಕು. ಬರೆದಿರೋದು ಫ್ರೀ ತಾನೇ. ಹಾಗಾಗಿ ದೊಡ್ಡ ಕನಸು ಕಾಣಬಹುದಲ್ಲ. ನಾನು ಉಳಿದವರು ಕಂಡಂತೆ ಮಾಡಿದಾಗ ನಂಗೆ ಆಸ್ಕರ್ ಗೆಲ್ಲಬೇಕು ಅಂತಿತ್ತು. ಅಂಥಾ ಸಿನಿಮಾ ಮಾಡಬೇಕು ಅಂತ ಹೊರಟಾಗ ಆಗ ಇರೋ ನನ್ನ ಮೆಚ್ಯುರಿಟಿಗೆ, ಆಗ ಇರೋ ನನ್ನ ಯೋಚನಾ ವಿಧಾನಕ್ಕೆ ತಕ್ಕಂತೆ ಎಷ್ಟು ಒಳ್ಳೆಯ ಸಿನಿಮಾ ಮಾಡಬಹುದೋ ಅದನ್ನು ಮಾಡುತ್ತೇನೆ. ಯಾವಾಗ ನಾನು ಸರಿ ಒಂದ್ಸಿನಿಮಾ ಮಾಡ್ತೀನಿ ಅಂತ ಹೊರಡ್ತೀನೋ ಆಗ ಒಂದು ಸಿನಿಮಾ ಮಾಡ್ತೀನಿ ಅಷ್ಟೇ.

4. ಎಂಥಾ ಸಿನಿಮಾ ಮಾಡ್ತೀರಿ ಅಂತ ನಿಮಗೆ ಗೊತ್ತಿರಬೇಕು

ಕಲೆಗೆ ಬೌಂಡರಿ ಇಲ್ಲ. ಇದು ಸರಿ ಇದು ತಪ್ಪು ಅನ್ನೋದಿಲ್ಲ. ಸರಿ ತಪ್ಪು ಅನ್ನೋದು ಅವರವರ ದೃಷ್ಟಿಕೋನ. ನಿಮಗೆ ಕಮರ್ಷಿಯಲ್ ಸಿನಿಮಾ ಮಾಡಬೇಕಾ.. ತಪ್ಪಲ್ಲ. ಮಾಡಿ. ಪ್ಯಾರಲಲ್ ಸಿನಿಮಾ ಮಾಡಬೇಕಾ.. ಮಾಡಿ. ತಪ್ಪೇನಿಲ್ಲ. ಆರ್ಟ್ ಸಿನಿಮಾ ಮಾಡ್ತೀರಾ. ಆದೂ ತಪ್ಪಲ್ಲ. ಆದರೆ ನಿಮಗೆ ಸ್ಪಷ್ಟತೆ ಇರಬೇಕು. ಯಾರಿಗಾಗಿ ಈ ಸಿನಿಮಾ ಮಾಡ್ತಿದೀರಿ. ನಿಮ್ಮ ಥರದ ಸಿನಿಮಾ ಯಾವುದು ಅನ್ನೋದು ನಿಮಗೆ ತಿಳಿದಿರಬೇಕು. ಈಗ ಒಬ್ಬ ಪ್ಯಾರಲಲ್ ಸಿನಿಮಾ ಮಾಡ್ತಿದಾನೆ. ಅದರಲ್ಲೇ ಹೆಸರು ಮಾಡ್ತಿದಾನೆ. ಅದಕ್ಕೆ ನಾನೂ ಪ್ಯಾರಲಲ್ ಸಿನಿಮಾ ಮಾಡ್ತೇನೆ ಅನ್ನೋದು ತಪ್ಪು. ನೀವು ಇಷ್ಟ ಪಡ್ತಿರೋದು ಕಮರ್ಷಿಯಲ್ ಸಿನಿಮಾ. ಆದರೆ ಪ್ಯಾರಲಲ್ ಸಿನಿಮಾ ಮಾಡಬೇಕು ಅಂದುಕೊಂಡಿದ್ದೀರಿ. ಅದು ಯಾವತ್ತೂ ಮಾಡಕಾಗಲ್ಲ ನಿಮಗೆ.

5. ನೀವು ನೀವಾಗಿರಿ

ನಿಮ್ಮೊಳಗೆ ಏನಿರತ್ತೋ ಅದನ್ನು ಹೊರಗಡೆ ತರೋಕೆ ಪ್ರಯತ್ನ ಪಡಿ. ನೀವು ಎಲ್ಲಾ ಥರದ ಪ್ರೇಕ್ಷಕರನ್ನು ತೃಪ್ತಿಗೊಳಿಸಲು ಸಾಧ್ಯವಿಲ್ಲ. ಜನ ಏನ್ ಹೇಳ್ತಿದಾರೆ ಅನ್ನೋದೆಲ್ಲಾ ಆಮೇಲೆ. ಈಗ ನಿಮಗೆ ಹತ್ತೇ ಜನ ಪ್ರೇಕ್ಷಕರಿರಬಹುದು. ಆದರೆ ನಾಳೆ ನೂರಾಗತ್ತೆ. ನಾಡಿದ್ದು ಒಂದ್ ಸಾವ್ರ ಆಗಬಹುದು.

ಉದಾಹರಣೆಗೆ ಮೊದಲು ಬೆಂಗಳೂರಿಗೆ ಕೆಎಫ್ ಸಿ ಬಂದಾಗ ನಾನು ಹೋಗಿ ಚಿಕನ್ ತಿಂದೆ. ನಂಗೆ ಇಷ್ಟ ಆಗ್ಲಿಲ್ಲ. ಇದೇನಪ್ಪಾ ಹೀಗಿದೆ ರುಚಿಯೇ ಇಲ್ವಲ್ಲ ಅನ್ಕೊಂಡೆ. ಆಮೇಲೊಂದ್ಸಲ ಹೋದಾಗ ಪರ್ವಾಗಿಲ್ಲ ಚೆನ್ನಾಗಿದೆ, ಅವತ್ತು ನಂಗೆ ಗೊತ್ತಾಗಿಲ್ಲ ಅನ್ಕೊಂಡೆ. ಈಗ ಪ್ರತೀವಾರ ಹೋಗಿ ತಿಂತೀನಿ. ಈ ಥರ ರುಚಿ ನಿಮಗೆ ಒಗ್ಗುವುದಕ್ಕೆ ಸ್ವಲ್ಪ ಸಮಯ ಬೇಕು. ಮೊದಲ ಸಿನಿಮಾ ಮಾಡಿದಾಗ ನಿಮಗೆ ಆ ಥರ ನೋಡುಗರು ಇಲ್ಲದೇ ಹೋದರೂ ನೀವು ಆ ಥರದ ಸಿನಿಮಾ ಪ್ರೇಕ್ಷಕರು ಬೆಳೀತಾರೆ. ಒಂದು ಟೈಮಲ್ಲಿ ಆ ಥರದ ಸಿನಿಮಾ ನೋಡಿ ನೋಡಿ ಜನ ಆ ಥರದ ಸಿನಿಮಾಗಳನ್ನು ಇಷ್ಟ ಪಡುವುದಕ್ಕೆ ಶುರು ಮಾಡ್ತಾರೆ. ಹಾಗಾಗಿ ನಿಮ್ಮತನದ ಸಿನಿಮಾಗಳಲ್ಲಿ ಯಾವತ್ತೂ ವಿಶ್ವಾಸ ಕಳೆದುಕೊಳ್ಳಬಾರದು. ಇದನ್ನು ನಾನು ನನಗೇ ಹೇಳ್ಕೋತೀನಿ. ಯಾಕೆಂದ್ರೆ ನನಗೂ ಆ ಕಾನ್ಫಿಡೆನ್ಸ್ ಒಮ್ಮೊಮ್ಮೆ ಬಿದ್ದು ಹೋಗತ್ತೆ. ನಾನೂ ಈ ಥರದ ಸಿನಿಮಾ ಮಾಡಿದ್ರೆ ಓಡಲ್ವೇನೋ ಅನ್ಸತ್ತೆ. ಹಾಗಾಗಿ ನಾನೇ ಮತ್ತೆ ಮತ್ತೆ ಇದನ್ನೆಲ್ಲಾ ನನಗೇ ಹೇಳಿಕೊಳ್ಳುತ್ತೇನೆ.

ಬರವಣಿಗೆ ಹೇಗೆ?

ಬರವಣಿಗೆ ಹೀಗೇ ಇರಬೇಕು, ಇಲ್ಲಿಂದಲೇ ಶುರುವಾಗಬೇಕು ಅನ್ನೋದೇನಿಲ್ಲ. ಉಳಿದವರು ಕಂಡಂತೆ ಬರೆಯಬೇಕಾದರೆ ನನಗೆ ಇಷ್ಟ ಆದ ಹಾಗೆ ಬರೆದೆ. ಅದೇ ಥರ ಸಾವಿರ ಮಂದಿ ಬರೆದರೂ ಅದು ಕಾಪಿ ಮಾಡಿದಂತೆ ಅಲ್ಲ.

ಸ್ಕ್ರೀನ್ ಪ್ಲೇ ಪುಸ್ತಕ ಓದಿದರೆ ಅವರೊಂದು ವಿಧಾನ ಹೇಳುತ್ತಾರೆ. ಮೊದಲು ಕತೆ ಬರೆಯಿರಿ. ಆಮೇಲೆ ಅದನ್ನು ಒನ್ ಲೈನರ್ ಥರ ವಿಭಜಿಸಿ. ಅನಂತರ ಸೀನ್ ಗಳನ್ನು ಬರೆಯುತ್ತಾ ಹೋಗಿ. ಒನ್ ಲೈನರ್ ಬರೆದಂತೆ ಚಿತ್ರಕತೆ ಆಗತ್ತೆ. ಸೀನ್ ಗಳನ್ನು ಬರೆಯುತ್ತಾ ಹೋದಂತೆ ಪೂರ್ತಿ ಸ್ಕ್ರಿಪ್ಟ್ ಆಗತ್ತೆ ಅಂತ, ಇದು ಎಲ್ಲಾ ಪುಸ್ತಕಗಳಲ್ಲೂ ಹೇಳುವ ವಿಧಾನ.

ನಾನು ನಮ್ ಏರಿಯಾಲ್ ಒಂದಿನ, ತುಘಲಕ್ ಸಿನಿಮಾ ಮಾಡಬೇಕಾದರೆ ನಮ್ಮ ಡೈರೆಕ್ಟರ್ ಬರೆಯುತ್ತಿದ್ದ ರೀತಿಯನ್ನೇ ನಾನು ಮುಂದುವರೆಸಿದೆ. ಉಳಿದವರು ಕಂಡಂತೆ ಬರೆದಿದ್ದು ಹಾಗೆಯೇ. ಇದೇ ಪಕ್ಕಾ ವಿಧಾನ ಅಂತೇನಿಲ್ಲ. ಆದರೆ ಈ ವಿಧಾನ ಸ್ವಲ್ಪ ಸುಲಭ ಅಂತ.

ತುಂಬಾ ಜನ ನೇರವಾಗಿ ದೃಶ್ಯಗಳನ್ನೇ ಬರೆಯೋಕೆ ಶುರು ಮಾಡುತ್ತಾರೆ. ಮೊದಲ ಸೀನ್ ನಿಂದ ಶುರು. ಅವರಿಗೆ ಕ್ಲೈಮ್ಯಾಕ್ಸ್ ಹೇಗಾಗತ್ತೆ ಅನ್ನೋ ಐಡಿಯಾ ಇರಲ್ಲ. ಆದರೆ ನಿಮ್ಮ ಸಿನಿಮಾ ಯಾವ ಥರ ಹೋಗತ್ತೆ ಅನ್ನೋದು ನಿಮಗೆ ಗೊತ್ತಿರಬೇಕು. ಹೊಗತ್ತೋ ಇಲ್ವೋ ಅನ್ನೋದು ಆಮೇಲೆ. ನೀವು ಕತೆ ಶುರುಮಾಡಿದಾಗ ಕ್ಲೈಮ್ಯಾಕ್ಸ್ ಗೊತ್ತಿರಬೇಕು, ಕತೆ ಹೇಗೆ ಸಾಗಬೇಕು ಅನ್ನೋದು ಗೊತ್ತಿರಬೇಕು. ಯಾವ ಥರ ಕತೆ ರೂಪುಗೊಳ್ಳಬೇಕು ಅನ್ನೋ ಐಡಿಯಾ ನಿಮ್ಮ ಒಳಗಿದ್ದರೆ ನೀವು ದೃಶ್ಯದಿಂದ ದೃಶ್ಯ ಬರೆಯುತ್ತಾ ಹೋಗಬಹುದು.

ನನ್ನ ಜೊತೆ ಚಂದ್ರಜಿತ್ ಅಂತ ಇದ್ದಾನೆ. ಅವನು ಹೇಗೆ ಅಂದ್ರೆ ಮೊದಲ ಸೀನ್ ಬರೆದಾಗ ಎರಡನೇ ಸೀನ್ ಏನು ಅನ್ನೋದು ಗೊತ್ತಿರಲ್ಲ. ಮೊದಲ ಸೀನ್ ಬರೆದಾದ ಮೇಲೆ ಎರಡನೇ ಸೀನ್ ಬರೀತಾನೆ. ಅವನಿಗೆ ಕ್ಲೈಮ್ಯಾಕ್ಸ್ ಏನು ಅಂತಾನೇ ಗೊತ್ತಿಲ್ಲ. ಬರೀತಾ ಬರೀತಾ ಕ್ಲೈಮ್ಯಾಕ್ಸ್ ಹುಡುಕುತ್ತಾನೆ.

ಕೆಲವು ಸಲ ಈ ವಿಧಾನದ ಬರವಣಿಗೆಯನ್ನು ತಿದ್ದಬೇಕಾಗಿ ಬರಬಹುದು. ಎಲ್ಲವೂ ತಿದ್ದಿ ಬರೆಯಬೇಕು, ಅದು ಬೇರೆ. ನನ್ನ ಪ್ರಕಾರ ಪ್ರತಿಯೊಬ್ಬರಿಗೂ ಅವರದೇ

ಆದ ಸ್ಟೈಲ್ ಇದೆ. ಅವನು ಬರೀತಾ ಬರೀತಾ ಅದನ್ನು ಕಲಿತುಕೊಳ್ಳುತ್ತಾನೆ. ಮೊದಲ ಸಿನಿಮಾದಲ್ಲಿ ಕಲಿಯಬೇಕು ಅಂತೇನಿಲ್ಲ. ಬರೀತಾ ಬರೀತಾ ಅವನದೇ ಆದ ರೀತಿಯಲ್ಲಿ ಅವನು ಕಲಿತುಕೊಳ್ಳುತ್ತಾನೆ. ಆಮೇಲೆ ಅವನು ಬದಲಿಸ್ಕೋಬಹುದು. ಬರೀತಾ ಬರೀತಾ ಬೆಳೆಯುತ್ತಾ ಹೋಗಬಹುದು. ಪೇಂಟಿಂಗ್ ಹೀಗೋ ಮಾಡಬೇಕು ಅಂತ ಇಲ್ಲ. ಒಬ್ಬ ಚಿತ್ರಕಾರ ಚಿತ್ರ ಬಿಡಿಸುತ್ತಾ ಬಿಡಿಸುತ್ತಾ ಎಲ್ಲಾ ನಿಯಮಗಳನ್ನು ಮೀರಿ ಚಿತ್ರ ಬಿಡಿಸಬಹುದು. ಅದೇ ಥರ ಸ್ಕ್ರಿಪ್ಟ್ ಕೂಡ.

ಮೊದಲ ಸಲ ಬರೆಯುವವರು ಅವನ ಸ್ಟೈಲ್ ಏನು ಅಂತ ಗೊತ್ತಾಗೋವರೆಗೂ ಬೇಸಿಕ್ ಸ್ಟೈಲ್ ಕಲಿಯೋದು ಒಳ್ಳೆಯದು. ಆ್ಯಕ್ಟ್ 1ನಲ್ಲಿ ಏನಾಗತ್ತೆ ಆ್ಯಕ್ಟ್ 2ನಲ್ಲಿ ಏನಾಗತ್ತೆ, ಕ್ಲೈಮ್ಯಾಕ್ಸ್ ಹೇಗೆ ಅಂತ ಗೊತ್ತಿರಬೇಕು.

ನಾನು ಉಳಿದವರು ಕಂಡಂತೆ ಬರೆಯುವಾಗ ಮೊದಲು ಪೂರ್ತಿ ಕತೆ ಬರೆದೆ. ಎಲ್ಲಿಂದ ಶುರು, ಹೇಗೆ ಅಂತ್ಯ, ಮಧ್ಯದಲ್ಲಿ ಏನಾಗತ್ತೆ ಅನ್ನೋ ಕತೆ. ಅನಂತರ ಒನ್ ಲೈನರ್ ಬರೆದುಕೊಂಡು ಹೋದೆ. ಒಂದೊಂದೇ ಸೀನ್ ಥರ. ಆಮೇಲೆ ಎಲ್ಲಾ ದೃಶ್ಯಗಳನ್ನು ವಿವರಿಸ್ತಾ ಬಂದೆ. ಆಗ ಕೆಲವು ಸೀನ್ ಗಳು ಕತ್ತರಿಸಿದೆ. ಕೆಲವನ್ನು ಸೇರಿಸಿದೆ.

ಪಾತ್ರಗಳನ್ನು ಅರ್ಥ ಮಾಡಿಕೊಳ್ಳೋದು

ನೀವು ಕತೆ ಬರೆದಾದ ಮೇಲೆ ಪ್ರತೀ ಪಾತ್ರಗಳಿಗೆ ಒಂದು description ಬರೆದುಕೊಳ್ಳಬೇಕು. ಪೇಪರಲ್ಲಿ ಬರೆಯುತ್ತೀರೋ ತಲೆಯಲ್ಲೇ ಯೋಚಿಸಿರುತ್ತೀರೋ ಹೇಗೋ ಒಂದು. ಆ ಕತೆಯಲ್ಲಿ ನೀವು ಅದನ್ನೆಲ್ಲಾ ಹೇಳುತ್ತೀರೋ ಇಲ್ವೋ. ಆದರೆ ಎಲ್ಲಾ ಪಾತ್ರಗಳಿಗೂ ಒಂದು ಹಿನ್ನೆಲೆ ಬೇಕು. ಅವನು ಎಲ್ಲಿ ಹುಟ್ಟಿದ, ಹೇಗೆ ಬೆಳೆದ, ಅವನು ಈ ಪಾಯಿಂಟಲ್ಲಿ ಕತೆ ಶುರು ಮಾಡುತ್ತಾನೆ, ಅವನ ಈಗಿನ ಯೋಚನಾ ವಿಧಾನಕ್ಕೆ ಕಾರಣಗಳೇನು, ಅವನು ಆ ಪಾತ್ರ ಆಗೋಕೆ ಏನು ಕಾರಣ ಅನ್ನೋದು ಗೊತ್ತಿರಬೇಕು.

ಇದೆಲ್ಲಾ ಬಳಸಿಕೊಳ್ಳುತ್ತೀರೋ ಇಲ್ವೋ ಬೇರೆ ಮಾತು. ಆದರೆ ನಿಮ್ಮ ತಲೆಯಲ್ಲಿ ಇದೆಲ್ಲಾ ಇರಬೇಕು. ನಾನೇನು ಮಾಡಿದ್ದೆ ಅಂದ್ರೆ ರಿಚ್ಚಿ ಒಂದು ಪಾತ್ರ. ಅವನು ಇಂತಿಂಥವರ ಮಗ, ಹೀಗಿದ್ದ, ರಿಮ್ಯಾಂಡ್ ಹೋಂಗೆ ಹೋದ, ಅಲ್ಲಿಂದ ಬಂದು ಶಂಕರ ಪೂಜಾರಿ ಜೊತೆ ಕೆಲಸ ಮಾಡುತ್ತಿದ್ದ ಹೀಗೆ ಎಲ್ಲಾ ಬರೆದುಕೊಂಡೆ.

ಎಲ್ಲಾ ಪಾತ್ರಗಳ ಬಗ್ಗೆ. ನಂತರ ಕತೆ ಬರೆಯುವಾಗ ಎಷ್ಟು ಬಳಕೆಯಾಗತ್ತೋ ಅಷ್ಟು ಬಳಸಿಕೊಂಡೆ. ಇದೆಲ್ಲಾ ಯೋಚಿಸಿ ಬರೆದುಕೊಂಡಾಗ ಏನಾಗತ್ತೆ ಒಂದು ಪಾತ್ರ ಹೇಗೆ ಮಾತಾಡತ್ತೆ ಅನ್ನೋದು ನಿಮಗೆ ಸ್ಪಷ್ಟವಾಗಿ ಗೊತ್ತಾಗತ್ತೆ. ಹಾಗಾದಾಗ ನೀವು ಸಂಭಾಷಣೆ ಬರೆಯುವಾಗ ಆ ಪಾತ್ರವಾಗುತ್ತೀರಿ. ಆಗ ನೀವು ಈ ಪಾತ್ರ ಹೀಗೇ ಆದೆ ಇದೇ ಥರ ಮಾತಾಡತ್ತೆ ಅಂತ ಯೋಚಿಸಿ ಬರೆಯಲ್ಲ. ನಿಮ್ಮ ಸಬ್ ಕಾನ್ಷಿಯಸ್ ಲೆವೆಲಲ್ಲೇ ಈ ಪಾತ್ರ ಹೀಗೇ ಮಾತಾಡತ್ತೆ ಅಂತ ಗೊತ್ತಾಗತ್ತೆ. ಅದೇ ಥರ ಬರೀತೀರಿ. ಹಾಗೆ ಹಿನ್ನೆಲೆ ಬರೆದರೆ ನಟರಿಗೂ ಸಹಾಯ ಆಗತ್ತೆ. ಅವರೂ ಹೆಚ್ಚು ಅರ್ಥ ಮಾಡಿಕೊಂಡು ಆ ಪಾತ್ರವಾಗಿ ನಟಿಸುತ್ತಾರೆ.

'ಉಳಿದವರು ಕಂಡಂತೆ' ಎಂಬ ಸಿಡಿಲಂಥ ಸಿನಿಮಾದ ಮೂಲಕ ಕನ್ನಡ ಚಿತ್ರಪ್ರೇಮಿಗಳ ಮನಸೆಂಬ ಆಕಾಶಕ್ಕೆ ಮಿಂಚಿನ ಹಾಗೆ ಸುಳಿದ ನಟ, ನಿರ್ದೇಶಕ, ಕತೆಗಾರ, ಗೀತ ರಚನಕಾರ, ಸಂಭಾಷಣೆಗಾರ ರಕ್ಷಿತ್ ಶೆಟ್ಟಿ, ಕೇವಲ ಅಪ್ಪಟ ಸಿನಿಮಾ ಪ್ರೀತಿ ಮತ್ತು ಪ್ರಖರ ಪ್ರತಿಭೆಯಿಂದ ಕನ್ನಡಿಗರ ಅಚ್ಚುಮೆಚ್ಚಾದವರು. ವಿಭಿನ್ನ ಶೈಲಿಯ ನಟನೆ, ಅಚ್ಚುಕಟ್ಟಾದ ನಿರ್ದೇಶನ, ವಿಸ್ಮಯಗೊಳಿಸುವ ಕಥನ ಶೈಲಿಯಿಂದ ಅವರು ತರುಣ ತರುಣಿಯರ ಭರವಸೆಯ ನಿರ್ದೇಶಕರಾಗಿ, ಬೆಚ್ಚನೆಯ ನಟರಾಗಿ ಜನಪ್ರಿಯರಾಗಿದ್ದಾರೆ.

> ನನ್ನನ್ನೂ ಮೊದಲನೆಯದಾಗಿ ಆಕರ್ಷಿಸೋದು ಕತೆ ಮತ್ತು ಪಾತ್ರಗಳೇ.
>
> – ಡೇವಿಡ್ ಲೀನ್

ಚಿತ್ರಕತೆ ವಿಧಿಲೀಲೆಯಂತೆ ಇರಬೇಕು

■ ಸೂರಿ

ಎಲ್ಲರೊಳಗೂ ಒಂದು ಕತೆಯಿದೆ.
ಮತ್ತು ಎಲ್ಲರೂ ಕತೆ ಹೇಳುತ್ತಾರೆ.

ಅವರವರ ಪ್ರೇಮ, ಮೋಸ, ತಮಾಷೆ, ಸಾಧನೆ,
ಅಪಘಾತಗಳನ್ನು ಕತೆಕಟ್ಟಿ ಹೇಳುತ್ತಾರೆ. ನಡೆದು ಹೋದ
ಒಂದು ಘಟನೆಗೆ ಬೇರೆ ಬೇರೆ ದಿಕ್ಕುಗಳು, ಬೇರೆ ಬೇರೆ
ಮುಖಗಳು. ಆದರೆ ಪ್ರತಿಯೊಬ್ಬರೂ ಅದಕ್ಕೊಂದು ಕತೆಕಟ್ಟಿ
ಅವರವರ ಬುದ್ಧಿಯ ನೇರಕ್ಕೆ ಹೇಳುತ್ತಾರೆ.

'ಸಾರ್, ಸತ್ಯವಾಗಿ ನಡೆದದ್ದು. ಹಿಂಗೇ ರಾ ಸಿನಿಮಾ
ಮಾಡಬೇಕು. ಕಾದಂಬರಿ ಬರೀಬೇಕು' ಅನ್ನುತ್ತಾರೆ. ಇದು
ಹೇಗಿರುತ್ತದೆ ಅಂದರೆ ಅಕ್ಕಿ, ಬೇಳೆ, ತರಕಾರಿಯನ್ನೆಲ್ಲ ಒಂದು
ಪ್ಲೇಟಲ್ಲಿ ಇಟ್ಟು ತಿನ್ನಿ ಅಂದ ಹಾಗೆ. ಅದು ಬೇಳೇಬಾತ್,
ಪಲಾವ್, ಪೊಂಗಲ್, ಚಿತ್ರಾನ್ನ ಏನೂ ಆಗಿರುವುದಿಲ್ಲ.
ಬರೀ ರಾ ಮೆಟೀರಿಯಲ್ ಮಾತ್ರ ಇರುತ್ತದೆ.

ಅದನ್ನು ಬೇರೇನಾದರೂ ಮಾಡಬೇಕು, ಅಡುಗೆ ಮಾಡಬೇಕು ಅಂದಾಗ ಅದಕ್ಕೊಂದು ವಿಧಾನ ಬೇಕು. ಅದನ್ನು ಒಂದು ಹಾಳೆಯಲ್ಲಿ ಬರೆದಿಟ್ಟುಕೊಳ್ಳುತ್ತೇವೆ ಅಂತ ಇಟ್ಟುಕೊಳ್ಳೋಣ. ಅದು ಚಿತ್ರಕತೆ.

ಹೀಗೆ ನಾವು ಕತೆಯನ್ನು ಚಿತ್ರಕತೆಯನ್ನಾಗಿ ಬರೆಯಬೇಕಾಗುತ್ತದೆ.

ಹಾಗೆ ನೋಡಿದರೆ ಸಿನಿಮಾ ಕತೆಗಳು ಪುಟ್ಟದಾಗಿಯೇ ಇರುತ್ತವೆ. ದುನಿಯಾ ಚಿತ್ರದ ಕತೆಯನ್ನೇ ನೋಡಿ;

'ತಾಯಿಯ ಗೋರಿ ಕಟ್ಟಲು ದುಡ್ಡು ಹೊಂದಿಸಲು
ಹೋದವನು ತಾನೇ ಗೋರಿಯಾದ'.

ಕತೆಯೆಂದರೆ ಇಷ್ಟೇ. ಎಲ್ಲವೂ ಇಂಥ ಸಣ್ಣ ಕತೆಯಿಂದಲೇ ಶುರುವಾಗೋದು. ಇದನ್ನೇ ಸಿನಿಮಾ ಭಾಷೆಯಲ್ಲಿ ಎಳೆ, ಒಂದು ಲೈನ್ ಅಂತಾರೆ. ಲೈನ್ ತುಂಬಾ ಚೆನ್ನಾಗಿದೆ ಅಂತ ಸಿನಿಮಾ ಮಂದಿ ಹೇಳುತ್ತಿರುತ್ತಾರೆ.

ತಾಯಿಯ ಗೋರಿ ಕಟ್ಟಲು ದುಡ್ಡು ಹೊಂದಿಸಲು ಹೋದವನು ತಾನೇ ಗೋರಿಯಾದದ್ದು ಹೇಗೆ ಅಂತ ಒಂದು ಪ್ರಶ್ನೆ ಹಾಕಿಕೊಂಡಾಗ, ಅದರ ಸುತ್ತಲೂ ಹುಟ್ಟುವ ಸಾವಿರಾರು ಪ್ರಶ್ನೆಗಳಿಗೆ ಉತ್ತರ ಹುಡುಕುತ್ತಾ ಹೋದಾಗ ಚಿತ್ರಕತೆ ರೆಡಿಯಾಗುತ್ತದೆ. ಚಿತ್ರಕತೆ ಎಂದರೆ ಒಂದು ಪುಟ್ಟ ಕತೆ ಕೇಳುವ ಪ್ರಶ್ನೆಗಳಿಗೆ ಉತ್ತರಗಳನ್ನು ಹುಡುಕುವುದು.

ದುನಿಯಾದ ಚಿತ್ರಕತೆಯಲ್ಲಿ ನಾಯಕನ ಬಾಯಿಗೆ ಪೋಲೀಸ್ ಆಫೀಸರ್ ಗನ್ ಇಡುತ್ತಾನೆ. ಅದಕ್ಕೆ ನಾಯಕ ಹೇಗೆ ಪ್ರತಿಕ್ರಿಯಿಸುತ್ತಾನೆ ಎಂದು ಯೋಚಿಸಿದಾಗ, ಅವನು ಬಂಡೆ ಒಡೆಯುವವನು. ಅವನಿಗೆ ಸಿಡಿಮದ್ದಿನ ಶಬ್ದದ ಪರಿಚಯ ಮೊದಲೇ ಇದೆ. ಹೀಗಾಗಿ ಅವನಿಗೆ ಗನ್ ಸೌಂಡ್ ಏನೂ ಅನ್ನಿಸುವುದಿಲ್ಲ ಅನ್ನುವುದು ಹೊಳೆಯುತ್ತದೆ.

ಹೀಗೆ ಒಂದು ಪಾತ್ರ ಸೃಷ್ಟಿಯಾಗಿ, ಗಟ್ಟಿಯಾಗುತ್ತಾ ಹೋಗುತ್ತದೆ. ಆ ಕ್ಷಣವೇ ಕತೆಯ ಆರಂಭ ಮತ್ತು ಕೊನೆ ಕೂಡ ಬದಲಾಗುತ್ತದೆ.

'ಜಾಕಿ' ಚಿತ್ರದ ಕತೆಯೇನು ಅಂತ ಯೋಚಿಸಿ. ಒಬ್ಬ ಪೋಲೀಸರಿಂದ ತಪ್ಪಿಸಿಕೊಂಡು ಓಡುತ್ತಾ ಓಡುತ್ತಾ, ಒಂದು ರಾತ್ರಿ ತನಗೇ ಗೊತ್ತಿಲ್ಲದೇ ಪೊಲೀಸ್

ಸ್ಟೇಷನ್ನಿನ ಟೆರೇಸಿನ ಮೇಲೆಯೇ ಮಲಗುತ್ತಾನೆ. ಬೆಳಗ್ಗೆ ಅವನನ್ನು ಪೊಲೀಸ್ ಎಚ್ಚರಿಸುತ್ತಾನೆ. ಆ ಪೊಲೀಸ್ ಆತನನ್ನು ನೀನು ಯಾರು, ಎಲ್ಲಿಂದ ಬಂದೆ, ಏನು ನಿನ್ನ ಕತೆ ಅಂತ ವಿಚಾರಿಸಿದಾಗ ಕತೆಯ ಆರಂಭ ಮತ್ತು ಅಂತ್ಯ ನಿರ್ಧಾರ ಆಗುತ್ತದೆ. ಆತನ ಇಡೀ ಕತೆ ಸಿದ್ಧವಾಗುತ್ತದೆ.

'ಟೈಟಾನಿಕ್' ಸಿನಿಮಾದ ಕತೆಯೂ ಅಷ್ಟೇ. ಇಬ್ಬರು ಪ್ರೇಮಿಗಳು ಒಡೆದು ಹೋದ ಹಡಗಿನಲ್ಲಿ ಮುಳುಗಿಹೋದರು. ಹುಡುಗಿಯನ್ನು ಬಚಾವ್ ಮಾಡಿ ಹುಡುಗ ಸತ್ತು ಹೋದ. ಅಷ್ಟೇ ಕತೆಯ ಎಳೆ. ಈ ಎಳೆಯನ್ನಿಟ್ಟುಕೊಂಡು ಸಮುದ್ರ-ಹಡಗು ಎರಡನ್ನೂ ಪಕ್ಕಕ್ಕಿಟ್ಟು ಮರುಭೂಮಿಯಲ್ಲಿ ಸಿನಿಮಾ ಮಾಡಬಹುದು. ಹಾಗೆ ಮಾಡಿದಾಗ ಅವರ ದುರಂತಕ್ಕೆ ಕಾರಣ ಬೇರೆಯೇ ಆಗಿರುತ್ತದೆ. ಆದರೆ ದುರಂತ ಮಾತ್ರ ಅದೇ ಆಗಿರುತ್ತದೆ.

ಅತ್ಯುತ್ತಮ ಚಿತ್ರಕತೆ, ಕಣ್ಣಿಗೆ ಕಾಣದ ವಿಧಿ ಬರೆದ ಹಾಗಿರಬೇಕು. ತಿರುಪೆ ಎತ್ತುವವನಿಗೆ ಒಂದು ತೊಟ್ಟಿಯಲ್ಲಿ ಇದ್ದಕ್ಕಿದ್ದಂತೆ ಪರ್ಸು ಸಿಕ್ಕ ಕ್ಷಣ ಆಗುವ ಬೆರಗು-ನಿರಾಸೆ- ಅದೃಷ್ಟ- ಎಲ್ಲನೂ ಸೇರಿದ ಭಾವನೆಯನ್ನು ಹಿಡಿಯಬೇಕು. ಅದಕ್ಕೆ ದೃಶ್ಯ-ಶಬ್ದ ಸಂಕಲನ ಎಲ್ಲವೂ ಸೇರಿ ಅದೊಂದು ಕಲೆಯಾಗಿ, ನೋಡುಗನನ್ನು ಬೇರೊಂದು ಲೋಕಕ್ಕೆ ಕರೆದೊಯ್ಯಬೇಕು. ಮುಳುಗುತ್ತಿರುವ ಸೂರ್ಯ ಒಬ್ಬೊಬ್ಬನಲ್ಲೂ ಬೇರೆ ಬೇರೆ ಭಾವನೆಗಳನ್ನು ಹುಟ್ಟಿಸುವಂತೆ, ಆ ಒಂದು ದೃಶ್ಯದಲ್ಲೇ ಸಾವಿರ ಸಾವಿರ ಕತೆಗಳು ಕಣ್ಣಿಗೆ ಕಟ್ಟುವಂತೆ, ತೋರಿಸುವುದೇ ಕತೆ.

ಪಿ. ಲಂಕೇಶರ ಒಂದು ಹಾಡು ನೆನಪಿಸಿಕೊಳ್ಳಿ.

'ಕರಿಯವ್ವನ ಗುಡಿತಾವ ಅರಳ್ಯಾವೆ ಬಿಳಿಹೂವು
ಸೀಮೆಯ ಜನ ಕುಣಿದು ನಕ್ಕ್ಯಾಂಗದ'.

ಈ ಸಾಲಲ್ಲೇ ಒಂದು ಪುಟ್ಟ ಕತೆಯಿದೆ. ಆ ಹಾಡನ್ನು ಇದ್ದ ಹಾಗೆಯೇ ತೋರಿಸುತ್ತಾ ಹೋದರೆ ಅದೊಂದು ಡಾಕ್ಯುಮೆಂಟರಿ ಆಗುತ್ತದೆ. ಗುಡಿ, ಬಿಳಿಹೂವು, ಜನ, ಅವರ ನಗುವನ್ನು ತೋರಿಸಿದರೆ ಆ ಹಾಡಲ್ಲಿರುವುದನ್ನಷ್ಟೇ ತೋರಿಸಿದಂತಾಗುತ್ತದೆ. ಅದು ಸಿನಿಮಾ ಅಲ್ಲ, ಕಲೆಯೂ ಅಲ್ಲ.

ಅದೇ ಹಾಡಿನ ಮುಂದಿನ ಸಾಲುಗಳಲ್ಲಿ
'ಅಲ್ಲೊಂದು ಗಿಣಿ ಕುಂತು ಕತೆಯೊಂದ ನುಡಿದೈತೆ
ಕೇಳಾಕೆ ಯಾರಿಲ್ಲ ಊರೊಳಗೆ
ಕತೆ ನಡೆದ ದಿನದಿಂದ ಕೆಂಪಾಗಿ ಹರಿದವಳೆ
ಕತೆಗಳ ಮಾರಾಣಿ ಐರಾವತಿ'

ಎಂದಾಗ ಈ ಸಾಲುಗಳನ್ನು ಚಿತ್ರೀಕರಿಸಲು ಒಂದು ಚಿತ್ರಕತೆ ಬೇಕು. ಈ ಹಾಡು ಏನು ಹೇಳುತ್ತದೆ. ಆ ಊರಿನ ಕತೆಯನ್ನು ಗಿಣಿ ಯಾಕೆ ಹೇಳುತ್ತದೆ. ನದಿಯನ್ನು ಕೆಂಪಾಗಿಸಿದ ಆ ಕತೆ ಯಾವುದು ಎಂಬ ಪ್ರಶ್ನೆಯನ್ನು ಚಿತ್ರಕತೆ ಕೇಳಲು ಶುರುಮಾಡುತ್ತದೆ. ಆ ಪ್ರಶ್ನೆಗಳಿಗೆಲ್ಲ ಚಿತ್ರಕತೆಗಾರ ಸಮರ್ಪಕವಾದ, ತನ್ನ ದೃಷ್ಟಿಯಲ್ಲಿ ಸಮಂಜಸವಾದ ಉತ್ತರಗಳನ್ನು ಕೊಡಬೇಕು. ಹಾಗೆ ಉತ್ತರ ಕೊಡಬೇಕಾದರೆ ಅವನು ಮತ್ತೊಂದು ಕತೆಯನ್ನೇ ಹೇಳಬೇಕು. ಅದು ಆ ಹಾಡಿನ ಒಳಗಿರುವ ಕತೆಯೋ ಕತೆಗಾರನ ಒಳಗಿರುವ ಕತೆಯೋ? ಆ ಕತೆಯನ್ನು ಎಲ್ಲಿ ಹುಡುಕುವುದು, ಹೇಗೆ ಬರೆಯುವುದು?

ಅಥವಾ ಬೇಂದ್ರೆಯವರ ಸಾಲುಗಳು:
ಇದು ಉಪ್ಪುನೀರ ಕಡಲಲ್ಲೋ
ನಿನ್ನ ಒಡಲಲ್ಲೂ ಇದರ ನೆಲೆಯು

ಅಂತ ಹೇಳಿದಾಗ ಕಡಲನ್ನು ತೋರಿಸಬಹುದು. ಅದು ಉಪ್ಪುನೀರ ಕಡಲು ಎಂದು ದೃಶ್ಯದ ಮೂಲಕ ಹೇಗೆ ಹೇಳುವುದು. ಅದರ ಮುಂದಿನ ಸಾಲನ್ನು ಹೇಗೆ ಚಿತ್ರೀಕರಿಸುವುದು.

ಹುಣ್ಣಿಮೆ ಚಂದಿರನ ಹೆಣಾ ಬಂತು
ಮುಗಿಲಾಗ ತೇಲತಾ ಹಗಲಾ

ಎನ್ನುವ ಸಾಲನ್ನು ಹೇಗೆ ಸೆರೆಹಿಡಿಯುವುದು. ಜಯಂತ ಕಾಯ್ಕಿಣಿಯವರ ಬಾಗಿಲ ಸಂದಿಯಲ್ಲಿ ಸಿಕ್ಕಿ ಒದ್ದಾಡುವ ನಿದ್ರೆ', 'ಪಾರ್ಕಿನಲ್ಲಿ ಪ್ರಾರ್ಥನೆಗೆ ನಿಂತ ಸಸಿಗಳು'- ಮುಂತಾದ ಸಾಲುಗಳನ್ನು ಹೇಗೆ ಚಿತ್ರೀಕರಿಸುವುದು. ಚಿತ್ರಕತೆಯಾಗಿ ಹೇಗೆ ಬರೆಯುವುದು. ಆ ದೃಶ್ಯ ನಿರ್ದೇಶಕನಿಗೆ ಅರ್ಥವಾಗಿದ್ದರೂ, ಅದನ್ನು ಚಿತ್ರೀಕರಿಸಲು ಛಾಯಾಗ್ರಾಹಕರಿಗೋ ತಂತ್ರಜ್ಞರಿಗೆ ಹೇಗೆ ವಿವರಿಸುವುದು?

ಮತ್ತೆ ಲಂಕೇಶರ ಹಾಡನ್ನೇ ತೆಗೆದುಕೊಂಡರೆ, ಅದರೊಳಗೆ ಒಂದು ಕತೆ ಇರುವುದನ್ನು ನೋಡಬಹುದು. ಒಮ್ಮೆ ಈ ಹಾಡನ್ನು ಪೂರ್ತಿಯಾಗಿ ಓದಿ:

ಕರಿಯವ್ವ ಗುಡಿ ತಾವ
ಅರಳ್ಯಾವೆ ಬಿಳಿ ಹೂವು
ಸೀಮೆಯ ಜನ ಕುಣಿದು ನಕ್ಕಾಂಗದ
ತುಂಟ ಹುಡುಗ್ಯಾರಲ್ಲಿ
ನೆವ ಹೇಳಿ ಬರುತಾರೆ
ಹರೆಯದಾ ಬಲೆಯಲ್ಲಿ ಸಿಕ್ಕಾಂಗದ
ಊರಿಂದ ನಾಕ್ ಹೆಜ್ಜೆ
ಹಾಕಿದರೆ ಕಾಣ್ತೈತೆ
ಚೆಂದಾಗಿ ಹರಿತಾಳೆ ಐರಾವತಿ
ಮಳೆಗಾಲ ಬಂದಾಗ
ಮೈಮರೆತು ಹರಿದವಳು
ಬ್ಯಾಸ್ಗ್ಯಾಗೆ ಬಸವಳಿದ ಐರಾವತಿ

ಕರಿಯವ್ವ ಗುಡಿ ತಾವ
ಪಣ ತೊಟ್ಟು ಗೆದ್ದವರು
ಇನ್ನೂ ಬದುಕೇ ಅವರೆ ಸರದಾರರು
ಕಟ್ಟೊಡೆದು ಬಡಿದಾಡಿ
ಉಯ್ಯಾಲೆ ತೂಯ್ದಾಡಿ
ಮನಸಾರೆ ಮೆಚ್ಚಿಸಿದ ಸರದಾರರು
ಅಲ್ಲೊಂದು ಗಿಣಿ ಕೂತು
ಕಥೆಯೊಂದ ಹೇಳೈತೆ
ಕೇಳಾಕೆ ನಾನಿಲ್ಲ ಊರೊಳಗೆ
ಕಥೆ ನಡೆದ ದಿನದಿಂದ
ಕೆಂಪಾಗಿ ಹರಿದವಳೆ
ಕಥೆಗಳಾ ಮಾರಾಣಿ ಐರಾವತಿ

ಈ ಹಾಡನ್ನು ಓದುತ್ತಿರುವ ನಮ್ಮ ಮನಸ್ಸಿಗೆ ಬರುವ ಚಿತ್ರಿಕೆಗಳು ಗುಡಿ, ಊರು, ನದಿ, ಜನ. ಇವೆಲ್ಲವೂ ಪುಟ್ಟ ಪುಟ್ಟ ದೃಶ್ಯಗಳೇ. ಇದನ್ನು ಚಿತ್ರೀಕರಿಸಲು ಹೊರಟಾಗ ಸಮಯ, ಪರಿಸರ, ಅವರು ಯಾವ ಜನ, ಅವರ ಸಂಪ್ರದಾಯ ಏನು, ಆ ಊರಿನ ಹಿನ್ನೆಲೆ ಏನು, ಅದು ಬಯಲುಸೀಮೆಯಾ, ಮಲೆನಾಡಾ, ಅವರು ಹಾಕೋ ಬಟ್ಟೆ ಬರೆ ಎಂಥದ್ದು, ಯಾವ ಭಾಷೇಲಿ ಮಾತಾಡ್ತಾರೆ, ಅವರು ಪ್ರೀತಿಸೋರಾ, ದ್ವೇಷಿಸೋರಾ, ಜಾತಿಗೋಸ್ಕರ ಜಗಳ ಆಡ್ತಾರಾ, ನೀತಿಗೋಸ್ಕರ ಹೋರಾಡ್ತಾರಾ, ಗದ್ದುಗೆಗಾಗಿ ಯುದ್ಧ ಮಾಡ್ತಾರಾ – ಮುಂತಾದ ಪ್ರಶ್ನೆಗಳಿಗೆ ಒಂದು ಕಾಗದದ ಮೇಲೆ ಉತ್ತರ ಬರ್ಕೊಳ್ತಾ ಹೋಗಬೇಕು. ಯಾವ ಎಳೆ ಹೆಚ್ಚು ಹೆಚ್ಚು ಪ್ರಶ್ನೆ ಕೇಳುತ್ತೋ ಅದು ಸತ್ವ ಇರುವ ಕತೆಯಾಗುತ್ತೆ. ಎಷ್ಟು ಹೆಚ್ಚು ಪ್ರಶ್ನೆಗಳಿಗೆ ಚಿತ್ರಕತೆಗಾರ ತಾಳ್ಮೆಯಿಂದ ಉತ್ತರಿಸುತ್ತಾನೋ ಆಗ ಅದು ಒಳ್ಳೆಯ ಕತೆಯಾಗುತ್ತೆ. ಉಡಾಫೆಯಿಂದ, ಅಹಂಕಾರದಿಂದ, ಆಮೇಲೆ ನೋಡ್ಕೊಳ್ಳೋಣ ಬಿಡಪ್ಪಾ ಅನ್ನುವ ಉದಾಸೀನದಿಂದ ಕುಳಿತರೆ, ಕತೆ ಮುಗೀದೇಹೋಗುತ್ತೆ.

ಮೇಲಿನ ಹಾಡಲ್ಲಿ ಒಂದು ಕತೆಯಿದೆ. ಅದನ್ನು ಒಂದು ಹಾಳೆಯಲ್ಲಿ ಬರೆದುಕೊಂಡು, ಚಿತ್ರೀಕರಣದ ಸಂದರ್ಭದಲ್ಲಿ ತಂತ್ರಜ್ಞರಿಗೆ, ಈ ದೃಶ್ಯದ ಮೊದಲು ಮತ್ತು ನಂತರದ ದೃಶ್ಯಗಳು ಹೀಗಿರಬೇಕು. ಮುಂದಿನ ದೃಶ್ಯದ ಜೋಡಣೆಗೆ ಈ ದೃಶ್ಯ ಹೀಗೇ ಇರಬೇಕು ಎಂದು ಬಿಳಿಕಾಗದದ ಮೇಲೆ ವಿವರವಾಗಿ ಬರೆದು ಸಿದ್ಧಪಡಿಸುವ ಕ್ರಿಯೆಯೇ ನನ್ನ ಪ್ರಕಾರ ಚಿತ್ರಕತೆ.

ಹೀಗೆ ಪ್ರಶ್ನೆಗಳಿಗೆ ಉತ್ತರಿಸುವುದು ಚಿತ್ರಕತೆಯಾದರೆ, ಕತೆ ಹುಟ್ಟುವ ಪ್ರಕ್ರಿಯೆಯೇ ಒಂದು ವಿಶೇಷವಾದ ಅನುಭವವನ್ನು ಹೇಳುವುದು.

ಆದರೆ ಚಿತ್ರಕತೆ, ನಾನು ಆಗಲೇ ಹೇಳಿದ ಹಾಗೆ, ವಿಧಿ ಲೀಲೆಯಂತೆ ಇರಬೇಕು. ಮುಂದೆ ನಡೆಯೋದು ನಮಗೆ ಗೊತ್ತಿಲ್ಲ ಅನ್ನೋ ರೀತಿ. ನನಗೆ ಎಲ್ಲವೂ ಗೊತ್ತು ಅನ್ನುವ ಅಹಂಕಾರ ಇಲ್ಲದೇ, ಈ ಹಿಂದೆ ನಾವೇ ಮಾಡಿದ ಅದ್ಭುತ ಚಿತ್ರಗಳನ್ನೆಲ್ಲ ಮರೆತು, ಪುಟ್ಟ ಮಗು ಬಿಳಿಹಾಳೆಯ ಮೇಲೆ ಚಿಟ್ಟೆಯ ಚಿತ್ರ ಬರೆಯಲು ಹೊರಟಾಗಿನ ಮನಸ್ಥಿತಿ ನಮ್ಮದಾಗಿರಬೇಕು. ಮಗು ಚಿಟ್ಟೆ ಬರೆಯಲು ಹೊರಟು ಕೊನೆಗೆ ಸೂರ್ಯ, ಬೆಟ್ಟ, ನದಿ ಎಲ್ಲವನ್ನೂ ತುಂಬ ಯೋಚನೆ ಮಾಡದೇ ಬರೆಯುತ್ತದಲ್ಲ, ಹಾಗೆಯೇ ಚಿತ್ರಕತೆ ಕೂಡ ತುಂಬ ಯೋಚಿಸದೇ ಬರೆದ ಚಿತ್ರದಂತಿರಬೇಕು. ಅದಕ್ಕೊಂದು ಮುಗ್ಧತೆ ಇರಬೇಕು.

ಚಿತ್ರಕತೆ ಬರೆಯುವುದು ಕವಿತೆ ಬರೆದಂತೆ. ಬೇಂದ್ರೆಯವರ ಸಾಲುಗಳಲ್ಲಿ ಕಾಡುವ ಚಿತ್ರದಂತೆ. ಪದ್ಯದ ಒಂದು ಸಾಲು ಒಂದೊಂದು ಸಲಕ್ಕೆ ಒಂದೊಂದು ಅರ್ಥ ಕೊಡುವ ಹಾಗೆಯೇ, ಒಂದೊಂದು ಚಿತ್ರಿಕೆ ನೂರಾರು ಅರ್ಥಗಳನ್ನು ಕೊಡುವಂತೆ ಇರಬೇಕು. ನಾವು ಪ್ರೇಕ್ಷಕರನ್ನ ಕತ್ತಲಲ್ಲಿ ಕೂರಿಸಿ, ದೃಶ್ಯದ ಮೂಲಕ ನಮ್ಮ ಕತೆಯನ್ನು ಹೇಳುತ್ತಿರುತ್ತೇವೆ. ನಾವೇನು ಹೇಳುತ್ತೇವೋ ಅದು ಆ ಕ್ಷಣಕ್ಕೆ ಸತ್ಯ. ಆ ಸವಾಲನ್ನು ನಿರ್ದೇಶಕ ಎದುರಿಸಬೇಕು.

ತರಾಸು ಅವರ 'ರಕ್ತರಾತ್ರಿ' ಕಾದಂಬರಿಯನ್ನು ಸಣ್ಣಪುಟ್ಟ ರಿಪೇರಿ ಕೂಡ ಮಾಡದೇ, ನೇರವಾಗಿ ಚಿತ್ರೀಕರಿಸಬಹುದಲ್ಲ ಅನ್ನಿಸುತ್ತದೆ. ಅಷ್ಟೊಂದು ವಿವರಣೆಯನ್ನು ಅವರು ಕೊಡುತ್ತಾರೆ. ಕಣ್ಣಿಗೆ ಕಟ್ಟುವಂತೆ, ಪರಿಸರ, ಜನ, ಸಂಸ್ಕೃತಿ, ಕುದುರೆಯ ನಡಿಗೆಯ ಸದ್ದು- ಎಲ್ಲವನ್ನೂ ಕಟ್ಟುತ್ತಾ ಹೋಗುತ್ತಾರೆ. ಅದೇ ಕಾದಂಬರಿಯನ್ನು

ಸಿನಿಮಾ ಮಾಡುವಾಗ, ಕಾದಂಬರಿಯನ್ನಿಟ್ಟುಕೊಂಡು ಸಿನಿಮಾ ಮಾಡಲಾಗುವುದಿಲ್ಲ. ಅದನ್ನೇ ಸಿನಿಮಾಕ್ಕೆ ಒಗ್ಗುವ ಭಾಷೆಯಲ್ಲಿ ಮತ್ತೆ ಬರೆಯಬೇಕಾಗುತ್ತದೆ. ಅದನ್ನು ಚಿತ್ರಕತೆ ಮಾಡಬೇಕಾಗುತ್ತದೆ.

ಯಾಕೆಂದರೆ ಯಾವ ವಿಷಯ ಎಲ್ಲಿಗೆ ಕೊನೆಯಾಗಬೇಕು, ಮುಂದಿನ ದೃಶ್ಯದ ಮೊದಲ ಚಿತ್ರಿಕೆ ಏನು, ಎಷ್ಟು ಸೆಕೆಂಡುಗಳ ಕಾಲ ಈ ವಿಷಯ ಹೇಳಬೇಕು ಅನ್ನುವುದನ್ನು ನಿರ್ಧರಿಸುವುದು ಚಿತ್ರಕತೆಯೇ.

ಎಷ್ಟೋ ಮಂದಿ, ಎಲ್ಲರೂ ಒಟ್ಟಿಗೇ ಕೂತುಕೊಂಡು ಚಿತ್ರಕತೆ ಬರೆಯುತ್ತಿದ್ದೇವೆ ಎನ್ನುತ್ತಾರೆ. ನನಗೆ ಅದು ಸಾಧ್ಯವಿಲ್ಲ. ಚಿತ್ರಕತೆಯನ್ನು ಯಾವಾಗಲೂ ಒಬ್ಬನೇ ಬರೆಯಬೇಕು. ಯಾಕೆಂದರೆ ಚಿತ್ರಕತೆ ಒಂದು ಧ್ಯಾನದ ಸ್ಥಿತಿಯಲ್ಲಿ ಹುಟ್ಟುತ್ತದೆ. ಅದು ಇಡೀ ಸಿನಿಮಾವನ್ನು ಕಣ್ಮುಂದೆ ತಂದು ನಿಲ್ಲಿಸುತ್ತದೆ. ಹೀಗೆ ಇಡೀ ಚಿತ್ರವನ್ನು ಸಿನಿಮಾ ಆಗುವ ಮೊದಲೇ ಕಣ್ಣ ಮುಂದೆ ತಂದಿಟ್ಟುಕೊಳ್ಳುವ ಕಲೆ ಗೊತ್ತಿದ್ದರೆ ಮಾತ್ರ ಸಿನಿಮಾ ಮಾಡಲು ಸಾಧ್ಯ.

ಆದ್ದರಿಂದಲೇ ಸಿನಿಮಾ ಅಂದರೆ ಚಂಚಲತೆ ಅಲ್ಲ, ಗಾಢವಾದ ಧ್ಯಾನ.

ನಿರ್ದೇಶಕ, ಬರಹಗಾರ, ಚಿತ್ರಕತೆಗಾರ, ಸಂಭಾಷಣಾಕಾರ, ನಿರ್ಮಾಪಕ, ಕಲಾವಿದ, ರಂಗಕರ್ಮಿ- ಹೀಗೆ ದುನಿಯಾ ಸೂರಿ ಹಲವು ರಂಗಗಳಲ್ಲಿ ತಜ್ಞರು. 'ದುನಿಯಾ' ಚಿತ್ರದ ಮೂಲಕ ನಿರ್ದೇಶಕರಾದ ಸೂರಿ, ಕನ್ನಡ ಚಿತ್ರರಂಗಕ್ಕೆ ಹೊಸ ಬಣ್ಣ ಬಳಿದವರು. ಹೊಸ ವಸ್ತು, ಹೊಸ ಶೈಲಿಯ ನಿರೂಪಣೆಯಿಂದ ಹೆಸರಾಗಿರುವ ಸೂರಿ ಅವರ ದುನಿಯಾ, 'ಇಂತೀ ನಿನ್ನ ಪ್ರೀತಿಯ', 'ಕೆಂಡಸಂಪಿಗೆ', 'ಕಡ್ಡಿಪುಡಿ' ಅವರ ಸಂವೇದನೆಗೆ ಕನ್ನಡಿ ಹಿಡಿದ ಚಿತ್ರಗಳು. ಅತ್ಯುತ್ತಮ ಚಿತ್ರಕತೆಗೆ ರಾಜ್ಯಪ್ರಶಸ್ತಿ ಪಡೆದಿದ್ದಾರೆ.

ಅರ್ಥಮಾಡಿಕೊಳ್ಳಲಿಕ್ಕೆ ಬರೆಯಬೇಕು

ಬಿ ಎಂ ಗಿರಿರಾಜ್

ಚಿತ್ರಕಥೆಗಳಿಗೆ ಬಂಧ ಇರಬಹುದೆ ಹೊರತು ನಿಯಮಗಳಿರಲು ಸಾಧ್ಯವಿಲ್ಲ. ಪ್ರತಿ ಬರಹಗಾರ ಅಂತಹ ನಿಯಮಗಳನ್ನು ಪ್ರತಿಬಾರಿ ಒಡೆಯುತ್ತಲೇ ಹೊಸ ದೃಶ್ಯ ಕಟ್ಟಲು ಪ್ರಯತ್ನಿಸುತ್ತಿರುತ್ತಾನೆ/ಳೆ. ಹಾಗಾಗಿ ಚಿತ್ರಕಥೆ ಕಟ್ಟುವಲ್ಲಿ ನಾವು ಅನುಭವ ಹಂಚಿಕೊಳ್ಳಬಹುದಷ್ಟೇ ವಿನಃ, ಜ್ಞಾನವೊಂದಿದ್ದು ಅದನ್ನು ಹಂಚಿಕೊಳ್ಳುವುದು ಸಾಧ್ಯವಿಲ್ಲ. ಹಲವಾರು ಚಿತ್ರಕಥೆ ರಚನಾ ಗೈಡ್‌ಗಳನ್ನು ಓದಿದ ನಂತರ ನನಗನಿಸಿರುವುದು, ಹೆಚ್ಚಿನವು Hollywood ಲೇಖಕರೇ ಬರೆದುರೋದರಿಂದ, ಆ ಚಿತ್ರಕಥೆಗಳು ರೂಪಗೊಂಡ ಪರಿಸರ ಬೇರೆ ಆದ್ದರಿಂದ, ನಮ್ಮ ಭಾರತೀಯ, ಇನ್ನೂ ಹೆಚ್ಚಗಿನ ವಿಸ್ತಾರವಾಗಿ ನೋಡುವುದಾದರೆ, ಕನ್ನಡದ ಜಾಯಮಾನಕ್ಕೆ ಅಷ್ಟಾಗಿ ಒಗ್ಗಲ್ಲ. (ಇಲ್ಲಿ ನಾನು ನನ್ನ ಇವತ್ತಿಗಿನ ಮಟ್ಟಿಗಿನ ಅನಿಸಿಕೆ, ಅನುಭವಗಳನ್ನು ಹಂಚಿಕೊಳ್ಳುತ್ತಿದ್ದೀನಿ. ಇವು ಸಾರ್ವತ್ರಿಕ ಸತ್ಯಗಳಲ್ಲ. ಹೆಚ್ಚು ಹೆಚ್ಚು ಬರೆಯುತ್ತ ಹೋದಷ್ಟು, ನೀವು ಕಂಡುಕೊಳ್ಳೊ ಸತ್ಯ ಇಲ್ಲಿನ ಅನಿಸಿಕೆಗಳಿಗಿಂತ

ವ್ಯತಿರಿಕ್ತವಾಗಿರಬಹುದು.) ಹಾಗಿದ್ದರೆ, ಕನ್ನಡದ ಜಾಯಮಾನ ಎಂದರೇನು? ಅದಕ್ಕೂ ಸಿನಿಮಾಗೂ ಏನು ನಂಟು? ಚಿತ್ರಕಥೆ ಹಾಗೂ ಸಾಹಿತ್ಯ ಒಂದೇನಾ?

ಆಯಾಯ ನೆಲಭಾಷೆ ಸಂಸ್ಕೃತಿಯ ಅಸ್ತಿತ್ವ ಮತ್ತು ಆಚರಣೆಗೆ ಅದನ್ನ ಆಚರಿಸುವ ಜನರ ಮನಸು ಮತ್ತು ಪೂರ್ವಗ್ರಹಗಳು ಮೂಲ ಕಾರಣ. ಕನ್ನಡದ ಸಂಸ್ಕೃತಿ ಹಲವಾರು ಶತಮಾನಗಳ ಜಾನಪದ, ಜೈನ, ಬೌದ್ಧ, ವೈದಿಕ ಹಾಗೂ ತದನಂತರ ಬಂದ ಇಸ್ಲಾಂ, ಬ್ರಿಟಿಷ್ ವಸಾಹತು ಏಕೀಕರಣ, ಜಾಗತೀಕರಣಗಳ ಸಂಘರ್ಷ ಹಾಗೂ ಅನುಸಂಧಾನಗಳಿಂದ ರೂಪುಕೊಂಡಿದೆ. ಕೇರಳ ಹಾಗೂ ತಮಿಳುನಾಡುಗಳು ಉತ್ತರದ ಆಕ್ರಮಣಗಳಿಗೆ, ಕನ್ನಡ ಹಾಗೂ ತೆಲಗಿನ ಪ್ರಾಂತ್ಯಗಳಷ್ಟು ತುತ್ತಾಗದೇ ಇದ್ದುದರಿಂದ, ಇವತ್ತಿಗೂ ಹೋಲಿಕೆಯಲ್ಲಿ, ನಮಗಿಂತ ಹೆಚ್ಚು ದ್ರಾವಿಡ ಸಂಸ್ಕೃತಿಯ ಮೂಲಕ್ಕೆ ನಿಷ್ಠರಾಗಿದ್ದಾರೆ... ಅವರ ಜಾನಪದ ಹಾಗೂ ಸಂವೇದನೆ ಕನ್ನಡದ ಪ್ರಜ್ಞೆಗಿಂತ ಭಿನ್ನವಾಗಿದೆ. ಉದಾಹರಣೆಗೆ: ಗೋವಿನ ಹಾಡು ಕನ್ನಡದಲ್ಲೇ ಉದ್ಭವಿಸಿ, ನಮ್ಮ ಸಂವೇದನೆಯ ಮೂಲ ದ್ರವ್ಯವಾಗುವುದು ಈ ಕಾರಣಕ್ಕೆ. ಮುಂಗಾರು ಮಳೆ ಕನ್ನಡದಲ್ಲಲ್ಲದೇ ಇನ್ನೆಲ್ಲೂ ಓಡದಿರುವುದಕ್ಕೆ ಇದೇ ಕಾರಣ. ಹಾಗೇ ತಮಿಳಿನ ಮೂಲಗುಣಗಳನ್ನು ಮೈದುಂಬಿಸಿಕೊಂಡಂತಹ ಪಿತಾಮಗನ್, ಕಾದಲ್ ಕೊಂಡೇನ್, ಸುಬ್ರಹ್ಮಣ್ಯಪುರಂ ಅಂತಹ ಸಿನಿಮಾಗಳು ಕನ್ನಡಕ್ಕೆ ಬಂದಾಗ ನಮಗೆ ರುಚಿಸಲಿಲ್ಲ... ನಾನೇ ರಾಜ, ದೈವ ಅಂತ ಬೀಗಿದ M.G.R., N.T.R.ಗಳು ಅವರ ಪ್ರಾಂತ್ಯದ ಸಾಂಸ್ಕೃತಿಕ ನಾಯಕರಾದರೆ, ನೀವೇ ದೈವ ಅಂತ ರಾಜಕುಮಾರ್ ಕನ್ನಡದ ಸಾಂಸ್ಕೃತಿಕ ನಾಯಕರಾಗ್ತಾರೆ.

ಇವತ್ತು ಎಲ್ಲ ಸಂಸ್ಕೃತಿಗೂ ತುಕ್ಕು ಹಿಡಿದು, ಬರಿ ಭೋಗವೊಂದೇ ಯೋಗ ಅಂತಹ ನಂಬಿಕೆ ಇರುವ ಕಾಲಘಟ್ಟದಲ್ಲಿ ಇಂತಹ ಮಾತುಗಳಿಗೆ ಅರ್ಥ ಇದೆಯೇ? ಸಿನಿಮಾದಂತಹ ಮನೋರಂಜನಾ ಸರಕು ತಯಾರಿಸುವ ಸಂದರ್ಭದಲ್ಲಿ, ನೆಲಭಾಷೆ ಸಂಸ್ಕೃತಿಯ ಅಧ್ಯಯನ ಎಲ್ಲಿ time waste ಅಲ್ವೆ? ಅಂತಹ ಮಾತುಗಳಿಗೆ ಕಲೆಯ ಬಗ್ಗೆ ಶ್ರದ್ಧೆ ಇಟ್ಟುಕೊಳ್ಳುವ ಯಾರೂ ಉತ್ತರಿಸಲು ಸಾಧ್ಯವಿಲ್ಲ. ಯಾಕಂದ್ರೆ ಇಲ್ಲಿ ಭಾಷೆಯೇ ಬೇರೆ ಇರುವುದರಿಂದ ಒಂದು ಸಂವಾದ ಸಾಧ್ಯವಿಲ್ಲ. ಚಿತ್ರಕಥೆ, ಅಂದರೆ ಒಂದು ಒಟ್ಟಾರೆ ಚಿತ್ರ, 'ಜನರಿಗಾಗಿ' ಅಂತ ಹೇಳಿಕೊಳ್ಳೋ ವ್ಯಾಪಾರಿ ಸರಕಾಗಿಬೇಕೋ, ಅಥವ ನಮ್ಮ ಕಾಲಘಟ್ಟದ ಪ್ರಶ್ನೆಗಳನ್ನ ಚರ್ಚಿಸುವ ಕನ್ನಡಿ

ಆಗಬೇಕೊ ಅನ್ನುವ ಪ್ರಶ್ನೆ ಸಿನಿಮಾದ ಉಗಮದಿಂದಲೂ ಇದೆ. ಒಬ್ಬ ಹಿರಿಯ, ಒಂದು ಕಾಲದ ಯಶಸ್ವಿ ನಿರ್ದೇಶಕರೊಂದಿಗೆ ಈ ವಿಷಯ ಚರ್ಚಿಸಿದಾಗ ಅವರು ಹೇಳಿದ್ದು. ಒಂದು ಸಿನಿಮಾ ತಾಯಿಯೂ ಆಗಿರುತ್ತಾಳೆ. ಸೂಳೆಯೂ ಆಗಿರುತ್ತಾಳೆ. ಹೆಚ್ಚಿನ ಸಲ ತಾಯಿ ಆಗಿರುವ ಸೂಳೆ ಆಗಿರುತ್ತಾಳೆ. ಒಬ್ಬ ಮೇಕರ್ ಆಗಿ ನಾವು ಅವಳನ್ನ ಯಾವ ಕಡೆ ತಳ್ಳುತ್ತೇವೆ ಅನ್ನುವುದು ನಮ್ಮ ನಿಲುವಿಗೆ ಬಿಟ್ಟಿದ್ದು.

(ಹೆಣ್ಣಿನ ಬಗ್ಗೆ ಅನುಕಂಪವಾಗಿ ಮಾತಾಡಬೇಕಾದಾಗೆಲ್ಲ, ನಮ್ಮ ಭಾರತೀಯ ಚಿತ್ರರಂಗಕ್ಕೆ ವೇಶ್ಯೆಯರೇ ಹೆಚ್ಚು ಕಾಣಿಸುತ್ತಾರೆ. ಅವರ ಪರವಾಗಿರೋದು ಇವರ ಮನುಷ್ಯತ್ವದ ದ್ಯೋತಕ ಅಂತ ಅನಿಸುತ್ತಿರಬೇಕಾದರೇನೆ, ಯಾವ hero ಕೂಡ ಕೊನೆಗೆ ಅಂತಹ ಹೆಣ್ಣಿನ್ನ ಮದುವೆ ಆಗುವಂತೆ ಮಾಡುವ ಸಿನಿಮವನ್ನ commercial cinema ಅನ್ನುವುದು ಸೂಕ್ತ, ಇನ್ನೂ ತನಕ ನಾನು ನೋಡಿಲ್ಲ.)

ಅಂದರೆ ಚಿತ್ರಕಥಾ ರಚನಾ ಸಮಯದಲ್ಲೇ ನಾವು ಯಾರಿಗೊಸ್ಕರ ಬರೆಯುತ್ತಿದ್ದೇವೆ ಅಂತ ಮನಸ್ಸಲ್ಲಿಟ್ಟುಕೊಂಡು ಬರೆಯಬೇಕು ಅನ್ನುವುದು ಮಾರುಕಟ್ಟೆಯ ತಾತ್ಪರ್ಯ. ಇಡೀ ವಿಶ್ವದಲ್ಲೆ ಸಿನಿಮಾದ success rate 9-11%. ಅಂದರೆ ಜನರಿಗಾಗಿಯೇ ಮಾಡುವ 100 ಸಿನಿಮಾಗಳಲ್ಲಿ, 9 ರಿಂದ 11ರಷ್ಟೇ ಕಾಸು ಮಾಡುವಂತದ್ದು. ಈ ಎಲ್ಲ paradoxಗಳು ಪ್ರತಿ ಚಿತ್ರಕಥಾ ಲೇಖಕರನ್ನು ಬಾಧಿಸುತ್ತಲೇ ಇವೆ. ಮುಖ್ಯವಾಗಿ ನಾವು ಮೂರು ವಿಷಯಗಳನ್ನು ಗಮನಿಸಬೇಕು. ಒಂದು ಸಿನಿಮಾದ ಯಶಸ್ಸು ಹಣದಿಂದಲೆ ಅಳೆಯಲಾಗುತ್ತದೆ. ಎರಡನೇದು, ಪ್ರತಿ ಬರಹಗಾರ ಮನೋರಂಜನೆ ಹಾಗೂ ಮನೋವಿಕಾಸಕ್ಕಾಗಿ ಹಾತೊರೆಯುತ್ತಿರುತ್ತಾನೆ. ಮೂರನೇದು, ನಮ್ಮ ನಿಷ್ಟೆ ಹಣದ ಪ್ರತಿ ಇರಬೇಕೊ? ಕಲೆಯ ಪ್ರತಿ ಇರಬೇಕೊ? ಇನ್ನೂ ಸ್ಥೂಲವಾಗಿ ಹೇಳುವುದಾದರೆ ಜನಪ್ರಿಯತೆಯೊ, ಶ್ರೇಷ್ಠತೆಯೊ.

ಈ ಎಲ್ಲ ತುಮುಲಗಳಿಗೆ ನಮ್ಮನ್ನೊಡ್ಡೇ ನಾವು ಚಿತ್ರಕಥೆ ಬರೆಯಬೇಕು. ವೈಯಕ್ತಿಕ ಅನುಭವದಿಂದ ಹೇಳೋದಾದರೆ, ಕಲೆ ಅನ್ನುವುದು ಧ್ವನಿ ಇಲ್ಲದವರ ಪಾಲಿನ ಧ್ವನಿ ಆಗಬೇಕು ಅನ್ನುವುದು ನನ್ನ ನಂಬಿಕೆ. ಹಾಗಾದಾಗ ನಮ್ಮ prejudice ಜೊತೆ ನಾವೇ ಮುಖಾಮುಖಿ ಆಗುತ್ತೇವೆ. ಚಿತ್ತಾಲರು ಹೇಳಿದ್ದಿರಬೇಕು, ತಿಳಿದದ್ದನ್ನ ಬರೆಯೋದಲ್ಲ. ತಿಳಿಯಲಿಕ್ಕೆ ಬರೆಯಬೇಕು...

ಒಂದು ಸಲ content ಸ್ಪಷ್ಟವಾದ ನಂತರ, ಅದರ ನಿರೂಪಣಾ craft ಬಗ್ಗೆ ತಲೆ ಕೆಡಿಸಿಕೊಳ್ಳಬೇಕು... 'ಮೈತ್ರಿಯ' ವಿಷಯವಾಗಿ ಹೇಳೋದಾದರೆ, ನಿರ್ಮಾಪಕರಿಗೆ 'ಕನ್ನಡದ ಕೋಟ್ಯಾಧಿಪತಿ' set ಸಿಗುವುದು ಖಾತ್ರಿ ಆಗಿ, ಅವರಿಗೆ slumdog millionaire ತರಹ ಕನ್ನಡದಲ್ಲಿ ಮಾಡಿ, ಪುನೀತ್ ಅವರ ಪಾತ್ರವನ್ನ positive ಆಗಿ ತೋರಿಸಬೇಕು ಅನ್ನುವ ಆಸೆ ಇತ್ತು. ನನಗೆ remake ಬಗ್ಗೆ ಆಸಕ್ತಿ ಇರಲಿಲ್ಲ. ನಾನು ಬಾಲ ಕೈದಿಗಳ ಜೊತೆ ಒಂದಷ್ಟು ಸಮಯ ಕಳೆದಿದ್ದೆ. ಆಗ ಒಬ್ಬ ಹುಡುಗ, ಚೆನ್ನಾಗಿ ಡ್ಯಾನ್ಸ್ ಮಾಡುತ್ತಿದ್ದವ, ಪುನೀತ್ ಅವರ ಅಭಿಮಾನಿ ಆಗಿದ್ದ. 13 ವಯಸ್ಸಿದ್ದಿರಬಹುದು, ಕೈ ಮೇಲೆ ಅಪ್ಪು ಅಂತ ಹಚ್ಚೆಯೂ ಹಾಕಿಸಿಕೊಂಡಿದ್ದ. ಕಳ್ಳತನ ಮಾಡಿ ಬ್ಲೇಡಲ್ಲಿ ಯಾರಿಗೊ ಹೊಡೆದು ಅಲ್ಲಿ ಸೇರಿಕೊಂಡಿದ್ದು... ಶುದ್ಧ ತರಲೆ ಆಗಿದ್ದ. ಒಂದೆರಡು ವರ್ಷದ ನಂತರ, ನಾನು ರೇಡಿಯೊ ಒನ್‌ಲ್ಲಿ ಕೆಲಸ ಮಾಡುತ್ತಿದ್ದಾಗ, ಮಾರ್ಕೆಟ್‌ನಲ್ಲಿ ವರ್ಕ್‌ಶಾಪಲ್ಲಿದ್ದ ಹುಡುಗನೊಬ್ಬ ಗುರುತಿಸಿ ನಾನೂ ರಿಮಾಂಡ್ ಹೋಮಲ್ಲಿದ್ದೆ, ಈಗ ಹೂವು ಮಾರ್ತೀನಿ ಅಂತ ಹೇಳಿಕೊಂಡ. ಆ ತರಲೆ ಹುಡುಗ ಎಲ್ಲಿ ಅಂತ ಕೇಳಿದಾಗ, ಅವನು ರಿಮಾಂಡ್ ಹೋಂಯಿಂದ ಓಡಿ ಹೋಗಿ, ಒಂದು ದಿನ ಹೆಣ ಸಿಕ್ತು ಅಂತ ಸುದ್ದಿ ಅಷ್ಟೆ ಬಂತು ಸರ್ ಅಂದ. ಅವನು ಸತ್ತಾಗ ಮಿಲನ ಚಿತ್ರದ ಟಿಕೆಟ್ ಬಿಟ್ಟರೆ ಇನ್ನೇನೂ ಇರಲಿಲ್ವಂತೆ. ನನಗೆ ಪುನೀತ್ ಅವರ ಜೊತೆ ಅವನ ಸಿನಿಮ ಮಾಡಬೇಕು ಅನ್ನುವ ಆಸೆ. ಈ ಎರಡೂ ಆಸೆಗಳನ್ನ ಸಮೀಕರಿಸಿ ಒಂದು ಕಥೆ ಮಾಡಬೇಕಾಯ್ತು. ಆದರೆ ಆ set ನಮಗೆ ಕೊನೆಗೆ ಫ್ರೀ ಆಗಿ ಸಿಗಲಿಲ್ಲ. ನಾವೇ 18 1/2 ಲಕ್ಷ ಖರ್ಚು ಮಾಡಿ set ಹಾಕಬೇಕಾಯ್ತು.

ಪುನೀತ್ ಅವರ ಸಿನಿಮ ಅಂದ್ರೆ ಅಲ್ಲಿ fightಉ danceಉ ಇರಲೇಬೇಕು. ಪುನೀತ್ ಅವರು ಸ್ಪಷ್ಟವಾಗಿ, ನಾನು ಸಿನಿಮಾದ ನಾಯಕ ಅಲ್ಲ. ಆದಷ್ಟು ನೈಜವಾಗಿ ಚಿತ್ರೀಕರಿಸಿ, ನಾನು ಡ್ಯಾನ್ಸೆಲ್ಲ ಮಾಡಲ್ಲ ಅಂದರು. ಆದರೆ ಒಂದು action block ಕೂಡ ಇರದೇ ಇದ್ದರೆ ಹೇಗೆ ಅಂತ ಎಲ್ಲರೂ ತಲೆ ಕೆಡಿಸಿಕೊಂಡ್ವಿ. ಅದಕ್ಕಾಗಿ ಒಂದು ಜಾನಪದ ಆಟವನ್ನ ತೋರಿಸಿದಂಗಾಗುತ್ತೆ ಹಾಗೂ ಅಭಿಮಾನಿಗಳಿಗೆ ತಮ್ಮ ನಾಯಕನ ಒಂದಾದ್ರು action block ಸಿಗುತ್ತೆ ಹಾಗೂ ನಮ್ಮ ನಿರೂಪಣೆಗೆ ಧಕ್ಕೆ ಬರಲ್ಲ ಅಂತ ಕಣ್ಣಿಗೆ ಬಟ್ಟೆ ಕಟ್ಟಿಕೊಂಡು, ಚೆಂಡಿಗೆ ಗೆಜ್ಜೆ ಕಟ್ಟಿ ಅದನ್ನ ಹಿಡಿಯುವ ಆಟದಿಂದ hero introduction ಮಾಡಿದ್ವಿ.

ಹಾಡು ಹೊಡೆದಾಟಕ್ಕಿಂತ, ಜಾನಪದ ಆಟವೊಂದರಿಂದ ಶುರು ಮಾಡಿದ್ದು, ಎಲ್ಲರಿಗೂ ಇಷ್ಟವಾಯಿತು. ನಮ್ಮಲ್ಲಿ ಖೈದಿಗಳಿಗೆ ಖರ್ಚು ಮಾಡುವಷ್ಟು ಸಮಯ ಹಾಗೂ ಸಂಪನ್ಮೂಲವನ್ನ ಬಾಲಖೈದಿಗಳ ಮೇಲೆ ಹಾಗೂ ಅವರ rehabilitation ಮೇಲೆ ಖರ್ಚು ಮಾಡಲ್ಲ. ಬೆಂಗಳೂರಿನ remand homeಗಳು ತುಂಬ ಮಾನವೀಯವಾಗಿವೆ. ಆದರೆ ಬೇರೆ ಊರಿನ, ಮುಖ್ಯವಾಗಿ ಚೆನ್ನೈ, ಹೈದರಾಬಾದ್ ಕಥೆಗಳನ್ನ ಕೇಳಿದರೆ ನಡುಕ ಉಂಟಾಗುತ್ತದೆ. ಆದರೆ ಇಂತಹ ನರಕದ ಮಧ್ಯೆಯೂ ಮಕ್ಕಳು ಅವರ ಲವಲವಿಕೆಯಿಂದ ಕಾರಾಗೃಹವನ್ನೂ ಆಟದ ಮೈದಾನವನ್ನಾಗಿಸುತ್ತಾರೆ. ಅದನ್ನೆ ತೋರಿಸುವ ಆಶಯದಿಂದ Johnson ಪಾತ್ರ ಹುಟ್ಟಿತು. ಸಿನಿಮ ನೋಡಿದವರಿಗೆ ಈಗ ಗೊತ್ತಾಗಬಹುದು, ನಾನಾಗ ಹೇಳಿದ್ದ ಅಪ್ಪು ಅಭಿಮಾನಿಯ ಒಡೆದ ರೂಪವೇ ಈ ಎರಡು ಪಾತ್ರಗಳು. ಜೊತೆಗೆ ನವೋದಯ ಶಾಲೆಯಲ್ಲಿ ಓದಿದ್ದ ನನಗೆ, ನನ್ನ ಈಗಲೂ ತುಂಬ ಇಷ್ಟಪಡುವ ಸರ್ ಒಬ್ಬರ ಅಪರಾವತಾರವೇ ಅತುಲ್ ಕುಲ್ಕರ್ಣಿ ಪಾತ್ರ... ಅವರೂ ನಮಗೆ ಹಾಗೆ ಹೊಡೆಯುತ್ತಿದ್ದರು ಮತ್ತೆ ನಾವೇನು ಕಡಿಮೆ ಇರಲಿಲ್ಲ... ಮೋಹನ್‌ಲಾಲ್ ಅವರ ಪಾತ್ರಕ್ಕೆ ನನ್ನ ನೆಚ್ಚಿನ ಲೇಖಕರಾದ ದ್ಯಾವನೂರು ಮಹಾದೇವ ಹಾಗೂ ಮ್ಯಾಗ್ಸಿಂ ಗೋರ್ಕಿಯ ಹೆಸರು ಬಳಸಿ, ಮಹಾದೇವ ಗೋರ್ಕಿ ಅಂತ ಹೆಸರಿಟ್ಟಿದ್ದೆ.

ಈ ಎಲ್ಲ ವಿಷಯಗಳ ಪ್ರಸ್ತಾವನೆ ಯಾಕಂದರೆ, ಒಂದು ಕೃತಿಯ ರಚನೆಯ ಹಿಂದೆ ಅನುಭವ, ಅಧ್ಯಯನ, ಆಶಯಗಳು ಹೇಗೆ ಕೆಲಸ ಮಾಡಬಹುದು ಎಂದು ಅರಿಯಲಷ್ಟೆ... ನಾನು ಅನುಭವಿಸದ ಘಟನೆಯನಲ್ಲದಿದ್ದರೂ ಆ ಸಂವೇದನೆಯನ್ನಾದರೂ ಅನುಭವಿಸಬೇಕು, ಬರೆದಾಗ ಅದು ಪ್ರಾಮಾಣಿಕತೆಯನ್ನು ಕಳೆದುಕೊಂಡು ರಸಹೀನವಾಗುವ ಸಾಧ್ಯತೆ ಹೆಚ್ಚು. ಹಾಗಿದ್ದರೆ ಈ ಅನುಭವವನ್ನ ಒಂದು craft ಆಗಿ ಮಾಡುವುದು ಹೇಗೆ. ಆಗಲೇ ಅಂದ ಹಾಗೆ, content ಬೇರೆ craft ಬೇರೆ. ಎಷ್ಟೋ ಸಲ content (ವಿಷಯ)ದ ಹಂಗಿಲ್ಲದೆ, ಬರೀ craft (ನಿರೂಪಣೆ)ಯನ್ನ ನಂಬಿ ಮಾಡಿದ ಸಿನಿಮಾಗಳು ಗೆದ್ದಿದ್ದಿದೆ. ಸಿನಿಮ craftsmanship ಅನ್ನುವುದನ್ನ ನಾವು ಮರೀಬಾರದು. ಈಗ ಒಂದು ವಿಷಯವನ್ನ ಚಿತ್ರಕಥಾ ರೂಪದಲ್ಲಿ ಇಳಿಸಲು ನಾವು ಮೊದಲು ಗುರುತಿಸಬೇಕಾದ್ದು, ಯಾವ ಕಥೆಯನ್ನ ಯಾರ ಮೂಲಕ ಹೇಳ್ತಿದ್ದೀವಿ ಅನ್ನುವುದು. Protaganist

(ಪ್ರಧಾನ ಭೂಮಿಕೆ, ನಾಯಕ/ಕಿ)ಯ ದೃಷ್ಟಿಕೋನದ ಮೂಲಕ ನಾವು ಕಥೆಯನ್ನ ಪ್ರಾರಂಭಿಸಬೇಕು... ನಂತರ ಬರುವ twist and turnಗಳು ನಾವು ಮೊದಲು ಹಾಕಿ ಕೊಡುವ ಈ ದೃಷ್ಟಿಕೋನದ ಮೇಲೆ ನಿಂತಿರುತ್ತೆ. ಹೀಗೆ ಗುರುತಿಸಿಕೊಂಡ ನಂತರ ಆ ಕಥೆಯ core ಅಥವ ಪ್ರಧಾನ ರಸ ಯಾವುದು ಅಂತ ನಿರ್ಧರಿಸಬೇಕು.

ಈ core ಅಂದರೇನು? ಈಗ ರಾಮಾಯಣದ core ಏನು? ಒಳ್ಳೇದು ಗೆಲ್ಲುತ್ತೆ. ಸತ್ಯಕ್ಕೆ ಜಯ. ಅವೆಲ್ಲ non-sense. ಗೆದ್ದವನು automatic ಆಗಿ ಒಳ್ಳೆಯವನು ಸತ್ಯವಂತನು ಆಗಿ ಬಿಡುತ್ತಾನೆ. ರಾಮಾಯಣದ core ವಿರಹ. ವಾಲ್ಮೀಕಿ ರಾಮಾಯಣವನ್ನ ಬರೆಯಲು ಪ್ರಾರಂಭಿಸುವುದು ಎರಡು ಪಕ್ಷಿಗಳ ವಿರಹ ವೇದನೆಯನ್ನ ನೋಡಿ ರಾಮಾಯಣದುದ್ದಕ್ಕೂ ಅಪ್ಪ ಮಗನಿಂದ ದೂರವಾಗುತ್ತಾನೆ. ಅಣ್ಣ ತಮ್ಮಂದಿರು ದೂರವಾಗುತ್ತಾರೆ. ಗಂಡ ಹೆಂಡತಿ ದೂರವಾಗುತ್ತಾರೆ. ಒಂದಾಗುತ್ತಾರೆ. ಮತ್ತೆ ದೂರವಾಗುತ್ತಾರೆ. ಮಕ್ಕಳು ದೂರವಾಗುತ್ತಾರೆ. ಹೀಗೆ ಒಂದು ವಿರಹದ ಸನ್ನಿವೇಶ ಇನ್ನೊಂದು ವಿರಹದ ದೃಶ್ಯಕ್ಕೆ ದಾರಿ ಮಾಡಿ ಕೊಡುತ್ತದೆ. ಅದರ ಸುತ್ತ ಕಥೆ ಹೆಣೆದುಕೊಳ್ಳುತ್ತದೆ. So ನಮ್ಮ ಕಥೆಯ core ಯಾವುದು?

ನಂತರ ಈ ಕಥಾ ಹೆಣಿಕೆಯಲ್ಲಿ ನಾವು ಕೇಳಿಕೊಳ್ಳಬೇಕಾದದ್ದು, When to reveal, what to reveal and how to reveal? ಇಡಿ ಚಿತ್ರಕಥೆ ನಾವು ಪ್ರೇಕ್ಷಕನಿಗೆ ಚೂರ್ಚೂರು ಮಾಹಿತಿ ನೀಡಿ, ಅವರನ್ನ ಮುಂದಾಗುವುದನ್ನ ಊಹಿಸಲು ಬಿಡಬೇಕು. ಆಗ ಒಂದು ಅದೃಶ್ಯ treasure hunt ಅಂತಹ ಆಟವನ್ನ ಮನಸಿನಲ್ಲಾಡಲು ಶುರು ಮಾಡುತ್ತಾರೆ. Treasure huntನ ಹಾಗೆ ನಾವು ಮೊದಲೆ ಗೆದ್ದರೆ ಏನು ಸಿಗುತ್ತೆ ಅಂತ ಹೇಳಿ (ಕೋಟಿ ರೂಪಾಯಿ ಸಿಗುತ್ತೆ ಅನ್ನುವಂತಹ ಆಮಿಷ. ಅಥವ ಲಗಾನ ಸಿನಿಮಾದಲ್ಲಿ ಆದಂತೆ 3 ವರ್ಷದ ತೆರಿಗೆ ಮಾಫ್) ಪ್ರಧಾನ ಭೂಮಿಕೆಯಲ್ಲಿರುವ ಪಾತ್ರದ ಮೂಲಕ ಪ್ರೇಕ್ಷಕರಲ್ಲಿ ಆಸೆ ಮೂಡಿಸುವಂತದ್ದು. ಒಂದು ತರಹ ಆದರೆ, ಕೊನೆಯಲ್ಲಿ ಏನಿದೆ ಅಂತ ಹೇಳದೆ... ಒಂದೊಂದೇ hint ಕೊಟ್ಟು ನಾಯಕ/ಕಿ ಮುಂದಿನ ಕ್ರಿಯೆ ಮಾಡುವಂತೆ ಮಾಡಿ, ಇದೆಲ್ಲ ಏನಕ್ಕೆ ಮಾಡುತ್ತಿರಬಹುದು ಅಂತ ಕಾಯುವಂತೆ ಮಾಡುವುದು

ಇನ್ನೊಂದು ವಿಧ. ಎರಡನೇ ವಿಧದಲ್ಲಿ ನನ್ನ ಅನುಭವದಲ್ಲೊಂದು ಸಮಸ್ಯೆ ಇದೆ. Imagine, ನೀವು ಕಲ್ಲುಗಾಡಿಯಲ್ಲಿ ದುರ್ಗಮ ಮಾರ್ಗದಿಂದ, ಬೆಟ್ಟ ಹಾರುವ ಸಾಹಸ ಎಲ್ಲ ಮಾಡಿ ಕೊನೆಗೆ ನಿಮಗೆ prize ಕೊಟ್ಟಾಗ, Parle-G ಬಿಸ್ಕೆಟ್ಟಿನ ಪ್ಯಾಕ್ ಕೊಟ್ಟರೆ ಹೇಗೆನಿಸುತ್ತೆ!? Cinema climax ಕೂಡ ಹಾಗೇ ಆಗ್ಬಿಟ್ಟರೆ ಕಷ್ಟ. ಹಾಗಾಗಿ ಈ ಕಥೆಯ core ಮತ್ತು ಅದರ ಹೆಣಿಕೆ, ಎಲ್ಲವೂ ಪ್ರಧಾನ ಭೂಮಿಕೆಯ ಪಾತ್ರಧಾರಿಯ ಸ್ಫೂರ್ತಿ ಅಥವ ಒತ್ತಾಸೆ ಯಾವುದು ಅಂತ ಗುರುತಿಸಬೇಕು.

ಈಗ ಲಗಾನ್ ಚಿತ್ರದಲ್ಲಿ ಆಟ ಗೆದ್ದರೆ ಸುಂಕದ ಭಯ ಇಲ್ಲ. ಅನ್ನುವುದು ಭುವನನ ಸ್ಫೂರ್ತಿ ಆದರೆ, ಅಮೀರ್ ಚಿತ್ರದಲ್ಲಿ ಅಮೀರ್‌ನ ಕುಟುಂಬವನ್ನು ಆತಂಕವಾದಿಗಳು ಅಪಹರಿಸಿ, ಅವನಿಗೆ ಇವರ ಉದ್ದೇಶ ಈಡೇರಿಸಲು ಒತ್ತಾಯ ಮಾಡುತ್ತಾರೆ. ಹೀಗೆ ಪ್ರತಿ ಕ್ರಿಯೆಯ ಹಿಂದೆ ಯಾವುದೋ ಸ್ಫೂರ್ತಿ ಅಥವ ಒತ್ತಾಯ ಕೆಲಸ ಮಾಡುತ್ತಲೇ ಇರುತ್ತದೆ. ಹಾಗಾದಾಗ, ಆ ಪಾತ್ರಗಳೊಂದಿಗೆ ಒಂದು ಸಂಬಂಧ ಏರ್ಪಡುತ್ತದೆ. ಈ ಸಂಬಂಧ, ನಾವು, ಚಿತ್ರಕಥೆ ಮಾಡೋರು, ಪ್ರೇಕ್ಷಕರಿಗೆ ಆಯಾ ಪಾತ್ರಧಾರಿಗಳು ಸ್ಫೂರ್ತಿ ಹಾಗೂ ಒತ್ತಾಯದ ಬಗೆಗಿನ ಮಾಹಿತಿಯನ್ನ ಎಷ್ಟು, ಯಾವಾಗ ಮತ್ತು ಹೇಗೆ ಕೊಡುತ್ತೀವಿ ಅನ್ನುವುದರ ಮೇಲೆ ಇರುತ್ತೆ. ಏನಿದು ಮಾಹಿತಿ ಕೊಡುವುದು ಅಂದರೆ?... Hitchcockರ ತುಂಬ ಚೆಂದದ ಉದಾಹರಣೆ ಇದೆ. Imagine, ಒಂದು cricket match, India-Pak ಅಂತಲೆ ಇಟ್ಕೊಳ್ಳಿ, ಕೊನೆಯ ಹಂತದಲ್ಲಿದೆ. ಕೊನೆಯ ಓವರ್ 6 ballಗೆ 16 ರನ್ ಬೇಕು. ಆ ತರಹ situation... ನಮ್ಮ ಟೀಂ bowling, ಮೊದಲ ballನ ಬ್ಯಾಟ್ಸ್‌ಮ್ಯಾನ್ 4 ಹೊಡೆದ... 2ನೇ ಬಾಲ್ ಬಿತ್ತು, ಬ್ಯಾಟ್ಸ್‌ಮನ್ ಎತ್ತಿ ಹೊಡೆದ... ಇದ್ದಕ್ಕಿದ್ದಂತೆ ದೊಡ್ಡ ಆ ಸ್ಫೋಟ ಆಗ ಬಾಂಬ್ ಬ್ಲಾಸ್ಟ್ ಆಯ್ತು... ಎಲ್ಲರೂ shock! ಒಂದುಕ್ಷಣ ಉಸಿರೇ ನಿಂತು ಹೋಗುತ್ತೆ... ಈಗ 2ನೇ situation. ಅದೇ ಮ್ಯಾಚ್, ಅದೇ ಓವರ್... ಅದೇ requirement ಆದರೆ ನಾವು ಮೊದಲೇ ಪ್ರೇಕ್ಷಕರಿಗೆ ಬಾಂಬ್ ಎಲ್ಲಿದೆ ಅಂತ ತೋರಿಸಿದ್ದೀವಿ... ಅದು ಇನ್ನೇನು blast ಆಗಬಹುದು. ಅನ್ನುವ ಮಾಹಿತಿಯನ್ನೂ ನೀಡಿದ್ದೀವಿ. ಈಗ ಪ್ರೇಕ್ಷಕರಿಗೆ ಆ ಕ್ರಿಕೆಟ್ ಪಂದ್ಯದ ಮೇಲೆ ಎಳ್ಳಷ್ಟೂ ಆಸಕ್ತಿ ಇರಲ್ಲ... ಯಾಕಂದೇ ನಾವು ಕೊಟ್ಟ ಮಾಹಿತಿ, ಸ್ಫೂರ್ತಿ ಮತ್ತು ಒತ್ತಾಯಗಳನ್ನು ಬದಲಾಯಿಸಿದರೆ, ನಾವು ಪ್ರೇಕ್ಷಕರ

ಮನಸ್ಸಲ್ಲಿ ಯಾವ ಭಾವ ಬಿತ್ತಬೇಕು ಅಂತ ಇದ್ದೀವಿ ಅನ್ನುವುದರ ಮೇಲೆ ನಾವು ಯಾವ ಮಾಹಿತಿ, ಎಷ್ಟು ಮಾಹಿತಿಯನ್ನು ಹೇಗೆ ನೀಡಬೇಕು ಅನ್ನುವುದನ್ನು ನಿರ್ಧರಿಸಬೇಕು.

ಎಲ್ಲಕ್ಕಿಂತ ಹೆಚ್ಚು if you don't have an ending, you don't have screenplay. ಚಿತ್ರಕಥೆ ಗುರಿ ಇಲ್ಲದ ವಾಯುವಿಹಾರ ಅಲ್ಲ. ಅದು ಒಂದು ಜಾಗದಿಂದ ಇನ್ನೊಂದು ನಿಗದಿತ ಜಾಗಕ್ಕೆ ಹೋಗುವ ಟಿಕೆಟಿನ ಪ್ರಯಾಣ. ಈ ಪ್ರಯಾಣ ಸುಖಕರವಾಗಿ ಹಾಗೂ 'ಹೊತ್ತು ಹೋದದ್ದೇ ಗೊತ್ತಾಗಿಲ್ಲ'ದಂತಹ ಅನುಭವ ನೀಡುವಂತದ್ದು, ಸಿನಿಮ ಮಂದಿಗಳ ಕೆಲಸ. ಮುಖ್ಯವಾಗಿ ಲೇಖಕ ಹಾಗೂ ನಿರ್ದೇಶಕನದ್ದು, ಈಗ ಈ ಮುಕ್ತಾಯ, ನಾವು ಮೊದಲೇ ಗುರುತಿಸಿದಂತೆ ಕಥೆಯ coreಗಿಂತ ಭಿನ್ನವಾಗಿರಬಾರದು. ಯಾಕಿರಬಾರದು ಅಂತ ಪ್ರಶ್ನೆ ಕೇಳಿದರೆ, ಉತ್ತರ ಇಲ್ಲ. ನನ್ನ ಅನುಭವ ನನಗೊಂದಿಷ್ಟು conviction ಕೊಟ್ಟಿದೆ ಅಷ್ಟೆ.

ಈಗ ಈ ಎಲ್ಲ ಮಾತುಗಳು ಅನುಭವ ಜನ್ಯವಾದದ್ದು. ಅನುಭವಗಳ ಹಿಂದೆ ಆಯಾ ಕಾಲ, ದೇಶ ಹಾಗೂ ಆಯಾಮ ಮನಸ್ಥಿತಿಯ ವ್ಯಕ್ತಿಗಳು ಮುಖ್ಯ ಆಗುತ್ತಾರೆ. ಈಗ ಹೀಗೆಲ್ಲ ಬರೆಯೋದರಿಂದ, ನಾವು ಒಳ್ಳೆಯ ಚಿತ್ರಕಥೆ ರೂಪಿಸಬಹುದೆ? ಗೊತ್ತಿಲ್ಲ. ಆದರೆ ಇಂತಹ ಪೂರ್ವ ತಯಾರಿ ಇಲ್ಲದೆ shootingಗೆ ಹೋಗೋದು disastrous. ಒಬ್ಬ ಚಿತ್ರಕಥಾ ಲೇಖಕ ಅಹಂನಿಂದ ಅಥವ ಭಯದಿಂದ ಒದ್ದಾಡಬಾರದು. ಒಂದು ಚಿತ್ರಕಥೆಯನ್ನ ಬೇರೆ ಬೇರೆ ಜನರಿಗೆ ಓದಲು ಕೊಡಬೇಕು. ನಾವು ನಮ್ಮ ಕೃತಿಯನ್ನ ಆದಷ್ಟು ಒರೆ ಹಚ್ಚಿ ಪರೀಕ್ಷಿಸುತ್ತಲೇ ಇರಬೇಕು. ಎಲ್ಲರ ಮಾತನ್ನ ಕೇಳಿ, ಕೊನೆಗೆ ತನಗೆ ಸರಿ ಅಂತ ಅನಿಸಿದ್ದನ್ನೆ ಮಾಡಬೇಕು. ಆದರೆ ತೆರೆದ ಮನಸ್ಸಿನಿಂದಿರಬೇಕು. ನನ್ನ ಪ್ರತಿ ಚಿತ್ರಕಥೆಯ ಹಿಂದೆ, ನಾನೇ ಮಾಡಿಕೊಳ್ಳೊ re-write ಗಳಿರುತ್ತವೆ. 5-6 ಸಲ ಬರೆದಾಗಲೂ ಆ ದೃಶ್ಯಗಳು ಅದೇ ಭಾವವನ್ನು ಹೊರ ಸೂಸಿದರೆ ಇಟ್ಟುಕೊಳ್ಳೋದು ಒಳ್ಳೇದು. ಆಗದಿದ್ದರೆ ನಮ್ಮ ಮನಸೇ ಅದನ್ನ ಏನು ಮಾಡಬೇಕು ಅಂತ ಹೇಳುತ್ತದೆ. ಚಿತ್ತಾಲರು ಹೇಳಿದ ಹಾಗೆ, ಅರ್ಥ ಮಾಡಿಕೊಳ್ಳಲಿಕ್ಕೆ ಬರಿಯಬೇಕು!

ಉಳಿದ ಸಾಹಿತ್ಯ ಪ್ರಕಾರಗಳಿಗಿಂತ, ಚಿತ್ರಕಥಾ ಪ್ರಕಾರದ ಮೇಲೆ ಎಲ್ಲ ಕಡೆಯಿಂದ ಒತ್ತಡ ಇರುತ್ತದೆ. ಮಾರುಕಟ್ಟೆಯ ಸರಕೊಂದನ್ನು ಜೀವಂತವಾಗಿಸುವುದು ಚಿತ್ರಕಥೆ.

ನಾವು ಈ ಸತ್ಯವನ್ನ ಮರಿಯಬಾರದು. ನಿರ್ಮಾಪಕರು, heroಗಳು ಮತ್ತಿತರರು, ಏನೇ ನೋಡಿದರೂ, ಇಡೀ ಚಿತ್ರವನ್ನು ನಿರ್ದೇಶಕರೊಂದಿಗೆ ಬರಹಗಾರನೇ ನೋಡಿರುತ್ತಾನೆ/ಳೆ. ನಾವು ಮಾಡುವ ಆಯ್ಕೆಗಳ ಮೇಲೆ ಆ ಚಿತ್ರ, ಆ ಚಿತ್ರರಂಗ, ಆಯಾ ಭಾಷೆಯ ಹೆಗ್ಗಳಿಕೆ ಎಲ್ಲ ಅಡಕವಾಗಿರುತ್ತೆ. ಈ ಎಚ್ಚರ ನಮಗೆ ಸ್ಫೂರ್ತಿ ಆಗಿ, ನಮ್ಮೆಲ್ಲ ಒತ್ತಾಯಗಳೊಂದಿಗೆ ಹೋರಾಡಲು ನಮಗೆ ಸಹಾಯ ಮಾಡಲಿ.

'ಜಟ್ಟ', ಮೈತ್ರಿ ಚಿತ್ರಗಳ ಮೂಲಕ ಚಿತ್ರರಂಗದಲ್ಲಿ ಶಾಶ್ವತ ಸ್ಥಾನ ಸಂಪಾದಿಸಿಕೊಂಡ ಬೆಳ್ಳೆ ಮಹದೇವ ಗಿರಿರಾಜ್ ರಂಗಭೂಮಿಯ ಹಿನ್ನೆಲೆ ಉಳ್ಳವರು. ನಾಗಾಭರಣರ ಜೊತೆ ದುಡಿದವರು.'ಮೊಗ್ಗಿನ ಮನಸ್ಸು', 'ಕೃಷ್ಣನ್ ಲವ್ ಸ್ಟೋರಿ' ಚಿತ್ರಗಳಿಗೆ ಅಸೋಸಿಯೇಟ್ ಆಗಿ ಕೆಲಸ ಮಾಡಿದವರು. ರೇಡಿಯೋ ವನ್ ಎಫ಼್ಎಮ್ ವಾಹಿನಿಯಲ್ಲಿ ಕೆಲಕಾಲ ಕೆಲಸದಲ್ಲಿದ್ದರು. ಚಿತ್ರಕತೆ, ಸಂಸ್ಕೃತಿ ವಿಮರ್ಶೆ, ಸಿನಿಮಾ ಧ್ಯಾನದ ಒಡನಾಡಿಯೂ ಹೌದು.

ಸೆಟ್‌ನಲ್ಲಿ ಕೂದಲಿಗೆ ಬಣ್ಣ ಬಳಿಯೋಕೆ ನೀವೊಬ್ಬನನ್ನು ಇಟ್ಟುಕೊಳ್ಳುವುದಾದರೆ, ನಿಮ್ಮ ಕನಸುಗಳನ್ನ ಅಕ್ಷರಗಳಿಗಿಳಿಸುವ ಬರಹಗಾರನನ್ನ ಯಾಕೆ ಇಟ್ಟುಕೊಳ್ಳಬಾರದು?

- ಲೂಯಿಸ್ ಮಾಲ್

ಸಿನಿಮಾದ ಸಂಕೇತ ಭಾಷೆ – ಸಿಮಿಯಾಟಿಕ್ಸ್

ಬಿ.ಸುರೇಶ

ಸಿನಿಮಾಗೆ ಇತರ ಭಾಷೆಗಳಂತಹ ಭಾಷೆಯಿಲ್ಲ. ಆದರೆ ಯಾವುದೇ ಸಿನಿಮಾವು ಯಾವತ್ತಿಗೂ ವ್ಯಾಕರಣ ಇಲ್ಲದೆ ಇರುವುದಿಲ್ಲ. ಸಿನಿಮಾದ ಭಾಷೆಯನ್ನು ಕಲಿಯಲು ಯಾವುದೇ ಸಿದ್ಧತೆಯೂ ಬೇಕಿಲ್ಲ. ಆ ಕಾರಣಕ್ಕಾಗಿಯೇ ಎಳೆಯ ಮಕ್ಕಳು ಸಹ ಮಾತು (ಆಡುವ ಭಾಷೆಯನ್ನು) ಕಲಿಯುವ ಮೊದಲೇ ಟೆಲಿವಿಷನ್‌ನಲ್ಲಿ ಬರುವ ದೃಶ್ಯಗಳನ್ನು ಗ್ರಹಿಸಬಲ್ಲರು. ಬೆಕ್ಕುಗಳು ಸಹ ಟೆಲಿವಿಷನ್ ನೋಡುತ್ತವೆ. ಒಂದು ಸಿನಿಮಾದ ಭಾಷೆಯನ್ನು ಅರ್ಥ ಮಾಡಿಕೊಳ್ಳಲು ಮತ್ತು ಸಿನಿಮಾ ಸೌಂದರ್ಯ ಗ್ರಹಣ ಆಗುವುದಕ್ಕೆ ಯಾವುದೇ ಬೌದ್ಧಿಕ ಅಥವಾ ಅಕೆಡೆಮಿಕ್ ಶಿಸ್ತಿನ ಕಲಿಕೆಯ ಅಗತ್ಯವೂ ಇಲ್ಲ.

ಆದರೆ ಸಿನಿಮಾ ಬಹುತೇಕ ಇತರ ಭಾಷೆಗಳ ಹಾಗೆಯೇ ಭಾಷೆ ಎಂದು ಗುರುತಿಸಬಹುದಾದ್ದು. ಒಂದು ಸಿನಿಮಾದಲ್ಲಿ ಆ ಭಾಷೆಯ ಹೆಚ್ಚು ಅನುಭವವುಳ್ಳವರು (ಅಂತಹವರನ್ನು ಸಿನಿಮಾ ಸಾಕ್ಷರರು, ದೃಶ್ಯ ಸಾಕ್ಷರರು

ಎನ್ನಬಹುದು) ನೋಡುವ ಮತ್ತು ಕೇಳುವ ವರಗಳು ಸಾಮಾನ್ಯ ಸಿನಿಮಾ ನೋಡುಗರಿಗಿಂತ ಹೆಚ್ಚಾಗಿರುತ್ತದೆ ಎಂಬುದಂತೂ ಸತ್ಯ. ಹಾಗಾಗಿ ಭಾಷೆಯಿಲ್ಲದ ಸಿನಿಮಾ ಭಾಷೆಯನ್ನು ಒಂದಷ್ಟು ತಿಳಿದುಕೊಂಡರೆ ಒಂದು ಸಿನಿಮಾ ನೀಡುವ ಅನುಭವ ಹಾಗೂ ನೊಡುವ ಅನುಭವ ಖಂಡಿತ ಬದಲಾಗುತ್ತದೆ. ಈ ಹಿನ್ನೆಲೆಯಲ್ಲಿ ಭಾಷಾ ಶಾಸ್ತ್ರ ಹಾಗೂ ಭಾಷಾ ಜ್ಞಾನದ ವಿವರಗಳ ಜೊತೆಗೆ ಸಿನಿಮಾ ಭಾಷೆಯನ್ನು ಗಮನಿಸುವ ಪ್ರಯತ್ನ ಇಲ್ಲಿದೆ.

ಕೃತಕವಾಗಿ ಸೃಷ್ಟಿಸಲಾದ ಧ್ವನಿ ಮತ್ತು ಚಿತ್ರಗಳ ಮೊತ್ತವನ್ನು ಕುರಿತಂತೆ ವೈಜ್ಞಾನಿಕ ಸಂಶೋಧನೆಗಳು ಆಗಿರುವುದು ಕಡಿಮೆಯಾದರೂ ಎಳೆಯ ಮಕ್ಕಳು ಮೌಖಿಕ ಭಾಷೆಯನ್ನು ಕಲಿಯುವ ಮೊದಲು ಚಿತ್ರಗಳನ್ನು ಗುರುತಿಸುತ್ತಾರೆ ಎಂಬುದನ್ನು ಮತ್ತು ಒಬ್ಬ ವಯಸ್ಕನಿಗೆ ಒಂದು ಸಿನಿಮಾದಲ್ಲಿ ಅರ್ಥವಾಗುವುದೆಲ್ಲಾ ತಿಳಿಯಲು ಒಂದು ಮಗುವಿಗೆ ಏಳೆಂಟು ವರ್ಷವಾದರೂ ಆಗಬೇಕು ಎಂಬುದನ್ನು ಅದಾಗಲೇ ಸಂಶೋಧನೆಗಳ ಮೂಲಕ ಗುರುತಿಸಲಾಗಿದೆ. ಇದಲ್ಲದೆ ಒಂದು ಚಿತ್ರವನ್ನು ಗ್ರಹಿಸುವಾಗ ಆಯಾಯ ವ್ಯಕ್ತಿಯ ಸಾಂಸ್ಕೃತಿಕ ಹಿನ್ನೆಲೆಯಿಂದಾಗಿ ವ್ಯತ್ಯಯಗಳು ಆಗುತ್ತವೆ. 1920ರಲ್ಲಿ ಮಾನವ ಶಾಸ್ತ್ರಜ್ಞ ಲಿಯಂ ಹಡ್ಸನ್ ಒಂದು ಪರೀಕ್ಷೆ ಮಾಡಿದ್ದ. ಆ ಪರೀಕ್ಷೆಗೆ ಮುನ್ನ ಆತನಿಗೆ ಕೆಲವು ಪೂರ್ವಾಗ್ರಹಗಳಿದ್ದವು. ಆ ಪ್ರಕಾರವಾಗಿ ಪಾಶ್ಚಾತ್ಯ ಸಂಸ್ಕೃತಿಯ ಪರಿಚಯವಿಲ್ಲದ ಆಫ್ರಿಕಾದ ಬುಡಕಟ್ಟು ಜನರು ಚಿತ್ರದೊಳಗಿನ ಆಳವನ್ನು ಯೂರೋಪಿಯನ್ನರಂತೆಯೆ ಎರಡು ಆಯಾಮದ ಚಿತ್ರವೆಂದು ಗ್ರಹಿಸುತ್ತಾರೆ ಎಂದು ಆತ ಭಾವಿಸಿದ್ದ. ಆದರೆ ಆತನೇ ಮಾಡಿದ ಪರೀಕ್ಷೆಯ ಫಲಿತಾಂಶಗಳು ಭಿನ್ನವಾಗಿದ್ದವು. ಕೆಲವು ಬುಡಕಟ್ಟುಗಳ ಜನರು ನಾಗರಿಕ ಸಮಾಜದಂತೆಯೇ ಚಿತ್ರವೊಂದರಲ್ಲಿನ ಆಳವನ್ನು (ಡೆಪ್ತ್) ಗ್ರಹಿಸಿದರೆ ಕೆಲವರು ತಮ್ಮ ತಮ್ಮ ಸಾಮಾಜಿಕ, ಸಾಂಸ್ಕೃತಿಕ ಹಿನ್ನೆಲೆಯಲ್ಲಿ ಭಿನ್ನವಾಗಿ ಗ್ರಹಿಸಿದ್ದರು. ★ (''ಪಿಕ್ಟೋರಿಯಲ್ ಪರ್ಸೆಪ್ಷನ್ ಅಂಡ್ ಕಲ್ಚರ್'' – 1972, ಸೈಂಟಿಫಿಕ್ ಅಮೇರಿಕನ್ ಇಂಕ್, – ಜಾನ್ ಬಿ ಡೆರೆಗಾವ್‌ಸ್ಕಿ)

ಈ ಎಲ್ಲಾ ಪ್ರಯೋಗ – ಪರೀಕ್ಷೆಗಳಿಂದ ಗೊತ್ತಾಗುವುದಿಷ್ಟೆ. ಪ್ರತಿಯೊಬ್ಬ ಸಾಮಾನ್ಯ ಮನುಷ್ಯನೂ ಪ್ರತಿ ಚಿತ್ರವನ್ನು (ಇಮೇಜ್) ಗುರುತಿಸುತ್ತಾನೆ ಮತ್ತು

ಗ್ರಹಿಸುತ್ತಾನೆ ಮತ್ತು ಅತ್ಯಂತ ಸರಳವಾದ ಚಿತ್ರವನ್ನು (ಇಮೇಜ್) ಸಹ ಪ್ರತಿಯೊಬ್ಬ ವ್ಯಕ್ತಿಯು ತನ್ನ ಸಾಂಸ್ಕೃತಿಕ ಹಿನ್ನೆಲೆಗೆ ತಕ್ಕಂತೆ ಗ್ರಹಿಸುತ್ತಾನೆ. ಈ ತೀರ್ಮಾನದ ಮೂಲಕ ಸ್ಪಷ್ಟವಾಗಿ ಹೇಳಬಹುದಾದ ಮಾತೆಂದರೆ, ಪ್ರತಿ ವ್ಯಕ್ತಿಯೂ ತನ್ನ ಕಣ್ಣೆದುರಿಗೆ ಬಂದ ಚಿತ್ರವನ್ನು ಓದುತ್ತಾನೆ. ಈ ನೋಡುವ ಕ್ರಿಯೆಯಲ್ಲಿ ಒಂದು ಬೌದ್ಧಿಕ ಚಟುವಟಿಕೆಯು ವ್ಯಕ್ತಿಯ ಪ್ರಜ್ಞೆಗೆ ಅರಿವಿಲ್ಲದಂತೆಯೇ ಆಗುತ್ತಿದೆ ಮತ್ತದನ್ನು ಆಯಾ ವ್ಯಕ್ತಿಯು ತನ್ನ ಬೆಳವಣಿಗೆಯ ಯಾವುದೋ ಘಟ್ಟದಲ್ಲಿ ಕಲಿತಿದ್ದಾನೆ ಎಂಬುದು ಗೊತ್ತಾಗುತ್ತದೆ.

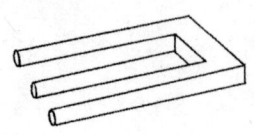

''ಅಸ್ಪಷ್ಟ ತ್ರಿಶೂಲ'' (ಆಂಬಿಗ್ಯುಯಸ್ ಟ್ರೈಡೆಂಟ್) ಅನ್ನುವ ಕಣ್ಕಟ್ಟು ಮಾಯೆಯ (ದೃಕ್‌ಮಾಯೆ) ಪ್ರಯೋಗದ ಮೂಲಕ ಒಬ್ಬ ವ್ಯಕ್ತಿಯ ನೋಡುವ ಶಕ್ತಿಯನ್ನು ಗ್ರಸಬಹುದು. ಇದನ್ನು ಓದುತ್ತಿರುವವರಿಗೂ ಸಹ ಈ ತ್ರಿಶೂಲವನ್ನು ನೋಡಿದಾಗ ಗೊಂದಲವಾಗಬಹುದು. ಹಾಗೇಯೇ ಪಾಶ್ಚಾತ್ಯ ಸಂಪ್ರದಾಯದ ಮೂರನೆಯ ಆಯಾಮದ ಅಭ್ಯಾಸವುಳ್ಳವರಿಗೆ ಗೊಂದಲವಾಗದೆಯೂ ಇರಬಹುದು.

ಅಂತಹುದೇ ದೃಕ್‌ಮಾಯೆಯ ಗೊಂದಲವನ್ನು ಉಂಟು ಮಾಡುವ ಚೌಕದ ಚಿತ್ರ ಮತ್ತು ಮುದುಕಿ ಹೆಣ್ಣಿನ ಚಿತ್ರಗಳು ಸಹ ಆಯಾ ವ್ಯಕ್ತಿಯ ಗ್ರಹಿಕೆಯ ಮೂಲಕ ಆಯಾ ಮಿದುಳಿನ ಶಕ್ತಿಯನ್ನು ಸೂಚಿಸುವಂತಹದು. ನಾವು ನಾಲ್ಕು ಮೂಲೆಯ ಚೌಕದ ಪೆಟ್ಟಿಗೆಯನ್ನು (ಕ್ಯೂಬ್) ಮೇಲಿನಿಂದ ನೋಡುತ್ತಿದ್ದೇವೋ, ಕೆಳಗಿನಿಂದ ನೋಡುತ್ತಾ ಇದ್ದೇವೋ ಅಥವಾ ಮತ್ತೊಂದು ಚಿತ್ರದಲ್ಲಿರುವುದು ವೃದ್ಧೆಯೋ, ಯುವತಿಯೋ ಎಂಬುದು ನಮ್ಮ ಕಣ್ಣುಗಳಿಂದಲೇ ಗೊತ್ತಾಗುವ ವಿವರವಾದರೂ ಮಿದುಳು ತನಗೆ ದೊರೆತ ಮಾಹಿತಿಯನ್ನು ಹೇಗೆ ಗ್ರಹಿಸಿ ನಮ್ಮ ಅರ್ಥೈಕೆಗೆ ಒದಗಿಸುತ್ತದೆ ಎಂಬುದು ಮುಖ್ಯವಾಗುತ್ತದೆ. ಹಾಗಾಗಿ ಪ್ರತಿರೂಪ (ಇಮೇಜ್) ಎಂಬುದು ಎರಡರ್ಥ ಉಳ್ಳದ್ದಾಗುತ್ತದೆ. ಅದು ಒಂದು ಕಣ್ಣಿಗೊದಗಿದ

ವಿನ್ಯಾಸವೂ ಹೌದು, ಅದು ನಮ್ಮ ಬುದ್ಧಿಗೆ ಒದಗಿದ ಮಾಹಿತಿಯೂ ಹೌದು. ಹಾಗಾಗಿಯೇ ಇಮ್ಯಾಜಿನ್ - ಕಲ್ಪನೆ ಎಂಬ ಪದವು ಬಳಕೆಗೆ ಬಂದಿದೆ. ಈ ಕಲ್ಪನೆಯಲ್ಲಿ (ಇಮ್ಯಾಜಿನೇಷನ್) ಮಾನಸಿಕವಾಗಿ ಸಿದ್ಧವಾದ ವಿನ್ಯಾಸವು ನೋಡುಗನಲ್ಲಿ ಭೌತಿಕ ರೂಪ ತಳೆಯುತ್ತಾ ಇರುತ್ತದೆ.

ಅಂದರೆ ಪ್ರತೀ ಮನುಷ್ಯನಿಗೂ ಯಾವುದೇ ಚಲಿಸುವ ಅಥವಾ ತಟಸ್ಥವಾದ ಪ್ರತಿರೂಪವನ್ನು (ಇಮೇಜ್), ನೋಡುವ - ಗ್ರಹಿಸುವ ಶಕ್ತಿಯು ಜೈವಿಕವಾಗಿಯೇ ಒಲಿದಿದೆ ಎಂದಾಯಿತು. ಇದೇ ಮಾತನ್ನು ಧ್ವನಿ ಸಂಬಂಧಿತ ವಿಷಯಗಳಿಗೆ ಹೇಳಲಾಗದು. ಉತ್ತಮ ಗುಣಮಟ್ಟದ ಧ್ವನಿಮುದ್ರಣ ಯಂತ್ರವಿದ್ದರೆ ಯಾವುದೇ ಧ್ವನಿರೂಪದ ನಕಲು ಸಹ ಮೂಲದಷ್ಟೇ ಶಕ್ತಿಯುಳ್ಳದ್ದಾಗಿರಬಹುದು. ಹಾಗಾಗಿಯೇ ಈ ಕೇಳುವ ಮತ್ತು ನೋಡುವ ಕ್ರಿಯೆಯನ್ನುಳ್ಳ (ದೃಕ್-ಶ್ರಾವಣ) ಗ್ರಹಿಕೆಗಳಿಗೆ ನಾವು ನಮ್ಮ ಕಿವಿಗಳಿಗೆ ಮತ್ತು ಕಣ್ಣುಗಳಿಗೆ ನೀಡುವ ಕಲಿಕೆಯು ಮುಖ್ಯವಾಗುತ್ತದೆ. ಈ ಕಲಿಕೆಯ ಮೂಲಕ ಮಿದುಳಿಗೆ ಕಣ್ಣು ಒದಗಿಸಿದ ಮಾಹಿತಿಯನ್ನು ಗ್ರಹಿಸುವಲ್ಲಿ ವಿಶಿಷ್ಟ ತಿಳಿವಳಿಕೆ ದೊರೆಯಬಹುದು.

ಗ್ರಹಿಕೆಯ ಭೌತಿಕತೆ ಮತ್ತು ಸಿದ್ಧಾಂತಗಳು

ನೋಡುವ ಮತ್ತು ಕೇಳುವ ಇಂದ್ರಿಯಗಳಲ್ಲಿ ಇರುವ ಪ್ರಧಾನ ವ್ಯತ್ಯಾಸವನ್ನು ಹೀಗೆ ಗುರುತಿಸಬಹುದು: ಕಿವಿಯು ತನಗೊದಗಿದ ಎಲ್ಲವನ್ನೂ ಕೇಳುತ್ತದೆ, ಕಣ್ಣು ತಾನು ನೋಡಬೇಕಾದ್ದನ್ನು ಆಯ್ಕೆ ಮಾಡಿಕೊಳ್ಳುತ್ತದೆ. ಇದು ಪ್ರಜ್ಞೆ ಎಚ್ಚರವಾಗಿ ಇದ್ದಾಗಲೂ ಮತ್ತು ಇಲ್ಲವಾದಾಗಲೂ ನಡೆಯುವ ಸಹಜ ಪ್ರಕ್ರಿಯೆ. ಮನುಷ್ಯನ ಕಣ್ಣುಗಳು ತನ್ನ ಎದುರಿಗೆ ನೇರವಾಗಿ ಬಂದುದನ್ನು ಮಾತ್ರ ಗ್ರಹಿಸುವುದಕ್ಕೆ ತಯಾರಾಗಿವೆ. ನೀವೇ ಪುಟವೊಂದರಲ್ಲಿ ಒಂದು ಪುಟ್ಟ ಚುಕ್ಕಿಯನ್ನಿಟ್ಟು ಕೊಂಡು ಗಮನಿಸಿದರೆ ಚುಕ್ಕಿಯ ಸುತ್ತಲ ಬಿಳಿಯ ಪ್ರದೇಶ ನಿಮಗೆ ಸ್ಪಷ್ಟವಾಗಿ ಗೋಚರಿಸುತ್ತದೆ. ಉಳಿದ ವಿವರಗಳು ಅಸ್ಪಷ್ಟವಾಗುತ್ತದೆ. ಕಣ್ಣುಗಳು ನಿರಂತರವಾಗಿ ಚಲಿಸಿದಾಗ ಮಾತ್ರ ಒಂದು ವಸ್ತುವಿನ ಸಂಪೂರ್ಣ ಗಾತ್ರ, ಆಕಾರ ಅದಕ್ಕೆ ಗೊತ್ತಾಗುತ್ತದೆ. ಈ ಸುಪ್ತಪ್ರಜ್ಞೆಯ ಕಣ್ಣಿನ ಚಲನೆಯನ್ನು "ಸಕ್ಕೇಡ್ಸ್" ಎಂದು ಕರೆಯುತ್ತಾರೆ. ಇದು

ಕ್ಷಣವೊಂದರ ಇಪ್ಪತ್ತು ಭಾಗದಲ್ಲಿ (1/20) ಆಗುತ್ತದೆ. ಈ ಗುಣವನ್ನು ಬಳಸಿಯೇ ಚಲಿಸುವ ಸಿನಿಮಾಗಳನ್ನು ರೂಪಿಸಲಾಗಿದೆ. (★ ಐ ಮೂವ್‌ಮೆಂಟ್ಸ್ ಅಂಡ್ ವಿಷುಯಲ್ ಪರ್ಸೆಪ್ಷನ್ - ಡೇವಿಡ್ ನಾಟನ್ ಮತ್ತು ಲಾರೆನ್ಸ್ ಸ್ಟಾರ್ಕ್, 1971, ಅಮೇರಿಕನ್ ಸೈಂಟಿಫಿಕ್ ಇಂಕ್.)

ಒಟ್ಟಾರೆಯಾಗಿ ಹೇಳುವುದಾದರೆ ವ್ಯಕ್ತಿಯು ಒಂದು ಚಿತ್ರವನ್ನು ಗ್ರಹಿಸುವಾಗ ಅದನ್ನು ಮಾನಸಿಕವಾಗಿ, ಭೌತಿಕವಾಗಿ ಒಂದು ಮುದ್ರಿತ ಪುಟದಂತೆಯೇ ಓದುತ್ತಾನೆ. ಆದರೆ ನಮಗೆ ಒಂದು ಮುದ್ರಿತ ಭಾಷೆಯನ್ನು ಎಡದಿಂದ ಬಲಕ್ಕೋ - ಬಲದಿಂದ ಎಡಕ್ಕೋ ಓದುವುದು ಗೊತ್ತಿರುವಂತೆ ಒಂದು ಚಿತ್ರವನ್ನು ಹೇಗೆ ಓದಬೇಕೆಂಬುದು ಪ್ರಜ್ಞಾಪೂರ್ವಕವಾಗಿ ತಿಳಿದಿರುವುದಿಲ್ಲ. ಒಂದು ಚಿತ್ರವನ್ನು ಪ್ರತಿ ವ್ಯಕ್ತಿಯೂ ಮಾನಸಿಕವಾಗಿ, ಜನಾಂಗೀಯವಾಗಿ ಮತ್ತು ಭೌತಿಕವಾಗಿ ಗ್ರಹಿಸುವುದನ್ನು ಮೂರು ಬಗೆಯಲ್ಲಿ ಗುರುತಿಸಬಹುದು.

- **ಭೌತಿಕವಾಗಿ:** ಉತ್ತಮ ಓದುಗರಿಗೆ ಸಾಕೆಡಿಕ್ ವಿನ್ಯಾಸವು ಅತಿ ಹೆಚ್ಚು ಗೆರೆಗಳನ್ನುಳ್ಳ ಸಶಕ್ತ ನೋಟ ಆಗಿರುತ್ತದೆ.
- **ಜನಾಂಗೀಯವಾಗಿ:** ಹೆಚ್ಚು ಬಲ್ಲ ಓದುಗರು (ನೋಡುಗರು) ತಮ್ಮ ಶ್ರೇಷ್ಠ ಅನುಭವವನ್ನು ಮತ್ತು ಜ್ಞಾನವನ್ನು ಬಳಸಿಕೊಂಡು ಅತಿ ಹೆಚ್ಚು ವೈವಿಧ್ಯವುಳ್ಳ ದೃಶ್ಯ ಸಂಪ್ರದಾಯಗಳನ್ನು ಓದಬಲ್ಲವರಾಗಿರುತ್ತಾರೆ.
- **ಮಾನಸಿಕವಾಗಿ:** ಒಂದು ವಸ್ತುವಿನ ಅತಿ ಹೆಚ್ಚು ಅರ್ಥ ತಿಳಿದವರು ತಮ್ಮ ಕಣ್ಣಿಗೆ ದಕ್ಕಿದ ನೋಟವನ್ನು ಮತ್ತು ತಮ್ಮ ಅನುಭವನ್ನು ಕ್ರೋಢೀಕರಿಸಿ ಅರ್ಥೈಸಲು ಹೆಚ್ಚು ಶಕ್ತರಾಗಿರುತ್ತಾರೆ.

ಚೋದ್ಯವೆಂದರೆ, ಏನನ್ನಾದರೂ ಓದಲು ನಾವು ಭಾಷೆ ಹಾಗೂ ಸಾಹಿತ್ಯವನ್ನು ಕಲಿಯಬೇಕು, ಆದರೆ ಸಿನಿಮಾದಲ್ಲಿ ಏನನ್ನೂ ಕಲಿಯದೆ ಓದಬಹುದು ಎಂಬ ಭ್ರಮೆಯೊಂದು ಸೃಷ್ಟಿಯಾಗಿದೆ. ಯಾರು ಬೇಕಾದರು ಒಂದು ಸಿನಿಮಾವನ್ನು ನೋಡಬಹುದು ಎನ್ನುವುದು ಸತ್ಯವೇ, ಆದರೆ ಕೆಲವರಿಗೆ ಅದೇ ಸಿನಿಮಾವನ್ನು ಭೌತಿಕ, ಮಾನಸಿಕ ಮತ್ತು ಜನಾಂಗೀಯ ಹಿನ್ನೆಲೆಯಿಂದ ಹೆಚ್ಚು ಶಕ್ತವಾಗಿ ಗ್ರಹಿಸುವ ಗುಣವಿರುತ್ತದೆ. ಈ ಹಿನ್ನೆಲೆಯಲ್ಲಿ ಗ್ರಹಿಕೆಯ ತ್ರಿಕೋಣ ಎಂದು

ಗುರುತಿಸಲಾಗುವ ಕಲಾವಿದ, ಕಲಾಕೃತಿ ಮತ್ತು ನೋಡುಗ ಎಂಬ ಮೂರು ಮೂಲೆಗಳು ಮುಖ್ಯವಾಗುತ್ತದೆ. ಹಾಗಾಗಿಯೇ ಸಿನಿಮಾದಲ್ಲಿ ನೋಡುಗ ಕೇವಲ ಗ್ರಾಹಕನಲ್ಲ, ಆತ ಕಲಾಕೃತಿಯೊಂದಿಗೆ ಸಂಬಂಧವನ್ನು ಸಾಧಿಸಿಕೊಳ್ಳಬಲ್ಲ, ಆ ಕಲೆಯ ಸೃಷ್ಟಿ ಕ್ರಿಯೆಯ ಸಹಭಾಗಿಯೂ ಆಗಿರುತ್ತಾನೆ. ಈ ಮಾತನ್ನು ವಿಸ್ತರಿಸುವ ಪ್ರಯತ್ನವನ್ನು ಮಾಡೋಣ.

ಸಿನಿಮಾ ಭಾಷೆ ಎಂದರೆ ಸಿಮಿಯಾಟಿಕ್ಸ್

ಸಿನಿಮಾಗೆ ಸ್ವತಃ ಭಾಷೆ ಇಲ್ಲ, ಆದರೆ ಅದು ಭಾಷೆಯ ಹಾಗೆಯೇ ಬಳಕೆಯಾಗುವಂತಹದು. ಹಾಗಾಗಿಯೇ ಭಾಷೆಯನ್ನು ವಿಶ್ಲೇಷಿಸಲು ಬಳಸುವ ಅನೇಕ ಭಾಷಾಶಾಸ್ತ್ರೀಯ ವಿವರಗಳನ್ನು ಸಿನಿಮಾಗೆ ಸಹ ಆರೋಪಿಸಿ ಅರ್ಥೈಸಬಹುದಾಗಿದೆ. ಆದರೆ ಸಿನಿಮಾಗೆ ಭಾಷೆ ಇಲ್ಲವಾದ್ದರಿಂದ ಈ ಭಾಷಾಶಾಸ್ತ್ರೀಯ ಸಾಧನಗಳ ಬಳಕೆಯು ಸಹ ವಿಶ್ಲೇಷಣೆಗಳನ್ನು ತಪ್ಪುದಾರಿಗೂ ಎಳೆಯಬಹುದು. ಸಿನಿಮಾ ಚರಿತ್ರೆಯ ಆರಂಭ ಕಾಲದಿಂದಲೂ ಸಿನಿಮಾವನ್ನು ಭಾಷಾಶಾಸ್ತ್ರೀಯ ಸಾಧನಗಳಿಂದಲೇ ವಿಶ್ಲೇಷಿಸುವ ಪ್ರಯತ್ನಗಳಾಗಿವೆಯಾದರೂ ಇವುಗಳಿಗೆ ಐವತ್ತರ ದಶಕದಲ್ಲಿ ಆದ ಹೊಸ ಶೋಧಗಳ ಹಿನ್ನೆಲೆಯಲ್ಲಿ ಹುಟ್ಟಿದ ಸಂಕೇತಶಾಸ್ತ್ರ (ಸಿಮಿಯಾಟಿಕ್ಸ್) ಎಂಬುದು ಹೆಚ್ಚು ಸಹಾಯಕ್ಕೆ ಬಂದಿದೆ.

ಸಿಮಿಯಾಟಿಕ್ಸ್ ಎಂಬ ವಿಭಾಗವು ಭಾಷಾಶಾಸ್ತ್ರದ ಲಿಪಿ ಮತ್ತು ಮೌಖಿಕ ಭಾಷೆಯನ್ನು ಅರ್ಥೈಸಲು ಹುಟ್ಟಿದ್ದಾದರೂ ಅದರ ಅನೇಕ ವಿವರಗಳ ಮೂಲಕ ಸಿನಿಮಾದ ಭಾಷೆಯನ್ನು ಅರಿಯಬಹುದಾಗಿದೆ. ಯಾವುದೇ ಸಂವಹನ ವ್ಯವಸ್ಥೆಯನ್ನು "ಭಾಷೆ" ಎಂದು ಕರೆಯುವ ಹಾಗೆ ಎಲ್ಲಾ ಭಾಷೆಗಳ ಒಳಗಿನ ಸಂಕೇತ ಕೂಟವನ್ನು "ಭಾಷಾ ವ್ಯವಸ್ಥೆ" ಎಂದು ಗುರುತಿಸಲಾಗುತ್ತದೆ. ಆ ದೃಷ್ಟಿಯಲ್ಲಿ ನೋಡಿದಾಗ ಸಿನಿಮಾದಲ್ಲಿ ಇರುವುದು ಪರಿಪೂರ್ಣವಾಗಿ ಭಾಷೆ ಎಂದು ಗುರುತಿಸಲಾಗದ ಭಾಷೆಯೇ ಆಗಿದೆ. ಪ್ರಖ್ಯಾತ ಸಿಮಿಯಾಟಿಕ್ ತಜ್ಞ ಕ್ರಿಶ್ಚಿಯನ್ ಮೆಟ್ಸ್ ಹೀಗೆನ್ನುತ್ತಾನೆ, "ನಾವು ಸಿನಿಮಾವೊಂದನ್ನು ಗ್ರಹಿಸುವುದಕ್ಕೆ ಅದರ ವ್ಯವಸ್ಥೆಯ ಗ್ರಹಿಕೆ ನಮಗಿದೆ ಎಂಬುದು ಕಾರಣವಲ್ಲ, ನಮಗೆ ಆ ಸಿನಿಮಾ ಅರ್ಥವಾಗುವುದರಿಂದ ಅದರ ವ್ಯವಸ್ಥೆ ತಿಳಿಯುತ್ತದೆ." ಇದೇ ಮಾತನ್ನು ಮತ್ತಷ್ಟು

ಸರಳೀಕರಿಸಿ ಹೇಳುವುದಾದರೆ, "ಸಿನಿಮಾದಲ್ಲಿ ಉತ್ತಮ ಕತೆಗಳನ್ನು ಹೇಳಬಹುದು ಎಂಬ ಕಾರಣಕ್ಕೆ ಅದರಲ್ಲಿ ಭಾಷೆ ಇದೆ ಎನ್ನಲಾಗದು. ಬದಲಿಗೆ ಸಿನಿಮಾದಲ್ಲಿ ಭಾಷೆಯೊಂದು ಇರುವುದರಿಂದ ಅಂತಹ ಅಪರೂಪದ ಕತೆಗಳನ್ನು ಹೇಳಲು ಸಾಧ್ಯ" (★ಮೆಟ್ಜ್, ಫಿಲಂ ಲ್ಯಾಂಗ್ವೇಜ್)

ಸಿಮಿಯಾಟಿಷಿಯನ್ನರು ಸಂಕೇತವೊಂದರಲ್ಲಿ ಎರಡು ಭಾಗವನ್ನು ಗುರುತಿಸುತ್ತಾರೆ, ಸಂಕೇತಾರ್ಥ ಸೂಚಿ (ಸಿಗ್ನಿಫೈಡ್) ಮತ್ತು ಸಂಕೇತ ಸೂಚಕ (ಸಿಗ್ನಿಫೈಯರ್). ಭಾಷೆಯಲ್ಲಿ ಪದ ಎಂಬುದು ಸಹ ಸಂಕೇತಾರ್ಥವುಳ್ಳದ್ದೇ ಆಗಿದೆ. ಸಾಹಿತ್ಯದಲ್ಲಿ ಈ ಎರಡು ಭಾಗಗಳ ಅಂತರ್‌ಸಂಬಂಧದಿಂದಲೇ ಕಲೆಯ ಮೂಲ ಗುಣ ಹೊಮ್ಮುತ್ತದೆ ಎಂದು ಗುರುತಿಸಲಾಗುತ್ತದೆ. ಕವಿಯೊಬ್ಬ ತನ್ನ ರಚನೆಯನ್ನು ಮಾಡುವಾಗ ಮೂಡುವ ಧ್ವನಿಶಕ್ತಿಗಳ ಕೂಟ (ಸಂಕೇತ ಸೂಚಕ) ಮತ್ತು ಅವುಗಳ ಅರ್ಥಗಳ ಕೂಟದ (ಸಂಕೇತಾರ್ಥ ಸೂಚಿ) ಸಂಯೋಗದಿಂದ ಹುಟ್ಟುವ ವಿನ್ಯಾಸವೇ ವಿಶಿಷ್ಟವಾದುದು ಎನಿಸಿಕೊಳ್ಳುತ್ತದೆ.

ಆದರೆ ಸಿನಿಮಾದಲ್ಲಿ ಇವೆರಡೂ ಭಾಗಗಳು ಬಹುತೇಕ ಒಂದೇ ಆಗಿರುತ್ತವೆ. ಒಂದು ಪುಸ್ತಕದ ಚಿತ್ರವು (ಇಮೇಜ್) ಪದಗಳಲ್ಲಿ ಪುಸ್ತಕ ಎಂದು ಬರೆಯುವುದಕ್ಕಿಂತ ಹತ್ತಿರವಿರುತ್ತದೆ. ಮಕ್ಕಳು ಚಿತ್ರ ನೋಡಿ ಬೊಂಬೆಗಳನ್ನು ಗ್ರಹಿಸುವಂತೆ ಪುಸ್ತಕವನ್ನು ಚಿತ್ರಗಳ (ಇಮೇಜ್) ಮೂಲಕ ಗ್ರಹಿಸುವುದು ಪದ ಸಂಕೇತಗಳ ಸಂವಹನಕ್ಕಿಂತ ಸುಲಭ. ಒಂದು ಚಿತ್ರವು (ಇಮೇಜ್) ಅದು ಯಾವ ವಸ್ತುವನ್ನು ಸೂಚಿಸುತ್ತಿದೆ ಎಂಬುದು ಆ ವಸ್ತುವನ್ನು ಪದಗಳಲ್ಲಿ ಹಿಡಿದಿಡುವುದಕ್ಕಿಂತ ಹೆಚ್ಚು ಹತ್ತಿರವಿರುತ್ತದೆ ಎಂಬುದಂತೂ ಸತ್ಯ.

ಈ ಕಾರಣಕ್ಕಾಗಿಯೇ ಸಿನಿಮಾದ ಭಾಷೆಯನ್ನು ಚರ್ಚಿಸುವುದು ಕಷ್ಟವೂ ಹೌದು. ಮೆಟ್ಜ್ ಹೇಳಿರುವಂತೆ, "ಸಿನಿಮಾವನ್ನು ಗ್ರಹಿಸುವುದು ಸುಲಭವಾಗಿರುವುದರಿಂದಲೇ ಅದನ್ನು ವಿವರಿಸುವುದು ಕಷ್ಟ". ಈ ಮಾತಿನ ಹಿನ್ನೆಲೆಯಲ್ಲಿ ಒಂದು ಸಿನಿಮಾವನ್ನು "ಮಾಡುವುದು" ಒಂದು ಭಾಷೆಯಲ್ಲಿ ಬರೆಯುವುದಕ್ಕಿಂತ ಕಷ್ಟ. ಲಿಖಿತ ಭಾಷೆಯಲ್ಲಿ ಸಂಕೇತಗಳನ್ನು ಬದಲಿಸಿ ವ್ಯಾಖ್ಯಾನಿಸುವ ಹಾಗೆ ಸಿನಿಮಾದಲ್ಲಿ ಬದಲಿಸಲಾಗದು. ಸಿನಿಮಾದಲ್ಲಿ ಗುಲಾಬಿಯ ಚಿತ್ರವು (ಇಮೇಜ್) ಮೂಲ ಗುಲಾಬಿಯ ಹಾಗೆಯೇ ಇರುತ್ತದೆ, ಕೊಂಚ

ಹೆಚ್ಚೂ ಅಲ್ಲ, ಕಡಿಮೆಯೂ ಅಲ್ಲ. ಭಾಷೆಯಲ್ಲಿ ಹಾಗಲ್ಲ, ಗುಲಾಬಿ ಪದವನ್ನು ಅನೇಕ ಧ್ವನಿ ರೂಪವಾಗಿ ಬಳಸಬಹುದು - ರೋಜ್, ರೋಸಿ, ರೋಸಿಯೆಷ್ಟ್, ರೋಸಿಯರ್, ರೈಸ್, ರೈಸನ್, ರೋಸ್, ರೂಸ್, ಅರೋಸ್, ರೋಸ್ ಲೈಕ್, ಇತ್ಯಾದಿ.

ಭಾಷಾ ವ್ಯವಸ್ಥೆಯ ದೊಡ್ಡ ಶಕ್ತಿ ಒದಗುವುದೇ ಸೂಚಿ ಮತ್ತು ಸೂಚಕಗಳಲ್ಲಿ ಬೃಹತ್ ವ್ಯತ್ಯಾಸ ಹಾಗೂ ಅಂತರ್‌ಸಂಬಂಧಿತ ಅರ್ಥ ಹುಟ್ಟುವುದರಿಂದ. ಸಿನಿಮಾದಲ್ಲಿ ಆ ಅನುಕೂಲ ಇಲ್ಲ. ಇಷ್ಟಾದರೂ ಸಿನಿಮಾದಲ್ಲಿರುವ ಸಂವಹನ ವಿವರವು ಭಾಷೆಯ ಹಾಗೆಯೇ ಇದೆ ಎನ್ನುವುದಾದರೆ ಈ ಸಿನಿಮಾದಲ್ಲಿ ಯಾವುದು? ಯಾವಾಗ? ಹೇಗೆ? ಏನು ಮಾಡುತ್ತದೆ ಎಂಬ ಪ್ರಶ್ನೆ ಹುಟ್ಟುತ್ತದೆ. ಒಬ್ಬ ವ್ಯಕ್ತಿಯು ಒಂದು ಪ್ರತಿರೂಪವನ್ನು (ಇಮೇಜ್) ಗ್ರಹಿಸುವುದು ಮತ್ತೊಬ್ಬ ವ್ಯಕ್ತಿಗಿಂತ ಭಿನ್ನವಾಗಿರುವುದಂತೂ ಸ್ಪಷ್ಟ. ಇಬ್ಬರು ವ್ಯಕ್ತಿಗಳು "ಗುಲಾಬಿ" ಎಂಬ ಪದವನ್ನು ಓದಿದಾಗ ಒಬ್ಬರಿಗೆ ಎಂದೋ ಕೊಂಡು ತಂದ ಸುಂದರ ಕೆಂಪು ಗುಲಾಬಿ ನೆನಪಾಗಬಹುದು, ಮತ್ತೊಬ್ಬರು ಯಾವುದೋ ಹುಡುಗ/ಹುಡುಗಿ ತಮಗೆ ಕೊಟ್ಟ ಗುಲಾಬಿಯನ್ನು ನೆನೆಯಬಹುದು. ಆದರೆ ಸಿನಿಮಾದಲ್ಲಿ ಅವರಿಬ್ಬರಿಗೂ ಕಾಣುವುದು ಒಂದೇ ಗುಲಾಬಿ. ಒಬ್ಬ ಚಿತ್ರ ತಯಾರಕನು ಲೆಕ್ಕವಿಲ್ಲದಷ್ಟು ವೈವಿಧ್ಯದ ಗುಲಾಬಿಗಳಲ್ಲಿ ಒಂದು ಗುಲಾಬಿಯನ್ನು, ಜೊತೆಗೆ ಲೆಕ್ಕವಿಲ್ಲದಷ್ಟು ಬಗೆಯ ನೋಡಬಹುದಾದ ಕೋನಗಳಲ್ಲಿ ಯಾವುದೋ ಒಂದು ಬಗೆಯ ಕೋನವನ್ನು ಆಯ್ದು ಚಿತ್ರಿಸುತ್ತಾನೆ. ಹಾಗಾಗಿ ಕಲಾವಿದನಿಗೆ ಸಿನಿಮಾ ಭಾಷೆಯ ಬಳಕೆಯಲ್ಲಿ ಆಯ್ಕೆಗಳು ಅಸಂಖ್ಯ. ನೋಡುಗನಿಗೆ ಆ ಅವಕಾಶ ಇಲ್ಲ. ಸಾಹಿತ್ಯದಲ್ಲಿ ಓದುಗನಿಗೂ ಕಲ್ಪನೆಗೆ ಅವಕಾಶವಿದೆ, ಸಿನಿಮಾದಲ್ಲಿ ಇಲ್ಲ.

ಈ ಅರ್ಥದಲ್ಲಿ ನೊಡುವುದಾದರೆ ಸಿನಿಮಾ ಕೇವಲ ಒಂದು ಅರ್ಥವನ್ನು ಸೂಚಿಸುವುದಿಲ್ಲ ಬದಲಿಗೆ ಇದೇ ಅರ್ಥ ಎಂದು ಸ್ಪಷ್ಟವಾಗಿ ಹೇಳಿಬಿಡುತ್ತದೆ. ಆ ಕ್ರಮದಲ್ಲಿಯೇ ನೋಡುಗನ ಗ್ರಹಿಕೆಯಲ್ಲಿ ಅಪಾಯವನ್ನು ಮತ್ತು ಗ್ರಹಿಕಾ ಶಕ್ತಿಯ ಲಾಭವನ್ನು ಸಿನಿಮಾ ಒಟ್ಟಿಗೆ ಒದಗಿಸುತ್ತದೆ. ಹೀಗಾಗಿ ಸಿನಿಮಾದ ಓದುವ ಕ್ರಮದ ಕಲಿಕೆಯು ನೋಡುಗನಿಗೆ ಆ ಸಿನಿಮಾದೊಳಗಿನ ಎಲ್ಲಾ ಶಕ್ತಿಗಳನ್ನು, ವಿವರಗಳನ್ನು ಗ್ರಹಿಸುವ ಶಕ್ತಿಯನ್ನು ಒದಗಿಸುತ್ತದೆ. ಒಬ್ಬ ವ್ಯಕ್ತಿಯು ಎಷ್ಟು ಚೆನ್ನಾಗಿ ಒಂದು ಪ್ರತಿರೂಪವನ್ನು (ಇಮೇಜನ್ನು) ಓದಬಲ್ಲನೋ ಆ ಪ್ರತಿರೂಪದ ಅರ್ಥ ವಿಸ್ತಾರ ಅಷ್ಟು ಹೆಚ್ಚಾಗುತ್ತದೆ. ಒಂದು ಪುಸ್ತಕದ ಪುಟವನ್ನು ಓದುವವನು ಸ್ವತಃ

ತನ್ನ ಮನಸ್ಸಿನೊಳಗೆ ಪ್ರತಿರೂಪಗಳನ್ನು ಸೃಷ್ಟಿಸಿಕೊಳ್ಳುತ್ತಾ ಇರುತ್ತಾನೆ, ಸಿನಿಮಾ ಓದುಗನಿಗೆ ಆ ಅನುಕೂಲವಿಲ್ಲ. ಆದರೂ ಈ ಇಬ್ಬರು ಓದುಗರೂ ತಮಗೆ ದೊರೆತ ಸೂಚಿ (ಸಿಗ್ನಿಫೈಯರ್) ಮತ್ತು ಸೂಚಕಗಳನ್ನು (ಸಿಗ್ನಿಫೈಡ್) ಆಧರಿಸಿ ತಮ್ಮ ಬೌದ್ಧಿಕ ಗ್ರಹಿಕೆಗಳನ್ನು ಹಿಗ್ಗಿಸುತ್ತಾ, ವಿಸ್ತರಿಸುತ್ತಾ ಹೋಗುತ್ತಾರೆ. ನೋಡುಗ ಹೆಚ್ಚು ಕೆಲಸ ಮಾಡಿದಷ್ಟೂ ಕಲಾವಿದ, ಕಲಾಕೃತಿ ಮತ್ತು ಅದನ್ನು ಸ್ವೀಕರಿಸುವವರ ನಡುವಿನ ತ್ರಿಕೋನಕ್ಕೆ ಹೆಚ್ಚು ಬಲ, ಸಮತೋಲ ಮತ್ತು ಅರ್ಥಗಳ ಅನುರಣನ ಹೆಚ್ಚುತ್ತದೆ.

ಆರಂಭ ಕಾಲದ ಸಿನಿಮಾ ಪಠ್ಯಗಳು ಅನೇಕ ದೋಷದಿಂದ ಕೂಡಿದ್ದವು. ಹಾಗಾಗಿ ಸಿನಿಮಾದ ಪಠ್ಯವನ್ನು ಲಿಪಿರೂಪದ ಮತ್ತು ಮೌಖಿಕ ರೂಪದ ಭಾಷೆಯ ಮಾದರಿಯಲ್ಲಿಯೇ ಹಿಡಿದಿಡುತ್ತಿದ್ದವು. ಆ ಕಾಲದ ಒಪ್ಪಿತ ಮಾನದಂಡವು ಸಿನಿಮಾ ಒಂದರ ಪ್ರತೀ ಷಾಟ್ ಸಹ ಒಂದು ಪದ ಎಂತಲೂ, ಒಂದು ದೃಶ್ಯವು ಒಂದು ಚರಣ ಎಂತಲೂ ಗ್ರಹಿಸುತ್ತಿದ್ದವು. ಇದೇ ಬಗೆಯಲ್ಲಿ ಸಂಕೀರ್ಣತೆಯ ಕಡೆಗೆ ಸಾಗುವ ಕ್ರಮದಲ್ಲಿಯೇ ಪಠ್ಯವನ್ನು ಜೋಡಿಸಲಾಗುತ್ತಿತ್ತು. ಆದರೆ ಇಂತಹ ಪಠ್ಯಗಳು ವಿಶ್ಲೇಷಣೆಯ ಹಂತದಲ್ಲಿ ಸಿನಿಮಾವನ್ನು ಪರಿಚಯಿಸಲು ಆಗದೇ ಸೋಲುತ್ತಿದ್ದವು.

ಒಂದು ವಾಕ್ಯದಲ್ಲಿ ಪದ ಎನ್ನುವುದು ಅತ್ಯಂತ ಸಣ್ಣ ವಿಭಜನೆ ಎಂದು ಊಹಿಸಿಯೇ ಯೋಚಿಸಿರಿ, ಸಿನಿಮಾವನ್ನು ನೋಡಿದರೆ ಒಂದು ಷಾಟ್ ಒಂದು ಪದಕ್ಕೆ ಸಮನಾದುದಲ್ಲ ಎಂಬುದು ಸ್ಪಷ್ಟವಾಗಿ ಗೋಚರವಾಗುತ್ತದೆ. ಯಾಕೆಂದರೆ ಒಂದು ಷಾಟ್ ಎಂಬುದಕ್ಕೆ ಕಾಲದ ಮಾಪನವೂ ಇದೆ. ಆಯಾ ಷಾಟ್ ಎಂಬುದು ಒಂದು ಸ್ಪಷ್ಟ ಅವಧಿಯದ್ದೇ ಆಗಿರುತ್ತದೆ. ಆ ಅವಧಿಯಲ್ಲಿ ಒಂದಕ್ಕೆ ಬದಲಾಗಿ ಹಲವು ಚಿತ್ರಗಳ (ಇಮೇಜ್‌ಗಳ) ಸರಣಿ ಇರುತ್ತದೆ. ಹಾಗಾದರೆ ಒಂದು ಚಿತ್ರಿಕೆಯಲ್ಲಿರಬಹುದಾದ ಹಲವು ಫ್ರೇಮ್‌ಗಳಲ್ಲಿ ಒಂದು ಫ್ರೇಮನ್ನು ಪದ ಎನ್ನಬಹುದೇ ಎಂದರೆ, ಅದಕ್ಕೂ ಉತ್ತರವಾಗಿ ಇಲ್ಲ ಎಂದೇ ಹೇಳಬೇಕು. ಏಕೆಂದರೆ ಒಂದು ಫ್ರೇಮ್ ಒಳಗೆ ಅಸಂಖ್ಯಾತ ಮಾಹಿತಿ ಇರುತ್ತದೆ. ಅದರೊಂದಿಗೆ ಜೋಡಿಸಲಾಗಿರುವ ಧ್ವನಿಯೂ ಸಹ ಅಷ್ಟೇ ಅಸಂಖ್ಯಾತ ಮಾಹಿತಿಯನ್ನೊಳಗೊಂಡಿರುತ್ತದೆ. ಈ ಹಿನ್ನೆಲೆಯಲ್ಲಿ ಒಂದು ಷಾಟ್ ಎಂಬುದನ್ನು ಒಂದು ವಾಕ್ಯ ಎನ್ನಬಹುದು. ಆದರೆ ಸಿನಿಮಾ ಎಂಬುದು ಅಷ್ಟು ಸುಲಭವಾಗಿ ಒಡೆಯಬಹುದಾದ ಘಟಕಗಳ ಮೂಲಕ

ಸಂವಹನ ಸಾಧಿಸುವುದಿಲ್ಲ. ನಾವು ಒಂದು ಷಾಟ್ ಎಂಬುದನ್ನು ಅದರೆಲ್ಲಾ ತಾಂತ್ರಿಕ ವಿವರಗಳ ಜೊತೆಗೆ ವಿವರಿಸಬಹುದು. ಆದರೆ ಆ ಷಾಟ್ ಎಂಬುದು ಏಕಕಾಲಕ್ಕೆ ನೋಡುಗನ ಒಳಗೂ ತನ್ನೊಳಗೂ ತುಂಬಿಸಬಹುದಾದ ಅಸಂಖ್ಯಾತ ವಿವರಗಳನ್ನು ಸ್ಪಷ್ಟವಾಗಿ ಘಟಕಗಳಾಗಿ ವಿಂಗಡಿಸಿ ಇಡುವುದು ಸಾಧ್ಯವಿಲ್ಲ. ಒಂದೇ ಷಾಟ್ ಒಳಗೆ ಕ್ಯಾಮೆರಾ ಚಲಿಸಬಹುದು, ಆ ಚಲನೆಯಲ್ಲಿ ಒಂದು ವಿವರದಿಂದ ಸಂಪೂರ್ಣ ವಿಭಿನ್ನ ಎನ್ನಿಸಬಹುದಾದ ಮತ್ತೊಂದು ವಿವರ ತೆರೆದುಕೊಳ್ಳಬಹುದು. ಹಾಗಾದಾಗ ನಾವು ಒಂದು ಷಾಟ್ ಬಗ್ಗೆ ಮಾತಾಡುತ್ತಾ ಇದ್ದೇವೋ ಎರಡು ಷಾಟ್ ಕುರಿತು ಮಾತಾಡುತ್ತಿದ್ದೇವೋ ಎಂಬುದು ತಿಳಿಯದಂತಾಗುತ್ತದೆ.

ಫ್ರೆಂಚ್ ಶಾಸ್ತ್ರೀಯ ರಂಗಭೂಮಿಯಲ್ಲಿ ಒಂದು ದೃಶ್ಯ ಎಂದರೆ ಒಂದು ಪಾತ್ರದ ಪ್ರವೇಶದಿಂದ ನಿರ್ಗಮನದವರೆಗೆ ಎಂದು ಗುರುತಿಸಲಾಗುತ್ತಿತ್ತು. ಸಿನಿಮಾದಲ್ಲಿ ಅದು ಅಷ್ಟು ಸ್ಪಷ್ಟವಾಗಿ ತಿಳಿಯುವಂತಹದಲ್ಲ. ದೃಶ್ಯ ಎಂಬ ಪದವು ಸಿನಿಮಾದಲ್ಲಿ ನಡೆಯುವ ಏನನ್ನಾದರೂ ವಿವರಿಸಲು ಉಪಯುಕ್ತ. ಆದರೆ ದೃಶ್ಯ ಎಂಬುದು ಸಿನಿಮಾದಲ್ಲಿ ಬಳಕೆಯಾಗುವ ಕ್ರಮವನ್ನು ದೃಶ್ಯ ಎಂಬ ಪದವು ಸ್ಪಷ್ಟವಾಗಿ ಸೂಚಿಸುವುದಿಲ್ಲ. ಒಂದು ಸರಣಿಯು ಒಂದು ದೃಶ್ಯಕ್ಕಿಂತಲೂ ದೊಡ್ಡದಿರಬಹುದು. ಆದರೆ ಸೀಕ್ವೆನ್ಸ್ ಷಾಟ್ ಎಂದು ಗುರುತಿಸಲಾಗುವ ಷಾಟ್‌ಗಳಲ್ಲಿ ಒಂದು ವಿವರವು ಮತ್ತೊಂದರ ಜೊತೆಗೆ ಹೆಣೆದುಕೊಂಡು ಸಣ್ಣ ಘಟಕದ ವಿಭಜನೆಗೆ ಸಿಗಲಾರದಷ್ಟು ವಿವರಗಳನ್ನು ಹೊಂದಿರುತ್ತವೆ.

ಭೌತಶಾಸ್ತ್ರದಂತೆ ಯಾವುದೇ ರಾಚನಿಕ ವಿವರದ ಅತ್ಯಂತ ಸಣ್ಣ ಘಟಕವನ್ನು ಗುರುತಿಸುವ ಕ್ರಮದಲ್ಲಿ ಸಿನಿಮಾವನ್ನು ವಿಭಜಿಸುವುದು ತಾಂತ್ರಿಕವಾಗಿ ಸಾಧ್ಯವಾದರೂ, ಬೌದ್ಧಿಕ ಮತ್ತು ಮಾನಸಿಕ ವಿವರಗಳೆಲ್ಲವನ್ನೂ ಕೂಡಿಸಿ ಮಾಡುವುದು ಅಸಾಧ್ಯ. ಒಂದು ಫ್ರೇಮ್ ಎಂಬ ಅತ್ಯಂತ ಸಣ್ಣ ಘಟಕವನ್ನು ಗುರುತಿಸಬಹುದು. ಆದರೆ ಅದು ಅರ್ಥ ಗ್ರಹಿಕೆಯ ದೃಷ್ಟಿಯಿಂದ ವಿಭಜಿಸಬಹುದಾದ ಘಟಕವಾಗುವುದಿಲ್ಲ. ವಾಸ್ತವ ಏನೆಂದರೆ, ಸಿನಿಮಾದಲ್ಲಿ ಲಿಖಿತ ಮತ್ತು ಮೌಖಿಕ ಭಾಷೆಯಲ್ಲಿ ಇರುವಂತೆ ಸಣ್ಣ ಸಣ್ಣ ಘಟಕಗಳು ಇಲ್ಲ. ಬದಲಿಗೆ ಒಂದು ಸುದೀರ್ಘ ಸರಣಿಯ ಮೂಲಕ ಅನೇಕ ಅರ್ಥಗಳು ಹೊಮ್ಮುತ್ತವೆ. ಒಂದು ಷಾಟ್‌ನ ಒಳಗಡೆಯೇ ನಾವು ಒಂದು ಕಾದಂಬರಿಯ ಪ್ಯಾರ ಒಂದರಲ್ಲಿ

ಓದಬಹುದಾದ ಅಷ್ಟೂ ವಿವರಗಳು ಕಾಣಬಹುದು. ಹಾಗಾಗಿ ಸಿನಿಮಾವನ್ನು ವಿವರಿಸಲು ಘಟಕಗಳಾಗಿ ವಿಂಗಡಿಸುವುದು ತೀರಾ ಅಸ್ಪಷ್ಟ ಕೆಲಸವಾಗುತ್ತದೆ.

ಈ ಹಿನ್ನೆಲೆಯಲ್ಲಿ ಸಿನಿಮಾದ ಭಾಷೆಯನ್ನು ಹೀಗೆ ಗುರುತಿಸಬಹುದು:

- ಸಿನಿಮಾವು ಅನೇಕ ಸಂಕೇತ ಸೂಚಿ ಮತ್ತು ಸೂಚಕಗಳ ಮೂಲಕ ತಾನು ಸೂಚಿಸಬೇಕಾದ ಸಂಕೇತವನ್ನು ದಾಟಿಸುತ್ತದೆ, ಮತ್ತು
- ಈ ಸಂಕೇತಾರ್ಥ ದಾಟಿಸುವುದಕ್ಕೆ ಸಿನಿಮಾವು ಗುರುತಿಸಲು ಅಸ್ಪಷ್ಟ ಎನಿಸಬಹುದಾದ ಅನೇಕ ವ್ಯವಸ್ಥೆಗಳ ಮತ್ತು ಸರಣಿಗಳನ್ನು ಬಳಸುವುದರಿಂದ ಇವನ್ನು ಘಟಕವಾಗಿ ವಿಭಜಿಸಿ ಅರ್ಥೈಸುವುದು, ಪ್ರಮಾಣೀಕರಿಸುವುದು ಅಸಾಧ್ಯ.

ಹೀಗಾಗಿಯೇ "ಸಿನಿಮಾ ಎಂಬುದು ಸರಳ ಮತ್ತು ಸುಲಭ ಗ್ರಾಹ್ಯ. ಅದೇ ಸಿನಿಮಾವನ್ನು ಬಲಿಪಶು ಆಗಿಸಬಲ್ಲದು" ಎಂಬ ಕ್ರಿಶ್ಚಿಯನ್ ಮೆಟ್ಜ್‌ನ ಮಾತು ಈ ಕಲೆಗೆ ಸರಿಯಾಗಿ ಹೊಂದುತ್ತದೆ. ಸಿನಿಮಾ ಸುಲಭ ಗ್ರಾಹ್ಯವಾದ್ದರಿಂದಲೇ ಅದನ್ನು ವಿಶ್ಲೇಷಿಸುವುದು ಅಷ್ಟೇ ಸಂಕೀರ್ಣವಾದ ವಿಷಯವಾಗಿದೆ. ಈ ಹಿನ್ನೆಲೆಯಲ್ಲಿ "ಸುಲಭವಾಗಿ ಅರ್ಥವಾಗುವುದರಿಂದಲೇ ಸಿನಿಮಾವನ್ನು ವಿಶ್ಲೇಷಿಸುವುದು ಕಷ್ಟ" ಎಂದು ಹೇಳಬಹುದಾಗಿದೆ.

ನಿರ್ದೇಶಿತ ಮತ್ತು ಗುಣಸೂಚಿ ಅರ್ಥಗಳು (ಡಿನೋಟೇಟಿವ್ ಮತ್ತು ಕನೋಟೇಟಿವ್ ಮೀನಿಂಗ್)

ಸಿನಿಮಾಗಳು ಸಂವಹನವನ್ನು ಮೂಲಭೂತವಾಗಿ ಎರಡು ಮಾರ್ಗಗಳ ಮೂಲಕ ಸಾಧಿಸುತ್ತವೆ. ಅವುಗಳನ್ನು ನಿರ್ದೇಶಿತ ಅರ್ಥ ಮತ್ತು ಗುಣಸೂಚಕ ಅರ್ಥ ಎಂದು ಭಾಷಾಶಾಸ್ತ್ರದ ಸಿಮಿಯಾಟಿಕ್ಸ್‌ನ ಪರಿಭಾಷೆಯಿಂದ ಗುರುತಿಸಬಹುದು.

ಲಿಪಿ ಸಂಕೇತದ ಭಾಷೆಗಿಂತ ಹೆಚ್ಚು ವಿವರವನ್ನು ಸಿನಿಮಾದ ದೃಶ್ಯ ಮತ್ತು ಶ್ರವ್ಯಗಳು ನೋಡುಗನಿಗೆ ದಾಟಿಸುತ್ತವೆ. ಈ ದೃಶ್ಯ-ಶ್ರವ್ಯಗಳ ಅರ್ಥವನ್ನು ಗ್ರಹಿಸುವುದಕ್ಕೆ ನೋಡುಗ ಯಾವುದೇ ವಿಶೇಷ ಕಷ್ಟವನ್ನು ಪಡಬೇಕಾಗಿಲ್ಲ. ಈ ಮಾತು ಸರಳ ಎನಿಸಿದರೂ ವಾಸ್ತವವಾಗಿ ಇದೇ ಸಿನಿಮಾದ ಅತ್ಯಂತ ಪ್ರಬಲ ಶಕ್ತಿಯೂ

ಆಗಿದೆ. ಯಾವುದೇ ಒಂದು ಪಠ್ಯದಲ್ಲಿನ ಲಿಪಿ ರೂಪಿ ಭಾಷೆಯು ವಿವರಿಸುವುದಕ್ಕೂ ಸಿನಿಮಾ ಅದೇ ವಿಷಯವನ್ನು ವಿವರಿಸುವುದಕ್ಕೂ ಅಗಾಧ ವ್ಯತ್ಯಾಸವಿದೆ. ಸಿನಿಮಾಗೆ ವಾಸ್ತವವನ್ನು ಸಂವಹಿಸುವಲ್ಲಿ ಇರುವ ಶಕ್ತಿಯು ಖಂಡಿತ ಮೌಖಿಕ ಅಥವ ಲಿಪಿ ರೂಪದ ಭಾಷೆಗೆ ಇಲ್ಲ. ಹಾಗಾಗಿಯೇ "ಸಿನಿಮಾ ಎಂದರೆ ಅಲ್ಲಿ ನಿಮ್ಮ ಕಲ್ಪನೆಗೆ ಏನೂ ಉಳಿಯದು" ಎನ್ನುವ ಮಾತು ಬಳಕೆಗೆ ಬಂದಿದೆ. ಲಿಪಿ ರೂಪಿ ಭಾಷೆಯು ಅಸ್ಪಷ್ಟವಾದ ಮತ್ತು ಅಸಂಗತವಾದ ವಿವರವನ್ನು ಹೇಳುವಲ್ಲಿ ಶಕ್ತವಾಗಿರಬಹುದು ಆದರೆ ಅದೇ ಭಾಷೆಯೂ ವಾಸ್ತವದ ಸ್ಪಷ್ಟ ಅರಿವನ್ನು ಮೂಡಿಸುವಲ್ಲಿ ಸಿನಿಮಾದಷ್ಟು ಶಕ್ತವೆನಿಸದು.

ಬರಹ ರೂಪಿ ಮತ್ತು ಮೌಖಿಕ ಭಾಷೆಯು ತನ್ನ ಮೂಲಗೂಣವಾಗಿಯೇ ವಿಶ್ಲೇಷಣೆ ಬೇಡುವಂತಹದು. ಗುಲಾಬಿ ಎಂಬ ಪದದ ಲಿಪಿ ಅಥವಾ ಮೌಖಿಕ ಭಾಷಾ ರೂಪವು ಆ ಹೂವಿನ ಗುಣವನ್ನು ಸಾರ್ವತ್ರಿಕಗೊಳಿಸುತ್ತಲೇ ಅಸಂಗತವಾಗಿಯೂ ಇರಿಸಬಲ್ಲದು. ಹೀಗಾಗಿಯೇ ಬರಹ ರೂಪದ ಭಾಷೆಯಲ್ಲಿ ನಿರ್ದೇಶಿತ ಅರ್ಥಕ್ಕಿಂತ ಗುಣಸೂಚಿ ವಿವರವು ಮುಖ್ಯವಾಗುತ್ತದೆ. ಒಂದು ಪದವು ಅದಕ್ಕಿರುವ ನಿರ್ದೇಶಿತಾರ್ಥಕ್ಕಿಂತ ಅದರ ಗುಣಸೂಚಿ ಅರ್ಥಗಳಿಂದಾಗಿ ಪ್ರಾಮುಖ್ಯ ಮತ್ತು ಶ್ರೀಮಂತಿಕೆ ಪಡೆಯುತ್ತದೆ. ಕೋಟ್ಯಂತರ ಪದಗಳನ್ನು ಟಂಕಿಸಲಾಗಿರುವ ಇಂಗ್ಲೀಷ್ ಭಾಷೆಯೂ ಕೇವಲ ಮೂರು ಲಕ್ಷ ಪದಗಳಿರುವ ಫ್ರೆಂಚ್ ಭಾಷೆಯಷ್ಟು ಶಕ್ತವಲ್ಲ ಎಂಬುದಕ್ಕೆ ಫ್ರೆಂಚ್ ಭಾಷೆಯಲ್ಲಿನ ಗುಣಸೂಚಿ ಅರ್ಥಗಳ ವಿಸ್ತಾರವೂ ಇಂಗ್ಲೀಷ್‌ಗಿಂತ ಹೆಚ್ಚು ವಿಸ್ತಾರವಾಗಿರುವುದರಿಂದಲೇ ಫ್ರೆಂಚ್ ಭಾಷೆಯು ಹೆಚ್ಚು ಶಕ್ತವಾಗಿ ಕಾಲಾಂತರದಿಂದ ಉಳಿದು ಬಂದಿರುವುದಕ್ಕೆ ಕಾರಣವಾಗಿದೆ. ಸಿನಿಮಾಗೆ ಸಹ ಈ ಬಗೆಯ ಗುಣಸೂಚಿ ಅರ್ಥ ವಿಸ್ತಾರವೇ ಮುಖ್ಯವಾದುದು.

ಸಿನಿಮಾದಲ್ಲಿ ನಿರ್ದೇಶಿತ ಧ್ವನಿ ಮತ್ತು ಚಿತ್ರ ಶಕ್ತಿ ಪ್ರಮುಖವಾದುದು. ಆ ಹಿನ್ನೆಲೆಯಲ್ಲಿ ಗಮನಿಸಿದಾಗ ಸಿನಿಮಾದ ಗುಣಸೂಚಿ ಸಂಕೇತಗಳ ಕಾರಣವಾಗಿಯೇ ಸಿನಿಮಾದ ಭಾಷೆಯ ಅಧ್ಯಯನ ಮುಖ್ಯವಾಗುತ್ತದೆ. ವಾಸ್ತವವಾಗಿ, ಸಿನಿಮಾದಲ್ಲಿನ ಎಲ್ಲಾ ಗುಣಸೂಚಿ ಸಂಕೇತಗಳು ನಿರ್ದೇಶಿತ ಅರ್ಥಗಳ ಕಾರಣವಾಗಿಯೇ ಹುಟ್ಟುತ್ತವೆ. (ಅದಾಗಲೇ ಮೊದಲ ಅಧ್ಯಾಯದಲ್ಲಿ ವಿವರಿಸಿರುವಂತೆ) ಸಿನಿಮಾ ಎಂಬುದು ಎಲ್ಲಾ ಕಲೆಗಳ ಪರಿಣಾಮವನ್ನೂ ತನ್ನ ಒಡಲಲ್ಲಿ ಇರಿಸಿಕೊಳ್ಳಬಲ್ಲದು.

ಸಿನಿಮಾ ಆ ಎಲ್ಲಾ ಕಲೆಗಳನ್ನು ತನ್ನ ತಾಂತ್ರಿಕ ಶಕ್ತಿಯ ಮೂಲಕ ದಾಖಲಿಸಬಹುದಾದ ಸಾಧನವೂ ಹೌದು. ಹೀಗಾಗಿ ಮೌಖಿಕ ಭಾಷೆಯ ಗುಣಸೂಚಿ ಧ್ವನಿತಾರ್ಥಗಳನ್ನೆಲ್ಲಾ ಸಿನಿಮಾದ ಧ್ವನಿಯ ಭಾಗದಲ್ಲಿ ಇರಿಸಬಹುದು ಮತ್ತು ಲಿಪಿರೂಪದ ಭಾಷೆಯ ಗುಣಸೂಚಿಗಳನ್ನು ಸಿನಿಮಾದಲ್ಲಿ ಬಳಸಲಾಗುವ ಶೀರ್ಷಿಕೆಗಳಲ್ಲಿ ಬಳಸಬಹುದು. ಸಿನಿಮಾ ಎಂಬುದು ಸಂಸ್ಕೃತಿಯ ಕೂಸು. ಹೀಗಾಗಿಯೇ ಸಿಮಿಯಾಟಿಕ್ಸ್ ತಜ್ಞರು ಸೂಚಿಸುವ ಎಲ್ಲಾ ಅರ್ಥಸೂಚಿಗಳ ಮೊತ್ತವನ್ನು (ಡೈಜೆಸಿಸ್) ಸಹ ಸಿನಿಮಾ ಅನುರಣನಗೊಳಿಸಬಲ್ಲದು. "ರಿಚರ್ಡ್ ಥ್ರೀ" ಸಿನಿಮಾದಲ್ಲಿ ಕಾಣಿಸುವ ಗುಲಾಬಿಯ ವಿವರವು ಕೇವಲ ನಿರ್ದೇಶಿತ ಗುಣವನ್ನಲ್ಲದೆ ಗುಣಸೂಚಿಗಳನ್ನು ಸಹ ಪಡೆಯುವುದು ನೋಡುಗನಿಗೆ ಅದಾಗಲೇ ತಿಳಿದಿರುವ ಕೆಂಪು ಗುಲಾಬಿ, ಬಿಳಿ ಗುಲಾಬಿಗಳು ಯಾರ್ಕ್ ಮತ್ತು ಲಾಂಕಾಸ್ಟರ್‌ಗಳ ಸಂಕೇತವೆಂಬ ಅರಿವಿನಿಂದ. ಇವುಗಳನ್ನು ಸಂಸ್ಕೃತಿ ನಿರ್ದೇಶಿತ ಗುಣಸೂಚಿಗಳು ಎನ್ನಬಹುದು.

ಈ ಬಗೆಯ ಸಂಸ್ಕೃತಿ ಜನ್ಯ ಪರಿಣಾಮಗಳಲ್ಲದೆ ಸಿನಿಮಾಗೆ ತನ್ನದೇ ಆದ ವಿಶಿಷ್ಟ ಶಕ್ತಿ ಇದೆ. ಒಬ್ಬ ಸಿನಿಮಾ ತಯಾರಕ ತಾನು ಚಿತ್ರಿಸುತ್ತಿರುವ ಗುಲಾಬಿಯನ್ನು ಅನೇಕ ಕೋನಗಳ ನಡುವೆ ಒಂದು ಸ್ಪಷ್ಟ ಆಯ್ಕೆ ಮಾಡಿಕೊಂಡು ಚಿತ್ರಿಸಿರುತ್ತಾನೆ. ಅದು ನೋಡುಗನಿಗೂ ಗೊತ್ತಿರುತ್ತದೆ. ಕ್ಯಾಮೆರಾ ಆ ಗುಲಾಬಿಯನ್ನು ತೋರಿಸುವಾಗ ಚಲಿಸುವುದು ಅಥವಾ ಸ್ಥಿರವಾಗಿರುವುದು ಸಹ ನಿರ್ದೇಶಕನ ಆಯ್ಕೆಯಾಗಿರುತ್ತದೆ. ಈ ಗುಲಾಬಿಯು ಮೇಲೆ ಪ್ರಕಾಶಮಾನವಾದ ಬೆಳಕಿದೆಯೇ ಅಥವಾ ಮಂದ ಬೆಳಕಿದೆಯೇ, ಆ ಗುಲಾಬಿಯು ತಾಜಾ ಆಗಿದೆಯೇ ಅಥವಾ ಬಾಡಿದೆಯೇ, ಗುಲಾಬಿಯ ಮುಳ್ಳುಗಳು ಕಾಣುತ್ತಿವೆಯೇ ಅಥವಾ ಮರೆಯಾಗಿವೆಯೇ, ಗುಲಾಬಿಯ ಹಿಂದಿರುವ ವಿವರಗಳು ಸ್ಪಷ್ಟವಾಗಿ ಕಾಣುತ್ತಿವೆಯೇ ಅಥವಾ ಅಸ್ಪಷ್ಟವಾದ ಹಿನ್ನೆಲೆಯಲ್ಲಿ ಗುಲಾಬಿ ಮಾತ್ರ ಕಾಣುತ್ತಿದೆಯೇ, ಆ ಷಾಟ್‌ನ ಅವಧಿಯು ಸುದೀರ್ಘವೇ ಅಥವಾ ಕ್ಲುಪ್ತವಾಗಿದೆಯೇ, ಹೀಗೆ ಅನೇಕ ಆಯ್ಕೆಗಳನ್ನು ಸಿನಿಮಾ ತಯಾರಕ ಮಾಡಿರುತ್ತಾನೆ.

ಇವೆಲ್ಲ ವಿವರಗಳೂ ಸಾಹಿತ್ಯದಂತೆಯೇ ಒಂದು ಸಿನಿಮಾದ ಒಳಗಿನ ಗುಣಸೂಚಿ ಧ್ವನ್ಯಾರ್ಥಗಳನ್ನು ಗ್ರಹಿಸುವ ದಾರಿಯೇ ಆಗಿದೆ. ವಾಸ್ತವವಾಗಿ

ಸಾಹಿತ್ಯಕ್ಕಿಂತ ಹೆಚ್ಚು ಸ್ಪಷ್ಟವಾಗಿ ಮತ್ತು ಶಕ್ತವಾಗಿ ಸಿನಿಮಾ ಇಂತಹ ವಿವರಗಳನ್ನು ಹಿಡಿಯಬಲ್ಲದು. ''ಒಂದು ಚಿತ್ರವು ಸಾವಿರ ಪದಗಳಿಗಿಂತ ಶಕ್ತ'' ಎಂಬ ಮಾತನ್ನು ಈ ಹಿನ್ನೆಲೆಯಲ್ಲಿ ಗ್ರಹಿಸಬೇಕು.

ಸಿನಿಮಾದಲ್ಲಿನ ಒಂದು ಷಾಟ್ ಎಂಬುದು ಅನೇಕ ಆಯ್ಕೆಗಳ ನಡುವೆ ಒಂದು ಆಯ್ಕೆಯಾಗಿರುತ್ತದೆ ಎಂಬುದರ ಮೂಲಕ ಸಿನಿಮಾ ಸಹ ಸಿಮಿಯಾಟಿಕ್ಸ್ ಭಾಷೆಯನ್ನು ಬಳಸುತ್ತಿದೆ ಎಂದು ಸ್ಪಷ್ಟವಾಗಿ ತಿಳಿಯುತ್ತದೆ. ಮತ್ತಷ್ಟು ವಿವರಿಸುವುದಾದರೆ ಒಂದು ಷಾಟ್‌ನ ಧ್ವನ್ಯಾರ್ಥವು ಅದನ್ನು ನಾವು ಸುಪ್ತಪ್ರಜ್ಞೆಯಲ್ಲಿಯೇ ನಮ್ಮ ಕಣ್ಣೆದುರಿಗೆ ಇಲ್ಲದ ಷಾಟ್‌ಗಳ ಜೊತೆಗೆ ಹೋಲಿಸಿಯೇ ಪಡೆಯುತ್ತೇವೆ. ಉದಾಹರಣೆಗೆ ಒಂದು ಗುಲಾಬಿ ಹೂವಿನ ಕೆಳಕೋನದ ಷಾಟ್ (ಲೋ ಆಂಗಲ್) ಗಮನಿಸಬಹುದು. ಈ ಕೆಳಕೋನವು ಆ ಗುಲಾಬಿಗೆ ಒಂದು ಅಧಿಕಾರಸ್ಥ ಮತ್ತು ಬಲಶಾಲಿ ಸ್ಥಿತಿ ಇದೆ ಎಂಬುದು ನೋಡುಗನಿಗೆ ತಿಳಿಯುವುದು ಆತ ಅದೇ ಗುಲಾಬಿಯ ಮೇಲಿನ ಕೋನದ (ಟಾಪ್ ಆಂಗಲ್) ಷಾಟ್ ಜೊತೆಗೆ ಸುಪ್ತಪ್ರಜ್ಞೆಯಲ್ಲಿ ಹೋಲಿಸಿಕೊಳ್ಳುವ ಮುಖಾಂತರ.

ಒಂದು ಗುಲಾಬಿಯ ಷಾಟ್ ನೋಡುಗನಿಗೆ ಮುಖ್ಯವಾಗುವುದಕ್ಕೆ ಆ ಷಾಟ್‌ನ ಹಿಂದೆ ಮತ್ತು ಮುಂದೆ ಬಳಕೆಯಾದ ಇತರ ಷಾಟ್‌ಗಳು ಸಹ ಕಾರಣವಾಗಿರುತ್ತದೆ. ಇದನ್ನು ಸಿಮಿಯಾಟಿಕ್ಸ್‌ನಲ್ಲಿ ಸಿಂಟಾಗ್ಮ್ಯಾಟಿಕ್ ಎಂದು ಗುರುತಿಸುವ ವಾಕ್ಯಾತ್ಮಕ ಅರ್ಥ ಎಂದು ಗುರುತಿಸಬಹುದು. ಅಂದರೆ ಒಂದು ಷಾಟ್‌ಗೆ ಇರಬಹುದಾದ ಅರ್ಥವನ್ನು ಗ್ರಹಿಸಲು ಅದರ ಹಿಂದೆ ಮುಂದೆ ಸರಣಿಯಲ್ಲಿ ಬರುವ ಷಾಟ್‌ಗಳು ಸಹ ಕಾರಣವಾಗಿರುತ್ತವೆ.

ಇವೆರಡೂ ಬಗೆಯ ಅರ್ಥಗ್ರಹಿಕೆಯ ವಿನ್ಯಾಸಗಳನ್ನು ಸಿಮಿಯಾಟಿಕ್ಸ್ ಮೂಲಕ ಸಾಹಿತ್ಯವನ್ನು ವಿಶ್ಲೇಷಿಸುವ ಕ್ರಮಕ್ಕೆ ಹೋಲಿಸಬಹುದು. ಒಂದು ಪುಟದಲ್ಲಿ ಒಂದು ಪದಕ್ಕೆ ತನ್ನಿಂದ ತಾನೇ ಯಾವುದೇ ಅರ್ಥ ಇರುವುದಿಲ್ಲ. ಬದಲಿಗೆ ಇಡಿಯ ವಾಕ್ಯ ಸರಣಿಯ ಮೂಲಕ ಆಯಾ ಪದವು ಅರ್ಥ ಪಡೆಯುತ್ತದೆ. ಪದ ಎಂಬುದು ನಿರ್ದೇಶಿತ ಸಂಕೇತವೇ ಆದರೂ ಅದರ ಧ್ವನ್ಯಾರ್ಥ ತಿಳಿಯುವುದಕ್ಕೆ ಆ ಪದವನ್ನು ಯಾವ ಸಂದರ್ಭ ಮತ್ತು ಯಾವ

ಕ್ರಮದಲ್ಲಿ ಬಳಸಲಾಗಿದೆ ಎಂಬುದರ ಮೂಲಕವೇ ಅರ್ಥ ಗ್ರಹಿಕೆ ಸಾಧ್ಯವಾಗುತ್ತದೆ. ಈ ಕ್ರಮದಲ್ಲಿ ಓದುಗ ಒಂದು ಪದವನ್ನು ಗ್ರಹಿಸುವಾಗ ಅಪ್ರಜ್ಞಾಪೂರ್ವಕವಾಗಿಯೇ ಅದೇ ವಾಕ್ಯದಲ್ಲಿ ಬಳಸಬಹುದಾಗಿದ್ದ ಇನ್ನು ಹತ್ತು ಹಲವು ಪದಗಳ ಜೊತೆಗೆ ಹೋಲಿಸಿ ಲೇಖಕನ ಆಯ್ಕೆಯನ್ನು ಗಮನಿಸುತ್ತಾನೆ ಮತ್ತು ಆ ಪದದ ಹಿಂದೆ ಮುಂದೆ ಇರುವ ಪದಗಳ ಮೂಲಕ ಆಯಾ ಪದದ ಅರ್ಥ ವಿಸ್ತಾರ ಗ್ರಹಿಸುತ್ತಾನೆ.

ಈ ವಾಕ್ಯ ಸರಣಿಯ ಅರ್ಥಸೃಷ್ಟಿ ಹಾಗೂ ದೃಷ್ಟಾಂತಿಕ ಅರ್ಥಸೃಷ್ಟಿಗಳು ಸಾಹಿತ್ಯದ ಹಾಗೆ ಸಿನಿಮಾ ಗ್ರಹಿಕೆಯಲ್ಲಿಯೂ ಸಹಾಯ ಮಾಡುತ್ತವೆ. ವಾಸ್ತವವಾಗಿ ಸಿನಿಮಾ ಕಲೆಯು ಈ ಎರಡು ಮಾರ್ಗದ ಮೂಲಕವೇ ಸಂವಹನ ಮತ್ತು ಅರ್ಥ ಗ್ರಹಿಕೆ ಮೂಡಿಸುತ್ತದೆ. ಯಾವುದೇ ಚಿತ್ರ ತಯಾರಕ ಯಾವುದೇ ವಿಷಯವನ್ನು ಚಿತ್ರಿಸಲು ನಿರ್ಧರಿಸಿದ ಕೂಡಲೇ ಆತನನ್ನು ಕಾಡುವ ಎರಡು ಪ್ರಧಾನ ಪ್ರಶ್ನೆಗಳು ಹೇಗೆ ಚಿತ್ರಿಸುವುದು? (ಯಾವ ಆಯ್ಕೆಗಳನ್ನು ದೃಷ್ಟಾಂತಿಕವಾಗಿ -ಪ್ಯಾರಾಡಿಗ್ಮ್ಯಾಟಿಕ್ ಆಗಿ ಮಾಡುವುದು ಎಂಬ ವಿಷಯ.) ಮತ್ತು ಯಾವ ಕ್ರಮದಲ್ಲಿ ಆ ಚಿತ್ರಿಕೆಗಳನ್ನು ಜೋಡಿಸುವುದು? (ಯಾವ ಕ್ರಮದಲ್ಲಿ ಆ ಷಾಟ್ ಗಳ ಸರಣಿಯನ್ನು ಸಂಕಲಿಸುವುದು? ಆ ಮೂಲಕ ವಾಕ್ಯಾತ್ಮಕ ಅರ್ಥವನ್ನು ಹೇಗೆ ಸಾಧಿಸುವುದು ಎಂಬು ವಿಷಯ.) ಸಾಹಿತ್ಯದಲ್ಲಿ ಈ ಮಾತಿಗೆ ಸಮಾನಂತರ ಎಂಬಂತೆ ಲೇಖಕನು ಕೇಳಿಕೊಳ್ಳುವ ಪ್ರಧಾನ ಪ್ರಶ್ನೆಯು ಹೇಗೆ ಹೇಳುವುದು ಎಂಬುದು. ಮತ್ತೊಂದು ಪ್ರಶ್ನೆಯಾದ ಯಾವ ಕ್ರಮದಲ್ಲಿ ಪ್ರಸ್ತುತಿ ಪಡಿಸುವುದು ಎಂಬುದು ಸಾಹಿತ್ಯ ರಚನೆಯಲ್ಲಿ ಲೇಖಕನಿಗೆ ಎರಡನೆಯದ್ದಾಗಿರುತ್ತದೆ. ಸಿಮಿಯಾಟಿಕ್ಸ್ ಶಾಸ್ತ್ರವು ಈ ವರೆಗೆ ಸಿನಿಮಾದ ವಾಕ್ಯ ಸರಣಿಯಿಂದ ಮೂಡುವ ಸಿಗ್ಮ್ಯಾಟಿಕ್ ಅರ್ಥ ಗ್ರಹಿಕೆಯನ್ನು ಹೆಚ್ಚಾಗಿ ಗಮನಿಸಿದೆ. ಏಕೆಂದರೆ ಸಿನಿಮಾವು ತನ್ನೊಳಗಿರುವ ಸಿಂಟಾಗ್ಮ್ಯಾಟಿಕ್ ವಿವರಗಳಿಂದ (ಸಂಕಲನ, ಮಾಂಟಾಜ್, ಇತ್ಯಾದಿ) ಇನ್ನಿತರ ಕಲೆಗಳಿಗಿಂತ ಭಿನ್ನವಾದ ಅಸ್ಮಿತೆಯನ್ನು ಪಡೆದುಕೊಂಡಿದೆ.

ಇನ್ನಿತರ ಕಲೆಗಳಿಂದ ಸಿನಿಮಾವು ಸೂಚ್ಯಾರ್ಥಗಳ ಶಕ್ತಿಯನ್ನು ಎರವಲು ಪಡೆದು ತನ್ನದು ಮಾಡಿಕೊಳ್ಳುವಾಗ ದೃಷ್ಟಾಂತಿಕ ಮತ್ತು ವಾಕ್ಯ ಸರಣಿಯ ಮೂಲಕ ಧ್ವನ್ಯಾರ್ಥಗಳನ್ನು ಮೂಡಿಸುತ್ತದೆ. ಸಿನಿಮಾದಲ್ಲಿ ಮತ್ತೊಂದು ದೃಷ್ಟಾಂತಿಕ ಮಾರ್ಗವೂ ಸಹ ಬಳಕೆಯಾಗುತ್ತದೆ. ಸಿನಿಮಾವು ಸಂಪೂರ್ಣವಾಗಿ ಅಂತರ್

ಸಂವಹನೆಯ ಮಾಧ್ಯಮವಲ್ಲ. ಸಂಭಾಷಣೆಯಿಂದ ಸಿನಿಮಾ ಆಗುವುದಿಲ್ಲ ಎಂಬರ್ಥದಲ್ಲಿ ಇದನ್ನು ಗ್ರಹಿಸಬೇಕಾಗಿದೆ. ಮೌಖಿಕ ಮತ್ತು ಲಿಪಿ ರೂಪಿ ಸಂವಹನಗಳು ಈ ಬಗೆಯ ವಾಚಿಕಗಳ ಮೂಲಕವೇ ಸಂವಹನವನ್ನು ಸಾಧಿಸುತ್ತವೆ.

ಸಿನಿಮಾ ಕಲೆಯು ಅನೇಕ ಸಲ ಏಕಮುಖಿ ಸಂವಹನದ್ದಾಗಿರುವುದಿಲ್ಲ. ಪ್ರಚಾರಕ್ಕೆಂದೇ ತಯಾರಾದ ಸಿನಿಮಾಗಳು ಸಹ ಅನೇಕ ಮೈವಳಿಕೆಯ ಕಾರಣವಾಗಿ ಕಲಾತ್ಮಕ ಶಕ್ತಿ ಪಡೆದಿರುತ್ತದೆ. ಮೆಟ್ಜ್ ಹೇಳುವ, "ಭಾಷೆ ಎಂಬುದು ಇಲ್ಲ ಎಂದಾದಾಗ ಏನನ್ನಾದರೂ ಸಂವಹನ ಮಾಡುವವನು ಕಲಾವಿದ ಮಾತ್ರ. ಏಕೆಂದರೆ ಆ ಕಲಾವಿದ ಹೊಸ ಭಾಷೆಯನ್ನು ಭಾಗಶಃ ಸೃಷ್ಟಿಸುತ್ತಾ ಇರುತ್ತಾನೆ. ಮೌಖಿಕ ಭಾಷೆಯಲ್ಲಿ ಅದಾಗಲೇ ಬಳಕೆಯಲ್ಲಿ ಇರುವ ಭಾಷೆಯನ್ನು ಬಳಸುತ್ತಾ ಇರುವಂತೆ ಸಿನಿಮಾದಲ್ಲಿ ಇಲ್ಲದ ಭಾಷೆಯನ್ನು ಸೃಷ್ಟಿಸುವವನು ಕಲಾವಿದ" ಈ ಮಾತಿನಂತೆ ಸಿನಿಮಾದ ಅತ್ಯಂತ ಸರಳ ಮತ್ತು ಸಣ್ಣ ವಿವರಗಳು ಸಹ ದೃಷ್ಟಾಂತಿಕ ಸಂವಹನ ಭಾಷೆಯನ್ನು ಸೃಷ್ಟಿಸಿಯೇ ಸಂವಹನ ಸಾಧಿಸುತ್ತವೆ.

ಇದಕ್ಕಾಗಿ ಹಳೆಯದೊಂದು ಕುಶಾಲಿನ ಮಾತನ್ನು ಉದಾಹರಿಸಬಹುದು: ಇಬ್ಬರು ವೇದಾಂತ ಪ್ರವೀಣರು ಭೇಟಿಯಾದರಂತೆ. ಒಬ್ಬಾತ ಮತ್ತೊಬ್ಬನನ್ನು ನೋಡಿ "ಶುಭೋದಯ" ಎಂದನಂತೆ. ಮತ್ತೊಬ್ಬ ಆತನನ್ನು ಗುರುತಿಸಿ ಮಂದಹಾಸ ಬೀರಿ ನಡೆದನಂತೆ. ಮೊದಲಿನವ ಹುಬ್ಬು ಗಂಟಿಕ್ಕಿ ನಡೆಯುತ್ತಾ "ಆ ಮೌನದ ಹಿಂದಿದ್ದ ಅರ್ಥವೇನು?" ಎಂದು ಚಿಂತಿಸತೊಡಗಿದನಂತೆ. ಈ ಮಾತು ಲಿಪಿ ಅಥವಾ ಮೌಖಿಕ ರೂಪದಲ್ಲಿ ಬಂದಾಗ ಕುಶಾಲಿನ ಮಾತಾಗುತ್ತದೆ. ಆದರೆ ಸಿನಿಮಾದಲ್ಲಿ ಇದು ಅತ್ಯಂತ ಸಹಜ ಎನಿಸುತ್ತದೆ. ಇದೇ ಸಿನಿಮಾಕ್ಕೂ ಲಿಪಿ ರೂಪಿ ಸಾಹಿತ್ಯಕ್ಕೂ ಇರುವ ಪ್ರಧಾನ ವ್ಯತ್ಯಾಸ.

ಸಿನಿಮಾದಲ್ಲಿ ಈ ನಿರ್ದೇಶಿತ ಮತ್ತು ಧ್ವನ್ಯಾರ್ಥಗಳನ್ನು ಬೇರೆ ಬಗೆಯಲ್ಲಿ ನೋಡಬಹುದೇ ಎಂದು ಗಮನಿಸುವಾಗ, ಸಿ.ಎಸ್.ಪಿಯರ್ಸ್ ಎಂಬ ಚಿಂತಕನ "ತ್ರೈಕಾಟಮಿ" (ಮೂರು ಸ್ತರದ ಅರ್ಥ ವಿನ್ಯಾಸ) ಎಂಬ ವಿವರವನ್ನು ಬಳಸಿಕೊಂಡು ಪೀಟರ್ ಉಲ್ಲನ್ ತನ್ನ "ಸೈನ್ಸ್ ಅಂಡ್ ಮೀನಿಂಗ್ ಆಫ್ ಸಿನಿಮಾ" (1969) ಪುಸ್ತಕದಲ್ಲಿ ಸೂಚಿಸಿದ ಮೂರು ಕ್ರಮಗಳ ಸಿನಿಮಾ ಸಂಕೇತಗಳನ್ನು ಗಮನಿಸಬಹುದು.

- ಐಕಾನ್ (ಪ್ರತಿಮಾತ್ಮಕ) – ಸಂಕೇತ ಸೂಚಿಯು ಸಂಕೇತ ಸೂಚಕವನ್ನು ಹೋಲಿಕೆಯಾಗಿ ಮತ್ತು ಸಂವಾದಿಯಾಗಿ ಇರಿಸಿದ್ದು.
- ಇಂಡೆಕ್ಸ್ (ಸೂಚ್ಯಾತ್ಮಕ) – ಹೋಲಿಕೆಯಾಗಿರುವುದಕ್ಕೆ ಸಮನಾಗಿದೆ ಎಂದಲ್ಲದೆ, ಆದರಂತೆ ಇರುವುದರಿಂದಾಗಿ, ಆದರೊಳಗೆ ಇರುವ ಅಂತರ್‌ಸಂಬಂಧಿ ಅರ್ಥಗಳು ಗೋಚರಿಸುವುದು.
- ಸಿಂಬಲ್ (ಸಂಕೇತಾತ್ಮಕ) – ಇದೊಂದು ನೇರಾರ್ಥವಿಲ್ಲದ (ಆರ್ಬಿಟ್ರರಿ) ಸಂಕೇತ. ಇದರಲ್ಲಿ ಸೂಚಿಯು ನೇರವಾಗಿ ಅಥವಾ ಪರೋಕ್ಷವಾಗಿ ಸೂಚಿತಾರ್ಥಕ್ಕೆ ಸಂಬಂಧಿಸಿದ್ದಲ್ಲ.

ಆದರೆ ಅದು ಒಂದು ಸಂಪ್ರದಾಯ ಅಥವಾ ಪರಂಪರೆಯಿಂದ ಬಂದಂತಹ ಸಂಕೇತವಾಗಿ ಅರ್ಥ ಹೊಮ್ಮಿಸುತ್ತದೆ.

ಈ ಬಗೆಯ ಕ್ರಮವನ್ನು ಸೂಚಿಸುವಾಗ ಪೀಟರ್ ಉಲ್ಲನ್ ಯಾವುದೇ ನಿರ್ದೇಶಿತ ಅಥವಾ ಧ್ವನ್ಯಾರ್ಥ ಕ್ರಮವಾಗಿ ವಿಂಗಡಿಸುವುದಿಲ್ಲವಾದರೂ ಈ ಐಕಾನ್, ಇಂಡೆಕ್ಸ್ ಮತ್ತು ಸಿಂಬಲ್ ಎಂಬುದು ನಿರ್ದೇಶಿತ ಅರ್ಥ ಸೂಚಿಯೇ ಆಗಿದೆ. ಈ ಕ್ರಮದಲ್ಲಿ ವ್ಯಕ್ತಿಚಿತ್ರಗಳು (ಪೋರ್ಟ್ರೈಟ್) ಐಕಾನ್ ಆದಂತೆ ಯಾವುದೇ ಇತರ ಚಿತ್ರವೂ (ಡಯಾಗ್ರಮ್) ಸಹ ಐಕಾನ್ ಆಗಿರುತ್ತದೆ. ಇಂಡೆಕ್ಸ್‌ಗಳನ್ನು ತಿಳಿಸುವುದು ಇನ್ನೂ ಕಷ್ಟದ್ದು. ಸಿ.ಎಸ್.ಪಿಯರ್ಸ್‌ನ ಕ್ರಮವನ್ನು ಆಧರಿಸಿ ಪೀಟರ್ ಉಲ್ಲನ್ ಈ ಇಂಡೆಕ್ಸ್‌ಗಳನ್ನು ಎರಡು ಬಗೆಯದು ಎಂದು ವಿಂಗಡಿಸುತ್ತಾನೆ. ಮೊದಲಿನದು ತಾಂತ್ರಿಕವಾದದ್ದು. ಅಂದರೆ ಆರೋಗ್ಯಕ್ಕೆ ಸಂಬಂಧಿಸಿದ ಸೂಚಿಗಳು – ಗಡಿಯಾರ, ಸೂರ್ಯನ ಚಲನೆಯ ವಿವರ, ಇತ್ಯಾದಿಗಳು ಕಾಲಸೂಚಿ ಇಂಡೆಕ್ಸ್ ಆಗುತ್ತವೆ. ಮತ್ತೊಂದು ಮೆಟಾಫಾರಿಕಲ್ ಇಂಡೆಕ್ಸ್ (ರೂಪಕಾತ್ಮಕ ಸೂಚಿ). ಅಂದರೆ ಒಂದು ಬಿಳಿಯ ಹಾಯಿಯನ್ನು ಹಿಡಿದವನು ನಾವಿಕ ಎಂಬರ್ಥ. (ಇಲ್ಲಿ ಪಿಯರ್ಸ್ ಮತ್ತು ಉಲ್ಲನ್ ಇಬ್ಬರೂ ಧ್ವನ್ಯಾರ್ಥ ಸೂಚಿಗಳ ಸಮೀಪಕ್ಕೆ ಬರುತ್ತಾರೆ.) ಸಿಂಬಲ್ಸ್ ಎಂಬ ಮೂರನೆಯ ಸೂಚಿಯು ಸರಳವಾಗಿಯೇ ತಿಳಿಯಬಹುದಾದ್ದು. ಪಿಯರ್ಸ್ ಮತ್ತು ಉಲ್ಲನ್ ಅದನ್ನು ಬಳಸಿರುವ ಬಗೆಯಲ್ಲಿ ಸಿಂಬಲ್ ಎಂಬ ಪದಕ್ಕೆ ಮತ್ತಷ್ಟು ವಿಶಾಲಾರ್ಥ ದೊರೆಯುತ್ತದೆ ಹಾಗೂ ಪದಗಳೇ ಸಿಂಬಲ್ (ಸಂಕೇತ) ಆಗುತ್ತವೆ.

ಈ ಮೂರು ವಿಂಗಡಣಾ ಕ್ರಮವೂ ಎಲ್ಲವನ್ನೂ ಒಳಗೊಂಡಿಲ್ಲ. ವಿಶೇಷವಾಗಿ ಛಾಯಾಚಿತ್ರದ ಇಮೇಜ್‌ಗಳು, ಅವುಗಳ ಐಕಾನಿಕ್ (ಪ್ರತಿಮಾತ್ಮಕ) ಶಕ್ತಿಯು ಯಾವಾಗಲೂ ಗಟ್ಟಿಯಾದದ್ದಾಗಿರುತ್ತದೆ. ಅದಾಗಲೇ ಗಮನಿಸಿರುವಂತೆ ಒಂದು ವಸ್ತುವು ಯಾವುದೇ ಸಂಕೇತ ಅಥವಾ ಸಿಂಬಲ್ ಆಗಿಲ್ಲದೆಯೂ ಆ ವಸ್ತುವಾಗಿ ಅಸ್ತಿತ್ವದಲ್ಲಿರುತ್ತದೆ. ಸಿಮಿಯಾಟಿಕ್ ಸಿದ್ಧಾಂತಗಳು ಮತ್ತು ಕ್ರಿಶ್ಚಿಯನ್ ಮೆಟ್ಜ್ ಸೂಚಿಸಿರುವ ವಿವರಗಳು ಈ ವಿಂಗಡಣಾ ಕ್ರಮದ ಮೊದಲ ಮತ್ತು ಕಡೆಯ ವಿಂಗಡಣೆಯನ್ನು ಗುರುತಿಸುತ್ತವೆ. ಐಕಾನ್ (ಪ್ರತಿಮಾತ್ಮಕ) ಎಂಬುದು ಸಿನಿಮಾದಲ್ಲಿ ಅತ್ಯಂತ ಹೆಚ್ಚು ಬಳಕೆಯಾಗಿರುವ ವಿವರವಾದರೆ, ಸಿಂಬಲ್ (ಸಂಕೇತಾತ್ಮಕ) ಎಂಬುದು ಲಿಪಿರೂಪದ ಮತ್ತು ಮೌಖಿಕ ಭಾಷೆಯಿಂದ ಒದಗಿ ಬಂದ ಪರಂಪರೆಯ ಗುರುತು. ಇಲ್ಲಿರುವ ಎರಡನೆಯ ಕ್ರಮವಾದ ಇಂಡೆಕ್ಸ್ (ಸೂಚ್ಯಾತ್ಮಕ) ಎಂಬುದೇ ಪಿಯರ್ಸ್ ಮತ್ತು ಪೀಟರ್ ಉಲ್ಲನ್ ಕ್ರಮದ ಅತಿ ಹೆಚ್ಚು ಆಲೋಚನೆಗೆ ಹಚ್ಚುವ ವಿಷಯ. ಇದು ನಿರ್ಧಾರಿತವಲ್ಲದ, ಹೋಲಿಕೆಯೂ ಇಲ್ಲದ ಸಂಕೇತ. ಇದು ಧ್ವನ್ಯಾರ್ಥ ಸೂಚಿಯನ್ನು ಗುರುತಿಸುವ ಮೂರನೆಯ ಬಗೆಯನ್ನು ಹೇಳುತ್ತಿದೆ. ಇದನ್ನರಿಯಲು ಧ್ವನ್ಯಾರ್ಥವನ್ನರಿತಾಗ ಮಾತ್ರ ಸಾಧ್ಯ. (ಇಲ್ಲಿ ಇಂಗ್‌ಮರ್ ಬರ್ಗ್‌ಮನ್‌ನ ಷೇಮ್ ಸಿನಿಮಾದಲ್ಲಿ ಮಂಚದ ಮೇಲೆ ಮಲಗಿರುವ ಲಿವ್ ಉಲ್ಮನ್ ಪಾತ್ರದ ತಲೆಯ ಬಳಿ ಇರಿಸಲಾಗುವ ದುಡ್ಡಿನ ಕಂತೆಯು ಆಕೆಯನ್ನು ಸೂಳೆಗಾರಿಕೆಯಲ್ಲಿ ತೊಡಗಿದ್ದಾಳೆ ಎಂಬ ಸಂಕೇತಾರ್ಥ ಹೊಮ್ಮಿಸುವುದನ್ನು ಉದಾಹರಣೆಯಾಗಿ ಗಮನಿಸಬಹುದು)

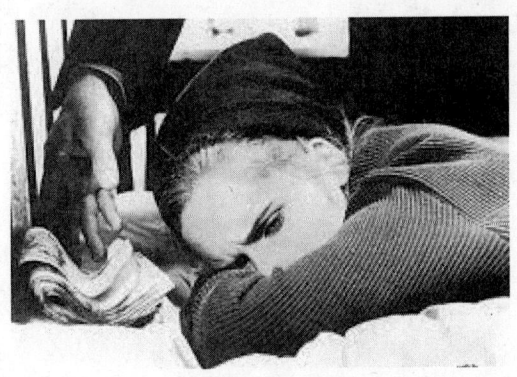

ಇಂಗ್‌ಮರ್ ಬರ್ಗ್‌ಮನ್‌ನ ಷೇಮ್ ಸಿನಿಮಾ

ಇಂಡೆಕ್ಸ್ (ಸೂಚ್ಯಾತ್ಮಕ) ಕ್ರಮವು ಸಿನಿಮಾವನ್ನು ಅರ್ಥ ಮಾಡಿಕೊಳ್ಳಲು ಹೆಚ್ಚು ಉಪಯುಕ್ತವಾದುದು. ಏಕೆಂದರೆ ಇಂಡೆಕ್ಸ್ ಮೂಲಕ ಯಾವುದೇ ಪ್ರತಿರೂಪದ (ಇಮೇಜ್) ಸ್ಪಷ್ಟ ಅರ್ಥವನ್ನು ಮತ್ತು ಪ್ರಮಾಣವನ್ನು ಗುರುತಿಸಲು ಸಾಧ್ಯ. ಉದಾಹರಣೆಗೆ ಭಾರೀ ಸೆಕೆಯಾಗುತ್ತಿದೆ ಎಂದು ಸಿನಿಮಾದ ಮೂಲಕ ಹೇಳುವುದು ಹೇಗೆ ಎಂದು ಯೋಚಿಸಿ. ಲಿಪಿರೂಪಕ ಭಾಷೆಯಲ್ಲಿ ಅದು ಸುಲಭ. ಸಿನಿಮಾ ಅಂದಕೂಡಲೇ ಥರ್ಮಾಮೀಟರ್ ತರಹದ ಚಿತ್ರ ಕಣ್ಣ ಮುಂದೆ ಬರುತ್ತದೆ. ಇದಕ್ಕಿಂತ ಉತ್ತಮ ಚಿತ್ರಗಳು ಸಹ ಬಳಕೆಯಾಗಬಹುದು; ಸುರಿಯುತ್ತಿರುವ ಬೆವರು, ವಾತಾವರಣದಲ್ಲಿ ಹಬೆಯಾಡುತ್ತಿದೆ ಎಂಬಂತಹ ಸೂಚನೆ ನೀಡುವ ಆವಿಯ ಬಳಕೆ, ಬಿಸಿಯಾದ ವಾತಾವರಣದ್ದಾಗ ಮಾತ್ರ ಕಾಣುವ ದಟ್ಟ ಹಳದಿ ಮತ್ತು ಕಂದು ಬಣ್ಣದ ಬಳಕೆ. ಇಂತಹ ಪ್ರತಿರೂಪಗಳ (ಇಮೇಜ್) ಸಿನಿಮಾದಲ್ಲಿ ಬಳಕೆ ಆಗುವುದರಿಂದಲೇ ಸಾಹಿತ್ಯಕ್ಕಿಂತ ಸಿನಿಮಾ ಭಿನ್ನ ಎಂಬುದು ಸ್ಪಷ್ಟವಾಗುತ್ತದೆ. ಗುಲಾಬಿಯನ್ನು ಪ್ರೇಮದ ಜೊತೆಗೆ ಹೋಲಿಸುವುದು ಸಾಹಿತ್ಯದಲ್ಲಿ ಸುಲಭ. ಆದರೆ ಸಿನಿಮಾದಲ್ಲಿ ಗುಲಾಬಿಯನ್ನು ತೋರಿಸಿದೊಡನೆ ಪ್ರೇಮದ ನೆನಪಾಗುವುದಿಲ್ಲ. ಗುಲಾಬಿಯನ್ನು ಹೇಗೆ, ಎಲ್ಲಿ, ಯಾವ ಕ್ರಮದಲ್ಲಿ ಮತ್ತು ಯಾವ ಬಣ್ಣದ ಗುಲಾಬಿ ಇತ್ಯಾದಿಗಳು ತಿಳಿಯಬೇಕಾಗುತ್ತದೆ. ಏಕೆಂದರೆ ಸಿನಿಮಾದಲ್ಲಿ ರೂಪಕವೂ ಸಹ ಭೌತಿಕ ಸತ್ಯವಾಗಿಯೇ ಕಣ್ಣೆದುರಿಗೆ ಬರುತ್ತದೆ. ಹೀಗಾಗಿಯೇ ಸಾಹಿತ್ಯದ ರೂಪಕಗಳನ್ನು ಸಿನಿಮಾದಲ್ಲಿ ಯಥಾವತ್ ಬಳಸಿದಾಗ ಅಂತಹ ಸಿನಿಮಾಗಳು ತೀರಾ ರೂಕ್ಷವಾಗಿ ಹಾಗೂ ಒತ್ತಡದಿಂದ ಹೇರಿದ ತಟಸ್ಥ (ಸ್ಟಾಟಿಕ್) ಚಿತ್ರಿಕೆ (ಷಾಟ್) ಆಗಬಹುದಾದ ಸಾಧ್ಯತೆಯೇ ಹೆಚ್ಚು. ಇಂಡೆಕ್ಸ್ (ಸೂಚ್ಯಾತ್ಮಕ) ಸಂಕೇತಗಳು ಇಂತಹ ಸಂದರ್ಭದಲ್ಲಿ ಸಿನಿಮಾ

ತಯಾರಕನ ಬಳಕೆಗೆ ಬರುತ್ತವೆ. ಇದರ ಮೂಲಕ ಸಿನಿಮಾ ತನ್ನದೇ ಆದ ರೂಪಕ ಶಕ್ತಿಯನ್ನು ಪಡೆಯುತ್ತದೆ. ಇದಕ್ಕೆ ಸಿನಿಮಾದ ಪ್ರತಿ ಚೌಕಟ್ಟಿನ ಬಳಕೆಯಲ್ಲಿರುವ ಂದಾಣಿಕೆಯ ಶಕ್ತಿ ಮತ್ತು ಏಕ ಕಾಲಕ್ಕೆ ಅನೇಕ ವಿವರಗಳನ್ನು ಒಂದು ಚೌಕಟ್ಟಿನಲ್ಲಿ ಇರಿಸಬಹುದಾದ ಶಕ್ತಿ ಕಾರಣವಾಗುತ್ತದೆ.

ಈ ಇಂಡೆಕ್ಸ್ (ಸೂಚ್ಯಾತ್ಮಕ) ಸಂಕೇತಗಳ ಆಲೋಚನೆಯು ಗುಣಸೂಚಿ ಅರ್ಥಗಳನ್ನು ಮೂಡಿಸುವಲ್ಲಿ ಮತ್ತಷ್ಟು ಹೊಸ ಹೊಳಹು ನೀಡುತ್ತದೆ. ಈ ಹಿಂದೆ ಆದ ಚರ್ಚೆಯಿಂದ ಸಿನಿಮಾದಲ್ಲಿ ನಿರ್ದೇಶಿತ ಮತ್ತು ಗುಣಸೂಚಿ ಅರ್ಥ ವಿನ್ಯಾಸದಲ್ಲಿ ದೊಡ್ಡ ವ್ಯತ್ಯಾಸವಿಲ್ಲ, ಆದರೆ ಎರಡರ ನಡುವೆ ನಿರಂತರತೆಯೊಂದು ಸದಾ ಕಾಲ ಇರುತ್ತದೆ ಎಂಬುದು ತಿಳಿದಿದೆ. ಮೌಖಿಕ ಅಥವಾ ಲಿಪಿರೂಪಿ ಭಾಷೆಯಲ್ಲಿನಂತೆ ಸಿನಿಮಾದಲ್ಲಿಯೂ ಗುಣಸೂಚಿ ಅರ್ಥಗಳು ಶಕ್ತವಾಗಿದೆ. ಅವುಗಳನ್ನು ನಿರ್ದೇಶಿತ ಅರ್ಥಗಳು ಎಂದೇ ಗುರುತಿಸಲಾಗುತ್ತದೆ. ಹೀಗಾಗಿ ಒಂದು ಸಿನಿಮಾದಲ್ಲಿನ ಗುಣಸೂಚಿ ಸಂಕೇತಗಳು ಇಂಡೆಕ್ಸಿಕಲ್ (ಸೂಚ್ಯಾತ್ಮಕ) ರೂಪ ಪಡೆಯುತ್ತವೆ. ಅವು ಏಕರೂಪಿಯೂ ಅಲ್ಲ ಮತ್ತು ಅನಿಯಂತ್ರಿತವೂ (ಆರ್ಬಿಟ್ರರಿ) ಅಲ್ಲ ಎಂಬುದೇ ಸಿನಿಮಾದ ವಿಶೇಷತೆ.

ಸಾಹಿತ್ಯ ಅಧ್ಯಯನದ ಎರಡು ಪಾರಿಭಾಷಿಕ ಪದಗಳು ಸಿನಿಮಾದಲ್ಲಿನ ಗುಣಸೂಚಿ ಅರ್ಥಗಳನ್ನು ವಿವರಿಸಲು ಸಹಾಯಕ್ಕೆ ಬರುತ್ತವೆ. ''ಮೆಟಾನಮಿ'' (ಲಾಕ್ಷಣಿಕ) ಅನ್ನುವುದು ಒಂದು ಅನೇಕ ಧ್ವನ್ಯಾರ್ಥಗಳನ್ನುಳ್ಳ ಪದಗುಚ್ಛಕ್ಕೆ ಬಳಸುವ ಪದ. ಈ ಪದಕ್ಕೆ ಇರಬಹುದಾದ ನೇರಾರ್ಥ ಮತ್ತು ಹೋಲಿಕೆ ಮಾಡಬಹುದಾದ ಅರ್ಥಗಳು ಅದಾಗಲೇ ಓದುಗರಿಗೆ ಗೊತ್ತಿದೆ ಎಂಬುದರಿಂದಾಗಿ ಇಂತಹುದನ್ನು ಸಾಹಿತ್ಯದಲ್ಲಿ ಬಳಸಲಾಗುತ್ತದೆ. ಸಾಹಿತ್ಯದಲ್ಲಿ ಸಾಮ್ರಾಟ ಎಂದಾಗ ಕಿರೀಟವೂ, ಸಾಮ್ರಾಜ್ಯವೂ, ಆತನ ಬೃಹತ್ ಸೈನ್ಯವೂ ಓದುಗನಿಗೆ ನೆನಪಾಗುವುದನ್ನು ಇದಕ್ಕೆ ಉದಾಹರಣೆಯಾಗಿ ನೀಡಬಹುದು. ''ಸಿನೆಕ್‌ಡೋಕ್'' ಎನ್ನುವುದು ಸಹ ಧ್ವನ್ಯಾರ್ಥಗಳನ್ನುಳ್ಳ ಪದವೊಂದರ ಹ್ರಸ್ವಗೊಂಡ ವಿವರ. ಒಂದು ಬಸ್ಸು ಅಥವಾ ಲಾರಿಯಂತಹುದನ್ನು ಮೋಟಾರು ಎಂದ ಹಾಗೆ, ಕಾನೂನು ಎಂಬ ಪದವು ಪೊಲೀಸರನ್ನು ನೆನಪಿಗೆ ತಂದಹಾಗೆ. ಸಿನೆಕ್‌ಡೋಕ್ ಪದವು ತನ್ನ ರೂಪದ ಮೂಲಕವೇ ಓದುಗನಿಗೆ ಗೊತ್ತಿರಬಹುದಾದ ಅನೇಕ ಹೋಲಿಕೆಗಳತ್ತ ಕೊಂಡೊಯ್ಯುವಂತಹದು.

ಇವೆರಡೂ ವಿವರಗಳು ಸಿನಿಮಾದಲ್ಲಿ ಮತ್ತೆ ಮತ್ತೆ ಬಳಕೆಯಾಗುತ್ತವೆ. ಈ ಹಿಂದೆ ಚರ್ಚಿಸಲಾದ ಸೆಕೆಯನ್ನು ಕುರಿತ ವಿವರವು ಮೆಟಾನಮಿಕಲ್ ಆದದ್ದು ಎಂದು ಗುರುತಿಸಬಹುದು. ಬೆವರಿಳಿಯುವ ವ್ಯಕ್ತಿಯ ಷಾಟ್ ಒಂದನ್ನು ನೋಡುವವನಿಗೆ ಅದರೊಂದಿಗೆ ಅನೇಕ ನೆನಪುಗಳು ತೆರೆದುಕೊಳ್ಳುವ ಮೂಲಕ ಅದೇ ಷಾಟ್ ಅನೇಕ ಧ್ವನ್ಯಾರ್ಥಗಳನ್ನು ಹೊಳೆಯಿಸುತ್ತದೆ. ಅನೇಕ ಹಳೆಯ ಹಾಲಿವುಡ್ ಸಿನಿಮಾಗಳಲ್ಲಿ ಸಿನೆಕ್‌ಡೋಕ್‌ನ ವಿವರಗಳನ್ನು ಕಾಣಬಹುದು. ಶಿಸ್ತಿನಿಂದ ನಡೆದು ಸಾಗುತ್ತಾ ಇರುವ ಹಲವಾರು ಕಾಲುಗಳ ಷಾಟ್ ಒಂದು ಬೃಹತ್ ಸೇನೆಯನ್ನು ನೆನಪಿಸಬಹುದು. ಹಾಗೆಯೇ ಕ್ಯಾಲೆಂಡರ್ ಒಂದರ ಪುಟಗಳು ಹಾರುವುದು, ರೈಲಿನ ಚಕ್ರಗಳು ಉರುಳುತ್ತಿರುವುದು ಮುಂತಾದ ಷಾಟ್‌ಗಳು ಮೆಟಾನಾಮಿಕ್ ಆಗಿರುತ್ತವೆ. ಮೆಟಾನಮಿಕ್ ವಿವರಗಳು ಸಿನಿಮಾದಲ್ಲಿ ಸಾಹಿತ್ಯಕ್ಕಿಂತ ಹೆಚ್ಚು ಶಕ್ತವಾಗಿ ಬಳಕೆಯಾಗುತ್ತವೆ. ಹಾಗಾಗಿಯೇ ಬಹುಧ್ವನ್ಯಾರ್ಥ ಸಾಧಿಸುವುದು ಸಾಹಿತ್ಯಕ್ಕಿಂತ ಸಿನಿಮಾದಲ್ಲಿ ಸುಲಭ. ಒಂದು ಚೌಕಟ್ಟಿನ ಒಳಗೆ ಇರಿಸಬಹುದಾದ ಅನೇಕ ವಿವರಗಳ ಮೂಲಕ ಕಥನವೊಂದರ ಅರ್ಥ ಸಾಧ್ಯತೆಯನ್ನು ಶ್ರೀಮಂತವಾಗಿಸುವುದು ಸಿನಿಮಾದಲ್ಲಿ ಸಾಧ್ಯ. ಹೀಗಾಗಿಯೇ ಮೆಟಾನಮಿಯನ್ನು ಸಿನಿಮಾದ ಶೀಘ್ರಲಿಪಿ (ಷಾರ್ಟ್‌ಹ್ಯಾಂಡ್) ಅನ್ನಬಹುದು.

ನೋಡುಗನ ಕಣ್ಣೆದುರಿಗೆ ಬಂದ ಒಂದು ಷಾಟ್ ಮೂಲಕ ಬಳಕೆಯಾಗದ ಆಯ್ಕೆಗಳನ್ನು ಗಮನಿಸುವ ಹಾಗೆ (ಪ್ಯಾರಾಡಿಗ್ಮ್ಯಾಟಿಕ್), ಯಾವ ಷಾಟ್ ನಂತರ ಯಾವುದು ಬಂತೆಂಬುದರ ಅರಿವಿನ ಮೂಲಕ (ಸಿಂಟಾಗ್ಮ್ಯಾಟಿಕ್) ಅರ್ಥ ಗ್ರಹಿಕೆ ಮಾಡಿಕೊಳ್ಳುವ ಹಾಗೆ, ಒಂದು ಸಣ್ಣ ಷಾಟ್‌ನ ಮೂಲಕ ಒಂದು ಇಡಿಯಾದ ವಿವರವನ್ನು ಗ್ರಹಿಸುವುದು (ಸಿನೆಕ್‌ಡೋಕ್) ಮತ್ತು ಅದರೊಂದಿಗಿನ ಇತರ ವಿವರಗಳನ್ನು ಮನಸ್ಸಿನಲ್ಲಿಯೇ ಹೋಲಿಸುವ ಮೂಲಕ ಹುಟ್ಟುವ ಅರ್ಥ (ಮೆಟಾನಮಿ) ಇವುಗಳಿಂದಾಗಿ ಸಿನಿಮಾದ ಅನುಭೂತಿ ವಿಸ್ತಾರ ಪಡೆಯುತ್ತದೆ. ಹಾಗಾಗಿಯೇ ಸಿನಿಮಾ ಕಲೆಯನ್ನು ಇಂತಹ ಸೂಚಿಗಳ ಮೂಲಕವೇ ಅರಳುವ ಕಲೆ ಎನ್ನಬಹುದು. ಸಿನಿಮಾ ಒಂದನ್ನು ನೋಡುವುದರಲ್ಲಿ ಸಿಗುವ ಅರ್ಥಕ್ಕಿಂತ ನೋಡದೆ ಇರುವ ವಿವರಗಳನ್ನು ಗ್ರಹಿಸುವ ಮೂಲಕವೇ ಅರ್ಥ ಸಾಧ್ಯತೆ ಹಿಗ್ಗುತ್ತದೆ. ''ಕಲ್ಪನೆಗೆ ಏನನ್ನೂ ಬಿಡದ ಕಲೆ'' ಎಂದು ಕರೆಸಿಕೊಳ್ಳುವ ಸಿನಿಮಾದಲ್ಲಿ ಹೀಗೆ ಕಾಣದ ವಿವರಗಳನ್ನು ಗ್ರಹಿಸುವ ಮೂಲಕವೇ ಅರ್ಥ ಸಾಧ್ಯತೆ ಹೆಚ್ಚುತ್ತದೆ ಎಂಬುದು ಕೇವಲ ವ್ಯಂಗ್ಯವಲ್ಲ, ಸಿನಿಮಾದ ವಿಶೇಷ.

ಈ ಮಾತಿಗೆ ವಿರುದ್ಧವಾದ ಸತ್ಯವೂ ಇದೆ. ಸ್ಪಷ್ಟವಾಗಿ ಗುರುತಿಸಬಹುದಾದ ಸೂಚಿಗಳು, ಪ್ರತಿರೂಪಗಳು ಮತ್ತು ಧ್ವನಿ ವಿನ್ಯಾಸ ಇರುವ ಒಂದು ಸಿನಿಮಾ ಅತ್ಯಂತ ಸುಲಭವಾಗಿ ಮತ್ತು ನೇರವಾಗಿಯೂ ಅರ್ಥವಾಗಬಹುದು. ಆದರೆ ಕೆಲವು ಸಿನಿಮಾಗಳಲ್ಲಿ ನಿರ್ದೇಶಿತ ಸಂಕೇತಗಳನ್ನು ಗುರುತಿಸಬಹುದಾದ ಗುಣಸೂಚಿ ಅರ್ಥಗಳನ್ನು ಗ್ರಹಿಸುವುದು ಸುಲಭವಾಗಿರುವುದಿಲ್ಲ. ಈ ಹಿನ್ನೆಲೆಯಲ್ಲಿ "ಸಿನಿಮಾ ಕುರಿತ ಮಾತು ಅಂದರೆ ಆ ಕಲೆಯ ಭಾಗಶಃ ಮರುಸೃಷ್ಟಿಯೇ ಆಗಬೇಕು" ಎಂಬ ಮಾತು ಮುಖ್ಯವಾದುದು. ಯಾವುದೇ ನೋಡುಗ ಇಂತಹ ಗುಣಸೂಚಿ ಅರ್ಥಗಳನ್ನು ತಿಳಿಯಲು ಇಷ್ಟಪಡದೆ ಮಾನಸಿಕವಾಗಿ ತಡೆ ಹಾಕಿಕೊಂಡರೂ ಆ ಸಿನಿಮಾದ ಓದು ಆತನಲ್ಲಿ ಅನೇಕ ಧ್ವನ್ಯಾರ್ಥಗಳನ್ನು ಬಿಚ್ಚಿಡುತ್ತಲೇ ಇರುತ್ತದೆ ಎಂಬುದಂತೂ ಸತ್ಯ.

ಆಲ್‌ಫ್ರೆಡ್ ಹಿಚ್‌ಕಾಕ್ ಐದು ದಶಕಗಳಿಗೂ ಹೆಚ್ಚು ಕಾಲ ಸಿನಿಮಾಗಳನ್ನು ತಯಾರಿಸುತ್ತಲೇ ಇದ್ದ ನಿರ್ದೇಶಕ. ಆತನಿಗೆ ದೊರೆತ ಯಶಸ್ಸಿಗೆ ಆತ ತನ್ನೆಲ್ಲ ಸಿನಿಮಾಗಳಿಗೆ ಆಯ್ದುಕೊಂಡ ಕೊಲೆ ಮತ್ತು ತನಿಖೆಯ ಕತೆಗಳು ಕಾರಣ ಎಂದು ಹೇಳುವುದಾದರೆ, ಆತನದೇ ಮಾದರಿಯ ಕೊಲೆ, ತನಿಖೆಯ ಕತೆಗಳನ್ನು ಆಯ್ದುಕೊಂಡ ಅನೇಕ ನಿರ್ದೇಶಕರಿಗೆ ಅದೇ ಬಗೆಯ ಯಶಸ್ಸು ಯಾಕೆ ಸಿಗಲಿಲ್ಲ ಎಂಬ ಪ್ರಶ್ನೆ ಎದುರಾಗುತ್ತದೆ. ಈ ಹಿನ್ನೆಲೆಯಲ್ಲಿ ಒಂದು ಸಿನಿಮಾಗೆ ಯಾವ ವಸ್ತುವನ್ನುಳ್ಳ ಕತೆಯನ್ನು ಆಯ್ದುಕೊಳ್ಳಲಾಗಿದೆ ಎಂಬುದಕ್ಕಿಂತ ಆ ಕತೆಯನ್ನು ಆಯಾ ತಯಾರಕ ಹೇಗೆ ಹೇಳಿದ್ದಾನೆ ಎಂಬುದು ಮುಖ್ಯವಾಗುತ್ತದೆ. ಈ ದೃಷ್ಟಿಯಿಂದಲೇ ಸಹಸ್ರಾರು ಸಿನಿಮಾ ವಿಶ್ಲೇಷಕರು ಆಲ್‌ಫ್ರೆಡ್ ಹಿಚ್‌ಕಾಕ್‌ನನ್ನು ಸಿನಿಮಾ ಕಲೆಯ ಪಂಡಿತ (ಮಾಸ್ಟರ್ ಕ್ರಾಫ್ಟ್ಸ್‌ಮನ್) ಎಂದು ಗುರುತಿಸುತ್ತಾರೆ. ಈ ಹಿನ್ನೆಲೆಯಲ್ಲಿ ಒಂದು ಕತೆಯೊಳಗಿನ ನಾಟಕೀಯತೆಯನ್ನು ಸಿನಿಮಾ ಆಗಿಸುವುದು ಎಂದರೆ ಅದಾಗಲೇ ಚರ್ಚಿತವಾದ ವಿವರಗಳಲ್ಲಿ ಆಯಾ ತಯಾರಕನ ಆಯ್ಕೆಗಳು ಮುಖ್ಯವಾಗುತ್ತವೆ. ಸಿನಿಮಾದ ಸಂಪೂರ್ಣ ಸಾಕ್ಷರ ಜ್ಞಾನ ಉಳ್ಳವರಿಗೆ ಹಿಚ್‌ಕಾಕ್‌ನ ಸಿನಿಮಾಗಳು ಅದರೊಳಗಿನ ಬುದ್ಧಿಮತ್ತೆಯನ್ನು ತೆರೆದಿಟ್ಟರೆ, ಸಾಮಾನ್ಯ ಸಿನಿಮಾ ನೋಡುಗನಿಗೆ ಆತನ ಪ್ರಜ್ಞೆಗೆ ತಿಳಿಯದೆಯೂ ದಕ್ಕುವ ಅರ್ಥ ಸಾಧ್ಯತೆಗಳಿಂದಾಗಿ ಅನುಭೂತಿ ಹುಟ್ಟುತ್ತದೆ.

ಅಲಂಕಾರ (ಟ್ರೋಪ್)

ಈ ಸಿನಿಮಾ ವಿಮರ್ಶೆಯ ಪಾರಿಭಾಷಿಕ ಕೋಶಕ್ಕೆ ಮತ್ತೊಂದು ಸಾಹಿತ್ಯ ವಿಮರ್ಶೆಯ ಪದವನ್ನು ಬಳಸಬಹುದು. ಅದು ಅಲಂಕಾರ (ಟ್ರೋಪ್). ಸಾಹಿತ್ಯ ವಿಮರ್ಶೆಯ ವಿವರಗಳ ಪ್ರಕಾರ ಅಲಂಕಾರ (ಟ್ರೋಪ್) ಎಂಬುದು ಒಂದು ಅರ್ಥ ಸ್ವರೂಪವನ್ನು ಪಲ್ಲಟಗೊಳಿಸಬಹುದು ಅಥವಾ ಬದಲಿಸಬಹುದು. ಆ ಮೂಲಕ ಗ್ರಹೀತ ಅರ್ಥದ ದಿಕ್ಕನ್ನೇ ಬದಲಿಸಬಹುದು. ಇದರಿಂದಾಗಿ ಸೂಚಿ ಮತ್ತು ಸೂಚಕಗಳ ಒಟ್ಟು ವಿವರವು ಭಿನ್ನ ಸಂಬಂಧಗಳನ್ನು ಪಡೆಯಬಹುದು. ಹೀಗಾಗಿ ಅಲಂಕಾರವನ್ನು (ಟ್ರೋಪ್) ನಿರ್ದೇಶಿತ ಮತ್ತು ಗುಣಸೂಚಿ ಸಂಕೇತಗಳ ನಡುವಿನ ಸೇತುಬಂಧಿ ಕೊಂಡಿ ಎನ್ನಬಹುದು. ಗುಲಾಬಿಯು ಗುಲಾಬಿಯೇ ಕಾಣುತ್ತದೆ, ಮತ್ತೇನೋ ಆಗಿ ಕಾಣುವುದಿಲ್ಲ. ಅದರ ಅರ್ಥ ಸ್ವರೂಪ ಸಹ ಸ್ಪಷ್ಟವಾಗಿ ನಿರ್ದೇಶಿತ. ಆದರೆ ಅದೇ ಗುಲಾಬಿಯು ನೋಡುಗನ ಮನಸ್ಸಿನಲ್ಲಿ ಹೊಸ ಅರ್ಥಗಳನ್ನು ಹುಟ್ಟಿಸಿದಾಗ ಸ್ಪಷ್ಟವಾದ ತಿರುವು ಸಿಕ್ಕಿದೆ ಎಂತಲೂ, ಅದರಿಂದ ಅನೇಕ ಧ್ವನ್ಯಾರ್ಥಗಳು ಹುಟ್ಟಬಹುದು ಎಂತಲೂ ಹೇಳಬಹುದು. ಈವರೆಗೆ ಸೂಚಿಸಲಾಗಿರುವ ಸಿಮಿಯಾಟಿಕ್ಸ್‌ನ ಬಹುತೇಕ ಪಾರಿಭಾಷಿಕ ವಿವರಗಳು ತಟಸ್ಥವಾದುದಾದರೆ ಅಲಂಕಾರ (ಟ್ರೋಪ್) ಎಂಬುದು ಆಯಾ ಸಿನಿಮಾಗೆ ಸಕಾರಾತ್ಮಕ ಹಾಗೂ ಕ್ರಿಯಾತ್ಮಕ ಅರ್ಥ ಗ್ರಹಿಕೆಗಳ ಚಲನೆಯ ಸಾಧ್ಯತೆಯನ್ನು ತೆರೆಯುತ್ತದೆ.

ಸಿನಿಮಾ ಕಲೆಗೆ ಇನ್ನೆಲ್ಲಾ ಕಲೆಗಳಿಗಿಂತ ಹೆಚ್ಚು ಶಕ್ತವಾಗಿ ಅಲಂಕಾರವನ್ನು (ಟ್ರೋಪ್) ಬಳಸುವುದು ಸಾಧ್ಯ. ಸಿನಿಮಾ ಸ್ವತಃ ಇಂತಹ ಅನೇಕ ಅಲಂಕಾರ ಸ್ವರೂಪಗಳನ್ನು ಸಹ ತನಗಾಗಿ ಸೃಷ್ಟಿಸಿಕೊಂಡಿದೆ. ಗುಲಾಬಿಯ ಉದಾಹರಣೆಯಲ್ಲಿ ಸ್ಪಷ್ಟಪಡಿಸಿದ ಹಾಗೆ, ಅದಕ್ಕೊಂದು ನಿರ್ದೇಶಿತ ಅರ್ಥವಿದ್ದರೂ ಅಲಂಕಾರದ

(ಟ್ರೋಪ್) ಸಹಾಯದಿಂದ ಅದೇ ಗುಲಾಬಿಯು ಅನೇಕ ಅರ್ಥ ಸಾಧ್ಯತೆಯನ್ನು ಪಡೆದುಕೊಂಡು, ಅದೇ ಗುಲಾಬಿಯ ಚಿತ್ರಿಕೆಯು ನೋಡುಗನ ಒಳಗೆ ಜೀವ ತಳೆಯುತ್ತದೆ. ಈ ಕ್ರಮದಲ್ಲಿ ಸಿಮಿಯಾಟಿಕ್ಸ್ ಪರಿಭಾಷೆಯ ಪ್ಯಾರಾಡಿಗ್ಮಾಟಿಕ್ ಸಂದರ್ಭಗಳು, ಸಿಂಟಾಗ್ಮಾಟಿಕ್ ಸನ್ನಿವೇಶಗಳು, ಅವುಗಳ ರೂಪಕಾತ್ಮಕ ಮೆಟಾನಮಿ ಮತ್ತು ಸಿನಿಕ್ಡೋಕ್‌ಗಳನ್ನು ಸಿನಿಮಾಗೆ ಆರೋಪಿಸಿ ಸಿನಿಮಾವನ್ನು ಓದಬಹುದಾಗಿದೆ.

ಸಿಮಿಯಾಟಿಕ್ಸ್‌ನ ಇನ್ನೂ ಅನೇಕ ಪರಿಭಾಷೆಯನ್ನು ಸಿನಿಮಾಗೆ ಆರೋಪಿಸಿ ನೋಡಬಹುದು. ಆ ಮೂಲಕ ಸಿನಿಮಾ ವಿಶ್ಲೇಷಣೆ, ಸಿನಿಮಾದ ಪರಿಣಾಮ ಇತ್ಯಾದಿಗಳನ್ನು ಗುರುತಿಸಬಹುದು. ಸಿಮಿಯಾಟಿಕ್ಸ್ ಎಂಬುದು ಭೌತಶಾಸ್ತ್ರ, ಜೀವಶಾಸ್ತ್ರದ ಹಾಗೆ ವಿಜ್ಞಾನವಲ್ಲ. ಆದರೆ ಅದನ್ನು ಬಳಸಿ, ಸಿನಿಮಾ ಒಂದು ಯಾವ ಪರಿಣಾಮವನ್ನು ಮೂಡಿಸುತ್ತಿದೆ ಎಂದು ತಾರ್ಕಿಕವಾಗಿ ವಿಶ್ಲೇಷಿಸಬಹುದು. ''ಸಿನಿಮಾವನ್ನು ವಿವರಿಸುವುದು ಕಷ್ಟ ಏಕೆಂದರೆ ಅದನ್ನು ಗ್ರಹಿಸುವುದು ಸುಲಭ'' ಎಂದು ಅದಾಗಲೇ ಹೇಳಿದ ಹಾಗೆಯೇ ''ಸಿನಿಮಾದಲ್ಲಿನ ಸಿಮಿಯಾಟಿಕ್ಸ್ ಬಳಕೆಯನ್ನು ವಿವರಿಸುವುದು ಸುಲಭ. ಆದರೆ ಗುರುತಿಸಿ, ಅರ್ಥ ಮಾಡಿಕೊಳ್ಳುವುದು ಸುಲಭವಲ್ಲ'' ಎನ್ನಬಹುದು. ಈ ಎರಡು ವಾಕ್ಯಗಳ ನಡುವೆ ಒಂದು ಸಿನಿಮಾದ ನಿಜವಾದ ಶಕ್ತಿ ಅಡಗಿರುತ್ತದೆ.

(ಹೌ ಟು ರೀಡ್ ಎ ಫಿಲ್ಮ್ ಎಂಬ ಜೇಮ್ಸ್ ಮೋನಾಕೊನ ಪುಸ್ತಕದ ಮೂರನೆಯ ಅಧ್ಯಾಯದ ಮೊದಲ ಭಾಗದ ಅನುವಾದ)

ನಟ, ನಿರ್ದೇಶಕ, ಪ್ರಕಾಶಕ, ನಿರ್ಮಾಪಕ, ಹೋರಾಟಗಾರ, ರಂಗಕರ್ಮಿ, ಪ್ರಕಾಶಕ, ಲೇಖಕ, ನಾಟಕಕಾರ, ಕಿರುತೆರೆಯ ದಣಿವರಿಯದ ನಿರ್ದೇಶಕ -ಹೀಗೆ ಬಿ. ಸುರೇಶ ಅವರದು ಬಹುಮುಖ ಪ್ರತಿಭೆ. ಅವರು ತಮ್ಮ ನಾಟಕ, ಸಿನಿಮಾ, ಬರಹ, ಹೋರಾಟದ ಮೂಲಕ ಕಟ್ಟಿಕೊಂಡ ಜಗತ್ತು ವಿಸ್ತಾರವಾದದ್ದು. ಮೀಡಿಯಾ ಹೌಸ್ ಸಂಸ್ಥೆ, ನಾಕುತಂತಿ ಪ್ರಕಾಶನ, ಚಿತ್ರಸಂಸ್ಥೆಯ ಒಡೆತನ, ಹೊಸ ವಾಹಿನಿಯೊಂದರ ಸ್ಥಾಪನೆ- ಹೀಗೆ ಅವರು ಕನ್ನಡದ ಬಹುಮುಖ್ಯ ಕ್ರಿಯಾಶೀಲ ಚೈತನ್ಯ.

ಕತೆಯೊಳಗೆ ವ್ಯಾಪಾರ ಪ್ರವೇಶಿಸಬಾರದು

ಹೇಮಂತ್ ರಾವ್

ಹೆಮ್ಮಿಂಗ್‌ವೇ ಇರಬೇಕು ಅದನ್ನು ಹೇಳಿದ್ದು, "writing is easy, you sit in front of the typewriter and bleed' ಅಂತ.

ತುಂಬ ಸಣ್ಣ ಈ ನನ್ನ ಪಯಣದಲ್ಲಿ ನಾನು ಕಲಿತ ಅತಿ ದೊಡ್ಡ ಪಾಠ ಅಂದರೆ ಶಿಸ್ತು ಮತ್ತು ಕ್ರಮ ಇದ್ದರೆ ನಿಮ್ಮ ಸೃಜನಶೀಲತೆಗೆ ಒಳ್ಳೆಯ ನೆಲೆ ಸಿಗುತ್ತದೆ ಅನ್ನೋದು. ಶಿಸ್ತನ್ನ ಕೆಲಸದಲ್ಲಿ ರೂಢಿಸಿಕೊಳ್ಳುವುದು ಬಹಳ ದೊಡ್ಡ ಸವಾಲೇ ಆಗಿತ್ತು ನನಗೆ, ಬರೆಯಲು ಕುಳಿತಾಗೆಲ್ಲಾ ಅದು ನನಗೆ ಸಮಸ್ಯೆಯಾಗುತ್ತಲೇ ಇತ್ತು. ನಾನು ಬರೆಯಬೇಕಾದಾಗೆಲ್ಲಾ ಚಿತ್ರಕತೆಯ ಬಗ್ಗೆ, ಬರವಣಿಗೆ ಬಗ್ಗೆ ತುಂಬ ಓದುತ್ತೇನೆ. ಅದಕ್ಕೆ ಹೊರತಾಗಿ ತುಂಬ ಪುಸ್ತಕಗಳನ್ನ ಓದ್ತೀನಿ, ಚರ್ಚೆ ಮಾಡ್ತೀನಿ, ನನ್ನ ಇಷ್ಟದ ಸಿನಿಮಾಗಳ ಚಿತ್ರಕತೆಯ ಬಗ್ಗೆ ಸ್ಟಡಿ ಮಾಡ್ತೀನಿ,

ಆ ಸಿನಿಮಾಗಳ ಹಿಂದೆ ಏನಾದರೂ ಕತೆ ಇದ್ದರೆ ಅದನ್ನು ಓದ್ತೀನಿ. ಈ ಹಂತದಲ್ಲಿ ನನ್ನ ಕತೆಗೂ, ನನ್ನ ಸಿನಿಮಾಕ್ಕೂ ನನ್ನದೇ ಆದ ಪ್ರಾಸೆಸ್ ಬೇಕಾಗುತ್ತದೆ ಅಂತ ಅನ್ನಿಸುತ್ತದೆ. ಆದರೆ ಓದಿದ್ದೋ, ಸ್ಟಡಿ ಮಾಡಿದ್ದೋ ಯಾವತ್ತೋ, ಎಲ್ಲೋ ಒಂದು ಕಡೆ ಉಪಯೋಗಕ್ಕೆ ಬಂದೇ ಇರುತ್ತದೆ ಅನ್ನುವ ನಂಬಿಕೆ ನನ್ನದು.

'ಗೋಧಿ ಬಣ್ಣ ಸಾಧಾರಣ ಮೈಕಟ್ಟು' ಹಾಗೂ ನಾನು ಕೆಲಸ ಮಾಡಿದ ಇತರ ಸಿನಿಮಾಗಳಲ್ಲೂ ನಾನು ಸಿದ್ಧಗೊಳ್ಳುವ ರೀತಿ ಹೆಚ್ಚುಕಡಿಮೆ ಒಂದೇ. ಆದರೆ ಆದರೆ ಪ್ರತಿ ಸಲ ಕತೆ ಕ್ರಮೇಣ ಜನ್ಮ ತಾಳುವ ರೀತಿ ಈ ಯಾನದ ಮೂಲಕವೇ ಆಗುತ್ತದೆ. ನನ್ನ ಅನುಭವದ ಪ್ರಕಾರ ತಲೆಯಲ್ಲಿ ಏನು ನಡೆಯುತ್ತದೋ ಅದನ್ನ ಬರೆಯುತ್ತಾ ಹೋಗುವುದರಿಂದ ಐಡಿಯಾವನ್ನು ಸೀನ್ ಆಗಿ ಭಟ್ಟಿ ಇಳಿಸುವುದಕ್ಕೆ ಬಹಳ ಸಹಾಯವಾಗಿದೆ. ನನ್ನ ಮೊದಲ ಸ್ಕ್ರಿಪ್ಟ್ ಅನ್ನು ಈಗ ಮತ್ತೆ ಓದಿದರೆ ನನಗೇ ಮುಜುಗರ ಆಗುವುದುಂಟು, ನಿಜ. ಆದರೆ ಹಾಗೆ ಅನ್ನಿಸಿದ್ದೆಲ್ಲವನ್ನೂ ಬರಹಕ್ಕೆ ಇಳಿಸುವುದರಿಂದ ನನ್ನ ಒಳ್ಳೆಯ ಅಂಶ ಮತ್ತು ಕೆಟ್ಟ ಅಂಶವನ್ನು ನಾನೇ ಅರ್ಥ ಮಾಡಿಕೊಳ್ಳಲು ಸಾಧ್ಯವಾಗಿದೆ ಅನ್ನುವುದನ್ನು ನಾನು ನಂಬಿದ್ದೇನೆ.

ಈಗ ಒಂದು ಅಂಶದ ಮೇಲೆ ಹೆಚ್ಚು ಒತ್ತು ಕೊಟ್ಟು ಹೇಳುತ್ತೇನೆ, ಅದೇನೆಂದರೆ ಒಂದು ಸ್ಕ್ರಿಪ್ಟ್ ಬಾಕ್ಸಾಫೀಸಿನಲ್ಲಿ ಹಿಟ್ ಆಗುತ್ತದಾ, ಬಿಸಿನೆಸ್ ಮಾಡುತ್ತದಾ ಅನ್ನುವುದು ತೀರಾ ವೈಯಕ್ತಿಕ. ಎಲ್ಲ ಲೇಖಕರೂ ಈ ಒಂದು ಬ್ಲಾಕ್ ಅನ್ನು ಪ್ರತಿ ಸಲ ಅನುಭವಿಸಿರುತ್ತಾರೆ, ತನ್ನ ಕತೆ ಹಿಟ್ ಆಗುತ್ತದಾ, ತಾನು ಹೇಳಿದ ಕತೆ ಸ್ಟಾರ್‌ಗಳಿಗೆ ಇಷ್ಟವಾಗುತ್ತದಾ ಎಂಬಿತ್ಯಾದಿ ಗೊಂದಲಗಳು. ಅಂಥ ಗೊಂದಲಗಳು ತೀರಾ ಸಾಮಾನ್ಯ ಕೂಡ, ಈ ಥರದ ಭಯದ ಪೆಡಂಭೂತದ ಬಾಯಿಗೆ ನನಗಿಂತ ಅತ್ಯುತ್ತಮ ಲೇಖಕರೂ ಬಿದ್ದಿದ್ದಾರೆ. ಅದನ್ನು ಪೆಡಂಭೂತ ಅಂತ ಯಾಕೆ ಕರೀತೀನಿ ಅಂದರೆ ಬಿಸಿನೆಸ್ ಅನ್ನು ಮನಸಲ್ಲಿಟ್ಟುಕೊಂಡು ಕತೆ ಬರೆಯುವುದಕ್ಕೆ ಒಮ್ಮೆ ಪ್ರಾರಂಭ ಮಾಡಿದರೆ ಅದರಿಂದ ಹೊರಬರುವುದು ತುಂಬ ಕಷ್ಟ. ಯಾಕೆಂದರೆ ಹಾಗೆ ಬಾಕ್ಸಾಫೀಸಿಗೋಸ್ಕರ ಬರೆದ ಕತೆಗಳಲ್ಲಿ ಬಹಳಷ್ಟು ಬಾಕ್ಸಾಫೀಸಲ್ಲಿ ಸೋತಿವೆ. ಕೆಲವೇ ಕೆಲವು ಅಂಥ ಸ್ಕ್ರಿಪ್ಟ್‌ಗಳು ಗೆಲ್ಲಬಹುದು, ಆದರೆ ಅಂಥ ಸ್ಕ್ರಿಪ್ಟ್‌ಗಳಲ್ಲಿ ಸೋತವೇ ಹೆಚ್ಚಿವೆ. ಈ ಫೀಲ್ಡ್‌ನ ವ್ಯಂಗ್ಯವೇ ಅದು. 100 ವರ್ಷಗಳಲ್ಲಿ ಸಿನಿಮಾಗಳು ಆಗುತ್ತಲೇ ಬಂದಿವೆ, ಎಲ್ಲೂ ಸಕ್ಸಸ್ ಫಾರ್ಮುಲಾ ಅಂತ ಇಲ್ಲ.

ಹಾಗಂತ ಚಿತ್ರರಂಗ ಅಂದ ಕೂಡಲೇ ಅದು ಬಿಸಿನೆಸ್ ನಿಜ, ಒಬ್ಬ ಬರಹಗಾರ ಅದನ್ನು ಕಡೆಗಣಿಸಬೇಕೆಂಬುದು ಅರ್ಥವಲ್ಲ. ಆದರೆ ಒಬ್ಬ ಬರಹಗಾರನನ್ನು ಆತನ ಕತೆ ಮತ್ತು ಐಡಿಯಾ ಸ್ಕ್ರಿಪ್ಟ್‌ರೈಟಿಂಗ್ ಕಡೆಗೆ ಕರೆದೊಯ್ಯಬೇಕು. ಅನಂತರ ಬಿಸಿನೆಸ್ ಬರಬೇಕು. ಕತೆಯೊಳಗೆ ಬಿಸಿನೆಸ್ ಎಂಟ್ರಿ ಪಡೆದುಕೊಳ್ಳಬಾರದು. ನಾನು 'ಗೋಧಿ ಬಣ್ಣ....' ಮಾಡುವಾಗ ಅನುಭವಿಸಿದ್ದೂ ಈ ಸಮಸ್ಯೆಯನ್ನೇ. ಪ್ರತಿ ಸೀನ್ ಬರೆಯುವಾಗಲೂ ನಾನು ನನ್ನ ಜೊತೆಗೇ ನಾನು ಗುದ್ದಾಟಕ್ಕೆ ನಿಂತಿದ್ದೆ, ಈ ಸೀನ್ ವರ್ಕ್ ಆಗತ್ತಾ, ಅದು ತುಂಬ ಸಿಂಪಲ್ಲಾಯಿತಾ, ತುಂಬ ಕಾಂಪ್ಲಿಕೇಟ್ ಆಯಿತಾ, ಈ ಸಿನಿಮಾವನ್ನ ಪ್ರೇಕ್ಷಕರು ನೋಡ್ತಾರಾ? ಹೀಗೇ ಸಾವಿರಾರು ಪ್ರಶ್ನೆಗಳು. ಯಾವುದಕ್ಕೂ ಉತ್ತರವಿಲ್ಲ. ಕೊನೆಗೆ ಉತ್ತರ ಹುಡುಕೋದು ಬಿಟ್ಟೆ, ನನ್ನ ಸಿನಿಮಾದ ಪ್ರಶ್ನೆಗಳೇನಿವೆಯೋ, ಅವುಗಳ ಕಡೆಗೇ ಹೆಚ್ಚು ಗಮನ ಹರಿಸಲು ಹೊರಟೆ. ಇನ್ನೂ ಹೇಳಬೇಕೆಂದರೆ ಪ್ರಶ್ನೆಗಳಿಗೆಲ್ಲಾ ಉತ್ತರ ಸಿಗದಿರೋದೂ ಒಂಥರ ಒಳ್ಳೆಯದೇ, ಜನ ಒಪ್ಪುತ್ತಾರೋ ಬಿಡುತ್ತಾರೋ, ಈ ಭಾಗ ಅವರಿಗೆ ಮೆಚ್ಚುಗೆಯಾಗುತ್ತೋ ಇಲ್ಲವೋ- ಈ ಥರದ ಗೊಂದಲದಲ್ಲೇ ಸ್ಕ್ರಿಪ್ಟ್ ಬರೆಯುತ್ತೇವಲ್ಲಾ, ಅದೇ ಎಕ್ಸೈಟಿಂಗ್ ಆದ ಪ್ರಯಾಣ ನನ್ನ ಪ್ರಕಾರ. ಒಬ್ಬ ಸಿನಿಮಾ ಪ್ರೇಮಿಯಾಗಿ, ಫಿಲಂ ಮೇಕರ್ ಆಗಿ ಅದು ಖುಷಿ ಕೊಡುತ್ತದೆ. ಇಂಥ ಪ್ರಾಸೆಸ್ ಆಗುವಾಗ ಅದು ತುಂಬ ತೊಂದರೆ ಕೊಡುತ್ತಿರಬಹುದು ಆದರೆ ಅದನ್ನು ಅನುಭವಿಸುತ್ತಾ ಹೋದರೆ ಬಹಳ ಖುಷಿ ಕೊಡುವ ಕ್ಷಣ ಅದೇ, ಬಾಕ್ಸಾಫೀಸಲ್ಲಿ ಗೆದ್ದರೆ ಅದು ಬೋನಸ್ಸು ಅಷ್ಟೇ.

ನನ್ನ ವಿಷಯಕ್ಕೆ ಬಂದರೆ ನಾನು ರಿಯಾಲಿಟಿಗೆ ಹತ್ತಿರವಾದ ಕತೆಯನ್ನು ಮೆಚ್ಚುವವನು. ಹಾಗಂತ ರಿಯಾಲಿಟಿಗೆ ಹತ್ತಿರವಿಲ್ಲದ ಸಿನಿಮಾಗಳನ್ನು ನೋಡೋಕ್ಕೆ ಇಷ್ಟ, ಆದರೆ ಅಂಥ ಸಿನಿಮಾ ಮಾಡೋದಕ್ಕೆ ನಾನು ಇನ್ನೂ ಶಕ್ತ ಅಲ್ಲ ಅನ್ನೋ ಭಾವನೆ ನನ್ನದು. ನಾನು ಒಂದು ಸಿನಿಮಾ ಮಾಡಬೇಕೆಂದು ಅಂದುಕೊಂಡ ತಕ್ಷಣ ಅದನ್ನು ನಾನು ತುಂಬ ಡೀಟೇಲ್ ಆಗಿ ಬರೆದಿಟ್ಟುಕೊಳ್ಳುತ್ತೇನೆ. ಆ ಕತೆಗೆ ಮೊದಲು, ಅಂತ್ಯ, ಇಂಟರ್ವಲ್ ಪಾಯಿಂಟ್ ಇದೆಯಾ ಇಲ್ಲವಾ ಅನ್ನುವ ಬಗ್ಗೆ ಹೆಚ್ಚು ತಲೆ ಕೆಡಿಸಿಕೊಳ್ಳುವುದಿಲ್ಲ. ಏನು ಅನ್ನಿಸಿದೆಯೋ ಅದನ್ನೆಲ್ಲಾ ಬರೆದಿಟ್ಟುಕೊಳ್ಳುವುದು ನನ್ನ ಸ್ಕ್ರಿಪ್ಟಿಂಗ್‌ನ ಮೊದಲ ಹಂತ. ಇದರಿಂದ ನನಗೆ ನನ್ನ

ಕತೆ ಬಗ್ಗೆ ಇರುವ ಹಲವು ಪ್ರಾಥಮಿಕ ಗೊಂದಲಗಳ ನಿವಾರಣೆಯಾಗುತ್ತದೆ. ಇದಕ್ಕಿಂತ ಮುಖ್ಯವಾಗಿ ಕತೆಯಾಗಿ ಹೊಳೆದ ಒಂದು ಸಾಲನ್ನು ನಾಶ ಮಾಡದೇ ಅದರ ಆಧಾರದಲ್ಲಿ ಕತೆಯನ್ನು ಬೆಳೆಸುವುದು ನನ್ನ ಕ್ರಮ. ಇದಾದ ಮೇಲೆ ನಾನು ಬರೆದ ಕತೆ ಮತ್ತು ಆ ಕತೆಯ ಪಾತ್ರಗಳ ರಿಯಾಲಿಟಿಯನ್ನು ನೋಡುತ್ತೇನೆ. ಇದು ಸ್ಕ್ರಿಪ್ಟಿಂಗ್‌ನಲ್ಲಿ ನನಗೆ ತುಂಬ ಆಪ್ತವಾದ ಭಾಗ. ಒಂದೊಂದು ಸಣ್ಣ ಸಣ್ಣ ವಿವರಗಳನ್ನೂ ಸೇರಿಸತೊಡಗಿದಾಗ, ಅದಕ್ಕಾಗಿ ಮಾಡಿಟ್ಟುಕೊಂಡ ಸ್ಟಡಿಯ ವಿಚಾರಗಳನ್ನು ಸೇರಿಸತೊಡಗುವಾಗ ಅದೆಲ್ಲಾ ಕತೆಗೆ ಎಷ್ಟು ಮುಖ್ಯ ಅಂತ ತಿಳಿಯತೊಡಗುತ್ತದೆ.

ಕತೆಯ ಅಡಿಪಾಯ ಗಟ್ಟಿಯಾದ ತಕ್ಷಣ ಕತೆಯ ಪಾತ್ರ ಮತ್ತು ಆ ಪಾತ್ರಗಳ ರಿಯಾಲಿಟಿ ನನಗೆ ತುಂಬ ಮುಖ್ಯವಾಗುತ್ತಾ ಹೋಗುತ್ತದೆ. ಕತೆ ಬೆಳೆದಂತೇ ಪಾತ್ರಗಳೂ ತುಂಬ ರಿಯಲ್ ಅನ್ನಿಸುತ್ತಾ ಸಾಗಬೇಕು. ಆ ಪಾತ್ರಗಳೆಲ್ಲಾ ಬದುಕಿದ್ದರೋ ಅನ್ನುವಷ್ಟು ಸಹಜವಾಗಿ ನನಗೆ ಅವರ ಬಗ್ಗೆ ಪ್ರತಿಯೊಂದೂ ವಿಷಯಗಳೂ ಗೊತ್ತಾಗಬೇಕಾಗುತ್ತದೆ. ನನ್ನ ಕುಟುಂಬದ ಸದಸ್ಯರನ್ನು ಬೇರೆಯವರಿಗೆ ಹೇಗೆ ಪರಿಚಯಿಸುತ್ತೇನೋ ಆ ರೀತಿ ನನ್ನ ಪಾತ್ರಗಳ ಪ್ರತಿಯೊಂದು ವಿವರವೂ ನನಗೆ ಗೊತ್ತಿರಬೇಕು.

ಇದಕ್ಕೋಸ್ಕರ ನಾನು ಪ್ರತಿ ಪಾತ್ರಕ್ಕೂ ಒಂದು ಬ್ಯಾಕ್ ಸ್ಟೋರಿ ಮಾಡಿಟ್ಟುಕೊಳ್ಳುತ್ತೇನೆ. ಅವರ ಬದುಕಿನ ಘಟ್ಟಗಳು, ಅವರ ಇಷ್ಟ ಕಷ್ಟಗಳು, ರಾಜಕೀಯ, ಧರ್ಮ, ಪ್ರೀತಿ, ಸ್ನೇಹ, ಜೀವನ, ಸಾವು ಇತ್ಯಾದಿ ವಿಚಾರವಾಗಿ ಆ ಪಾತ್ರಗಳ ದೃಷ್ಟಿಕೋನಗಳುಗಳನ್ನೆಲ್ಲಾ ಮಾಡಿಟ್ಟುಕೊಳ್ಳುತ್ತೇನೆ. ಆಯಾ ಪಾತ್ರಗಳ ಭಯ, ಅಭದ್ರತೆಗಳು, ಸಂತೋಷ, ದುಃಖಗಳನ್ನೂ ಅರ್ಥ ಮಾಡಿಕೊಳ್ಳಲು ಪ್ರಯತ್ನಿಸುತ್ತೇನೆ. ಆಗಲೇ ಹೇಳಿದಂತೆ ಪ್ರತಿ ಪಾತ್ರಕ್ಕೂ ಒಂದಷ್ಟು ಪ್ರಶ್ನಾವಳಿಗಳನ್ನ ಇಟ್ಟುಕೊಂಡು ಅದಕ್ಕೆ ಉತ್ತರ ಕಂಡುಕೊಳ್ಳಲು ಪ್ರಯತ್ನಿಸುತ್ತೇನೆ ನಾನು. ಹೀಗೆ ಮಾಡುವುದರಿಂದ ಪ್ರತಿ ಪಾತ್ರಗಳ ಬಗ್ಗೆಯೂ ಒಂದು ಸ್ಪಷ್ಟತೆ ಸಿಗುತ್ತದೆ, ಆಗ ಪರಸ್ಪರ ಹೇಗೆ ನಡಕೊಳ್ಳುತ್ತವೆ, ಆಯಾ ಪಾತ್ರಗಳು ಮುಖಾಮುಖಿ ಆದಾಗ ಯಾವ ವಿಚಾರ ಆಚೆ ಬರುತ್ತದೆ ಅನ್ನುವುದೆಲ್ಲಾ ಗೊತ್ತಾಗುತ್ತಾ ಹೋಗುತ್ತದೆ. ಒಟ್ಟು ಸಿನಿಮಾಕ್ಕೋ,

ಕತೆಗೋ ಈ ಬ್ಯಾಕ್ ಸ್ಟೋರಿ ನಗಣ್ಯ ಆಗಿರಬಹುದು, ಆದರೆ ರಿಯಾಲಿಟಿಗೆ ಪಾತ್ರಗಳನ್ನು ಒಗ್ಗಿಸುವಾಗ, ಕೆಲವೊಮ್ಮೆ ಕತೆಯ ಓಟ ಸಾಗದಾದಾಗ, ಎಲ್ಲೋ ಒಂದು ಕಡೆ ಸಿಕ್ಕಿಕೊಂಡಿದ್ದೇನೆ ಅಂತ ಅನ್ನಿಸಿದಾಗ ಆ ಸಮಸ್ಯೆ ಬಗೆಹರಿಸಲು ಈ ಬ್ಯಾಕ್ ಸ್ಟೋರಿ ಸಹಾಯ ಮಾಡುತ್ತವೆ.

ಉದಾಹರಣೆಗೆ 'ಗೋಧಿ ಬಣ್ಣ....'ದಲ್ಲಿ ಚಿತ್ರದ ಹೀರೋ ಶಿವ ತನ್ನ ತಂದೆಯನ್ನು ಅಪ್ಪ ಅನ್ನೋಲ್ಲ, ಡ್ಯಾಡಿ ಅನ್ನಲ್ಲ, 'ಅಣ್ಣ' ಅಂತಾನೆ. ಅದು ಈ ಥರದ ಬ್ಯಾಕ್ ಸ್ಟೋರಿ ಮಾಡಿಕೊಳ್ಳುತ್ತಿರುವಾಗ ಸಿಕ್ಕ ಅಂಶ. ಹಾಗೇ, ಅನಂತ್ ಸರ್ ಅವರು ಸೂಪರ್ ಮಾರ್ಕೆಟ್‌ನಲ್ಲಿ ಕ್ರೆಯಾನ್ಸ್ ತೆಗೆದುಕೊಳ್ಳುವ ದೃಶ್ಯ. ಚಿಕ್ಕವರಾಗಿದ್ದಾಗಿಂದ ಅಪ್ಪ- ಮಗನ ಬಾಂಧವ್ಯ ಹೇಗೆ ಇತ್ತು ಅಂತ ತೋರಿಸುವುದಕ್ಕೆ ಅನುಕೂಲವಾದ ಸೀನ್ ಅದು. ಅದೂ ಅಷ್ಟೇ ಆಯಾ ಪಾತ್ರಗಳ ಜರ್ನಿಯ ಮ್ಯಾಪ್ ಮಾಡಿಟ್ಟುಕೊಳ್ಳುತ್ತಾ ಸಿಕ್ಕ ವಿವರ.

ಇಂತಹ ವಿವರಗಳನ್ನು ಇಟ್ಟುಕೊಳ್ಳುವುದರಿಂದ ನಿರ್ದೇಶಕನಾಗಿ ಒಬ್ಬನಿಗೆ ತುಂಬ ಸಹಾಯವಾಗುತ್ತದೆ, ಆಯಾ ಪಾತ್ರಗಳನ್ನು ನಿರ್ವಹಿಸುವ ನಟರಿಗೆ ಆ ಪಾತ್ರವನ್ನು ಅರ್ಥ ಮಾಡಿಸಲು ಇದು ಸಹಾಯ ಮಾಡುತ್ತದೆ. ಹಾಗಂತ ಎಲ್ಲವನ್ನೂ ಹೇಳಿ, ಹೇರಿ ನಟರನ್ನು ಗಲಿಬಿಲಿಗೆ ದೂಡುವುದಿಲ್ಲ, ಆದರೆ ಈ ಎಲ್ಲಾ ವಿವರಗಳಿಂದ ಹುಟ್ಟಿದ ಒಂದು ನಿರ್ದಿಷ್ಟ ಪಾತ್ರ ವ್ಯಕ್ತಿತ್ವವನ್ನು ಅವರಿಗೆ ಅರ್ಥ ಮಾಡಿಸಲು ನೋಡುತ್ತೇನೆ. ಆ ಪಾತ್ರದ ಬಗ್ಗೆ ಏನಾದರೂ ಅನುಮಾನಗಳಿದ್ದರೆ, ಗೊಂದಲ ಹುಟ್ಟಿದರೆ ಈ ವಿವರ, ಬ್ಯಾಕ್ ಸ್ಟೋರಿಗಳೇ ಅವರಿಗೆ ಸಹಾಯಕ್ಕೆ ಬರುತ್ತವೆ. ಬರಹಗಾರರಾಗಿ ನೀವು ಅದೃಷ್ಟವಂತರಾಗಿದ್ದರಂತೂ ನಿಮಗೆ ಸಿಗುವ ನಟರು ಆ ಪಾತ್ರವನ್ನು ಇನ್ನಷ್ಟು ಒಳ್ಳೆಯ ರೀತಿ ಇಂಟರ್‌ಪ್ರಿಟ್ ಮಾಡಿ, ಆ ಪಾತ್ರಕ್ಕೆ ಇನ್ನಾವುದೋ ಲೇಯರ್ ಅನ್ನು ಕೊಟ್ಟು ಬೇರೆಯದೇ ಹಂತಕ್ಕೆ ಆ ಪಾತ್ರವನ್ನು ಕೊಂಡು ಹೋಗಿಬಿಡುತ್ತಾರೆ. ಆ ಮ್ಯಾಜಿಕ್ 'ಗೋಧಿ ಬಣ್ಣ....'ದಲ್ಲಿ ಸಾಕಷ್ಟು ಕಲಾವಿದರ ವಿಚಾರದಲ್ಲಿ ಆಗಿದೆ.

ಈ 'ಡೀಟೇಲಿಂಗ್'ನ ಇನ್ನೊಂದು ಮುಖ್ಯವಾದ ಕೆಲಸವೆಂದರೆ ನಿಮ್ಮ ರಿಸರ್ಚ್. ನಿಮ್ಮ ಕತೆ ತೀರಾ ವಾಸ್ತವದಲ್ಲಿ ನಡೆಯುವಂಥದ್ದಾಗಿದ್ದರೆ ಅಂಥದ್ದೊಂದು ರಿಯಾಲಿಟಿಯನ್ನು ಕಟ್ಟಿಕೊಡಲು ಸಾಕಷ್ಟು ರಿಸರ್ಚ್

ಮಾಡಬೇಕಾಗುತ್ತದೆ. ನಾನು 'ಗೋಧಿ ಬಣ್ಣ....'ವನ್ನು ಸಿನಿಮಾ ಮಾಡುವಾಗ ಮನುಷ್ಯರೊಳಗಿನ ಸಂಕೀರ್ಣ ಭಾವನೆಗಳನ್ನ ಅರ್ಥ ಮಾಡಿಕೊಂಡು ಅದನ್ನು ಸ್ಕ್ರಿಪ್ಟ್‌ನಲ್ಲಿ ಸರಳವಾಗಿ ಇಳಿಸಬೇಕಾದ ಸವಾಲು ನನ್ನೆದುರಿತ್ತು. ಅದಕ್ಕೆ ರಿಸರ್ಚ್ ಅಗತ್ಯವಾಗಿತ್ತು. ಡಿಮೆನ್ಶಿಯಾ ಮತ್ತು ಅಲ್‌ಝೈಮರ್ ರೋಗಿಗಳಿಗೆ ಟ್ರೀಟ್‌ಮೆಂಟ್ ಕೊಡುವ ಡಾಕ್ಟರ್‌ಗಳನ್ನು ಇದಕ್ಕೋಸ್ಕರ ಇಂಟರ್‌ವ್ಯೂ ಮಾಡಿದೆ. ಆ ಥರದ ಸಮಸ್ಯೆಯಿಂದ ಬಳಲುವವರನ್ನು ಮಾತಾಡಿಸಿದೆ, ಅವರ ಜೊತೆ ಸಮಯ ಕಳೆದೆ. ಅವರ ಕುಟುಂಬದವರ ಜೊತೆ ಮಾತಾಡಿದೆ. ವೃದ್ಧಾಶ್ರಮಗಳಿಗೆ ಹೋಗಿ ಬಂದೆ. ಕೆಲವರ ಕುಟುಂಬದಲ್ಲಿ ವೆಂಕೋಬರಾವ್ ಥರ ಮನೆ ಬಿಟ್ಟು ಹೋದವರು ಇರಬಹುದಲ್ಲ, ಅಂಥವರನ್ನೂ ಮಾತಾಡಿಸಿದೆ. ಕಾಣೆಯಾದವರ ಕೇಸ್‌ಗಳನ್ನು ತನಿಖೆ ಮಾಡುವಾಗ ಎದುರಾಗುವ ಸವಾಲುಗಳ ಬಗ್ಗೆ ಪೊಲೀಸ್ ಇಲಾಖೆಯಲ್ಲಿ ವಿಚಾರಿಸಿದೆ. ಆನ್‌ಲೈನ್‌ನಲ್ಲೂ ಅಲ್ಝೈಮೈರ್ ಖಾಯಿಲೆ ಇರುವವರ ಬಗ್ಗೆ, ಕಾಣೆಯಾದವರ ಬಗ್ಗೆ ಸಾಕಷ್ಟು ಓದಿ ನೋಟ್ಸ್ ಮಾಡಿಕೊಂಡೆ. ಇವೆಲ್ಲವೂ ಕತೆಯನ್ನು ನೈಜವಾಗಿಸುವುದಕ್ಕೆ, ಮಾನವೀಯವಾಗಿಸುವುದಕ್ಕೆ ನನಗೆ ಸಹಾಯ ಮಾಡಿವೆ. ಈ ರಿಸರ್ಚ್‌ಗಳೆಲ್ಲವೂ ಬರೀ ಕತೆಗಷ್ಟೇ ಅಲ್ಲ, ಕತೆ ಹೇಳಲು ಲೊಕೇಶನ್‌ಗಳನ್ನು ಆಯ್ಕೆ ಮಾಡಿಕೊಳ್ಳಲು, ಸಿನಿಮಾದಲ್ಲಿ ಬಳಸುವ ಕಲರ್ ಸ್ಕೀಮ್ ಬಗ್ಗೆ ರೆಫರೆನ್ಸ್ ಕೊಡಲು, ಕಲಾ ನಿರ್ದೇಶಕರಿಗೆ ಕತೆಯನ್ನು ಅರ್ಥ ಮಾಡಿಸಲು ಕೂಡ ಸಹಾಯ ಮಾಡುತ್ತದೆ.

ಮೊದಲ ಒಂದು ಐಡಿಯಾದಿಂದ ಹಿಡಿದು ಅಂತಿಮ ಸ್ಕ್ರಿಪ್ಟ್‌ತನಕ ನಡೆವ ಈ ಎಲ್ಲಾ ಪ್ರಕ್ರಿಯೆಗಳೂ ತುಂಬ ಸಮಯ ತಿನ್ನುತ್ತವೆ, ಮಾನಸಿಕವಾಗಿ ನಿಮ್ಮನ್ನು ಸುಸ್ತು ಮಾಡುತ್ತವೆ ನಿಜ; ಆದರೆ ಒಂದು ಮಗು ಹುಟ್ಟಿದಾಗಿಂದ ಬೆಳೆವತನಕ ಅದರ ಆಟಪಾಠವನ್ನು ನೋಡುವಾಗ ಹೇಗೆ ಸಂತೋಷ, ಸಿಗುತ್ತದೋ ಅದೇ ಥರದ ಪ್ರಕ್ರಿಯೆ ಅಂತ ಇದನ್ನೆಲ್ಲಾ ನೋಡಬೇಕು.

ಈ ಬರಹವನ್ನು ಮುಗಿಸುವ ಮೊದಲು ಒಂದು ವಿಷಯವನ್ನು ಹೇಳಿ ಮುಗಿಸುತ್ತೇನೆ. ನಾನು ಚಿಕ್ಕೋನಾಗಿದ್ದಾಗಿಂದ ತುಂಬ ಕ್ರಿಕೆಟ್ ನೋಡುವೆ, ನ್ಯಾಷನಲ್ ಲೆವಲ್ ಕ್ರಿಕೆಟ್‌ನಲ್ಲಿ ಆಡುತ್ತೇನೆ ಅನ್ನೋ ಕನಸೂ ಕಂಡಿದ್ದೆ. ಇದೆಲ್ಲಾ

ಸಾಧ್ಯವಾಗದೇ ಹೋದರೂ ಬ್ಯಾಟಿಂಗ್‌ಗೆ ಈ ಸ್ಕ್ರಿಪ್ಟ್ ರೈಟಿಂಗ್ ಅನ್ನು ಹೋಲಿಸ್ತೇನೆ ನಾನು. ಬರುತ್ತಿರುವ ಬಾಲ್ ಕಡೆಗೆ ಯಾರು ಬೇಕಾದರೂ ಬ್ಯಾಟ್ ಬೀಸಬಹುದು; ಆ ಬ್ಯಾಟ್‌ಗೆ ಬಾಲ್ ತಾಗಿ ಸಿಕ್ಸರ್ ಕೂಡ ಬಾರಿಸಬಹುದು. ಆದರೆ ಐವತ್ತೋ, ನೂರೋ ಸ್ಕೋರ್ ಮಾಡುವುದು ಅಷ್ಟು ಸುಲಭವಲ್ಲ. ಬ್ಯಾಟಿಂಗ್ ಹೀಗೇ ಮಾಡಬೇಕೆಂಬ ಕ್ರಮ ಹೇಗೆ ಇಲ್ಲವೋ ಹಾಗೇ ಸ್ಕ್ರಿಪ್ಟ್ ರೈಟಿಂಗ್ ಅನ್ನೋದಕ್ಕೂ ಹೀಗೇ ಒಂದು ಕ್ರಮ ಅಂತ ಇಲ್ಲ. ಆದರೆ ದ್ರಾವಿಡ್‌ಗೂ ಧೋನಿಗೂ ಒಂದು ಸಮಾನ ಅಂಶವಿದೆ, ಅದು ಪ್ರಾಕ್ಟೀಸ್, ಅದು ಶಿಸ್ತು ಅದು ಒಂದು ಗೇಮ್‌ನಲ್ಲಿ ಇರೋ ಶ್ರದ್ಧೆ.

–ಆಟ ಆಡುವ ಸಂತೋಷದ ಜೊತೆ ಆ ಆಟದಲ್ಲಿರುವಾಗ ನಾನು ಯಾವಾಗಲೂ ಕಲಿಯಲು ಆಸಕ್ತಿ ಉಳ್ಳ ವಿದ್ಯಾರ್ಥಿ ಅನ್ನೋ ಭಾವವೊಂದಿದ್ದರೆ ಸಾಕು.

'ಗೋಧಿಬಣ್ಣ ಸಾಧಾರಣ ಮೈಕಟ್ಟು' ಸಿನಿಮಾ ಹೊಸ ತಲೆಮಾರಿನ ಪ್ರೇಕ್ಷಕರನ್ನು ಇನ್ನಿಲ್ಲದಂತೆ ಸೆಳೆದ ಸಿನಿಮಾ. ಎರಡು ತಲೆಮಾರುಗಳ ನಡುವಿನ ಅಂತರವನ್ನು ಗ್ರಹಿಸಲು ಯತ್ನಿಸಿದ ಸಿನಿಮಾವಾಗಿ ಗೋಧಿಬಣ್ಣ... ದೇಶವಿದೇಶಗಳ ಪ್ರೇಕ್ಷಕರನ್ನು ಸೆಳೆಯಿತು. ಅನಂತನಾಗ್ ಅವರ ಮೇರು ಅಭಿನಯವಿರುವ ಕತೆಯ ಮೂಲಕ ಚಿತ್ರರಂಗಕ್ಕೆ ಗ್ರಾಂಡ್ ಎಂಟ್ರಿ ಕೊಟ್ಟವರು ಹೇಮಂತ್.

ಚಿತ್ರಕಥೆಯ ಬರೆಯುವಾಗ ಎದುರಾಗೋ ಅತಿದೊಡ್ಡ ಸವಾಲೆಂದರೆ, ಹೇಳಬೇಕೆಂದಿರುವ ವಿಷಯಗಳನ್ನ ಹೆಚ್ಚು ವಾಚ್ಯವಾಗಿಸದೇ ದೃಶ್ಯವೊಂದು ತಾನಾಗೇ ಅರಳೋಕೆ ಜಾಗ ಮಾಡಿಕೊಡುತ್ತಾ ಬರೆಯಬೇಕು.

– ರೇಮಂಡ್ ಚಾಂಡ್ಲರ್

ಚಿತ್ರಕತೆಯ ಪೂರ್ವಾಪರ

ಶರತ್ ಭಟ್ ಸೇರಾಜೆ

ಸಿನೆಮಾ ನೋಡದವರು ಯಾರಿದ್ದಾರೆ ? ನೋಡಿಯಾದ ಮೇಲೆ ಕಥೆ ಹಾಗಿತ್ತು, ಹೀಗಿತ್ತು ಅಂತಲೋ ಕಥೆಯೇ ಇರ್ಲಿಲ್ಲ ಎಂದೋ ಮಾತಾಡದವರೂ ಇರಲಿಕ್ಕಿಲ್ಲ. ಇಂತವರೊಬ್ಬರನ್ನು ಕಾಲರು ಹಿಡಿದು ನಿಲ್ಲಿಸಿ, ಹಾಗಾದರೆ ಕಥೆ ಅಂದರೆ ಏನು ಅಂತ ಕೇಳಿ ನೋಡಿ! ಕಥೆಗೆ ಒಂದು ಒಳ್ಳೆ ಡೆಫಿನಿಷನ್ ಕೊಟ್ಟವರಿಗೆ ಇಪ್ಪತ್ತು ಸಾವಿರ ಬಹುಮಾನ ಕೊಡ್ತೇನೆ ಅಂತ ಧೈರ್ಯ ಮಾಡಿ ಹೇಳಬಹುದು. ಯಾಕೆಂದರೆ ಈ ಇಪ್ಪತ್ತು ಸಾವಿರ ಬಾಚಿಕೊಳ್ಳುವವರ ದೊಡ್ಡ ಸಾಲಂತೂ ಇರಲಾರರು. ಕಥೆ ಅನ್ನುವುದು ಮೈಗೆ ಎಣ್ಣೆ ಬಳಿದುಕೊಂಡ ಆಸಾಮಿಯ ಹಾಗೆ, ನೋಡುವುದಕ್ಕೆ ಸಿಕ್ಕೀತು ಆದರೆ ಹಿಡಿದಿಡುತ್ತೇನೆ ಅಂತ ಹೊರಟರೆ ಮೆಲ್ಲಗೆ ಜಾರಿ ಕೊಂಡೀತು. ಒಂದು ಒಳ್ಳೆ ಕಥೆ ಕುತೂಹಲ ಹುಟ್ಟಿಸುವ ಹಾಗೆ ಇರಬೇಕು, ನೋಡುವವರು ಮುಂದೇನಾಗುತ್ತದೆ ಅಂತ ಉಗುರು ಕಚ್ಚುವಂತಿರಬೇಕು,

ರೋಮಾಂಚಕಾರಿಯಾಗಿರಬೇಕು ಅಂತ ಬೇಕುಗಳ ಪಟ್ಟಿ ಕೊಡುವವರು ಇದ್ದಾರೆ. ಹೀಗೆ ಹೇಳುವುದು ಸುಲಭ. ಆದರೆ ಕುತೂಹಲ ಕೆರಳಿಸುವ, ನೋಡಿದವರು ಕುರ್ಚಿಗೆ ಅಂಟಿಕೊಂಡು, ಕಣ್ಣರಳಿಸಿ ನೋಡುವಂತಹದ್ದನ್ನು ಬರೆಯುವುದು ಹೇಗೆ ಅನ್ನುವುದೇ ನಿಜವಾದ ಪ್ರಶ್ನೆ. ಒಂದು ಕಥೆಯು ಬರೀ ಒಂದು ಕಥೆ ಅನ್ನುವ ಪದವಿಯಿಂದ ಪ್ರಮೋಷನ್ ಗಿಟ್ಟಿಸಿಕೊಂಡು ಒಂದು ತುಂಬಾ ಒಳ್ಳೆಯ ಕಥೆ ಅಂತ ಆಗುವುದು ಹೇಗೆ ? ಈ ವಿಚಾರವಾಗಿ ಹಲವರು ತಲೆ ಕೆರೆದುಕೊಂಡಿದ್ದಾರೆ. ಹಾಲಿವುಡ್ಡಿನಲ್ಲಿ ಇದರ ಬಗ್ಗೆ ತಲೆ ಚಿಟ್ಟು ಹಿಡಿಯುವಷ್ಟು ಚರ್ಚೆ ಆಗಿದೆ. ಒಂದು ರಾಶಿ ಪುಸ್ತಕಗಳು ಬಂದಿವೆ. ಇಂತಹಾ ಥಿಯರಿಗಳಿಂದ ತುಂಬಿದ ದಟ್ಟ ಕಾನನದಲ್ಲಿ ಅಂಡಲೆದು, ನಾಲ್ಕು ಹಣ್ಣು ಹಂಪಲು ಸಿಕ್ಕರೆ, ಕೊಯ್ದು, ನಿಮ್ಮ ಬುಟ್ಟಿಗೆ ಹಾಕುವ ಪ್ರಯತ್ನ ಇದು.

ಈಗ ಎರಡು ಪುಟ್ಟ ಕಥೆಗಳ ಸಾರಾಂಶಗಳನ್ನು ನೋಡೋಣ. ಇವು ನೀತಿ ಕಥೆಗಳಲ್ಲ, ಆದರೂ ಈ ಕಥೆಗಳ ನೀತಿ ಏನು ಅಂತ ಆಮೇಲೆ ನೋಡೋಣವಂತೆ! ಶುರು ಮಾಡೋಣ.

ಮೊದಲನೇ ಕಥೆ:

ನಾನು ಮಂಗಳೂರಿಂದ ಹೊರಟು ಬೆಂಗಳೂರಿಗೆ ಬಂದು ಸೇರಿದ ಘಟನೆ. ಬೆಳಗ್ಗೆ ಎದ್ದು ಸ್ನಾನ ಮಾಡಿದೆ. ಅಂಗಿ ಹಾಕಿದೆ. ತಿಂಡಿ ತಿಂದೆ. ಬ್ಯಾಗು ಹೆಗಲಿಗೆ ಹಾಕಿದೆ. ಬಸ್ಸು ಹಿಡಿಯಬೇಕಲ್ಲ. ಹೊರಗೆ ಬಂದೆ. ಕಾದೆ. ಬಸ್ಸು ಬಂತು. ಸೀಟು ಸಿಕ್ಕೇ ಬಿಟ್ಟಿತು. ಕಂಡಕ್ಟರು ನಿಧಾನಕ್ಕೆ ಟಿಕೆಟು ಕೊಟ್ಟರು. ಘಟ್ಟವನ್ನು ನಿಧಾನಕ್ಕೆ ಹತ್ತಿ, ಹಾಸನ ಮುಟ್ಟಿದೆವು. ಊಟಕ್ಕೆ ನಿಲ್ಲಿಸಿದರು, ಭರ್ಜರಿ ಊಟ ಆಯಿತು. ಆಮೇಲೆ ಏರು ತಗ್ಗಿಲ್ಲದ, ತಿರುವುಗಳು ಇಲ್ಲದ ಮಾರ್ಗ. ನೋಡ ನೋಡುತ್ತಾ ಬೆಂಗಳೂರು ಬಂದೇ ಬಿಟ್ಟಿತು.

ಓದಿಯಾಯಿತಲ್ಲ. ಈಗ ಎರಡನೆಯ ಕಥೆ ಓದುವಂತವರಾಗಿ. ತಗೊಳ್ಳಿ, ಎರಡನೇ ಕಥೆ:

ನಾನು ಹೊರಟದ್ದೇನೋ ಬೆಂಗಳೂರಿಗೆ ಹೀಗೆ ಹೋಗಿ ಹಾಗೆ ಬರುತ್ತೇನೆ ಅಂತ. ಸ್ನಾನಕ್ಕೆ ಅಂತ ಹೊರಟರೆ ಕರೆಂಟು ಹೋಗಬೇಕೆ? ಹೇಗೋ ತಣ್ಣೀರಲ್ಲೇ

ಮಿಂದು, ಹೆಗಲಿಗೆ ಬ್ಯಾಗು ಸಿಕ್ಕಿಸಿ ಹೊರಟರೆ ಬಾಗಿಲಲ್ಲೇ ಒಂದು ಹಾವು! ಅದನ್ನು ಏನು ಮಾಡಿದೆ ಅನ್ನುವುದೇ ಒಂದು ಧಾರಾವಾಹಿಗೆ ಸರಕಾದೀತು. ಅಂತೂ ಓಡೋಡುತ್ತ ಬಂದು ಬಸ್ಸಿಗೆ ಹತ್ತಿದರೆ, ಅರೆ! ಪರ್ಸು ತರುವುದನ್ನೇ ಮರೆತಿದ್ದೇನೆ. ಕಿಸೆಗಳು ಖಾಲಿ. ಅಷ್ಟರಲ್ಲಿ ಶಿರಾಡಿ ಘಾಟಿನಲ್ಲಿ ರಸ್ತೆ ಬ್ಲಾಕ್ ಆಗಿದೆಯಂತೆ ಅಂತ ಮೆಸೇಜು ಬಂತು!

ಇವು ಎರಡು ಚಿತ್ರಕತೆಗಳ ಸಾರಾಂಶಗಳು ಅಂತಿಟ್ಟುಕೊಳ್ಳಿ. ನೀವು ಎರಡರಲ್ಲಿ ಯಾವುದಕ್ಕೆ ಟಿಕೆಟು ಬುಕ್ ಮಾಡಿಸೋಣ ಅಂತಿದ್ದೀರಿ? ಯಾವ ಕಥೆ ಹೆಚ್ಚು ಉತ್ತಮವಾದದ್ದು ? ತಕ್ಷಣಕ್ಕೆ ಅನ್ನಿಸಿದ್ದನ್ನು ಹೇಳಿ, ಬೇಕಾದರೆ ಇನ್ನೊಮ್ಮೆ ಎರಡನ್ನೂ ಓದಿ ನೋಡಿ. ಕುತೂಹಲ ಕೆರಳಿಸಿದ್ದು, ಹಿಡಿದಿಟ್ಟದ್ದು ಎರಡನೇ ಕಥೆಯೇ, ಮೊದಲನೆಯದ್ದು ಸಪ್ಪೆ ಅಂತೀರಾ ?

ಈಗ ನಿಮ್ಮ ನಾಡಿಮಿಡಿತ ನನಗೆ ಹೇಗೆ ಗೊತ್ತಾಯಿತು ಅನ್ನುವ ವಿಷಯಕ್ಕೆ ಬರೋಣ. ಎರಡನೆಯದೇ ರೋಚಕ, ಕುತೂಹಲಕಾರಿ ಅನ್ನಿಸುವುದಕ್ಕೆ ಒಂದಷ್ಟು ಕಾರಣಗಳು ಉಂಟು. ಕಥೆ ಅಂದರೆ ಏನು ಅಂತ define ಮಾಡುವುದಕ್ಕೆ ಇದು ಸುಸಂಧಿ. ಯಾರೋ ಒಬ್ಬರು ಏನೋ ಮಾಡುವುದಕ್ಕೆ ಹೊರಡುತ್ತಾರೆ, ಅದುವೇ ಅವರ ಗುರಿ, ಲಕ್ಷ್ಯ, ಧ್ಯೇಯ. ಅದುವೇ ಅವರ ಗಮ್ಯಸ್ಥಾನ. ಈ ಗುರಿ ತಲುಪುವುದಕ್ಕೆ ಹೊರಟಾಗ ಅವರಿಗೆ ಅಡ್ಡಿ, ಆತಂಕ, ತೊಂದರೆ, ಅಡಚಣೆಗಳು ಉಂಟಾಗುತ್ತವೆ. ಇಂಗ್ಲೀಷಿನಲ್ಲಿ ಇದಕ್ಕೆ conflict ಅಥವಾ obstacles ಅನ್ನುತ್ತಾರೆ. ಈ ಕಷ್ಟ,ವಿಘ್ನಗಳು ಬಂದಾಗ, ತಿಕ್ಕಾಟಗಳು ಆದಾಗ ಅವರು ಏನು ಮಾಡುತ್ತಾರೆ, ಕೊನೆಗೆ ಗುರಿ ತಲುಪಿದರೇ ಇಲ್ಲವೇ ಅನ್ನುವುದೇ ಕಥೆ.

ಕಥೆಯಲ್ಲಿ ನಾಯಕನ ಪಾತ್ರಕ್ಕೆ ಒಂದು ಗುರಿ, ಲಕ್ಷ್ಯ, ಗಮ್ಯಸ್ಥಾನ ಇರುತ್ತದೆ. ಆ ಗಮ್ಯಸ್ಥಾನದ ಕಡೆಗೆ ಹೊರಟಾಗ ಸಾಕಷ್ಟು ತೊಂದರೆ, ಕಷ್ಟಗಳು, ಸವಾಲುಗಳು ಎದುರಾದರೆ ಪ್ರೇಕ್ಷಕನ ಕುತೂಹಲ ಕೆರಳುತ್ತದೆ. ಇಷ್ಟೇ. ಮುಂಗಾರು ಮಳೆಯಲ್ಲಿ ನಾಯಕಿಯ ಮನಸ್ಸು ಗೆದ್ದು ಮದುವೆ ಆಗುವುದೇ ಪ್ರೀತಮ್ ಪಾತ್ರದ ಗುರಿ, ಈ ಗುರಿಯ ಕಡೆ ಹೊರಟಾಗ ಹೇಗೆ ಅಡ್ಡಿ, ಅಡಚಣೆಗಳು (conflict) ಸಂಕೋಲೆಗಳಾಗಿ ಆತನ ಕಾಲಿಗೆ ತೊಡರುತ್ತವೆ ಅಂತ ನಮಗೆಲ್ಲ ಗೊತ್ತೇ ಇದೆ. ನಿಷ್ಕರ್ಷದಲ್ಲಿ ಸಿಕ್ಕಿ ಹಾಕಿಕೊಂಡ ಅಮಾಯಕರನ್ನು ಪಾರು

ಮಾಡುವುದು, ಉಗ್ರರನ್ನು ಸೋಲಿಸುವುದೇ ಗುರಿ, ಲಕ್ಷ್ಯ. ಶಸ್ತ್ರಾಸ್ತ್ರ ಹಿಡಿದ ಉಗ್ರರೇ obstacleಗಳು. ವಿಷ್ಣುವರ್ಧನ್ ಪಾತ್ರದ ಗುರಿ ಸುಲಭದ್ದಲ್ಲ ಅಲ್ಲಿ ತೊಂದರೆ, ಸಂಘರ್ಷ, ಕಷ್ಟಗಳು ಇದ್ದೇ ಇವೆ. ಬೆಳದಿಂಗಳ ಬಾಲೆಯಲ್ಲಿ, ಬಾಲೆಯನ್ನು ಪಡೆಯುವುದೇ ನಾಯಕನ ಗುರಿ, ಆಕೆ ಯಾರು ಅಂತ ಗೊತ್ತಿಲ್ಲದೇ ಇರುವುದೇ ತೊಂದರೆ, ಅದೇ ಅಡಚಣೆ (conflict). ಜೋಗಿಯಲ್ಲಿ ಆ ತಾಯಿಗೆ ಮಗನನ್ನು ಹುಡುಕುವುದೇ ಗುರಿ, ಆತನ ಫೋಟೋ ಇಲ್ಲ, ಆತ ಅಂಡರ್ವರ್ಲ್ಡ್‌ನಲ್ಲಿ ಇದ್ದಾನೆ ಅನ್ನುವುದೆಲ್ಲ ತೊಂದರೆ (conflict)ಗಳು. Speed ಚಿತ್ರದಲ್ಲಿ ಖಳನಾಯಕ ಬಸ್ಸಿಗೆ ಒಂದು ಬಾಂಬ್ ಅಳವಡಿಸಿರುತ್ತಾನೆ, ಬಸ್ಸು ಘಂಟೆಗೆ ಎಂಬತ್ತು ಕಿಮೀಗಿಂತ ಕೆಳಗೆ ಬಂದರೆ ಬಾಂಬು ಸ್ಫೋಟ ಆಗುತ್ತದೆ. ಇದರಲ್ಲಿ ಅಮಾಯಕರ ಜೀವ ಉಳಿಸುವುದೇ ಗುರಿ, ಗಮ್ಯಸ್ಥಾನ. ಬಸ್ಸನ್ನು ಎಂಬತ್ತಕ್ಕಿಂತ ನಿಧಾನ ಓಡಿಸುವಂತಿಲ್ಲ, ಅದೂ ನಡು ಪೇಟೆಯಲ್ಲಿ ಅನ್ನುವುದೇ ತೊಂದರೆ, ಕಷ್ಟ (conflict). ನಿಷ್ಕರ್ಷ ಮತ್ತು ಸ್ಪೀಡ್ ನಲ್ಲಿ ಒಂದು ವಿಷಯ ಗಮನಿಸಿ, ಇಲ್ಲಿ ಮೊದಲು ನಾಯಕನಿಗೆ ಒಂದು ಗುರಿ ಇದ್ದು, ಆಮೇಲೆ ಆ ಗುರಿಗೆ ಅಡೆತಡೆಗಳು ಬರುವುದಲ್ಲ. ಈ ಚಿತ್ರಗಳಲ್ಲಿ ಖಳನಾಯಕನೇ ಮೊದಲೇ ಒಂದು ಕಷ್ಟ ಸೃಷ್ಟಿ ಮಾಡುತ್ತಾನೆ, ಆ ಕಷ್ಟದಿಂದ ಹೊರಬರುವುದೇ ಗುರಿಯಾಗಿಬಿಡುತ್ತದೆ. ಜುರಾಸಿಕ್ ಪಾರ್ಕ್ ನಲ್ಲೂ ಹೀಗೆಯೇ. 'ಡೈನೋಸಾರಸ್' ಗಳು ಅಡ್ಡಾದಿಡ್ಡಿ ಓಡಾಡಿ, ಸಿಕ್ಕಸಿಕ್ಕವರನ್ನು ಕೊಂದು conflict ಉಂಟಾಗುತ್ತದೆ. ಈ ಸಂಕಷ್ಟದಿಂದ ಹೊರಬರುವುದೇ ಪಾತ್ರಗಳ ಗುರಿಯಾಗಿ ಬಿಡುತ್ತದೆ.

ಈಗ ಗೊತ್ತಾಯಿತಲ್ಲ, ನಮ್ಮ ಎರಡು ಕಥೆಗಳಲ್ಲಿ ಎರಡನೆಯದ್ದೇ ಹೆಚ್ಚು ಒಳ್ಳೆಯದ್ದು ಅಂತ. ಗುರಿ ಎರಡು ಕಥೆಗಳಲ್ಲೂ ಇದೆ, ಮಂಗಳೂರಿಂದ ಬೆಂಗಳೂರಿಗೆ ಹೋಗುವುದೇ ಕಥಾನಾಯಕನ ಗುರಿ. ಮೊದಲನೇ ಕಥೆಯಲ್ಲಿ ಎಲ್ಲವೂ ಸರಾಗ, ಸುಸೂತ್ರ. ನಾಯಕನಿಗೆ ಅಡ್ಡಿ ಆತಂಕಗಳೇ ಇಲ್ಲ, conflict ಏನೂ ಇಲ್ಲ. ಎರಡನೇ ಕಥೆಯಲ್ಲಿ ಹೆಜ್ಜೆ ಹೆಜ್ಜೆಗೂ ತೊಂದರೆ ಇದೆ, ಸ್ನಾನಕ್ಕೆ ಹೊರಟರೆ ಅಲ್ಲೊಂದು ರಗಳೆ, ಹಾವು ಸಿಕ್ಕಿ ಮತ್ತಷ್ಟು ಕಷ್ಟ, ಇಷ್ಟೆಲ್ಲಾ ಸಾಲದು ಅಂತ, ಪರ್ಸ್ ಮರೆತಿರುತ್ತಾನೆ, ದುಡ್ಡೇ ಇಲ್ಲದೆ ಪ್ರಯಾಣ ಮಾಡುವುದು ಕಷ್ಟ, ತೊಂದರೆ, conflict. ಅಲ್ಲಿಗೆ ನಾಯಕನಿಗೆ ಒಂದು ಸ್ಪಷ್ಟ ಗುರಿ, ಗಮ್ಯ ಇರಬೇಕು, ಮತ್ತು ಆತ ಗುರಿ ಸುಲಭದಲ್ಲಿ ಮುಟ್ಟಬಾರದು ಅಂತಾಯಿತು. ಕಷ್ಟಗಳು ಬಂದಷ್ಟು ಕಥೆಗೆ ಒಳ್ಳೆಯದು. ತಿಕ್ಕಾಟ,

ಸಂಘರ್ಷ ಆದಷ್ಟು ಕಥೆಗೆ ಒಳ್ಳೆಯದು. ಇದು ಯಾಕೆ ಹೀಗೆ ಅಂತ ಸ್ವಲ್ಪ ಯೋಚನೆ ಮಾಡಬೇಕಾದ್ದೇ. ಉತ್ತರ ಮನಃಶಾಸ್ತ್ರದಲ್ಲಿ ಇದೆ.

ನಾಯಕನ ಪಾತ್ರಕ್ಕೆ ಕಷ್ಟಗಳು ಬಂದಾಗ, ತಿಕ್ಕಾಟ ಆದಾಗ, conflict ಇದ್ದಾಗ ಅದಕ್ಕೆ ಉತ್ತರ ಏನು, ಪರಿಹಾರ ಏನು ಅಂತ ತಿಳಿಯುವುದಕ್ಕೆ ನಮ್ಮ ಮನಸ್ಸು ಹಾತೊರೆಯುತ್ತದೆ. Conflict ನಮ್ಮ ಮನದಲ್ಲಿ ಪ್ರಶ್ನೆಗಳನ್ನು ಹುಟ್ಟಿಸುತ್ತದೆ. ಒಂದು ಚಿಕ್ಕ ಉದಾಹರಣೆ. ಒಬ್ಬರು ಹೀಗೆ ಹೇಳಿದರು ಅಂತಿಟ್ಟುಕೊಳ್ಳಿ : ಸೋಮವಾರ ಬೆಳಗ್ಗೆ ಎಂದಿನಂತಿರಲಿಲ್ಲ. ತಿಂಡಿಗೆ ಇಡ್ಲಿಯೇ ಆಗಬೇಕು ಅಂತ ನಾನು ಹೇಳಿದೆ, ಮಾಡುವುದಾದರೆ ದೋಸೆಯೇ ಮಾಡುವುದು ಅಂತ ಮನೆಯಾಕೆ ಹೇಳಿದಳು. ದೋಸೆ ಮಾಡಿದರೆ ನಾನು ತಿನ್ನುವುದಿಲ್ಲ ಅಂದೆ, ಇಡ್ಲಿ ಆದರೆ ನಾನು ಉಪವಾಸ ಕೂರುತ್ತೇನೆ ಅಂತ ಅವಳು ಕೂಗಾಡಿದಳು.

ಇದು conflict ಇಗೋ, ತೊಂದರೆಗೆ, ಸಂಘರ್ಷಕ್ಕೆ ಸರಳ ಉದಾಹರಣೆ. ಇಷ್ಟಕ್ಕೇ ನಿಲ್ಲಿಸಿದರೆ ಕೇಳಿದವರ ತಲೆಯಲ್ಲಿ ಕೆಲವು ಪ್ರಶ್ನೆಗಳು ಹುಟ್ಟಿಯೇ ಹುಟ್ಟುತ್ತವೆ. ಆಮೇಲೆ ಏನಾಯಿತು? ಏನು ಮಾಡಿದಿರಿ? ದೋಸೆ ಇಡ್ಲಿ ಎರಡೂ ಮಾಡಿದಿರಾ? ಉಪ್ಪಿಟ್ಟು, ಅವಲಕ್ಕಿ ಮಾಡಿದಿರಾ? ಏನೂ ತಿಂಡಿ ಮಾಡದೆ ಇದ್ದಿರಾ? ಹೀಗೆ. ಈ ಸಮಸ್ಯೆಗೆ ಸಮಾಧಾನ ಏನು, ಅದು ಪರಿಹಾರ ಆದದ್ದು ಹೇಗೆ ಅಂತ ತಿಳಿಯುವುದಕ್ಕೆ ನಮ್ಮ ಮನಸ್ಸು ಚಡಪಡಿಸುತ್ತದೆ. ಒಂದು ಒಳ್ಳೆ ಕಥೆ ಹೀಗೆ ನೋಡುವವನ ತಲೆಯಲ್ಲಿ ಸಾಕಷ್ಟು ಪ್ರಶ್ನೆಗಳ ಬಿರುಗಾಳಿ ಎಬ್ಬಿಸುತ್ತದೆ. ನಮ್ಮ ಎರಡನೇ ಕಥೆ ನೋಡಿ. ಬೆಂಗಳೂರಿಗೆ ತಲುಪಿದನಾ ಇಲ್ಲವಾ ಅನ್ನುವ ಪ್ರಶ್ನೆ, ಹಾವು ಸಿಕ್ಕಾಗ ಏನು ಮಾಡಿರಬಹುದು ಅಂತ ತೊಡಕು, ದುಡ್ಡೇ ಇಲ್ಲದೆ ಹೇಗೆ ಬೆಂಗಳೂರು ಮುಟ್ಟಿರಬಹುದಪ್ಪಾ ಅಂತ ಸಂದೇಹ, ಪ್ರಶ್ನೆ, ಅನುಮಾನ. ಬೆಳದಿಂಗಳ ಬಾಲೆಯಲ್ಲಿ ಆ ಹುಡುಗಿ ಯಾರಪ್ಪಾ ಅನ್ನುವ ಪ್ರಶ್ನೆ, ಶೋಲೆಯಲ್ಲಿ ಈ ಹುಡುಗಾಟಿಕೆಯ ಹುಡುಗರು ಗಬ್ಬರ್ ಸಿಂಗ್‌ನನ್ನ ಸೋಲಿಸುತ್ತಾರಾ ಅಂತ ಪ್ರಶ್ನೆ, ಸ್ಪೀಡ್‌ನಲ್ಲಿ ವೇಗ ಘಂಟೆಗೆ ಎಂಬತ್ತಕ್ಕಿಂತ ಹೆಚ್ಚಾದಲ್ಲಿ ಪೇಟೆಯಲ್ಲಿ ಹೋದರೆ ಏನೇನು ಅನಾಹುತಗಳು ಆಗಬಹುದು, ಅದನ್ನೆಲ್ಲಾ ಹೀರೋ ಹೇಗೆ ತಪ್ಪಿಸುತ್ತಾನೆ ಅನ್ನುವ ಪ್ರಶ್ನೆ, ಮುಂಗಾರು ಮಳೆಯಲ್ಲಿ ಆ ಹುಡುಗಿ ಸಿಗುತ್ತಾಳಾ ಇಲ್ಲವಾ ಅನ್ನುವ ಪ್ರಶ್ನೆ. ಈ ಪ್ರಶ್ನೆಗೆ ಉತ್ತರ ಸಿಕ್ಕಿದಾಗ ಚಿತ್ರ ಮುಗಿಯುತ್ತದೆ. ಗಬ್ಬರ್ ಸಿಂಗ್ ಮೂವತ್ತನೇ ನಿಮಿಷಕ್ಕೆ ಸತ್ತರೆ ಚಿತ್ರ ಮೂವತ್ತ ಒಂದನೇ ನಿಮಿಷಕ್ಕೆ ಮುಗಿಯುತ್ತದೆ.

Conflictಏ ಕಥೆಯ ಜೀವನಾಡಿ ಅಂತ ಜಪ ಮಾಡಿದ್ದಾಯಿತು. Screenwriting ಗುರುಗಳು ಮುಖ್ಯವಾಗಿ ಏಳು ತರದ ತಿಕ್ಕಾಟಗಳನ್ನು ಗುರುತಿಸಿದ್ದಾರೆ.

Man vs. Self – ಇಲ್ಲಿ ನಾಯಕನ ಹೋರಾಟ ಇರುವುದು ತನ್ನ ಜೊತೆಗೇ. ಎರಡು ಕನಸು, ಮಠ, ಎದ್ದೇಳು ಮಂಜುನಾಥ, ಉಪೇಂದ್ರ, Scarface, ಹಿಂದಿಯ ಫ್ಯಾಷನ್ ಇಲ್ಲೆಲ್ಲ ಹೀಗೆ.

Man vs. Man – ನಾಯಕ ಮತ್ತು ಖಳ ನಾಯಕನ ಹೋರಾಟವೇ ಇಂತಹ ಚಿತ್ರಗಳ ಜೀವಾಳ. ನಮ್ಮಲ್ಲಿ ಈ ತರದ್ದು ಸಾವಿರ ಬಂದಿವೆ. ವಜ್ರಮುನಿ, ಸುಧೀರ್, ರವಿಶಂರ್ಕ ಇವರೆಲ್ಲ ಮಾಡಿರುವ ಪಾತ್ರಗಳು ಹೀಗೆ conflict ಹುಟ್ಟು ಹಾಕಿಸುವುದಕ್ಕೇ ಇರುವಂತವು. ಖಳನಾಯಕ ಬರೀ ಕಾರ್ಟೂನಿನ ಹಾಗೆ ಇರಬಾರದು. ಖಳಪಾತ್ರ ಬಲಶಾಲಿಯಾದಷ್ಟೂ ಕಥೆಗೆ ಒಳ್ಳೆಯದು.

Man vs. Society – ನಾಯಕನಿಗೂ ಸಮಾಜಕ್ಕೂ ಬಡಿದಾಟ, ವ್ಯವಸ್ಥೆಯ ಜೊತೆ ಘರ್ಷಣೆ, ಇವೆಲ್ಲ.

Man vs. Nature – ಪ್ರಕೃತಿಯ ಎದುರು ಸೆಣಸಾಟ. ಇಂಗ್ಲೀಷಿನಲ್ಲಿ ಈ ಪ್ರಕಾರದಲ್ಲಿ ಹುಲುಸಾದ ಬೆಳೆ ತೆಗೆದಿದ್ದಾರೆ. Life of Pi ಇಂದ The Perfect stormವರೆಗೆ, ರಾಕ್ಷಸ ಪ್ರಾಣಿಗಳು, ಭೂಕಂಪ, ಜ್ವಾಲಾಮುಖಿ, ಟೈಟಾನಿಕ್ ಹಡಗಿಗೆ ಗುದ್ದಿದ ಮಂಜುಗಡ್ಡೆ ಹೀಗೆ ಪ್ರಕೃತಿಯ ಜೊತೆ ಹೋರಾಟವೇ ಇಂತಹಾ ಚಿತ್ರಗಳ ಕಥೆ.

Man vs. Supernatural – ದೆವ್ವ ಭೂತಗಳು, ಅಲೌಕಿಕ ಶಕ್ತಿಗಳು ಇವುಗಳ ಜೊತೆ ಗುದ್ದಾಟ.

Man vs. Machine/Technology – ಇದೂ ಹಾಲಿವುಡ್ಡಿನಲ್ಲಿ ಮಾಮೂಲಿ. ಯಂತ್ರಗಳು, ತಂತ್ರಜ್ಞಾನ ಇವೇ ಶತ್ರುಗಳಾಗಿ, ಹೀರೋ ಅವುಗಳ ಜೊತೆ ಏಗುವುದು.

Man vs. Destiny – ನಾಯಕ ವಿಧಿಯಾಟಕ್ಕೆ ಸಿಲುಕಿ ಪಡಿಪಾಟಲು ಆಗುವುದು.

ಒಂದೇ ಚಿತ್ರದಲ್ಲಿ ಇವುಗಳ ಮಿಶ್ರಣ ಇರುವಂತವೂ ಇದೆ.

ನಾಯಕನ ಪಾತ್ರಕ್ಕೆ ಒಂದು ನಿರ್ದಿಷ್ಟ ಗುರಿ ಇರುತ್ತದೆ, ಆ ಗುರಿಯ ಕಡೆಗೆ ಕಲ್ಲು ಮುಳ್ಳುಗಳ ಹಾದಿಯಲ್ಲಿ ಆ ಪಾತ್ರ ಸಾಗುತ್ತದೆ ಅಂತ ಹೇಳಿದ್ದಾಯಿತು. ಹಾಗಂತ ಚಿತ್ರಕಥೆಯ ತುಂಬಾ conflictಗಳ ಚಂಡಮಾರುತವೇ ಒಂದು ನಿಮಿಷವೂ ಬಿಡದೆ ಬೀಸುವುದು ಅಷ್ಟು ಒಳ್ಳೆಯದಲ್ಲ. ನಾಯಕನ ದಾರಿಯ ತುಂಬಾ ಬರೀ ಮುಳ್ಳೇ ಇದ್ದರೆ ಏನು ಸುಖ ? ಸೆಂಟಿಮೆಂಟು ಅಂತ ಎರಡು ಘಂಟೆ ಪೂರ್ತಿ ಬರೀ ಗೋಳಾಟವೇ ಇದ್ದರೆ ಪ್ರೇಕ್ಷಕನೂ ಗೋಳಾಡುತ್ತಾನೆ! ಸ್ವಲ್ಪ ಸಮತಟ್ಟಾದ ಚೆಂದದ ದಾರಿ, ಅನಂತರ ಒಂದು ಜಾರುವ ಬಂಡೆಗಳಿರುವ ಹಳ್ಳ, ಆಮೇಲೆ ಸ್ವಲ್ಪ ಸರಾಗ, ಹಿತವಾದ ಗಾಳಿ, ಅದಾಗಿ ಅನತಿ ದೂರ ಸಾಗಿದ ಮೇಲೆ ಎರಡು ಭಯಂಕರ ತಿರುವುಗಳು, ಎಡಗಡೆಗೆ ಪ್ರಪಾತ, ಬಳಿಕ ಒಂದಷ್ಟು ಸಲೀಸಾದ, ನಿರಾತಂಕ ಪಯಣ, ಸ್ವಲ್ಪ ಮುಂದಕ್ಕೆ ಕಲ್ಲು ಮುಳ್ಳುಗಳ ರಾಶಿ, ಅದನ್ನು ದಾಟಿದರೆ ಮತ್ತೆ ಕ್ಲೇಶವಿಲ್ಲದ ಆರಾಮ ನಡಿಗೆ, ಒಂದು ಚಾ ಕುಡಿದು ಸುಧಾರಿಸಿಕೊಂಡು ಮತ್ತೆ ಯಾನ, ಅಷ್ಟರಲ್ಲಿ ಎದುರಿಗೆ ಕಡಿದಾದ ಬೆಟ್ಟ ಧುತ್ತನೆ ಪ್ರತ್ಯಕ್ಷ. ಇದುವರೆಗಿನ ಅತ್ಯಂತ ಕಠಿಣ ಸವಾಲು ಈ ಬೆಟ್ಟವೇ. ಅದನ್ನು ಹತ್ತಿದಲ್ಲಿಗೆ ಶುಭಂ! ಕಥೆಯ ಓಟ (Flow) ಹೀಗಿದ್ದರೆ ಚೆನ್ನ. ಫಾರ್ಮುಲಾ ಒನ್ಕಾರುಗಳ ಹಾಗೆ ಬೇಕಾಬಿಟ್ಟಿ ವೇಗದಲ್ಲಿ ದೌಡಾಯಿಸುವ Die Hard ಚಿತ್ರವನ್ನೇ ನೋಡಿ. Out and out action ಫಿಲಂ ಅಂತ ಕರೆಸಿಕೊಂಡರೂ ಎರಡು ಘಂಟೆ ಹತ್ತು ನಿಮಿಷದ ಚಿತ್ರಕಥೆಯಲ್ಲಿ ಆಕ್ಷನ್ ಇರುವುದು ಅರ್ಧ ಘಂಟೆ ಮಾತ್ರ, ಸ್ವಲ್ಪ ಮಾತು, ಸ್ವಲ್ಪ ಆಕ್ಷನ್, ಸ್ವಲ್ಪ ಸ್ವಲ್ಪ ತಮಾಷೆ, ಒಂದು ಬಡಿದಾಟ, ಸ್ವಲ್ಪ ನಿರಾಳ, ಆಮೇಲೊಂದು ಸಂಘರ್ಷ, ಹೀಗೆ ಏರುಗಳಿರುವಷ್ಟೇ ತಗ್ಗುಗಳು ಅದರಲ್ಲಿವೆ. ಶಾರ್ಕ್ ಮೀನನ್ನು ಬೇಟೆಯಾಡುವ ಕಥೆಯಾದ Jaws ಚಿತ್ರದಲ್ಲಿ ನೂರಿಪ್ಪತ್ತು ನಿಮಿಷಗಳಲ್ಲಿ ಒಂದು ಇಪ್ಪತ್ತು ಚಿಲ್ಲರೆ ನಿಮಿಷ ಮಾತ್ರ ಆಕ್ಷನ್ ಇದೆ. ಹುಚ್ಚು ಕುದುರೆಯ ಹಾಗೆ ಓಡೋಡುವ 'ಸ್ಪೀಡ್' ಚಿತ್ರದಲ್ಲೂ ಆಕ್ಷನ್ ಇಲ್ಲದೆ ಸುಧಾರಿಸಿಕೊಳ್ಳುವ, ಪಾತ್ರಗಳು ಮಾತಾಡುವ ದೃಶ್ಯಗಳು ಅರ್ಧದಷ್ಟು ಇವೆ ಅಂದರೆ ಆಶ್ಚರ್ಯ ಆದೀತು, ಉಗ್ರಂನಲ್ಲಿಯೂ ಹೀಗೆಯೇ. ಈಚೆಗಿನ ರಂಗಿತರಂಗದಿಂದ ಆವಾಗಿನ ಶೋಲೆಯವರೆಗೆ ಹೆಚ್ಚಿನ ಯಶಸ್ವೀ ಚಿತ್ರಗಳ ಓಟ ಹೀಗೇ ಇದೆ. ಐದು ನಿಮಿಷಕ್ಕೆ ಒಂದರಂತೆ ಟ್ವಿಸ್ಟು ಇರಬಾರದು ಅಂತ ಹೇಳುವುದೂ ಇದೇ ಕಾರಣಕ್ಕೆ.

ಕಥೆಯ ಓಟಕ್ಕೇ ಸಂಬಂಧಿಸಿದ ಇನ್ನೊಂದು ವಿಚಾರ ವಿನ್ಯಾಸ (structure)ದ್ದು. ಕಥೆಗೆ ಒಂದು ರಚನಾ-ಕ್ರಮ, ಬಂಧ , ವಿನ್ಯಾಸ, ಆಕಾರ ಇರಲೇಬೇಕೇ? ಇರಬೇಕು, ಇದ್ದರೆ ಒಳ್ಳೆಯದು ಅನ್ನುತ್ತಾರೆ ತಜ್ಞರು. ಈಗ ಒಂದು ಮನೆ ಅಂದರೆ ಹೇಗಿರುತ್ತದೆ ? ಹೊಕ್ಕ ಕೂಡಲೇ ಬಚ್ಚಲು ಮನೆ, ಅದಾಗಿ ಬೆಡ್ ರೂಮು, ಆಮೇಲೆ ಅಡಿಗೆ ಮನೆ, ಕಡೆಗೆ ಹಾಲು, ಹೀಗಿದ್ದರೆ ಜನ ಒಪ್ಪುತ್ತಾರೆಯೇ? ಅಥವಾ ನಾನು ಬೆಡ್ ರೂಮು ಮತ್ತು ಹಾಲು ಮಾತ್ರ ಕಟ್ಟುತ್ತೇನೆ ಅಂದರೆ ಆದೀತೇ? ಒಂದು ವಿನ್ಯಾಸ ಒಂದು ಶಿಲ್ಪ, ಒಂದು structure ಬೇಡವೇ? ಅತ್ಯಂತ ಜನಪ್ರಿಯವಾಗಿರುವುದು Syd Field ಅನ್ನುವವರು ಹೇಳಿರುವ three act structure (ಮೂರು ಅಂಕಗಳ ವಿನ್ಯಾಸ). ನೂರಿಪ್ಪತ್ತು ನಿಮಿಷಗಳ ಕಥೆ ಅಂತಾದರೆ ಅದನ್ನು ಮೂರು ಅಂಕ ಅಂತ ಮಾಡುವುದು ಹೀಗೆ :

ಮೊದಲನೇ ಅಂಕ: ಇದು ಪಾತ್ರ ಪರಿಚಯಕ್ಕೆ, ನಮ್ಮ ನಾಯಕ ಯಾರು, ಅವನು ಎಲ್ಲಿದ್ದಾನೆ, ಹೇಗಿದ್ದಾನೆ, ಅವನ ಸ್ವಭಾವ ಹೇಗೆ, ಉಳಿದ ಪಾತ್ರಗಳು ಏನು ಮಾಡುತ್ತವೆ, ಇವೆಲ್ಲ ಇಲ್ಲಿ ಬರುತ್ತವೆ. ಒಂದು ಇಪ್ಪತ್ತರಿಂದ ಇಪ್ಪತ್ತೈದು ನಿಮಿಷ ಬೇಕು ಇದಕ್ಕೆ. ಹೀಗಿರುವಾಗ ಒಂದು ದಿನ ಹಠಾತ್ತನೆ ಏನೋ ಒಂದು ಘಟನೆ ಆಗುತ್ತದೆ. ಇಲ್ಲಿಂದ ಎರಡನೇ ಅಂಕ ಶುರು.

ಎರಡನೇ ಅಂಕ: ನಾವು ಗುರಿ, ತೊಂದರೆ, ಕಷ್ಟ, conflict ಅಂತ ಹೇಳಿದೆವಲ್ಲ. ಈ ಘಟನೆಯೇ ಅದು. ಈ ಘಟನೆ ಒಂದೋ ನಾಯಕನನ್ನ ತೊಂದರೆಗೆ ಸಿಕ್ಕಿಸುತ್ತದೆ ಅಥವಾ ಆತನಿಗೆ ಒಂದು ಗುರಿ ಸಿಗುತ್ತದೆ. ಈ ಘಟನೆಯೇ ನಾಯಕನಿಗೆ ಪ್ರಚೋದನೆ (Inciting incident). ಈ ಘಟನೆಯಿಂದಾಗಿ ನಾಯಕ ಏನೆಲ್ಲಾ ಮಾಡಬೇಕಾಗುತ್ತದೆ ಅನ್ನುವುದೇ ಕಥೆ.

ಮೂರನೇ ಅಂಕ: ಇದು ಕಡೆಯ ಇಪ್ಪತ್ತೈದು ನಿಮಿಷ. ಇಲ್ಲಿ ನಾಯಕ ಗುರಿ ತಲುಪಿದನೇ ಇಲ್ಲವೇ? ತೊಂದರೆ ನಿವಾರಣೆ ಆಯಿತೇ? conflictಗೆ ಪರಿಹಾರ ಏನಾಯಿತು, ಹೇಗಾಯಿತು ಅಂತ ಹೇಳಿ ಕಥೆ ಮುಗಿಯುತ್ತದೆ.

ಶತಶತಮಾನಗಳಿಂದ ಈ ಮೂರು ಅಂಕಗಳ ವಿನ್ಯಾಸ ನಮ್ಮ ವಂಶವಾಹಿಯಲ್ಲೇ ಇದೆ. ಒಂದಾನೊಂದು ಕಾಲದಲ್ಲಿ ಒಂದೂರಲ್ಲಿ ಒಬ್ಬ ರಾಜ ಇದ್ದ, ಆ ರಾಜನಿಗೆ ಹೀಗೆಲ್ಲ ಕಷ್ಟಗಳು/ಸವಾಲುಗಳು ಬಂದವು, ಕಡೆಗೆ ಹೀಗಾಯಿತು

ಅಂತ ಹೇಳಿ ಒಂದು ನೀತಿ ಹೊಮ್ಮಿಸುವ ಕಥೆಗಳದ್ದು ಇದೇ ಮೂರು ಅಂಕಗಳ ಬಂಧ. ಸಾವಿರಾರು ವರ್ಷಗಳಿಗೆ ಮೊದಲು ಗುಹೆಯೊಂದರಲ್ಲಿ ಕಾಡುಮನುಷ್ಯರು ಬಿಡಿಸಿಟ್ಟಿದ್ದ ಚಿತ್ರವೊಂದು ಈಚೆಗೆ ಸಿಕ್ಕಿತ್ತು. ಅವರೂ ಮೂರು ಚಿತ್ರಗಳಲ್ಲಿ ಒಂದು ಕಥೆ ಹೇಳಿದ್ದರು. ಮೊದಲ ಚಿತ್ರ : ಕೈಯಲ್ಲಿ ಈಟಿಗಳನ್ನು ಹಿಡಿದು ಬೇಟೆಗೆ ಹೊರಟ ಜನರು, ಎರಡನೇ ಚಿತ್ರ : ಹುಲಿರಾಯ ಬಂದಿದ್ದಾನೆ, ಮೂರನೇ ಚಿತ್ರ : ಹುಲಿ ಸತ್ತು ಬಿದ್ದಿದೆ, ಭರ್ಜಿಗಳನ್ನು ಚುಚ್ಚಿ ಅದನ್ನು ಕೆಡವಲಾಗಿದೆ. ಹೀಗೆ ಮೂರುಅಂಕಗಳಲ್ಲಿ ಕಥೆ ಹೇಳುವ ಪರಿಪಾಠ ನಮಗೆ ಓಬೀರಾಯನಿಗಿಂತಲೂ ಮುಂಚಿನ ಕಾಲದಿಂದಲೂ ಬಂದಿದೆ ಅನ್ನಲಿಕ್ಕೆ ಇಷ್ಟು ಸಾಕು!

ಇದನ್ನೇ Michael Hauge ಅನ್ನುವವರು ಮತ್ತೊಂದು ರೀತಿ ಹೇಳಿದ್ದಾರೆ. ಅವರ ಪ್ರಕಾರ ಆರು ಹಂತಗಳಲ್ಲಿ ಕಥೆ ಸಾಗುತ್ತದೆ. ಮುಂಗಾರು ಮಳೆಯನ್ನು ಇಟ್ಟುಕೊಂಡೇ ಇದನ್ನು ನೋಡಬಹುದು.

1. **ಪರಿಚಯ:** (ಪ್ರೀತಂ ಬೆಂಗಳೂರಲ್ಲಿ ಓತ್ಲಾ ಮಾಡಿಕೊಂಡು ಇರುತ್ತಾನೆ). ಹೀರೋನ ಮುಂದೆ ಒಂದು ಅವಕಾಶ ಬರುತ್ತದೆ (ನಾಯಕಿ ಸಿಗುತ್ತಾಳೆ, ಕೊಡಗಿನ ಕಡೆ ಹೊರಡುತ್ತಾನೆ)
2. ಹೀರೋ ಹೊಸ ಲೋಕ ಒಂದನ್ನು ಪ್ರವೇಶ ಮಾಡುತ್ತಾನೆ (ಕೊಡಗು, ಅಲ್ಲಿನ ಪರಿಸರ, ಅನಂತ್ ನಾಗ್ ಪಾತ್ರ , ಮತ್ತೆ ನಾಯಕಿಯ ಭೇಟಿ ಇವೆಲ್ಲ)
3. ಹೀರೋ ಹೊಸ ಪ್ರಪಂಚದಲ್ಲಿ ಮುಳುಗುತ್ತಾನೆ, ಇನ್ನು ಹಿಂದೆ ಹೋಗುವಂತಿಲ್ಲ (ಪ್ರೀತಂಗೆ ಪ್ರೇಮಾಂಕುರ ಆಗುತ್ತದೆ, ಅನಿಸುತಿದೆ ಹಾಡು, ಪರ ಪರ ಡೈಲಾಗ್ ಇದೆಲ್ಲ, ಇನ್ನು ಈ ಮನುಷ್ಯ ಇವಳನ್ನು ಬಿಟ್ಟು ಹೋಗುವುದು ಕಷ್ಟ ಇದೆ)
4. ತೊಂದರೆಗಳು, ಅಡೆ ತಡೆಗಳು (ಆಕೆಗೆ ಮದುವೆ ನಿಶ್ಚಯ ಆಗಿ ಬಿಟ್ಟಿದೆ, ಆಕೆ ಒಲಿಯುವುದಿಲ್ಲ ಇದೆಲ್ಲ)
5. ಹೀರೋ ಇನ್ನೇನು ಸೋಲುತ್ತಾನೆ ಅನ್ನಿಸುವಂಥ ಹಿನ್ನಡೆ ಅನುಭವಿಸುತ್ತಾನೆ (ಅನಂತ್ ಪಾತ್ರ ಮಾತು ಪಡೆಯುವುದು)
6. ಕೊನೆಗೆ ಹೀರೋ ಗುರಿ ಮುಟ್ಟುತ್ತಾನೆ ಇಲ್ಲವೇ ಸೋಲುತ್ತಾನೆ (ಇಲ್ಲಿ ಪ್ರೀತಂ ಪ್ರೀತಿಯಲ್ಲಿ ಸೋಲುತ್ತಾನೆ).

ಇದನ್ನೇ ಬೇರೆ ಬೇರೆ ಜನ ತಮ್ಮದೇ ರೀತಿಗಳಲ್ಲಿ ಗ್ರಹಿಸಿದ್ದಾರೆ, ಹೇಳಿದ್ದಾರೆ.

ಇನ್ನು ಪಾತ್ರ ಮುಖ್ಯವೇ ಕಥೆ ಮುಖ್ಯವೇ ಅನ್ನುವ ವಿಚಾರ. ಎರಡೂ ಬೇಕು ಆದರೆ ಕಥೆಗಾಗಿ ಪಾತ್ರ ಕೃತಕವಾಗಿ ಸೃಷ್ಟಿಯಾಗಬಾರದು, ಪಾತ್ರದಿಂದ ಕಥೆ ಹುಟ್ಟಬೇಕು. 'ಗೌರಿ ಗಣೇಶ' ಚಿತ್ರದಲ್ಲಿ ಲಂಬೋದರನ ಬದಲಿಗೆ 'ಕಾಮನಬಿಲ್ಲು' ಚಿತ್ರದ ನಾಯಕ ಇದ್ದರೆ ಆ ಕಥೆ ಹಾಗಿರುವುದು ಸಾಧ್ಯವೇ ಇರಲಿಲ್ಲ. 'ಓಂ' ಚಿತ್ರದ ನಾಯಕ ಗೌರಿ ಗಣೇಶದ ಲಂಬೋದರನೇಆಗಿದ್ದರೆ ಅದು ಬೇರೆಯದೇ ಕಥೆ ಆಗಿರುತ್ತಿತ್ತು. 'ಅಮೃತವರ್ಷಿಣಿ'ಯಲ್ಲಿ ಅಮೇರಿಕಾ ಅಮೇರಿಕಾದ ರಮೇಶ್ ಪಾತ್ರ ಇದ್ದಿದ್ದರೆ ಆ ಕಥೆ ಹಾಗಿರುತ್ತಲೇ ಇರಲಿಲ್ಲ. ಪಾತ್ರದಿಂದ ಕಥೆ, ಕಥೆಗಾಗಿ ಪಾತ್ರ ಅಲ್ಲ ಅಂತ ತಿಳಿಯುವುದಕ್ಕೆ ಇಷ್ಟು ಸಾಕಲ್ಲ. ಹಾಗೆಯೇ ಸಂಧರ್ಭ, ಪರಿಸರಗಳೂ. ಓಂ ಚಿತ್ರ ಮಂಗಳ ಗ್ರಹದಲ್ಲಿ ಆಗಿದ್ದರೆ ಅದು ಬೇರೆ ತರದ್ದೇ ಚಿತ್ರ ಆಗುತ್ತಿತ್ತು, ಇವತ್ತಿನ ಕಾಲದಲ್ಲಿ 'ಬೆಳದಿಂಗಳ ಬಾಲೆ'ಯ ಕಥೆ ಆಗುವುದು ಕಷ್ಟ ಇದೆ.

ಇನ್ನು ಕೆಲವು ತಂತ್ರಗಳು ಮತ್ತೆ ಮತ್ತೆ ಪರಿಣಾಮಕಾರಿಯಾಗಿವೆ. ಕೆಲವನ್ನು ಮುಟ್ಟೋಣ.

ಪಾತ್ರ: ಪಾತ್ರಗಳಿಗೆ character arc ಇದ್ದರೆ ಒಳ್ಳೆಯದು. ಅಂದರೆ ಪಾತ್ರಗಳು ಒಂದು ಆಂತರಿಕ ಪಯಣ ಮಾಡಿದಂತೆ ಇದ್ದರೆ ಚೆನ್ನಾಗಿರುತ್ತದೆ. ಮೊದಲಿಂದ ಕೊನೆಯವರೆಗೆ ನಾಯಕ ಇದ್ದ ಹಾಗೇ ಇದ್ದರೆ ಅದು ಅಷ್ಟು ತೃಪ್ತಿ ಕೊಡುವುದಿಲ್ಲ. conflict, ಅಡೆ ತಡೆ ಬಂದಾಗ ಪಾತ್ರಗಳು ಬದಲಾಗುವುದು, ಏನಾನ್ನಾದರೂ ಕಲಿಯುವುದು ಮಾಡಿದರೆ ಒಳ್ಳೆಯದು. 'ಶೋಲೆ' ಚಿತ್ರ ಶುರುವಾದಾಗ ಪಾತ್ರಗಳು ಬರೀ ಚಿಲ್ಲರೆ ಕಳ್ಳರು, ಮುಗಿಯುವಾಗ ಹಳ್ಳಿ ಜನರಿಗಾಗಿ ಪ್ರಾಣವೇ ಕೊಡಬಲ್ಲಷ್ಟು ಬೆಳೆದಿರುತ್ತಾರೆ. ಮುಂಗಾರು ಮಳೆ ಶುರುವಾದಾಗ ನಾಯಕ ಖಾಲಿ ಪೋಲಿ, ಮುಗಿದಾಗ ಆತ ಪ್ರಬುದ್ಧ ಮನುಷ್ಯ, ಇನ್ನೊಬ್ಬರಿಗಾಗಿ ತನ್ನ ಪ್ರೇಮ ತ್ಯಾಗ ಮಾಡುವಷ್ಟು ದೊಡ್ಡ ಮನುಷ್ಯ. ಬದಲಾವಣೆ ಕೆಟ್ಟದ್ದೂ ಇರಬಹುದು. Scarface, ಓಂ ಇದರಲ್ಲೆಲ್ಲ ಕಥೆಯ ಮೊದಲಿಗೆ ಆತ ಜನಸಾಮಾನ್ಯ, ಕೊನೆ ಕೊನೆಗೆ ಆತ ರಾಕ್ಷಸನೇ ಆಗಿ ಬೇರೆಯ ಮನುಷ್ಯನೇ ಆಗಿರುತ್ತಾನೆ. ಇಲ್ಲೂ ಒಂದು ಸೂಚನೆ ಇದೆ, ಈ ಬದಲಾವಣೆ ದಿಢೀರ್ ಆಗಿ ಆಗಬಾರದು. ಎಪ್ಪತ್ತ ಮೂರನೇ ನಿಮಿಷಕ್ಕೆ ಒಬ್ಬ ಅತ್ಯಂತ ದುಷ್ಟನಾಗಿದ್ದವನು ಎಪ್ಪತ್ತೈದನೇ ನಿಮಿಷಕ್ಕೆ ಒಮ್ಮೆಲೇ ಜಗತ್ತಿನ

ಅತ್ಯಂತ ಸಜ್ಜನ ವ್ಯಕ್ತಿ ಅಂತಾದರೆ ಅದು ಕೃತಕ, ಅಸಹಜ ಅನ್ನಿಸುತ್ತದೆ. ಬದಲಾವಣೆ, ಮಾರ್ಪಾಡು ಹಂತ ಹಂತವಾಗಿ, ನಿಧಾನಕ್ಕೆ ಆಗಬೇಕು. Conflictಗಳು, ಕಷ್ಟಗಳಿಗೂ ಇದೇ ನಿಯಮ. ಬೆಟ್ಟದಂತ ಕಷ್ಟಗಳು ಒಂದೇ ನಿಮಿಷದಲ್ಲಿ ಕರಗಿ ಹೋದರೆ ಅಸಹಜ, ಕೃತಕ ಅನ್ನಿಸುತ್ತವೆ (ಎಷ್ಟೋ ಚಿತ್ರಗಳಲ್ಲಿ ಹೀಗೇ ಆಗುತ್ತದೆ). ಕಥಾನಾಯಕ ಎದುರಿಸುವ ತೊಂದರೆಗಳು ನಿಧಾನಕ್ಕೆ ಸ್ವಲ್ಪ ಸ್ವಲ್ಪವೇ ಆಗಿ ಪರಿಹಾರ ಆದರೆ ಒಳ್ಳೆಯದು.

ಸೂಚ್ಯಾರ್ಥ (Subtext): ಬೇಕಾದರೆ ಗಮನಿಸಿ ನೋಡಿ. ಜನ ತಮಗೆ ಬೇಕಾದ್ದನ್ನು ಎಷ್ಟೋ ಸಲ ಬಾಯಿ ಬಿಟ್ಟು ಹೇಳುವುದಿಲ್ಲ. ಜನ ಹೇಳುವುದೇ ಒಂದು, ಹೇಳಿದ ಮಾತಿನ ಒಳಾರ್ಥ, ಅದು ಸೂಚಿಸುವ ಅರ್ಥವೇ ಇನ್ನೊಂದು ಆಗಿರುತ್ತದೆ. ಉದಾಹರಣೆಗೆ, ಒಬ್ಬರು ಮದುವೆಗೆ ಗಂಡು ನೋಡುವಾಗ ಹುಡುಗ ಯಾವ ಕಂಪೆನಿಯಲ್ಲಿ ಕೆಲಸ ಮಾಡ್ತಾನೆ ಅಂತ ಕೇಳುತ್ತಾರೆ, ಯಾವ ಕಂಪೆನಿಯಾದರೆ ಅವರಿಗೇನು? ಅವರು ನಿಜಕ್ಕೂ ಕೇಳುತ್ತಿರುವುದು ಹುಡುಗ ಎಷ್ಟು ದುಡ್ಡು ದುಡಿಯುತ್ತಾನೆ, ಆತನ ಸಾಮಾಜಿಕ ಸ್ಥಿತಿ ಗತಿ ಹೇಗಿದೆ, ಹುಡುಗ ಪ್ರತಿಭಾವಂತನೇ ಅಂತ. ಕೇಳಿದ್ದು ಯಾವ ಕಂಪೆನಿ ಅಂತಾದರೂ ಅದರ ನಿಜಾರ್ಥ ಬೇರೆಯೇ ಇದೆ. ಡಬಲ್ ಮೀನಿಂಗ್ ಸಂಭಾಷಣೆಗಳ ಜೀವಾಳವೇ ಇದು, ಹೇಳಿದ್ದು ಒಂದು ಆದರೆ ಸೂಚನೆ ಬೇರೆಯೇ! ಆದರೆ ಇದು ದ್ವಂದಾರ್ಥಕ್ಕೇ ಸೀಮಿತವಲ್ಲ , ಯಾವ ತರದ ಸಂಭಾಷಣೆಯೂ ಒಳಾರ್ಥ ಇದ್ದರೆ ಹೆಚ್ಚು ಮಜಾ ಕೊಡುತ್ತದೆ.

ಇದು ಸಂಭಾಷಣೆಗೆ ಮಾತ್ರ ಅನ್ವಯಿಸುವ ನಿಯಮ ಅಲ್ಲ. ಎಲ್ಲೆಲ್ಲಿ ಸಾಧ್ಯವೋ ಅಲ್ಲೆಲ್ಲ ವಿಷಯವನ್ನು ನೇರವಾಗಿ ಬಾಯಿ ಬಿಟ್ಟು ಹೇಳದೇ, ಸೂಚಿಸಿದರೆ ಒಳ್ಳೆಯದು. ಗೋಧಿ ಬಣ್ಣ ಚಿತ್ರದಲ್ಲಿ ರಕ್ಷಿತ್ ಪಾತ್ರ ಅಪ್ಪನನ್ನು ಪ್ರೀತಿ ಮಾಡುತ್ತೇನೆ ಅಂತ ಬಾಯಿ ಬಿಟ್ಟು ಹೇಳುವ ಸಂಭಾಷಣೆ ಇದ್ದರೆ ತೋರಿಸಿ ನೋಡೋಣ! ಹಾಗೆ ಆತ ಹೇಳುವುದಿಲ್ಲ, ರಕ್ಷಿತ್ ಪಾತ್ರದ ನಡತೆಯಿಂದ ನಮಗೆ ಅದರ ಸೂಚನೆ ಸಿಗುತ್ತದೆ ಅಷ್ಟೇ.

ಹಾಲಿವುಡ್ಡಿನಲ್ಲಿ ಸಾರ್ವಕಾಲಿಕ ದಾಖಲೆ ಸೃಷ್ಟಿಸಿದ Jaws ಅಂತೂ ಈ ತಂತ್ರವನ್ನು ಸಮರ್ಥವಾಗಿ ಬಳಸಿಕೊಂಡಿದೆ. ಅದರಲ್ಲಿ ಎರಡು ಘಂಟೆಗಳ ಒಂದಿಡೀ ಚಿತ್ರಕಥೆಯೇ ಶಾರ್ಕ್ ಮೀನಿನ ಬಗ್ಗೆ, ಅದನ್ನು ಬೇಟೆಯಾಡುವುದರ ಬಗ್ಗೆ ಇದೆ. ಆದರೆ ಇಡೀ ಚಿತ್ರದಲ್ಲಿ ಆರೇಳು ನಿಮಿಷವೂ ಶಾರ್ಕ್ ಅನ್ನು ತೋರಿಸುವುದಿಲ್ಲ! ನೂರು ನೂರಾ

ಹತ್ತು ನಿಮಿಷ ಶಾರ್ಕ್ ಅನ್ನೇ ತೋರಿಸದೆ ಅದು ಇದೆ ಅನ್ನುವ ಭಾವ ಮೂಡಿಸಿರುವ ರೀತಿ ಎಲ್ಲರಿಗೂ ಮಾದರಿ. ಶಾರ್ಕ್ ಇದೆ ಅನ್ನುವ ಸೂಚನೆ ಶಾರ್ಕ್ ಅನ್ನು ನಿಜವಾಗಿ ತೋರಿಸಿದಕ್ಕಿಂತಲೂ ತುಸು ಹೆಚ್ಚೇ ಪರಿಣಾಮ ಬೀರಿದೆ ಅನ್ನಬೇಕು!

'ಸರ್ಕಾರ್ ರಾಜ್' ನಲ್ಲಿ ಸರ್ಕಾರ್ ಜನರ ಮುಖಂಡ. ಆತ ಹೇಳದೆ ಏನೂ ಆಗುವುದಿಲ್ಲ. ಹಳ್ಳಿಯಲ್ಲಿ ಪವರ್ ಪ್ಲಾಂಟ್ ಮಾಡುವುದಕ್ಕೆ ಆತನ ಸಹಕಾರ ಬೇಕು. ಒಪ್ಪಿಗೆ ಕೇಳುವುದಕ್ಕೆ ದೊಡ್ಡ ಕಂಪೆನಿಯೊಂದರ ಪರವಾಗಿ ಐಶ್ವರ್ಯ ರೈ ಬರುತ್ತಾಳೆ.

ಆಗಿನ ಸಂಭಾಷಣೆಯಲ್ಲಿ ಎರಡೇ ಸಾಲು ಎತ್ತಿಕೊಳ್ಳೋಣ:

ಐಶ್ವರ್ಯ : ನಾನು ಇಂತಹಾ ಕಂಪೆನಿಯಿಂದ ಬಂದಿದ್ದೇನೆ, ಹೆಸರು ಕೇಳಿಯೇ ಇರ್ತೀರಾ

ಸರ್ಕಾರ್ : ಇಲ್ಲ, ಕೇಳಿಲ್ಲ!

ಇದರಲ್ಲೇನಿದೆ ಮಜಾ ಅಂದಿರಾ? ಇಲ್ಲಿ ಕಲ್ಲು ಹೊಡೆದದ್ದು ತೆಂಗಿನ ಮರಕ್ಕೆ ಬೀಳಿಸ ಹೊರಟದ್ದು ಮಾವಿನಹಣ್ಣು! ಐಶ್ವರ್ಯ ಹೇಳಿದ್ದು ನಮ್ಮ ಕಂಪೆನಿಯ ಹೆಸರು ಕೇಳಿಯೇ ಇರ್ತೀರ ಅಂತ. ಆದರೆ ಒಳಾರ್ಥ ಬೇರೆಯೇ. ಸೂಚನೆ ಏನಪ್ಪಾ ಅಂದರೆ, ನಾನು ದೊಡ್ಡ ಕಂಪೆನಿಯಿಂದ ಬಂದಿದ್ದೇನೆ, ನಾವು ಬಲಶಾಲಿಗಳು, ಹಾಗಾಗಿ ಮರ್ಯಾದೆಯಿಂದ ಒಪ್ಪಿ ಅಂತ. ಸರ್ಕಾರ್ ಎರಡೇ ಶಬ್ದಗಳಲ್ಲಿ ನಿಮ್ಮ ಕಂಪೆನಿಯ ಹೆಸರೇ ಕೇಳಿಲ್ಲ ಅಂದುಬಿಡುತ್ತಾನೆ. ಇಲ್ಲಿ ಕಂಪೆನಿಯ ಹೆಸರು ಗೊತ್ತಿಲ್ಲ ಅಂತ ಹೇಳಿದರೂ ಸೂಚಿಸಿದ ಅರ್ಥ ಬೇರೆಯೇ. ನೀವು ಎಷ್ಟು ದೊಡ್ಡ ಜನರಾದರೆ ನನಗೇನಂತೆ? ನಾನು ಅದಕ್ಕೆಲ್ಲ ಸೊಪ್ಪು ಹಾಕುವವನಲ್ಲ, ನಿಮ್ಮ ಧಿಮಾಕೆಲ್ಲ ಬೇರೆ ಕಡೆ ಇಟ್ಟುಕೊಳ್ಳಿ ಅಂತ ಅವನ ಮಾತಿನ ಅರ್ಥ! ಇದರಲ್ಲೇ ಆತನ ನೇರವಂತಿಕೆ, ಪ್ರಾಮಾಣಿಕತೆ, ಧೈರ್ಯ ಎಲ್ಲದರ ಸೂಚನೆಯೂ ಸಿಗುತ್ತದೆ.

ಪಾತ್ರಗಳು ಉದ್ದುದ್ದ ಭಾಷಣ ಮಾಡುವ ಬದಲು, ಪರೋಕ್ಷವಾಗಿ ಸೂಚನೆ ಕೊಡಿಸುವುದು ಉತ್ತಮ.

ನಾಟಕೀಯ ವ್ಯಂಗ್ಯ (Dramatic Irony): ಇದು ಬರೆಯುವವನ ಬತ್ತಳಿಕೆಯಲ್ಲಿರುವ ಮತ್ತೊಂದು ಅಸ್ತ್ರ. ಇದು ಜನಪ್ರಿಯವಾದದ್ದು ಆಲ್ಫ್ರೆಡ್ ಹಿಚ್ಕಾಕ್ ಇದರ ಬಗ್ಗೆ ಮಾತಾಡಿದ್ದರಿಂದ. ಅಚ್ಚರಿ ಮತ್ತು ಸಸ್ಪೆನ್ಸ್ ನ ನಡುವೆ ಇರುವ

ವ್ಯತ್ಯಾಸ ಏನು? ಇಬ್ಬರು ಒಂದು ಟೇಬಲ್ಲಿನ ಮುಂದೆ ಕೂತಿರುತ್ತಾರೆ, ಟೇಬಲ್ಲಿನ ಕೆಳಗೆ ಒಂದು ಬಾಂಬು ಇರುತ್ತದೆ. ಆ ಬಾಂಬುಕೂಡಲೇ ಸ್ಫೋಟ ಆದರೆ ಅದೊಂದು ಅಚ್ಚರಿ, ಆಘಾತ ಅಷ್ಟೇ.

ಅದೇ ಬಾಂಬನ್ನು ನಮಗೆ ತೋರಿಸಿ, ನಂತರ ಆ ಪಾತ್ರಗಳು ಆರಾಮಕ್ಕೆ ಊಟ, ಆಯ್ತಾ, ತಿಂಡಿ ಆಯ್ತಾ, ನಿನ್ನೆ ನೋಡಿದ ಕ್ರಿಕೆಟ್ ಮ್ಯಾಚು ಹೀಗೆ ಉಭಯ ಕುಶಲೋಪರಿ ಮಾತಾಡುತ್ತಾ ಕೂತರೆ ಅದು ಸಸ್ಪೆನ್ಸ್. ಅರೆ ! ಟೇಬಲ್ಲಿನ ಕೆಳಗೆ ಬಾಂಬು ಇದೆ, ಇವರು ನೋಡಿದರೆ ಸುಮ್ಮನೆ ಪಟ್ಟಾಂಗ ಹೊಡೆಯುತ್ತ ಕೂತಿದ್ದಾರಲ್ಲ ಅಂತ ಪ್ರೇಕ್ಷಕ ಒದ್ದಾಡುತ್ತಾನೆ, ಅಲ್ಲೇಬಾಂಬು ಇದೆ, ಸ್ವಲ್ಪ ಬಗ್ಗಿ ನೋಡ್ರಪ್ಪಾ ಅಂತ ಚಡಪಡಿಸಿ ಕಾತರಿಸುತ್ತಾನೆ, ಬಾಂಬು ಈಗ ಸಿಡಿಯಬಹುದು, ಈಗ ಪಾತ್ರಗಳಿಗೆ ಅಪಾಯ ಬರಲಿದೆ ಕಳವಳಗೊಂಡು ಕಾಯುತ್ತಾನೆ. ಇಲ್ಲಿ ಒಂದು ಗುಟ್ಟು ನಮಗೆ ಗೊತ್ತಿದೆ ಆದರೆ ಪಾತ್ರಗಳಿಗೆ ಗೊತ್ತಿಲ್ಲ. ಇದೇ ನಾಟಕೀಯ ವ್ಯಂಗ್ಯ. ಇದು ನೂರಕ್ಕೆ ಅರವತ್ತು ಚಿತ್ರಗಳಲ್ಲಿ ಇರುವ ತಂತ್ರ. ಭಾಗ್ಯವಂತರು ಚಿತ್ರದಲ್ಲಿ ಆಕೆಗೆ ಕ್ಯಾನ್ಸರ್ ಇದೆ ಅಂತ ನಮಗೆ ಗೊತ್ತಿದೆ, ಪಾತ್ರಕ್ಕೆ ಗೊತ್ತಿಲ್ಲ, ಯಶ್‌ನ ರಾಮಾಚಾರಿಯಲ್ಲಿಯೂ ಇದು ಇದೆ, ಅವನು ಪ್ರೀತಿ ಮಾಡುತ್ತಾ ಇರುವುದು ಗೆಳೆಯನ ತಂಗಿಯನ್ನೇ ಅಂತ ನಮಗೆ ಗೊತ್ತಿದೆ. ಆದರೆ ಪಾತ್ರಗಳಿಗೆ ಗೊತ್ತಿಲ್ಲ. ಸಸ್ಪೆನ್ಸ್ ಚಿತ್ರಗಳಲ್ಲಂತೂ ಇದು ಇದ್ದೇ ಇರುತ್ತದೆ, ಹೆಣ್ಣುಮಗಳು ಕತ್ತಲಲ್ಲಿ ಒಬ್ಬಳೇ ಒಂದು ಕಡೆ ಹೋಗುತ್ತಾಳೆ, ಚುರುಕ್ ಅನ್ನಿಸುವಂತ ಹಿನ್ನೆಲೆ ಸಂಗೀತ! ಕೊಲೆಗಾರ ಅಲ್ಲೇ ಹಿಂದೆ ಇದ್ದಾನೆ ಅಂತ ನಮಗೆ ಗೊತ್ತಿರುತ್ತದೆ ಆದರೆ ಪಾಪ ಪಾತ್ರಗಳಿಗೆ ಅದು ಗೊತ್ತೇ ಇರುವುದಿಲ್ಲ! ನಾಟಕೀಯ ವ್ಯಂಗ್ಯ ಇದೆ ಅಂತಾದರೆ ಪ್ರೇಕ್ಷಕ ಚಡಪಡಿಸಿದ ಅಂತಲೇ ಅರ್ಥ! ಇನ್ನು ಪಾತ್ರಗಳಿಗೆ ಏನೋ ಗುಟ್ಟು ಗೊತ್ತಿದೆ, ಅದು ನಮಗೆ ಗೊತ್ತಿಲ್ಲ ಅಂತಾದರೂ ಮತ್ತೊಂದು ಬಗೆಯ ಸಸ್ಪೆನ್ಸ್ ಹುಟ್ಟುತ್ತದೆ.

ಇವೆಲ್ಲ ಇದ್ದ ಮಾತ್ರಕ್ಕೆ ಒಂದು ಒಳ್ಳೆಯ ಚಿತ್ರ ಆಗಿಯೇ ಆಗುತ್ತದೆ ಅಂತಲ್ಲ, ಸಾಕಷ್ಟು ಜನಮೆಚ್ಚಿದ ಚಿತ್ರಗಳಲ್ಲಿ ಈ ಅಂಶಗಳು, ತಂತ್ರಗಳು ಇವೆ. ಒಬ್ಬನಿಗೆ ಓಡುವುದನ್ನೇ ಕಲಿಸಲು ಆಗುವುದಿಲ್ಲ, ಆದರೆ ನೂರು ಮೀಟರ್ ಹತ್ತು ಸೆಕೆಂಡಿನಲ್ಲಿ ಓಡುವವನೊಬ್ಬ ಇದ್ದರೆ ಅವನನ್ನು 9.8 ಸೆಕೆಂಡಿನಲ್ಲಿ ಓಡುವ ಹಾಗೆ ಮಾಡಬಹುದು. ಹಾಗೆಯೇ ಒಂದು ಕಥಾವಸ್ತು ತಲೆಯಲ್ಲಿ ಬಂದರೆ ಅದನ್ನು ಗುದ್ದಿ, ಕೆತ್ತಿ, ರೂಪ ಕೊಟ್ಟು ಒಂದು ಚಂದದ ಶಿಲ್ಪ ಮಾಡುವುದು ಹೇಗೆ ಅಂತ ಹೇಳಬಹುದು ಅಷ್ಟೇ.

ಈಗ ನೀವೊಂದು ಕಥೆ ಬರೆದಿದ್ದೀರಿ, ಅದರಲ್ಲಿ ನಡುವೆ ಇಪ್ಪತ್ತೈದು ನಿಮಿಷ ಯಾಕೋ ಬೋರು ಹೊಡೆಯುತ್ತಿದೆ ಅಂತಿಟ್ಟುಕೊಳ್ಳಿ. ಆಗ ಮೇಲೆ ಹೇಳಿದ ಅಂಶಗಳು ಸಹಾಯಕ್ಕೆ ಬರಬಹುದು. ಇಪ್ಪತ್ತೈದು ನಿಮಿಷ ಬೋರು ಹೊಡೆಯುತ್ತಿದೆ ಅಂದರೆ ಆ ದೃಶ್ಯಗಳಲ್ಲಿ ಹೀರೋವಿಗೆ ಯಾವುದೇ ಸವಾಲು, ಕಷ್ಟ, ಅಡಚಣೆ ಬರುತ್ತಿಲ್ಲ ಅಂತ ಹೇಳಿಬಿಡಬಹುದು. ಹೀಗೆ. ಒಳ್ಳೆ ಸಿಹಿ ತಿಂಡಿ ಮಾಡುವುದಕ್ಕೆ ಸಕ್ಕರೆ, ತುಪ್ಪ ಎಲ್ಲ ಬೇಕಾಗುತ್ತದೆ ಅಂತ ಹೇಳಬಹುದು, ಹಾಗಂತ ಸಕ್ಕರೆ ತುಪ್ಪಗಳು ಇದ್ದ ಮಾತ್ರಕ್ಕೆ ಬಾಯಿ ಚಪ್ಪರಿಸುವಂತೆ ಮಾಡುವ ಸಿಹಿ ತಿಂಡಿ ತಯಾರಾಗುತ್ತದೆ ಅನ್ನುವುದು ಕಷ್ಟ. ಕಥೆ ಅನ್ನುವುದು ಹಾಗೆಲ್ಲ ಸುಲಭಕ್ಕೆ ಒಲಿಯದ ಹುಡುಗಿಯಂತೆ, ಒಲಿಯಲಿಲ್ಲ ಅಂತ ಬಿಡುವ ಹಾಗೂ ಇಲ್ಲ, ಒಲಿಯುತ್ತಾಳೆ ಅಂತ ಭರವಸೆಯಿಂದ ಹೇಳುವ ಹಾಗೂ ಇಲ್ಲ. ಒಲಿಸಿಕೊಳ್ಳುವ ಪ್ರಯತ್ನ ಮಾಡಬೇಕಷ್ಟೇ!

ದಕ್ಷಿಣ ಕನ್ನಡದ ಹಳ್ಳಿಯೊಂದರಿಂದ ಬಂದಿರುವ ಶರತ್ ಅನ್ನಕ್ಕೆ ಸಾಫ್ಟ್‌ವೇರ್ ಎಂಜಿನಿಯರಿಂಗ್ ವೃತ್ತಿಯನ್ನು ನೆಚ್ಚಿಕೊಂಡು, ಬಿಡುವಾದಾಗ ಹವ್ಯಾಸಗಳ ಬೆನ್ನು ಹತ್ತುತ್ತಾರೆ. ವಿಜ್ಞಾನ, ಗಣಿತ ಅಂದರೆ ಪ್ರೀತಿ, ಸಿನೆಮಾ, ಸಾಹಿತ್ಯ ಅಂದರೆ ಜೀವ. ರಂಗಭೂಮಿ, ಯಕ್ಷಗಾನ ಇವೆಲ್ಲವೂ ಇವರ ಆಸಕ್ತಿಯ ಕ್ಷೇತ್ರಗಳೇ. ಸಿನೆಮಾ, ಸಾಹಿತ್ಯ, ಗಣಿತ, ವಿಜ್ಞಾನ, ಜಾಗತಿಕ ವಿದ್ಯಮಾನಗಳಿಂದ ಹಿಡಿದು ಅರ್ಥಶಾಸ್ತ್ರದ ವರೆಗೆ ಅಷ್ಟಿಷ್ಟು ಬರೆದಿದ್ದಾರೆ. ಇವೆಲ್ಲ ಯಾರ ಜಪ್ತಿಗೂ ಸಿಗದ ನವಿಲು ಅನ್ನುವ ಕಂಗ್ಲಿಷ್ ಬ್ಲಾಗಿನಲ್ಲಿ ಸಿಗುತ್ತವೆ. (http://sharathbhats.blogspot.in/). ಸಣ್ಣ ಕಥೆ, ಅನುವಾದಿಸಿದ ಕಥೆ, ಹಾಸ್ಯ ಲೇಖನಗಳು ಆಗೊಮ್ಮೆ ಈಗೊಮ್ಮೆ ಪತ್ರಿಕೆಗಳಲ್ಲಿ ಬಂದದ್ದೂ ಉಂಟು.

ಯಕ್ಷಗಾನದಲ್ಲೇ ಕತೆ ಕಟ್ಟುವ ಅಪೂರ್ವ ಕಲೆ ಅಡಗಿದೆ

ವಿಕಾಸ ನೇಗಿಲೋಣಿ

ನೀವು ಯಕ್ಷಗಾನವನ್ನು ನೋಡುವವರಾಗಿದ್ದರೆ ಪ್ರತಿ ಯಕ್ಷಗಾನ ಪ್ರಸಂಗಗಳೂ ಅತ್ಯುತ್ತಮ ಚಿತ್ರಕತೆಗಳೇ. ಈಗಲೂ ನೆನಪಲ್ಲುಳಿಯುವಂಥ ಒಂದು ಅತ್ಯುತ್ತಮ ದೃಶ್ಯ ಎಂದರೆ ಕಂಸನಿಗೆ ಕನಸು ಬೀಳುವುದು. ಕಂಸ ಬಿಲ್ಲ ಹಬ್ಬಕ್ಕೆ ಕೃಷ್ಣನನ್ನು ಕರೆದು ತರುವಂತೆ ಮಂತ್ರಿ ಅಕ್ರೂರನಿಗೆ ಹೇಳಿದ್ದಾನೆ. ಅವನು ಕರೆತರುತ್ತಾನೆ, ಕರೆದು ತಂದ ಕೂಡಲೇ ಅವನನ್ನು ಕೊಂದು ಹಾಕುವುದು ಕಂಸನ ಪ್ಲಾನ್. ಆದರೆ ಅವನ ಪ್ಲಾನ್ ಪ್ರಕಾರ ಜಗತ್ತು ನಡೆಯುವುದಿಲ್ಲ, ವಿಧಿ ಅನ್ನೋದು ತನ್ನದೇ ಸ್ಕ್ರೀನ್‌ಪ್ಲೇ ಬರೆದಿರುತ್ತದೆ. ಅವನಿಗೆ ಆ ರಾತ್ರಿ ಒಂದು ಕನಸು ಬೀಳುತ್ತದೆ. ಆ ಕನಸನ್ನು ಕಂಡ ಕಂಸ ಮಂಚದಿಂದ ಕೆಳಗುರುಳಿ ಬೀಳುತ್ತಾನೆ. ತಾನು ನೆತ್ತಿಗೆ ಎಣ್ಣೆ ಲೇಪಿಸಿಕೊಂಡು ಹೋಗುತ್ತಿರುವಂತೆ ಕನಸು ಬಿದ್ದಿರುತ್ತದೆ ಅವನಿಗೆ. ಆ ಅವನ ಕನಸು, ಮರುದಿನ ಆತ ಕಾಣಲಿರುವ ಸಾವಿನ ಸಂಕೇತ. ಮನುಷ್ಯ ಒಂದು ಎಣಿಸಿದರೆ ದೈವದ ಎಣಿಕೆ ಮತ್ತೊಂದೇ ಆಗಿರುತ್ತದೆ ಅನ್ನುವುದನ್ನು ಹೇಳುವ ದೃಶ್ಯ ಅದು.

ಅದು ಬಹುಶಃ ಭಾರತೀಯ ಪರಂಪರೆಯ ಅತ್ಯುತ್ತಮ ಚಿತ್ರಕತೆ ಆಗಿರಬಹುದು. ಕಂಸನ ಕ್ರೌರ್ಯ, ಅಂಥವನನ್ನೇ ಬೆಚ್ಚಿ ಬೀಳಿಸುವ ದುಃಸ್ವಪ್ನ, ಮರುದಿನ ನಡೆಯುವ ಕಂಸನ ವಧೆಗೆ ಅದೇ ರೂಪಕವಾಗುವ ಚೋದ್ಯವೆಲ್ಲವನ್ನೂ ಆ ಒಂದು ಪರಿಣಾಮಕಾರಿ ದೃಶ್ಯ ಹೇಳಿಬಿಡುತ್ತದೆ. ಹಾಗಾಗಿ ಚಿತ್ರಕತೆ ಅಂದರೆ ಏನಾಗಿರಬಹುದು ಅಂತ ಈಗ ನಿಂತು ಹಿಂದೆ ತಿರುಗಿ ನೋಡಿದರೆ ಇಂಥ ಹಲವು ದೃಶ್ಯಗಳನ್ನು ಯಕ್ಷಗಾನ ಪರಂಪರೆ ಬಿಟ್ಟುಕೊಡುತ್ತದೆ. ಕತೆಯೊಂದನ್ನು ಒಂದು ಟೈಮ್‌ಲೈನ್‌ನಲ್ಲಿ ಹೇಗೆ ಹೇಳಬೇಕು, ಪ್ರಪೋರ್ಶನೇಟ್ ಆಗಿ ಎಲ್ಲೆಲ್ಲಿ ಏನೇನನ್ನು ತುಂಬಬೇಕು, ಯಾವ ದೃಶ್ಯ, ಯಾವ ಸಂದರ್ಭದಲ್ಲಿ ಹೇ ಹೋಗಬೇಕು, ಎಲ್ಲಿ ನಿಮ್ಮನ್ನು ಕಲಕಬೇಕು, ಯಾವಾಗ ನಿಮ್ಮನ್ನು ನಗಿಸಬೇಕು, ಯಾವಾಗ ನಿಮ್ಮೊಳಗಿನ ಶೃಂಗಾರವನ್ನು ಉದ್ದೀಪಿಸಬೇಕು–ಇವೆಲ್ಲವನ್ನೂ ಒಂದು ಯಕ್ಷಗಾನ ಹೇಗೆ ತನಗೆ ಅರಿವಿಲ್ಲದೇ ಒಳಗೊಳ್ಳುತ್ತಿತ್ತೋ– ಅದೇ ಸಿನಿಮಾಕ್ಕೂ ಮಾದರಿ ಆಗಬಹುದು. ಹಾಗಾಗಿ ನಮಗೆ ಭಾರತೀಯರಿಗೆ ಸ್ಕ್ರೀನ್‌ಪ್ಲೇ ತಜ್ಞ ಸಿಡ್ ಫೀಲ್ಡ್ ಬೇಕಾಗಿಲ್ಲ, ನಾವು ಅನುಸರಿಸಿಕೊಂಡು ಬಂದ ಹಲವು ದೃಶ್ಯ ಕಲೆಯಲ್ಲೇ ನಮಗೆ ಸಿದ್ಧ ಚಿತ್ರಕತೆಯ ಮಾದರಿಗಳಿವೆ.

ಇನ್ನು ಯಕ್ಷಗಾನಕ್ಕೆ ಹೋಗುವ ಪ್ರಕ್ರಿಯೆಯಲ್ಲೂ ಒಂದು ಚಿತ್ರಕತೆಯ ಪ್ಯಾಟರ್ನ್ ಇದೆ. ಕೆಲ ದಶಕಗಳ ಹಿಂದೆ ರಾತ್ರಿ ಇಡೀ ನಡೆವ ಯಕ್ಷಗಾನ ಪ್ರಸಂಗಕ್ಕೆ ಹೋಗಬೇಕೆಂದರೆ ಮಲೆನಾಡಿನ ಪ್ರತಿ ಮನೆಗಳಲ್ಲೂ ಹೆಚ್ಚುಕಡಿಮೆ ಒಂದೇ ಥರದ ಚಿತ್ರಕತೆ ಸಿದ್ಧವಾಗುತ್ತಿತ್ತು. ಬೆಳಗ್ಗೆಯಿಂದ ಚಿಕ್ಕ ಮಕ್ಕಳ ಕೈಯಲ್ಲಿ ಬೇಕಾದ ಕೆಲಸ ಮಾಡಿಸುವುದು, ಹೆಚ್ಚು ಹಠ ಮಾಡಿದರೆ ಯಕ್ಷಗಾನಕ್ಕೆ ಕರೆದುಕೊಂಡು ಹೋಗುವುದಿಲ್ಲ ಅನ್ನುವ ಬೆದರಿಕೆ, ಅನಂತರ ರಾತ್ರಿ ಸರಿಯಾಗಿ ಊಟ ಮಾಡಬೇಕು ಅನ್ನುವ ಆಜ್ಞೆ, ಊಟ ಸೇರದಿದ್ದರೂ ಯಕ್ಷಗಾನಕ್ಕೆ ಹೋಗಬೇಕೆಂಬ ಉಮ್ಮೇದಿಗೆ ಹೊಟ್ಟೆತುಂಬ ತುರುಕಿಕೊಳ್ಳುವುದು, ಅನಂತರ ಇರುವ ಏಕೈಕ ಬಸ್ಸಿಗೋಸ್ಕರ ಕಾಯುವಿಕೆ, ಆ ಬಸ್ಸು ಬರದೇ ಹೋದರೆ ಅನ್ನುವ ಹೆದರಿಕೆ, ಟೆನ್ಶನ್ ಬಿಲ್ಡಪ್, ಬಸ್ಸು ಸಿಕ್ಕರೆ ಸಂಭ್ರಮ ಹೆಚ್ಚಾಗಿ ಮನಸ್ಸೊಳಗೇ ಒಂದು ಸಾಂಗು, ಅದಾದ ಮೇಲೆ ಬಸ್ಸಿಳಿದು ಬಯಲಲ್ಲಿ ಹಾಕಿದ ವಿದ್ಯುದ್ದೀಪಾಲಂಕೃತ ಭವ್ಯ ರಂಗಮಂಟಪದಲ್ಲಿ ಯಕ್ಷಗಾನ. ಸುಮಾರು ಎಂಟು ತಾಸು ಬಿಟ್ಟ ಕಣ್ಣು ಮುಚ್ಚದೇ ಯಕ್ಷಗಾನ ವೀಕ್ಷಣೆ, ಮುಗೀತಾ ಬಂದ ಹಾಗೇ ಬೇಸರಕ್ಕೆ ಗಂಟಲ ಸೆರೆ ಉಬ್ಬುವುದು, ಬೆಳಗ್ಗೆ ಆರು ಆಗುತ್ತಲೇ ನಾವು

ಕೂತ ಹಿಂದಿನ ಸಾಲಿನಿಂದ ಆಗಲೇ ಟೆಂಟ್ ಬಿಚ್ಚುವ ಪ್ರಕ್ರಿಯೆ, ಅನಂತರ ಮಂಗಳ ಪದ್ಯ, ಹಿಂದಿರುಗಿ ನೋಡಿದರೆ ರಾತ್ರಿಯ ಇಂದ್ರನ ಅಮರಾವತಿಯನ್ನು ಯಾರೋ ಕೊಡಲಿ ಏಟು ಹಾಕಿ, ಕತ್ತರಿಸಿ ಬಿಸಾಕಿದಂತೆ ಅನುಭವ. ಅನಂತರ 'ಎದ್ದೇಳು ಮಂಜುನಾಥ ಎದ್ದೇಳು' ಅನ್ನೋ ಪಿಬಿಎಸ್ ಹಾಡಿನೊಂದಿಗೆ ಶುಭಂ.

ಈ ಜರ್ನಿಯಲ್ಲಿ ಒಂದು ಸ್ಕ್ರೀನ್‌ಪ್ಲೇ ಇದ್ದರೆ ನಮ್ಮ ನಿಮ್ಮ ಜೀವನದಲ್ಲಿ ಕೇಳಿದ ನೋಡಿದ ಘಟನೆಗಳಲ್ಲೂ ಸ್ಕ್ರೀನ್‌ಪ್ಲೇ ಇಲ್ಲವೆಂದೇನಿಲ್ಲ. ಅತ್ಯುತ್ತಮ ಸಂಭಾಷಣೆ ನಮ್ಮ ಮನೆಗಳಿಗೆ ಬರುತ್ತಿದ್ದ ಕೆಲಸದ ಹೆಂಗಸರ ಬಾಯಲ್ಲಿ ಬರುತ್ತಿತ್ತು. ಕೆಲಸ ಮಾಡುತ್ತಾ ಮಾಡುತ್ತಾ ಮಕ್ಕಳಿಗೆ ತೋಟದಲ್ಲಿ ಹೇಳುವ ಕತೆಗಳೂ, ಅವರು ಹೆಣೆದು ಹೇಳುತ್ತಿದ್ದ ರೀತಿಯಲ್ಲೂ ಒಂದು ಅಮೆಚ್ಯೂರ್ ಸ್ಕ್ರೀನ್‌ಪ್ಲೇ ಕ್ರಮವಿತ್ತು. ಕಣ್ಣು ಮಿಟುಕಿಸದಂತೆ ನೋಡುತ್ತಾ, ಕತೆ ಕೇಳುವ ಮಕ್ಕಳಿಗೆ ಸ್ವಲ್ಪವೂ ಬೋರಾಗದಂತೆ ಮಾಡುವ ಶಕ್ತಿ ಆಕೆ ಹೇಳುವ ಕತೆ ಮತ್ತು ಅದರ ಕ್ರಮಕ್ಕಿತ್ತು. ಕೆಲಸದ ಹೆಂಗಸೊಬ್ಬಳು ಸುಮ್ಮನೆ ಹೇಳುತ್ತಿದ್ದಳು- 'ವಯಸ್ಸು ನೋಡಿ ಮಗೀಗೆ, ಎಷ್ಟಾಯ್ತು, ಅದಕ್ಕೇನ್ ಗೊಬ್ಬರ ಹಾಕ್ಬೇಕಾ, ನೀರು ಹಾಕ್ಬೇಕಾ!' ಬಹುಶಃ ಪ್ರಾರಂಭದಲ್ಲಿ ಕೇಳಿದ ಅತ್ಯುತ್ತಮ ಸಂಭಾಷಣೆ ಅದಾಗಿದ್ದಿರಬಹುದು. ಒಂದು ಸಿನಿಮಾ ನೋಡಿಸಿಕೊಳ್ಳಬೇಕಾದಾಗ ಆ ಕತೆಯಾಗಲೀ, ಅದನ್ನು ಹೇಳುವ ಕ್ರಮ (ಸ್ಕ್ರೀನ್‌ಪ್ಲೇ) ಆಗಲೀ, ಮಧ್ಯೆ ಮಧ್ಯೆ ಪ್ರಭಾವಶಾಲಿ ಘಟನೆಯಾಗಲೀ, ಅದಕ್ಕೆ ಬಳಸುವ ಮಾತಾಗಲೀ ಬಹಳ ಮುಖ್ಯ. ಆ ತಂತ್ರಗಳು ನಮ್ಮ ಜನಜೀವನದಲ್ಲೇ ಹಾಸುಹೊಕ್ಕಾಗಿವೆ.

ಇದರ ನಂತರ ನೋಡಲು ಶುರು ಮಾಡಿದ್ದು ಸಿನಿಮಾಗಳನ್ನು. ಸಿನಿಮಾಗಳೂ ಬಹುಶಃ ಎಲ್ಲರಿಗೂ ಮೊದಲು ಒಂದು ಆಕರ್ಷಣೆ ಮಾತ್ರ. ಮೊದಲ ಸೀನ್‌ಗೂ ಕೊನೆಯ ಸೀನ್‌ಗೂ ಮಧ್ಯೆ ನಡೆವ ಘಟನೆಗಳ ಗುಚ್ಛ, ನಮ್ಮನ್ನು ಬೇರೆ ಬೇರೆ ಕಾರಣಕ್ಕೆ ಸೆಳೆಯುತ್ತಿರುತ್ತದೆ. ಹೀರೋನ ಆ್ಯಕ್ಷನ್, ಹೀರೋಯಿನ್ ಸೌಂದರ್ಯ, ಒಳ್ಳೆಯ ಪಾತ್ರಗಳ ಕರುಣೆ, ಕೆಟ್ಟ ಪಾತ್ರಗಳ ಕ್ರೌರ್ಯ, ಅಲ್ಲಲ್ಲಿ ಹಾಸ್ಯ- ಇವೆಲ್ಲವೂ ಸೇರಿ ಒಂದು ಸಿನಿಮಾ ಆಗುತ್ತಿತ್ತು. ಮೊದಲು ಥೇಟರ್‌ನಲ್ಲಿ ನೋಡಿದ ಬಂಧನ, ಗೊತ್ತೇ ಆಗದೇ ನಮ್ಮೊಳಗೆ ಯಾವುದೋ ಕಾರಣಕ್ಕೆ ಇಳಿದು ಬಿಟ್ಟಿತ್ತು. ಆಗಾಗ ನೋಡಿದ ಕೆಲ ಸಿನಿಮಾಗಳೂ ಅಷ್ಟೇ, ಅವು ಯಾಕೆ ಇಷ್ಟ, ಅದರ ಕತೆ ಏನು, ಸಂಭಾಷಣೆ ನೆನಪಿದೆಯಾ, ಯಾವ ಸೀನ್ ಇಷ್ಟ ಅನ್ನುವ ಪ್ರಶ್ನೆಗಳನ್ನೂ ಮೀರಿ ಮೊದಮೊದಲು ನೋಡುವ ಸಿನಿಮಾ ಎಂಬ ಮಾಯಾಲೋಕದ ವಿಸ್ಮಯ ಸುಮ್ಮನೆ ತನ್ನೊಳಗೆ ಎಳೆದುಕೊಂಡುಬಿಟ್ಟಿತ್ತು.

ಅನಂತರ ಸಿನಿಮಾಗಳನ್ನು ಅಧ್ಯಯನ ಮಾಡುತ್ತಾ ನೋಡಲು ಶುರು ಮಾಡಿದ ಮೇಲೆ ಅದನ್ನು ಬೇರೆಯದೇ ರೀತಿ ಗಮನಿಸುತ್ತಾ ಕುಳಿತರೆ ತಂತ್ರ, ಸ್ಕ್ರೀನ್ ಪ್ಲೇ ಹರಿವು, ಮಾತು, ಮೌನ, ಹಿನ್ನೆಲೆ ಸಂಗೀತ, ಛಾಯಾಗ್ರಹಣ, ನಟನೆ- ಇವೆಲ್ಲವೂ ಸೇರಿ ಅದು ಬೇರೆಯದೇ ಜಗತ್ತಾಗಿ ಪರಿಣಮಿಸಿದೆ. ಆದರಲ್ಲೂ ಈಗ ಕಿರುಚಿತ್ರಗಳು ಬಂದು, ಅದು ಸಿನಿಮಾ ಮತ್ತು ಬದುಕಿನ ನಡುವಿನ ತೆಳು ಗೆರೆಯನ್ನೇ ಅಳಿಸಿಹಾಕಿಬಿಟ್ಟಿದೆ. ನನ್ನ ನಿತ್ಯ ಜೀವನದ ಒಂದು ಸಣ್ಣ ತಮಾಷೆ, 3 ನಿಮಿಷದ ಒಂದು ಘಟನೆಯೇ ಇವತ್ತು ಯಥಾವತ್ ಸಿನಮಾ ಆಗಿ ನಮ್ಮೆದುರು ಬಂದುಬಿಡುತ್ತದೆ. ಹಾಗಾಗಿ ಸ್ಕ್ರೀನ್‌ಪ್ಲೇ ಅಂದರೆ ಪ್ರತ್ಯೇಕ, ಅದಕ್ಕೊಂದು ಸಂಭಾಷಣೆ, ನೆನಪಲ್ಲಿಟ್ಟುಕೊಳ್ಳಬೇಕಾದ ಮಾತು- ಈ ಎಲ್ಲಾ ಪ್ರತ್ಯೇಕತೆಯನ್ನೂ ಮೀರಿ, ನೋಡಿದ್ದನ್ನು ಹಿಡಿದಿಡುವ ಒಂದು ದೃಶ್ಯ ಪ್ರಭೇದವಷ್ಟೇ ಸಿನಿಮಾ ಅನ್ನೋ ಮಾಧ್ಯಮ ಆಗಿಹೋಗಿದೆ. ಹಾಗಾಗಿ ಇವತ್ತು ಸ್ಕ್ರೀನ್ ಪ್ಲೇಗೆ ಹಳೆಯ ಮ್ಯಾಕೆ ಆಗಲೀ, ಸಿಡ್ ಫೀಲ್ಡ್ ಆಗಲೀ ಉಪಯೋಗಕ್ಕೆ ಬರುತ್ತಾನೋ ಇಲ್ಲವೋ- ಗೊತ್ತಿಲ್ಲ.

ಸಿನಿಮಾಗಳ ಹೊರತಾಗಿ ಕಿರುತೆರೆಗೆ ಬಂದರೆ ಭಾರತೀಯ ಕಿರುತೆರೆಗೇ ಪ್ರತ್ಯೇಕ ಸ್ಕ್ರೀನ್‌ಪ್ಲೇ ಬರವಣಿಗೆ ಇದ್ದ ಹಾಗೆ ಕಾಣುತ್ತದೆ. ಅದನ್ನು ನೋಡುವ ಜನ, ಅವರ ವಿರಾಮ, ಅವರ ಕೆಲಸ, ಅವರ ಮನಸ್ಥಿತಿಗೋಸ್ಕರವೇ ಪ್ರತ್ಯೇಕ ಸ್ಕ್ರೀನ್ ಪ್ಲೇ ಇದೆಯೇನೋ ಅಂತ ಅನ್ನಿಸಲಿಕ್ಕೆ ಶುರುವಾಗಿದೆ. ಕಾರಣ, ಅಲ್ಲಿ ಸಿನಿಮಾದಷ್ಟು ಮುಕ್ತ ಅವಕಾಶವಿಲ್ಲ, ಚಿತ್ರಕತೆಗೆ. ಅಲ್ಲಿ ಅದರದೇ ಆದ ಪ್ರತಿಬಂಧಗಳಿವೆ. ಹೀರೋಯಿನ್ ಒಳ್ಳೆಯವಳೂ, ಗಜ ಗೌರಮ್ಮನೂ ಆಗಿರಬೇಕು, ಕತೆ ಹೆಣ್ಣಿನ ದೃಷ್ಟಿ ಕೋನದಲ್ಲೇ ಇರಬೇಕು, ಅವಳು ಪ್ರತಿಭಟಿಸುವ ಪ್ರವೃತ್ತಿಯನ್ನು ಕಮ್ಮಿ ಬೆಳೆಸಿಕೊಳ್ಳಬೇಕು, ತಗ್ಗಿಬಗ್ಗಿ ನಡೆಯಬೇಕು. ಹೀಗೆ ನೂರಾರು 'ನೋ'ಗಳನ್ನು ಜೋಡಿಸಿ ಒಂದು ಧಾರಾವಾಹಿಯಾಗುವುದರಿಂದ ಆ ಪಾತ್ರಗಳಿಗೆ ಬರೆವ ಚಿತ್ರಕತೆಗಳೂ ಕಾಲಿಗೆ ಹಗ್ಗ ಕಟ್ಟಿಕೊಂಡು ನಡೆಯುವಂತೆ ಇರುತ್ತದೆ. ಆ ಕೊಟ್ಟ ಜಾಗದಲ್ಲೇ ಚಿತ್ರಕತೆ ಬರೆದು ಪಾತ್ರಗಳನ್ನು ಕುಣಿಸಬೇಕು.

ಅದಷ್ಟು ಆದಮೇಲೆ ಇನ್ನೂ ಕೆಲವೊಂದಷ್ಟು ಸಮಸ್ಯೆಗಳು ಕಿರುತೆರೆಯಲ್ಲಿ ಎದುರಾಗುತ್ತವೆ. ಒಂದು ಧಾರಾವಾಹಿಯಲ್ಲಿ ಹೆಚ್ಚಿನ ಸೀನ್‌ಗಳನ್ನು ಒಬ್ಬ ಬರಹಗಾರ ಅಡುಗೆಮನೆ, ಹಾಲ್, ರೂಮ್ ಇಟ್ಟುಕೊಂಡೇ 'ಇನ್‌ಡೋರ್' ಗೇಮ್ ಆಡಬೇಕಾಗುತ್ತದೆ. 'ಔಟ್ ಡೋರ್' ಗೇಮ್ ಏನಾದರೂ ಆಡಬೇಕಿದ್ದರೆ

ಅದು ಚೇಸಿಂಗೋ, ಕಿಡ್ನ್ಯಾಪೋ ಆಗಿರಬೇಕಷ್ಟೇ. ಮತ್ತೆ ಆಫೀಸಿನ ವಿಚಾರಗಳು ಧಾರಾವಾಹಿಯಲ್ಲಿ ಬರುವಂತಿಲ್ಲ. ಯಾಕೆಂದರೆ ಹೆಣ್ಮಕ್ಕಳು ನೋಡುವ ಜಗತ್ತು ಅಂತ ಧಾರಾವಾಹಿಯನ್ನು ಕರೆದಿರುವುದರಿಂದ ಕತೆ 'ನಡುಮನೆ'ಯನ್ನು ದಾಟಿ ಆಚೆ ಹೋಗುವಂತಿಲ್ಲ, ಆಫೀಸು ಇತ್ಯಾದಿ ಗಂಡಸರ ಪ್ರಪಂಚವನ್ನಂತೂ ತೋರಿಸುವ ಹಾಗೇ ಇಲ್ಲ. ಅದಷ್ಟೇ ಅಲ್ಲ, ಯಾವುದೇ ಧಾರಾವಾಹಿಯಾದರೂ ಅದಕ್ಕೆ ಅದರದ್ದೇ ಆದ ಕೆಲ ಚೌಕಟ್ಟುಗಳಿವೆ. ಒಬ್ಬಳು ಹೆಂಗಸು ಕೆಟ್ಟವಳಾಗಿರಲೇಬೇಕು, ಮನೆಯಲ್ಲಿದ್ದೇ ಮನೆ ಮುರಿಯಬೇಕು, ಕೆಲವೊಂದಷ್ಟು ರಹಸ್ಯಗಳು ಇನ್ನೇನು ಬಯಲಾದವು ಅನ್ನುವ ಹೊತ್ತಿಗೆ ಬಯಲಾಗಬಾರದು. ಹಾಗಾಗಿ ಕತೆಯನ್ನು ಅದರ ಅನುಸಾರವೇ ಚಿತ್ರಕತೆಯಾಗಿಸಬೇಕಾಗುತ್ತದೆ. ಇವತ್ತು ಹೇಳಿದ ಕತೆಯನ್ನು ನಾಳೆಯೂ ಪ್ರೇಕ್ಷಕ ಬಂದು ಕೂರುವಂಥ ಚಿತ್ರಕತೆಯನ್ನು ಬರೆಯಬೇಕಾಗುವುದು ಬರಹಗಾರನ ಸವಾಲಾಗಿರುತ್ತದೆ.

ಇನ್ನು ಸಂಭಾಷಣೆಯ ವಿಷಯಕ್ಕೆ ಬಂದರೆ ಧಾರಾವಾಹಿಗಳಿಗೆ ಬರೆವ ಸಂಭಾಷಣೆಗಳು ಆದಷ್ಟು ಪಂಚಿಂಗ್ ಮತ್ತು ಒಬ್ಬರಿಗೊಬ್ಬರ 'ಟಾಂಗ್' ಬೇಡುತ್ತವೆ. ಸ್ವಲ್ಪ ಸೆಂಟಿಮೆಂಟ್, ಸ್ವಲ್ಪ ರೌಡಿಸಂ, ಸ್ವಲ್ಪ ಜಗಳ, ಸ್ವಲ್ಪ ಕಾದಾಟ ಇವೆಲ್ಲಾ ಇದ್ದರೇ ಆ ಧಾರಾವಾಹಿಗೊಂದು ಉಪ್ಪು ಹುಳಿ ಖಾರ ಬಿದ್ದಂತೆ. ಇಲ್ಲವೆಂದರೆ ಟಿವಿ ಮುಂದೆ ಕೂರುವ ಪ್ರೇಕ್ಷಕಿಯ ಗಮನವನ್ನು ಸೆಳೆಯಲಿಕ್ಕಾಗುವುದಿಲ್ಲ. ಜೊತೆಗೆ ಧಾರಾವಾಹಿಯಲ್ಲಿ 10 ಸೆಕೆಂಡಿನಷ್ಟೂ ಮೌನವನ್ನು ಬಿಡಬಾರದು ಅನ್ನುವ ಒಂದು ಮಾತಿದೆ. ಇದಕ್ಕೆ ಕಾರಣ ಏನು ಅಂದರೆ ಮನೆಯಲ್ಲಿ ಹೆಣ್ಮಕ್ಕಳು ಕೆಲಸ ಮಾಡುತ್ತಾ ಧಾರಾವಾಹಿ ನೋಡುತ್ತಾರೆ, ಅವರಿಗೆ ಯಾವ ವಿಚಾರವೂ ತಪ್ಪಿ ಹೋಗಬಾರದು, ಹಾಗೆ ಒಬ್ಬ ಸಂಭಾಷಣಾಕಾರ ಮಾತನ್ನು ಬರೆಯಬೇಕಾಗುತ್ತದೆ. ನಾನು ನಿನಗೆ ಹೊಡೆಯುತ್ತೇನೆ, ಹೊಡೆಯುತ್ತಿದ್ದೇನೆ, ಹೊಡೆದೆ ಅನ್ನುವುದನ್ನೂ ಬರಹಗಾರ ಬರೆಯಬೇಕು. ಇಲ್ಲಿ ಕೃತಿಗಿಂತ ಮಾತಿಗೇ ಹೆಚ್ಚಿನ ಅವಕಾಶ.

ಇವತ್ತು ಒಂದು ಚಿತ್ರಕತೆ, ಸಂಭಾಷಣೆ ಅನ್ನುವುದಕ್ಕೆ ನಂನಮ್ಮ ನೇಟಿವಿಟಿ ಮುಖ್ಯ ಅನ್ನುವ ಹಾಗಿಲ್ಲ. ಯಾವ ಪ್ರದೇಶದ ಕತೆಯಾದರೂ ಆ ಕತೆಯನ್ನು ಮನರಂಜನಾತ್ಮಕವಾಗಿ ಕೊಡುವುದು ಎಂದಾಗಿದೆ. ಹಾಗಾಗಿ ನಾವು ಕೊಡುವ ಕತೆ, ಚಿತ್ರಕತೆ, ಸಂಭಾಷಣೆಯಲ್ಲಿ ನಾವು ಮಾಡಬೇಕಾಗಿರುವುದಿಷ್ಟೇ, ನಮ್ಮ ಸಾಂಸ್ಕೃತಿಕ

ಲೋಕದ ತಂತ್ರ, ಶಕ್ತಿ, ಒಳ್ಳೆಯ ಅಂಶಗಳನ್ನು ಬಳಸಿಕೊಂಡು ನಾವು ಬೇರೆ ಭಾಷೆಗಳಿಗಿಂತ ಭಿನ್ನವಾದ, ಭಿನ್ನ ಅನುಭವದ ಕತೆಯನ್ನು ದೃಶ್ಯ ರೂಪದಲ್ಲಿ ಕೊಡಬೇಕಾಗಿದೆ.

ಯಕ್ಷಗಾನದಂಥ ಹಲವು ವರ್ಣರಂಜಿತ ಪ್ರಕಾರಗಳಲ್ಲಿ ಆ ಶಕ್ತಿ ಇದೆ, ಅದನ್ನು ಶಾಸ್ತ್ರವಾಗಿ ತಿಳಿದು, ಪುರಾಣವಾಗಿ ಓದಿ, ಅದನ್ನು ಕಂಟೆಂಪರರಿಯಾಗಿ ನೀಡುವ ಶಕ್ತಿ ನಮ್ಮ ಯಾವುದೇ ಇಂಡಸ್ಟ್ರಿಗೆ ಬರಬೇಕಾಗಿದೆ.

ಕನ್ನಡದ ಅತ್ಯುತ್ತಮ ಸಣ್ಣಕತೆಗಾರ, ಪ್ರಬಂಧಕಾರ, ಅಂಕಣಕಾರ ವಿಕಾಸ್ ನೇಗಿಲೋಣಿ, ಕಿರುತೆರೆಗೆ ಸಂಭಾಷಣೆ, ಶೀರ್ಷಿಕೆ ಗೀತೆಗಳನ್ನೂ ಬರೆಯುತ್ತಾರೆ. ಚಿತ್ರಕತೆ ರಚನೆಯಲ್ಲೂ ತೊಡಗಿಸಿಕೊಂಡಿದ್ದಾರೆ. ಒಳ್ಳೆಯ ಸಿನಿಮಾ ವಿಮರ್ಶಕರು ಕೂಡ ಆಗಿರುವ ವಿಕಾಸ್ ನೇಗಿಲೋಣಿ, ಉದಯವಾಣಿಯ ಹಿರಿಯ ಉಪಸಂಪಾದಕರು.

ಬಿಗ್ ಬಜೆಟ್ ಸಿನಿಮಾಗಳಿಗೆ ದೊಡ್ಡ ದೊಡ್ಡ ನಿರೀಕ್ಷೆಗಳಿದ್ದರೆ, ಕಡಿಮೆ ಬಜೆಟ್ಟಿನ ಸಿನಿಮಾಗಳಿಗೆ ಯಾವುದೇ ನಿರೀಕ್ಷೆಗಳಿರುವುದಿಲ್ಲ. ಆದರೆ ಸಿನಿಮಾವೊಂದನ್ನ ಮುನ್ನಡೆಸುವುದು ಒಂದೊಳ್ಳೆ ಸ್ಕ್ರಿಪ್ಟೇ ಹೊರತು ಹಣವಲ್ಲ.
                                    −ಮಾರ್ಗನ್ ಫ್ರೀಮ್ಯಾನ್

ನನ್ನನ್ನು ತುಂಬ ಕಾಡಿದ್ದು ಕತೆಯಾಗಿ ಮೂಡುತ್ತದೆ

ಪವನ್ ಕುಮಾರ್

ಸಿನಿಮಾ ಮಾಡಬೇಕು, ಆದ್ರೆ ಯಾವುದರ ಬಗ್ಗೆ ಮಾಡೋದು? ಈ ಪ್ರಶ್ನೆಯೊಳಗೇ ನಾನು ತಿಂಗಳಾನುಗಟ್ಟಲೆ ಸಿಕ್ಕಿಹಾಕ್ಕೊಂಡಿರ್ತೀನಿ. ಯಾವುದರ ಬಗ್ಗೆ ಸಿನಿಮಾ ಮಾಡಬೇಕು ಅನ್ನೋದೇ ಸಿನಿಮಾ ಬರೆಯೋರಿಗೆ ಎದುರಾಗೋ ಮೊದಲ ಪ್ರಶ್ನೆ. ಆ ಬ್ರಹ್ಮಾಂಡ ಪ್ರಶ್ನೆಗೆ ಉತ್ತರ ಸಿಕ್ಕಿಬಿಟ್ಟರೆ ಮಿಕ್ಕಿದ್ದೆಲ್ಲ ಬೇಗ ಬೇಗ ನಡೆದು ಹೋಗುತ್ತದೆ. ಹಾಗಿದ್ದರೆ, ಯಾವುದರ ಬಗ್ಗೆ ಸಿನಿಮಾ ಮಾಡಬೇಕು ಅನ್ನೋದನ್ನು ತಿಳ್ಕೊಳ್ಳೋದು ಹ್ಯಾಗೆ? ಆ ಪ್ರಶ್ನೆಗೆ ಉತ್ತರ ಎಲ್ಲಿದೆ?

2007ರ ನಂತರದ ನನ್ನ ಸಿನಿಮಾ ಜರ್ನಿಯಲ್ಲಿ ಈ ಪ್ರಶ್ನೆಯಲ್ಲೇ ನಾನು ಸಿಕ್ಕಾಕಿಕೊಂಡು ಒದ್ದಾಡುತ್ತಾ ಬಂದಿದ್ದೇನೆ. ಈ ಲೇಖನವನ್ನು ಬರೆಯೋವಾಗಲೂ ಮತ್ತೆ ಈ ಪ್ರಶ್ನೆಯೇ ನನ್ನ ಮುಂದೆ ಬೃಹದಾಕಾರವಾಗಿ ಬೆಳೆದು ನಿಂತಿದೆ- ಏನನ್ನು ಸಿನಿಮಾ ಮಾಡಬೇಕು? ಏನೇನೋ ಐಡಿಯಾಗಳಿವೆ, ಯೋಚನೆಗಳಿವೆ, ಆದರೆ ಇದೆಲ್ಲಾ

ಸಿನಿಮಾ ಆಗೋದಕ್ಕೆ ಸಾಧ್ಯವಿಲ್ಲ ಅಂತ ಒಳಗಡೆ ನನಗೇ ಗೊತ್ತಿದೆ. ಅದು ಬೇರೇನೋ ಆಗಿರುತ್ತದೆ, ಆದರೆ ಅದು ಸಿಗಬೇಕು ಅಂದರೆ ಈ ಜರ್ನಿ ಅನಿವಾರ್ಯ.

ನಾನು ಇದಕ್ಕೋಸ್ಕರ ಒಂದು ಪದ ಬಳಕೆ ಮಾಡ್ತೇನೆ, 'ಡಿಸ್ಟರ್ಬೆನ್ಸ್' ಅಂತ. ಸಾಮಾನ್ಯವಾಗಿ ಇದೇ ನನ್ನ ತಾಗುವ ವಿಷಯ. ಏನೋ ಒಂದು ನನ್ನನ್ನು ಬಾಧಿಸುತ್ತದಲ್ಲಾ, ಪರ್ಸನಲ್ ಲೆವೆಲ್‌ನಲ್ಲಿ ನಾನು ಡಿಸ್ಟರ್ಬ್ ಆಗ್ತೀನಲ್ಲ, ಅಲ್ಲಿಂದ ನನ್ನ ಮನಸ್ಸು ಆ ವಸ್ತುವಿನ ಆಚೀಚೆ, ಆ ಕತೆಯ ಆಚೀಚೆ ಸುತ್ತಾಡೋದಕ್ಕೆ ಪ್ರಾರಂಭ ಮಾಡುತ್ತೆ. ಅದೇ ಚಿತ್ರಕತೆ ಆಗತ್ತೆ, ಸಿನಿಮಾ ಆಗತ್ತೆ. ಹಾಗಾಗಿ ನಾನು ನಾರ್ಮಲ್ ಆದ ಜೀವನ ಮಾಡ್ತೀನಿ, ಪ್ರತಿಯೊಬ್ಬನಿಗೂ ಏನೇನು ಅನುಭವವಾಗತ್ತೋ ಆ ಅನುಭವ ನನಗೂ ಆಗೋದಕ್ಕೆ ನನ್ನನ್ನು ನಾನು ಬಿಡ್ತೇನೆ. ಹಾಗೇ ನಾನು ನನ್ನ ಸುತ್ತಮುತ್ತಲಿನೋರನ್ನ ಗಮನಿಸ್ತೇನೆ, ಅಲ್ಲೇನೋ ನನ್ನನ್ನು ಡಿಸ್ಟರ್ಬ್ ಮಾಡೋದು ಸಿಗತ್ತೆ. ಆಮೇಲೆ ನಾನೇ ನನ್ನ ಮನಸ್ಸಿನ ಜೊತೆ ಮಾತಾಡ್ತೇನೆ, ಪ್ರಶ್ನೆ ಮಾಡೋದಕ್ಕೆ ಶುರು ಮಾಡ್ತೇನೆ, ಅಲ್ಲಿಂದ ಕತೆ ಶುರುವಾಗುತ್ತೆ. ನನ್ನೊಳಗೇ ಇಬ್ಬರನ್ನ ಕಲ್ಪನೆ ಮಾಡ್ಕೊಂಡು ಸಂಭಾಷಣೆಗೆ ತೊಡಗ್ತೀನಿ. ಅದು ಸಿನಿಮಾಕ್ಕೆ ದೊಡ್ಡ ರೀತಿಯಲ್ಲಿ ಸಹಾಯ ಮಾಡುತ್ತದೆ.

ನಾನು ಈವರೆಗೆ 5 ಸಿನಿಮಾಗಳ ಭಾಗ ಆಗಿದ್ದೇನೆ, ಅವೆಲ್ಲಾ ಹೀಗೆ ಒಂದು ಯೋಚನೆ ಆಗಿ, ಐಡಿಯಾ, ಡಿಸ್ಟರ್ಬೆನ್ಸ್ ಆಗಿ ಹೇಗೆ ಪ್ರಾರಂಭವಾಯ್ತು ಅಂತ ಹೇಳ್ತೇನೆ.

ನನ್ನ ಮೊದಲ ಸಿನಿಮಾ, ಮನಸಾರೆ. 2009ರ ಜನವರಿ ಸುಮಾರು. ನಾನು ಮತ್ತು ಯೋಗರಾಜ್ ಭಟ್ಟರು ಕುಳಿತು ವರ್ಷಗಟ್ಟಲೆ ಮಾಡಿಟ್ಟುಕೊಂಡ 'ಲಗೋರಿ' ಅನ್ನೋ ಸಿನಿಮಾ ಸೆಟ್ಟೇರುತ್ತಿಲ್ಲ ಅಂತನ್ನೋ ಸುದ್ದಿ ನನಗೆ ಬಂತು. ನಾವಿಬ್ಬರೂ ತುಂಬ ಬೇಜಾರಾದೆವು, ಅದರಲ್ಲೂ ನನಗೆ ಇದು ತುಂಬ ಬೇಜಾರಿನ ವಿಷಯವಾಗಿತ್ತು. ಆಗ ನಾನೂ ಭಟ್ಟರೂ ಮೀಟ್ ಆದೆವು, ಆಗ ದೇಶವನ್ನೇ ಡಿಸ್ಟರ್ಬ್ ಮಾಡಿದ್ದ ವಿಷಯ ರಿಸೆಶನ್ ಅಥವಾ ಆರ್ಥಿಕ ಹಿಂಜರಿತ. ಅದೇ ನಮ್ಮ ಸಿನಿಮಾ ಪ್ರಾಜೆಕ್ಟ್ ಬಿದ್ದು ಹೋಗೋದಕ್ಕೆ ಕಾರಣವಾಗಿತ್ತು. ಆಗ ಈ ರಿಸೆಶನ್, ನಿರುದ್ಯೋಗಿ ಯುವಕರು, ಹುಚ್ಚುತನ, ಒಬ್ಬ ತನಗೆ ತಾನೇ ಕಳೆದು ಹೋಗೋ ರೀತಿ.. ಇವೆಲ್ಲಾ ಚರ್ಚೆಗೆ ಬರುತ್ತಿತ್ತು. ಹಾಗೇ ನಾಲ್ಕೈದು ವಾರ ಚರ್ಚೆ ಮಾಡಿದ ಮೇಲೆ ನಮ್ಮ 'ಮನಸಾರೆ' ಕತೆ

ಹೊಳೆಯಿತು. ಏನೇನೋ ಮಾತಾಡಿಕೊಳ್ಳುತ್ತಾ ಓಡಾಡುವ ಹುಡುಗ, ಇವನೇನು ಹುಚ್ಚನಾ ಅಂತ ಕೇಳೋ ಜನ, ಉಪಯೋಗಕ್ಕಿಲ್ಲ ಅನ್ನುವ ಅಭಿಪ್ರಾಯ, ಯಾರೂ ಅವನನ್ನು ಲೆಕ್ಕಕ್ಕೆ ತೆಗೆದುಕೊಳ್ಳದ ವ್ಯಕ್ತಿತ್ವ, ಆ ಸಿನಿಮಾ ಕತೆಯ ಪಾತ್ರವಾಗಿದ್ದ. ಆ ಪಾತ್ರವನ್ನು ಕಟ್ಟುವಾಗ ಇನ್ ಫ್ಯಾಕ್ಟ್ ನನ್ನ ಮತ್ತು ಭಟ್ಟರ ಪ್ರತಿಬಿಂಬವೇ ಆಗಿದ್ದ ಆ ಹೀರೋ. ನಮ್ಮ ಹತ್ತಿರದವರೇ ನಮ್ಮನ್ನು ಹೇಗೆ ನೋಡುತ್ತಿದ್ದರು ಅನ್ನುವುದು ಕತೆಯಾಗಿ ತಾಳಿತ್ತು. ಹೀಗೆ ಮನಸಾರೆ ಪ್ರಾರಂಭವಾಯ್ತು. ಅಲ್ಲಿಂದ 'ಯಾರು ನಿಜವಾಗಿಯೂ ಹುಚ್ಚ' ಅನ್ನೋ ಪ್ರಶ್ನೆ ಹುಟ್ಟಿತು, ಹುಚ್ಚಾಸ್ಪತ್ರೆಯಲ್ಲಿ ಇರುವವರು ಹುಚ್ಚರಾ, ಆಚೆ ಇರುವವರು ಹುಚ್ಚರಾ ಅನ್ನೋ ಪ್ರಶ್ನೆಯನ್ನು ಈ ಕಥಾವಸ್ತು ಹುಟ್ಟುಹಾಕಿತು. ಆದರೆ ಅದಕ್ಕೊಂದು ಸ್ಪಷ್ಟರೂಪ ಸಿಕ್ಕಿದ್ದು ಏನೋ ಮಾತಾಡುತ್ತಾ ನಮ್ಮ ತಂದೆ ಬೀchi ಅವರ ಒಂದು ಪುಸ್ತಕದ ಈ ಹೇಳಿಕೆಯನ್ನು ಹೇಳಿದಾಗ– 'ಹುಚ್ಚಾಸ್ಪತ್ರೇಲಿ ಇರೋರಿಗೆ ಕೊನೇ ಪಕ್ಷ ಚಿಕಿತ್ಸೆಯಾದರೂ ಇದೆ, ಹೊರಗೆ ಇರೋರಿಗೆ ಆ ಅವಕಾಶವೂ ಇಲ್ಲ!'

'ಮನಸಾರೆ' ಮುಗಿಸಿದಾಗ ಅಂದರೆ 2010ರಲ್ಲಿ ಮತ್ತೆ ನಾವು ಕವಲು ದಾರಿಯಲ್ಲಿ ನಿಂತಿದ್ದೆವು. ಮುಂದೇನು ಬರೆಯಬೇಕೆಂದು ಗೊತ್ತಿರಲಿಲ್ಲ. ಭಟ್ಟರು ಅವರ ಕೆಲ ಫ್ರೆಂಡ್ಸ್‌ನ ಮೀಟ್ ಆಗಿ ಸಿಟಿ, ಹಳ್ಳಿ ಕತೆಗಳ ಬಗ್ಗೆ ಕೊಂಚ ಆಸಕ್ತಿ ತಾಳಿದ್ದರು. 'ಕ್ಯಾಲೆಂಡರ್' ಅಂತೊಂದು ಸಿನಿಮಾಕ್ಕೋಸ್ಕರ 3 ತಿಂಗಳು ನಾವು ಮಾತುಕತೆಗೆ ಕೂತಿದ್ದೆವು. ಹಳ್ಳಿಯಲ್ಲಿರೋ ಯುವಕರ ಸಿಟಿ ಕನಸು, ಜೀವನದ ಬಗ್ಗೆ ಅವರ ಕಲ್ಪನೆಗಳ ಬಗೆಗಿನ ಕತೆಯಾಗಿತ್ತದು. ಇನ್ನೇನು ಶೂಟಿಂಗ್‌ಗೆ ಕೆಲವೇ ವಾರವಿದೆ ಅನ್ನೋವಾಗ ಅದು ನಿಂತಿತು. ಆಮೇಲೆ ಮತ್ತೆ ಮೊದಲಿಂದ ಕತೆಗೆ ಕುಳಿತುಕೊಳ್ಳಬೇಕಾಗಿ ಬಂತು. ಆಗ ಯೋಚನೆ ಮಾಡಿದ್ದು ಈ ಜಗತ್ತಿನ ಬಗ್ಗೆ. ಏನೇನೋ ಮಾತಾಡುತ್ತಾ ಮಾತಾಡುತ್ತಾ ನಂನಮ್ಮ ಫ್ಯಾಮಿಲಿಗಳು ಹೇಗೆ ನಮ್ಮ ಲೈಫನ್ನ ಅವರದಾಗಿ ಮಾಡಿಕೊಳ್ತವೆ ಅನ್ನೋ ವಿಷಯಕ್ಕೆ ಬಂದು ನಿಂತೆವು. ನಮ್ಮ ಯುವಕರ ಜೀವನದ ನಿರ್ಧಾರಾನ ಹೇಗೆ ನಮ್ಮ ಅಂಕಲ್ಲುಗಳು, ಆಂಟಿಯರು, ಅಪ್ಪಾಮ್ಮ ಇವರೆಲ್ಲಾ ತಗೋತಾರೆ ಅನ್ನೋ ವಿಚಾರ ಅದು. ಇದನ್ನೇ ಮಾತಾಡುತ್ತಾ 'ಪಂಚರಂಗಿ' ಸಿನಿಮಾ ಕತೆ ಹುಟ್ಟಿತು. ಇವತ್ತಿನ ಕಾಲದ ಕೌಟುಂಬಿಕ ಮೌಲ್ಯಗಳ ಕತೆ ಅದು. ನಿಜವಾಗಿ ಸಂತೋಷವಾಗಿ ಇರೋದಕ್ಕಿಂತ ಸಂತೋಷವಾಗಿ ಇರುವಂತೆ ತೋರಿಸಿಕೊಳ್ಳುವ ರೀತಿಯ ಬಗ್ಗೆ ಅದು ಮಾತಾಡಬೇಕಿತ್ತು. ಆ ಚಿತ್ರದ

ಹೀರೋ ಇದಕ್ಕೆ ತದ್ವಿರುದ್ಧ, ಯೋಗರಾಜ್ ಭಟ್ಟರ ಥರ. ಉಳಿದ ಪಾತ್ರಗಳು, ತುಂಬ ತೆಳುವಾದ ಕಥಾ ಹಂದರಗಳೆಲ್ಲಾ ಒಂದು ಮದುವೆ ಮಾತುಕತೆ ಸುತ್ತ ಸುತ್ತುವಂಥವು. ಸಾಮಾನ್ಯವಾಗಿ ಹೆಣ್ಣು ನೋಡೋ ಶಾಸ್ತ್ರ ಇತ್ಯಾದಿ ಸಂದರ್ಭಗಳಲ್ಲಿ ಏನೇನು ಪ್ರತ್ರಿಯೆ ಬರುತ್ತದೆ ಅನ್ನೋದೇ ಒಟ್ಟು ಚಿತ್ರಕತೆ. ಹೆಣ್ಣು ನೋಡೋ ಶಾಸ್ತ್ರ ಅಂದ ತಕ್ಷಣ ಕೇವಲ ತೋರಿಕೆಗಳು, ತಾನು ಹೇಗೆ ಪ್ರತಿಷ್ಠಿತ ವ್ಯಕ್ತಿ ಅಂತ ತೋರಿಸೋ ಉಮ್ಮೇದು ಕಾಣಿಸುತ್ತವೆ. ಹುಸಿ ಈಗೋಗಳೇ ಇಂಥ ಸಂದರ್ಭದಲ್ಲಿ ಹೆಚ್ಚು ಢಾಳಾಗಿ ಕಾಣುತ್ತವೆ. ಒಂದಕ್ಕೆ ಮತ್ತೊಂದು ವಿಷಯ ಕೂಡಿ ಕತೆಯಾಯ್ತು, 2010ರ ಬೇಸಗೆಯಲ್ಲಿ ಶೂಟಿಂಗ್ ಕೂಡ ಆಯ್ತು. ಬಹುಶಃ ಬಹಳ ಬೇಗ ಮುಗಿದ ಸಿನಿಮಾ ಇದೇ ಇರಬೇಕು.

2011ರಲ್ಲಿ ನನ್ನ ನಿರ್ದೇಶನದ ಮೊದಲ ಸಿನಿಮಾ ಬಂತು– 'ಲೈಫು ಇಷ್ಟೇನೇ'. ಅದರ ಕತೆ ಕೂಡ ನನ್ನ ಬದುಕಿಗೆ ತುಂಬ ಹತ್ತಿರದ ವಸ್ತುವನ್ನೇ ಆಧರಿಸಿತ್ತು. 2010ರಲ್ಲಿ ನನ್ನ ಮದುವೆ ಆಗಿತ್ತು, ಜೀವನದಲ್ಲಿ ನಾನು ಸೆಟಲ್ ಆಗತೊಡಗಿದ್ದೆ. ಆಗ ನನ್ನ ಸ್ನೇಹಿತನೊಬ್ಬ ಮನೆಗೆ ಬಂದ, ತುಂಬ ಡಿಸ್ಟರ್ಬ್ಡ್ ಆಗಿದ್ದ, ಆಗಷ್ಟೇ ಅವನ ಗರ್ಲ್ ಫ್ರೆಂಡ್ ಜೊತೆ ಬ್ರೇಕಪ್ ಆಗಿತ್ತು. ಅವನಿಗೆ ದುಃಖ, ನನಗೆ ತಡೆಯಲಾಗದ ನಗು. ಯಾಕೆಂದರೆ ನಾನು ಮದುವೆಯಾಗಿದ್ದೆ, ಅವನ ಆ ಸ್ಟೇಜ್ ನನಗೆ ನಗು ತರಿಸುತ್ತಿತ್ತು. ಅದು ನನ್ನ ಯೋಚನೆ ಮಾಡೋ ಥರ ಮಾಡಿತು. ನನ್ನ ಸ್ಕೂಲ್ ದಿನಗಳ ಕ್ರಶ್, ಕಾಲೇಜಿನ ಕ್ರಶ್, ಇಂಜಿನಿಯರಿಂಗ್ ಓದುವಾಗಿನ ಲವ್ ಎಲ್ಲಾ ನೆನಪು ಮಾಡಿಕೊಂಡೆ. ನಾವು ಗಂಡಸರು ಬೇರೆ ಬೇರೆ ಕಾಲಘಟ್ಟದಲ್ಲಿ ಪ್ರೀತಿಯಲ್ಲಿ ಬಿದ್ದೇ ಇರುತ್ತೇವೆ, ಅದನ್ನೆಲ್ಲಾ ಬಿಟ್ಟು ಮುಂದೆ ಹೋದಂತೇ ಹಿಂದೆ ತಿರುಗಿ ನಮ್ಮದೇ ಲವ್ ಅನ್ನು ನಾವು ಹೇಗೆ ನೋಡ್ತೇವೆ? ಅದೇ ಪ್ರಶ್ನೆ ನನ್ನ ತಲೆ ಒಳಗೆ ಹೊಕ್ಕಿತ್ತು. ಆಗ ನಮಗೆ ಪಶ್ಚಾತ್ತಾಪ ಇರುತ್ತದಾ ಅಥವಾ ಹೆಮ್ಮೆ ಇರುತ್ತದಾ? ಇದನ್ನೇ ನನ್ನ 'ಲೈಫು ಇಷ್ಟೇನೇ' ಚಿತ್ರದಲ್ಲಿ ತಂದೆ.

ದಿಗಂತ್ ಪಾತ್ರ ಹಾಗೇ, ಪದೇ ಪದೇ ಪ್ರೇಮದಲ್ಲಿ ಬೀಳೋವಂಥದ್ದು, ಅದೇ ಅವನ ಸ್ನೇಹಿತ (ನೀನಾಸಂ ಸತೀಶ್ ಪಾತ್ರ) ಯಾವತ್ತೂ ಲವ್ ಮಾಡದವ. ಈ ಎರಡು ಪಾತ್ರದ ಮೂಲಕ ನನ್ನೊಳಗೆ ಇರೋ ಪ್ರಶ್ನೆಗಳನ್ನು ಸಿನಿಮಾ ರೂಪಕ್ಕೆ ಇಳಿಸಿದೆ. ಒಂದು ಹಂತದಲ್ಲಿ ದಿಗಂತ್ ಪಾತ್ರ ಸರಿ ಅಲ್ಲ ಅಂತ ಪ್ರೂವ್ ಮಾಡಬೇಕು, ಅನಂತರ ಸತೀಶ್

ಪಾತ್ರವೂ ಸರಿ ಇಲ್ಲ ಅಂತ ಪ್ರೂವ್ ಮಾಡಬೇಕು. ಹಾಗೇ ಜೀವನ ಹೇಗೆ ಬ್ಯಾಲೆನ್ಸ್‌ಡ್ ಆಗಿ ಇರಬೇಕಾಗುತ್ತದೆ ಅಂತ ಹೇಳಬೇಕಿತ್ತು. ಇದಕ್ಕೆ ಮೂಲ ಕಾರಣ 2 ಪಾತ್ರಗಳು ನನ್ನ ತಲೆಯೊಳಗೆ ಕುಳಿತು ಸೃಷ್ಟಿ ಮಾಡಿದ ಸಂಘರ್ಷ. ಸಿನಿಮಾ ಮಾಡೋ ಮೂಲಕ ಆ ಸಂಘರ್ಷಕ್ಕೊಂದು ರೂಪ ಕೊಟ್ಟೆ.

ನಾನೂ ಕೆಲ ಸಿನಿಮಾಗಳಲ್ಲಿ ನಟಿಸಿದ್ದೇನೆ, ಆದರೆ ನಾನು ತುಂಬ ನಾಚಿಕೆ ಸ್ವಭಾವದೋನು, ಅಂತರ್ಮುಖಿ. ಹಾಗಾಗಿ 'ಲೈಫು ಇಷ್ಟೇನೇ' ನಂತರ ಇನ್ನೇನೋ ಹೊಸತನ್ನು ಮಾಡಬೇಕೆಂದು ಹೊರಟೆ. ಅದಾದನಂತರ ಹಲವರನ್ನ ಹಲವು ಕಡೆ ಭೇಟಿ ಮಾಡಿದೆ. ಬಂದು ನನ್ನ ಬಗ್ಗೆ, ನನ್ನ ಕೆಲಸದ ಬಗ್ಗೆ ಅವರೆಲ್ಲಾ ಮಾತಾಡುತ್ತಿದ್ದರು, ಖುಷಿ ಆಗುತ್ತಿತ್ತು. ಆದರೆ ನನ್ನ ವ್ಯಕ್ತಿತ್ವ ಹೇಗೆ ಅಂದರೆ ಸುತ್ತ ಸಂತೆಯೇ ಇದ್ದರೂ ನಾನು ಒಬ್ಬನೇ ಇರಬಯಸುವವ. ಆದರೆ ಇದ್ದಕ್ಕಿದ್ದಂತೇ ನನಗೆ ಸಿಕ್ಕ ಜನಪ್ರಿಯತೆ ಯೋಚನೆ ಮಾಡುವಂತೆ ಮಾಡಿತು. ಸೂಪರ್ ಸ್ಟಾರ್ ಒಬ್ಬ ಹೇಗೆ ಸಿಗೋ ಜನರಿಂದ ತಪ್ಪಿಸಿಕೊಳ್ಳುತ್ತಾ, ಫೋಟೋಗೀಟೋ ತೆಗೆಸಿಕೊಳ್ಳುವವರನ್ನು ಅವಾಯ್ಡ್ ಮಾಡುತ್ತಾ ಒಂದು ಪಬ್ಲಿಕ್ ಪ್ಲೇಸ್‌ನಲ್ಲಿ ಪಾನಿಪುರಿ ತಿನ್ನೋದಕ್ಕೆ ಒದ್ದಾಡಬಹುದು ಅಂತ ಯೋಚನೆ ಮಾಡಿದೆ. ಹಾಗೇ ಅವನು ಒಂದು ರಿಲೇಶನ್ ಗೋಸ್ಕರ ಹಪಹಪಿಸಬಹುದು, ತನ್ನನ್ನ ಸೂಪರ್ ಸ್ಟಾರ್ ಥರ ನೋಡದೇ ಸಾಮಾನ್ಯ ಮನುಷ್ಯನ ಥರ ಯಾರಾದರೂ ಲವ್ ಮಾಡಲಿ ಅಂತ ಬಯಸಬಹುದು. ಈ ಬಗ್ಗೆಯೇ ತುಂಬ ಯೋಚನೆ ಮಾಡುತ್ತಾ ಮಾಡುತ್ತಾ ಒಂದು ದೊಡ್ಡ ಐಡಿಯಾ ನನ್ನೊಳಗೆ ಮೊಳೆಯಿತು–ಒಬ್ಬ ಸೂಪರ್ ಸ್ಟಾರ್ ಸಾಮಾನ್ಯ ಮನುಷ್ಯನ ಥರ ಜೀವಿಸೋ ಕನಸು ಕಂಡರೆ ಏನಾಗತ್ತೆ?

ಹೀಗೆ 'ಲೂಸಿಯಾ' ಸ್ಕ್ರಿಪ್ಟ್ ಶುರುವಾಯ್ತು. ಅದೂ ನನ್ನ ರೋದನೆಯೇ ಹೌದಾಗಿತ್ತು, ನನ್ನ ನೋಡೋದಕ್ಕೆ ಬರೋರೆಲ್ಲಾ ನನ್ನನ್ನೂ ಅವರ ಥರ ನೋಡಬೇಕು, ಯಾರೋ ದೊಡ್ಡವನು ಅನ್ನೋ ಥರ ಟ್ರೀಟ್ ಮಾಡಬಾರದು ಅನ್ನೋದು. ನನ್ನ ಹತ್ತಿರ ಬರೋರೆಲ್ಲಾ ಬರೀ ಸಿನಿಮಾ ಬಗ್ಗೆನೇ ಮಾತಾಡಬಾರದು, ಸ್ನೇಹಿತನ ಹಾಗೆ ನೋಡಿದರೆ ಸಾಕು ಅನ್ನೋದು. ಇಂಥದ್ದೊಂದು ಸಣ್ಣ ಇನ್ ಸೈಟ್ ನನ್ನ ಜೀವನಾನೇ ಬದಲಿಸೋ ಸಿನಿಮಾ ಆಗಿ ನನಗೆ ಸಿಕ್ಕಿತು. ಆಮೇಲೆ ಅದಕ್ಕೆ ಮತ್ತಷ್ಟು ಕತೆಗಳು ಸೇರಿರಬಹುದು, ಲೇಯರ್ ಸಿಕ್ಕಿರಬಹುದು– ಆದರೆ ಬೇಸಿಕ್ ಆಗಿ ಇದ್ದ ಥಾಟ್ ಒಂದೇ, ಜನಪ್ರಿಯ ನಟನೊಬ್ಬ ಸಾಮಾನ್ಯ ಮನುಷ್ಯನಾಗಿ ಜೀವಿಸೋದು.

ಅಲ್ಲಿವರೆಗೆ ನಾನು ಜೀವನವನ್ನು ಹೇಗೆ ನೋಡಿದೆ ಅನ್ನುವುದು ಸಿನಿಮಾ ಕತೆ ಆಯ್ತು. 'ಲೂಸಿಯಾ' ನಂತರ ನಾನು ಸಮಾಜಕ್ಕೆ ಪ್ರಸ್ತುತ ಅನ್ನುವಂಥ ಕಾನ್ಸೆಪ್ಟ್‌ಗಳ ಮೇಲೆ ಕೆಲಸ ಶುರು ಮಾಡಿದೆ. ಜೊತೆಗೆ ಜೀವನದ ಬಗ್ಗೆ ನನಗೆ ಇರೋ ಅಭಿಪ್ರಾಯಗಳನ್ನು ನಾನೇ ಒಡೆದು ಹೊರಬರಬೇಕಾಗಿತ್ತು. ನನ್ನ ಒಳಗಿಂದ ಅಲ್ಲ, ಹೊರಗಿಂದ ನನ್ನ ಎಫೆಕ್ಟ್ ಮಾಡುವ ವಿಷಯಗಳು ಯಾವುವು? ಈ ಸಿಗರೇಟು ಅನ್ನೋದು ನಾನು ಯಾವತ್ತೂ ಮುಟ್ಟದ ಒಂದು ವಸ್ತು, ಅದರ ಹೊಗೆ, ಪರಿಮಳ ಅಂದರೆ ನನಗೆ ಆಗದು. ಅದರ ಬಗ್ಗೆ ಬರೆಯೋದಕ್ಕೆ ಶುರು ಮಾಡಿದೆ. ಅಂಥದ್ದೊಂದು ಸಿನಿಮಾ ಮಾಡಿದರೆ ಅದರ ಬಗ್ಗೆ ಸಾಮಾಜಿಕವಾಗಿ ಒಂದು ಅರಿವು ಮೂಡಬೇಕು, ಆದರೆ ಅದು ಡಾಕ್ಯೂಮೆಂಟರಿ ಆಗಿರಕೂಡದು, ಒಂದು ಕಮರ್ಶಿಯಲ್, ಎಂಟರ್‌ಟೈನಿಂಗ್ ಸಿನಿಮಾನೇ ಆಗಿರಬೇಕು ಅಂತ ಇತ್ತು. ಅದರ ಬಗ್ಗೆ ಸ್ಕ್ರಿಪ್ಟ್ ಮಾಡೋದಕ್ಕೆ 1 ವರ್ಷ ತೆಗೆದುಕೊಂಡೆ. C10H14N2 (ಅದು ನಿಕೋಟಿನ್‌ನ ಕೆಮಿಕಲ್ ಫಾರ್ಮುಲಾ) ಅಂತ ಹೆಸರಿಟ್ಟೆ. ಇಂಟರೆಸ್ಟಿಂಗ್ ಸ್ಕ್ರಿಪ್ಟೇ ಆಗಿತ್ತು, ಆದರೆ ಅದನ್ನ ಮಾಡೋದಕ್ಕೆ ಬಜೆಟ್ ಜಾಸ್ತಿ ಬೇಕಿತ್ತು. ಅದಕ್ಕೇ ಅದು ಅಲ್ಲೇ ಉಳಿದುಕೊಂಡಿತು.

ಈ ಹೊತ್ತಲ್ಲಿ ಡಬಲ್ ರೋಡ್ ಫ್ಲೈಓವರ್ ಕಡೆ ನನ್ನ ಗಮನ ಹರಿಯಿತು. ಅಲ್ಲಿ ಜನ ಏನು ಮಾಡ್ತಾರೆ ಅಂದರೆ ಯೂ ಟರ್ನ್ ಇಲ್ಲದ ಜಾಗದಲ್ಲಿ ಯೂ ಟರ್ನ್ ತೆಗೆದುಕೊಂಡು ಹೋಗಿ ಬರೋರಿಗೆ ತುಂಬ ತೊಂದರೆ ಮಾಡುತ್ತಿದ್ದರು. ಆ ಥರ ಯೂ ಟರ್ನ್ ಯಾಕೆ ತೆಗೆದುಕೊಳ್ಳುತ್ತಾರೋ ಗೊತ್ತಿಲ್ಲ. ಯೋಚನೆ ಮಾಡತೊಡಗಿದೆ, ಅವರಿಗೇ ನೇರವಾಗಿ ಇದರಿಂದ ತೊಂದರೆ ಆಗದೇ ಹೋಗಬಹುದು, ಆದರೆ ಅವರ ಹತ್ತಿರದವರಿಗೆ ಏನಾದರೂ ಆಗಬಹುದಲ್ಲ! ಅದೇ 'ಯೂ ಟರ್ನ್' ಸ್ಕ್ರಿಪ್ಟ್ ಹುಟ್ಟಲು ಕಾರಣವಾಯಿತು. ಫ್ಲೈಓವರ್ ಒಂದರ ನೈಜ ಘಟನೆಯನ್ನೇ ಕರ್ಮ ಸಿದ್ಧಾಂತಕ್ಕೆ ಒಗ್ಗಿಸಿ ಬರೆದೆ. ಆಫ್‌ಕೋರ್ಸ್, ಈ ಸಮಸ್ಯೆಯನ್ನ ನಾನು ಭಾಷಣ ಮಾಡದೇ, ಎಂಟರ್‌ಟೈನಿಂಗ್ ಆಗೇ ಕತೆ ಮೂಲಕ ಹೇಳಬೇಕಾಗಿತ್ತು. ಹಾದಿ ಬೀದಿಯಲ್ಲಿ ಜನ ಮಾಡುವ ಇಂಥ ಸಮಸ್ಯೆಗಳ ಬಗ್ಗೆ ಅವರಲ್ಲೇ ಭಯ ಮೂಡಿಸಬೇಕಾಗಿತ್ತು ನಾನು. ಆ ಸಿನಿಮಾದಿಂದ ನಾನು ಮಾಡುತ್ತಿದ್ದ ಬಹಳ ದೊಡ್ಡ ನಿರೀಕ್ಷೆಯೇ ಅದಾಗಿತ್ತು, ಸಿನಿಮಾ ನೋಡುವವರ ಒಳಗಡೆ ಈ ಭಯ ಹುಟ್ಟಬೇಕು, ಈ ಸಿನಿಮಾ ನೋಡಿ ವಾಪಾಸ್ ಅಂಥ ಜಾಗಕ್ಕೆ ಹೋದರೆ ಅದೇ ತಪ್ಪು ಮಾಡೋದಕ್ಕೆ ಹೆದರಬೇಕು, ಹಾಗೆ

ಮಾಡಬಾರದು ಅನ್ನೋ ಪಾಪಪ್ರಜ್ಞೆ ಮೂಡಬೇಕು. ಸಂತೋಷದ ವಿಷಯ ಏನೆಂದರೆ ಆ ಸಿನಿಮಾ ಅದೇ ಪರಿಣಾಮ ಉಂಟುಮಾಡಿತು.

–ಇದು ನನ್ನ ಇಲ್ಲಿವರೆಗಿನ ಜರ್ನಿ. ನನಗೆ ಯಾವುದೋ ಸಿನಿಮಾವನ್ನ ಒಂದು ಪ್ರಾಜೆಕ್ಟ್ ಥರ ಮಾಡೋದಕ್ಕೆ ಸಾಧ್ಯವಿಲ್ಲ, ಹೊಟ್ಟೆಪಾಡಿಗೋಸ್ಕರ ಸಿನಿಮಾ ಮಾಡಲಾರೆ. ನನ್ನ ಮಟ್ಟಿಗೆ ಸಿನಿಮಾ ತುಂಬ ಪರ್ಸನಲ್ ವಿಷಯ, ಇದರಲ್ಲಿ ನನ್ನ ಅನುಭವ ಇದೆ, ಇದು ನನ್ನ ಧ್ವನಿ.

ಬಹುಶಃ ನನ್ನ ಈ ಒಳನೋಟಗಳು ಹೊಸದಾಗಿ ಬರೆಯತೊಡಗುವ ನಿರ್ದೇಶಕರಿಗೆ, ತಮ್ಮೊಳಗೇ ತಾವು ಏನನ್ನೋ ಕಂಡುಕೊಂಡು, ವಿಶೇಷವಾದ ಅನುಭವವುಳ್ಳ ಸಿನಿಮಾ ಆಗಿ ಆಚೆ ತರುವುದಕ್ಕೆ ಸಹಾಯ ಮಾಡುತ್ತದೆ ಅನ್ನುವ ವಿನಮ್ರ ಭರವಸೆ ನನ್ನದು.

‘ಮನಸಾರೆ’, ‘ಪಂಚರಂಗಿ’ ಚಿತ್ರದ ಬರಹಗಾರರಾಗಿ, ನಟರಾಗಿ ಸಿನಿಮಾರಂಗಕ್ಕೆ ಕಾಲಿಟ್ಟ ಪವನ್ ಕುಮಾರ್, ‘ಲೈಫು ಇಷ್ಟೇನೇ’ ಚಿತ್ರದ ಮೂಲಕ ನಿರ್ದೇಶಕರಾದರು. ‘ಲೂಸಿಯಾ’ ಚಿತ್ರದ ಮೂಲಕ ತನ್ನದೇ ಸ್ಥಾನ ಸಂಪಾದಿಸಿಕೊಂಡ ಪವನ್ ಕುಮಾರ್, ಕ್ರೌಡ್ ಫಂಡಿಂಗ್ ಪರಿಕಲ್ಪನೆಯನ್ನು ಕನ್ನಡಕ್ಕೆ ಕೊಟ್ಟ ಮೊದಲಿಗರು. ಅವರ ‘ಯೂ ಟರ್ನ್’ ಅಪಾರ ಜನಪ್ರಿಯತೆ ಪಡೆದು ನೆಟ್ ಫ್ಲಿಕ್ಸ್ ಸೇರಿದ ಮೊದಲ ಕನ್ನಡ ಚಿತ್ರವೆಂಬ ಹೆಗ್ಗಳಿಕೆಗೆ ಪಾತ್ರವಾಯಿತು. ಸಿನಿಮಾದ ಹಂಚಿಕೆ ಮತ್ತು ಮಾರಾಟದಲ್ಲೂ ಅವರು ಪರಿಣತರು.

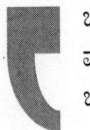

> ಚಿತ್ರಕಥೆಯೇ ಸಿನಿಮಾದ ಜೀವ, ಸಿನಿಮಾ ಮಾಡುವಾಗ ಅದಕ್ಕಿಂತ ಮುಖ್ಯ ಅನ್ನಿಸೋ ವಸ್ತು ಬೇರೆ ಇನ್ನ್ಯಾವುದೂ ಇಲ್ಲ.
>
> –ರಿಚರ್ಡ್ ಅಟೆನ್‌ಬರೋ

ನಟನನ್ನು ನೆನೆದು ಸಂಭಾಷಣೆ ಬರೆಯುವುದು ಒಳ್ಳೆಯದು

■ ಗಡ್ಡ ವಿಜಿ

ಚಲನಚಿತ್ರ ಎನ್ನುವುದು ಒಂದು ಮನರಂಜನೆಯ ಮಾಧ್ಯಮವಾಗಿದ್ದರೂ ಕೇವಲ ರಂಜಿಸಲಷ್ಟೆ ಅಲ್ಲದೆ ಸಮಾಜಕ್ಕೆ ಉತ್ತಮ ಸಂದೇಶ ಕೊಡುವ ಸಂಪರ್ಕ ಮಾಧ್ಯಮ. ಕೆಲವೊಮ್ಮೆ ಸಿನೆಮಾಗಳು ಸಮಾಜಕ್ಕೆ ಮಾರಕವಾಗಿಯೂ ಪರಿಣಮಿಸಿದ್ದಿದೆ. ಸಂಭಾಷಣೆಯಿಂದ ಸಾಮಾಜಿಕ ಪರಿವರ್ತನೆ, ವೈಯಕ್ತಿಕ ಸುಧಾರಣೆ, ಮನರಂಜನೆ, ಉಲ್ಲಾಸ, ನವ ಚೈತನ್ಯ, ಜೊತೆಗೆ ಮುಜುಗರ, ಕೆಲವೊಮ್ಮೆ ಅಸಹ್ಯ.

ಥಿಯೇಟರಿನ ಒಳಗೆ ಬರುವವರಿಗೆ ಪರದೆ ಮೇಲೆ ಮೂಡಿರುವುದು ಕಾಲ್ಪನಿಕ ಅನ್ನುವುದು ಗೊತ್ತಿರುತ್ತದೆ, ಅದು ನಿಜವಲ್ಲ ಅನ್ನುವ ಪೂರ್ವಸಿದ್ಧತೆಯಲ್ಲೇ ಚಿತ್ರ ನೋಡಲು ಪ್ರಾರಂಭಿಸುತ್ತಾರೆ. ಆದರೆ ಪ್ರಾರಂಭವಾದ ಮೇಲೆ ಬರಬರುತ್ತಾ ಅದು ನೈಜ ಅಂತ ಅನ್ನಿಸಲು ತೊಡಗುತ್ತದೆ. (ಎಲ್ಲಾ ಸಿನಿಮಾಗಳು ಅಲ್ಲ) ಕಥೆಯಲ್ಲಿ ತನ್ಮಯತೆಯಿಂದ ತೊಡಗಿಕೊಂಡ ಮೇಲೆ ಅದರಲ್ಲಿ ಮೈಮರೆಯುತ್ತಾರೆ. ಅದಕ್ಕೆ ಚಿತ್ರದ ಸುಂದರ

ಚಿತ್ರಿಕೆಯ ಜೊತೆಗೆ ಭಾವನಾತ್ಮಕ ದೃಶ್ಯಗಳಲ್ಲಿ ಅಳು, ನಗು, ಪ್ರೇಮ, ನೃತ್ಯ, ಸಾಹಸ, ಇತ್ಯಾದಿಯಾಗಿ ದೃಶ್ಯಗಳನ್ನು ನೋಡಿ ಉದ್ರೇಕ ಗೊಳ್ಳುತ್ತಾ ಸ್ಪಂದಿಸುತ್ತಾರೆ. ಹೀಗೆ ಭ್ರಮಾಲೋಕ ದಿಂದ ನೈಜತೆಯ ಕಡೆಗೆ ಪ್ರೇಕ್ಷಕರನ್ನು ಕರೆದುಕೊಂಡು ಹೋಗುವುದಕ್ಕೆ ಮುಖ್ಯ ಕಾರಣ ದೃಶ್ಯ ಮತ್ತು ಸಂಭಾಷಣೆ.

ಚಿತ್ರದಲ್ಲಿ ಯಾರೋ ಅಣ್ಣ ಯಾರೋ ತಮ್ಮನಿಗೆ ಹೇಳಿದ ಒಂದು ಮಾತು ಯಾವುದೋ ಪ್ರೇಕ್ಷಕನಲ್ಲಿ ತೀವ್ರ ಪ್ರಭಾವ ಬೀರಿ ಉದ್ಧಾರ ಆಗಿರಬಹುದು. ತಾಯಿ ಸೆಂಟಿಮೆಂಟ್ ನೋಡಿ ಮನೆಗೆ ಹೋದನಂತರ ತಾಯಿಯನ್ನು ಇನ್ನಿಲ್ಲದಷ್ಟು ಚೆನ್ನಾಗಿ ನೋಡಿಕೊಂಡಿರಬಹುದು. ಯಾರೋ ಯಾರಿಗೋ ಹೇಳಿದ ಪ್ರೇಮದ ಮಾತುಗಳು ಕಚಗುಳಿ ಇಟ್ಟು ರೋಮಾಂಚನ ಮಾಡಿರ ಬಹುದು. ಹಾಸ್ಯ ನಟನ ಮಾತಿಂದ ಮನಸ್ಪೂರ್ತಿಯಾಗಿ ನಕ್ಕಿರಬಹುದು ನಾಯಕನ ದೇಶ ಪ್ರೇಮದ ಮಾತು, ಪೋಲಿಸ್ ಅಧಿಕಾರಿಯ ಕೆಚ್ಚೆದೆಯ ಮಾತು, ಹೀಗೆ ನಟ ನಟಿಯರು ಮಾತು ಪರಿಣಾಮಕಾರಿಯಾಗಿದ್ದಾಗ ಭ್ರಮೆಯಲ್ಲದ ನಿಜ ಎನ್ನುವಂತೆ ನೋಡಲು ಸಹಕಾರಿಯಾಗುತ್ತದೆ. ಆದರೆ ಚಲನಚಿತ್ರಗಳು ಬಂದು ಸಾಕಷ್ಟು ವರ್ಷಗಳೇ ಆಗಿರುವುದರಿಂದ ಕೆಲವು ಮಾತುಗಳು ಸಿನೆಮಾಗಳಲ್ಲಿ ತಾತನಕಾಲದಿಂದಲೂ ನಿರಂತರವಾಗಿ ಕೇಳಿ ಕೇಳಿ ಏಕತಾನತೆಯಿಂದ ಮುಂದೆ ನಟರು ಹೀಗೆಯೇ ಮಾತನಾಡಬಹುದು ಎನ್ನುವ ನಿರೀಕ್ಷೆ ಪ್ರೇಕ್ಷಕನಲ್ಲಿ ಉಂಟಾಗಿಬಿಟ್ಟಿದೆ. ಕೆಲವು ಕ್ಲೀಷೆಯ ಮಾತುಗಳು ಉದಾಹರಣೆಗೆ "ನಾನು ನಿನ್ನನ್ನು ಪ್ರೀತಿಸುತ್ತೇನೆ" "ಕಾಪಾಡಿ ಕಾಪಾಡಿ" "ಕಾನೂನು ಕೈಗೆತ್ತಿಕೊಳ್ಳಬೇಡ" "ನಿಲ್ಲಿಸಿ ಈ ಮದುವೆ ನಡೆಯುವುದಿಲ್ಲ" "ಈ ಅನ್ಯಾಯ ಕೇಳಕ್ಕೆ ಯಾರೂ ಇಲ್ವಾ" "ಯು ಆರ್ ಅಂಡರ್ ಅರೆಸ್ಟ್" "ಐ ಲವ್ ಯೂ" ಇತ್ಯಾದಿ ಮಾತುಗಳು ತೆರೆಯ ಮೇಲೆ ಬರುವುದಕ್ಕಿಂತ ಮೊದಲೇ ಪ್ರೇಕ್ಷಕನೇ ಜೋರಾಗಿ ಹೇಳಿಬಿಡುವುದರಿಂದ ಥಿಯೇಟರಿನಲ್ಲಿ ಎಲ್ಲರೂ ನಕ್ಕು ರಸಭಂಗ ಆಗುತ್ತದೆ. ಆದರೆ ಪ್ರೇಕ್ಷಕ ನಟರ ಮಾತನ್ನು ಮೊದಲೇ ಹೇಳಲಿ ಎನ್ನುವ ಉದ್ದೇಶದಿಂದಲೇ ಬರೆದು ಚಪ್ಪಾಳೆಗಿಟ್ಟಿಸಿಕೊಂಡರೆ ಅದು ಜಾಣ್ಮೆ.

ಪ್ರಸ್ತುತ ಚಲನ ಚಿತ್ರಗಳಿಗೆ ಸಂಭಾಷಣೆ ಬರೆಯುವಾಗ ದೃಶ್ಯಕ್ಕೆ ಸೂಕ್ತವಾದ ಮಾತುಗಳು ಇರಬೇಕು ಜೊತೆಗೆ ಅವು ಹೊಸದಾಗಿದ್ದು ರಂಜಿಸುತ್ತಲೆ ಕಥೆಗೆ

ಪೂರಕವಾದ ಮಾಹಿತಿಯನ್ನು ನೀಡಬೇಕು. ಹಾಗಾಗಿ ಸಂಭಾಷಣಾಕಾರರು ಸದಾ ಹೇಗೆ ಹೊಸ ರೀತಿಯಲ್ಲಿ ಬರೆಯಬಹುದು ಅನ್ನುವ ಹುಡುಕಾಟದಲ್ಲಿರುತ್ತಾರೆ. ಜನಪ್ರಿಯ ಚಿತ್ರ ಸಾಹಿತಿಗಳು, ಸಂಭಾಷಣಾಕಾರರು ಅವರದೇ ಆದ ಶೈಲಿ ರೂಢಿಸಿ ಕೊಂಡಿರುತ್ತಾರೆ. ಪ್ರೇಕ್ಷಕರು ಅವರ ಸಂಭಾಷಣೆಯನ್ನು ಬೇಗ ಗುರುತಿಸುತ್ತಾರೆ ಮತ್ತು ಎಂಜಾಯ್ ಮಾಡುತ್ತಾರೆ. ಅದರಿಂದ ಸಂಭಾಷಣಾಕಾರ ಇನ್ನೂ ಹೆಚ್ಚು ಜನಪ್ರಿಯನಾಗುವುದಲ್ಲದೆ ಹಣ ಸಂಪಾದಿಸುತ್ತಾನೆ. ಆದರೆ ಕಾಲ ಕ್ರಮೇಣ ಪೇಕ್ಷಕ ಈ ಬರಹಗಾರನ ಶೈಲಿಗೆ ನೀರಸ ಪ್ರತಿಕ್ರಿಯೆ ನೀಡುವ ಅಪಾಯವಿರುವುದರಿಂದ ಸರಿಯಾದ ಸಮಯದಲ್ಲಿ ಅದನ್ನು ಗುರುತಿಸಿ ಸಂಭಾಷಣಾಕಾರ ತನ್ನ ಶೈಲಿಯನ್ನು ಕಾಲಕ್ಕನುಗುಣವಾಗಿ ಬದಲಾಯಿಸುತ್ತಾ ಹೊಸತನ್ನ ನೀಡುವಂತಿರಬೇಕಾಗುತ್ತದೆ.

ಇನ್ನೊಂದು ಮುಖ್ಯ ಅಂಶವೆಂದರೆ ನಾಟಕ ಮತ್ತು ಚಿತ್ರಗಳಿಗೆ ಇರುವ ವ್ಯತ್ಯಾಸ. ಎರಡೂ ಮಾಧ್ಯಮಗಳಲ್ಲಿ ಸಂಭಾಷಣೆಗೆ ಅತ್ಯಂತ ಪ್ರಾಮುಖ್ಯತೆ ಇದೆ ಚಿತ್ರದಲ್ಲಿ ಸಂಭಾಷಣೆ ಅಥವಾ ಮಾತಿನ ಜೊತೆಗೆ ಸೌಂಡ್ ಅಂದರೆ ಧ್ವನಿಗೂ ಅಷ್ಟೇ ಮಹತ್ವ ಇದೆ. ಚಿತ್ರಗಳಲ್ಲಿ ಸಂಭಾಷಣೆಯೇ ಇಲ್ಲದ ದೃಶ್ಯಗಳಿದ್ದರೂ ಅಲ್ಲಿ ಸೌಂಡ್ ಇರುತ್ತದೆ. ಅಂದರೆ ಅಲ್ಲಿ ಸದ್ದೇ ಮಾತಿನ ಕೆಲಸವನ್ನು ಮಾಡುತ್ತಿರುತ್ತದೆ. ಹಾಗಾಗಿ ಚಲನಚಿತ್ರಗಳಲ್ಲಿ ಮಾತು ಮತ್ತು ಸದ್ದು ಒಂದು ಯೂನಿಟ್ಟಾಗಿ ಕೆಲಸ ಮಾಡುತ್ತಾ ಪ್ರೇಕ್ಷಕನ ಒಳಗೆ ಇಳಿಯುತ್ತದೆ.

ಈಚೆಗೆ ಸಂವಹನೆಯಲ್ಲಿ ಕ್ರಾಂತಿಯಾಗಿರುವುದರಿಂದ ಫೇಸ್‌ಬುಕ್, ವ್ಯಾಟ್ಸಪ್, ಮೊಬೈಲ್ ಚಾಟ್‌ಗಳ ಮೂಲಕ ಕೂಡ ಸಂವಹನ ಸಾಧ್ಯವಾಗಿರುವುದರಿಂದ ಸಮಕಾಲೀನ ಸಮಾಜದ ಸ್ಥಿತಿ ಗತಿಗಳನ್ನು ಮನಸ್ಸಿನಲ್ಲಿಟ್ಟು ಕೊಂಡು ಸಂಭಾಷಣೆ ಬರೆಯುವ ಅಗತ್ಯ ಇದೆ. ಹಾಗಾಗಿ ಮಾಸಲು, ಹಳಸಲು ಪದಗಳನ್ನು ಬಳಸದೆ ಹೊಸ ಪದಗಳನ್ನು ಬಳಸ ಬೇಕು.

ಇನ್ನು ಚಿತ್ರಗಳಿಗೆ ಸಂಭಾಷಣೆ ಬರೆಯುವಾಗ ಯಾವ ನಟನಿಗಾಗಿ ಬರೆಯುತ್ತಿದ್ದೇವೋ ಆತನ ಧ್ವನಿ ಹಾಗು ಮಾತಾಡುವ ಶೈಲಿಯನ್ನು ಮನಸ್ಸಿನಲ್ಲಿಟುಕೊಂಡು ಬರೆಯುವ ಅಗತ್ಯವಿದೆ. ನಾನು ಸದಾ ಯಾವುದೇ ನಟನಿಗಾಗಿ ಬರೆಯುವಾಗ ಆತನ ಧ್ವನಿಯನ್ನು ಕಿವಿಯಲ್ಲಿ ಕೇಳಿಸಿಕೊಂಡಂತೆ ಭಾವಿಸಿ ಬರೆಯುತ್ತೇನೆ. ಉದಾಹರಣೆಗೆ ಅನಂತ್‌ನಾಗ್. ಅವರೇ ಮಾತಾಡುವ ಹಾಗೆ

ಭಾವಿಸಿಕೊಂಡು ಬರೆಯುತ್ತೇನೆ. ಆದರೆ ಒಮ್ಮೊಮ್ಮೆ ನಟ ನಿರ್ಧಾರವಾಗಿಲ್ಲದಿದ್ದರೆ ಆ ಪಾತ್ರಕ್ಕೆ ಸೂಕ್ತ ನಟನನ್ನು ಊಹಿಸಿಕೊಂಡು ಬರೆಯುತ್ತೇನೆ ನಂತರ ಅಲ್ಪ ಸ್ವಲ್ಪ ಬದಲಾವಣೆ ಮಾಡುತ್ತೇನೆ. (ಡಬ್ಬಿಂಗ್ ಆರ್ಟಿಸ್ಟ್ ಧ್ವನಿ ಊಹಿಸಿಕೊಂಡು ಸಹ ಬರೆದದ್ದಿದೆ)

ಆದರೆ ಜನಪ್ರಿಯ ನಟರಿಗೂ ಸಂಭಾಷಣೆ ಕುರಿತಂತೆ ಒಂದು ಮಿತಿ ತಲುಪುವ ಅಪಾಯವಿದೆ. ನಾಲ್ಕೈದು ಚಿತ್ರದ ನಂತರ ಅದೇ ರೀತಿಯಲ್ಲಿ ಮಾತನಾಡುವುದರಿಂದ ಪ್ರೇಕ್ಷಕರು ಬೇಸರಗೊಳ್ಳಬಹುದು. ಇನ್ನೂ ಕೆಲವು ನಟರು ಚಿಕ್ಕಂದಿನಿಂದ ಬೇರೆ ಬೇರೆ ಸಿನಿಮಾಗಳನ್ನು ನೋಡಿ ಬಂದಿರುವುದರಿಂದ ಅದರ ಪ್ರಭಾವ ಸುಪ್ತಮನಸ್ಸಿನಲ್ಲಿ ಆಗಿರುತ್ತದೆ. ಆಗ ಪ್ರಜ್ಞಾಪೂರ್ವಕವಾಗಿ ಅವರ ಮಾತಿನ ಧಾಟಿಯನ್ನು ಬದಲಿಸಬೇಕಾಗುತ್ತದೆ. ಅದು ಅನುಕರಣೆಯಲ್ಲದೆ ತನ್ನ ಮಾತಿನ ಶೈಲಿಯನ್ನು ಮೀರಿದ ಹೊಸತನದಿಂದ ಕೂಡಿರಬೇಕು. ಸಾಮಾನ್ಯವಾಗಿ ನಟರು ತಮ್ಮ ಹಳೆಯ ಜನಪ್ರಿಯ ಶೈಲಿಯನ್ನೇ ಮರುಕಳಿಸಲು ಇಷ್ಟ ಪಡುತ್ತಾರೆ. ಅದು ಅವರಿಗೆ ಸೇಫ್ ಜೋನ್. ಆಗ ಸಂಭಾಷಣಾಕಾರ ಮತ್ತು ನಿರ್ದೇಶಕ ಎಚ್ಚರವಹಿಸಿ ನಾವು ಹೊಸರೀತಿಯಲ್ಲಿ ಬರೆದ ಸಂಭಾಷಣೆ ನಟನ ಇಮೇಜ್‌ಗೆ ಧಕ್ಕೆಯಾದಂತೆ ಹೊಸ ಇಮೇಜ್ ಕೊಡುವಂತೆ ಮಾಡಿ ಬೇಕಿದ್ದರೆ ಆ ನಟ ಅದನ್ನು ಮುಂದುವರೆಸುವಂತೆ ಮಾಡಬೇಕು. ಅನೇಕ ವೇಳೆ ಹೀರೋ ಇಮೇಜ್‌ಗೆ ತಕ್ಕಂತೆ ಸಂಭಾಷಣೆ ಬರೆಯಬೇಕಾದ ಅನಿವಾರ್ಯ ಇರುತ್ತದೆ. ಅದು ಅಭಿಮಾನಿಗಳ ಸಂತೋಷಕ್ಕಾಗಿರಬಹುದು ಗಲ್ಲಾಪೆಟ್ಟಿಗೆಯ ದೃಷ್ಟಿಯಿಂದಲೂ ಇರಬಹುದು. ಹೊಗಳು ಭಟ್ಟರ ಹಾಗೆ ಬಹುಪರಾಕ್ ಹೇಳುತ್ತಾ ಅದದೇ ರೀತಿಯ ಸಂಭಾಷಣೆಗಳನ್ನು ಬರೆಯುವದು ಅವನತಿಯ ಸೂಚನೆ. ಸ್ವಲ್ಪ ಕಾಲ ಕಳೆದ ಮೇಲೆ ಪ್ರೇಕ್ಷಕರು ಅದರಲ್ಲಿ ರುಚಿ ಕಳೆದುಕೊಂಡು ಹಳಸಲಾಗಿಬಿಡುತ್ತದೆ. ನಿಜವಾದ ಸಂಭಾಷಣಾಕಾರ ಅಂತಹ ಮಿತಿಗಳನ್ನು ಮೀರಿ ಹೊಸತನ್ನು ತಂದರೇನೇ ಯಶಸ್ಸು ಕಾಣುತ್ತಾನೆ. ಆ ಹೊಸತನವನ್ನು ತರುವ ಆಸಕ್ತಿ ಕಳೆದುಕೊಂಡ ಸಂಭಾಷಣಾಕಾರ ಕನ್ನಡ ಪ್ರೀತಿಯನ್ನು ಕನ್ನಡತನವನ್ನು ತೋರಿಸಲು ಕೆಂಪು ಹಳದಿ ಬಾವುಟ ಬಳಸದೇ ಹೇಳಲು ಸಾಧ್ಯವೇ ಇಲ್ಲ ಅಂದುಕೊಳ್ಳುತ್ತಾನೆ. ಆದರೆ ನಿಜವಾದ ಪ್ರತಿಭಾಶಾಲಿ ಸಂಭಾಷಣಾಕಾರನಿಗೆ ನೂರು ಇತರ ಮಾರ್ಗಗಳು ಕಾಣಿಸುತ್ತವೆ.

ಶಕ್ತಿಶಾಲಿ ಸಂಭಾಷಣೆಗೆ ಒಂದು ಅತ್ಯುತ್ತಮ ಉದಾಹರಣೆ 'ಸಂಪತ್ತಿಗೆ ಸವಾಲ್'. ಅದರ ಧ್ವನಿಮುದ್ರಣದ ಕ್ಯಾಸೆಟ್ ಇವತ್ತಿಗೂ ದಾಖಲೆ ಮಾರಾಟವಾಗಿದೆ. ನಾವು ಅದರ ಧ್ವನಿಮುದ್ರಿಕೆಯನ್ನು ಸಾವಿರ ಸಲ ಕೇಳಿದ್ದೇವೆ. ಹಾಗೆಯೇ 'ಬಂಧನ' ಚಿತ್ರದ ಧ್ವನಿ ಸುರುಳಿ. ಯಾಕೆಂದರೆ ಆ ಸಂಭಾಷಣೆಗಳು ದೃಶ್ಯವನ್ನು ಕಟ್ಟಿಕೊಡುವಷ್ಟು ಪ್ರಭಾವಶಾಲಿಯಾಗಿದ್ದವು. ಈಚೆಗೆ ಚಿತ್ರ ನಿರ್ಮಾಣದಲ್ಲಿ ಆಗಿರುವ ಬದಲಾವಣೆಗಳಿಂದಾಗಿ ಬರೀ ಸಂಭಾಷಣೆಯನ್ನು ಕೇಳಿದರೆ ದೃಶ್ಯದ ಪೂರ್ಣ ಅರ್ಥವಾಗುವುದಿಲ್ಲ.

ಈಚಿನ ಚಿತ್ರಗಳಲ್ಲಿ ಸಂಭಾಷಣೆಯಿಂದ ಸಮಾಜೋದ್ಧಾರ ಆಗದಿದ್ದರೂ ನೆಗಟಿವ್ ಅರ್ಥ ಪಡೆದುಕೊಳ್ಳದಿದ್ದರೆ ಸಾಕು ಅನ್ನುವ ಸ್ಥಿತಿ ಇದೆ. ಕನ್ನಡದಲ್ಲಿ ಒಂದು ಕಾಲದಲ್ಲಿ ಡಬಲ್ ಮೀನಿಂಗ್ ಸಂಭಾಷಣೆಗಳು ಪ್ರಧಾನವಾಗಿತ್ತು. ಅದರಿಂದ ಪ್ರೇಕ್ಷಕರು ಕ್ಷಣಿಕ ಸಂತೋಷದಿಂದ ನಕ್ಕರೂ ಕೂಡ ಅಷ್ಟೇ ಬೇಗನೆ ಮರೆತು ಬಿಡುತ್ತಾರೆ. ಕುಟುಂಬ ಸಮೇತರಾಗಿ ಬಂದಿರುವವರು ಮುಜುಗರ ಪಡುವಂತಾಗುತ್ತದೆ, ಕೆಟ್ಟ ಉಪಮೇಯಗಳು ಸಹ ತಾತ್ಕಾಲಿಕ. ಹಾಸ್ಯ, ಪ್ರೇಮಮಯ, ಗಂಭೀರ, ಕರುಣೆ, ಯಾವುದೇ ಇರಲಿ ಸಂಭಾಷಣೆ ತೀಕ್ಷ್ಣವಾಗಿದ್ದರೆ ನೆನಪಿನಲ್ಲಿರುತ್ತದೆ.

ಹಾಗೆಂದು ಉಪದೇಶವೇ ಸಂಭಾಷಣೆ ಎನ್ನಿಸಿಕೊಳ್ಳಬಾರದು. ಎಂತಹ ಸಂದೇಶವನ್ನೂ ಕೂಡ ರಂಜನೆಯಾಗಿಯೇ ಹೇಳಬೇಕು. ಆಗಲೇ ಅದು ಪರಿಣಾಮಕಾರಿಯಾಗುವುದು.

ಒಂದು ಸಲ ಒಂದು ಗುಂಪು ಕುರುಡರು ದುನಿಯಾ ಸೂರಿಯನ್ನು ಭೇಟಿ ಮಾಡಲು ಬಂದಿದ್ದರು. ಅವರು 'ಸಾರ್ ನಾವು ನಿಮ್ಮ ಸಿನಿಮಾ ನೋಡಿದ್ದೀವಿ' ಅಂತ ಹೇಳಿದರು. ಅವರು ಡೈಲಾಗ್ ಕೇಳಿಸಿಕೊಂಡಿದ್ದರು. ಪ್ರತೀ ಡೈಲಾಗನ್ನು ಹೇಳುತ್ತಿದ್ದರು. ನಾನು ದಂಗಾದೆ. ಸಂಭಾಷಣೆ ಹಾಗಿರಬೇಕು. ಚಿತ್ರ ನೋಡದೆಯೂ ದೃಶ್ಯವನ್ನು ಕಟ್ಟಿಕೊಡುವ ಹಾಗಿರಬೇಕು.

- ಮೊತ್ತಮೊದಲಿಗೆ ಯಾವ ಪಾತ್ರಕ್ಕೆ ಸಂಭಾಷಣೆ ಬರೆಯಬೇಕೋ ಆ ಪಾತ್ರದ ಬಗ್ಗೆ ಸ್ಪಷ್ಟ ಕಲ್ಪನೆ ಇರಬೇಕು. ಇಲ್ಲದಿದ್ದರೆ ಆಭಾಸವಾಗುವ ಅಪಾಯವಿರುತ್ತದೆ.

ಹಾಗಾಗಿ ಕಥೆಯನ್ನು ಚೆನ್ನಾಗಿ ಅರಗಿಸಿಕೊಳ್ಳಬೇಕು (ತಮ್ಮದೇ ಕಥೆಯಾಗಿದ್ದರೆ ಕರಗತವಾಗಿರುತ್ತದೆ ಬಿಡಿ) ಸಂದರ್ಭಗಳನ್ನು ಚೆನ್ನಾಗಿ ಅರಿತಿರಬೇಕು. ಅಂತಹ ಸಂದರ್ಭಗಳಲ್ಲಿ ಪಾತ್ರ ಅಂತಹ ಮಾತಾಡುತ್ತದೆಯೇ ಎನ್ನುವ ಪ್ರಶ್ನೆಯನ್ನು ಕೇಳಿಕೊಂಡು ಉತ್ತರವಾಗಿ ಬರೆದರೆ ಆಭಾಸವಾಗುವುದಿಲ್ಲ.

- ಸಂಭಾಷಣೆ ಸಂದರ್ಭಕ್ಕೆ ತಕ್ಕ ಹಾಗೆ ಚಿಕ್ಕದಾಗಿ ಚೊಕ್ಕದಾಗಿ ಇರಬೇಕು. ಉದ್ದುದ್ದ ಸಂಭಾಷಣೆಗಳು ಚಿತ್ರದ ಓಟವನ್ನು ತಡೆಯುತ್ತವೆ. ಪ್ರತೀ ಮಾತೂ ದೃಶ್ಯಕ್ಕೆ ತೀರಾ ಅಗತ್ಯವಾಗಿರಬೇಕು. ಅನಗತ್ಯವಾದ ಒಂದೇ ಒಂದು ಮಾತೂ ಇರಬಾರದು.

- ಕಥೆ ಯಾವ ಪ್ರಾಂತ್ಯದಲ್ಲಿ ನಡೆಯುತ್ತದೆ ಎನ್ನುವ ಬಗ್ಗೆ ಹಾಗೂ ಯಾವ ಸಮುದಾಯದ ಕಥೆ ಅನ್ನುವ ಬಗ್ಗೆ ಸ್ಪಷ್ಟ ತಿಳಿವಳಿಕೆ ಇರಬೇಕು. ಆಯಾ ಪ್ರಾಂತ್ಯ ಹಾಗೂ ಸಮುದಾಯದ ಭಾಷೆಯನ್ನೇ ಬಳಸಬೇಕು. ಅದರ ಬಗ್ಗೆ ಸಾಕಷ್ಟು ತಯಾರಿ ನಡೆಸಬೇಕು. ನಗರ ಅಥವಾ ಗ್ರಾಮದ ಭಾಷೆಯ ಬಗ್ಗೆ ಉತ್ತಮ ತಿಳಿವಳಿಕೆ ಇರಬೇಕು.

- ಗಂಡಸರು ಹೆಣ್ಣಿನ ಮಾತುಗಳನ್ನು ಬರೆಯುವಾಗ ಅಥವಾ ಹೆಂಗಸರು ಗಂಡಿನ ಮಾತು ಬರೆಯುವಾಗ ಸಹಜವಾಗಿರುವಂತೆ ಎಚ್ಚರವಹಿಸಬೇಕು. ಆಯಾ ಪಾತ್ರ ಯೋಚಿಸುವಂತೆಯೇ ಮಾತು ಬರೆಯಬೇಕು. ಹಾಗಾಗಿ ಪಾತ್ರ ಹೀಗೆ ಮಾತಾಡುತ್ತದೆಯೇ ಎಂದು ಪ್ರತೀ ಮಾತಿಗೂ ಚಿಂತಿಸಿ ನಿರ್ಣಯ ತೆಗೆದುಕೊಳ್ಳಬೇಕು.

- ಹಾಸ್ಯ ದೃಶ್ಯಗಳನ್ನು ಬರೆಯುವುದು ಅತೀ ಕಷ್ಟದ ಕೆಲಸ (ನನ್ನ ವೈಯಕ್ತಿಕ ಅಭಿಪ್ರಾಯ) ಅದಕ್ಕೆ ಪ್ರಧಾನವಾಗಿ ಪ್ರತಿಭೆ ಇರಬೇಕು ಮತ್ತು ತಯಾರಿ ಇರಬೇಕು. ಭಾಷೆಯ ಬಗ್ಗೆ ನಿತ್ಯದ ಆಡು ಮಾತುಗಳ ಪರಿಚಯ ಚೆನ್ನಾಗಿರ ಬೇಕು. ಭಾಷೆಯ ಬಗ್ಗೆ ಅದ್ಭುತ ಹಿಡಿತ ಇರಬೇಕು. ಪದಸಂಪತ್ತಿರಬೇಕು. ಆ ಬಗ್ಗೆ ಶ್ರಮ ವಹಿಸುವುದು ಅಗತ್ಯ.

- ದೃಶ್ಯದಲ್ಲಿ ಪಾತ್ರವು ಯಾವ ಭಾವನೆಯಲ್ಲಿ ಮಾತನಾಡಬೇಕು ಅನ್ನುವುದನ್ನು ಕಥಾರಚನಕಾರ ಹಾಗೂ ನಿರ್ದೇಶಕರ ಜೊತೆ ಚನ್ನಾಗಿ ಚರ್ಚಿಸಿ ಮನನ

ಮಾಡಿಕೊಳ್ಳಬೇಕು. ಮಾತು ವ್ಯಂಗ್ಯವಾಗಿರಬೇಕೋ ದುಃಖದ್ದಾಗಿರಬೇಕೋ, ತಮಾಷೆಯಾಗಿರಬೇಕೋ ಅಥವಾ ಕೇವಲ ಮಾಹಿತಿ ನೀಡುವಂತಿರಬೇಕೋ ಎನ್ನುವುದನ್ನು ಮೊದಲೇ ತಿಳಿದಿರಬೇಕು.

- ಸಂಭಾಷಣೆಯನ್ನು ಬರೆದಮೇಲೆ ಜೋರಾಗಿ ಓದುವುದರಿಂದ ಪ್ರಯೋಜನವಾಗುತ್ತದೆ. ಎರಡೂ ಪಾತ್ರಗಳು ಮಾತಾಡುತ್ತಿರುವಾಗ ಜೋರಾಗಿ ಓದುವುದರಿಂದ ಪ್ರಶ್ನೋತ್ತರ ಸೂಕ್ತವಾಗಿದೆಯೇ ಎನ್ನುವುದು ಗೊತ್ತಾಗುತ್ತದೆ. ಜೊತೆಗೆ ದೃಶ್ಯದ ಕಾಲಮಿತಿ ತಿಳಿಯುತ್ತದೆ. ಹೆಚ್ಚಿದ್ದರೆ ಕುಗ್ಗಿಸಿ ಕಡಿಮೆ ಇದ್ದರೆ ಹಿಗ್ಗಿಸಿ ಬರೆಯಬಹುದು.

- ಸಂಭಾಷಣೆಯ ಬಗ್ಗೆ ವಿಶೇಷ ಟಿಪ್ಪಣಿಗಳನ್ನು ನೀಡಬೇಕಾದಲ್ಲಿ ಅಲ್ಲೇ ಕಂಸದಲ್ಲಿ ಸೂಚಿಸಬೇಕು ಉದಾಹರಣೆಗೆ ''ನೀನು ಬರ್ತೀಯಾ?'' (ವ್ಯಂಗ್ಯವಾಗಿ ತುಟಿ ಸೊಟ್ಟಗೆ ಮಾಡಿ / ಆಶ್ಚರ್ಯದಲ್ಲಿ ಕಣ್ಣರಳಿಸಿ / ದುಃಖದಲ್ಲಿ ಕಣ್ಣೀರಾಗುತ್ತಾ / ತಮಾಷೆಯಾಗಿ ನಗುತ್ತಾ / ಯಾವುದೇ ಭಾವನೆ ವ್ಯಕ್ತಪಡಿಸದೆ ನಿರ್ಲಿಪ್ತವಾಗಿ/) ಸಂಭಾಷಣೆ ಜೊತೆಗೇ ಚಲನೆಯನ್ನೂ ಸೂಚಿಸಬೇಕಾಗಿದ್ದರೂ ಅದನ್ನೂ ಕಂಸದಲ್ಲಿ ಸೂಚಿಸಬೇಕು (ಸ್ವಲ್ಪ ದೂರ ಹೋಗಿ ನಿಂತು ತಿರುಗಿ ನೋಡಿ ''ನೀನು ಬರ್ತೀಯಾ?'')

- ಮಾತಿಲ್ಲದೆಯೇ ಅರ್ಥವನ್ನು ಸೂಚಿಸಬೇಕಾಗಿದ್ದರೂ ಅದನ್ನು ವಿವರಗಳಲ್ಲೇ ಬರೆಯಬೇಕು. ಅದು ಅಗತ್ಯ. (ಉದಾ: ಅವಳು ನೇಣು ಹಾಕಿಕೊಂಡಳು ಅನ್ನುವುದನ್ನು ಹೆದರುತ್ತಾ ಭಯದಲ್ಲಿ ತನ್ನ ಕೈಗಳನ್ನು ಕುತ್ತಿಗೆಬಳಿ ಹಿಡಿದು ನಾಲಗೆ ಹೊರಹಾಕಿ ತೋರಿಸುತ್ತಾನೆ)

- ಒಟ್ಟಾರೆ ಸಿನಿ ರಸಿಕನಿಗೆ ರಂಜಿಸಲು ಸಿನಿಮಾ ಮಾಡುತ್ತೇವೆ ಸಂಭಾಷಣೆ ಸಹ ರಂಜಿಸಲೇ ಆಗಿದ್ದರೂ ಮಾತು ಜಾರದಂತಿರಲಿ. ಮಾತೇ ಮುತ್ತು ಮಾತೇ ಮೃತ್ಯು. ಕೇವಲ ಮಾತಿಂದಲೇ ಸಿನೆಮಾ ಹಿಟ್ ಆಗ ಬಹುದು ಒಳ್ಳೆ ಸಂಭಾಷಣೆ ಇಲ್ಲದೆ ಸೋತ ಸಿನೆಮಾಗಳೂ ಸಾಕಷ್ಟಿದೆ.

'ದ್ಯಾವ್ರೇ' ಮತ್ತು 'ಪ್ಲಸ್' ಚಿತ್ರದಿಂದ ಹೊಸತನದ ಕತೆಗಳನ್ನು ಹೇಳಿದ ಗಡ್ಡ ವಿಜಿ, ಯೋಗರಾಜ ಭಟ್ ತಾಂಡಾಕ್ಕೆ ಸೇರಿದವರು. ಕತೆಯನ್ನು ಹೊಸ ಕ್ರಮದಲ್ಲಿ ಕಟ್ಟಬಲ್ಲ ವಿಜಿ, ದ್ಯಾವ್ರೇ ಚಿತ್ರದಲ್ಲಿ ಕಟ್ಟಿಕೊಟ್ಟ ಪರಿಸರ ಮತ್ತು ಪಾತ್ರ ಅನನ್ಯ. ಅವರೀಗ ಸುದೀಪ್ ನಿರ್ಮಾಣದ 'ವಾರಸ್ದಾರ' ಧಾರಾವಾಹಿಯನ್ನು ನಿರ್ದೇಶಿಸುತ್ತಿದ್ದಾರೆ.

> ನೀವು ಒಬ್ಬನನ್ನು ಸ್ಕ್ರಿಪ್ಟ್ ಕೊಡದೆ ಒಂದು ಕೋಣೆಯಲ್ಲಿ ಕೂಡಿ ಹಾಕಿದರೆ, ಅವನಲ್ಲಿ ಕಣ್‌ಕಣ್ ಬಿಡುತ್ತಾ ಕೂರುತ್ತಾನಷ್ಟೇ. ಸ್ಕ್ರಿಪ್ಟ್ ಬರೆಯುವಾಗಲೇ ಶೋ ಒಂದು ಹಾಳೆಯ ಮೇಲೆ ನಡೆಯುತ್ತಿರುತ್ತದೆ. ಆಮೇಲೆ ಅದನ್ನು ನೀವು ಒಬ್ಬ ನಿರ್ದೇಶಕನ ಕೈಗಿಟ್ಟು, ಅವನಿಗೊಂದಿಷ್ಟು ಜನರನ್ನ ಕೊಟ್ಟರೆ, ಒಂದು ಅದ್ಭುತ ಕಲಾಕೃತಿಯನ್ನ ಒಂದೊಂದೇ ಇಟ್ಟಿಗೆಯಿಂದ ಕಟ್ಟಿದಂತೆ. ಕೊನೆಗೂ ನಿಮಗೆ ಬೇಕಾಗುವುದು ಒಂದು ಒಳ್ಳೆಯ ಸ್ಕ್ರಿಪ್ಟ್.
>
> **- ಜಾನ್ ಪ್ಯಾಟ್ರಿಕ್ ಶಾನ್ಲಿ**

ಧಾರಾವಾಹಿಯ ಅಶರೀರ ವಾಣಿ

ಡಾ. ಮಾಲತಿ ಬೇಳೂರು

ಹಗಲು. ಹೊರಾಂಗಣ. ಬೆಂಗಳೂರಿನ ಎಂ.ಜಿ. ರೋಡ್. ಡೆಕ್ಕನ್ ಹೆರಾಲ್ಡ್/ ಪ್ರಜಾವಾಣಿ ಆಫೀಸ್ ಎದುರು. ನಾನು, ನನ್ನ ಸೀನಿಯರ್ ಸಹೋದ್ಯೋಗಿ ಪ್ರಶಾಂತ್ ರೈ, ಫ್ರೆಂಡ್ಸು...

''ಮಾಲತಿ, ಪಿಹೆಚ್‌ಡಿ ಆಯ್ತಲ್ಲ.. ಇನ್ನೇನ್ ಮಾಡ್ತೀರ?''

''ಊಂ... ಆಧುನಿಕತೆ ಬಗ್ಗೆ ರಾಜೇಂದ್ರ ಚೆನ್ನಿ ಸರ್‌ದು ಒಂದ್ ಪುಸ್ತಕ ಬಂದಿದೆ.. ಅದನ್ನ ಕನ್ನಡಕ್ಕೆ ಅನುವಾದ ಮಾಡ್ಬೇಕು ಅಂದ್ಕೊಂಡಿದೀನಿ.. ಪೋಸ್ಟ್ ಡಾಕ್ಟರಲ್ ವರ್ಕ್ ಮಾಡ್ಬೇಕು.. 1925–1950 ರ ಅವಧಿಯಲ್ಲಿ ಬಂದ ಕಾದಂಬರಿನೆಲ್ಲ ಸಂಗ್ರಹ ಮಾಡ್ತಾ ಇದೀನಿ. ಆದರ ಮೇಲೆ ಹೊಸಾ ರೀತಿಲಿ ಒಂದಿಷ್ಟು ಕೆಲಸ ಮಾಡ್ಬೇಕು..''

''ಸಮಾಜ ಸುಧಾರಣೆ ಆಮೇಲ್ ಮಾಡಿ.. ಮೊದಲ್ ನೀವು ಉದ್ಧಾರ ಆಗೋದನ್ನ ಕಲೀರಿ..''

(ಮುಜುಗರದ ನಗು). "ಎಲ್ಲಿ ಸರ್.. ಇನ್ನು ಓದೋದಕ್ ಮಾಡಿದ್ ಸಾಲನೇ ತೀರ್ಸೋಕಾಗಿಲ್ಲ.. (ಸಮಸ್ಯೆಗಳ ವಿವರ. ಮ್ಯೂಟ್.)"

"ನಿಮಗ್ ಕನ್ನಡ ಗೊತ್ತಿದೆ. ಬರೀಬಲ್ಲರಿ.. ಅದೇ ಒಂದು ಸ್ಕಿಲ್.. ಅದನ್ನ ಉಪಯೋಗ್ಸಿಕೊಳ್ಳಿ. ನಿಮ್ ಟ್ಯಾಲೆಂಟ್‌ಗೆ ಕೆಲಸ ಆಗತ್ತೆ, ದುಡ್ಡು ಬರತ್ತೆ. ನಿಮ್ ಸಮಸ್ಯೆನೂ ತೀರತ್ತೆ.. ನ್ಯಾಯವಾದ್ ಹಾದಿಲಿ ಚೆನ್ನಾಗ್ ಬದುಕಿ.."

"ಅದ್ ಹೇಗೆ ಸರ್?"

"ನಾನ್ ಒಂದು ಧಾರಾವಾಹಿ ಸ್ಕ್ರಿಪ್ಟ್ ಮೇಲ್ ಮಾಡ್ತೀನಿ.. ನೀವು ಅದನ್ನ ನೋಡ್ಕೊಂಡು, ಡೈಲಾಗ್ ಬರೀರಿ"

"ಧಾರಾವಾಹಿನಾ !!!! ಜೋಕ್ ಮಾಡ್ಬೇಡಿ.. ಟಿವಿ ನೋಡದೆ ಹೆಚ್ಚು ಕಮ್ಮಿ 12-13 ವರ್ಷ ಆಗಿದೆ.."

"ಅದೇನ್ ಪರವಾಗಿಲ್ಲ.."

"ನನಗ್ ಇಷ್ಟನೂ ಇಲ್ಲ. ಆ ಹೆಣ್ಮಕ್ಕಳು ಗೋಳು, ಗಂಡನೇ ದೇವರು ಅಂತ ಕಣ್ಣೀರ್ ಇಡೋದು.. ಛೀ.."

"ನೀವು ಅದನ್ನ ಬದಲಾಯ್ಸಿ.. ಅದಕ್ಕೋಸ್ಕರನಾದ್ರೂ ಫೀಲ್ಡಿಗ್ ಬನ್ನಿ.." (ಹಹಹ.. ನಂಬೋ ಅಂತಾ ಮಾತಾ?")

ಕಟ್ ಟು

ಹಗಲು. ಒಳಾಂಗಣ. ಟಿವಿ ಚಾನೆಲ್. ನಾನು. ಭಯ. ಗೊಂದಲ.

ಸರಿಯೋ ತಪ್ಪೋ, ಬೇಕೋ ಬೇಡವೋ ಸಾಧ್ಯವೋ ಅಸಾಧ್ಯವೋ ನಾನಾ ವಿಧದ ತೊಳಲಾಟಗಳ ಜೊತೆ ಫೈಟ್ ಮಾಡ್ತಾ ಒಬ್ಬಳೆ ಕೂತಿದ್ದೆ.. ಪರಮೇಶ್ವರ್ ಗುಂಡ್ಕಲ್ ಅವರ ಜೊತೆ ಮಾತಾಡ್ಬೇಕು.. ಟೆನ್ಷನ್. ಬಿಲ್ಡ್-ಅಪ್...

ಫ್ಲಾಷ್ ಕಟ್..

ಯಾರು ಯಾರೋ ಹೇಳಿದ್ದು. ವಾಯ್ಸ್ ಓವರ್...

"ಪರಮೇಶ್ವರ್‌ಗೆ ದಡ್ಡರನ್ನ ಕಂಡರೆ ಕೋಪ ಬರತ್ತೆ.."

''ಪಿಹೆಚ್‌ಡಿ ಮಾಡ್ಕೊಂಡು ಧಾರಾವಾಹಿಗೆ ಬರೆಯೋದಾ? ಬೇರೆ ಯಾವುದು ಒಳ್ಳೆ ಕೆಲಸ ಸಿಗಲ್ವ? ಅಲ್ಲೆಲ್ಲ ಜನ ಸರಿ ಇಲ್ಲ ಅಂತಾರಲ್ಲ.. ಹಾಳಾಗ್ ಹೊದ್ರೆ ???.. ''

''ಇಷ್ಟೊಂದ್ ಓದ್ಕೊಂಡಿದೀಯ? ಪೇಪರ್ ಆಫೀಸಲ್ಲಿ ಸಂಬಳ ಜಾಸ್ತಿ ಮಾಡಲ್ವ''

ಕಟ್ ಟು

ಪರಮ್‌ನ ನೋಡ್ದಾಗ, ಇವೆಲ್ಲ ಫೇಡ್ ಔಟ್ ಆಗಿ, ನನಗೆ ನಾನು ''ಬುದ್ಧಿವಂತೆ'' ಅಂತ ಪ್ರೂವ್ ಮಾಡ್ಬೇಕು ಅನ್ನೋದು ಮಾತ್ರ ತಲೆನಲ್ಲಿ ಉಳಿದಿದ್ದು!!! ಅದು ಇವತ್ತಿಗೂ ಆಗಲಿಲ್ಲ. ಅವರಿಂದ ಕಲಿಯೋದು ತುಂಬ ಇದೆ. ಆದ್ರೆ ಆ ದಿನದಿಂದ ಇಲ್ಲಿ ತನಕ ನಾನು ಸಾಕಷ್ಟು ಅನುಭವನ ಪಡೆದುಕೊಂಡೆ.. ಜೀವನದ ಬಗ್ಗೆ.. ಕಲೆಯಲ್ಲಿ.. ಕೆಲಸದಲ್ಲಿ..

ಧಾರಾವಾಹಿ ಅಂದಾಗ, ಟಿಆರ್‌ಪಿಗೋಸ್ಕರ ಬರೀತಾರೆ. ದುಡ್ಡು ಮಾಡೋಕೆ, ತುಂಬ ಸಿಲ್ಲಿ, ರಗಳೆ, ರಬ್ಬರ್ ತರ ಎಳಿತಾರೆ, ಕೆಳದರ್ಜೆಯ ಅಭಿರುಚಿ ಅನ್ನೋರೆ ಹೆಚ್ಚು. ಅದು ಭಾಗಶಃ ಸತ್ಯ... ಟಿಆರ್‌ಪಿ ಬರೋದು ಎಲ್ಲದರ ಕೊನೆಗೆ.. ಇದೊಂದು ಸಂಕೀರ್ಣವಾದ ಕಲೆ.. ಹಲವಾರು ಕಲಾಕಾರರು ಸೇರಿ ಒಂದು ಕಲಾಕೃತಿಯನ್ನ ನಿರ್ಮಾಣ ಮಾಡಿದಂತೆ.. ಸಾಹಿತ್ಯ, ಚಿತ್ರಕಲೆ, ಸಂಗೀತ, ವಿಮರ್ಶೆ ಎಲ್ಲದರ ಜ್ಞಾನವೂ ಬೇಕು. ಎಲ್ಲದಕ್ಕಿಂತ ಹೆಚ್ಚಾಗಿ ಜೀವನದ ಅನುಭವ, ನಾನಾ ತರದ ಸ್ತರದ ಜನರ ನಾಡಿ ಮಿಡಿತ ಗೊತ್ತಿರಬೇಕು.. ಎಲ್ಲದಕ್ಕಿಂತ ಮೊದಲು ನಮ್ಮೊಳಗೆ ಕಥೆ ಹುಟ್ಟಬೇಕು.. ಅದನ್ನ ದಿನದಿನದ ಕಂತಿಗೆ, ಅತಿ ಗಂಭೀರವೂ ಅಲ್ಲದ, ಸಿಲ್ಲಿಯೂ ಅಲ್ಲದ ಆಕರ್ಷಕ ರೀತಿಯಲ್ಲಿ ಟಿವಿ ಮಾಧ್ಯಮಕ್ಕೆ ಒಗ್ಗುವಂತೆ, ಕಟ್ಟಬೇಕು.. ಅದಕ್ಕಿರುವ ಮಾನದಂಡಗಳೆಷ್ಟು!! ತಾಂತ್ರಿಕ ಸವಾಲುಗಳೆಷ್ಟು! ನಾವು ಕಟ್ಟಿದ್ದು ಎಷ್ಟೊಂದು ಜನರಿಗೆ ಅರ್ಥವಾಗ್ಬೇಕು.. ಯಾರೆಲ್ಲ ಅದನ್ನ ಇಷ್ಟಪಡ್ಬೇಕು.. ಜನ ಮೆಚ್ಚ್‌ಬೇಕು.. ಉೂಫ್.. ಬದುಕಿನ ಸೂಕ್ಷ್ಮ ಸಂವೇದನೆಗಳನ್ನ ಸಂಕ್ಷಿಪ್ತವಾಗಿ, ಮನಸ್ಸನ್ನು ರಂಜಿಸುವ ಬಗೆಯಲ್ಲಿ ಹಂಚಿಕೊಳ್ಳಬೇಕು. ಎಲ್ಲವು ನಿಗದಿತ ಸಮಯದ ಮಿತಿಯೊಳಗೆ ನಡೆಯಬೇಕು.

ಅವಸರ ಬರಹಗಾರನ ಶತ್ರು. ಆದ್ರೆ ಧಾರಾವಾಹಿ ಬರೆಯೋರಿಗೆ ಪುರುಸೊತ್ತೆಲ್ಲಿದೆ? ದಿನಕ್ಕೆ ಇಪ್ಪತ್ತು-ಇಪ್ಪತ್ತೈದು ಪುಟ ಬರೆಯಲೇಬೇಕು.. ಜೊತೆಗೆ ಘಳಿಗೆಗೊಮ್ಮೆ ಶೂಟಿಂಗ್ ಶೆಡ್ಯೂಲ್ ಬದಲಾಗ್ತಾ ಇರತ್ತೆ.. ನಾವು ಎಲ್ಲೇ ಇರಲಿ, ನಮ್ಮ ಮೂಡ್ ಹೇಗೆ ಇರಲಿ, ನಮ್ಮ ಸುತ್ತಮುತ್ತ ಏನೇ ಆಗ್ತಿರಲಿ. ಬರೆಯೋದು

ನಿಲ್ಲಿಸೋ ಹಾಗಿಲ್ಲ. ಈ ಶ್ರಮ ಹಾಗೂ ಒತ್ತಡವನ್ನ ನಿಭಾಯಿಸುವ ಮಾನಸಿಕ ಹಾಗೂ ದೈಹಿಕ ದಾರ್ಢ್ಯತೆ ಸೀರಿಯಲ್ ಬರಹಗಾರರಿಗೆ ಅತ್ಯಗತ್ಯ. ಧಾರಾವಾಹಿಯಲ್ಲಿ ಬರುವ ಎಲ್ಲ ಪಾತ್ರಗಳನ್ನ ನಮ್ಮ ಮನೆ ಜನರಿಗಿಂತ ಹೆಚ್ಚಾಗಿ ಅರ್ಥ ಮಾಡ್ಕೊಂಡಿರಬೇಕಾಗತ್ತೆ. ಕಥೆಯ ಸನ್ನಿವೇಶವನ್ನ, ಕಥೆ ಸಾಗುವ ದಿಕ್ಕನ್ನ ಲಕ್ಷ್ಯದಲ್ಲಿಟ್ಟುಕೊಳ್ಳಬೇಕು. ಇಂಥ ಸೀನ್ ಇಷ್ಟು ನಿಮಿಷ ಬರಬೇಕು ಅನ್ನೊ ಲೆಕ್ಕಾಚಾರ ಗೊತ್ತಿರಬೇಕು. ಒಬ್ಬೊಬ್ಬರ ಬೇಡಿಕೆ ಒಂದೊಂದು ಇರತ್ತೆ. ಅದನ್ನೆಲ್ಲ ಪೂರೈಸಬೇಕು.. ಪ್ರೊಡಕ್ಷನ್/ನಿರ್ಮಾಣ ಸಂಸ್ಥೆಯವರಿಗೆ ಕಮ್ಮಿ ಖರ್ಚಿನಲ್ಲಿ ಒಳ್ಳೆ ಕಥೆ ಹೇಳಬೇಕು. ನಿರ್ದೇಶಕರಿಗೆ ಸುಲಭವಾಗುವಂತೆ ವಿವರಗಳಿರಬೇಕು. ಕೆಲವೊಮ್ಮೆ ಉತ್ತಮ ಕಲಾವಿದ ಪಾತ್ರನಿಷ್ಠರಾಗಿದ್ದು ನಮ್ಮ ಬರಹವನ್ನ ಅರ್ಥ ಮಾಡಿಕೊಂಡು ಅದಕ್ಕೆ ಬದ್ಧವಾಗಿ ನಟಿಸ್ತಾರೆ. ಇಲ್ಲವಾದಲ್ಲಿ ಕಲಾವಿದರ ಭಾಷೆಯ ಮೇಲಿನ ಹಿಡಿತ, ನೆನಪಿನ ಶಕ್ತಿ, ನಟನೆಯ ಸಾಮರ್ಥ್ಯವೇನು ತಿಳಿದುಕೊಂಡು ಅವರ ಶೈಲಿಗೆ ನಮ್ಮ ಬರಹವನ್ನ ಒಗ್ಗಿಸಿಕೊಳ್ಳಬೇಕು.

ಒಮ್ಮೆ ಬರೆದು ನಿರ್ದೇಶಕರಿಗೆ ಸ್ಕ್ರಿಪ್ಟ್ ಕಳಿಸಿದ ಮೇಲೆ ನಾವು ಅದರ ಮೇಲಿನ ಮೋಹವನ್ನ ತೊರೆಯ ಬೇಕು. ಬರೆಯೋ ತನಕ ಮಾತ್ರ ಅದು ನಮ್ಮದು. ಬರೆದ ಮೇಲೆ ಅದರ ಹಣೆಬರಹವವನ್ನ ನಿರ್ಧರಿಸೋರು ನಿರ್ದೇಶಕರು, ಕಲಾವಿದರು ಹಾಗೂ ಸಂಕಲನಕಾರರು. ಅಕ್ಷರ ರೂಪದಲ್ಲಿರುವ ಕತೆಯನ್ನ ದೃಶ್ಯಮಾಧ್ಯಮಕ್ಕೆ ಅಳವಡಿಸುವಾಗ ಅದು ವಿವಿಧ ಹಂತಗಳಲ್ಲಿ ಸಂಸ್ಕರಣೆಯಾಗಿ ಬರಬೇಕು.. ನಮ್ಮ ಕಲ್ಪನೆಯನ್ನ ನಾವು ನಿರ್ದೇಶಕರ ಚಿತ್ತಭಿತ್ತಿಯಲ್ಲಿ ಮೂಡಿಸಿ, ಅದರ ಸಂವೇದನೆಯನ್ನ ಕಲಾವಿದರಿಗೆ ವರ್ಗಾಯಿಸುವ ಹಂತದಲ್ಲಿ ಅದು ಉತ್ತಮವೂ ಆಗಬಹುದು, ಕಳಪೆಯೂ ಆಗಬಹುದು. ಇದಲ್ಲದೆ ಧಾರಾವಾಹಿಯ ಬರಹಕ್ಕೆ ಹಲವಾರು ತಾಂತ್ರಿಕ ಕಡಿವಾಣಗಳಿವೆ. ಅದನ್ನ ಪ್ರತ್ಯೇಕವಾಗಿ ಚರ್ಚಿಸಬೇಕಾಗತ್ತೆ.

ಈ ಎಲ್ಲದರ ನಡುವೆ ನಮ್ಮನ್ನ ಕಾಡುವ ದ್ವಂದ್ವಗಳು ನೂರೆಂಟು. ಈ ಬಗೆಯ ಬರಹವನ್ನ ಹವ್ಯಾಸವಾಗಿ ಇಟ್ಟುಕೊಂಡರೆ ನಿಭಾಯಿಸುವುದು ಕಷ್ಟ. ವೃತ್ತಿಯಾಗಿ ತೆಗೆದುಕೊಂಡರೆ ಬದುಕು ಅನಿಶ್ಚಿತ. ನಮ್ಮ ಬರಹದ ಗುಣಮಟ್ಟ ಉತ್ತಮವಾಗಿಲ್ಲದಿದ್ದರೆ, ಅಥವಾ ಇನ್ನಿತರ ಕಾರಣಕ್ಕೆ, ಧಾರಾವಾಹಿ ಯಾವುದೆ ಕ್ಷಣಕ್ಕೂ ನಿಂತು ಹೋಗಬಹುದು. ಕೆಲವೊಮ್ಮೆ ಬರೆಸಿಕೊಳ್ತಾರೆ ಹಣ ಕೊಡುವುದಿಲ್ಲ. ಈಗೀಗ ಪರಿಸ್ಥಿತಿ ಬದಲಾಗ್ತಿದೆ. ಚಿತ್ರಕಥೆ ಸಂಭಾಷಣೆ

ಹೋಳಿಗೆಯಲ್ಲಿ ಹೂರಣ ಇದ್ದ ಹಾಗೆ, ಹೂರಣ ಸರಿಯಾಗದೆ ಹೋದರೆ ಹೋಳಿಗೆ ಹದಗೆಟ್ಟು ಹೋಗತ್ತೆ ಅನ್ನೋ ಅರಿವು ಬರತಾ ಇದೆ. ಬರಹಗಾರರಿಗೆ ತಕ್ಕ ಪ್ರಾಶಸ್ತ್ಯ ಸಿಗ್ತಾ ಇದೆ.. ಅದರ ಜೊತೆಗೆ ಬರಹಗಾರನ ಜವಾಬ್ದಾರಿಯೂ ಹೆಚ್ಚಿದೆ. ಸೀರಿಯಲ್ ಬರೆದ್ರೂ ಸೀರಿಯಸ್ಸಾಗಿರಬೇಕಾಗತ್ತೆ. ಅಧ್ಯಯನ, ಮನನ, ಚಿಂತನ, ಸಾಮಾಜಿಕ ಒಡನಾಟಗಳಿಂದ ಜೀವನವನ್ನ ಹೆಚ್ಚು ಹೆಚ್ಚು ಅರ್ಥ ಮಾಡಿಕೊಂಡು, ಅದನ್ನ ಈ ಮಾಧ್ಯಮಕ್ಕೆ ಒಗ್ಗುವಂತೆ ನಿರೂಪಣೆ ಮಾಡುವ ಕಲೆಯನ್ನ ಗಳಿಸಿಕೊಳ್ಳಬೇಕಿದೆ. ಧಾರಾವಾಹಿಯ ಪ್ರಭಾವವನ್ನ ಅರ್ಥ ಮಾಡಿಕೊಂಡು ಸ್ವಸ್ಥ ಸಮಾಜದ ನಿರ್ಮಾಣಕ್ಕೆ ಪೂರಕವಾದ ಅಂಶಗಳನ್ನ ಇನ್ನಷ್ಟು ಪರಿಣಾಮಕಾರಿಯಾಗಿ ಸೇರಿಸಿಕೊಳ್ಳಬೇಕಿದೆ.

"ಧಾರಾವಾಹಿನ ಎಳಿತಾರಲ್ಲ ಯಾಕೆ?".. ಎಲ್ಲ ಕಾರಣಗಳು ನನಗೂ ಗೊತ್ತಿಲ್ಲ. ಒಂದು ಎಪಿಸೋಡ್ ಇಂತಿಷ್ಟು ನಿಮಿಷ ಬರಬೇಕು ಅಂತ ಇರತ್ತೆ. ಆ ಎಪಿಸೋಡ್ ಅಷ್ಟು ನಿಮಿಷ ಇರದೆ ಹೋದಾಗ ಎಳೆಯೋದು ಇದೆ. ಎರಡು ವರ್ಷಕ್ಕೆ ಸಾಕಾಗುವಷ್ಟು ಇದ್ದ ಕತೆಯನ್ನ ನಾಲ್ಕು ವರ್ಷಕ್ಕೆ ಹಿಗ್ಗಿಸಿ ಬರೆಯೋದು ಇದೆ. ಜನ ಕೆಲವೊಂದು ಅಂಶಗಳನ್ನ ಇಷ್ಟಪಟ್ಟರೆ ಅದನ್ನೇ ಪುನರಾವರ್ತನೆ ಮಾಡುವುದೂ ಇದೆ. ಒಂದು ಎಪಿಸೋಡ್‌ಗೆ ಇಂತಿಷ್ಟು ಅಂತ ದುಡ್ಡು ನಿಗದಿಯಾಗಿರತ್ತೆ.. ಒಂದು ಎಪಿಸೋಡ್‌ನ ವಸ್ತುವನ್ನು ಎರಡು ಎಪಿಸೋಡ್‌ಗೆ ಹಿಗ್ಗಿಸುವ ಭರದಲ್ಲಿಯೂ ಹೀಗಾಗಬಹುದು.

ಈ ಅನುಕೂಲ ಸಿಂಧು ಕಾರಣಗಳಲ್ಲದೆ, ಇನ್ನೊಂದಿಷ್ಟು ಅನಿವಾರ್ಯತೆಗಳೂ ಇರತ್ತೆ.. ಧಾರಾವಾಹಿ ನೋಡೋರು ಸಿನಿಮಾವನ್ನ ನೋಡಿದಂತೆ ಅರ್ಧ ಗಂಟೆ "ಅಟೆನ್ಷನ್ ಮೋಡ್"ನಲ್ಲಿ ಕುಳಿತು ನೋಡಲ್ಲ.. ನೂರೆಂಟು ಕೆಲಸಗಳ ಮಧ್ಯೆ, ಮನೆಯವರ ಹರಟೆಯ ನಡುವೆ, ನಡು-ನಡುವೆ ಬರುವ ಜಾಹಿರಾತುಗಳ ವಿಕರ್ಷಣೆಯ ಜೊತೆಗೆ, ಚಾನೆಲ್‌ನಿಂದ ಚಾನೆಲ್‌ಗೆ ಬದಲಾಯಿಸ್ತಾ ನೋಡ್ತಾರೆ.. ಮುಖ್ಯವಾದ ಪಾತ್ರ, ಕಥಾ ಅಂಶಗಳು ವೀಕ್ಷಕರ ಮನಸ್ಸಿಗೆ ಇಳಿದು, ವೀಕ್ಷಕರಿಗೂ ಆ ಪಾತ್ರಕ್ಕೂ ಒಂದು ಮಾನಸಿಕ ನಂಟು ಬೆಳೆಯ ಬೇಕಿದ್ದಾಗ ಧಾರಾವಾಹಿಯನ್ನ ಅವಸರವಿಲ್ಲದ ಗತಿಯಲ್ಲಿ ತೆಗೆದುಕೊಂಡು ಹೋಗಬೇಕಾಗತ್ತೆ. ಇದೇ ಕಾರಣಕ್ಕೆ ಧಾರಾವಾಹಿಯಲ್ಲಿ ಮಾತು ಜಾಸ್ತಿ. ಕಣ್ಣಿಗೆ ಕಾಣುವದನ್ನೂ ಮಾತಿನಲ್ಲಿ ಹೇಳಬೇಕಾಗತ್ತೆ. ಅಡುಗೆ ಮನೆಯಲ್ಲಿ ಕಾಫಿ ಬಿಸಿ ಮಾಡ್ತಾ ಧಾರಾವಾಹಿ ನೋಡೋರಿಗೆ, ಸಂಭಾಷಣೆ ಇಲ್ಲದೆ ಹೋದರೆ ನೋಡುಗರ ಗಮನ

ಬೇರೆಡೆ ಹೋಗೋ ಸಾಧ್ಯತೆ ತಪ್ಪಿಸಲು ಮೂವತ್ತು ಸೆಕೆಂಡ್‌ಗಳ ಅಂಥರದಲ್ಲಿ ಒಂದಾದರೂ ಸಂಭಾಷಣೆ ಇರಲೇ ಬೇಕತ್ತೆ..

ಧಾರಾವಾಹಿ ಅಂದ್ರೆ ''ಮನೆ ಹಾಳು'' ಕಥೆ ಅನ್ನೋ ದೂರು ಇದೆ. ಆದ್ರೆ ಇದು ''ಮನೆ ಮನೆ ಕಥೆ''. ವಾಸ್ತವದಲ್ಲಿ ನಡೆಯೋದನ್ನ ತೋರಿಸಿದಾಗ ಮನಸ್ಸಿಗೆ ಕಸಿವಿಸಿಯಾಗತ್ತೆ. ಇದರ ಉದ್ದೇಶ ಇರೋದು ಹಿಂಸೆ–ಕ್ರೌರ್ಯ–ವಿಕಾರಗಳ ವಿಜೃಂಭಣೆ ಅಲ್ಲ. ಕಲಾತ್ಮಕ ಚೌಕಟ್ಟಿನೊಳಗೆ ನಿತ್ಯದ ಬದುಕಿಗೆ ಒಂದು ಕನ್ನಡಿ ಹಿಡಿಯುವ ಪ್ರಯತ್ನವೂ ಆಗಿರತ್ತೆ. ಏನು ಸರಿಯಿಲ್ಲ ಅಂತ ಚಿಕಿತ್ಸಕ ದೃಷ್ಟಿಯಿಂದ ನೋಡಿ, ಅದನ್ನ ಗುಣಪಡಿಸಿಕೊಳ್ಳೋದಕ್ಕೆ.

ಈ ದೃಷ್ಟಿಯಿಂದ ಧಾರಾವಾಹಿ ಒಂದು ಪ್ರಭಾವಿ ಮಾಧ್ಯಮ. ಇಲ್ಲಿ ನಾನು ಜೀವಮಾನವಿಡೀ ಬರೆದ್ರೂ, ಅದು ಕುವೆಂಪು, ಶಿವರಾಮ ಕಾರಂತರಂತೆ ''ಕ್ಲಾಸ್'' ಸಾಹಿತ್ಯ ಅನ್ನಿಸ್ಕೊಳೋದಿಲ್ಲ, ನಿಜ.. ಸೀರಿಯಲ್ ಬರಹ ಸೀರಿಯಸ್ ಅಲ್ಲ ಅನ್ನೋದರಲ್ಲಿ ಮೌಢ್ಯ ಇದ್ದರೂ, ಆ ನಂಬಿಕೆ ಒಂದು ಮಟ್ಟಿಗೆ ನಿಜವೂ ಹೌದು. ಹಾಗಂತ ಬರೆಯೋದೇನ್ ಸುಲಭ ಅಲ್ಲ. ಹನಿಹನಿಯಾಗಿ ಜನರ ಪ್ರಜ್ಞಾವಂತಿಕೆಯ ಮೇಲೆ ಅದು ಪ್ರಭಾವ ಬೀರೋದು ಸುಳ್ಳಲ್ಲ. ಅದರ ಪ್ರಭಾವವನ್ನ ಅಕ್ಯಾಡೆಮಿಕ್ ಶಿಸ್ತಿನಿಂದ ಅಧ್ಯಯನ ಮಾಡುವ ಅಗತ್ಯ ನಮ್ಮಲ್ಲಿದೆ.. ನಾನು ಬರೆದ ಮಹಾಪ್ರಬಂಧವನ್ನ ನಮ್ಮಮ್ಮ ಓದಿಲ್ಲ. ನಾನು ಪೇಪರ್‌ನಲ್ಲಿ ಬರೆದ ಲೇಖನ ಓದಿಲ್ಲ. ಆದರೆ ಪ್ರತಿದಿನ ರಾತ್ರಿ ಎಂಟು ಗಂಟೆಗೆ ಅವಳು ನಾನು ಮಾಡಿದ ಕೆಲಸ ನೋಡ್ತಾಳೆ. ನಾನು ಬರೆದಿದ್ದನ್ನ ಕೇಳ್ತಾಳೆ.. ಈ ಮಾಧ್ಯಮದ ಮೂಲಕ ನನ್ನ ವಿಚಾರಗಳು ನನ್ನಮ್ಮ ಮತ್ತು ಅವಳಂತಹ ಎಷ್ಟೋ ಜನರಿಗೆ ತಲುಪ್ತಾ ಇದೆ.. ನನ್ನಮ್ಮ ತನ್ನ ನೋವಿಗೆ ಯಾವುದೋ ಎಪಿಸೋಡ್‌ನಲ್ಲಿ ಪ್ರತಿಧ್ವನಿ ಕಂಡ್ಕೊತಾಳೆ. ನನ್ನ ಸ್ನೇಹಿತೆಯ ಕನಸಿಗೆ ಧ್ವನಿ ಸಿಗತ್ತೆ.. ಇದುವರೆಗೆ ನಮ್ಮ ನಡುವೆ ಇಲ್ಲದ ಒಂದು ಹೊಸ ಬಗೆಯ ಸಂವಾದ ಇದರಿಂದಾಗಿ ಹುಟ್ಟಿಕೊಂಡಿದೆ.. ''ಇಂಟೆಲೆಕ್ಚ್ಯುಯಲ್'' ಆಗಿರಬೇಕು ಅನ್ನುವ ನನ್ನ ಅಹಂ ತಗ್ಗಿ, ಸಾಮಾನ್ಯರಲ್ಲಿ ಅತಿ ಸಾಮಾನ್ಯಳಾಗಿ ಜೀವನ ನೋಡೋದು ಹೇಗೆ ಅನ್ನೋ ಕುತೂಹಲ, ಸಾಮಾನ್ಯ ಜ್ಞಾನ ಹುಟ್ಟಿಕೊಂಡಿದೆ.. ಪುಸ್ತಕ ಜ್ಞಾನದ ಅಭಿಮಾನಿಯಾಗಿದ್ದ ನನಗೆ ಬದುಕಿನ ಪ್ರತಿ ಸನ್ನಿವೇಶ, ಅನುಭವ, ವೈವಿಧ್ಯಮಯ ವ್ಯಕ್ತಿತ್ವವನ್ನು ಇಡಿಯಾಗಿ ಅರಗಿಸಿಕೊಳ್ಳೋ ಮಹತ್ವಾಕಾಂಕ್ಷೆ ಹುಟ್ಟಿದೆ. ಮಸ್ತಕದ ಜ್ಞಾನ ಪುಸ್ತಕದ ಜ್ಞಾನ ಮೇಳೈಸೆ, ಬದುಕು ಹೂವಾಗಿ ಅರಳೋದು ನಿಜವೇ..?

ಈ ಜೀವನದಲ್ಲೂ ಕೆಲವೊಂದು "ಆಹಾ" ಕ್ಷಣಗಳೂ ಇವೆ: ಉತ್ತಮವಾದ ಚಿತ್ರಕಥೆ ರೂಪುಗೊಂಡಾಗ, ಯಾವುದೋ ಒಂದು ಹೊಸ ಚಿಂತನೆಯ ಹೊಳವು ದಕ್ಕಿದಾಗ, ನಾವು ಬರೆದಿದ್ದು ತೆರೆಯ ಮೇಲೆ ಅತ್ಯುತ್ತಮವಾಗಿ ಮೂಡಿದಾಗ.. ಕಲಾವಿದ ನಮ್ಮ ಕಲ್ಪನೆಗೆ ಜೀವ ತುಂಬಿದಾಗ, ಟಿಆರ್‌ಪಿ ಬಂದಾಗ, ಜನರು ಪ್ರೀತಿಯಿಂದ ಪ್ರತಿಕ್ರಿಯಿಸಿದಾಗ.

ಹಾಗಂತ ಇತರ ಬರಹಗಾರರಂತೆ ಚಿತ್ರಕಥೆ-ಸಂಭಾಷಣಾಕಾರ ಧೈರ್ಯವಾಗಿ ಜನರೆದುರು ತಾನು ಇಂಥ ಧಾರಾವಾಹಿಗೆ ಬರೀತಿನಿ ಅಂತ ಹೇಳಿಕೊಳ್ಳೋಕಾಗಲ್ಲ.. ಧಾರಾವಾಹಿಯನ್ನ ಇಷ್ಟಪಡೋರು ಹೊಗಳ್ತಾರೆ.. ಅದರ ಬಗ್ಗೆ ಪೂರ್ವಾಗ್ರಹಗಳನ್ನ ಇಟ್ಟುಕೊಂಡು, ಕೆಟ್ಟ ಧಾರಾವಾಹಿ ನೋಡಿ, ಮಾನಸಿಕ ಹಿಂಸೆಯನ್ನ ಅನುಭವಿಸಿದೋರು ವಾಚಾಮಗೋಚರ ಬೈತಾರೆ.. ನಾವು ನಮ್ಮ ಪರಿಚಯ ಹೇಳಿಕೊಳ್ಳುವ ಮೊದಲು ಎಲ್ಲದಕ್ಕೂ ಸಿದ್ಧರಾಗಬೇಕು. ಹೆಸರು ಹೇಳಿದ ಮೇಲೆ ಹೊಡೆದರೂ ತಿನ್ನಬೇಕು, ಹೊಗಳಿದರೂ ಅನುಭವಿಸಬೇಕು.

ನಶ್ವರ ಬದುಕಿನಲ್ಲಿ ನಿರಂತರತೆಯನ್ನ ಹುಡುಕುವವರಿಗೆ, ಬರಹದ ಮೂಲಕ ಅಮರರಾಗುವ ಮಹತ್ವಾಕಾಂಕ್ಷೆಯಿರುವವರಿಗೆ, ಈ ಬರಹವನ್ನ ಒಪ್ಪಿಕೊಳ್ಳೋದು ಕಷ್ಟ. ನಶ್ವರತೆಯನ್ನ ಒಪ್ಪಿಕೊಂಡು, ನೀರಿನ ಮೇಲಿನ ಗುಳ್ಳೆಯಂತೆ ಆ ಕ್ಷಣದ ಬದುಕನ್ನ ಮಾತ್ರ ಬದುಕುವವರಿಗೆ, ಪ್ರತಿದಿನವೂ ಮತ್ತೆ ಹುಟ್ಟಿ ಮತ್ತೆ ಸಾಯುವ ಪ್ರಕ್ರಿಯೆಗೆ ಒಗ್ಗಿಕೊಳ್ಳುವ ಕ್ರಿಯಾಶೀಲತೆ ಇದ್ದರೆ, ಇದು ಸೊಗಸು.

ಪತ್ರಕರ್ತರಾಗಿದ್ದ ಮಾಲತಿ ಬೇಳೂರು, ವರದಿ ಮಾಡುವ ಕೆಲಸ ಬಿಟ್ಟು ಧಾರಾವಾಹಿಯ ಪಾತ್ರಗಳಿಗೆ ಮಾತು ಬರೆಯಲು ಶುರುಮಾಡಿದ್ದೇ ಒಂದು ವಿಸ್ಮಯಕಾರಿ ಸನ್ನಿವೇಶದಲ್ಲಿ. ಅವರೀಗ ಕನ್ನಡದ ನಂಬರ್ ವನ್ ಧಾರಾವಾಹಿ 'ಅಗ್ನಿಸಾಕ್ಷಿ'ಯ ಸಂಭಾಷಣಾಕಾರರು. ಜೊತೆಗೇ ಚಿತ್ರಕತೆ ಕೂಡ ಬರೆಯುತ್ತಾ, ಪಾತ್ರ ಪ್ರಪಂಚದಲ್ಲಿ ಹಾಯಾಗಿರುವ ಮಾಲತಿ, ಮಾತು ಕಟ್ಟಿಯೇ ಮನೆ ಮಾತಾಗಿದ್ದಾರೆ.

ಎಲ್ ಸಿ ಡಿ ಫ್ಯಾಕ್ಟರ್ ಇದೆಯಾ ನೋಡಿ, ಇದ್ದರೆ ಗೆದ್ದಂತೆಯೇ ಬಿಡಿ

ರಘುಶಾಸ್ತ್ರಿ. ವಿ

ಸಿನಿಮಾ ಎಂಬ ಮಾಯೆ ಶುರುವಾಗೋದೇ ಕನಸು ಎಂಬ ಮೂರಕ್ಷರದ ಕಲ್ಪನೆಯ ಶಾಲೆಯಿಂದ, ಮೂಕಿ ಚಿತ್ರಗಳಿಂದ ಶುರುವಾದ ಜಗತ್ತಿನ ಸಿನಿಮಾ ಪಯಣ ಇಂದು 3D ಯಿಂದ Imaxನ ವರೆಗೂ ಬಂದು ನಿಂತಿದೆ, ತಂತ್ರಜ್ಞಾನ ಎಷ್ಟೇ ಮುಂದುವರೆದ್ದಿದರೂ ಸಿನಿಮಾ ಎಂದಿಗೂ ನಿರ್ದೇಶಕನ ಕನಸು, ಕಲ್ಪನೆ, ಖಾಲಿ ಬೆಳ್ಳಿ ಪರದೆಯ ದಿವ್ಯ ಮೌನ.

ಸಿನಿಮಾ ಎಂಬ ಮೂರಕ್ಷರದ ಶಕ್ತಿ ಬಹಳ ದೊಡ್ಡದು, ನೂರಾರು ಜನರ ಪರಿಶ್ರಮ, ನೂರಾರು ಪ್ರತಿಭೆಗಳಿಗೆ ವೇದಿಕೆ ಸಿನಿಮಾ, ಸಾಮಾನ್ಯ ಮನುಷ್ಯನನ್ನು star ಆಗಿಸುವಂತಹ ತಾಕತ್ತು, ಸಿನಿಮಾ ಎನ್ನುವ ಮೂರಕ್ಷರದ ಮಾಯೆಗೆ ಮಾತ್ರ ಇರುವುದು ......

ಪ್ರತಿಯೊಬ್ಬರ ಗ್ರಹಿಕೆಯಲ್ಲಿ ಸಿನಿಮಾ ಅನ್ನೋದು ಬೇರೆ ಬೇರೆ ರೀತಿಯಿಂದ ಅರ್ಥವಾಗಬಹುದು. ನಿರ್ದೇಶಕ ಹೇಳಲು ಹೊರಟ್ಟಿದ್ದು ನಮಗೆ ತಲುಪದೆ,

ನಮ್ಮದೇ ಗ್ರಹಿಕೆಯಲ್ಲಿ ಸಿನಿಮಾ ಯೋಚನೆಗೆ ಹಚ್ಚುತ್ತದೆ . ಹಾಗೇ ನನ್ನ ಗ್ರಹಿಕೆಯಲ್ಲಿ ಸಿನಿಮಾ ಹೇಗೆ ಅನ್ನುವುದಕ್ಕೆ ಒಂದೆರಡು ಉದಾಹರಣೆಗಳಿವೆ.

ಸಿನಿಮಾ ನನ್ನ ಗ್ರಹಿಕೆಯಲ್ಲಿ -

ಕೆಲವು ದಿನಗಳ ಹಿಂದೆ ಬಂದಿದ್ದ "Life of pie" ಅನ್ನೋ ಸಿನಿಮಾ ನೋಡಿ ಮುಗಿಸಿದ ಮೇಲೆ ಬಹಳಷ್ಟು ಜನರಿಗೆ ಅದ್ಭುತ ಅನಿಸಿದೆ, ಆದರೆ ವ್ಯಕ್ತಿಗತವಾದ ಗ್ರಹಿಕೆಗಳು ಬೇರೆ ಬೇರೆ ಇದ್ದಿರಬಹುದು. ಸಮುದ್ರದ ಮಧ್ಯೆ ಸಣ್ಣದೊಂದು Boat ನಲ್ಲಿ Richard parker ಅನ್ನೋ ಹುಲಿಯ ಜೊತೆ ಸೆಣಸಾಡಿ, ದಡ ಸೇರಿದ ಮೇಲೆ ಆ ಹುಲಿ ಹುಡುಗನ ಕಡೆ ಒಮ್ಮೆಯೂ ತಿರುಗಿ ನೋಡದೇ ಹೊರಟು ಬಿಡುತ್ತದೆ.

ಅಸಲಿಗೆ Richard Parker ಅನ್ನೋದು ಹುಲಿಯೇ ಅಲ್ಲ. ಅದು ಆ ಹುಡುಗನ ಮನಸ್ಸಿನಲ್ಲಿ ಅಡಗಿದ್ದ ಭಯ, ಸಾವು Richard Parker ರೂಪದಲ್ಲಿ ಅವನನ್ನ ಕಟ್ಟ ಕಡೆಯವರೆಗೂ ಬದುಕಿಸಿ ದಡ ಮುಟ್ಟಿದ ಮೇಲೆ. ಆ ಭಯ ಅವನೆಡೆಗೆ ತಿರುಗಿಯು ನೋಡದೆ ನಡೆದು ಹೋಯಿತೇನೊ ಎಂದು ನನ್ನ ಗ್ರಹಿಕೆಯಲ್ಲಿ "Life of pie" ಇಂದಿಗೂ ಬಂದಿಯಾಗಿದೆ. ಬದುಕು ಎನ್ನುವ ಹುಡುಗನ ಪ್ರತಿಬಿಂಬ, ಸಾವು ಅನ್ನುವ Richard Parker ನಮ್ಮೊಳಗೆ ಪ್ರತಿ ದಿನ ಸೆಣಸಾಡುತ್ತಲೆ ಇರುತ್ತದೆ.

ಹಾಗೆಯೇ ಇರಾನಿ ನಿರ್ದೇಶಕ ಮಾಜಿದ್ ಮಜಿದೀಯ Children of Heaven ನೋಡಿದಾಗ ಚಿತ್ರದ ಅಂತ್ಯದಲ್ಲಿ ಹುಡುಗ running raceನಲ್ಲಿ ಮೂರನೇ ಸ್ಥಾನ ಬಂದರೆ ತನ್ನ ತಂಗಿಗೆ shoeನ ಬಹುಮಾನವನ್ನಾಗಿ ಕೊಡುವುದಕ್ಕಾಗಿ ಓಡಿ ಮೊದಲ ಸ್ಥಾನ ಬಂದರೂ ಅಳುತ್ತಾ ಮನೆಗೆ ಹಿಂದಿರುಗುತ್ತಾನೆ.

ರಣ ಬಿಸಿಲಿನಲ್ಲಿ ಓಡಿ ಅರ್ಧ ಹರಿದಿದ್ದ ಶೂ ಕಾಲಿಗೆ ಅಂಟಿ ಅಂಗಾಲೆಲ್ಲಾ ಬೊಬ್ಬೆ ಎದ್ದಿರುತ್ತದೆ. ಮನೆಯ ಮುಂದಿನ ತೊಟ್ಟಿಯಲ್ಲಿ ಕಾಲು ಹುದುಗಿಸಿ ಕೂತಾಗ, ಅಲ್ಲಿದ್ದ ಮೀನುಗಳೆಲ್ಲಾ ಬಂದು ಕಾಲಿಗೆ ಮುತ್ತಿಕ್ಕುತ್ತವೆ. ಆ ದೃಶ್ಯಕ್ಕೆ ಸಿನಿಮಾ ಮುಗಿಯುತ್ತದೆ...

ನಾವು ನೀವು ಪ್ರತಿ ನಿತ್ಯದ ಬದುಕಿನ race ಮುಗಿಸಿ ಸಂಜೆ ಮನೆಗೆ ಹಿಂತಿರುಗಿದಾಗ ಆ ಮೀನುಗಳ ಹಾಗೆ ಸಾಂತ್ವನ ಹೇಳೋರು ಬೇಕು ಅನ್ನಿಸೋದು ಸುಳ್ಳಲ್ಲ...

ಹೀಗೆ ಜಗತ್ತಿನ ಅದ್ಭುತ ಚಿತ್ರಗಳು ನನ್ನೊಳಗೆ ಬೇರೆ ಬೇರೆಯದ್ದೇ ರೀತಿಯ ಪರಿಕಲ್ಪನೆಗಳನ್ನ ನೀಡುತ್ತಾ ಹೋಗುತ್ತದೆ. ಎಲ್ಲರಿಗೂ ಹೀಗೆಯೆ ಆಗುತ್ತಾ? ನಿರ್ದೇಶಕ ಹೇಳಲು ಹೊರಟಿದ್ದೆ ಇದೇ ವಿಷಯಗಳಾ ? ಅನ್ನುವುದೇ ಆದರೆ! ಸಿನಿಮಾ ಮತ್ತು ನಿರ್ದೇಶಕ ಇಬ್ಬರೂ ಗೆದ್ದ ಹಾಗೆ . . . .

ನಾನು ನಿರ್ದೇಶಕನಾಗ ಬೇಕು ಎಂಬ ನಿರ್ಧಾರಕ್ಕೆ ಬಂದಾಗ ನನ್ನ ಮುಂದೆ ಹಲವಾರು ಪ್ರಶ್ನೆಗಳು ಎದುರಾಗಿದ್ದವು, ಅವು ಸಿನಿಮಾಗೆ ಧುಮುಕುವ ಮುಂಚೆ ನನ್ನ ಯೋಚನಾ ಕ್ರಮ ಹಾಗು ಯೋಜನೆಗಳ ಪಟ್ಟಿ. ಅದು ಸಿದ್ಧವಾಗಿ, ಗಟ್ಟಿಯಾದ ಮೇಲೆಯೆ ಮುಂದಿನ ಹೆಜ್ಜೆ ಇಟ್ಟಿದ್ದು.

ನಾನು ಮಾಡಲು ಹೊರಡುವ ಸಿನಿಮಾ ಯಾವ ತರಹದ್ದು ಎಂಬುದು ನನ್ನ ಮುಂದಿನ ಪ್ರಶ್ನೆ. ಅದಕ್ಕೆ ಮೂರು ಉತ್ತರಗಳು ನನ್ನ ಬಳಿ ಇದ್ದರೂ ಮೊದಲನೆಯದ್ದು ನನಗೆ ಹಿಡಿಸುವ ಕಥೆಯನ್ನಷ್ಟೆ ಸಿನಿಮಾ ಮಾಡ್ತೀನಿ, ಎರಡನೆಯದು ಜನ ಏನು ಕೇಳ್ತಾರೊ ಆ ತರಹ ಸಿನಿಮಾ ಮಾಡ್ ಬೇಕು, ಮೂರನೆಯದು ನನಗೆ ಯಾವ ತರಹ ಸಿನಿಮಾ ಇಷ್ಟಾನೋ ಅದನ್ನ ಜನರು ಇಷ್ಟ ಪಡೋ ಹಾಗೇ ಸಿನಿಮಾ ಮಾಡಿ ಒಪ್ಪಿಸುತ್ತೀನಿ ಅನ್ನೋದು.

ನನ್ನದು ಮೊದಲನೆಯ ಜಾತಿ. ಅದು ಸರಿಯು ಇರಬಹುದು, ಹಲವು ಸಲ ಎಡವಟ್ಟಾಗಿ ಎಡವಲು ಬಹುದು. ಸಿನಿಮಾ ಹತ್ತಾರು ವರ್ಷಗಳ ಅನುಭವವನ್ನ ದೊಡ್ಡ ದೊಡ್ಡ ನಿರ್ದೇಶಕರ ಹತ್ತಿರ ಕೆಲಸ ಮಾಡಿದ certificateಗಳನ್ನ ಯಾವುದನ್ನೂ ಬೇಡೂದಿಲ್ಲಾ . . . ನಿರ್ದೇಶಕನಾಗಬೇಕು, ಅಥವ ಕಥೆಗಾರನಾಗಬೇಕು ಅನ್ನೋದರಲ್ಲಿರೋ ಸೂಕ್ಷ್ಮತೆಗಳನ್ನ ಅವನೊಳಗೆ ಹೇಳಲೆ ಬೇಕು ಅಂತಾ ಉಸಿರಾಗಿರೋ ಜೀವನ ಅನುಭವಗಳನ್ನ ಮಾತ್ರ ಪ್ರಾಮಾಣಿಕವಾಗಿ ಬೇಡುತ್ತದೆ.

ನೂರು ಅದ್ಭುತ world class ಸಿನಿಮಾಗಳನ್ನ ನೋಡಿ, ಅಂತಹುದ್ದೆ ಸಿನಿಮಾ ಮಾಡಬೇಕು ಅನ್ನೋ ಯೋಜನೆಯ ಪರಿ ಇಂದಿನ ಬಹಳ ತರುಣ

ನಿರ್ದೇಶಕರು ಹಾಗೂ ಬರಹಗಾರರದ್ದು, ಅದು ತಪ್ಪೇನೂ ಅಲ್ಲ. ನಮ್ಮ ಕಥೆಗಳು ಅಂತರಾಷ್ಟ್ರೀಯ ಮಟ್ಟಕ್ಕೆ ನಿಲ್ಲುವುವೇ? ಅನ್ನೋದನ್ನಾ ನೂರು ಬಾರಿ ಚಿಂತಿಸಿ ಮುಂದುವರಿಯ ಬೇಕಾಗುತ್ತದೆ, ನಮ್ಮ ಜನ ಇನ್ನೂ ಅಷ್ಟು mature ಆಗ್ಲಿಲ್ಲಾ ರೀ. ಇಂದು Experimental ಕಥೆಗಳು ಇಲ್ಲಿ ಓಡಲ್ಲಾ ಅನ್ನೂ ಮಾತು ಪದೇ ಪದೇ ಕೇಳಿ ಬರತ್ತೆ. Audience ಬುದ್ಧಿವಂತರಾಗಿ, matured ಆಗಿ ಬಹಳ ವರ್ಷಗಳೆ ಆಗಿದೆ. ಸಿನಿಮಾ ಮಾಡೋರೂ ಅದಕ್ಕೆ ದುಡ್ಡು ಹಾಕೋರೂ ಮುಂದುವರಿಯೋದು ಯಾವಾಗ ಅನ್ನೂದು, ಹತಾಶ ಪ್ರೇಕ್ಷಕನ ಗೊಣಗಾಟ.

ಹಾಗಾದ್ರೇ ಈ ಜಗ್ಗಾಟದಲ್ಲಿ ಯಾರು ಸರಿ, ತಪ್ಪು ಅನ್ನೋದಕ್ಕಿಂತಾ ಕಥೆಗಳು experimental ಆಗಿಯೂ ಇದ್ದು ಪ್ರೇಕ್ಷಕನಿಗೆ ಅದು entertain ಮಾಡುವುದಾದರೆ ಈ ಬಿಕ್ಕಟ್ಟಿಗೆ ಪರಿಹಾರ ಸಿಗುವುದು.

ಹಾಗಾದ್ರೇ ಯಾವ್ ತರಹದ ಸಿನಿಮಾಗಳು? ಯಾವ ತರಹ ಕಥೆ ನಿರ್ಮಾಪಕನಿಗೆ ಹಾನಿಯಾಗದೆ, ಪ್ರೇಕ್ಷಕನ ನಿರೀಕ್ಷೆ ಹುಸಿಯಾಗದಂತೆ ಕಥೆಗಳನ್ನ ಹೆಣಿಯಬೇಕು ಅನ್ನೋ ಪ್ರಶ್ನೆ ಎದುರಾಗುತ್ತೆ.

ಕಥೆ ಹೆಣೆಯುವ ವಿಧಾನ :

ನನ್ನ ವೈಯಕ್ತಿಕ ಅಭಿಪ್ರಾಯ; ಗಾಂಧಿನಗರದ ಕಿಷ್ಕಿಂದೆ hotel ರೂಂಗಳಲ್ಲಿ ಕಥೆ ಹುಟ್ಟೋದು ಸುಳ್ಳು.

ಮೊದಲು ನನಗೆ ಕಥೆಯ ಎಳೆ (thread) ಅಥವಾ Idea ಸಿಕ್ಕು , ಆ ಎಳೆ ಮತ್ತೆ ಮತ್ತೆ ನನ್ನನ್ನೆ entertain ಮಾಡುತ್ತಾ ನನ್ನನ್ನ ಆಶ್ಚರ್ಯಕ್ಕೆ ಒಡ್ಡದೆ ಹೋದರೆ ಅದನ್ನಾ ಕಥಾ ರೂಪಕ್ಕೆ ತರುವುದೇ ವ್ಯರ್ಥ ಅನ್ನೋದು ನನ್ನ ಭಾವನೆ . . .

ಯಾವ ಲೇಖಕನಿಗೂ, ನಿರ್ದೇಶಕನಿಗೂ ಒಂದು ಕಥೆ ಇಡಿಯಾಗಿ ಹೊಳೆಯುವುದು ಇಲ್ಲ, ದಕ್ಕುವುದು ಇಲ್ಲಾ, ಕಾದಂಬರಿಯನ್ನು ಸಿನಿಮಾವಾಗಿಸುವಾಗಿನ ಮಾತು ಬೇರೆ. ಅಲ್ಲಿ ಸಿದ್ಧ ಕಥೆಯಿರುತ್ತದೆ.

ಪ್ರತಿ ಕಥೆಯಲ್ಲಿ ಮೂರು ಭಾಗದಂತೆ ಶುರು, ಮಧ್ಯಂತರ, ಅಂತ್ಯ - ನನ್ನ ಕಥೆಯಲ್ಲಿ ನಾಲ್ಕು ಭಾಗವಿರುತ್ತದೆ ಶುರು, ಮಧ್ಯಂತರ ತಿರುವು (twist) ಮತ್ತೆ begining, ಒಂದು idea ಅಥವಾ ಎಳೆಯ ಹಿಂದೆ ಬಿದ್ದು ಅದರಿಂದಾ ಕಥೆ ಪಾತ್ರ ಕಟ್ಟುವುದು ನನ್ನ ಶೈಲಿ.

ಉದಾಹರಣೆಗೆ ಬೆಂಗಳೂರಿನ ಚಾಮರಾಜಪೇಟೆಯಲ್ಲಿ ಒಂದು ಸಣ್ಣ ಬ್ರಾಹ್ಮಣರ ಹೋಟೆಲ್ಲೂ, ಆ ಹೋಟಲಿನಲ್ಲಿ ಬರಿ single ಇಡ್ಲಿ ತಿಂದು ಹೋದವರ ಕೊಲೆ ನಡೆಯುತ್ತಿರುತ್ತದೆ ಅನ್ನೋದು ಒಂದು ಪುಟ್ಟ ಎಳೆ, ಇದರ ಹಿಂದೆ ಬಿದ್ದು ಕಥೆ ಕಟ್ಟುವುದು ನನ್ನ ಕ್ರಮ, ಆ ಕಥೆಯಲ್ಲಿ ಬರುವ ಪಾತ್ರಗಳು, ಅವರ ಹಾವ ಭಾವ, ಭಾಷೆ, ಜೀವನ ಇದನ್ನ character sketch ಅಂತಲೂ ಕರೆಯುತ್ತಾರೆ, ಒಮ್ಮೆ ನಮ್ಮ ಕಥೆಯ ಮುಖ್ಯ ಪಾತ್ರಗಳು ಬಂದು ಕುಳಿತ ಮೇಲೆ ಅವರನ್ನೇ ಹಿಂಬಾಲಿಸಿದರೆ ಸಾಕು ಮುಂದಿನ ಕಥೆಯ ತಿರುವುಗಳನ್ನ ಅವರೇ ತೋರಿಸುತ್ತಾ ಹೋಗುತ್ತಾರೆ.

"In general your protagonist should be perfect person to lead us, deep in to his story and conflict that is about to occur don't settle for good lead go far great"

- Hal Croasmum

ಕಥೆಗೆ ಮೋಸವಾಗದಂತೆ, ಪಾತ್ರಗಳು ಮಧ್ಯದಲ್ಲೆ ಕಳೆದು ಹೋಗದಂತೆ ಜಾಗರೂಕರಾಗಿ ನೋಡಿಕೊಂಡರೆ, ಕಾಸು ಕೊಟ್ಟು ಬಂದು ಕೂರುವ ಪ್ರೇಕ್ಷಕನಿಗೆ ಮೋಸವಾಗುವುದಿಲ್ಲ.

"Don't believe everything you hear

there are always three sides

of a story yours, theirs & truth" ಅಂತಾ ನಂಬಬೇಕು. ಪ್ರತಿಯೊಂದು ಕಥೆ ನೋಡುವವನಿಗೆ entertain ಮಾಡುವುದರ ಜೊತೆ ಮನೆ ತಲುಪಿದ ಮೇಲೂ ಕಾಡುವಂತಿದ್ದರೆ ಮಾತ್ರ ಗೆಲ್ಲೋದು,,,

"There are two kinds of writers

Those that makes you think

And those that makes you wonder"

- Brian Aldiss

ಒಂದು ಎಳೆ ಅಥವಾ Idea ಅದ್ಭುತ ಸಿನಿಮಾಗಳನ್ನಾ ಕಥೆಗಳನ್ನ ಹುಟ್ಟು ಹಾಕಬಲ್ಲದು.

ಇದಕ್ಕೆ Vicky donor, Pink, Rajkumar Hiraniಯ ಎಲ್ಲ ಸಿನಿಮಾಗಳು ಉದಾಹರಣೆಯಾಗಿ ನಿಲ್ಲುತ್ತವೆ.

ಒಂದು ಗಟ್ಟಿ ಕಥೆ ಮಾತ್ರ ಪ್ರೇಕ್ಷಕನನ್ನ ತೃಪ್ತಿ ಪಡಿಸೋದು. ಇದು ಸಾರ್ವಕಾಲಿಕ ಸಿನಿಮಾ ಸತ್ಯ . . .

"Audience are harder to please
If you are just giving them effects,
They are Easy to please if it's a good story"
- Steven Spielberg

ಸಿನಿಮಾ ಅಂತಾ ಬಂದಾಗ ಕಥೆಯ ನಂತರ ಎದುರಾಗೋದು ಚಿತ್ರಕಥೆ ಕಟ್ಟುವ ಪರಿ. ಇಂದಿಗೂ ಚಿತ್ರಕಥೆಯ Format ಹೀಗೆ ಇರಬೇಕು ಅನ್ನೂದು ಚಿತ್ರರಂಗದ ಇತಿಹಾಸದಲ್ಲಿ ಯಾವ ಪಂಡಿತನೂ ರಚಿಸಿಲ್ಲ. ಅದು ನಿರ್ದೇಶಕನ ಚಿಂತನೆಗೆ, ಕಥೆಯ ವಸ್ತು ಮತ್ತು ವೇಗಕ್ಕೆ ಅನುಗುಣವಾಗಿ ಬರೆಯಲಾಗುವುದು ಅನ್ನೋದು ನನ್ನ ಭಾವನೆ. . . .

"Look through your story and label
5 most Interesting scenes, may be
One of the scenes should be your opening scene! "

ಅನ್ನೋದು ನಾನು ಚಿತ್ರಕಥೆಯಲ್ಲಿ ಕಲಿತ ಮೊದಲ ಪಾಠ, ಒಂದು ದೃಶ್ಯದ ನಂತರ ಯಾವ ದೃಶ್ಯ ಬಂದರೆ ಚೆನ್ನ? ಅಥವಾ ಒಂದು ನೇರ ಕಥೆಯನ್ನ Reverse ಆಗಿ ಹೇಳಿದರೆ Audience Thrill ಆಗುತ್ತಾರಾ? ಅಥವಾ confuse ಆಗುತ್ತಾರಾ?

ಒಂದು Thrilling twist ಬರುವ ದೃಶ್ಯದ ಹಿಂದಿನ ಎರಡು ಮೂರು ದೃಶ್ಯಗಳು ಬೇಕಂತಲೇ Dull ಮಾಡಿಸಬೇಕಾ? ಹೀಗೆ ಹತ್ತು ಹಲವು ಅಂಶಗಳು screenplay ನಲ್ಲಿ ಎದುರಾಗುತ್ತವೆ.

ಕಥೆಯನ್ನ ಒಟ್ಟಾಗಿ ನೋಡಿದಾಗ ನಮಗೆ ಎಲ್ಲೂ bore ಅನ್ನಿಸೋದಿಲ್ಲಾ. ಅದೇ ಚಿತ್ರಕಥೆಯಾಗಿ 2½ ಘಂಟೆ ಸಿನಿಮಾ ರೂಪಕ್ಕೆ ತಂದಾಗ, ಇಲ್ಲಿ ಇದು

ಬೇಡವಾಗಿತ್ತು. ಹಾಡಿನ Placement wrong ಆಗಿದೆ, ಅಂತೆಲ್ಲಾ ಅನ್ನಿಸೋಕೆ ಶುರುವಾಗುತ್ತೆ.

ನಾನು ಚಿತ್ರಕಥೆ ಬರೆಯುವಾಗ ನನ್ನದೊಂದು ಸಣ್ಣ trick ಉಪಯೋಗಿಸುತ್ತೇನೆ, ಅದು ಎಷ್ಟರ ಮಟ್ಟಿಗೆ ಸರಿ- ತಪ್ಪೋ ಅನ್ನೋದು ನನಗೊಲ್ಲದ್ದು, ಚಿತ್ರದ ಮೊದಲ ದೃಶ್ಯದಿಂದ ಕಡೆಯ ದೃಶ್ಯದ ತನಕ ಪ್ರತಿ ದೃಶ್ಯದಲ್ಲೂ (LCD) Factor ಇದೆಯಾ? ಇಲ್ವಾ? ಅನ್ನೋದು.

L = Laugh, C = Cry, D = Drama (LCD)

ಪ್ರತಿ ದೃಶ್ಯದಲ್ಲೂ ಈ ಮೂರರಲ್ಲಿ ಯಾವುದೇ ಒಂದು ಪ್ರೇಕ್ಷಕನಿಗೆ ಕೊಡೂದಕ್ಕೆ ಆಗ್ತಾ ಇಲ್ಲಾ ಅಂತಾದರೆ, ಆ ದೃಶ್ಯವನ್ನ ಮತ್ತೆ Re-write ಮಾಡೋದು, ಇಲ್ಲಾ ಹೊಸದಾಗಿ ಸೃಷ್ಟಿಸೋದು.

ಈ ರೀತಿ ಪ್ರತಿ ದೃಶ್ಯವನ್ನು postmortem ಮಾಡುತ್ತಾ, ಚಿತ್ರಕಥೆ ಹೆಣೆಯುವುದರಿಂದಾ, ಪ್ರೇಕ್ಷಕನಿಗೆ Bore ಆಗದಂತೆ ಒಂದು ಕಥೆಯನ್ನು ಅಚ್ಚುಕಟ್ಟಾಗಿ ಹೇಳಬಹುದು ಎಂಬುದು ನನ್ನ ಅನಿಸಿಕೆ. Rajkumar Hiraniಯ ಪ್ರತಿ ಸಿನಿಮಾದಲ್ಲೂ, ಪ್ರತಿ ದೃಶ್ಯದಲ್ಲೂ ಈ (LCD) Factor ಇದ್ದೇ ಇರುತ್ತದೆ.

"Cross out Every Scene
Until you come to one,
You cannot (live) or (Leave)
That will be your Final Act".

ಒಂದು ಕಥೆ ಸಿನಿಮಾದ ಆತ್ಮವಾದರೆ, ಚಿತ್ರಕಥೆ ಅದರ ರೇಖೆ ರೂಪು, ಎಷ್ಟು ತೀಡಿದರೆ ಅಷ್ಟೂ ಅಂದವಾಗಿ ಮೂಡುತ್ತದೆ.

ಭಾರತದಲ್ಲಿ ಸಿನಿಮಾ ಕೋಟಿರೂಪಾಯಿಯಲ್ಲೆ ಆಗಬೇಕು ಅನ್ನೋ ಕಲ್ಪನೆ ಇದೆ. ದೊಡ್ಡ ಮಟ್ಟದ ಸ್ಟಾರ್‌ಗಳು, ಅದ್ದೂರಿ ಸೆಟ್‌ಗಳು ಅನ್ನೂ ಅಂದಾಜು ಇನ್ನೂ ನಮ್ಮಲ್ಲಿದೆ. ಸಿನಿಮಾ ಹೀಗೆ ಮಾಡಬೇಕು, ಹೀಗೆ ಚಿತ್ರೀಕರಿಸಬೇಕು ಎನ್ನುವ ಯಾವ

ಸಂವಿಧಾನವನ್ನ ನಾನು personal ಆಗಿ ಒಪ್ಪೂದಿಲ್ಲಾ, ಎಲ್ಲಾ ಸಂವಿಧಾನವನ್ನ ಮುರಿದು, ಎಲ್ಲಾ ಬೇಲಿಗಳನ್ನಾ ದಾಟಿ ನಿಲ್ಲುವ ಕಲೆಗೆ ಸಿನಿಮಾ ಅಂತಾ ಕರೆಯುತ್ತಾರೆ.

ಸಿನಿಮಾ ಪ್ರತಿ ಕ್ಷಣವು ರೋಮಾಂಚನಗೊಳಿಸಿದೆ, ನಕ್ಕುನಗಿಸಿದೆ, ಕಣ್ಣುಗಳನ್ನ ಒದ್ದೆಯಾಗಿಸಿದೆ. ಕನ್ನಡದಲ್ಲಿ ಸಾವಿರಾರು ಪ್ರತಿಭಾನ್ವಿತ ಬರಹಗಾರರು, ನಿರ್ದೇಶಕರು ಪ್ರಜ್ವಲಿಸಲಿ. . . . .

ಕನ್ನಡದ ಚಿತ್ರರಂಗದತ್ತ ಪ್ರಪಂಚವೇ ತಿರುಗಿ ನೋಡುವಂತಾಗಲಿ.

'ರನ್ ಆಂಟನಿ' ಚಿತ್ರದ ಮೂಲಕ ಗಮನ ಸೆಳೆದ ರಘು ಶಾಸ್ತ್ರಿ, ಬಿಗಿ ಚಿತ್ರಕತೆ, ಹೊಸ ಐಡಿಯಾ ಮತ್ತು ತನ್ನದೇ ಆದ ಶೈಲಿಯನ್ನು ರೂಢಿಸಿಕೊಂಡವರು. ಅತ್ಯುತ್ತಮ ಓದುಗ, ಸ್ನೇಹಜೀವಿ ಮತ್ತು ಅಗಾಧ ಜೀವನೋತ್ಸಾಹದ ರಘು ಹೊಸ ಹಾದಿಯ ಪಯಣಿಗರು.

ನಾನು ಚಿತ್ರಕಥೆ ಬರೆಯುವುದನ್ನ ತುಂಬಾ ಎಂಜಾಯ್ ಮಾಡುತ್ತೇನೆ. ಆ ವಿಷಯದಲ್ಲಿ ನಾನು ಅದೃಷ್ಟವಂತ. ಅನ್ಯಮನಸ್ಕನಾಗಿ, ತಲೆ ಮೇಲೆ ಕೈ ಹೊತ್ತುಕೊಂಡು ನಾನು ಖಾಲಿ ಹಾಳೆಗಳನ್ನ ಎದುರುಗೊಳ್ಳುವುದು ತುಂಬಾ ಅಪರೂಪ.

-ಸಿಮೋನ್ ಬಫೋಯ್

ನಿರ್ದೇಶಕನಿಗಿಂತ ಮೊದಲು ಬರುವವನು ಬರಹಗಾರ

■ ಡಿ. ಸತ್ಯಪ್ರಕಾಶ್

ನಿರ್ದೇಶಕ. ಈ ಪದವೇ ನನ್ನಲ್ಲಿ ಯಾವಾಗಲೂ ಒಂದು ಕುತೂಹಲ, ಗೊಂದಲ, ಭಯವನ್ನು ಉಂಟುಮಾಡುತ್ತದೆ. ಸಿದ್ಧಸೂತ್ರಗಳಿಲ್ಲದ, ಜನರು ನೋಡಿಯೂ ನೋಡಿರದ, ಸಮಾಜದ ಅನೇಕ ಕೋನಗಳನ್ನು ನೋಡುಗರಿಗೆ ಹಿಂಸಿಸದೆ ಅವರ ಮನಸ್ಸು ಮತ್ತು ಮೆದುಳನ್ನು ಮುಟ್ಟಿಸುವ ಪ್ರಯತ್ನ ಒಬ್ಬ ನಿರ್ದೇಶಕನದು. ಅದೊಂದು ದೊಡ್ಡ ಜವಾಬ್ದಾರಿ ಎಂದೇ ನಂಬಿರುವವನು ನಾನು.

ಸಿನಿಮಾ ಮಾಡಬೇಕೆಂದುಕೊಂಡಾಗ ಒಬ್ಬ ನಿರ್ದೇಶಕನಿಗಿಂತ ಮೊದಲು ನಮ್ಮ ಜೊತೆ ಕೂರುವುದು ಒಬ್ಬ ಬರಹಗಾರ. ಚಿತ್ರಕಥೆ ಎಂದು ಕುಳಿತಾಗ ತಲೆಯಲ್ಲಿ ನೂರಾರು ಚಿತ್ರಗಳ ತುಣುಕು, ಸನ್ನಿವೇಶಗಳು, ಆದಿ, ಅಂತ್ಯ, ಪಾತ್ರಪೋಷಣೆ, ಸಾಹಿತ್ಯ–ಸಂಭಾಷಣೆ, ಹೀಗೆ ನೋಡಿರುವ, ಕೇಳಿರುವ, ನೆನಪಿನಲ್ಲಿ ಉಳಿದಿರುವ ಅನೇಕ ಚಿತ್ರಗಳು ದಾಳಿಯಿಡುವುದು ಸಹಜ. ಆದರೆ ನನ್ನ ಮಟ್ಟಿಗೆ ಈ ದಾಳಿಯ ಪ್ರಮಾಣ ಕಡಿಮೆ.

ಏಕೆಂದರೆ ನಾನು ಅತೀ ಕಡಿಮೆ ಸಿನಿಮಾಗಳನ್ನು ನೋಡಿರುವ ಸಿನಿಮಾ ಪ್ರೇಮಿ. ನನಗೆ ಓದುವುದರಲ್ಲಿ ಮತ್ತು ಓದಿದ್ದನ್ನು ನನ್ನ ಬುದ್ಧಿ ಮಟ್ಟಕ್ಕೆ ತಕ್ಕಷ್ಟು ಕಲ್ಪಿಸಿಕೊಳ್ಳುವುದರಲ್ಲಿ ಸಿಗುವ ಖುಷಿ ಆಗಲೇ ಚಿತ್ರರೂಪದಲ್ಲಿ ಸಿದ್ಧವಾಗಿರುವ ಕಥೆಯನ್ನು ನೋಡುವುದರಲ್ಲಿ ಸಿಗುವುದಿಲ್ಲ. ಇದು ನಿರ್ದೇಶಕನಾಗಿ ನನಗೆ ಸರಿಯೋ ತಪ್ಪೋ ತಿಳಿಯದು.

ನಿರ್ದೇಶನ ಎನ್ನುವುದು ಕೇವಲ ಬುದ್ಧಿವಂತಿಕೆಯ ಪ್ರದರ್ಶನವಲ್ಲ. ಕ್ಯಾಮರ ಹಿಂದೆ ಕುಳಿತು, ಲೈಟು, ಫ್ರೇಮು, ಆಕ್ಷನ್, ಕಟ್ ಹೇಳುವವನಿಗಿಂತ, ಪೇಪರ್ ಮುಂದೆ ಕುಳಿತು ತಿದ್ದಿ ತಿದ್ದಿ ಚಿತ್ರಕಥೆ ಬರೆಯುವವನು ನಿರ್ದೇಶಕ. ಕಥೆ ನನ್ನ ತಲೆಯಲ್ಲಿದೆ ನಾನದನ್ನು ಪರದೆಗೆ ಇಳಿಸುತ್ತೇನೆ ಎನ್ನುವ ಯೋಚನೆ ಅನೇಕ ಜನರಲ್ಲಿರುತ್ತದೆ. ಅದನ್ನು ಪೇಪರ್ ಮೇಲೆ ಇಳಿಸುವ ಕೆಲಸ ಅನೇಕರಿಗೆ ಟೈಮ್ ವೇಸ್ಟ್, ಬೋರಿಂಗ್, ಹಿಂಸೆಯಾಗಿ ಕಾಡುತ್ತದೆ. ಆದರೆ ಪೇಪರ್ ವರ್ಕ್ ಎನ್ನುವುದು ಅತ್ಯವಶ್ಯಕ. ನಮ್ಮ ತಲೆಯಲ್ಲಿರುವ ದೃಶ್ಯಗಳನ್ನು ಬರೆಯುತ್ತಾ ಹೋದ ಹಾಗೆ ಅದರಲ್ಲಿರುವ ತಪ್ಪುಗಳು, ಜೊಳ್ಳುತನ, ಬಾಲಿಶ ಯೋಚನೆ ಎಲ್ಲವೂ ಸಾರಾಸಗಟಾಗಿ ಎದ್ದು ಕಾಣುತ್ತದೆ. ಬರೆಯುತ್ತಾ ಬರೆಯುತ್ತಾ ನಮ್ಮ ತಲೆಯಲ್ಲಿನ ಅರೆಬರೆ ಚಿತ್ರಗಳು ಸ್ಪಷ್ಟವಾಗುತ್ತಾ ಹೋಗುತ್ತವೆ. ಬರೆದಷ್ಟೂ ಚಿತ್ರಕಥೆಗೆ ಹೊಸ ಅರ್ಥ, ಹೊಸ ರೂಪಕಗಳು, ಹೊಸ ಆಯಾಮ ಸಿಕ್ಕುವುದರಲ್ಲಿ ಎರಡು ಮಾತಿಲ್ಲ.

ಓದುವ ಅಭ್ಯಾಸ ಇಲ್ಲದೆ ಬರವಣಿಗೆ ಅಸಾಧ್ಯ. ವರ್ಲ್ಡ್ ಸಿನಿಮಾಗಳು ಬೆರಳಿನ ತುದಿಯಲ್ಲಿ ಸಿಗುವ ಈ ಕಾಲದಲ್ಲಿ ಸಿನಿಮಾ ಎನ್ನುವುದು ಬರವಣಿಗೆ ಇಂದ ತಯಾರಾಗುವುದು ಎನ್ನುವ ಸತ್ಯವನ್ನು ಅನೇಕರು ಮರೆತಂತಿದೆ.

ಓದುವುದರಲ್ಲಿರುವ ಬಹಳ ದೊಡ್ಡ ಪ್ರಯೋಜನವೆಂದರೆ ನಮ್ಮ ಕಲ್ಪನಾ ಶಕ್ತಿ ಹೆಚ್ಚುತ್ತದೆ ಹಾಗೂ ಒಂದು ವಿಷಯವನ್ನು ಅನೇಕ ಆಯಾಮಗಳಿಂದ ನೋಡಬಹುದಾದ ವಿಶಿಷ್ಟ ಬುದ್ಧಿವಂತಿಕೆ ದೊರಕುತ್ತದೆ. ಸಂಭಾಷಣೆಯಲ್ಲಿನ ಹಿಡಿತವೂ ಹೆಚ್ಚುತ್ತದೆ. ಒಬ್ಬ ಚಿತ್ರಕಥೆ ಬರಹಗಾರನಿಗೂ, ಒಬ್ಬ ನಿರ್ದೇಶಕನಿಗೂ ಇದು ಒಂದು ರೀತಿಯ ಶಕ್ತಿ ಮದ್ದು.

ಸಿನಿಮಾಗಳನ್ನು ನೋಡಿ ಸಿನಿಮಾವನ್ನು ಮಾಡುವ ಪದ್ಧತಿ ಸರ್ವೇಸಾಮಾನ್ಯ ಎನ್ನುವಂತಾಗಿದೆ. ಇದರಿಂದ ಆಗಬಹುದಾದ ಅಥವಾ ನೋಡಬಹುದಾದ ಒಂದು ಉಪಯೋಗವೆಂದರೆ ಟೆಕ್ನಿಕಲಿ ಸ್ಟ್ರಾಂಗ್ ಸಿನಿಮಾಗಳು.

ಟೆಕ್ನಿಕಲಿ ಸ್ಟ್ರಾಂಗ್ ಎನ್ನುವ ಪದ ಇತ್ತೀಚೆಗೆ ಅತಿ ಹೆಚ್ಚು ಚಾಲ್ತಿಯಲ್ಲಿರವ ಪದ. ಚಿತ್ರದ ಫ್ರೇಮಿಂಗ್ ಚನ್ನಾಗಿದೆ, ಲೈಟಿಂಗ್ ಚೆನ್ನಾಗಿದೆ, ಸೌಂಡಿಂಗ್ ಹಾಲಿವುಡ್ ಸ್ಟೈಲಲ್ಲಿದೆ... ಇತ್ಯಾದಿ. ವಿಪರ್ಯಾಸ ಎಂದರೆ ಇದ್ಯಾವುದೂ ಒಬ್ಬ ಮಾಮೂಲಿ ಪ್ರೇಕ್ಷಕನಿಗೆ ಎಳ್ಳಷ್ಟೂ ತಿಳಿಯದ ಜ್ಞಾನ. ಇವುಗಳಿಂದ ಚಿತ್ರದ ಅಂದವನ್ನು ಹೆಚ್ಚಿಸಬಹುದೇ ಹೊರತು ಚಿತ್ರವನ್ನು ಭಾವನಾತ್ಮಕವಾಗಿ ಜನರ ಮನಸ್ಸಿಗೆ ಮುಟ್ಟಿಸಲು ನಾವುಗಳು ಚಿತ್ರಕಥೆಯ ಮೇಲೆಯೇ ಅವಲಂಬಿತವಾಗಬೇಕು. ತಂತ್ರಜ್ಞಾನ ಎಷ್ಟೇ ಮುಂದುವರೆದರೂ ಬರವಣಿಗೆಯೊಂದೇ ಚಿತ್ರದ ಬಹುದೊಡ್ಡ ತಂತ್ರಗಾರಿಕೆ.

ಚಿತ್ರಕತೆ ಕೇವಲ ಸನ್ನಿವೇಶಗಳನ್ನು ಜೋಡಿಸಿಕೊಂಡು ಹೋಗುವುದಲ್ಲ ಅಥವಾ ಸಂಭಾಷಣೆಯಿಂದ ರಂಜಿಸುವುದಲ್ಲ. ಮೊಟ್ಟ ಮೊದಲ ದೃಶ್ಯದಿಂದ ಹಿಡಿದು ಪ್ರತಿಯೊಂದು ದೃಶ್ಯವೂ ನಮ್ಮ ಚಿತ್ರದ ಕೊನೆಯ ಆಶಯದ ಕಡೆಗೆ ನಡೆಯಬೇಕು. ಅಂದರೆ ಇಡೀ ಚಿತ್ರದ ಸ್ಪಷ್ಟ ಆಶಯ ಒಬ್ಬ ಬರಹಗಾರ ಹಾಗು ನಿರ್ದೇಶಕನಿಗೆ ತಿಳಿದಿದ್ದರೆ ಮಾತ್ರ ಪ್ರತಿಯೊಂದು ದೃಶ್ಯವನ್ನೂ ಆಶಯದೆಡೆಗೆ ದುಡಿಸಿಕೊಳ್ಳುವ ಪ್ರಯತ್ನ ಮಾಡಬಹುದು. ಇದರ ಜೊತೆ ಬರವಣಿಗೆಯನ್ನು ಸರಳೀಕೃತಗೊಳಿಸುವುದು ದೊಡ್ಡ ಸವಾಲಿನ ಕೆಲಸ. ಬರವಣಿಗೆ ಸರಳವಾದಷ್ಟೂ ಸಿನಿಮಾ ಸಾಮಾನ್ಯರಿಗೆ ಮುಟ್ಟುವುದರಲ್ಲಿ ಎರಡು ಮಾತಿಲ್ಲ. ಆದರೆ ಜನಕ್ಕೆ ತಲುಪಿಸಬೇಕಾಗಿರುವ ವಿಷಯ ಗಂಭೀರವಾಗಿಯೇ ಇದ್ದರೆ ಸಿನಿಮಾ ವಿಶಿಷ್ಟವಾಗಿ ಕಾಣುವುದು.

ಇನ್ನು ಸಿನಿಮಾ ಸಂಗೀತ, ಹಾಡುಗಳು, ನೃತ್ಯ, ಹೊಡೆದಾಟ ಇವುಗಳನ್ನು ಹೇಗೆ ಉಪಯೋಗಿಸಿಕೊಳ್ಳಬೇಕೆನ್ನುವುದು. ಹಾಡು, ಫೈಟು ಇದ್ದರೆ ಅದು ಮಾಸ್ ಸಿನಿಮಾ, ಇಲ್ಲದಿದ್ದರೆ ಅದು ಅವಾರ್ಡ್ ಸಿನಿಮಾ ಎನ್ನುವ ಅರ್ಥವಾಗದ ಮಾತುಗಳು ಕೇಳುತ್ತಲೇ ಇರುತ್ತೇವೆ. ಸಿನಿಮಾ ಎನ್ನುವುದೊಂದು ಪ್ರದರ್ಶನ ಕಲೆ ಹಾಗು ಅನೇಕ ಕಲಾಪ್ರಕಾರಗಳ ಸಂಗ್ರಹ. ಯಾವ ಪ್ರಕಾರಗಳನ್ನು ಎಷ್ಟು ಸೂಕ್ತವಾಗಿ ಬಳಸಿಕೊಳ್ಳಬೇಕೆನ್ನುವುದು ಬರಹಗಾರನಿಗೆ ತಿಳಿದಿರಬೇಕು. ನಾಯಕ ಮತ್ತೊಬ್ಬನಿಗೆ ಹೊಡೆಯುತ್ತಾನೆಂದರೆ ಚಿತ್ರ ನೋಡುವ ಪ್ರೇಕ್ಷಕನಿಗೆ ನಾಯಕ ತನ್ನ ವೈರಿಯನ್ನು ಹೊಡೆಯಲೇ ಬೇಕೆನ್ನುವ ಮನಃಸ್ಥಿತಿಗೆ ಬರುವ ಹಾಗೆ ದೃಶ್ಯಗಳನ್ನು ಪೋಣಿಸಿರಬೇಕು ಮತ್ತು ಅದು ಕಥೆಗೆ ಪೂರಕವಾಗಿರಬೇಕು. ಆಗ

ಮಾತ್ರ ಹೊಡೆದಾಟಗಳು, ನೃತ್ಯಗಳು ಕಥೆಯ ಆಚೆಗೆ ಕಾಣಸಿಗುವುದಿಲ್ಲ ಮತ್ತು ಅದೊಂದು ಅತ್ಯುತ್ತಮ ಕಲಾಪ್ರಕಾರಗಳ ಸಂಗ್ರಹವಾಗುತ್ತದೆ. ಉದಾಹರಣೆಗೆ ಪುಟ್ಟಣ್ಣ ಕಣಗಾಲರ ನಾಗರಹಾವಿನ ಜಲೀಲ-ರಾಮಾಚಾರಿಯ ಹೊಡೆದಾಟ, ಸಿದ್ದಲಿಂಗಯ್ಯನವರ ಭೂತಯ್ಯನ ಮಗ ಅಯ್ಯು ಚಿತ್ರದಲ್ಲಿ ಭೂತಯ್ಯ ಸತ್ತಾಗ ಹಳ್ಳಿಗೆ ಹಳ್ಳಿಯೇ ಕದವಿಕ್ಕಿ ಕೂರುವುದು, ಬಬ್ರುವಾಹನದ ಅಪ್ಪ-ಮಗನ ಯುದ್ಧ, ಚಿನ್ನಾರಿ ಮುತ್ತ ಚಿತ್ರದ ಕೊನೆಯಲ್ಲಿ ಮುತ್ತ ರೇಸಿನಲ್ಲಿ ಗೆಲ್ಲುವುದು, ಹೀಗೆ ಹೇಳುತ್ತಾ ಹೋದರೆ ಅನೇಕ ಅತ್ಯುತ್ತಮ ಚಿತ್ರಗಳ ಉದಾಹರಣೆ ದೊರೆಯುತ್ತದೆ.

ಯಾವ ವರ್ಗದವರಿಗೆ ನಾವು ಸಿನಿಮಾ ಮಾಡಬೇಕು. ಈ ಪ್ರಶ್ನೆಗೂ ಉತ್ತರ ಹುಡುಕುವುದು ಅತೀ ಕಷ್ಟದ ವಿಷಯ. ಒಂದು ಸಭ್ಯ-ಕ್ರಿಯಾಶೀಲವಾದ ಹಾಸ್ಯ ಎಲ್ಲಾ ವಯಸ್ಸಿನವರಲ್ಲೂ ನಗು ತರಿಸುತ್ತದೆ. ಒಂದು ಅತ್ಯುತ್ತಮ ನಲ್ನುಡಿಗೆ ಎಲ್ಲಾ ವಯಸ್ಸಿನ ಮನಸ್ಸುಗಳೂ ಸ್ಪಂದಿಸುತ್ತದೆ. ಒಂದು ಗಾಢವಾದ ವಿಷಾದ ಶ್ರೀಮಂತನಿಂದ ಹಿಡಿದು ಬಡವನ ಕಣ್ಣಂಚಿನ ತನಕ ನೀರು ತರಿಸುತ್ತದೆ. ಚಲನಚಿತ್ರವೆನ್ನುವ ಪ್ರಯೋಗವೂ ಹೀಗೆ ಎಲ್ಲಾ ಮನಸ್ಸುಗಳನ್ನು ಮುಟ್ಟುವ ದೃಶ್ಯರೂಪಕವಾಗಬೇಕು. ಎಲ್ಲರನ್ನೂ ಮೆಚ್ಚಿಸುವುದು ಬಹು ಕಷ್ಟದ ಕೆಲಸ. ಆದರೆ ಅದಕ್ಕಾಗಿ ಶ್ರಮಿಸಲೇ ಬೇಕಾಗಿರುವುದು ಪ್ರತಿಯೊಬ್ಬ ಬರಹಗಾರ ಮತ್ತು ನಿರ್ದೇಶಕನ ಕರ್ತವ್ಯ.

ಸಿನಿಮಾವನ್ನು ಹೊಟ್ಟೆ ಬಟ್ಟೆ ಕಟ್ಟಿ ಮಾಡಿದ್ದಾರೆ ಅಯ್ಯೋ ಪಾಪ, ಎನ್ನುವ ಕರುಣೆ, ಅಥವಾ ಸಿನಿಮಾಕ್ಕೆ ನೂರಾರು ಕೋಟಿ ಸುರಿದು ಮಾಡಿದ್ದಾರೆ, ಅಯ್ಯಪ್ಪಾ... ಎನ್ನುವ ಉದ್ಗಾರ, ಇವೆರಡೂ ಪ್ರೇಕ್ಷಕ ಮಹಾಶಯನ ಕಣ್ಣಿಗೆ ಯಾವ ವ್ಯತ್ಯಾಸವನ್ನೂ ಮಾಡುವುದಿಲ್ಲ. ಆತನಿಗೆ ಬೇಕಾಗಿರುವುದು ಎರಡು ಘಂಟೆಯ ಮನರಂಜನೆ. ಆತನ ಸಮಯವನ್ನು ಎಷ್ಟು ಸಮರ್ಥವಾಗಿ ಯಾರು ಬಳಸಿಕೊಳ್ಳುತ್ತಾರೋ ಅವರ ಕಡೆಗೆ ಅವನ ಮನ ಹಾಗೆಯೇ ಧನ.

ಜೋಗಿಯವರು ಒಂದು ಕಡೆ ಬರೆದದ್ದನ್ನು ಓದಿದ ನೆನಪು. ಎಲ್ಲವನ್ನೂ ತಿಳಿದುಕೊಳ್ಳಬೇಕು, ಹಾಗೆಯೇ ಎಲ್ಲವನ್ನೂ ಮರೆಯಬೇಕು. ಇದು ಅಕ್ಷರಶಃ ಸತ್ಯ. ಎಷ್ಟೇ ಓದಿದರೂ, ಎಷ್ಟೇ ಸಿನಿಮಾ ಅಭ್ಯಾಸ ಮಾಡಿದರೂ ನಮ್ಮ ಕ್ರಿಯಾಶೀಲತೆಯ ಪ್ರದರ್ಶನಕ್ಕೆ ನಿಂತಾಗ ಅವುಗಳೆಲ್ಲವನ್ನೂ ಮರೆತು ಕೆಲಸ ಮಾಡಿ ಹೊಸದನ್ನು

ಹುಟ್ಟುಹಾಕುವ ಹುಮ್ಮಸ್ಸನ್ನು ಬೆಳಸಿಕೊಳ್ಳಬೇಕು. ಆಗ ಮಾತ್ರ ಒಬ್ಬ ಕ್ರಿಯಾಶೀಲ ವ್ಯಕ್ತಿ ಪ್ರತಿಕ್ಷಣ ಹುಟ್ಟಲು ಸಾಧ್ಯ.

*ಜಯನಗರ **4th** ಬ್ಲಾಕ್ ಕಿರುಚಿತ್ರದಿಂದ ಗಮನ ಸೆಳೆದ ಡಿ. ಸತ್ಯಪ್ರಕಾಶ್, ಮೊದಲ ಚಿತ್ರ 'ರಾಮಾ ರಾಮಾ ರೇ' ತನ್ನ ಪ್ರಾಮಾಣಿಕತೆ ಮತ್ತು ಹೊಸತನದಿಂದ ಗಮನ ಸೆಳೆದ ಚಿತ್ರ. ಪ್ರೇಕ್ಷಕರೇ ಈ ಚಿತ್ರವನ್ನು ಪ್ರೋತ್ಸಾಹಿಸಿದ್ದು ಚಿತ್ರರಂಗದಲ್ಲೇ ಹೊಸ ಬೆಳವಣಿಗೆ.*

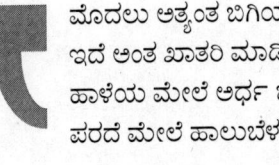

ಮೊದಲು ಅತ್ಯಂತ ಬಿಗಿಯಾದ ಸ್ಕ್ರಿಪ್ಟ್ ನಿಮ್ಮ ಬಳಿ
ಇದೆ ಅಂತ ಖಾತರಿ ಮಾಡಿಕೊಳ್ಳಿ.
ಹಾಳೆಯ ಮೇಲೆ ಅರ್ಧ ಚಂದಿರನ ಬಿಡಿಸಿದರೆ,
ಪರದೆ ಮೇಲೆ ಹಾಲುಬೆಳದಿಂಗಳು ಚೆಲ್ಲೋದಿಲ್ಲ.

– ರಿಚರ್ಡ್ ಇ ಗ್ರ್ಯಾಂಟ್

ನೋಡುಗ ಚಾನಲ್ ಬದಲಾಯಿಸದಂತೆ ಮಾಡೋದೇ ಸಾಧನೆ

ಕಾಫೀ ರಾಘವೇಂದ್ರ

ನೀನು ಬರೀತೀಯ ಕಣೋ, ಬರಿಯೋ ..

ಅಂದ ಮಾತಿಗೆ ಬರೆಯಲು ಶುರುವಿಟ್ಟ ನಾನು, ಇಂದಿಗೂ ಬರೆಯುತ್ತಲೇ ಇದ್ದೇನೆ. ಆದರೇ ಬರೀತಿರೋದು ನಾನಾ?! ನಾನೇ ಬರೀತಿದ್ದೀನಾ?! ಬರೆದು ಬದುಕಬೇಕೆಂಬುದೇ ನನ್ನ ಅಂತರಾಳದ ಆಸೆಯಾಗಿತ್ತಾ? ಅಥವಾ ಅಗತ್ಯವಾ? ಅನಿವಾರ್ಯವಾ? ಒಂದೂ ಇಂದಿಗೂ ಅರ್ಥವಾಗಿಲ್ಲ. ಆ ಕ್ಷಣ ಕ್ಷಣದ ಗೊಂದಲಗಳು ಹೆಚ್ಚಾಗಿರುವುದರಿಂದಲೇ ಸೀರಿಯಲ್ ಸಂಭಾಷಣೆ ಸರಾಗವಾಗಿ ಬರೆಯಲು ಸಾಧ್ಯವಾಗಿದೆ ಅಂತ ತುಂಬಾ ಸರ್ತಿ ಅನ್ನಿಸುತ್ತೆ.

ನಿಮ್ಮ ಬರವಣಿಗೆ ಬಗ್ಗೇ .. ಅದು ಸಾಗಿ ಬಂದ ಹಾದಿ ಬಗ್ಗೇ ಬರೆದು ಕೊಡಿ ಅಂತ ಕೇಳಿದಾಗ .. ಸರಿ ಎಂದ ನಾನು ಸುಮ್ಮನೇ ಯೋಚಿಸಿದೆ. ಬರೆಯಬಹುದು .. ಆದರೆ ಬರೆಯುವ ದಾರಿಯ ಬಗ್ಗೇ ಬರೆಯುವುದು ಅಸಾಧ್ಯ ಅನ್ನಿಸಿತು. ಹೇಳ್ತಾ ಹೋದರೆ ಇದು ನನ್ನ ಬಗೆಗಿನ

ತಮಟೆಯಾಗುತ್ತಾ ಅನ್ನಿಸಿತೂ .. ಆಗೋಲ್ಲ ಅಂದೇ .. ನೀವು ಬರೀತೀರ, ಬರೀರಿ ಅಂದ್ರೂ .. ಮತ್ತೇ ಬರೆಯುತ್ತಾ ಕೂತಿದ್ದೀನಿ.

ಬರವಣಿಗೆ ಮತ್ತು ಬದುಕು ಒಂದೇ ಅನ್ನಿಸಿದಾಗ ಹುಟ್ಟುವುದು ಸಹಜ ಸಾಹಿತ್ಯ. ಆದರೇ ನಮ್ಮದು ಬರವಣಿಗೆಯಿಂದ ಬದುಕು. ಆ ಬರವಣಿಗೆಗೆ ಬರುವ ಸಂಭಾವನೆಯಿಂದ ಬದುಕು. ಪ್ರತಿ ದಿನ ಡೆಡ್ ಲೈನ್ .. ಇಂತಿಷ್ಟು ಹೊತ್ತಿನಲ್ಲಿ ಇಷ್ಟು ಸಂಭಾಷಣೆ ಸಿದ್ಧವಾಗ ಬೇಕು ಎಂಬ ಆಗ್ರಹದ ಅಡಿಯಲ್ಲಿ ಲೇಖನಿಯ ಓಟ.

ಸೀರಿಯಲ್ ಸಂಭಾಷಣೆ ಅಂದರೆ ನಮ್ಮದಲ್ಲದ ಬದುಕಿಗೆ ನಾವು ಮಾಡುವ ಮಾತಿನ ಅಲಂಕಾರ. ಮಾತೇ ಆಕಾರ. ಬರೆದ ಮಾತುಗಳನ್ನ ಆಡಲು ನುರಿತ ಕಲಾವಿದರು ಸಿಗದಿದ್ದಲ್ಲಿ ಅದೇ ಮಾತೇ ವಿಕಾರ. ಇಷ್ಟಕ್ಕೂ ಪ್ರತಿ ನಿತ್ಯಾ ಎಲ್ಲರೂ ಬದುಕ್ತಾ ಇರೋದೂ ಅವರದಲ್ಲದ ಬದುಕು ತಾನೇ ಅನ್ನುವ ಸಣ್ಣ ಫಿಲಾಸಫಿಕಲ್ ಸಮಾಧಾನದೊಂದಿಗೆ ಜೀವನ ಜರುಗಿದೆ.

ಸಂಭಾಷಣೆ ಬರೆಯುವ ದಾರಿಯಲ್ಲಾದ ಒಂದು ಘಟನೆಯಿಂದ ಮಾತು ಶುರು ಮಾಡ್ತೀನಿ. ಬಹುಶಃ ಅದು ನಾನು ಹೇಗೆ ಬರೀತೀನಿ ಅನ್ನೋದನ್ನ ನನಗೆ ಹೇಳುತ್ತಾ ನೋಡೋಣ.

ಅದೊಂದು ದಿನ, ಅಪ್ಪನಿಗೆ ಎದೆ ನೋವು ಬಂದು ಆಸ್ಪತ್ರೇಲ್ಲಿ ವೆಂಟಿಲೇಟರ್ ಮೇಲೇ ಮಲಗಿದ್ದಾರೆ. ಮನೆಯವರೆಲ್ಲಾ ಅಲ್ಲೇ. ಮುಂದೇ ಏನಾಗುತ್ತದೋ ಎಂಬ ದುಗುಡ, ಮನಸ್ಸು ಮೋಡ ಹೊದ್ದು ಮಲಗಿರುವಂಥ ಸ್ಥಿತಿ. ಆ ಸಮಯದಲ್ಲಿ ನಾಳೆ ಸೀರಿಯಲ್ ಮ್ಯಾನೇಜರ್ ಆಗಮನವಾಗುತ್ತದೆ. ಪಾಪಾ ಸರ್, ಹೀಗಾಗಬಾರದಾಗಿತ್ತು' ಅಂತ ಮಾತು ಶುರುವಾಗುತ್ತೆ. ಆ ಮಾತಿನ ಕೊನೆಯಲ್ಲಿ 'ಪಾಪ ಸರ್, ಎಲ್ಲಾ ಸಿದ್ಧವಾಗಿದೆ. ಬ್ಯಾಂಕಿಂಗ್ ಬೇರೇ ಇಲ್ಲಾ .. ನಾಳೆ ಷೂಟಿಂಗ್ ಆಗದೇ ಹೋದರೆ ಪ್ರೊಡ್ಯೂಸರ್ಗೆ ಲಾಸೂ ಸರ್, ಲಾಸ್ ಆದ್ರೂ ಪರವಾಗಿಲ್ಲಾ .. ಆದರೆ ಮುಂದೇ ಆರ್ಟಿಸ್ಟ್ ಡೇಟ್ ಸಿಗಲ್ಲಾ ನೋಡೀ .. ಪಾಪಾ ಸರ್'. ಈ ಮಾತುಗಳ ನಡುವೆ ಯಾವ ಪಾಪಾ ಯಾರಿಗೇ ಸಂಬಂಧ ಪಟ್ಟಿದ್ದೂ ಅಂತ ಯೋಚಿಸಿ ತಲೇ ಕೆಡಿಸಿಕೊಳ್ಳುವ ಮುಂಚೇ, ಒಳಗಡೆ ಇರುವ ಅಹಂಕಾರ ಮಾತಾಡೋಕೆ ಶುರು ಮಾಡುತ್ತೆ. ಬರಹಗಾರ ಅಂದ್ಮೇಲೆ ಎಂಥಾ ಸಂದರ್ಭದಲ್ಲೂ ಬರೀಬೇಕು .. ಅದ್ಯಾರೋ ಹಾಡುಗಾರ ತಾಯೀ ಸತ್ತ ವಿಷಯ ತಿಳಿದ ಮೇಲೂ

ಹಾಡುವ ಕೇಳ ಮುಗಿಸಿ ಕೊಟ್ಟು ಹೋಗಲಿಲ್ವೆ? ಇನ್ಯಾರೋ ಮ್ಯೂಸಿಕ್ ಡೈರೆಕ್ಟರ್ ಕೆಲಸ ಮೊದಲು ನಂತರ ಸಾವು ಅನ್ನಿಲ್ವೇ? ಎಂಬ ಏನೇನೋ ಸ್ವಗತಗಳು. ಅದನ್ನ ಮೀರಿ ಅಕಸ್ಮಾತ್ ನಾನು ಬರೆಯದೇ ಹೋದರೆ, ಕೆಲಸ ಕೊಟ್ಟವರಿಗೆ ಸಿಟ್ಟು ಬಂದು, ನನ್ನ ಕೆಲಸ ಗೋವಿಂದ ಆದರೇ? ಎಂಬ ಇನ್ನೊಂದು ಸಣ್ಣ ಭಯ. ಅದರ ಮಧ್ಯದಲ್ಲೇ ಪ್ಯಾಕಿಂಗ್ ಮಣಿ ಎಂದೋ ಹೇಳಿದ ಮಾತು, ನಮ್ಮಪ್ಪಾ ಇಂಥವನ ಹತ್ರಾನೇ ಕೆಲಸ ಮಾಡಿ ಬದುಕು ಅಂತೇನೂ ನನ್ನ ಹುಟ್ಸಿಲ್ಲ .. ಇದೆಲ್ಲಾ ಸ್ವಗತ ಸಂಭಾಷಣೆಯ ಮಧ್ಯೇ .. ಆಸ್ಪತ್ರೆಯಲ್ಲೇ ನಾಳಿನ ದೃಶ್ಯಗಳು ಹುಟ್ಟಿಕೊಳ್ಳುತ್ತವೆ. ಷೂಟಿಂಗ್ ಯಾವುದೇ ತೊಂದರೆಯಿಲ್ಲದೆ ಸಾಗುತ್ತದೆ. ಮಗನ ವೃತ್ತಿಪರತೆಯನ್ನ ಮೆಚ್ಚುತ್ತಾ ಅಪ್ಪಾ ಈ ಲೋಕಕ್ಕೆ ಟಾಟಾ ಹೇಳಿರಬಹುದು.

ಒಂದಂತೂ ಸ್ಪಷ್ಟ. ಸೀರಿಯಲ್ ಸಂಭಾಷಣೆ ಒತ್ತಡದಲ್ಲಿ ಹುಟ್ಟಿಕೊಳ್ಳುವ ಮಾತಿನ ಜೊಂಪೆ. ಅಲ್ಲಿ ನಿಮ್ಮ ಜೀವನದ ಅನುಭವ, ನಿಮ್ಮ ಆಲೋಚನಾ ಕ್ರಮ, ನಿಮ್ಮ ಓದು,ನೀವು ಕೇಳಿದ ಪ್ರವಚನ,ನೀವು ಬೈದ ಬೈಗುಳ,ನೀವು ಆಡಬೇಕೆಂದು ಕೊಂಡು ಆಡದೇ ಹೋದ ಮಾತುಗಳೂ,ಯಾರೋ ಆಡಿದ ಮಾತೂ, ಫೇಸ್ ಬುಕ್ಕಲ್ಲಿ ಓದಿದ ಜೋಕೂ, ಬೀದಿ ಪಕ್ಕದಲ್ಲಾದ ಗಲಾಟೆ, ಸರಿ ರಾತ್ರಿ ಸಡನ್ನಾಗಿ ಹುಟ್ಟುವ ಭಯ, ಯಾವುದೋ ಕಾದಂಬರಿಯ ಯಾರದೋ ಸಾಲೂ... ಎಲ್ಲವೂ ಆಯಾ ಸಂದರ್ಭಕ್ಕೆ ಮಾತಿನ ಸರಕನ್ನ ಕೊಡುತ್ತಾ ಹೋಗುತ್ತದೆ. ಆದರೇ ಬರೆಯುವವನಿಗೆ ಇದರಲ್ಲೊಂದು ಲಾಭ ಇದೆ.

ಎಲ್ಲಾ ಪಾತ್ರಗಳ ಮಾತನ್ನ ನಾವೇ ಆಡಬೇಕಾಗಿರುವುದರಿಂದ ಬರೆಯಬೇಕಾಗಿರುವುದರಿಂದ ಪ್ರಶ್ನೇ ಕೇಳುವವರು ನಾವೇ .. ಅದಕ್ಕೇ ಉತ್ತರ ಕೊಟ್ಟು ಕೊಳ್ಳುವವರೂ ನಾವೇ .. ಆಸ್ತಿಕ-ನಾಸ್ತಿಕನ ಪಾತ್ರ ಎದುರು ಬದುರು ನಿಂತಾಗ .. ಆ ಇಬ್ಬರ ಜಗಳ ಬರಹಗಾರ ಒಬ್ಬನೇ ಮಾಡಬೇಕು.ಆಗಲೇ ಅರ್ಥವಾಗದ ಎಷ್ಟೋ ವಿಷಯಗಳ ಆಳ ಅರ್ಥವಾಗುತ್ತಾ ಹೋಗೋದೂ.. ಆ ಲಾಭವನ್ನ ಪದೇ ಪದೇ ಪಡೆಯೋ ಎಷ್ಟೋ ಅವಕಾಶಗಳು ನನಗೆ ಸಿಕ್ಕಿದೆ. ನನ್ನನ್ನ ಕಾಡುತ್ತಿರುವ ಪ್ರಶ್ನೆಯನ್ನ ಪಾತ್ರದ ಬಾಯಲ್ಲಿ ಹೇಳಿಸಿ ಬಿಡೋದು.. ಆಮೇಲೆ ಮಾತುಗಳ ಗಾಳದ ಕೊನೆಗೆ ಅರ್ಥದ ಮೀನು ಸಿಗುವ ತನಕ ಮಾತಾಡ್ತಾ

ಹೋಗೋದೂ .. ಹಾಗಾಗಿ ಬರೆಯುವ ಹಾದಿ ಸುಲಭವಾಗುತ್ತಾ ಹೋಗುತ್ತದೆ. ಎಷ್ಟೋ ಭಾರಿ ಸಂಸಾರದ ಮುನಿಸುಗಳು, ಕಾಡಿದ ಅಳುಕುಗಳು, ಹೆದರಿದ್ದ ಘಟನೆಗಳು ಎಲ್ಲವೂ ಪಾತ್ರಗಳ ಬಾಯಲ್ಲಿ ಮಾತಾಗುತ್ತಾ ನನಗೆ ಸಮಾಧಾನ ಹೇಳಿದೆ.

ಪರದೆಯ ಮೇಲೇ ಮೂಡುವ ನನ್ನ ಮಾತುಗಳನ್ನ ಕೇಳಿ ನಮ್ಮ ಮನೆಯವರೇ ನೀನು ಹೀಗೇ ಅಂತ ಅಂದ್ಕೊಂಡಿರಲಿಲ್ಲಾ ..' ಅಂದಾಗಲೆಲ್ಲಾ ನನ್ನದೂ ಅದೇ ಮಾತೂ .. ನಾನು ಹೀಗೇ ಅಂತ ಅಂದ್ಕೊಂಡಿರಲಿಲ್ಲಾ. ಒಟ್ನಲ್ಲಿ ನಾನಲ್ಲದ ನಾನುವಿನ ನಾಟಕದಲ್ಲಿ ನಾನೇ ಪ್ರೇಕ್ಷಕ.

ಸಿನೆಮಾ ಪರದೆಯ ಮೇಲೇ ಮೌನಕ್ಕೂ ಅರ್ಥವಿರುತ್ತದೆ .. ಅದೇ ಟಿ.ವಿ.ಪರದೆ ಮೇಲೇ ಮೌನವನ್ನ ನೋಡುವಷ್ಟು ತಾಳ್ಮೆ ನೋಡುಗರಿಗಿರುವುದಿಲ್ಲ.ಮಾತಿಗೆ ಮಾತು ಸೇರುತ್ತಲೇ ಹೋಗಬೇಕು. ಕಣ್ಣಿಗೆ ಗ್ಯಾಪ್ ಸಿಕ್ಕರೂ ಪರವಾಗಿಲ್ಲಾ ಆದರೇ ಕಿವಿಗೆ ಗ್ಯಾಪ್ ಕೊಡಬಾರದು. ಏನೂ ಆಗದಿದ್ದರೂ ಏನೋ ಆಗಿದೇ ಅನ್ನೋ ಕುತೂಹಲ ಉಳಿಸಿಕೊಂಡು ಸಾಗಬೇಕು.ಇಂದು ನೋಡುವ ನೋಡುಗ ನಾಳೆಯೂ ನೋಡಬೇಕು, ನೋಡಿ ಪಕ್ಕದವನ ಜೊತೇ ಮಾತಾಡಬೇಕು. ಆ ಪಕ್ಕದವ ಮತ್ತೇ ಕಿವಿಯಾಗಬೇಕು. ಅದರಿಂದ ಸೀರಿಯಲ್ ನೋಡುಗ ವರ್ಗ ಬೆಳೆದು ಟಿ.ಆರ್.ಪಿ. ಬರಬೇಕು. ಒಟ್ನಲ್ಲಿ ನಿಮ್ಮ ಸೀರಿಯಲ್ ನೋಡುತ್ತಿರುವವನು ಛಾನೆಲ್ ಬದಲಾಯಿಸದೇ ಕೂತರೆ ನೀವು ಗೆದ್ದಂತೆ. ಇದು ಬರೆಯುವವನ ಮುಂದೇ ಬರುವ ಮಾತುಗಳು. ಸಿದ್ಧ ಚೌಕಟ್ಟಿನಾಚೆಗೆ ಜಿಗಿಯುವ ಆಸೆಯಿದ್ದರೂ ಅವಕಾಶಗಳು ಕಡಿಮೆ. ಆದರೂ ಜಿಗಿಯುವ ಪ್ರಯತ್ನ ನಿರಂತರವಾಗಿ ಮಾಡುತ್ತಿದ್ದರೇ ಮಾತ್ರಾ ಸಾಗಿ ಬರುವ ಪ್ರತಿಯೊಂದು ದೃಶ್ಯಕ್ಕೂ ಬೇರೇ ಬೇರೇ ಮಾತು ಜೋಡಿಸಲು ಸಾಧ್ಯ.

ಇಲ್ಲಿ ತೃಪ್ತಿಯಿದೆಯಾ?

ನೀವು ಯಾವುದನ್ನು ತೃಪ್ತೀ ಅಂದುಕೊಳ್ಳುತ್ತೀರ ಅನ್ನೋದು ನಿರ್ಧಾರ ಆದ ದಿವಸ ಉತ್ತರ ಸಿಗಬಹುದೇನೋ?!

ಆದರೇ ಐನೂರು ರೂಪಾಯಿ ಕೂಡ ದುಡಿಮೆ ಮಾಡದೇ ಐದು ವರ್ಷ ಕಳೆದ ನನಗೆ ಈ ಜಗತ್ತು ಬೆಂಗಳೂರಲ್ಲಿ ಬದುಕಲಿಕ್ಕೆ ಸಾಕಾಗುವಷ್ಟು ದುಡ್ಡು ಸಂಪಾದಿಸಿ ಕೊಡ್ತಿದೆ.

ಬರೆಯುವುದರಿಂದ ನೆಮ್ಮದಿಯಿದೆಯೇ?

ನನ್ನ ನೆಮ್ಮದಿ ನನಗೆ ಸಿಕ್ಕಿದೆ. ಯಾಕೆಂದರೆ ಮಾತುಗಳೆಲ್ಲಾ ಪಾತ್ರಗಳಿಗೆ ಧಾರೆಯೆರದ ಮೇಲೇ ನಾನು ಹೆಚ್ಚು ಹೆಚ್ಚು ಮೌನಿಯಾಗಿದ್ದೀನಿ. ಆ ಮೌನ ಈ ದಾರಿ ಕೊಟ್ಟ ಉಡುಗೊರೆ.

ಬರವಣಿಗೆ ಬೇಸರವೆನಿಸಿದೆಯಾ?

ಒತ್ತಡ ಬೇಸರವೆನಿಸಿದೆ. ಬರೆಯುವ ಪ್ರಕ್ರಿಯೆಯಲ್ಲಿ ಇದ್ದಕ್ಕಿದ್ದಂತೆ ಹುಟ್ಟಿಕೊಳ್ಳುವ ಗೊತ್ತಿಲ್ಲದ ಸಾಲುಗಳು ಕೊಡುವ ಸಂತೋಷ, ಬರುವ ಸಂಭಾವನೆಗಿಂತ ಸಾವಿರ ಪಾಲು ಹೆಚ್ಚು.

ಅಕ್ಕಪಕ್ಕದವರ ದೃಷ್ಟಿಯಲ್ಲಿ ನಾನೇನು?

ಸೀರಿಯಲ್ ಹಿಟ್ ಆಗಿದ್ದರೆ, ಆ ಸೀರಿಯಲ್ ಬರಹಗಾರ. ಇಲ್ಲದಿದ್ರೆ ಏನೋ ಸೀರಿಯಲ್ಲೂ ಅದೂ ಇದೂ ಅಂತ ಬರ್ಕೊಂಡು ಇರ್ತಾನಪ್ಪಾ. ಅದು ಹ್ಯಾಗ್ ಜೀವನ ಸಾಗಿಸ್ತಿದ್ದಾನೋ ಏನೋ?

ಇಷ್ಟು ವರ್ಷ ಬರೆದಿದ್ದು ಸಾಧನೆಯೇ?

ನಾನು ಹುಟ್ಟೋಕೆ ಮುಂಚೇ ನಮ್ಮಮ್ಮ ಊರಲ್ಲೊಂದು ಕರಿಬೇವಿನ ಸೊಪ್ಪಿನ ಗಿಡ ನೆಟ್ಟಿದ್ದರೂ. ಈವತ್ತಿಗೂ ಅದು ಅಲ್ಲಿರುವ ಅಕ್ಕಪಕ್ಕದವರ ಮನೆಯ ಒಗ್ಗರಣೆಯಲ್ಲಿ ಮಿಂದು ಘಮಘಮಿಸುತ್ತಿದೆ. ಅದು ನಿಜವಾದ ಸಾಧನೆ.

ಬರೆದ ಸಂಭಾಷಣೆ ಯಾರನ್ನಾದರೂ ಬದಲಾಯಿಸಿದೆಯೇ?

ನನ್ನನ್ನು ಪ್ರತಿ ಕ್ಷಣ ಬದಲಾಯಿಸುತ್ತಲೇ ಇದೆ.

ನಾನು ಬರೆದ ಮಾತುಗಳು ಚೆನ್ನಾಗಿತ್ತು ಅಂತ ಯಾರಾದರೂ ಹೇಳಿದ್ರೆ?

ಆ ಹೊಗಳಿಕೆಯನ್ನ ಯಾರಿಗೆ ಕೊಡಬೇಕು ಅನ್ನೋ ಗೊಂದಲ.

ನನ್ನ ಸಂಭಾಷಣೆಯಲ್ಲಿ ನನಗಿಷ್ಟವಾದ ಮಾತುಗಳು?

ಬರೆದಿದ್ದನ್ನ ಮರೆತಾಗ ಮಾತ್ರಾ ಹೊಸದು ಹುಟ್ಟೋಕೆ ಸಾಧ್ಯ.

ಇಲ್ಲಿ ಕಲಿತದ್ದು?

ನಾನಿಲ್ಲದಿದ್ದರೂ ಸೀರಿಯಲ್ ನಡೆಯುತ್ತೆ.

ಮುಂದಿನ ಪ್ಲಾನ್ಸ್?

ಬಂದ ಕೆಲಸ ಮಾಡು.

ಕೊನೆ ಮಾತು?

ಕಣ್ಣು ಮುಚ್ಚುವ ಮುನ್ನ ಕಣ್ತೆರೆಯಿರಯ್ಯ ...

ಒಂದು ಕಾಲಕ್ಕೆ ಮಹಾನ್ ಓದುಗನೂ ವಾಚಾಳಿಯೂ ಆಗಿದ್ದ ಕಾಫೀ ರಾಘವೇಂದ್ರ ಕನ್ನಡದ ಎರಡು ಸೂಪರ್ ಹಿಟ್ ಸೀರಿಯಲ್ಲುಗಳಿಗೆ ಮಾತು ಬರೆಯುತ್ತಿದ್ದಾರೆ. 'ಅಕ್ಕ' ಮತ್ತು 'ಪುಟ್ಟಗೌರಿ ಮದುವೆ' ಅವರ ಜನಪ್ರಿಯತೆಗೆ ಸಾಕ್ಷಿ. ಸಾವಿರಾರು ಎಪಿಸೋಡುಗಳನ್ನು ಬರೆದರೂ ಹೊಸತನ ತುಳುಕಿಸಬಲ್ಲ ಕಾಫೀ ರಾಘವೇಂದ್ರ ನಾಟಕಕಾರ ಕೂಡ.

ಸಿನಿಮಾದ ಮೌಲ್ಯ ಹೆಚ್ಚಿಸುವಲ್ಲಿ ಬೇರೆಲ್ಲಾ ವಿಭಾಗಗಳಿಗಿಂತ ಚಿತ್ರಕಥೆ ಬರವಣಿಗೆಯದೇ ಪ್ರಮುಖ ಸ್ಥಾನ. ನಿಜ ಹೇಳಬೇಕೆಂದರೆ ಚಿತ್ರಕಥೆಗಿನ್ನೂ ಆ ಮರ್ಯಾದೆ ಸಿಕ್ಕಿಲ್ಲ. ಆದರದು ಸಿಗಲೇಬೇಕು.

- ಹ್ಯೂಗ್ ಲೌರಿ

ಪರಿಕಲ್ಪನೆ, ಸಂಘರ್ಷ ಮತ್ತು ಇತ್ಯರ್ಥಗಳ ಆಟ

ಕೆ ಎಂ ಚೈತನ್ಯ

ಒಂದು ಸಿನಿಮಾ ಕತೆಯ ರಚನೆಯಲ್ಲಿ ಮೂರು ಮುಖ್ಯ ಅಂಶಗಳಿರುತ್ತವೆ. ಆ ಅಂಶಗಳು ಯಾವುವೆಂದರೆ ವಸ್ತು, ಪಾತ್ರ ನಿರೂಪಣೆ ಹಾಗೂ ಉದ್ದೇಶ. ಸಿನಿಮಾ ರಚಿಸುವ ವ್ಯಕ್ತಿ ಯಾವ ದೃಷ್ಟಿಕೋನದಿಂದ ಈ ಮೂರು ಅಂಶಗಳನ್ನ ಕಟ್ಟುತ್ತಾನೆ ಅನ್ನುವುದರ ಮೇಲೆ ಇಡೀ ಕತೆಯ ಸ್ವರೂಪ ಸೃಷ್ಟಿಯಾಗುತ್ತಾ ಹೋಗುತ್ತದೆ

ಈಗ ಮಹಾಭಾರತದ ಉದಾಹರಣೆ ತಗೊಳ್ಳಿ. ನಾವು ಪಾಂಚಾಲಿಯ ದೃಷ್ಟಿಯಿಂದ ಇಡೀ ಕತೆಯನ್ನು ಕಟ್ಟಿದರೆ ಅದರ ಪ್ರಾರಂಭ, ಪ್ರಯಾಣ ಹಾಗೂ ಅಂತ್ಯಕ್ಕೂ, ಕರ್ಣನ ದೃಷ್ಟಿಯಿಂದ ಕಟ್ಟಿದರೆ ಇದೇ ಎಲ್ಲಾ ಅಂಶಗಳೂ ತೆಗೆದುಕೊಳ್ಳುವ ಸ್ವರೂಪಕ್ಕೂ ಸಾಕಷ್ಟು ವ್ಯತ್ಯಾಸ ಬರುತ್ತದೆ.

ಪಾಂಚಾಲಿಯ ದೃಷ್ಟಿಯಿಂದ ಕತೆಯನ್ನು ಕಟ್ಟಿದಾಗ, ಆಕೆ ಅರ್ಜುನನನ್ನು ಆಸೆ ಪಡುವ ಸನ್ನಿವೇಶ, ಆತನ ನಾಲ್ಕು ಸಹೋದರರ ಜೊತೆ ಪತ್ನಿಯಾಗಿ ಬದುಕಬೇಕಾದ ಸನ್ನಿವೇಶ, ಮೊದಲು ತನ್ನ ಗಂಡಂದಿರ ಅಸಹಾಯಕತೆಯಿಂದ,

ನಂತರ ಕೌರವರ ಅವಮಾನದಿಂದ ತತ್ತರಿಸುವ ಪ್ರಸಂಗ, ಕೊನೆಗೆ ತನ್ನ ಸೇಡು ಹಾಗೂ ಮಕ್ಕಳನ್ನು ಕಳೆದುಕೊಳ್ಳುವ ನೋವು- ಇವೆಲ್ಲವೂ ಕತೆಯ ಮುಖ್ಯ ಭಾಗಗಳಾಗುತ್ತವೆ.

ಇದೇ ಕತೆಯನ್ನು ಕರ್ಣನ ದೃಷ್ಟಿಯಿಂದ ಕಟ್ಟಿದರೆ, ಇದು ತೆಗೆದುಕೊಳ್ಳುವ ಸ್ವರೂಪವೇ ಬೇರೆ. ಕೆಳಜಾತಿಯಲ್ಲಿ ಆತ ಹುಟ್ಟಿದ್ದು, ಪ್ರತಿಭಾವಂತನಾಗಿದ್ದು, ಪರಶುರಾಮನಿಗೆ ನಿಯತ್ತಿನಿಂದ ನಡೆದುಕೊಂಡರೂ ತನ್ನ ಜಾತಿಯ ವಿಷಯಕ್ಕೆ ಶಾಪಗ್ರಸ್ತನಾಗಿದ್ದು, ನಂತರ ಪಾಂಡವರಿಂದ ಅವನಿಗೆ ಆದ ಅವಮಾನ, ದುರ್ಯೋಧನನಿಂದ ಸಿಕ್ಕ ಸ್ನೇಹ, ಯುದ್ಧದ ಹಿಂದಿನ ರಾತ್ರಿ ತನ್ನ ನಿಜವಾದ ತಾಯಿಯ ಸತ್ಯ ತಿಳಿದದ್ದು, ಯುದ್ಧದಲ್ಲಿ ಅಸಹಾಯಕನಾಗಿ ತನ್ನ ಅಂತ್ಯ ಕಂಡಿದ್ದು- ಇವೆಲ್ಲವೂ ಕತೆಯ ಮುಖ್ಯವಾದ ಘಟನೆಗಳಾಗುತ್ತವೆ.

ಆದ್ದರಿಂದ, ಸಿನಿಮಾ ಕತೆ ರಚಿಸುವಾಗ ನಮ್ಮ ನಿಲುವು, ಅನುಕಂಪ ಯಾವ ಪಾತ್ರದೊಂದಿಗೆ ಇರುತ್ತದೋ ಅದು ನಮ್ಮ ಕತೆ ನಿರೂಪಿಸುವ ರೀತಿ, ಇತರೇ ಪಾತ್ರಗಳ ನಿರೂಪಣೆ, ಯಾವ ಪಾತ್ರ ಮುಖ್ಯ, ಯಾವುದು ಪೋಷಕ- ಈ ಎಲ್ಲವನ್ನೂ ರೂಪಿಸುತ್ತದೆ.

ಒಂದು ಸಿನಿಮಾ ಕತೆ ರಂಗಭೂಮಿಯಲ್ಲಿ ನಾಟಕ ರಚನೆಗೆ ಬಳಸುವ ಮೂರು ಹಂತಗಳ ತಂತ್ರವನ್ನ (ಥ್ರೀ ಆಕ್ಟ್ ಸ್ಟ್ರಕ್ಚರ್) ಒಳಗೊಂಡಿರುತ್ತದೆ. ಮೊದಲ ಹಂತ ಸಿನಿಮಾದ ಮೊದಲ ಹತ್ತು ನಿಮಿಷಗಳು.

ಇದನ್ನು ವಿವರಿಸುವುದಕ್ಕೆ ನಾನು ಇಲ್ಲಿ ತೆಗೆದುಕೊಳ್ಳುವ ಉದಾಹರಣೆ ಬಹುಶಃ ಇಡೀ ಪ್ರಪಂಚದಲ್ಲಿ ಇನ್ನೆಲ್ಲೂ ಕಾಣದ ಸಂಕೀರ್ಣ ಹಾಗೂ ಕುಶಲತೆಯಿಂದ ರಚಿಸಿದ ಭಾರತದ ಬೃಹತ್ ಕೃತಿ ಮಹಾಭಾರತ. ಬಹಳ ಜನ ಮಹಾಭಾರತವನ್ನು ಒಂದು ಯುದ್ಧದ, ಸೇಡಿನ ಕತೆಯೆಂದು ಭಾವಿಸಿದ್ದಾರೆ. ಆದರೆ ಇಡೀ ಮಹಾಭಾರತದ ಮೂಲ ಆಶಯ ಸೇಡು- ಯುದ್ಧದ ವಿರುದ್ಧವಾದುದು. ಹಸ್ತಿನಾಪುರದ ಮಹಾರಾಜ ಪರೀಕ್ಷಿತನನ್ನು ತಕ್ಷಕ ಎಂಬ ನಾಗ ಕೊಲ್ಲುತ್ತಾನೆ. ಇದಕ್ಕೆ ಸೇಡು ತೀರಿಸಿಕೊಳ್ಳಲು ಪರೀಕ್ಷಿತನ ಮಗ ಜನಮೇಜಯ ಸರ್ಪ ಸತ್ರಯಾಗ ಮಾಡಿಸಿ, ಇಡೀ ಪ್ರಪಂಚದ ಎಲ್ಲಾ ಸರ್ಪಗಳನ್ನು ನಿರ್ನಾಮ ಮಾಡಲು ಮುಂದಾಗುತ್ತಾನೆ. ಅಲ್ಲಿಗೆ ಬಂದ ಋಷಿ ಜರತ್ಕಾರು ಮಗ ಅಸ್ತಿಕ ಆ ಯಾಗ ನಿಲ್ಲಿಸಲು ಕೇಳಿಕೊಳ್ಳುತ್ತಾನೆ. ಅಲ್ಲಿ ಪ್ರಾರಂಭವಾದ ಜಯ ಎಂಬ ಬೃಹತ್ ಕೃತಿ, ಜನಮೇಜಯನಿಂದ ಮುಂಚೆ ನಾಲ್ಕೈದು ತಲೆಮಾರಿನ

ಹಿಂದಿನಿಂದ ನಡೆದ ಕತೆಯಿಂದ ಪ್ರಾರಂಭವಾಗುತ್ತದೆ. ಅರ್ಜುನನ ಮರಿ ಮಗನಾದ ಜನಮೇಜಯನಿಗೆ ಆ ಕತೆಯ ಮೂಲಕ ಸೇಡು, ದ್ವೇಷಗಳ ವೈಫಲ್ಯದ ಅರಿವಾಗುತ್ತದೆ.

ಮಹಾಭಾರತದ ವಿಸ್ತೀರ್ಣ, ಸಂಕೀರ್ಣತೆಯನ್ನು ಗಮನದಲ್ಲಿಟ್ಟುಕೊಂಡರೆ ಒಂದಲ್ಲ ಒಂದು ಹತ್ತು ಸಿನಿಮಾಗಳನ್ನು ಮಾಡಿದರೂ ಅದರ ಕತೆಯನ್ನು ಸೆರೆಹಿಡಿಯಲು ಸಾಧ್ಯವಿಲ್ಲ. ಆದರೆ ಒಂದು ಕತೆಯ ರಚನೆ, ಪಾತ್ರ ಪರಿಚಯ, ಪಾತ್ರ ಪೋಷಣೆ, ದೃಷ್ಟಿಕೋನ, ನಾಯಕನ ಒಳಗಿನ ಹಾಗೂ ಹೊರಗಿನ ತುಮುಲಗಳು- ಈ ಎಲ್ಲಾ ಅಂಶಗಳನ್ನ ಅರ್ಥಮಾಡಿಕೊಳ್ಳಲು ಮಹಾಭಾರತ ಒಂದು ಅದ್ಭುತವಾದ ಪಠ್ಯ.

ಅಲ್ಲದೇ, ಸಣ್ಣ ವಯಸ್ಸಿನಿಂದ ನಮ್ಮಲ್ಲಿ ಅನೇಕರು ಈ ಕೃತಿಯ ಜೊತೆ ಅದರ ಸನ್ನಿವೇಶ ಪಾತ್ರಗಳ ಜೊತೆ ಬೆಳೆದುಕೊಂಡು ಬಂದ ಕಾರಣದಿಂದ ಎಲ್ಲಾ ಉದಾಹರಣೆಗಳೂ ಹೆಚ್ಚು ಸರಳವಾಗಿ ಆಪ್ತವಾಗಿ ಅರ್ಥಮಾಡಿಕೊಳ್ಳಲು ಈ ಕೃತಿ ಸಹಾಯ ಮಾಡುತ್ತದೆ.

ಆದರೆ ಸಿನಿಮಾ ಒಂದು ಮಾಧ್ಯಮವಾಗಿ ಬೆಳಕಿಗೆ ಬಂದು ಶತಮಾನ ಕಳೆದಿದೆ. ಮೂಕಿ ಚಿತ್ರಗಳಿಂದ ಪ್ರಾರಂಭವಾಗಿ, ಶಬ್ದ, ಸಂಭಾಷಣೆ, ಸಂಗೀತದ ಬಳಕೆ, ಹಾಗೇ ಕಪ್ಪು ಬಿಳುಪಿನಿಂದ ಪ್ರಾರಂಭವಾಗಿ ಸಿಫಿಯಾ, ಕಲರ್, ಡಿಜಿಟಲ್ ತಂತ್ರಜ್ಞಾನದ ತನಕ ಈ ಮಾಧ್ಯಮ ಬೆಳೆದಿದೆ. ಇಂದು ಸಿನಿಮಾ ನೋಡುವ ತಲೆಮಾರಿಗೆ ಈ ಮಾಧ್ಯಮ ತೀರಾ ಆಪ್ತವಾದ ಹಾಗೂ ಅದರೊಂದಿಗೇ ಬೆಳೆದುಕೊಂಡು ಬಂದ ಒಂದು ಅಭ್ಯಾಸವಾಗಿದೆ.

ಅದಲ್ಲದೇ ಪಶ್ಚಿಮ ದೇಶಗಳ ಸಮಾಜದ ನುಡಿಗಟ್ಟಿಗೂ ನಮ್ಮ ದೇಶದ ಸಮಾಜದ ನುಡಿಗಟ್ಟಿಗೂ ತುಂಬಾ ವ್ಯತ್ಯಾಸವಿದೆ. ಆದ್ದರಿಂದ ಸಿನಿಮಾ ರಚನೆ ವಿಷಯಕ್ಕೆ ಬಂದಾಗ ನಾವು ಪಾಶ್ಚಾತ್ಯ ಸಿನಿಮಾಗಳನ್ನು ಅವಲಂಬಿಸುವುದು ಬಿಟ್ಟು ನಮ್ಮ ನೆಲಕ್ಕೆ ಸಂಬಂಧಪಟ್ಟ ಕೃತಿಗಳನ್ನ ಉಲ್ಲೇಖಿಸುವುದು ಉಪಯುಕ್ತ. ನಮ್ಮ ಪ್ರೇಕ್ಷಕ ಪಾಶ್ಚಾತ್ಯ ದೇಶದ ಪ್ರೇಕ್ಷಕನಿಗಿಂತ ತುಂಬಾ ಭಿನ್ನವಾದ್ದರಿಂದ ಅವರಿಗೆ ರಚಿಸುವ ಸಿನಿಮಾ ಕೂಡ ಭಿನ್ನವಾಗಿರುತ್ತದೆ.

ತಂತ್ರಜ್ಞಾನ ಬಿಟ್ಟರೆ ಸಿನಿಮಾ ಕತೆ ಕಟ್ಟುವ ವಿಧಾನ ಯಾವ ಕಾದಂಬರಿ ಅಥವಾ ನಾಟಕಕ್ಕೆ ಭಿನ್ನವಲ್ಲ. ಆದರೆ ಚಿತ್ರಕತೆ ಸಂಭಾಷಣೆ ಕ್ಷೇತ್ರದಲ್ಲಿ ಸಿನಿಮಾ ಮಾಧ್ಯಮಕ್ಕೂ ಇತರ ಮಾಧ್ಯಮಗಳಿಗೂ ಸಾಕಷ್ಟು ವ್ಯತ್ಯಾಸವಿದೆ.

ಆದ್ದರಿಂದ ಒಂದು ಸಿನಿಮಾ ರಚನೆಯ ವಿಷಯಕ್ಕೆ ಬಂದಾಗ ಮೂರು ಮುಖ್ಯ ಹಂತಗಳಿವೆ. ಅವೇ ಕತೆ, ಚಿತ್ರಕತೆ ಮತ್ತು ಸಂಭಾಷಣೆ.

ಸಾಮಾನ್ಯವಾಗಿ ಚಿತ್ರಕತೆ ವಿಷಯಕ್ಕೆ ಬಂದಾಗ ನಾವು ಪಾಶ್ಚಾತ್ಯ ಉದಾಹರಣೆಗಳನ್ನ, ಪಠ್ಯವನ್ನ ಹೆಚ್ಚು ಅವಲಂಬಿಸುತ್ತೇವೆ. ಸಿನಿಮಾ ರಂಗದ ತಂತ್ರಜ್ಞಾನ ಹುಟ್ಟಿದ್ದು ಪಶ್ಚಿಮ ದೇಶಗಳಲ್ಲಿ ಆದ್ದರಿಂದ ಅದರ ಮೊದಲ ಪ್ರಯೋಗಗಳು ನಡೆದದ್ದೂ ಆ ದೇಶಗಳಲ್ಲೇ. ಆದ್ದರಿಂದ, ಚಿತ್ರಕತೆಯನ್ನು ಅಭ್ಯಾಸ ಮಾಡುವಾಗ, ಹಿಂದಿನಿಂದ ಅಲ್ಲಿನ ಉಲ್ಲೇಖಗಳನ್ನೇ ನೆರವಿಗೆ ಬಳಸುವುದು ವಾಡಿಕೆಯಾಗಿತ್ತು.

ಒಂದು ಸಿನಿಮಾದ ಚಿತ್ರಕತೆ ಬರೆಯುವ ಮೊದಲು ಕಥೆಯ ಎಲ್ಲಾ ಪಾತ್ರಗಳು,ಸನ್ನಿವೇಶಗಳು, ಕೇಂದ್ರಪಾತ್ರಗಳ ಒಳಗಿನ ತುಮುಲಗಳು, ಹೊರಗಿನ ಸಮಾಜದ ಜೊತೆ ಅವರ ಹೋರಾಟ ಹಾಗೂ ಯಾವ ಹಂತದಲ್ಲಿ ಕತೆ ಅಂತ್ಯಗೊಳ್ಳುತ್ತೆ – ಇವೆಲ್ಲವನ್ನೂ ಗುರುತಿಸಲಾಗುತ್ತೆ.

ಇದರ ನಂತರದ ಪ್ರಕ್ರಿಯೆ ಸಿನಿಮಾ ರಚನೆಯಲ್ಲಿ ಬಹಳ ಮುಖ್ಯವಾದ ಹಂತ. ಅದು ಸಿನಿಮಾದ ಚಿತ್ರಕತೆಯ ರಚನೆ. ಪಾತ್ರ, ಸನ್ನಿವೇಶ ಇತ್ಯಾದಿಗಳೆಲ್ಲ ಇಟ್ಟಿಗೆಗಳ ಹಾಗೆ. ಅವನ್ನ ಒಂದು ವಿನ್ಯಾಸಕ್ಕೆ ಜೋಡಿಸಿ, ಇಡೀ ಕಟ್ಟಡ ಕಟ್ಟುವ ಪ್ರಕ್ರಿಯೆಯೇ ಸಿನಿಮಾದ ಚಿತ್ರಕತೆ.

ರಂಗಭೂಮಿಯ ನಾಟಕ ರಚನೆಗೆ ಬಳಸುವ- Act structure- ಮೂರು ಹಂತದ ರಚನಾ ಕ್ರಮವನ್ನು ಸಿನಿಮಾ ಚಿತ್ರಕತೆಗೆ ಸಹ ಅಳವಡಿಸಲಾಗಿದೆ. ಈ ಮೂರು ಹಂತಗಳನ್ನು

1. Set & up – ಪರಿಕಲ್ಪನೆ
2. Confrontation– ಸಂಘರ್ಷ
3. Resolution – ಇತ್ಯರ್ಥ

ಎಂದು ಕರೆಯಲಾಗುತ್ತದೆ.

ಮೊದಲನೆಯ ಹಂತ ಪರಿಕಲ್ಪನೆ, ಸಿನಿಮಾದ ಮೊದಲ ಹತ್ತು ನಿಮಿಷಗಳು.

ಈ ಹಂತದಲ್ಲಿ ಕತೆಯ ಮುಖ್ಯವಾದ ಪಾತ್ರಗಳ ಪರಿಚಯ, ಕೇಂದ್ರ ಪಾತ್ರದ

ಪರಿಚಯ ಹಾಗೂ ಸಂದರ್ಭದ ಪರಿಚಯ ಆಗುತ್ತದೆ. ಈ ಹತ್ತು ನಿಮಿಷಗಳಲ್ಲಿ ನಡೆಯುವ ಒಂದು ಘಟನೆ ಎಲ್ಲಾ ಪಾತ್ರಗಳ ಸ್ಥಿತ್ಯಂತರಕ್ಕೆ ಕಾರಣವಾಗುತ್ತದೆ. ಸಾಮಾನ್ಯ ಉದಾಹರಣೆಗಳೆಂದರೆ ನಾಯಕ ಒಂದು ಹುಡುಗಿಗೆ ಮನಸೋಲುತ್ತಾನೆ ಅಥವಾ ಕೇಂದ್ರ ಪಾತ್ರದ ಆಪ್ತರ ಕೊಲೆಯಾಗುತ್ತದೆ. ಅಥವಾ ಖುಷಿಯಾದ ಒಂದು ಕುಟುಂಬದಲ್ಲಿ ತೀರ ದುಃಖ ತರುವ ಘಟನೆಯೊಂದು ನಡೆಯುತ್ತದೆ.

ಚಿತ್ರಕತೆಯ ಆರಂಭ ಎಲ್ಲಿಂದ ಬೇಕಾದರೂ ಆಗಬಹುದು. ಅದಕ್ಕೆ ಒಂದು ಕ್ರಾನಾಲಜಿ ಅಥವಾ ಘಟನೆಗಳು ನಡೆದ ಕಾಲದ ಬದ್ಧತೆ ಇರಬೇಕಿಲ್ಲ.

ಮಹಾಭಾರತದ ಉದಾಹರಣೆ ತೆಗೆದುಕೊಳ್ಳಿ. ಕರ್ಣನ ಕತೆಯನ್ನ ಆತನ ಅನಾಥ ಪ್ರಜ್ಞೆಯ ದೃಷ್ಟಿಯಿಂದ ಕಟ್ಟುವುದಾದರೆ ಯುದ್ಧದ ಹಿಂದಿನ ರಾತ್ರಿ ಕುಂತಿ ಆತನ ಬಳಿ ಬಂದು ತಾನು ಅವನ ತಾಯಿ ಎಂಬ ಸತ್ಯ ಹೇಳುವ ಮೂಲಕ ಸಿನಿಮಾ ಪ್ರಾರಂಭವಾಗಬಹುದು. ಇದೇ ಕರ್ಣನ ಕತೆಯನ್ನು ಜಾತಿಯ ಸಂಘರ್ಷದ ಕತೆಯಾಗಿ ಕಟ್ಟುವುದಾದರೆ, ಪರಶುರಾಮ ಕರ್ಣನಿಗೆ ಶಾಪ ಕೊಡುವ ಸನ್ನಿವೇಶದಿಂದಲೋ ಅಥವಾ ತಾನೊಬ್ಬ ಸೂತಪುತ್ರನೆಂಬ ಕಾರಣಕ್ಕೆ ದ್ರೌಪದಿ ಸ್ವಯಂವರದಲ್ಲಿ ಅವನಿಗೆ ಆಗುವ ಅವಮಾನದಿಂದಲೋ ಸಿನಿಮಾ ಪ್ರಾರಂಭ ಆಗಬಹುದು.

ಒಟ್ಟಿನಲ್ಲಿ ಆ ಸನ್ನಿವೇಶದಿಂದ ಮುಖ್ಯ ಪಾತ್ರಗಳ ಪರಿಚಯ. ಅವರ ಒಳಗಿನ ಹಾಗೂ ಹೊರಗಿನ ಲೋಕದ ಪರಿಚಯ ಹಾಗೂ ನಡೆಯುವ ಘಟನೆಯಿಂದಾಗಿ ಕೇಂದ್ರ ಪಾತ್ರ ಹೇಗೆ ಕತೆಯ ಹಲವು ಹಂತಗಳನ್ನು ಸಂಚರಿಸುತ್ತಾನೆ ಅನ್ನೋದು ನಿಶ್ಚಯ ಆಗೋದು ಈ ಮೊದಲ ಹತ್ತು ನಿಮಿಷಗಳಲ್ಲಿ.

ಇಲ್ಲಿಂದ ಮುಂದೆ ಸಿನಿಮಾದ ಕಡೆಯ ಹತ್ತು ನಿಮಿಷಗಳ ವರೆಗೆ ಇರುವ ಎರಡನೆಯ ಸಂಘರ್ಷದ ಹಂತ. ಒಂದು ಸಿನಿಮಾದಲ್ಲಿ ಮುಖ್ಯ ಕಥಾನಕ ಅಲ್ಲದೇ, ಅದಕ್ಕೆ ಸಂಬಂಧಪಟ್ಟ ಹಲವು ಸಣ್ಣ ಪಾತ್ರಗಳು, ಅವರ ಕತೆಗಳೂ ಇರುತ್ತವೆ. ಅದರಿಂದ ಮುಖ್ಯ ಕತೆಗೆ ಹಾಗೂ ಪಾತ್ರಗಳ ಪ್ರಯಾಣದಲ್ಲಿ ಈ ಸಣ್ಣ ಪಾತ್ರಗಳು ಏರುಪೇರುಗಳನ್ನು ಕಲ್ಪಿಸುತ್ತವೆ. ಹಂತಹಂತದಲ್ಲಿ ಕತೆಯ ನಾಯಕ ಹಲವು ಬಿಕ್ಕಟ್ಟುಗಳನ್ನು ಎದುರಿಸಿ, ಕೆಲವೊಮ್ಮೆ ಸೋತು, ಹಲವೊಮ್ಮೆ ಗೆದ್ದು, ಕತೆಯ ಪ್ರಯಾಣದಲ್ಲಿ ಸಾಗುತ್ತಾನೆ. ಕತೆ ಸಾಗುತ್ತಾ ಈ ಬಿಕ್ಕಟ್ಟುಗಳ ಪ್ರಮಾಣ ಹಾಗೂ

ಸಂಕೀರ್ಣತೆ ಹೆಚ್ಚುತ್ತಾ ಹೋಗುತ್ತದೆ. ಇವುಗಳನ್ನು ದಾಟುವುದರಲ್ಲಿ ಕೇಂದ್ರ ಪಾತ್ರದ ಶೌರ್ಯ (ಹೀರೋಯಿಸಮ್) ಹಾಗೂ ವಿಶೇಷತೆಯ ಪರಿಚಯ ಆಗುತ್ತಾ ಕತೆ ಸಾಗುತ್ತದೆ.

ಚಿತ್ರಕತೆಯ ಕೊನೆಯ ಹಂತ, ಅದರ ಕಡೆಯ ಹತ್ತು ನಿಮಿಷಗಳು. ಇಲ್ಲಿ ಕತೆಯ ಇತ್ಯರ್ಥ ಆಗುತ್ತದೆ. ಬಹಳ ಮುಖ್ಯವಾಗಿ ಕತೆ ಆರಂಭವಾದ ಹಂತಕ್ಕೆ ಹೋಲಿಸಿದಾಗ, ಕೊನೆಯ ಹಂತದಲ್ಲಿ ಕೇಂದ್ರ ಪಾತ್ರಗಳ ದೃಷ್ಟಿಕೋನ ಬದಲಾಗಿರುತ್ತದೆ. ಅವರ ವ್ಯಕ್ತಿತ್ವದಲ್ಲಿ ಮುಖ್ಯವಾದ ಬದಲಾವಣೆಗಳು ಆಗಿರುತ್ತವೆ, ಅವರ ಶೌರ್ಯದ ಉತ್ತುಂಗವನ್ನು ಈ ಕಡೆಯ ಹಂತದಲ್ಲಿ ನಾವು ಕಾಣಬಹುದು.

ಉದಾಹರಣೆಗೆ ನಾಯಕ ಸಾಹಸದಿಂದ ಹೋರಾಡಿ ಗೆಲ್ಲುತ್ತಾನೆ. ತಾನು ಪ್ರೀತಿಸಿದ ಹುಡುಗಿ ಸಿಕ್ಕಾಗಲೂ ಅವಳನ್ನು ಬಿಟ್ಟುಕೊಟ್ಟು ತ್ಯಾಗದ ಮೂಲಕ ಪ್ರೇಕ್ಷಕನ ಗೌರವ ಪಡೆಯುತ್ತಾನೆ. ಇನ್ನು ಕೆಲವೊಮ್ಮೆ ಇಬ್ಬರು ಪ್ರೇಮಿಗಳು ಸಾವನ್ನು ಒಪ್ಪಿ, ಸಾವಲ್ಲಿ ತಮ್ಮ ಪ್ರೀತಿಯನ್ನು ಅಮರವಾಗಿಸುತ್ತಾರೆ. ಹೀಗೆ ಹಲವು ರೀತಿಗಳಲ್ಲಿ ಕತೆಯ ಅಂತ್ಯ ಮುಟ್ಟಬಹುದು.

ಒಂದು ಕತೆಯ ಮೂಲ ಪಾತ್ರ, ಸನ್ನಿವೇಶ, ನಿಲುವುಗಳನ್ನ ನಿರ್ಧರಿಸಿ, ಚಿತ್ರಕತೆಯಲ್ಲಿ ಹಂತಹಂತವಾಗಿ ಹಲವಾರು ಸನ್ನಿವೇಶಗಳ, ದೃಶ್ಯಗಳ ಮೂಲಕ, ಅಂತ್ಯದ ತನಕ ಚಿತ್ರಕತೆಯನ್ನು ಕಟ್ಟಿದ ನಂತರ ಮಾಡುವ ಕೆಲಸ ಅದರ ಸಂಭಾಷಣೆಯ ರಚನೆ.

ಕತೆಯನ್ನು, ಅದರ ನಿಲುವನ್ನು ನಿರ್ಧರಿಸಿದಾಗ ಪಾತ್ರಗಳ ಸ್ವರೂಪ ನಮಗೆ ಸ್ಪಷ್ಟವಾಗಿ ಕಾಣಿಸುತ್ತದೆ. ಚಿತ್ರಕತೆಯಲ್ಲಿ ಕಟ್ಟುವ ಸನ್ನಿವೇಶಗಳಿಂದ ಅದು ಇನ್ನೂ ಸರಳವಾಗುತ್ತದೆ. ಅಂದರೆ, ನಿಖರವಾಗಿ ಪಾತ್ರದ ಪರಿಚಯ ಆಗುವುದು ಅವರು ಆಡುವ ಮಾತುಗಳಿಂದ,

ಇಲ್ಲಿ ಎಷ್ಟು ಸಂಭಾಷಣೆ ಇರಬೇಕು, ಯಾವ ಪಾತ್ರ, ಎಷ್ಟು, ಯಾವ ಸಂದರ್ಭದಲ್ಲಿ ಮಾತಾಡಬೇಕು– ಎಲ್ಲವೂ ಮುಖ್ಯವಾಗುತ್ತದೆ.

ನಾಟಕದಲ್ಲಿ ರಂಗಭೂಮಿಯಲ್ಲಿ ಹಲವು ಸನ್ನಿವೇಶಗಳನ್ನ ರಂಗದಲ್ಲಿ ತೋರಿಸಲು ಸಾಧ್ಯವಿಲ್ಲ. ಆದ್ದರಿಂದ ಸಂಭಾಷಣೆಯಲ್ಲೇ ಅನೇಕ ಆಗುಹೋಗುಗಳ ಪರಿಚಯ ಆಗುತ್ತದೆ. ಆದರೆ ಸಿನಿಮಾದಲ್ಲಿ ಹಾಗಲ್ಲ.

ಯಾವುದೇ ಕಾಲಕ್ಕೆ, ಸ್ಥಳಕ್ಕೆ, ತೆರೆ ಇರದ ಸಿನಿಮಾದ ತಂತ್ರಜ್ಞಾನ, ನಿರ್ದೇಶಕನಿಗೆ, ರಚನಕಾರನಿಗೆ, ಎಲ್ಲವನ್ನೂ ದೃಶ್ಯವಾಗಿ ತೋರಿಸುವ ಸಾಮರ್ಥ್ಯವನ್ನು ಕೊಡುತ್ತದೆ.

ಒಂದು ಪಾತ್ರ ತನಗೆ ಖುಷಿ ಅಥವಾ ದುಃಖ ಆಗಿರುವುದನ್ನು ಆ ಪಾತ್ರ ಮಾಡುವ ಕ್ರಿಯೆಯಲ್ಲಿ ತೋರಿಸುವ ಸಾಧ್ಯತೆ ಇರುತ್ತದೆ. ಒಳ್ಳೆಯ ಬರಹಗಾರ ಹೀಗೆ ದೃಶ್ಯಗಳ ಮೂಲಕ ಅಥವಾ ಪ್ರತಿಮೆಗಳ (symbols)ಮೂಲಕ ಸಿನಿಮಾದ ಕತೆಯನ್ನು ಹೇಳುವ ರೀತಿಗಳನ್ನು ಹುಡುಕುತ್ತಾನೆ.

ದೃಶ್ಯಗಳ ಮೂಲಕ ಹೇಳಲು ಅಸಾಧ್ಯವಾದಾಗ ಸಂಭಾಷಣೆಯ ನೆರವು ಪಡೆಯುತ್ತಾನೆ. ಇನ್ನೂ ಕುಶಲನಾದ ಬರಹಗಾರ ಪಾತ್ರದ ಸಂಭಾಷಣೆಗೂ ಅದರ ಕ್ರಿಯೆಗೂ ಇರುವ ವ್ಯತ್ಯಾಸದಲ್ಲಿ, ಆ ಪಾತ್ರದ ಒಳಮನಸ್ಸಿನ ಸಂಕೀರ್ಣತೆಯನ್ನು ಪರಿಚಯ ಮಾಡಿಕೊಡುತ್ತಾನೆ. ಉದಾಹರಣೆಗೆ ಒಂದು ಹುಡುಗಿ ತಾನು ಪ್ರೀತಿಸುವ ಹುಡುಗನನ್ನು ಹೊಡೆಯುತ್ತಾ ಬಯ್ಯುತ್ತಾ ಮಾತಾಡುವ ಸನ್ನಿವೇಶದಲ್ಲಿ ಆಕೆ ಆತನನ್ನು ಎಷ್ಟು ಗಾಢವಾಗಿ ಪ್ರೀತಿಸುತ್ತಾಳೆ ಎಂಬುದನ್ನು ತೋರಿಸಬಹುದು.

ಸೂಕ್ಷ್ಮತೆ ಉಳ್ಳ ಬರವಣಿಗೆ ಯಾವುದನ್ನೂ ವಾಚ್ಯ ಅಥವಾ ಅತೀ ಸರಳಗೊಳಿಸದೆ ಸಂಭಾಷಣೆ ಅಲ್ಲದ ಇತರ ಪರಿಕರಗಳ ಮೂಲಕ ಸಿನಿಮಾ ಪ್ರೇಕ್ಷಕನ ಮನಸ್ಸನ್ನು ಮುಟ್ಟುತ್ತದೆ. ಸಂಭಾಷಣೆ ಬಳಸಿದಾಗ ಅದು ದೃಶ್ಯ ಹಾಗೂ ಕತೆಯ ಮೆರುಗನ್ನು ಇಮ್ಮಡಿಗೊಳಿಸುತ್ತದೆ.

ಒಟ್ಟಾರೆಯಾಗಿ ಇದು ಒಂದು ಸಿನಿಮಾದ ಕತೆ-ಚಿತ್ರಕತೆ ಹಾಗೂ ಸಂಭಾಷಣೆಯ ಮೇಲ್ನೋಟ. ಪ್ರತಿಯೊಂದು ಕ್ಷೇತ್ರವನ್ನೂ ಶೋಧಿಸುತ್ತಾ ಹೋದರೆ ಇನ್ನೂ ಅನೇಕ ಒಳನೋಟಗಳನ್ನು ಪಡೆಯುತ್ತೇವೆ.

ಚಿತ್ರಕತೆ ಬರೆಯುವಾಗ ಕೆಲವು ಅಭ್ಯಾಸಗಳು ಸಹಾಯವಾಗುತ್ತವೆ. ಮೊದಲನೆಯದು All writing is rewriting - ಎಲ್ಲಾ ರಚನೆಯೂ ಕುಸುರಿ ಕೆಲಸ. ಚಿತ್ರಕತೆಯ ಮೊದಲ ಪ್ರತಿ (ಫಸ್ಟ್ ಕಾಪಿ) ಬರವಣಿಗೆಯ ಮೊದಲ ಹಂತ. ಅದರ ಆರಂಭ ಮಾತ್ರ.

ಆ ಮೊದಲ ಪ್ರತಿಯಲ್ಲಿ ಆ ಕತೆಯ ಬಗ್ಗೆ ನಮಗಿದ್ದ ಸಂಪೂರ್ಣ ಗ್ರಹಿಕೆ ಹೊರಗೆ ಶಬ್ದಗಳ ರೂಪದಲ್ಲಿ ಬಂದಿರುತ್ತದೆ. ಅದನ್ನು ತಿದ್ದುತ್ತಾ, ಪುನರಚಿಸುತ್ತಾ ಹಲವು ಪ್ರತಿಗಳಲ್ಲಿ

ಅಂತಿಮ ಚಿತ್ರಕತೆ ರೂಪುಗೊಳ್ಳುತ್ತದೆ. ಒಮ್ಮೊಮ್ಮೆಯೂ ಪ್ರತಿಗಳನ್ನು ಓದುತ್ತಾ ಅದರಲ್ಲಿ ಸಂಭಾಷಣೆಯ ಜಾಗದಲ್ಲಿ ಏನು ಹೊಸ ದೃಶ್ಯವನ್ನು ಹಾಕಬಹುದು, ಒಟ್ಟಾರೆ ಯಾವ ಯಾವ ದೃಶ್ಯಗಳನ್ನು ಪಾತ್ರಗಳನ್ನು ಚಿತ್ರಕತೆಯಿಂದ ತೆಗೆಯಬಹುದು- ಈ ಪ್ರಶ್ನೆಗಳಿಗೆ ಉತ್ತರಗಳನ್ನು ಕಂಡುಕೊಳ್ಳಬೇಕಾಗುತ್ತದೆ.

ಒಂದು ಒಳ್ಳೆಯ ಚಿತ್ರಕತೆ ನಾಜೂಕಾಗಿ ಪೋಣಿಸಿದ ಮುತ್ತಿನ ಹಾರದಂತೆ. ಅದರಲ್ಲಿ ಒಂದು ಮುತ್ತನ್ನು ತೆಗೆದರೂ ಇಡೀ ಹಾರ ಬಿಚ್ಚಿಕೊಂಡು ನೆಲಕ್ಕೆ ಉರುಳುತ್ತದೆ. ಆದ್ದರಿಂದ ಒಂದು ಅನಾವಶ್ಯಕವಾಗ ಪದ, ಸಂಭಾಷಣೆ, ಸನ್ನಿವೇಶ, ಪಾತ್ರ ಅಥವಾ ದೃಶ್ಯ ಚಿತ್ರಕತೆಯ ಅಂತಿಮ ಪ್ರತಿಯಲ್ಲಿ ಇರಬಾರದು.

ಈ ಶಿಸ್ತು ಬರಬೇಕಾದರೆ ಬರಹಗಾರರಿಗೆ ಅನೇಕ ಸಿನಿಮಾಗಳನ್ನು ನೋಡುವ ಅಭ್ಯಾಸ ಇರಬೇಕು. ಎಲ್ಲಕ್ಕೂ ಮುಖ್ಯವಾಗಿ ಸಂಕಲನದ ಪರಿಚಯ ಬರಹಗಾರನಿಗೂ ಇರಬೇಕು.

ಸಿನಿಮಾ ಮಾಡುವ ಪ್ರಕ್ರಿಯೆ ಸಾಕಷ್ಟು ಹಣ, ಶ್ರಮ ಹಾಗೂ ಸಮಯ ತೆಗೆದುಕೊಳ್ಳುತ್ತೆ. ಸಂಕಲನದ ಹಂತದಲ್ಲಿ ಎಷ್ಟೋ ದೃಶ್ಯಗಳನ್ನು ತೆಗೆದು ಹಾಕಲಾಗುತ್ತದೆ. ಯಾವುದೋ ನಾಲ್ಕು ಸಾಲಿನ ಸಂಭಾಷಣೆಯ ಬದಲಿಗೆ ಒಂದು ಚಿಕ್ಕ ಸನ್ನೆಯನ್ನ, ಅಭಿನಯವನ್ನ ಬಳಸಲಾಗುತ್ತದೆ. ಹೀಗೆ ಪ್ರತಿ ಸರತಿ ತೆಗೆದು ಹಾಕಿದಾಗ ಅದನ್ನು ಚಿತ್ರೀಕರಿಸಲು ಖರ್ಚಾದ ಹಣ, ಸಮಯ, ಶ್ರಮ ವ್ಯರ್ಥವಾಗಿರುತ್ತದೆ. ಚಿತ್ರಕತೆ ಭದ್ರವಾಗಿದ್ದು, ಯಾವ ಅನಾವಶ್ಯಕ ಸಂಗತಿಯನ್ನೂ ಬರವಣಿಗೆಯ ಹಂತದಲ್ಲೇ ತೆಗೆದು ಹಾಕಿದ್ದರೆ ಅವೆಲ್ಲವೂ ಉಳಿಯುತ್ತಿತ್ತು ಎಂಬ ಅರಿವು ಸಂಕಲನದಲ್ಲಿ ಕೂತಾಗ ಆಗುತ್ತದೆ.

ಒಟ್ಟಾರೆಯಾಗಿ ಸಿನಿಮಾದ ಬರೆವಣಿಗೆ ಸಾಕಷ್ಟು ಕುತೂಹಲದ, ಸೃಜನಶೀಲತೆಯ ಹಾಗೆಯೇ ಶಿಸ್ತು, ಶ್ರಮ, ತಾಳ್ಮೆ ಮತ್ತು ಕುಶಲತೆಯ ಕೆಲಸವಾಗಿರುತ್ತದೆ.

ಕೆ ಎಂ ಚೈತನ್ಯ ಅವರು ಕಮ್ಯೂನಿಕೇಷನ್ನಲ್ಲಿ ಸ್ನಾತಕೋತ್ತರ ಪದವಿ ಪಡೆದು ಚಿತ್ರರಂಗಕ್ಕೆ ಕಾಲಿಟ್ಟವರು. ಮೊದಲ ಚಿತ್ರ 'ಆ ದಿನಗಳು' ಅವರ ನಿರ್ದೇಶನ ಪ್ರತಿಭೆಗೆ ಸಾಕ್ಷಿಯಾಯಿತು. ಭೂಗತ ಜಗತ್ತನ್ನು ಹೊಸಬೆಳಕಲ್ಲಿ ತೋರಿಸಿದ ಚಿತ್ರ ಅದು. ಆ ನಂತರ 'ಸೂರ್ಯಕಾಂತಿ', 'ಪರಾರಿ', 'ಆಟಗಾರ' 'ಆಕೆ' ಚಿತ್ರಗಳನ್ನು ನಿರ್ದೇಶಿಸಿರುವ ಚೈತನ್ಯ, ಕಿರುತೆರೆಗೆ ದೇವನೂರು ಮಹಾದೇವರ 'ಕುಸುಮಬಾಲೆ', ಶಾಂತಿನಾಥ ದೇಸಾಯಿ ಅವರ 'ಓಂ ಣಮೋ' ಕಾದಂಬರಿಗಳನ್ನು ಅಳವಡಿಸಿದ್ದಾರೆ. 'ಕಿಚ್ಚು', 'ಮುಗಿಲು', 'ಒಂದಾನೊಂದು ಕಾಲದಲ್ಲಿ' ಅವರ ಇನ್ನಿತರ ಧಾರಾವಾಹಿಗಳು. ಚಿತ್ರಕಥಾ ಶಿಬಿರಗಳಲ್ಲಿ ಚೈತನ್ಯ ವಿದ್ಯಾರ್ಥಿಗಳಿಗೆ ಉಪನ್ಯಾಸ ನೀಡಿದ್ದಾರೆ.

> ನಾನು ಸುಲಭವಾಗಿ ಬರಹಗಾರನಾಗಬಹುದು. ಆದರೆ ನಾನೊಬ್ಬ ಬರಹಗಾರನಲ್ಲ ಬದಲಾಗಿ ಚಿತ್ರಕಥೆಗಾರ. ಚಿತ್ರಕಥೆಗಾರನಾದರೆ ಅರ್ಧ ಸಿನಿಮಾ ಅರ್ಧ ಆದಂತೆ. ಆದರೆ ಚಿತ್ರಕಥೆ ಅನ್ನೊದು ಕಲಾಕೃತಿಯನ್ನು ಬೇರೆಯವರ ಜೊತೆ ಸೇರಿ ಮಾಡೋಕೆ ಆಮಂತ್ರಣವೇ ಹೊರತು ಅದೇ ಒಂದು ಕಲಾಪ್ರಕಾರವಲ್ಲ.
>
> **- ಪಾಲ್ ಶ್ರೇಡರ್**